இணைந்த மனம்

உள் அட்டையில் காணும் சிற்பக் காட்சியில், பகவான் புத்தரின் அன்னை மாயாதேவி கண்ட கனவின் பலனை மன்னர் சுத்தோதனருக்கு நிமித்திகர் மூவர் விளக்குகின்றனர். அவர்களுக்குக் கீழே அமர்ந்து அந்த விளக்கத்தை எழுதுகிறார் ஓர் எழுத்தர். எழுதும் கலையைச் சித்திரிக்கும் முதல் இந்தியச் சிற்பம் இதுவாகவே இருக்கலாம்.

நாகார்ஜுன மலைச் சிற்பம் கி.பி. இரண்டாம் நூற்றாண்டு. (படஉதவி: நேஷனல் மியூசியம், புது தில்லி)

இணைந்த மனம்

இந்தி மூலம்
மிருதுலா கர்க்

தமிழாக்கம்
க்ருஷாங்கினி

சாகித்திய அகாதெமி

Inaindha Manam: Tamil translation by Krushangini from the original novel in Hindi by Mrudhula Kark, Sahitya Akademi, 2018, Price Rs. 395/-

உரிமை © சாகித்திய அகாதெமி

மிருதுளா கர்க்	:	ஆசிரியர்
க்ருஷாங்கினீ	:	மொழிபெயர்ப்பாளர்
பொருள்	:	நாவல்
வெளியீடு	:	சாகித்திய அகாதெமி
முதற் பதிப்பு	:	2018

ISBN: 978-93-87989-78-8

விலை: ரூ. 395.00

All rights reserved. No part of this book may be reproduced or utilized in any form or by any means, electronic or mechanical including photocopying, recording or by any information storage and retrival system, without permission in writing from Sahitya Akademi.

சாகித்திய அகாதெமி

தலைமை : 'இரவீந்திர பவன்', 35, பெரோஸ்ஷா சாலை, புது தில்லி 110 001.
அலுவலகம் secretary@sahitya-akademi.gov.in | 011-23386626/27/28.

விற்பனை : 'ஸ்வாதி', மந்திர் சாலை, புது தில்லி 110 001.
அலுவலகம் sales@sahitya-akademi.gov.in | 011-23745297, 23364204.

கொல்கத்தா : 4, டி.எல். கான் சாலை, கொல்கத்தா 700 025.
rs.rok@sahitya-akademi.gov.in | 033-24191683/24191706.

சென்னை : குணா பில்டிங்ஸ், 443, அண்ணா சாலை, தேனாம்பேட்டை, சென்னை 600 018. chennaioffice@sahitya-akademi.gov.in
044-24311741 | 24354815.

மும்பை : 172, மும்பை மராத்தி கிரந்த சங்கிரகாலய சாலை, தாதர், மும்பை 400 014. rs.rom@sahitya-akademi.gov.in
022-24135744 | 24131948.

பெங்களூரு : மத்தியக் கல்லூரி வளாகம், பல்கலைக்கழக நூலகக் கட்டிடம், டாக்டர் அம்பேத்கர் வீதி, பெங்களூரு 560 001.
rs.rob@sahitya-akademi.gov.in. 080-22245152, 22130870.

அட்டை வடிவமைப்பு: Y Janarthanan, Orange Communications, Chennai
ஒளி அச்சு: Chengamalam Enterprises, Chennai | அச்சகம்: Mani Offset, Chennai

Visit our website at *http://www.sahitya-akademi.gov.in*

நன்றி

கையெழுத்துப் பிரதியைப் படித்து இணையற்ற ஆலோசனைகளைக் கூறிய அசலாபன்சல் மற்றும் சுதா ஆரோடாவிற்கு உளம் நிறைந்த நன்றிகள்.

மனதில் எப்போது எது
ஒன்றிணைகிறதோ
அதன் பெயர் இணைப்பு

இணைந்த மனம்

'இணைந்த மனம்' மரியாதைக்குரிய எழுத்தாளர் மிருதுலா கர்க்கின் புதிய நாவல். அவரின் எழுத்துக்கள் புதுமையும் உற்சாகமும் கலந்தவை. மொழியில் அத்தனை இனிய ஓசையும், கதை சொல்லும் பாங்கில் தெளிவும் இருக்கும். அவற்றில் கடந்த காலமும் நிகழ்காலமும் ஒன்றுடன் ஒன்று பிணைந்து ஆழமாகச் சென்று அதன் நிலைகளைச் சொல்வதைக் காணலாம். இத்தன்மை வேறு நாவல்களில் காணக் கிடைக்காதது.

இந்த நாவலில் கதாநாயகி குல்மோஹர் என்கிற குல். அவளுடைய தங்கை மோகரா. ஐம்பதுகளின் காலத்தில் ஒரு மத்திய தரக் குடும்பத்தின் வாழ்க்கையையும், சமுதாயத்தில் ஏற்படும் மாறுபாடுகளையும், சுதந்திர இந்தியாவின் அடிப்படைத் தன்மை பற்றியும் விவரமான விசாரணைக்கு உட்படுத்தியிருக்கிறது. மோகரா தன் தந்தை பைஜ்நாத் ஜெயினின் வாழ்க்கையைச் சொல்லி இருக்கிறாள். அந்த வாழ்க்கையில் அவருடைய இளமைக் காலமும், அந்தந்த கதை மாந்தர்களின் குணங்களும் சொல்லப்பட்டு இருக்கின்றன. அப்படிப்பட்ட கதாபாத்திரங்களில் டாக்டர் கர்ண சிங், மாமா, ஜுக்கி சித்தப்பா, பாபா, அக்கா மற்றும் கனகலதா ஆகியோரின் ஆளுமையும் அவர்களின் மறக்க இயலாத குணங்களும் கலந்து இருக்கின்றன. அவற்றின் தனித் தன்மையும் வெளிப்பட்டிருக்கிறது. குல் இவர்களுக்கு இடையே வளர்கிறாள். அவளும் இதே வரிசையில் தன் தனியான ஆளுமையுடன் இருக்கிறாள்.

இந்த நாவலில் குல்லின் கதாபாத்திரம் மூலம் ஒரு சிறுமி, ஒரு மனுஷி, ஒரு காதலி, ஒரு மனைவி, ஒரு படைப்பாளி என்று தனித் தனி பாத்திரங்களின் விவரங்களும் தரப்பட்டிருக்கின்றன.

அம்மா ஒரு இணையற்ற மென்மையான கதாபாத்திரம். நெருக்கமான உறவும், உறுதியான மனமும் கொண்டவள். இதன் இடையில் கதாசிரியரின் வெளிப்படையாகப் பேசும் இயல்பும், பொறுமையும் இந்த நாவலில் ஊடும் பாவுமாகப் பின்னப்பட்டு இருக்கிறது. இது மனம் கவர்வதாக மட்டும் அமையாமல் இதில் ஒரு ஒழுங்கும் இருக்கிறது.

தற்கால ஹிந்தி இலக்கிய வரிசையில் இது மிகவும் புதுமையானது.

மிருதுலா கர்க்

1938ஆம் ஆண்டு கல்கத்தா நகரில் பிறந்தவர் மிருதுலா கர்க். அவர் உத்திரப் பிரதேசத்தைச் சார்ந்தவர். தில்லியில் கல்வி கற்றார். பொருளாதார பட்டம் பெற்று ஆசிரியராக மூன்று ஆண்டுகள் பணியாற்றினார். ஆனால், திருமணத்திற்குப் பின் பொருளாதாரம் கற்பிப்பதிலிருந்து விலகி விட்டார். குடும்பத்தைப் பராமரிப்பதிலும் எழுதுவதிலும் ஈடுபட்டார்.

1971ஆம் ஆண்டு அவரின் முதல் சிறுகதை ருகாவட் (*தடை*) சாரிகா பத்திரிகையில் வெளியானது. எத்தனை தளைகள் (*கித்னி கைதேன்*) என்பது வெளியான மூன்றாம் கதை. அதற்கு கஹானி பத்திரிகையில் மூலம் முதல் பரிசு கிடைத்தது. 1975ம் ஆண்டு தனது முதல் நாவலை எழுதினார். அதன் பெயர் 'வெயில்' வெளியானது. அதற்கு மத்தியப் பிரதேசத்தின் சாஹித்ய பரிஷத் வீரசிங் தேவ் தேசிய விருது கிடைத்தது. அதிலிருந்து (*ஜாது கா காலின் மந்திர கம்பளி*) என்ற நாடக நூலுக்கு ஸேட் கோவிந்த தாஸ் விருது கிடைத்தது.

படைப்புக்களையும் தவிர்த்து அவர் 1964ஆம் ஆண்டு முதல் 1989ஆம் ஆண்டு வரை 'ரவிவார்' என்ற பத்திரிகையில் பணியாற்றினார். பத்தி எழுதினார். அவர் தன்னுடைய பத்தியில் குடும்பம், சுற்றுச் சூழல், இயற்கை ஆகியவற்றைப் பற்றிய எரியும் பிரச்சினைகளை எழுதினார்.

மிருதுலா கர்க் நம் நாட்டிலும் அயல் நாட்டிலும் பல்கலைக் கழகங்களில் உரையாற்றி இருக்கிறார். பண்பாடு, சமுதாயம், இலக்கியம் ஆகியவற்றில் உரை நிகழ்த்தியும், சுற்றுச் சூழல் பற்றிய விளக்க உரைகளையும் கொடுத்திருக்கிறார். இவரின் கட்டுரைகள் பிரபலமான தேசிய மற்றும் உலக அளவில் பத்திரிகைகளில் வெளியாகிக் கொண்டு இருக்கின்றன.

இவருடைய வெளிவந்த படைப்புகள் — ஏழு நாவல்கள், ஏறக்குறைய 90 சிறுகதைகள், மூன்று நாடகங்கள், இரண்டு கட்டுரைத் தொகுப்புகள், ஒரு அங்கதத் தொகுப்பு. நாவல்களில் 'சித்தகோபரா' அல்லது 'அநித்ய' ஹிந்தி இலக்கிய உலகில் சிறப்பாகப் பேசப்பட்டது கதைகளில் 'பச்சைப் பொட்டு',

'டேபோடில்கள் எரிகின்றன', 'அதுவும் நான்தான்', 'நகரத்தின் பெயர்', 'உடல் இணைவு' ஆகியவை பேசப்பட்டுக் கொண்டு இருக்கின்றன. 'மில்ஜுல் மன்' இணைந்த மனம் அவரின் புதிய படைப்பாகும்.

1988-89ஆம் ஆண்டு ஹிந்தி அகாதெமி தில்லி இவருக்கு சாஹித்ய சம்மான் கொடுத்தது. 1999ஆம் ஆண்டு உத்திரப் பிரதேசத்தின் சாஹித்ய சன்ஸ்தான், சாஹித்ய பூஷண் விருதளித்து கௌரவித்தது. 2001ஆம் ஆண்டு நியூயார்க்கில் இருக்கும் ஹ்யூமன் ரைட்ஸ் வாச், ஹெலமன் - ஹெமட் கிராண்ட் கிடைத்தது. இவருடைய நாவலான மரோஜாவிற்கு 2004ஆம் ஆண்டின் வியாஸ் விருது கொடுத்து கௌரவித்தது.

இவருடைய முகவரி ஈ 421, தரைத் தளம், கிரேட் கைலாஷ், பகுதி 2, புது தில்லி 110 048.

முன்னுரை

சுதந்திரப் போராட்டத்தின் குழப்பம் நிறைந்த சந்தேகம் கலந்தவற்றை அடிப்படையாகக் கொண்டு 'அநித்ய' நாவல் எழுதி இருபத்தி ஏழு ஆண்டுகள் கடந்து விட்டன. குழப்பம் இருந்தது. அஹிம்சை, ஒத்துழையாமை போராட்டத்திற்கும், புரட்சி வன்முறைக்கும் இடையிலும் நடந்த சுதந்திரப் போராட்டத்தின் பயணம். ஒவ்வொரு இந்திய சிந்தனையாளன் மனதிலும் இருந்தது. நாவல் முடிவுற்றது. உண்மையில் குழப்பம் என்ற சனியன் சுதந்திரம் கிட்டிய பிறகும் கூட நம் தோளில் இருந்து இறங்காமல் இருக்கிறது என உணர்ந்தேன். இன்னமும் வலிமையாக ஒட்டிக் கொண்டு இருக்கிறது, சிந்துபாத்தின் தோளில் அமர்ந்திருக்கும் கிழவனைப் போல. இப்போது குழப்பம் அற வழிப் போராட்டம், வன்முறைப் போராட்டத்திற்கு இடையில் அல்ல. பலவிதங்களில் குழப்பம் நிலவிக் கொண்டு இருக்கிறது. முதலாளித்துவம் பொதுவுடைமைக் கொள்கைகளுக்கு இடையில், அதில் ஒன்றைக் கூட விட்டு விட நாம் தயாராக இல்லை. சோவியத் யூனியன் மற்றும் கம்யூனிஸ நாடுகளுடன் நட்புறவுக்கு இடையில் நாம் சமமாக இருக்கும் வழியைத் தேர்வு செய்தோம். அப்போதுதான் என் உள்ளத்தில் ஒரு ஆசை எழுந்தது. சுதந்திரம் கிடைத்தவுடனான காலத்தை வைத்து ஒரு நாவல் எழுதலாம் என்று.

குழப்பத்தையும் தவிர இன்னமும் பல விசித்திரமான மயக்கங்களும் அப்போது இருந்தன. நூறு ஆண்டுகளுக்கு முன்பாக கண்ட கனவு சுதந்திரம். இப்போது நிறைவடைந்து விட்டது. ஆனால், சுதந்திரம் என்பதை அழகான, பகட்டான அஹிம்சையுடன் கூடிய முகத்தை நம் நினைவில் இருத்திக் கொள்ள நாம் தயாராக இருந்தோம். ஆனால், நாடு பிரிவினை பெற்றவுடன் அது கனவைப் போலவே கலைந்து உதிர்ந்து போனது. கனவு தகர்ந்தவுடன் நாம் நிஜத்தில் வாழ பழக்கப்படவில்லை. இன்னமும் ஒரு புதிய கனவை வளர்க்கத் தொடங்கினோம். குழப்பத்தினால் நமக்குக் கிட்டியது என்னவெனில் அப்பாவித்தனம் நிரம்பிய நம்பிக்கைதான். நாம் அமைப்பு சாரா கொள்கையை எடுத்தோம். இணைந்த ஒற்றுமையான உலகப் பொருளாதாரத்தை ஏற்படுத்துவோம். அப்படிப்பட்ட உலகை நிறுவி, நாம் உலகின் எடுத்துக்காட்டாகத் திகழ்வோம். நாம் உலக குரு என்று அழைக்கப்படுவோம் என எண்ணினோம்.

முதலாம் கனவை நூறு ஆண்டுகள் வரை கண்டு கொண்டிருந்தோம். ஆனால், அது சுக்குநூறாக ஒரு வினாடிகூட ஆகவில்லை. சுதந்திரத்திற்குப் பின் அப்பாவித்தனமும் குழப்பமும் கொண்ட கனவு, பத்து இருபது ஆண்டுகளிலேயே கெட்டுப் போய் விட்டதைப் பார்த்தோம். அதைப் பார்த்ததன் காரணமாக உடைந்து பிரிந்து போனோம்.

ஆனால், அதைப் பற்றி எழுத வேண்டும் என்ற கனவு கூடிக் கொண்டே இருந்தது. 1980க்குப் பிறகு நான் இன்னமும் இரண்டு நாவல்கள் எழுதி விட்டேன். 'நானும் நானும்' நாவலை எழுத எனக்கு நான்கு ஆண்டுகள் பிடித்தன. 'மரரோஜா' எழுத எனக்கு பன்னிரெண்டு ஆண்டுகள் ஆயின. ஆனால் அறியாமையால் கிடைத்த அந்தக் குழப்பம் காட்சியாக உருவெடுப்பது தள்ளிப் போய்க் கொண்டே இருந்தது. ஒருவேளை அதற்குச் சரியான நேரம் வருவது நம் கையில் இல்லையோ என்னவோ, ஒரு வேளை அந்த வலியை வார்த்தைகளால் சொல்வதற்கு முன்னமேயே எனக்கு ஒவ்வொரு வலியையும் சிரித்தே கடக்க வலிமை உண்டாக்கி விட்டிருந்ததோ அது கைவந்து விட்டது. அதனாலோ என்னவோ நடப்புக் காலத்து அறியாமையை உணர்வதற்காக மனத்தின் திரையில் இரண்டு இளம் பெண்களை உருவாக்கினேன். ஒரு பெண்ணை அறிவுடையவளாகவும் இன்னொரு பெண்ணை ஆசை உடையவளாகவும் உருவாக்க மனதில் எழுந்தது ஒரு எண்ணம். உடனேயே நாவலின் கதாபாத்திரங்கள் உருவாகி விட்டன. எனக்குத் தெரியும் நான் அவற்றில் இருந்தேன் என்பது. ஆனால், நாவலை எழுத இனிமேலும் ஒத்திப் போட முடியாது என்ற நிலை வந்தபோது அவர்கள் இருவரும் ரத்தமும் சதையுமாக உடலாக வெளிப்பட்டனர். அந்தக் காலத்தை என்னுடன் இழுத்துக் கொண்டு வர எல்லையிலிருந்து விலகி இன்னமும் பல கதை மாந்தர்களை கையில் எடுத்தேன். இருபத்தி ஏழு வயதில் நான் எழுத ஆசைப்பட்டேன். அந்த எண்ணத்தை எழுதத் தொடங்கினேன். என்னுடைய காலமும், நாட்டின் காலமும் என்னுடைய கதை மாந்தர்களின் காலமும் நாவலில் ஒன்றாக இணைந்தது. பின் உருவாகி விட்டது ஒரு நாவல். அதன் பெயர்தான் 'இணைந்த மனம்'

மிருதுலா கர்க்

இணைந்த மனம்

1

கதையைச் சொல்வதோடு முன்னதாக பாத்திரத்திற்குப் பெயர் ஒன்று வைக்க வேண்டும். குல்மொஹர் என்று பெயரிடலாம் என்று தீர்மானித்தோம். குல்மொஹர் அவளுடைய பெயர் இல்லை. உங்களுக்குத் தெரியுமா அது? கதை அந்தப் பெயரில் எழுதப்பட்டது.

"ஆமாம் குல்நு பவாரியா என்ற பெயரிலும்."

'குல்' என்று பெயர் வைப்பதினால் கூடுதல் ஈர்ப்பு அதற்கு இருக்கும் என்று முடிவெடுக்கப்பட்டது.

ஒப்புக் கொண்டேன் உன் கூற்றை, குல்மொஹர் என்ற பெயரே உன்னதமானது. வெப்பத்திலும் தகிக்கும் வெய்யில் நாட்களிலும் அவள் இல்லை. அவள் எப்போதுமே குடையுடன் தான் செல்வாள். சின்ன வயது முதல் முகத்தின் நிறம் கெட வேண்டாமே என்று. பொதுவாக இந்தியப் பெண்களைப் போல அவள் கருப்பென்று சொல்ல முடியாது. வெளுப்பென்று சொல்லப் பட விரும்பினாள் அவள்.

சாதாரணமாக இருக்கும் ஒருவள் தன்னை எப்போது சிறப்பானவளாக இருக்க வலிந்து செயல் கொள்கிறாளோ? யார் அறிவார் அந்த ரகசியத்தை. எத்தனையோ விட்டு விட்டிருக் கிறாள் அவள், குடையைத் தவிர. இதனால் அவள் தன்னை வாழ்க்கையிலிருந்து காப்பாற்றிக் கொண்டாள் என்றெல்லாம் அனுமானம் செய்ய வேண்டாம். முகத்தின் நிறத்தைத் தக்க வைத்துக் கொள்வது வேறு. வாழ்க்கைப் புயலிலிருந்து

தற்காத்துக் கொள்வதென்பது வேறு. என்னைப் பொறுத்தவரை வெய்யில், அனல் காற்று இவற்றிலிருந்து தன்னைக் காத்துக் கொள்ளப் பயம் கொள்பவள் அல்ல குல். அவற்றைத் தன் கட்டுக்குள் கொண்டு வருபவள் அவள். பளபளப்பும் மென்மை யும் ஒருசேர இருப்பவள் குல்.

முகத்தின் நிறத்தைக் காப்பாற்ற மென்துணியைப் பயன் படுத்துவதைப் போலவே, தனது கைகளைப் பற்றிய கர்வமும் அவளிடம் உண்டு. அவளுடைய தங்கை மோகரா சொல்லு வாள். குல்லின் கைகள் மிக அழகானவை என்று. சஞ்சலமான முகம் கொண்டவள் குல்மொஹர், கூச்சம் நிறைந்த முகம் கொண்டவள் மோகரா.

ஒரு தடவை இப்படித்தான்.

"கூடாது. கதையை மேலே மோகரா சொல்லுவாள். இன்னமும் சிறப்பாகச் சொல்லுவாய் இல்லையா மோகரா?"

"நாங்கள் வாழ்நாள் முழுவதும் கூடவே இருந்தோம்."

"பொய்யில் ஆரம்பிக்காதே. எங்கே ஒன்றாகவே இருந் தோம்? திருமணம் வேறு ஒருவருடன் முடிந்ததா இல்லையா? திருமணத்திற்குப் பின் என்னுடன் எங்கே இருந்தாய்?"

"வேறு ஒருவருடன் திருமணம் நடந்தால் என்ன? அதற்கு முன்னால் இருவரும் ஒரே ஆணைத் தானே காதலித்தோம்? வேறுபாடு இதுதான் இல்லையா? நான் அதை ஒரு பொந்தில் இட்டு உற்று நோக்கிக் கொண்டும், அதை ரசித்துக் கொண்டும், அதை அருமை என நினைத்து ஆனந்தப்பட்டுக் கொண்டும் இருந்தேன். ஒருதலைக் காதலாய் இருக்கும் பொழுது அது மகிழ்ச்சியைக் கொடுக்கும். காத்திருத்தலின் இன்பம் போன்ற பல. காதலின் ஒரு நன்மை சரியான சமயத்தில் சொல்லப்படா மலோ போய் விட்டால், ஆனந்தமான வாழ்க்கை அமைந்து விட்டால் அதை அப்படியே உள்ளுக்குள் விழுங்கி விட வேண் டியதுதான். குல்மொஹர் அதற்கெல்லாம் இடம் கொடுக்க வில்லை. மருத்துவம் இல்லாத நோய்க்கு ஆளானாள். மனதில் கலக்கம். இதில் அம்மாவின் தவறுதான் அதிகம். விசித்திரமான

பண்டம் அம்மா. குல்லின் காதல் தெரிய வந்தவுடன் தானே முன்வந்து காதலைச் சொல்லி சுமையை இறக்கி வைத்தாள் அவள். திரும்பத் திரும்ப இப்படிச் சொல்லி என்ன பயன்? காதலித்தால் திருமணம் அவனுடன்தான். காலத்தின் எதிர்ப்பு எத்தனை கடினம். ஆயினும் அழுத்தமாக சொல்லப்படும் பழ மொழியில் பொருள் ஏதும் இல்லை. பாவம் குல். அவள் தன் முதல் காதல் அமர காதல் என்றெண்ணி விட்டாள். தானே அப்படிப் புரிந்து கொண்டாளா அல்லது மற்றவர்களின் முன் தன் கௌரவம் காப்பாற்றப்பட வேண்டும் என்று எண்ணி அப்படிச் செய்தாளா? சரியாகச் சொல்ல முடியவில்லை, அவளால். பழமொழியைப் பயன்படுத்துவதில் அவள் என்னைவிட கெட்டிக் காரி. காதலுக்குக் கண் இல்லை. காதலிப்பவள் பயப்படக் கூடாது. காதலில் அனைத்தும் மன்னிக்கப்படும். இத்யாதி, இத்யாதி.

"அப்படியா மோகரா? உண்மையிலேயே உன் காதல் குல் திருமணம் செய்து கொண்டவனுடனா?"

"ஏன் இருக்கக் கூடாது? அந்த வயதில் முதன்முதலாக யாருடன் காதல் ஒட்டிக் கொண்டு ஏறி உட்கார்ந்து கொண் டதோ, அவருடன்தான் காதல். உடல் ஓரிடத்தில், உள்ளம் வேறோரிடத்தில் மனிதன் மனதில் கணக்கொன்று வைத்துள் ளான். முதல் காதலின் மெய்சிலிர்ப்பைக் கட்டளையிட்டு விலக்கி வைத்து விடுகிறான். வேறு ஏதோ விருப்பம் இருக்கிறாற் போல, சில நாட்களில் விருப்பம் வேறு பக்கம் திரும்ப இன்னொன்றை வளர்த்துக் கொள்கிறான். அது சரி? இப்படியே குறுக்கில் கேள்வி கேட்டுக் கொண்டே இருந்தால் கதை எப்படி மேற்கொண்டு நகரும்? ஒன்று செய், நீயே கதையைச் சொல்.

"இல்லை, இல்லை மோகரா, நீயே சொல்லு. நீதான் நேரில் பார்த்த சாட்சி. ஒரே வீட்டில் இணைந்து வசிக்கவில்லை என்றாலும் தரிசனம், அதிகாரம் உனக்குத்தான் எல்லாம் இருந் திருக்கிறது இத்தனை நாட்களும்."

"சரி; ஆனால், நினைவில் இல்லை."

"வேண்டவே வேண்டாம். நீ சொல்லு. என்ன நடந்தது சொல்லேன்."

"நினைவுபடுத்திக் கொண்டு சொல்கிறேன். கொஞ்சம் நேரம் கொடு. எங்கிருந்து ஆரம்பிக்கட்டும்? நினைவின் சக்தி நிறைவேறாத ஆசைகள் கொண்டது. நினைவுக் கதவைத் திறக்காத வரை எல்லாமே அப்படி அப்படியே இருக்கும். எண்ணக் கதவைத் திறக்க நினைவுகள் தாறுமாறாக தறி கெட்டு வெளியே ஓடி வந்து விடும். அவற்றைப் பிடித்து நிறுத்துவது இயலாத காரியம்.''

"குல் மொஹரின் ஸ்வெட்டர் பின்னல் நினைவிருக்கிறதா?''

"ஏன் நினைவில் இருக்காது? இல்லாமல் போகுமா?''

பிறகு நானும் மோகராவும் சிரித்தோம், சிரித்தோம், கட்டுக்கடங்காமல் சிரித்தோம். எழுதியவர், சொல்பவர் என்ற வேறுபாடு அழிந்து விட்டது. அவள்தான் தடுத்தாள்.

"சொன்னேன் இல்லையா? இடையில் குறுக்கிடக் கூடாது என்று!''

சொல்லத்தான் சொன்னாள். ஆனாலும் சிரிப்பு என்னவோ நின்றபாடில்லை. குல் ஸ்வெட்டர் பின்னுவதைப் பற்றி நினைத்தால் யாரால் சிரிப்பை அடக்க முடியும்? மணிக்கணக்கில் கடைத் தெருவில் சுற்றி அலைந்து திரிந்து கம்பளி நூல் கண்டு வாங்கினாள். பின் அது மோகராவைத் தன் வலையில் சிக்க வைத்து விட்டது. தாம் தூம் என்று ஆர்ப்பாட்டமாக அருகில் சென்றால், சிக்கல் அதிகமாகி விட்டது. கடைசியில் விளைவு என்ன? இடையில் பின்னலின் நடுவில் கம்பளி நூல் தீர்ந்து விடும். அல்லது மீந்து விடும். அப்படியும் இப்படியுமாக அளந்து திறந்து சமமாக நூல் எடுப்பாள். கொஞ்ச நேரத்திலேயே திரும்பவும் கணக்கில் குழப்பம். அவளின் பொறுமை நீண்ட நேரம் நிலைத்திருக்காது. ஆரம்பத்திலிருந்து மறுபடியும் தொடங்குவது அவளுக்கு அறவே பிடிக்காது. இந்தச் சமயத்தில்தான் உயிரை எடுக்கும் முதல் காதலும் வந்து அவளைக் கட்டிப் போட்டு கைதியாக உட்கார்த்தி வைத்து விட்டது. ஸ்வெட்டர் பின்னுவது என்பதும் டீ போடுவதைப் போலவோ முயல் பிடிப்பதைப் போலவோ ஆகிவிட்டது.

''ஜாக்கிரதை. மோகரா நினைவுகளைச் சரியாகச் சொல். பிள்ளையார் பிடிக்க குரங்காக முடிந்ததா? வாசகர்கள் அடிக்க வருவார்கள்.''

''பரவாயில்லை. முதல் விஷயம் முதலில் சொன்னது சொன்னதாகவே இருக்கட்டும் விடு.'' குல்லின் கைகள் மிக அழகாக இருக்கும். நீண்டதாக ஒரு சிற்பி செதுக்கியதைப் போல விரல்கள் இருக்கும். முட்டை வடிவ நகங்கள். அவற்றைச் சற்றே நீளமாக வளர்த்து ஓவல் வடிவத்தில் செதுக்கி வைத்திருப்பாள். பள்ளியில் படித்துக் கொண்டிருக்கும் வரை மிஸ் ஹுக்குவின் மீதுள்ள பயத்தினால் நெயில் பாலீஷ் போடுவது கிடையாது. அதை நினைத்துக்கூடப் பார்க்க முடியாது. ஆனாலும் நீளமான நகம் வைத்திருப்பாள். நகத்திற்காக அவ்வப்போது பிடிக்கப்படு வாள். மிஸ் ஹுக்கு பெண் காப்டன் ஹுன் என்றால் அவள் தான் பீட்டர் பைனைப் போல. கடல் கொள்ளைக்காரனின் கத்தரிக்கோலை எடுத்து குல்லின் அழகான நகத்தை வெட்டி மொட்டை ஆக்கினால்தான் மனம் சமாதானம் அடையும், மிஸ் ஹுக்குவிற்கு. இதில் வேடிக்கை என்னவென்றால், தோல்வி குல்லினுடையதல்ல. மிஸ் ஹுக்குவிற்குத்தான் குல் நாள் முழுவதும் அழுது புலம்பிக் கொண்டிருந்தாலும், மிஸ் ஹுக்கு மாஸ்டரிணியைப் போலத் தோற்பதில்லை. வெட்டப்படுவதி னால் அவளுடைய நகங்கள் மற்றவர்களின் கவனத்தை விசேஷ மாக ஈர்க்கும். மிஸ் ஹுக்குவிற்கு இந்தப் பரிதாபமான பெண் ணுக்குக் கஷ்டம் கொடுத்து விட்டோம் என்று முழுமையாக சந்தோஷப்படவும் முடியாது. இதைத் தவிர வேறு மகிழ்ச்சி அவள் வாழ்க்கையில் ஒன்றும் இல்லை.

மகிழ்ச்சி அளிக்கும் விஷயம் ஏதாவது ஒன்று உண்டென் றால் அது நாள் முழுக்கப் படிக்கும் பெண்களின் தலையில் பேன் பார்த்துக் கொள்வதுதான். ஒவ்வொருவரும் ஒரு வகுப்புப் பெண்களின் தலையின் பேன் பார்த்து நன்கு சுத்தம் செய்யப் படும். வெட்கங் கெட்டவள். அழுக்கு மூட்டை என்றெல்லாம் திட்டி வெளியில் உட்கார்த்தி கார்போலிக் ஆசிட்டை விட்டு தலை கழுவி சுத்தம் செய்யப்படும். யாருடைய தலையாவது மிக அசுத்தமாக இருந்தால், கை தட்டி அவளை வெறுப்பேற்றி, ''அழுக்குப் பெண்ணே, சீச்சீ. அழுக்குப் பெண்ணே, வெய்யி

லில் நில் அழுக்குப் பெண்ணே'' என்று கேலி செய்து பாட்டுப் பாடுவார்கள். இதுதான் மிஸ் ஹுக்குவின் கட்டளை. மழை, வெய்யில் என எதற்கும் கவலைப்பாடமல் நாள் முழுவதும் வெயிலில் நிற்க வேண்டி வரும். அதிர்ஷ்டமுடைய பெண்கள் மயங்கி விழுந்து விடுவார்கள். டானிக் என்ற பெயரில் கசப்பு மருந்தைக் குடிக்க வைத்து அவளின் நலம் பேணப்படும். எங்களில் இருவருக்குள் யாருக்காவது எப்போதாவது மயக்கம் வந்து விடும். குல் வெய்யிலில் நிற்க வேண்டி வந்தால் என்ன செய்வது? முகம் கறுத்துப் போய் விடுமே என்ற பயம் அவ ளுக்கு. தன் அழகான கைகளைக் கொண்டு, முகத்தை மறைத்துக் கொண்டு எப்படியாவது தன் முகத்தைப் பாதுகாத்துக் கொள்வாள்.

ஒரு முறை இப்படி குல் முகத்தை மறைத்துக் கொள்வதை மிஸ் ஹுக்கு பார்த்து விட்டாள். அப்பறம் என்ன? கைகளை விலக்கி இழுத்து பின்பக்கமாக கட்டி வைத்து விட்டாள். மூளைக்குள் பரீட்சை பயம் வேறு, உடல் கோளாறு வேறு என குல் மயக்கம் ஆகாமல் இருந்தாள். வீடு திரும்பிய பின் அவ ளுக்கு மட்டுமல்ல, எனக்கும் கடுமையான காய்ச்சல் வந்து விட்டது. உடம்பு கொதித்தது. இதன் விளைவு என்ன ஆயிற்று? எங்கள் அப்பா பள்ளிக்கூட பிரின்சிபாலையும், கவர்னிங் போர்டின் குழு மக்களையும் போய்ப் பார்த்து இந்தத் தகவலைச் சொல்லி விட் டார். விளைவு? மிஸ் ஹுக்கு தலைமைப் பீடத்தில் இருந்து காணாமல் போனாள்.

எங்கள் அப்பா சுதந்திரப் போராட்டப் படையில் இருந்த வர். அதுவரை அகிம்சை வாதத்தில் இருந்தவர், அதை விட்டு விலகி இருந்தார். கோபம் வந்தாலோ மோதிலால் நேருவின் அப்பா ஆகி விடுவார். எதிரியை அழித்து விட்டுத்தான் மூச்சு விடுவார். அன்றைக்கெல்லாம் எங்கள் இருவருக்கும் மிஸ் ஹுக்குவைத் தூக்கில் போட வேண்டும் அல்லது உயிரோடு மண்ணில் புதைத்து விட வேண்டும் என்று தோன்றியது. இப் போது எங்களுக்குத் தோன்றுகிறது. வெறும் மாற்றல் மட்டுமே அன்று ஏற்பட்டது என்று. அதே மிஸ் ஹுக்கு வேறு ஏதாவது பள்ளியில் ஹிட்லரின் பார்வையுடன் இன்னமும் வேறு யாருக் காவது கஷ்டம் கொடுத்துக் கொண்டே இருந்து கொண்டிருப்பாள்.

இது போன்ற வழக்குகள் நடந்து கொண்டேதான் இருக்கும். விஞ்ஞானபூர்வமாக பேனுக்கும் தலையில் உள்ள அழுக்குக்கும் எந்த சம்பந்தமும் இல்லை என நிரூபணம் ஆகும் வரை இது தொடரும். அல்லது பேன்கள் சுத்தமான தலையில் வசிக்க ஆசைப்பட வேண்டும். பேனுள்ளவர்கள் தீண்டத் தகாதவர்கள் போல ஆகி விடுகின்றனர். ஒருவரை மற்றொருவர் அப்படி எண்ணிக் கொள்கிறார். சுத்தம், அசுத்தம் எல்லாவற்றையும் தள்ளி வைத்து விட்டுப் பழக வேண்டும். இதனால்தான் பள்ளிப் பிள்ளைகள் வெகுவாக பாதிக்கப்படுகிறார்கள்.

மணிக்கணக்கில் உட்கார்ந்து கொண்டே இருப்பது என்பது எனக்கு எங்கள் வக்கீல் தாத்தாவிடமிருந்தோ, அப்பாவிடம் இருந்தோ வந்திருக்க வேண்டும். எங்கள் பூர்வீகச் சொத்தாக குல்லுக்கு டயாபிட்டீஸூம், எனக்கு எல்லாவற்றையும் விவாதிக்கும் இயல்பும் ஒட்டிக் கொண்டுள்ளது. இதனால் எல்லாம் ஒரு நிமிட நேரம் கூட ஹூக்கு பேயை மன்னித்து விட்டேன் என்பது அல்ல. என் மனக் கடுமையிலிருந்து மன்னிப்பு என்ற எண்ணம் எல்லாம் தோன்றவே இல்லை. மன்னிக்க முடியவில்லையே என்று எங்களையே நாங்கள் சிறிது நேரம் தாழ்வாக எண்ணிக் கொள்வோம். ஆனாலும் அந்த அற்ப ஆசை எதிரியின் தோல்வியைக் கண்டு மகிழ்ச்சி அடையும் பொழுது காணாமல் போய் விடும்.

சரி கொஞ்ச நேரம் ஹூக்குவின் கதையை விடு. அப்படிப் பட்ட டீச்சர்கள் இன்னும் பல பள்ளிகளில் இருக்கிறார்கள்.

கொஞ்ச நாட்களுக்கு முன் இதையெல்லாம் குல்லிடம் சொல்லியிருந்தால், ''நான் மன்னிப்பு கின்னிப்பு செய்யும் பெருந்தன்மையை எல்லாம் வளர்த்துக் கொள்வதில்லை. அந்த முட்டாள் பெண்மணி காலம் காலத்திற்கும் என் முகத்தின் நிறத்தைக் கெடுத்து விட்டாள்'' என்று சொல்லியிருப்பாள்.

''ஆமாம், கெட்டவள் அவள்'' என்று சொன்ன உடனேயே அவள் சொன்னாள்: "ஆண் பிள்ளையைப் போலத் திட்டாதே" என்று.

'அது சரி, திட்டுவதில் என்ன ஆண் திட்டு, பெண் திட்டு? யார் சொன்னாலும் திட்டு திட்டுதான்.''

ஆனால் குல் ஆண் பெண் வேறுபாட்டை ஒருபோதும் மறக்கத் தயாராயில்லை. ''பெண்ணுக்கு அப்படிப்பட்ட சொல் ஒன்றும் இல்லை. அரச குமாரனின் எஜமானி புகராஜ் நம்மிடம் என்ன சொன்னார்? (*எஜமானி நூர்ஜஹான்*).''

''அப்போது நான் இள வயதுடையவள்?'' சொன்னாளா இல்லையா? கலகலவெனச் சிரித்துக் கொண்டு பெண்மை என்றால் என்ன? இதற்கு முன் இந்தச் சொல்லை நான் கேட்டதே இல்லை.

''எங்கே கேட்டிருக்கப் போகிறாய்? இப்போதுதான் உனக்கு 'ஃபெமினிஸம்' வந்து விட்டதே. ஆணியம் என்று ஒன்று இருந்தால், பெண்ணியம் என்று ஒன்று இருக்கத் தானே வேண்டும். சரி இந்த 'சொல்' சண்டையையெல்லாம் விடு. நிஜமாகவே ஒப்புக் கொள்கிறாயா? நீ ஹுக்குவால்தான் கருப்பானாயா?''

''இல்லாவிட்டால் வேறு என்ன? உன்னுடைய பொறாமை எரிச்சலாலா?''

''சமாதானம் செய்யட்டுமா? குல்லினுடைய நிறம் கோதுமை நிறம். சொல்வார்கள் அல்லவா, கோதுமை நிறம் என்று. அப்படி அல்ல. ஆனால், அவள் தன் அப்பழுக்கற்ற அழகில் புறமொதுக்கி வாழ்நாள் முழுவதும் வெண்மை நிறமாகும் கனவைக் கண்டு கொண்டே இருந்தாள். அதற்காகவே முடிந்த, முடியாத முயற்சிகள் அனைத்தையும் முயன்று கொண்டே இருந்தாள். கொஞ்சம் விதியின் குற்றம் கொஞ்சம் காலத்தின் குற்றம். கொஞ்சம் போல அதிர்ஷ்டத்தின் குற்றம். இதில் பழசென்ன, புதிதென்ன? இன்னமும் கூடத்தான் பாட்டியிலிருந்து பேத்தி வரைக்குமாக ஃபேர் அண்ட் லவ்லி போன்ற க்ரீம்கள் திடும் திடுமென்று வந்து கொண்டே இருக்கின்றனவே.

அதையெல்லாம் விடு. பொதுவாக நடந்து கொண்டிருக்கும் விஷயங்களைப் பற்றி என்ன சொல்வது? ஒரு மகத்தான விஷயத்தை நான் சொல்லப் போகிறேன் உனக்கு. குல்லினுடைய அழகான கைகளின் மனம் கவர் கதையை.

''சிவப்பு ரோஜாவைப் போன்ற உள்ளங் கைகளைப் பற்றியா?''

பள்ளியில் சிநேகிதிகள் இவள் கையைப் பிடித்துக் கழுவிக் கழுவிப் பார்ப்பார்கள் - ஒருவேளை ஆல்தா போட்டுக் கொண்டிருக்கிறாளோ என்று. ஆல்தாவின் ரத்த நிறமா, குல் சொன்ன கதையின் ரத்தத்தின் நிறம்? சீதா ஸரயூ நதியில் கையை வைத்தாள். உள்ளங்கையில் நீர் எடுத்துப் பார்த்ததும் 'வீல்' என்று அலறினாள். ரத்தம், ஒரே ரத்தம். பயந்து கொண்டு திரும்பி ஓடி வந்து விட்டாள். ராமன் சிரித்தான். ''அது ரத்தமல்ல, உன் கைகளின் சிவப்பு'' அப்படி இருந்தது சீதாவின் கைகளின் அழகு.

''உள்ளங்கைகள் சிவப்பாக இருக்கிறது சரி. அதுவும் அழகாக இருக்கிறது. ஆனால், இந்தக் கதைக்கும் இதுக்கும் என்ன தொடர்பு இருக்கிறது?'' நான் குறுக்குக் கேள்வி கேட்டேன்.

''எது நடைமுறையில் உள்ளதோ, அதுவே அழகு. அப்படி என்றால் எல்லா விஷயங்களும் தத்துவம் அற்றதா?''

''அழகை விட்டுத் தள்ளு, பொறாமைக்காரியே. அழகைப் பற்றிய புரிதல் எனக்கு அதிகம்.''

நாங்கள் இப்படியே பொருளற்று உளறிக் கொண்டு இருந்தோம்.

நான் அவளுடைய மிருதுவான கைகளைப் பார்த்துப் பொறாமைப்பட்டேன் என்றால் அவள் எனது அடர்ந்த கூந்தலையும், பெரிய கண்களையும் பார்த்துப் பொறாமை கொண்டாள். பொறாமை என்பது வயிற்றெரிச்சலிலிருந்து மாறுபட்டது. வயிற்றெரிச்சலில இருக்கும் கசப்பு, பொறாமையில் இல்லை. பொறாமையில் சிறிது அற்பத்தனமும் இருக்கிறது. ஆனால் வலிந்து புகழ்ந்து பேசுவது அதிகம் இருக்கும்.

கொஞ்சம் நெகிழ்ச்சியாகச் சொல்ல வேண்டுமென்றால், இது டைலர் மாஸ்டர் வரை சென்று விட்டது. எனக்கு சல்வார் கமீஸுக்கு இரண்டரை மீட்டர் துணி தேவை. அவளுக்கும் அதே அளவிற்குத் துணி வாங்கிக் கொடுத்தேன். அதைப் பிறந்த நாளைக்குப் பரிசாக ஷங்கர் மார்க்கெட்டிலிருக்கும் பிரபல டைலர் ரஹ்மான்கானிடம் கொண்டு சென்றேன். ''இந்த அளவு துணியில் தைக்க முடியாது'' என்றார். நான் அர்த்தமில்லாமல், ''எனக்குப் போன வாரம் தைத்துக் கொடுத்தீர்கள்'' என்றேன்.

பிறகென்ன, ரஹ்மான்கான் சொன்னார்: ''நான் அவளுடைய உயரத்தை அளந்திருக்கிறேன். எனக்கு அவள் உயரம் தெரியும். இதில் தைக்க முடியாது'' என்றார்.

''ஆமாம், பார்த்திருக்கிறீர்கள் ஐயா, பார்த்திருக்கிறீர்கள். நன்றாகப் பார்த்திருக்கிறீர்கள். நாங்கள் பார்க்கவில்லை என்றால் வேறு யார் பார்க்கப் போகிறார்கள்? காலேஜில் அவள்தான் மர்லின் மன்றோ என்று தெரியும்.''

''மோகரா, உண்மையிலேயே நீ இப்போது குல்லுக்கு ஸ்வெட்டர் பின்னுகிறாய். பத்து வரியிலேயே உட்கார்ந்திருக் கிறாய். இப்போது இரண்டடியாக இணைத்துச் சமன் செய்.''

''ஏன் என் உயிரை எடுக்கிறாய்? நான் ஒன்றும் உன்னைப் போல எழுத்தாளர் கிடையாது. அக்கா குல் மொஹாரைப் பற்றி என்னால் சரியாக வரிசைப்படுத்திச் சொல்ல முடியாது. அதை எல்லாம் எதிர்பார்க்காதே. ஞாபகக் குவியலிலிருந்து உருவிக் கொடுக்கிறேன், அவ்வளவுதான்.''

''சரி, சரி. கையின் கதையை முடி.''

''ஒரேயடியாக எப்படி முடிக்க முடியும்? வயதிற்கேற்றவாறு அது செல்லும். கோபப்படாதே. சரி ஆரம்பத்திலிருந்து நினைவு படுத்திச் சொல்கிறேன். பகுதி பகுதியாக, கதை கதையாக.''

கதையின் எண் ஒன்று; பருவ வயதின் காலம்.

என்ன நடந்தது என்றால் துக்ளகாபாத்தில் பாழடைந்த வீட்டின் மீது உட்கார்ந்திருந்தோம், நானும் குல் மொஹரும். எங்கள் அப்பாவிற்கு நாட்டு சுதந்திரத்தின் மீது ஆசை. அதே அளவிற்கு வரலாற்றின் மீது ஆசை உண்டு. ஒவ்வொரு ஞாயிற்றுக் கிழமையிலும் தில்லியின் வரலாற்று இடங்களுக்கு, கட்டடங்களுக்குக் கல்விச் சுற்றுப் பயணம் அழைத்துச் செல் வார். அந்தப் பயணத்தில் எல்லாம் எங்களுக்கு மகிழ்ச்சி இல்லை என்பதில்லை. இருந்திருக்க வேண்டும். அதனால்தான் இன்றும் எங்கள் நினைவில் அவை இருக்கின்றன.

ஞாயிற்றுக் கிழமைகளில் இளமையில் நண்பர்கள் அல்லா மல் செல்லுவது கடினமாக இருந்தது குறைந்தபட்சம் குல்லுக்கு.

நண்பர்கள் இல்லாமல் கழிப்பது எனக்குப் பழக்கமானதுதான். நான் அப்போது அவளை எரிச்சலடையச் செய்வேன். எனக்கு மொத்தம் ஒரே ஒரு தோழிதான். ஆனால், குல்லிற்கு நண்பர்கள் அதிகம். ஒவ்வொரு ஞாயிற்றுக் கிழமையும் ஏதாவது ப்ரோக்ராம் இருந்து கொண்டே இருக்கும். ஒன்றுமில்லை என்றால், ஒருவர் வீட்டிற்கு ஒருவர் வந்து போய்க் கொண்டிருப்பார்கள்.

வீடுகளுக்குப் போய் வருவது எனக்குப் பிடித்தமானதல்ல. ஆனால், வெளியில் எங்காவது செல்வது என்ற ப்ரோக்ராம் என்றால் என்னையும் சேர்த்துக் கொள்வார்கள். எனக்கு இரட்டிப்பு லாபம் இதில். எப்படி என்றால் நட்புக் கொள்வது, தோழமையைக் காப்பாற்றுவது போன்ற உழைப்பு ஏதும் இல்லாமலேயே சுற்றுலா நிகழ்ந்து விடுகிறது. என்ன சொல்வது நான். உனக்கே தெரியும். தோழமை கொள்வது அதைக் காப்பாற்றுவது எல்லாம் எத்தனை மன ஆறுதல் தருகிறதென்பது உனக்கே தெரியும்.

குல்லிற்கு அந்தப் பாழடைந்த கட்டிடத்தில் உட்கார்ந்திருப்பது, அதுவும் தோழிகள் இல்லாமல் என்பது பெரிய சலிப்பாக விருப்பமில்லாததாக இருந்தது. இந்த இடிந்த கட்டிடத்தைப் பார்த்துக் கொண்டிருப்பதை விடவும் தோழிகள் மேலானவர்கள். அவளுடைய சலிப்புத் தனிமையை விரும்பியது.

நாங்கள் இருவரும் களைத்துப் போய், அந்தத் துக்ளகாபாத்தின் இடிந்த கட்டிடத்தின் மீது உட்கார்ந்து கொண்டிருக்கும் போது, எங்கள் கோபம் இன்னும் சலிப்பும் களைப்புமாக மாறியது. அவள் எனக்கு ஒரு காதலியைப் போல காட்சி அளித்தாள். தனிமையில் சலிப்புற்றும் துக்கமாகவும், அப்பா இன்னும் மேலே மேலே அந்தக் கட்டிடத்தைப் பற்றி ஆராய்ந்து கொண்டு இருந்தார். எனவே, அவளுடைய பார்வை லேசாக என் பக்கம் திரும்பியது. அவள் பெருமூச்சு விட்டுக் கொண்டிருந்தாள். எங்களுக்குச் சற்றுத் தள்ளி அமர்ந்திருந்த அந்த அயல் நாட்டவர்களை அவள் கவனிக்கவே இல்லை. நான் கொஞ்சம் எச்சரிக்கை ஆனேன் இயல்புப்படி.

திடீரென ஒரு அயல்நாட்டுக்காரர், இளைஞர், "எத்தனை அழகு கைகள்!" என்று சொல்லிக் கொண்டே எங்கள் அருகில்

வந்தான். குல்லினுடய கைகளையே பார்த்துக் கொண்டு இருந்து விட்டான்.

குல்லின் சோகம் காற்றாய்ப் பறந்து விட்டது. ஆசை யோடு, ''நீங்கள் ஜோசியரா?'' என்று ஆர்வத்தோடு கேட்டாள்.

''இல்லை, இத்தனை அழகான கைகளை இதற்கு முன்பு நான் பார்த்ததே இல்லை. நீங்கள் கலைஞரா?'' என்று கேட்டான்.

''இல்லை.''

''சினிமா நடிகை?''

''எனக்குத் தெரியும். அந்த ஏமாற்று வேலை கை வளை யல்களை கவர்வதற்காக. இதில் பொறாமைப்பட என்ன இருக் கிறது? நீங்கள் எழுத்தாளர். எல்லோரும்தான் அந்தக் காலத்தில் வளையல் அணிந்து கொள்வார்கள்.''

''நீயுமா?''

''ஆமாம்.''

''அயல் நாட்டுக்காரனை விடு. இங்கிருக்கும் உள்ளூர்க் காரன் எல்லோருமே உன்னை சினிமா நடிகை என்று தப்பாக நினைக்கவில்லையா?''

''அப்படி என்றால் என்ன சொல்ல வருகிறாய்? நானே உன்னிடம் சொல்லி இருக்கிறேனா இல்லையா, குல்லின் கைகள் மிக அழகானவை என்று.''

''நானும்தான் பார்த்திருக்கிறேன்.''

''சரி கதையை அப்போது நீயே சொல்லு. திருடனுக்கு மீசையில் துணுக்கு.''

''பேத்தல்.''

''சரி, மேலே சொல்லு.''

''எல்லாம் மறந்து போயிற்று.''

''நான் நினைவுபடுத்துகிறேன். அயல் நாட்டவர் நீங்கள் சினிமா நடிகையா என்று கேட்டான். அப்படி என்றால் நீ ஆமாம் என்று சொன்னாயா?''

''சொல்லவில்லை. அப்புறம் என்ன? நடிகையா என்ன ஆமாம் என்று சொல்வதற்கு?''

''சும்மா சமயத்தில் கொஞ்சம் மகிழ்ச்சி கொள்ள பொய் சொன்னால் பரவாயில்லை.''

''ஆமாம். இப்படித்தான் சொல்லிக் கொண்டிருக்கிறோம் நாம். சாதாரணமாகக் கூடப் பொய் சொல்ல முடிவதில்லை. குற்றம் எங்கள் அம்மாவினுடையது. உண்மையின் மேல் வெறி கொண்டவர் அவர். பைத்தியக்காரத்தனத்தினுடைய அடையாளம், சமயம், சமயமில்லாத போதெல்லாம் உண்மையைக் கக்கிக் கொண்டே இருப்பது.''

''ஆமாம், ஆமாம். எனக்கும் தெரியும். புத்திரன் எட்டு உபதேசங்களில் உண்மை பேசு என்பதும் ஒன்று. நேர்மையற்ற உலகில் நேர்மையைப் பிடித்துத் தொங்கிக் கொண்டிருப்பது என்பதெல்லாம் பைத்தியக்காரத்தனம். பைத்தியக்காரத்தனம் என்றால் என்ன என்று தெரியுமா? உலகத்தில் உள்ளவர்களுடன் ஒட்டிக் கொள்ளாமல் இருப்பது. சட்டம் சொல்லாது பாவம் செய்பவன் என்று. விதிமுறை பைத்தியம் என்று கொள்ளாது. எங்கள் குடும்பத்தில் இப்படி நிறைய இருந்தது. பாதிப் பேர் முழுப் பைத்தியம், எல்லோரும் அரைப் பைத்தியம்.''

''இதில் நீ எது?''

''குழந்தைப் பருவத்தில் முழுப் பைத்தியம், எழுத வந்த பிறகு பாதி பைத்தியம்.''

''சரியா?''

''என்ன உளறுகிறாய்? நீயுமா எழுதுகிறாய்?''

''எப்போதாவது கவிதை எழுதுவதனால் எழுத்தாளராகி விட முடியாது. எழுத்தாளராக குல் இருந்தால் பைத்தியம் ஆகாமலே. உலகத்தின் எந்த ஒழுங்கை அவள் எப்போது கடைப்பிடித்திருக்கிறாள்?''

''அப்படி என்றால் குல்மொஹர் தளுக்கு மினுக்கி இல்லையா?''

''இல்லை. மும்பையில் வசிக்கும் போது கூட மற்றவர்களிடம் ''காசுக்காக ஏன் மதிமயங்கி நிற்கிறீர்கள்?'' என்று சொல்லி இருக்கிறாள். தகுதியில்லா கணவனைச் சுட்டுக் கொல், இல்லை. உண்மையில் அப்படி இல்லை. நிறைய பணம் சம்பாதி. பயனற்ற கணவனையும் புகழ் அடைய மாற்று. அவனையும் அறிவாளி ஆக்க விரும்பினாள். இதையெல்லாம் யார் நம்பப் போகிறார்கள்? நம்பிக்கை அவனிடம் அல்ல குல் மொஹருக்கு இருந்தது. புகழ் அடைவதற்காக அல்ல. பயனற்றவன் என்று நட்பு கொண்டதில் அவள் அவனை பயனுள்ளவன் என்று ஆக்கி விட்டுச் சாக விரும்பினாள். அவள் தனது சாவிற்குப் பிறகு சாதனையாளர் என்று தன்னை அழைக்க விரும்பினாள். கடவுள் அவளது அர்ப்பணிப்பை ஏற்றார்.''

''குல் தளுக்கு மினுக்கியுமாக ஆகவில்லை; சினிமா நடிகையாகவும் ஆகவில்லை.''

அவள் இல்லை என்றவுடன் அந்த அயல்நாட்டுக்காரன் உடனே, ''நீ நாட்டிய நங்கையா?'' என்று கேட்டான்.

''நாட்டிய நங்கையா?'' என்று கேட்கும்போது துக்ளக்கைப் போல அப்பா வெளியே வந்து இடைவெட்டிக் கேட்டார். ''யார் நீ?'' என்று. இனிய சங்கீதத்தற்கிடையே இடி எனக் கேட்டு, ''நான் யாருமில்லை'' என்று சொல்லி ஓடி விட்டான்.

எனக்கு மிகுந்த சிரிப்பு வந்தது. நானும் கூச்சலிட்டுக் கூறினேன். ''இவளும் கூட யாருமில்லை'' என்று.

குல்லும் என்னடன் சேர்ந்த சிரித்தாள். ஆனால், ஒளியற்ற யாருமில்லை என்பதிலிருந்து யார் என்றாவதில் விருப்பம். அப்போதுதான் அந்தக் கணம்தான் முளை விட்டிருக்க வேண்டும்.

''ஏன் வலுக்கட்டாயமாக நல்லவள் என்ற பேர் வாங்கிக் கொள்கிறாய்? குல்லிற்கு உலகின் கெட்ட எண்ணங்கள், பைத்தியக்காரத்தனத்திலிருந்து மீளும் ஆசை எல்லாமாகச் சேர்ந்து அவளை இலக்கியவாதி ஆக்கி விட்டது. ஏதோ ஒரு முட்டாளின் அற்பமான சிரிப்பினால் அல்ல.''

''சரியம்மா நண்பி. ஏன் என் பின்னாலேயே வந்து எனக்காகப் பரிந்து கொண்டு வந்து கொண்டிருக்கிறாய்? எனக்கு

நானே போதும். ஆனால், அவன் சொன்னதை இல்லை என்று எப்படி மறுப்பாய்? முதலில் ஓவியத் துறையில், பின் நாட்டியத்தில் என்று கை வைத்தாயா இல்லையா குல்? ஓவியக்காரன் ஒரு நெசவாளியைப் போல நினைவில் இல்லாத வற்றைக் கண்முன் கொண்டு வர முயன்றான். நாட்டியம் ஆடி மற்றவர்களின் நேரத்தை எடுத்துக் கொண்டாள். அவருடைய சட்டமிடப்பட்ட அந்த முதல் ஓவியம் எனக்கு எப்போது இசை வாக இருந்தது. அவளுக்கும் அப்படித்தான்.

ஆனால், நிறம் நிரப்பத் தொடங்கியதும்தான் சிக்கல் உருவானது. அவள் சொல்லுவாள், ''ஒரு தடவை வண்ணத்தை எடுத்து நிரப்ப ஆரம்பித்தால் நிறுத்தவே முடியவில்லை. செய்து வைத்த ஓவியம் நாசமாகி விடுகிறது. மிகவும் கடினம் இல்லையா இது.'' பொறுமையோடு ஈடுபட்டிருந்தால் நல்ல கலைஞனாக ஆகி இருப்பாள். அந்தப் பொறுமைதான். எப் போது, எங்கே. அதை எல்லாவற்றையும் அவள் கற்றாள். திரு மணத்திற்குப் பின் என்ன சொல்லட்டும். நான் சொல்லத்தான் வேண்டும். உண்மையின் கட்டளை அது.

''சொல்லத்தான் வேண்டி இருக்கும் என்றால் எல்லா வற்றையும்தான் சொல்ல வேண்டும். ஆனால், மெல்ல மெல்ல. நெருப்பு ஆறு. அதில் குதித்துக் கரையேற வேண்டும். திரு மணத்தின் முந்தைய காலத்துக் கதையைக் கேள்.

ஒரு நாள் நகரத்தில் தன் தோழியுடன் காலையில் உலாவச் சொன்றாள். வீட்டிலருந்து கொஞ்ச தூரத்தில் ஒரு வீட்டில் கதக் நாட்டியம் சொல்லிக் கொடுக்கப்படும் என்ற போர்டைப் பார்த் தாள். உடனேயே கற்றுக் கொள்ளத் தீர்மானித்து விட்டாள். தோழியையும் இணைத்துக் கொண்டாள். சிஷ்யையாக ஆகி விட்டாள். பையன்கள் மட்டுமல்லாது பெண்களும் அதில் கவரப்பட்டு இணைந்து கொண்டிருந்தனர்.

இன்றைய நாட்களாக இருந்திருந்தால் குல் இந்தியாவில் இல்லாமல் அமெரிக்காவில் வசித்துக் கொண்டிருப்பாள். ஆறுத லும் தேறுதலுமாக உறவினர்களுடன் தொடர்பு வைத்துக் கொண் டிருப்பாள். இலையுதிர் கால நிலவாக இருந்திருப்பாள். விடு

நடந்ததைப் பற்றி என்ன சொல்ல? மாற்றவா முடியும்? நாம் நாமாகவே நம் தலை எழுத்தை எத்தனை கஷ்டப்பட்டு எழுத முயன்றாலும் எப்போது எங்கு பிறப்போம் என்பது நம் கையில் இல்லை. இன்னும் சில காலத்திற்குப் பின் விஞ்ஞான முன் னேற்றத்தினால், மனிதன் அறிவைக் கொண்டுதான் எங்கே பிறக்க வேண்டும் என்பதைத் தீர்மானிக்கும் சக்தி வருமானால், தன் பிறப்பு தன் விருப்பப்படி என்று செய்ய முடிந்தால், அப்புறம் அதைப் பற்றி வேறு விதமாகப் பேசலாம். நான் இப்படி எல்லாம் எண்ணுவதுகூட ஒரு விதமான மனக் குழப்பம்தான்.

இருபதாம் நூற்றாண்டில் குல் தில்லியில் வசிக்க கட்டாயப்படுத்தப்பட்டாள். அப்பா பெருந்தன்மையான மனம் கொண்டவர். அம்மாவிற்கு தினப்படி வேலைகளில் அலட்சி யம். தோழிகளுடன் கதக் கற்றுக் கொள்ளத் தடையில்லை. அம்மா ஒரு ஜாக்ரதையான மனுஷியாக இருந்தால் வயசுப் பெண்ணை நாட்டியம் கற்றுக் கொள்ள அனுப்புவதற்கு முன்ன தாக அந்த வகுப்பைச் சென்று பார்த்திருப்பாள், கண்டிப்பாக. ஆனால், அவள் தினப்படி வேலைகளில் அப்பாவின் பொறுப்பை நம்பியும் புத்தகம் படித்துக் கொண்டு படுக்கையில் படுத்துக் கொண்டிருந்தாள்.

குல் தடையில்லாமல் ஏறக்குறைய ஓராண்டு வரை கதக் நாட்டியம் கற்றுக் கொண்டிருந்தாள். ஆனால், ஒரு நாள் மாலை யில் அவளை நாட்டியப் பள்ளி ஆசிரியர் வெளியில் நாட்டிய நிகழ்ச்சிக்காக அழைத்துச் சென்றதும், அதே நாளில் மீரட்டில் இருந்து வந்திருந்த எங்கள் தாத்தா - அவர் கோபத்தில் துர்வாச முனிவரின் அப்பா - தில்லிக்கு வந்திருந்தார். மதியத்திற்குப் பிறகு அவர் தில்லி வந்திருந்தார். மாலையில் எங்களுடன் குல் பள்ளியிலிருந்து வீடு திரும்பாததைக் கண்டதும், விசாரணையைத் தொடங்கினார். இரவான பிறகும் அவள் வரவில்லை என்றதும், "குல் எங்கே?" என்றார்.

கேட்ட கேள்விக்குப் பதிலும் சரியாகக் கிடைக்கவில்லை. அவருக்கு ரத்த அழுத்தம் ஏறி விட்டது. உனக்குத் தெரியும் என நினைக்கிறேன். உனக்குப் புரிந்து கொள்ள முடியும். அந்தக் காலத்தில், பின் இரவில் கிருஷ்ண வேஷத்தில் குல் பள்ளியின்

இணைந்த மனம் 27

ஆசிரியருடன் வீட்டை அடைந்தவுடன், வீட்டின் மாற்றத்தை உணர்ந்திருப்பாள். தாத்தாவின் ரத்த அழுத்தம் 200ஐத் தாண்டி விட்டது. அவரின் ஒரு மிரட்டடலால் கிருஷ்ண கன்ஹையா வாக இருந்த குல் ராதையாக மாறிப் போனாள். பள்ளி ஆசிரியர் தண்ணீர் கூடக் குடிக்காமல் வீட்டிலிருந்து வெளியேறினார். இப்படியாகத் தானே குல்லின் நாட்டியம் கற்பதற்குத் திரை விழுந்து விட்டது. பாவம் அந்த அயல்நாட்டுக்காரனின் வாக்கு பலிக்காமல் போனது.

இந்த உலகில் விதம் விதமாக கடுமையான உழைப்பிற்குப் பின் குல் இலக்கியவாதியாகப் போனாள், திருமணத்திற்கும் சில காலத்திற்குப் பின்.

அந்தக் காலத்தில் குல் இடது கையில் நீளமாக நகம் வளர்த்துக் கொண்டும், அதை ஓவல் வடிவத்தில் செதுக்கிக் கொண்டும், எப்போதும் நகங்களுக்கு நெயில் பாலீஷ் போட்டுக் கொண்டும் இருப்பாள். வலது கையின் நகங்களை வளர விடாமல், நெயில் பாலீஷும் போடாமல் வட்டமாக ஒட்ட வெட்டியிருப்பாள். இந்த இந்திய மக்கள் ஏன் இடக் கையின் விரல்களுக்கு இத்தனை அக்கறை எடுத்துக் கொண்டும், அழகு படுத்திக் கொண்டும், வலது கைக்கு ஏன் அக்கறை எடுக்காமல் அப்படியே அலட்சியப்படுத்தி விட்டிருக்கிறார்கள் என்று மக்கள் கேட்கலாம். குல் சொல்லுவாள். ‘‘என் இடதுகை கலைஞ னுடையது. வலது கை உழைப்பாளியினுடையது’’ என்று.

‘‘இல்லை. எழுதுவது என்பது இடக் கையால் அல்ல; வலக் கையால்தான். உழைப்பு என்பதை அவள் எழுத்தோடு தொடர்புபடுத்தவில்லை. வீட்டின் வேலைகளோடு இணைத் தாள். இப்படி சம்பந்தா சம்பந்தம் இல்லாமல் சொல்லாதே. இடது கை என்பது கலைஞனின் கை என்பது குல்லினுடய அழகுணர்ச்சியின் வெளிப்பாடு. ரசிகை அவள். ஆனாலும் கூட குல் இலக்கியத்தில் ஆரம்ப காலகட்டத்தில் இருந்தாள். ‘வாழ்க்கையின் அனுபவங்களைத் தனக்குத் தானே சொல்லிக் கொள்வதுதான் எழுத்து என்று. அனுபவிப்பவர்கள் அவர்களின் தன்னனுபவத்தை மாற்றிப் புனைவுடன் செய்கிறார்களோ அவரே படைப்பாளி’ என்று குல் சொல்லவாள். அவள் பல

பிரபல எழுத்தாளர்களிடம், "நீங்கள் அனுபவம் அடைந்திருக் கிறீர்கள்" என்றும், "நாங்கள் அனுபவித்துக் கொண்டிருக்கிறோம்" என்றும் சொல்லி இருக்கிறாள். அதை இப்படியும் கூடச் சொல்ல லாம். குல்லிற்கு எழுத்து என்பது ஒரு இடது கை விளையாட்டு என்றும், அவள் எழுதுகிறாள், உழைப்பாளிகளுக்கென்று உழைக் கிறாள், அனுபவம் கொள்கிறாள் வலக் கையால். படைப்பாளி யாக இடது கை கண்காணிப்பாளராக மேற்பார்வை செய்கிறது."

"இதுதான் உன்னிடம் எதற்கு இந்தத் தத்துவம் வேதாந்தம். இப்போது நம் கவலை எல்லாம் அழகான நகத்தைப் பற்றியது. அதைத் திசை மாற்றி விட்டாய். நீ என்னுடைய நகங்களின் எத்தனை அழகோ அத்தனை அதைப் பற்றி என்ன வேண்டு மானாலும் சொல்லுங்கள். இது அவ்வளவு உறுதியானது. பாத்திரங்கள் தேய்த்தாலும், துடைத்து வைத்தாலும்கூட உடை யாது. இதையும் அவ்வப்போது சொல்லிக் கொண்டிருப்பாள். என்னென்னவோ, எவ்வளவோ உடைந்து சிதைந்து விட்டது. ஆனால், நகம் மாத்திரம் உடையவில்லை (நகம் என்பதற்கு இன் னொரு பொருளாக உயிர் என்றும் உண்டு).

2

"அப்பாடா! அதிகம் சொல்லியாகி விட்டது அடுத்தவர் களைப் பற்றி. இப்போது என்னைப் பற்றியும் கொஞ்சம் சொல்லட்டுமா?"

"ஏன் சொல்லாமல்? கண்டிப்பாகச் செல். நீ சொல்ல வில்லை என்றால், நான் சொல்ல வேண்டி வரும்."

"அப்படியானால் கேள். முதலில் நான் ஒன்று சொல்லி யாக வேண்டும். என் அம்மா, சாதாரண அம்மாக்களிலிருந்து மாறுபட்டு இருந்ததில் எனக்கு எந்தவிதமான துக்கமும் கிடை யாது. மாறாக, அதனால் எனக்கு இரண்டு நன்மைகள். ஒன்று நான் இப்படி எப்போதும் புத்தகம் படித்துக் கொண்டிருக்கும் பழக்கமே இயல்புக்கு மாறானது கிடையாது. நான் அம்மாவாக மாறும் பொழுது முற்றிலும் மாறி ஒரேயடியாக சாதாரண அம்மாவாக ஆனேன். ஆக உறுதி பூண்டேன். குறைந்த பட்சம் என் பார்வையில் சிறந்திருக்கும் உண்மை என்ன? யாரால் சொல்ல முடியும்? என்னுடைய குழந்தைகளும் சொல்லாது. அவர்களும் உலகம் சொல்வதையும் சொல்லக் கூடும். ஆனால், கொஞ்சம் யோசித்துப் பாருங்கள். என் அம்மா கஷ்டப்படாமல் தகுதியான அம்மாவாக இருக்கும் பொழுது, நான் தகுதியற்ற அம்மாவாக ஏன் வீணாக உழைக்க வேண்டும்?"

"சரியாகச் சொன்னாய் நீ. மொட்டைத் தலைக்கும் முழங் காலுக்கும் முடிச்சு போடுகிறாய். என்ன இருந்தாலும் நீ எழுத் தாளர் இல்லையா? அதனால்தான் அந்தத் தத்துவத்தை மிகவும் தாமதமாக, நிறைய யோசித்த பின் கண்டுபிடித்தேன் நான். இந்த அளவிற்கு உண்மையை அறிந்து கொள். சிறு வயதாயிருக்கும் போதே எனக்கு அம்மா வீட்டின் மேல் சலிப்பற்ற போது

அல்லது குல் சொல்வதைப் போல வீட்டை நிவர்கிப்பதில் திறமை இருந்தது. குல்லிற்குத் தோன்றிய அளவிற்கு, அத்தனை வித்தியாசமாக எனக்குத் தோன்றவில்லை.''

காரணம் தெளிவானது. குல்லிற்கு நிறைய பணக்காரத் தோழிகள். எல்லோருடைய அம்மாக்களும் சரியான இல்லத் தரசியாக இருந்தனர். அவர்கள் வீடுகளிலெல்லாம் அம்மாவை விடவும் வேலைக்காரர்கள் அதிகமாக பணி புரிந்தனர். எல்லார் செயல்களும் அதனதன் நேரத்தில் சரியாக நடைபெற்றுக் கொண் டிருந்தன. அதனால் அவள் கொஞ்சம் கூச்சமடைந்தாள். எனக்கு ஒரே ஒரு தோழி மட்டும்தான். அவளுடைய அம்மா கிழவியைப் போல. அந்தக் கிழட்டு அம்மாவின் ஒப்பீட்டில் என் அம்மா கட்டிலில் புத்தகம் படிப்பது, படுத்துக் கொண்டு என்பது அழகானதாக தோற்றம் தந்தது.

அவளுடைய பெற்றோர் அவள் பள்ளி செல்வதற்கென ஒரு ரேக்ளா வண்டியை மாத வாடகைக்கு ஏற்பாடு செய்திருந்த னர். அதில்தான் அவள் பள்ளிக்கு வழக்கமாக வந்து போவாள். எப்போதாவது என்னையும் ஞாயிற்றுக் கிழமைகளில் சினிமா விற்குக் கட்டிக் கொண்டு செல்வாள்.

''ரேக்ளா வண்டியா?''

''ஆச்சரியப்படாதே. இன்றைய காலத்தின் கண்ணாடியில் பார்த்துக் கொண்டிருக்கிறாய். அப்போதெல்லாம் ரேக்ளா வண்டி மிகவும் சாதாரணம். கதை நடந்தது 1950களில். 1947ன் காலத் திற்கு முன்னால் வரை அப்பாகூட ரேக்ளா வண்டி வைத்திருந் தார். நினைவில் வைத்துக் கொள். 1947ல் சுதந்திரம் அடைந்த பின்பு ரேக்ளா வண்டிகளின் எண்ணிக்கை கணிசமாகக் குறைந்து தான் போயிற்று. ஆனாலும் அழிந்து போய் விடவில்லை. வெள்ளைக்காரர்களுடையதைப் போல தனித்துவமான சாரட்டு வண்டி அல்ல. அதைக் குதிரைக்காரன் ஓட்டுவான். எஜமானன் பின்னால் உட்கார்ந்திருப்பான். அல்லது குதிரைக்காரனின் பின் புறமாக உறுதியாக நின்று கொண்டிருப்பான் எஜமானன். தானே உயர்சாதிக் குதிரையை கடிவாளத்தைப் பிடித்து ஓட்டிக் கொண் டிருப்பான். அவர்கள் வாடகைக்கு ரேக்ளா ஓட்டும் சவாரிக்

காரர்கள் - முன்னால் ஊன்றி உட்கார இடப்பட்ட ஆசனத்தில் குதிரைக்காரனுடன் ஒருவன் உட்கார இடம் இருக்கும். பின்னால் இரண்டு அல்லது அதற்கு மேற்பட்டவர்களை அடைத்துக் கொண்டிருப்பான் சவாரிக்காக. எத்தனை உயரமான சீட் இருக்கிறதோ அத்தனை அது வசதியற்ற சீட்டாக இருக்கும். வாடகைக்கு விடப்படும் ரேக்ளா வண்டியை விட அப்பாவின் ரேக்ளா வண்டி வேறு மாதிரி இருக்கும். அந்த வேறுபாடு என்னவென்றால், சிடுசிடுப்புடன் அமர்ந்திருப்பார் அப்பா. ஐந்து அல்லது பத்து நிமிடங்களுக்குள் குதிரைக்காரனைத் திட்டி விட்டு பக்கத்தில் அவனை அமரச் சொல்லி விட்டு, தானே அவனுடைய இடத்தில் உட்கார்ந்து கொண்டு குதிரையை ஓட்டத் தொடங்கி விடுவார். யாருடைய திறமை அப்பாவுடையதா அல்லது அவனுடையதா தெரியாது. வண்டி வேகம் எடுக்கும்.

எனக்கு நினைவிருக்கிறது. குல்லின் பணக்காரத் தோழி ஒருத்தி ஒரு வதந்தியைப் பரப்பி விட்டள். அதாவது குல்மொஹர், மோகராவின் அப்பா ரேக்ளா ஓட்டுகிறார் என்று. அப்படி என்றால் அவர் குதிரை வண்டிக்காரன். அதற்காக குல் அப்படிப் புரண்டு புரண்டு அழுதாளாம். லீவிற்கு டெல்லிக்கு வந்த சித்தப்பாவும் அப்பாவும் சொல்லிச் சொல்லிச் சிரித்தனர். கடைசியில் அவளை செல்லம் கொஞ்சும் சித்தப்பா, "அவள் அழுவதில் தவறு ஒன்றும் இல்லை. பாவம் இந்தச் சின்னஞ்சிறு பெண், எத்தனை பேரிடம்தான் சொல்லுவாள் அருகில் அமர்ந்திருப்பவன் சவாரி வந்தவன் அல்ல. அவன்தான் குதிரைக்காரன் என்று. நீங்கள் ஏன் மோட்டார் கார் வாங்கக் கூடாது?" என்றார்.

அவருடைய பணக்காரத் தோழிகள் பலரின் அப்பா அதிகாரிகளாக இருந்தனர். அதுவும் விடுதலைக்கு முன்பாக அதிகாரியாக இருந்த அப்பாக்களின் மகள்கள். இந்த அப்பாக்கள் முடிந்த வரை எல்லா வழிகளிலும் நாட்டின் சுதந்திரத்தைத் தடுத்து நிறுத்தியவர்கள். ஆங்கிலேயர்களின் கால் வருடி வயிறு வளர்த்துக் கொண்டிருந்தவர்கள். இவர்கள் நாட்டின் சுதந்திரத்திற்குப் பிறகு தங்களின் தில்லி பிரபுக்களின் ஆதிக்கத்திலிருந்து விடுதலை பெற்ற பின்பும் கலவரப்பட்டு, துக்கம் கொண்டு இன்னும் தீவிரமாக பழைய எஜமானனான ஆங்கிலேயர்களைப்

பாதுகாத்துக் கொண்டிருந்தனர். அவர்களுக்கு எஜமானர்களிடம் இருக்கும் விசுவாசம் அவர்களின் மகள்களின் முன்னால், எங்கள் வீட்டின் எஜமான வேலைக்காரர்கள் இல்லாத நிலை வெட்கப் படும்படியானது என்று குல் நினைத்தாள். கலவரம் அந்நிய வெள்ளைக்காரர்களுக்கும் கூட ஜீரணிக்க முடியாத பாடமானது.

சில நாட்களுக்குப் பின் எங்கள் வீட்டிற்கு மோட்டார் வண்டி வந்து விட்டது. அது குல் விழுந்து புரண்டு அழுததாலும் அல்ல, சித்தப்பாவின் ஆறுதலாலும் அல்ல. அது மட்டும் எனக்குத் தெரியும். இரண்டும் தற்செயலான நிகழ்வுகள். அப்பா பழைய டெல்லியில் ஒரு கன்ஸர்னில் வேலை செய்து கொண் டிருந்தார். அதன் பொறுப்பு முழுதும் அப்பா தலையில் வந்து விழுந்து விட்டிருந்தது. எனவே சலாம்தான் எப்போதும். எப்படியோ அப்பா எஜமானனுக்கு நெருக்கமானவராகி விட்டார். அவர் அப்பாவிற்கு ஒரு ஹெட்சன் கார் வாங்கிக் கொடுத்து விடடார்.

''ஏன் நெருக்கமானார்? அதையும் சொல்லு.''

''சரியாகத் தெரியவில்லை. ஏதோ அங்கும் இங்குமாக காதில் விழுந்தவற்றிலிருந்து தெரிந்து கொண்டதுதான்.''

''தீர்ப்பு வழங்க வேண்டாம். என்ன சொல்ல வேண்டுமோ, அதைச் சொல்.''

நான் கேள்விப்பட்டது இதுதான். அந்த நிறுவனத்தின் எஜமானர் இரண்டு சகோதரர்கள். அவர்களுக்கு ஒருவருக்கொருவர் ஆகாது. அண்ணா உணவு முதலிய எல்லாவற்றிலும் ஒரே சாத் விகம். அதற்கு எங்கள் வீட்டு சமையல்காரர் ராம்தேவ் சாட்சி. பெரியவர் வீட்டில் வேலை செய்பவர்கள். இரண்டே நாட்களில் அடித்து பிடித்துக் கொண்டு திரும்பி வந்து விடுவார்கள். எங்களை விடுங்கள். நாங்கள் சொல்வதையும் விட்டு விடுங்கள். அந்தக் கிழவன் தானும் சாப்பிட மாட்டான். மற்றவர்களையும் சாப்பிட விட மாட்டான். நீர்த்துப் போன ஒரு பாசிப் பருப்பு தால், காய்ந்து வாடிப் போன காய்கறிகள், சிறிய பாத்திரத்தில் கொஞ்சம் தயிர், எதுவும் மேலே தடவாத ரொட்டி. இவ்வளவு தான் சாப்பாடு.

முதல் நாள் ராம்தேவ் நினைத்துக் கொண்டான். வேலைக் காரர்களுக்குத்தான் இப்படிப்பட்ட மட்டமான சாப்படு என்று. மென்மையாக சொல்லியும் விட்டான். ''எங்களுக்கு இந்த மாதிரியான சாப்பாடு சாப்பிட்டுப் பழக்கம் கிடையாது'' என்று. அப்புறம்தான் தெரிய வந்தது. லாலாவும் அதே உணவைத்தான் சாப்பிடுகிறார் என்று. மாம், ஒரு கிண்ணத்தில் சப்பாத்திக்குத் தடவ என்று நெய் வைத்திருப்பார்கள். ஒரு ஸ்பூன் நெய் ரொட்டிக்குத் தடவிய உடன் நெய் தீர்ந்து விடும். அவருக்கு முகர்ந்து பார்த்தாலே திருப்தி வந்து விடுமோ என்னவோ. அவருக்கு ஏதாவது ஆசை உண்டா என்றால் பணம் எண்ணுவது தான். தானத்தில் மிகவும் சிக்கனம். பைஜாமா தைக்கத் துணி எடுத்தார் என்றால், அதை டைலரிடம் கொடுத்துத் தைக்க, அதில் அவன் சின்னத் துணி வெட்டி விட்டான் என்றால் போதும். அவனுடைய அரை மணி நேரம் வாக்குவாதம், திருப்தி அடைய மாட்டார். அதிலும் வேலை சரியாக முடிந்து விட்டது என்றால், ஏதோ புதையல் கிடைத்தாற் போல சந்தோஷம்.

ராம்தேவின் கதையைக் கேட்டு விட்டு அப்பா, ''அங்கு வேலைக்குப் போவதற்கு முன்னால் என்னிடம் கேட்டிருந்தால், நான் எல்லாம் சொல்லிருப்பேனே'' என்றார்.

அவர் தன் வீட்டிற்கு விருந்தாளிகளைச் சாப்பிட அழைத் தார் என்றால், வருபவர்கள் வீட்டிலேயே நன்கு சாப்பிட்டு விட்டு வருவார்கள். இல்லையென்றால் பட்டினி கிடக்க வேண் டியதுதான். இப்படிப்பட்டவர்களின் பொறுப்பில் அப்பா ஏன் இருந்தார்?

அதிர்ஷ்டவசமாக சிறியவர் பதவியில் உட்கார்ந்து விட்டார், விஷயம் மிகவும் குஷியானது. சின்ன முதலாளிக்கு மது மிகவும் பிரியம். அவருடைய ஆசையைச் சொல்வதென்றால், தினமும் மாலையில் குடிக்கும் நண்பர்கள் பலர், போதையில் இருக்கும் போது மூளை என்ன செய்யும்? போதையில் இருந்தது அதுவும். கெட்ட பழக்கத்திற்குத் தைரியம் தேவையில்லை. கெட்ட பழக்கத்திற்கு ஏற்றத் தாழ்வு கிடையாது. பை நிறைய பணம் இருந்தால் கெட்ட பழக்கங்களை வளர்த்தெடுக்கலாம்.

ஒன்று மட்டும் சொல்லலாம். பெரிய முதலாளி போல கஞ்ச மனது கிடையாது சின்னவருக்கு. அவருக்கு இதெல்லாம் பழக்கமே கிடையாதே. சிறந்த உன்னதமான வகையில் மது மட்டுமல்ல கவிதைகளும் பிடிக்கும். அதைப் பாடி ஆடும் வேசிகளையும் மிகவும் பிடிக்கும். அவருடைய சாவிற்கு மிக அழகான பாடகிகள், வேசிகள் நூறு பேருக்கு மேல் வந்திருந்தனர். அவருடைய மரணமும் கூட ஒரு பிரபலமான வேசியின் வீட்டில்தான் நிகழ்ந்தது என்று கேள்விப்பட்டேன். வெகு விரைவில் அந்தப் பிணம் அங்கிருந்து அகற்றப்பட்டது. அதை மனைவியிடம் கொண்டு சேர்க்க வேண்டிய பொறுப்பு அப்பாவின் தலையில் கட்டப்பட்டது. அது வதந்தியாகக் கூட இருக்கலாம். அப்பாவிடம் கேட்க எனக்குத் தைரியமில்லை. ஆனால், குல்லின் பேச்சிலும் சந்தேகம் இல்லை.

"அப்படி என்றால் உன் அப்பாவிற்கும் குடிப் பழக்கம் உண்டா?"

"அய்யய்யோ."

"பிறகு?"

"இதுதான் விசித்திரமான விஷயம். சின்ன முதலாளியின் தோழர்கள் அனைவரும் குடிப்பவர்கள். இலவசமாகக் கிடைக்கிறது என்றால் ஆசைக்கு என்ன குறை? எங்கள் அப்பா இந்தப் பாவத்தையெல்லாம் உதட்டில் கூட பட விட மாட்டார். முதலாளி தன் இஷ்டம் போல செய்து கொண்டிருந்தார். நல்லது. குடித்து விழுபவர்கள் இடையில் ஒரு ஆளாவது எழுப்ப மீதி இருக்க வேண்டாமா? குடிகாரர்கள் அல்ல, நேர்த்தியும் நுண்மையும் கொண்ட சின்ன முதலாளியை எழுப்பிச் செல்ல. சின்ன முதலாளி வெறும் குடிகாரன் மட்டுமல்ல, நுண்மையான உணர்வுகளும் கொண்டவர். அவருடைய போதை இளம் போதையாக இருக்கும். அதன் காரணமாக அவர் கவிதைகளையும், கெட்ட வார்த்தைகளையும் ஒரு சேர விரும்புவார். பேச்சு ஒரு உயர்ந்த பொருள். ஒரு ஆங்கில நாவலில் படித்தது வரிசையாக நினைவுக்கு வந்து விடும். உரையாடல் ஓய்வு நேரத்தைக் கேட்கிறது. அது உழைப்பாளர்களிடம் இல்லை. அது இருப்பதில்லை. அதோடு

போதையும் மயக்கமும் சேர்ந்து விட்டால் ஏமாற்று வேலையும் தந்திரமும் கூட விட்டு விலகும் என நான் சொல்கிறேன்.

இலவசமாக கெட்டுப் போவதில் இன்னமும் சிறப்பு என்னவென்றால் அடுக்கு மொழி பேசி, மென்மையான குரலில் பெருமை அடித்துக் கொள்ளும் மனிதராகவும் மாறி விடுவதுதான்.

"மிகவும் சரியாகச் சொன்னாய் மோகரா. இப்படித்தான் ஹிந்தி எழுத்தாளர்கள் குடி போதையில் குப்பைகளை எழுதுவதில் இருந்து மீளவே இல்லை. எழுத்து என்பது யோசித்துத் தெளிந்து கொடுக்கப்பட வேண்டிய விஷயம். மேற்கத்திய நாட்டவர்களின் இலக்கியத்தைப் போல குடித்து விட்டு ஏன் ஆழமாக விஷயங் கள் பேச மாட்டேன் என்கிறார்கள். ஒழுக்கம் பற்றி, மிஸைல் பற்றி, மனிதனின் நிலை பற்றி எல்லாம் ஏன் பேச மாட்டேன் என்கிறார்கள்? எனக்கு இப்போது புரிந்து விட்டது. விருந்து களில் தனக்கான மதுவை அவர்கள் தங்கள் சொந்தப் பணத்தில் ஏன் வாங்கிக் கொள்ளும் பழக்கம் அங்கிருக்கிறது என்று. இலவசமாகக் குடிக்காதே. தாக்குப் பிடிக்க முடியாமல் மேலே பறக்காதே. இங்கே நம் இடத்தில் இலவசமாகக் குடிக்கிறார்கள். முடிந்த வரை ஊத்திக் கொள்கிறார்கள். மனதில் உள்ளே இருக் கும் அசிங்கமான மனிதன் வெளியே வருவான். கூட்டங்களில் இது மிகவும் அசிங்கமாக ஆகி விடுகிறது. வீட்டில் உட்கார்ந்து கொண்டு தன் சொந்தப் பணத்தைச் செலவழித்துக் குடித்தான் என்றால், சிறந்த பேச்சுக்களைப் பேசுவானாயிருக்கும். ஆனால், யாரிடம்? யாராவது வாங்கிக் கொடுத்தால் போதும் என்றிருக் கிறார்கள். சொந்த லாபம்தான் கணக்கில் கொள்கின்றனர். ஆத்ம ஞானத்தை அல்ல. எத்தனை எத்தனை முன்னோர்கள் குழந்தைத் தனமான காதல் கவிதைகளை எழுதி இருக்கிறார்கள். அவைகள் என் நினைவில் வருகின்றன.

"ஆமாம், நம் பக்கத்தில் காதல் உணர்வு பூர்வமானது என்று சொல்லப்படுகிறது. இலவசமாகக் குடித்தால் என்ன ஆகும்? முதலாளி குடித்தார்.தான் விலைக்கு வாங்கி மதுவை அவர்கள் குடித்தால் வாயிலிருந்து வரும் சொற்கள் எல்லாம் முழுமையாக நிறைவாக இருக்கும். அப்பாவின் சொற்களும் இருவருமே உரையாடியது இருவரின் பேச்சும் மென்மையாக நுண்மையுடன்

இருந்தது. ஆனாலும் ஆரம்ப காலத்தில் கஷ்டம் வந்தது. அப்பா முற்றிலும் குடிக்க மாட்டார். முழு விலக்கு. முதலாளியைப் பார்க்க ஏதாவது குடிகார நண்பர்கள் வந்து கொண்டே இருப்பார்கள். போதை ஏறிய உடனேயே இழிகுணம் வந்து விடும். தள்ளாடி நடந்து அப்பாவின் காலைக் கட்டிக் கொண்டு, 'ஜைன் சாஹேப். நீங்கள் ஒரு பெக்காவது குடிக்கத்தான் வேண்டும்' என்று கெஞ்சுவார்கள். அப்பா தன் கால்களை வெகு சுத்தமாக வைத் திருக்கும் பழக்கம் கொண்டவர். யாரும் காலைத் தொடுவது அவருக்குப் பிடிக்காது. எச்சிலை வழிய விட்டுக் கொண்டிருக் கும் குடிகாரர்கள் கண்டிப்பாகத் தொடக் கூடாது. அவரும் அவர்களில் ஒருவர்தான் என்று காண்பிக்க ஒரு உத்தியைக் கைக் கொள்ள ஆரம்பித்தார். ஒரு பெக் ஷாம்பைன், சின்ன முதலாளி அதைத்தான் குடிப்பார். அதையே கடைசி வரை கையில் வைத்துக் கொண்டே இருப்பார். குடிக்கக் கட்டாயப்படுத்துபவர் களிடம் கையில் இருக்கும் கிளாஸைக் காண்பிப்பார். ''நன்றாக அழகாய்ச் சொன்னாய். நானும் கூட ஆண்களின் கூட்டத்தில் ஒரு கோப்பையைக் கையில் வைத்துக் கொண்டு உட்கார்ந்திருப் பேன். உன் அப்பா போல சும்மா உட்கார்ந்திருக்க மாட்டேன். அவ்வப்போது மெல்ல உறிஞ்சவும் செய்வேன்.''

''சபாஷ், அடேயப்பா, அப்பா யாரு? எப்போதும் கையில் கோப்பையைப் பிடித்துக் கொண்டு இருப்பவர். கொஞ்சம் உதட்டை நனையவும் விடுவார். சின்ன முதலாளி அப்பாவின் பத்தியத்தை அப்படித்தான் முறியடித்தார், குடித்தார், அதுவும் ஒரே ஒரு பெக் அவ்வளவுதான். இரண்டாவது கிடையவே கிடையாது.''

''உயர் குலத்தில் பிறந்தவர்கள். நானும் இப்படித்தான் செய்வேன்.''

''ஆனால், அன்பான எழுத்தாளரே, நீ ஒரு பெண் அம்மா. உன்னைக் கூட்டத்திற்கு எங்கே கூப்பிடுவார்கள்? அப்படியே கூப்பிட்டாலும் கையில் ஒரு பெரிய பெப்ஸி அல்லது ஜூஸ் டம்ளர் கொடுப்பார்கள். பெண்கள் மற்றும் குழந்தைகளின் உதவியால்தான் மல்டி நேஷனல் கம்பெனிகளின் பெருமை சென்று கொண்டிருக்கிறது.''

''செய்து காண்பிக்கிறேன். பிறகு என்ன நடந்தது என்பதை என்னவென்று சொல்லுவேன்.''

''உன்னுடைய பிரதாபத்தைக் குறை. அப்பாவைப் பற்றிச் சொல்.''

''குடிகாரர்கள் எதைக் கணக்கில் கொண்டார்கள்? அப்பா வின் கோப்பை எத்தனை முறை காலியானது, எத்தனை முறை நிரம்பியது என்றும் பார்த்தார்களா என்ன? முதலாளிக்கும் தெரி யும் அந்தக் கூட்டத்தினரின் வேண்டுகோளை உறுதிப்படுத்துவ தற்குப் பதிலாக அவர்களை கிளப்பி விடுவார் பத்தியத்தை முறிக்க.''

இப்படியாகத் தானே எங்கள் அப்பா அவரின் நெருங்கிய வட்டத்திற்குள் வந்தார். ஹட்ஸன் வண்டியில் வீட்டிற்கு வந்து இறங்கினார். எனக்கு நினைவிருக்கிறது. குல்லினுடைய புத்தம் புது கணவன் சொன்னான். 'அந்தக் குடிகாரர்களை நினைவு படுத்துகிறது இந்த ஹட்ஸன் கார். கண்களை ஏற்றிக் கொண்டு வாயைப் பிளந்து கொண்டு வண்டி வண்டியாய் பெட்ரோலைக் குடிக்கிறது. நாமும்தான் எத்தனை அறியாமையில் உழன்றிருக் கிறோம்.''

''ஏன் வண்டியை மாற்றவில்லை?''

''மாற்றினோம். பல முறை மாற்றினோம். ஒவ்வொரு முறையும் ஹட்ஸனே வாங்கவில்லை இல்லையா? அப்பாவிற்கு வண்டியை அல்ல, தலை எழுத்தை மாற்ற ஆசை. அது மிகவும் தாமதமாகத்தான் நிகழ்ந்தது. நான் திரும்பவும் கதையின் ஆரம் பத்தின் முதல் அடியைச் சொல்லத் தொடங்கி இருக்கிறேன். பொருளாதார நிபுணர், கென்ஜ் அவர்களின் கூற்றை நீ கேட் டிருப்பாய். முதலாளித்துவத்தில் ஏற்றத் தாழ்வு வருவது தேவை தான் என்று.''

''அது கார்ல் மார்க்ஸ் சொன்னது.''

''ஆமாம். அதையேதான் கென்ஜூம் சொன்னார். ஆனால், இருவருக்கும் இடையே மலைக்கும், மடுவுக்குமான வேறுபாடு. கார்ல் மார்க்ஸிற்கு முதலாளித்துவத்தை அழித்தொழிக்கும் குறிக்

கோள் இருந்தது. ஆனால், கென்ஜிற்கு அதை வலுப்படுத்துவதற்கான தேவை இருந்தது. முதலாளித்துவம் கொஞ்சமே, இதுவே வாழ்க்கையின் துதியாயிற்று.''

''அதுவேதான் அப்பாவின் கதையிலும், முதலாளித்துவத்தைப் போல ஏற்ற இறக்கம் இருந்தது. பூம்மிற்குப் பின்னால் கிரேட் ஒரு ஏற்றத்திற்குப் பின்னால் ஒரு பெரிய சரிவழுத்தம். அதன் பிறகு ஒரு பெரிய வரம். அப்புறம் ஸ்வாஹா.''

''நீ உன் கதையைச் சொல்லிக் கொண்டிருக்கிறாயா? அல்லது அப்பாவின் கதையையா?''

''அப்பாவினுடையது இல்லை, இல்லை. அவருடையதும் இல்லை. அவருடைய எஜமானனுடையது. இதுதான் எனக்குக் கஷ்டம். என்னைப் பற்றிச் சொல்ல வந்தால், யார் யாரோ இடையில் வந்து விடுகிறார்கள். மூளைக்குள் சூனியக்காரன் உட்கார்ந்து கொண்டிருக்கிறான். எத்தனை குழப்பம்?''

'குல் மொஹரின் ஸ்வெட்டரைப் போல' திரும்பவும் நாங்கள் அனைவரும் சிரித்தோம். மிகவும் சத்தமிட்டுச் சிரித்தோம். நான் அவளிடம், ''உல்லன் உருண்டையைக் கையில் இருந்து விடுவித்து விடு. அப்புறம் கதை சொல்'' என்றேன்.

எஜமானனின் செய்கைகளால் அப்பாவிற்கு நாளுக்கு நாள் வளம் கொழித்துக் கொண்டு இருந்தது. இடையில் விதி குறுக் கிட்டு விட்டது. பெரிய முதலாளிக்கும் சின்ன முதலாளிக்கும் இடையே கருத்து வேறுபாடு உண்டாகி விட்டது. துக்கம் தவறு செய்தது. சின்ன முதலாளி தனக்கு மிகவும் பிடித்தமான பாடகி வீட்டிற்குச் சென்றார். அவள், இப்போது புதிதாக மந்திரி ஆன வனின் பணக்காரக் கூட்டத்தில் இணைந்து அலங்கரிக்கத் தொடங்கி விட்டாள் எனத் தெரிய வந்தது. அவருக்குப் புத்தியில் தோன்றியபடி ஷாம்பைனை விட்டு விட்டு விஸ்கியை கோப்பை கோப்பையாய் அருந்திக் கொண்டே இருந்தார். ஷாம்பைன் என்ற நினைப்பில் மூளையில் ரத்த நாளம் வெடித்து விட்டது. அப்படி ஆகத்தான் ஆகும். அவர் தனக்குப் பிடித்தமான தாஸியின் வீட்டுப் படுக்கையில் உயிரை விட்டார். அவர் போய் விட்டார். எங்கள் வீட்டின முன் வந்து நின்றது துன்பம்.

முதன் முதலாக அது அப்பாவை எட்டியது. அந்தப் பெண்ணின் பணியாள் முதலாளியின் நெருக்கமான டிரைவருக்கும், பழைய பணியாள் ஒருவருக்கும் உடனேயே தகவல் அனுப்பி விட்டான். உடனே அவன், அப்பாவிற்குப் போன் செய்தான். எங்கள் வீட்டிற்கு அப்போதுதான் போன் வந்திருந்தது. அப்பாவைத் தவிர வேறு யாருக்கும் அதை எடுக்க அனுமதி இல்லை. இந்தத் தடை சில நாட்கள் வரை இருந்தது. புதுப் பொருட்கள் எல்லாவற்றிற்கும் உள்ளதைப் போலவே தகுதி இல்லாதவர்கள் எல்லாம் கையாண்டால் அது பழுதடைந்து விடும். பழுதடையா விட்டாலும் குறைந்த பட்சம் அழுக்காகி விடும் என்று ஆரம்பத்தில் எண்ணம். அப்பாவிற்குத் தூசு, குப்பை, அழுக்கு எதுவும் பிடிக்காது. நான் முன்னமே சொல்லி இருந்தேன் இல்லையா? ஒரு பெக் குடிக்கக் கூட இதனால்தான் கட்டாயப்படுத்தப்பட்டார் என்று.

யார் தன் காலைத் தொட்டாலும் அவருக்குப் பிடிக்காது. ஆனால், டெல்லியின் புழுதி நல்லவர்கள் மேலேயும் படியும். நல்லவர்கள் மீதும் புழுதி வாரி இறைக்கின்றனர். அதனால் சில வேளைகளில் எல்லாப் புதிய பொருட்களும் சில நாட்களில் பழையது போலத் தோற்றம் தரத் தொடங்கும். அதைப் போல போனும் அப்பாவிற்கு ஆர்வமற்றுப் போனது. போன் வந்த புதிது. அப்போது ஒரு நாள் போன் பெல் அடித்ததுமே அப்பா மிரண்டு போய் விட்டார். எழுந்து அப்படியே வாசலுக்கு ஓடி விட்டார். ஏதோ பின்னால் ஒரு திருடன் துரத்துவதைப் போல.

அப்பா அந்தத் தாஸியின் விட்டை அடைந்த போது அவள் தன் வீட்டிற்குத் திரும்பி இருந்தாள். முதலாளியுடன் அவளுக்கு நல்ல நட்புண்டு. முதலாளியின் எதிர்பாரா மரணத்தினால் அவள் மயக்கம் அடைந்து விட்டாள். ஆனால், அவள் உலகத்தில் எல்லா அற்பமான தாழ்ந்த விஷயங்களையும் பார்த்து விட்டாள். அவள் உலகத்தையும் புரிந்தவள். அவள் இரவு நேரத்தில் முதலாளி தன் அருகில் இருந்து பகலை வண்ண மயமாக்கட்டும் என்று எண்ணியிருந்தாள். மரணம் அவருக்கு உரிமையுள்ள மனைவி யின் அருகில்தான் ஏற்பட முடியும். அப்பா அவளுக்குக் கடவுளைப் போலத் தோற்றம் அளித்தவர். உதவுவார் என்று எண்ணினாள்.

முதலாளியின் உடலை, அவரின் வேலைக்காரனும், தாஸி யின் வேலைக்காரனுமாக இணைந்து தகுதியற்ற மரணத்தைத் தகுதி உடையதாக ஆக்கினார்கள். எல்லையற்ற வேதனையுடன் அகால மரணமடைந்த ஒரு மனிதனின் உடல் கொண்டு சேர்க்கப்பட்டது. அவரின் உரிமை மனைவிக்கு, தன் கணவனின் மரணம் ஒரு வேசியின் வீட்டில் நிகழ்ந்தது என்ற வம்பிலிருந்து காப்பாற்றப்பட்டதில் மகிழ்ச்சி. ஆனால், அந்த மகிழ்ச்சி நீண்ட நேரம் நிலைக்கவில்லை. ஷோக் பேர் வழி ரசிகர்கள் முதலாளி யின் மரணச் செய்தி எட்டி உடனேயே டெல்லியிலிருந்து மட்டு மல்ல, மீரட், லக்னௌ, அலிகாட் ஆகிய பகுதிகளிலிருந்தும் வெள்ளை உடையில் நேர்மையான பலர், வேசிகள் பலர் அந்த இறுதிச் சடங்கில் பங்கெடுத்துக் கொண்டனர். எல்லோரும் வரும் பாதையில் வீட்டிலிருந்து வராமல் பாதி வழியில் பங்கு எடுத்துக் கொண்டால் யார் என்ன சொல்லித் தடுத்து நிறுத்த முடியும்?

உலகத்தின் சட்ட திட்டங்களைக் கொண்டு ஒவ்வொரு வரின் அடையாளத்தையும் கொண்டு ஒருவரை குற்றவாளி எனச் செய்து விடுகிறார்கள் மக்கள். இது போன்ற பொய்க் குற்றச் சாட்டு அப்பாவின் தலையிலும் வந்து விழுந்தது. ஆரம்பத்தில் முதலாளியின் மனைவி அப்பாவிற்கு நன்றி சொல்லிக் கொண் டிருந்தாள். காலம் மாற மாற அவளும் மாறிப் போனாள். பெரிய முதலாளியின் கோபத்தைப் பார்த்து எந்த அபாயத்தை யும் எதிர்கொள்ள அவள் தயாராயில்லை. தனது குற்றம் இல் லாத போது, அவரைக் குற்றம் சாட்டி விட்டாள். பெரிய முதலாளி அப்பாவைப் பிழைத்துப் போக விட்டார். அதனால் சின்ன முதலாளி மனைவியும் வெட்டி விட்டு விட்டாள். அவ ளுடைய கையில்தான் என்ன இருக்கிறது? பெரிய, சின்ன முதலாளி மனைவிகளிடையே ஏற்பட்ட கருத்து வேறுபாட்டுக்குப் பின் சொத்து இருக்கிறது. ஆனால், உயில் இல்லை.

அதனால், கதைச் சுருக்கம் என்னவென்றால், எல்லா மில்களும் பெரிய முதலாளியின் பேரில் எழுதி வைக்கப்பட்டது. லேவாதேவி செய்யும் கூட்டம் எப்போதுமே சின்ன முதலாளி யின் மனைவியின் வசம் இருந்தது. எனவே அது மீதியானது.

வாரிசு என்ற பெயரில் திருமணமான பெண் ஒருத்தி இருக் கிறாள். வேசிகளின் தொடர்பில் சின்ன முதலாளி இருந்தத னால், அவளுடைய கணவனும் மாமியாரும் சம்பந்தியிடம் கோபத்தில் இருந்தனர். ஆனாலும், கோபத்தை எத்தனை நாளைக்குத்தான் இருத்தி வைக்க முடியும்? உயில் படிக்காத வரை கோபத்தை வெளிப்படுத்த முடியும்? உயில் ஏற்பாடே செய்யவில்லை எனில் உயிலை எங்கிருந்து படிப்பது?

உயில் இல்லாததுதான் அம்மாவிற்கு லேவாதேவி கட்டிடம், பெண்ணிற்கு அம்மா வீட்டின் உறவை முற்றிலும் முறித்துக் கொள்ளும்படியும் கட்டளை இடப்பட்டது. சின்ன முதலாளி மனைவி முழுமையாக தனிப் பெண் ஆனாள். பெரிய முதலாளி ஆதரவில் வாழ்ந்து கொண்டு இருக்கிறாள். பெரிய சேட், அவளும் சாத்விகமான உணவுதான் உட்கொள்ள வேண்டும் என்று கட்டாயப்படுத்தவில்லை. இது அவரின் தாராள குணம் என்று எண்ணப்படும். ஏனெனில், கணவனின் காதலுக்குப் பாத்திரம் ஆகாத பெரும்பான்மை பெண்களைப் போலவே அவளும் போஜனப் பிரியை. பெரிய பணக்காரரின் நடு வயது விதவை. சுறுசுறுப்பான சோம்பேறி அல்லாத வாழ்க்கை வாழ அவளை யாரும் தடுக்கவில்லை.

காசு உள்ளவர்களின் வீடுகளைப் போலவே நோய்களுக்குச் சிறந்த முறையில் மருத்துவம் செய்யப்பட்டது. காலத்தின் கட் டாயமோ அல்லது அவளின் சுய விருப்பமோ கடவுளிடம் அவள் நெருக்கம் கொண்டாள். அவள் தனது எண்பதாம் வயதில் காலமானாள்.

தனிமை உணர்வினாலும், நேரம் நிறைய இருந்ததினாலும், அடைக்கலமற்ற நிலையைக் கணவனுடனான தன் வாழ்க்கை வரலாற்றை அவள் எழுதி வைத்திருக்கிறாள் என்று தெரிய வந்தது.

அதில் சின்ன முதலாளியைப் பற்றி எழுதும் பொழுது அந்த நேரத்தில் இருந்த எல்லா வேசிகளைப் பற்றியும் ஒளிவு மறைவற்று அப்பட்டமாகவும், கவிதைகள், கடிதங்கள் என எல்லாவற்றையும் இணைத்தும் எழுதியிருக்கிறாள் என்று

கேள்விப்பட்டேன். ஆனால், அதன் சில பக்கங்களையோ அல்லது சில வரிகளையோ கூட யாரும் பார்த்ததில்லை. படித்ததும் இல்லை. பெரிய முதலாளி தனக்கு விசுவாசமான நம்பகமான வேலை ஆள் ஒருவனை சின்ன முதலாளியின் மனைவியின் வீட்டில் வேலைக்காரனாக அமர்த்தி இருந்தார். சின்னவருக்குப் பெரிய முதலாளி மீது அவனுக்கு இருந்த விசுவாசத்தின் மீது கொஞ்சமும் சந்தேகம் கிடையாது.

அந்த வேலைக்காரனின் விசுவாசத்தின் மீது சந்தேகம் இல்லா விட்டாலும், அவனைத் தனது பங்களாவிலிருந்து நீக்கத் தீர்மானித்தான். தனது ராஸ லீலைகளை பெரிய முதலாளிக்கும் கொண்டு சேர்ப்பவன் இவன்தான் என்று சின்ன முதலாளிக்கு உறுதியாய்த் தெரியும். பெரிய முதலாளி பழைய வேலைக்காரன் மீது சந்தேகம் வந்தாலும் தொடர்ந்து வேலையில் வைத்துக் கொண்டிருந்தார். எல்லா கோபத்திற்கும் பதிலாகத் தன்னையே குற்றம் புரிந்தவன் என்று சின்ன முதலாளி உணரத் தொடங்கினார். ஆனாலும், அவனை அங்கிருந்து அகற்றினார். தன் மீது சுமத்தப்பட்டதை சவால் என ஏற்றார். ஆனால், வேலைக்காரனே இல்லாத போது இந்தச் சவால் தீர்மானம் எல்லாம் எதற்கு?

சின்ன முதலாளியின் மரணத்திற்குப் பின் சின்ன அழுகையும் புலம்பலும் அவனின் விசுவாசத்தை உறுதி செய்தது. பாவம்! அந்த விதவைப் பெண்ணின் பாதுகாப்பிற்காக கனத்த மனதுடன் அதே வேலைக்காரனை அவளிடம் ஒப்படைத்து விட்டார். அதில் உண்மை என்ன என்பதை அப்பா மட்டுமே அறிவார். அப்பாவிற்குத் தன்னுடைய முதலாளித்துவம் கீழிறக்கம் உண்மையிலேயே ஏற்பட்டு விட்டது என்னும் போது அடுத்தவர்களைப் பற்றிய உண்மைகளை எந்த முகத்தோடு பேச முடியும்? எனவே, நடப்பவற்றை மௌனமாகப் பார்த்துக் கொண்டிருந்தார்.

அந்த விசுவாசமான வேலைக்காரன், தன் வரலாற்றை மட்டுமல்லாது கடிதங்களையும் சேர்த்துத் திருடி எல்லாவற்றையும் பெரிய முதலாளியிடம் ஒப்படைத்து விட்டான். எல்லாவற்றையும் (*கடிதங்கள், சுயசரிதை*) எரித்து விட்டு, பின்பு ஓடி விட்டான். பெரிய முதலாளி அந்த நம்பிக்கையான வேலைக்

காரன் பணத்தைத் திருடிக் கொண்டு ஓடி விட்டதால் மிகவும் துக்கத்தில் இருந்தார். கூடவே தனக்குள்ளேயே அதை மறைத்து வைத்து பெரிய மனது பண்ணி அந்தப் பரம்பரையான விசுவாசமான வேலைக்காரனைப் போலீஸில் காட்டிக் கொடுக்காமல் விட்டு விட்டார். குற்றம் செய்பவர்களுக்கு உண்டான தண்டனையை ஆண்டவன் கொடுப்பான் என்றும் சொல்லி விட்டார். அந்தக் குற்றத்திற்கான தண்டனையை ஆண்டவன் இருவருக்கும் உரித்தானதாக செய்வாரா இல்லையா என்பது தெரியவில்லை.

ஒன்று மட்டும் நிச்சயம். சின்ன முதலாளியின் மரணத்திற்கு பல ஆண்டுகள் கழித்து, சின்ன முதலாளியின் மனைவி அப்பாவை நினைத்துக் கொண்டாள். அவரின் முன் அவள் எல்லாவற்றையும் சொல்லிச் சொல்லி அழுதாள். மேஜையின் டிராயர் பூட்டாமல் விடப்பட்டிருந்ததால் கடிதங்களும் காகிதங்களும் காணாமல் போயின. அவற்றை அப்பாவிடம் ஒப்படைத்திருந்தால் இப்படி அழிந்திருக்காது என்று சொல்லி அழுதாளாம்.

அப்பா ஒரு நாள் இரவு, இந்தக் கதையை அம்மாவிடம் சொல்லிக் கொண்டு இருந்தார். நாங்கள் இருவரும் இன்னொரு அறையில் ரேடியோவில் 'டேட் வித்யூ' கேட்டுக் கொண்டிருந்தோம். அந்த இசை சத்தத்துடன் இலவசமாக இந்த உரையாடலும் காதில் விழுந்தது, முழுமையாக.

அப்பாவிற்கு அந்த அரிய கடிதங்களை இழந்தது வருத்தம் தான். புத்தகப் புழுவான அம்மாவிற்கே அதை விடவும் வருத்தம். அந்தக் கட்டுரைகளையும்தான். அம்மா, அந்நியப் பெண்களுடனான ஆண்களின் தொடர்புக்கும் காதலுக்கும் கடுமையான எதிர்ப்புத் தெரிவிப்பவள். ஒரு புத்தகம் படிக்கத் தக்கதாக இருக்க, அதில் காதல் இருக்க வேண்டும் என்பதையும் அம்மா முழுமையாக நம்பினாள். மேலும் காதல் அந்நியப் பெண்ணுடன்தான் ஏற்பட முடியும் என்றும் எண்ணினார்கள். அதன் பிறகு அவர்கள் இருவரும் மரியாதை, நல்லொழுக்கம், அதனால் உண்டாகும் துன்பம் ஆகியவற்றைப் பற்றிப் பேசிக் கொண்டிருந்தனர்.

பிறகு அப்பா சிரித்துக் கொண்டே சின்ன முதலாளியின் மனைவி வாழ்க்கையைப் பற்றி எண்ணினார். எதனால் எனில், சின்ன முதலாளி தினம் தினம் புதுப் புது பெண்ணுடன் காதலைக் கண்டு கொண்டிருந்தார். அந்த மன அழுத்தத்தில்தான் முதலாளியின் மனைவி நன்றாக சுவையாகச் சாப்பிட்டு சாப்பிட்டுத் தன் உடல் நலத்தில் அக்கறை செலுத்தி பேணிப் பாதுகாத்து அதில் ஈடுபாடு கொண்டிருந்தாள். அப்படியே வாழ்ந்தும் வந்தாள். அதனால்தான் எண்பது வயது வரையிலான நீண்ட ஆயுள் அவருக்கும் கிட்டியது.

இதற்குப் பின் அப்பாவும் அம்மாவும் சண்டையிடத் தொடங்கி விட்டனர். நாங்களோ இன்னமும் கதை கேட்கும் ஆர்வத்தோடு இருந்தோம்.

"நிறுத்து, நிறுத்து. நீ உன்னுடைய கதையைச் சொல்லிக் கொண்டிருக்கிறாய். இந்தப் பகுதி முழுவதும் உன் அப்பாதான் இருக்கிறார்."

"சரி, அடுத்த சந்திப்பில் என் கதை."

3

குல்மொஹர் மற்றும் மோகராவின் தந்தையான பைஜ்நாத் ஜெயின் உண்மையில் சொற்களின் ஜால வித்தைக்காரர். மோகரா சொன்னாளா இல்லையா? எத்தனை சொன்னாளோ அத்தனை சொல்லவும் இல்லை. நாம் சொல்வதில் அல்லது நம்மைப் பற்றி சொல்வதில் இதுதான் சிக்கல். எனவே நான் இடை இடையே மோகராவுக்கு எழுத்தாளராக இல்லாமல் மோகரா விற்கு உதவி செய்யப் போகிறேன். இதனால் இரண்டு வகையில் பலன் கிட்டும். ஒரு பக்கம் மோகராவின் வாயில் மறைந்துள்ள ரகசியங்களை உங்களிடம் கொண்டு சேர்க்கப் போகிறேன். இன்னொரு பக்கம் அவள் உண்மையை எங்கெல்லாம் மறைக்கப் பார்க்கிறாளோ அதை நான் வெளிப்படையாக்கி விடுவேன். அவள் வேண்டுமென்றே எதையும் மறைக்க மாட்டாள். நம்புங்கள். அவள் தனக்குத் தெரிந்த உண்மைகளைக் கூறுவாள். குழப்பம் உண்மையைச் சொல்லும் கதையில்தான் ஏற்படும். உண்மை, சொல்வதனால் வெளிப்படுகிறது. ஆனால், நினைவைத் திடமாக வைத்துக் கொள்வதில் உண்டாகும் குழப்பத்தில் நாம் அதை உளறலாக்கி விடுகிறோம். அதனால் ஏதாவது சிலவற்றிற்கு நாம் அநியாயம் இழைத்து விடுகிறோம். தானே சொல்வதென்றால் தேவையை விடவும் அதிகமாகத் தணிக்கை செய்து வெளியிடு வாள். அல்லது தேவைக்கும் அதிகமாகச் சேர்த்தும். எல்லா நிலையிலும் அது அநியாயமாக மாறி விடும்.

பைஜ்நாத்தின் கதையைத் துன்பமயமானதாக விட்டு விடாமல் கொஞ்சம் கொஞ்சம் என்னையும் சொல்ல விடுங்கள்.

என்ன சொன்னாய். இன்னும் கூடுதலான உண்மையை நான் சொல்வேன். சத்தியம். நம்புங்கள். உண்மையைச் சொல்ல விடாமல் செய்வதே உங்கள் தொழில். அதுவே நாக்கின் தீச்

செயல். அது சதி வேலை செய்பவர்கள் மட்டும் அல்லாமல் இலக்கிய விதிகளின் பலமும் பலவீனமும் இதுதான். இன்றை சொல் வழக்கில் சொல்ல வேண்டும் எனில், ஆண்டவனின் சிரிப்பில் அனைத்தும் அதை அவர்கள் நாவலாக்கி விடுவார்கள். நாம் சொல்லுவோம். அதைக் கதை என்று. அதையே நீங்கள் ஏற்பீர்கள் உண்மையென. அவர்கள் சொல்லுவார்கள், கண்ணால் காண்பது உண்மை என. நீங்கள் சொல்வீர்கள் வீண் வம்பளப்பு என்று. நாங்கள் அடிமைக் குலத்தின் பிரக்ஞையற்ற மனிதர்கள். எனவே குல்மொஹர், அவளது தோழி எப்போதாவது மோகரா வின், கதைச் சொல்லியின் வாயிலாக எப்போதாவது வெளிப் படும் கதைகளைக் கேளுங்கள்.

பைஜ்நாத் ஜெயினின் நுட்பமான பேச்சாற்றல் ஆண் பெண் அனைவரையும் வசப்படுத்தி விடும். தந்திரம் அதில் இருந்தா லும் அதுவும் சாலச் சிறந்ததாக இருக்கும். தந்திரத்தால் பாதி, மயக்க வைக்கும் பேச்சுத் திறத்தால் மீதி என சாத்தியமாக்கு கிறார். அது நாட்டுக்கானதாயினும் சரி, சொந்த வேலையாயி னும் சரி, கஷ்டம் என்னவெனில், வெளித் தோற்றத்தில் நல்ல உறுதியான மனமுடையவர் எனத் தோற்றம் தரும் அவர் உள்ளுக்குள் குழப்பத்தில் உழன்று கொண்டிருக்கிறார். இது போல குழப்பத்தில் ஆழ்ந்திருப்து என்பது அறிவு ஜீவிகளின் முதல் அடையாளம் என்று தெரிந்து கொள்ளுங்கள். நீங்கள் கேட்கலாம். இத்தனை தந்திரங்கள் நிறைந்திருந்தும் கூட, பெருந் தலைமையிடத்தில் இல்லாவிட்டாலும் சிறு சிறு ராஜ தந்திரி யாகக் கூட ஏன் ஆகவில்லை என்று. அதற்கான பதில் இந்தக் குழப்பத்தால்தான் என்று சொல்லலாம். பிரிட்டிஷ் அசாங்கத்தின் காலத்தில் ஐ.சி.எஸ். பரீட்சை எழுதி அதிகார வர்க்கத்தில் இணைந்திருக்கலாம் (*பரீட்சை எழுதியிருந்தால் பாஸ்தான். இதில் ஒன்றும் சந்தேகம் கிடையாது*).

அப்போது சுதந்திரப் போராட்டத்தில் குதித்தார். ஐ.சி.எஸ். தேர்வு எழுதுவதை மறுத்து விட்டார். சுதந்திரம் கிடைத்ததும் தியாகிகளின் பட்டியலில் லோக் சபா மெம்பர், அமைச்சர் ஆகி மெல்ல படிப்படியாக அரசு தூதுவராகவோ, ராஜ்ய சபையில் அங்கத்தினராகவோ ஆகியிருக்கலாம். வளைந்த விரல்களைக்

கொண்டு நெய்யெடுக்கும் காலம் வந்தது. அப்படி எல்லாம் பெரிய தியாகம் செய்யும் வாய்ப்புக் கிட்டவில்லை. இது இல்லாமலும் அரசாங்கத்தில் இணைய முடியும். பட்டென்று சொல்ல வேண்டும். எனில், பாவம் அவர் அதிர்ஷ்டம் இல்லாத தனால் ஜெயிலுக்குச் செல்லவில்லை.

தனது பழைய அறிவுத் திறனில் மூழ்கினார். தனது நிறை வேறாத ஆசைகளை குறுக்கு விவாதம் செய்து, அதன் பக்கமாய் நின்று யோசித்ததன் காரணமாக சில வருடங்களுக்கு பிறகு காந்தியவாதி அஹிம்சாவில் ஈடுபாடு வைக்கவில்லை. ஆனால், பரிதாபத்துக்குரிய விஷயம் என்னவெனில் முழுமையாக வன் முறையாளனாகவும் ஆக முடியவில்லை. தன் லட்சியத்திற்காக உயிரைத் துறக்கும் தியாகி ஆகி இருந்தாலும் குறைந்தபட்சம் அவருடைய சமாதியில் வருடா வருடம் விழா எடுக்கப்பட்டிருக் கும். உயிரோடு இருந்ததும் ஒரு லாபத்திற்காக. அந்த நிலையில் திருமணம் என்ற சிக்கல் அவருக்கு நேராமல் இருந்திருந்தால், உலகத்தின் இலக்கிலிருந்தும் தப்பிப்பதற்காக மிக அழகிய, கோட்பாடுகள், ஒரு கட்டழகி என்பன போன்ற கவிதைப் பொய்கள் சொல்ல வேண்டியிருக்கவில்லை.

சரி என்னவாக ஆக இயலுமோ அதுவாகவில்லை. அவ ருடைய கதையை நாம் மாற்ற முடியாது. புத்திசாலித்தனமும் அறிவுத் திறனும் கொண்ட பைஜ்நாத்தான் படித்த பொருளா தாரத்தை உயிரோடு மேலெழுப்பி தன் இடத்திலேயே விவா தித்துக் கொண்டிருந்தார். அப்போது கெட்ட காலத்தில் சின்ன முதலாளியின் மரணம் அவரை இப்படி எல்லாம் நினைக்க வைத்தது. தனது நெருங்கிய சகாக்களின் கூட்டத்துடன் குழுமி இருக்கும் பொழுது ஆழ்ந்த பெருமூச்சுடன் சொல்ல இயன்றது அவரால். சின்ன முதலாளிக்குப் பதிலாக பெரிய முதலாளி சொர்க்கத்திற்குச் சென்றிருந்தால், நிலைமை எப்படி மாறி இருக்கும் என்று சொல்லுவார். யோசித்துப் பார்ப்பவர்கள் நண்பர்கள். முதலாளித்துவத்தின் அதிர்ஷ்டத்தை எண்ணி ஹாய், ஹாய் என்று அங்கலாய்ப்பார்கள்.

ஆமாம்! சின்ன முதலாளியின் மரணத்திற்குப் பிறகு அவருக்குப் பெரிய முதலாளி கொடுத்த இடம் வீழ்ச்சிக்கானது.

அதனால் சில காலத்திற்கு அவருடைய வாழ்க்கை பணக்கார நிஜாமைப் போல ஆகி விட்டிருந்தது. 1930களில் ஐரோப்பா வில் பெரும் வீழ்ச்சி ஏற்பட்டதே அது அவருடைய வீட்டிற்கும் வந்தது. இதில் வேடிக்கை என்னவெனில், அந்தக் காலகட்டத் தில் நடுத்தர வர்க்கத்தின் கடைசிப் படியில் இருப்பவர்கள்கூட இரண்டு மூன்று வேலைக்காரர்களை வைத்துக் கொள்ளும் வலிமை பெற்றிருந்தனர். அதனால் அவர்களின் அந்தஸ்து கூடும் என்பதல்ல, அந்த வேலைக்காரர்களின் ஏழ்மை அப்படி. கொஞ்சம் தானியமும் இரண்டு ரொட்டியும் கிடைக்கும் என்ப தாலும், எஜமானனின் காலம் விரைவில் மாறும் என்ற நம்பிக்கை யுடனும் நன்றியோடு இருந்து கொண்டிருந்தனர்.

அன்றைய பொருளாதாரம் கென்ஜின் கூற்றுகளை மனனம் செய்யும் நிலை என்று அவருக்குத் தோன்றியது. மந்த நிலையின் உரையாடலில் அடிமைக்கு என்று விடிவு? பைஜ்நாத்தின் குடும் பத்திற்கு என்ன ஆபத்து ஏற்பட்டிருக்கும் என்பதை அனுமானிக்க லாம். வேலைக்காரர்கள் இல்லாத வீடு பேய்களின் வீடாக மாறா விட்டாலும் நிச்சயமாக சூனியம் நிறைந்ததாக ஆகி விடுகிறது.

உங்களுக்கு நம்ப முடியாமல் இருக்கலாம். எனக்கும் கூட ஆரம்ப காலத்தில் நம்பத்தான் முடியவில்லை. மோகரா மற்றும் குல்லின் அம்மாவிற்கு, கனகலதாவிற்கு, சின்ன முதலாளியின் மரணத்திற்குப் பின் என்ன நேர்ந்தது என்பதைப் பற்றிய வீழ்ச்சி யைப் பற்றிய புரிதலே இல்லை. எப்படித் தாழ்ந்து அழிந்து போகிறது என்பதைச் சொல்லவே இல்லை. தெரியவில்லையா அல்லது தெரிந்து கொண்டே தெரியாததைப் போல இருக்கிறார் களா? ஒன்றும் சொல்ல முடியவில்லை. வேடிக்கையான விஷயம் இதில் என்னவென்றால், கணவன் மனைவி இருவர் பணி அடங்கலாக சம்பளம் கிடைக்காமல் போனலும் கூட வாழ்க்கையை எப்படியோ ஓட்டிக் கொண்டு, எஜமானியம்மாவிற்கு உண்மை நிலவரத்தைத் தெரிவிக்காமல் இருந்தனர். கஷ்ட காலத்திலும் கூட கிச்சடியை தால்புலாவ் என்று சொல்லி சாப்பிடும் நிலை ஏற்படவில்லை.

ராம்தேவ் அந்தத் துன்பக் காலத்திலும் மிகச் சுவையாக உணவு தயாரிப்பான். அவன் காய்கறிகளின் சீவிய தோலைக்

கூடச் சுவையாக சமைத்து பாஜியாக்கி விடும் திறமை பெற்ற வன். 1943ல் பங்களாதேஷின் பஞ்ச காலத்தில் வாழ்க்கையைக் கழித்தவன் என்று சொல்ல மனம் விரும்புகிறது. ஆனால், துயரம் என்னவெனில் பஞ்சம் இல்லாத நாட்களிலும் கூட நம் மண்ணில் பசியால் இறப்பது இருந்து கொண்டே இருக்கிறது. சில நேரங்களில் நாம் உண்மையையும் சொல்ல வேண்டிய கட்டாயத்துக்கு ஆளாகிறோம். சொல்லிக் கொள்ளுங்கள், இது பைஜ்நாத்தின் குழப்ப ஆளுமையின் விளைவென்று (*உப்புத் தின்றவன் தண்ணீர் குடிக்கத்தான் வேண்டும்.*) அவன் சிறு வயதாயிருக்கும் போதே பஞ்சத்திற்கு முன்னாலேயயே தன் அம்மாவிடமிருந்து இதைக் கற்றிருக்கிறான். சொல்லாமல், துன்ப நாட்களின் அவனுடைய இந்தத் திறன் பைஜ்நாத்திற்கு மிகவும் கை கொடுத்தது.

கனவுலகில் சஞ்சரித்துக் கொண்டு இருக்கும் கனகலதா விற்கு இதொன்றும் தெரியவில்லை. ஒரு நாள் புதிதான காய்கறிகள் சமைக்கப்பட்டால் மறுநாள் அதன் தோல்கள் சமைக்கப்படுகின்றன. இத்தனை அறியாப் பெண்மணிக்கு இந்தத் துன்ப காலத்தின் நிலையை யாரால் எடுத்துரைக்க முடியும்? அப்படியே சொன்னாலும் கனவுலகில் வாழும் அந்தப் பெண் மணிக்கு, கட்டழகிக்கு அது என்ன செய்யப் போகிறது? மென் மனம் கொண்டவளாதலால் இதன் தாக்கம் அவளின் நோயை அதிகரிக்கலாம். இதே பயத்தில் அந்தக் குடும்பத்தில் உள்ள யாருமே தெரியாத்தனமாகக் கூட அவளுக்குப் புரிய வைக்க விரும்பவில்லை.

இந்த விஷயம் இத்தனை சாதாரணமானதில்லை என்பது எனக்கும் தெரியும். விஷயம் தீவிரமாகும் என்ற பயத்தினால் அவளை சுய அறிவுக்குக் கொணரவில்லை. அவர்களின் அறிவுத் திறனின் விளைவு கொஞ்சம். இந்த பூமியைப் பிடித்துக் கொண் டிருக்கும் ஆங்கிலேய மோகத்தின் விளைவு கொஞ்சம். நாம் கொஞ்சம் கொஞ்சம் ஆங்கிலேயரைப் போல வாழ்கிறோம். உலகத்தை ஒட்டி வாழ்கிறோம் என்று சொல்லிக் கொண்டே அதற்கு எதிரானவர்களாகவும் மாறிப் போகிறோம்.

கனகலதா மிக அழகான நாகரிகமான பெண்மணிதான். அப்படிப்பட்ட சாமர்த்தியம் இல்லாத உணர்வற்று அவள் முகம் அப்படியாகும். அப்போது அவருடன் இருப்பவர்கள் ஒவ்வொரு துயரத்திலிருந்தும் அவளைக் காப்பாற்ற மீட்டெடுக்கத் தயார் நிலையில் இருப்பார்கள். ராம்தேவும் பார்வதியும் அந்த மந்திர வித்தை அறிந்தவர்கள். ஆனால், அதை நடைமுறைப்படுத்து வதில் கொஞ்சம் சிக்கல் இருக்கிறது. பார்வதி முழுக்க முழுக்க கனகலதாவின் மீது மோகம் கொண்டவள். அவள் ஆண் அல்ல; இந்த முகத்தை விடுங்கள். ஒவ்வொன்றிலும் முகம் மாறுபட்டு இருந்தது. எனவே ஆசை வெட்கமற்று இருந்தது. இருவரில் ஒருவர் ஆணாக இல்லாமல் போனது இன்னமும் மோகத்தை அதிகமாக்கியது.

எனக்கும் தெரியும்; உங்களுக்கும் கூடத் தெரியும். சொல் லாததைச் சொல்ல வேண்டி இருக்கிறது. ஒவ்வொரு பெண் ணின் உள்ளும் ஆங்கிலத்தில் சொல்லப்படும். லெஸ்பியன், ஓரினச் சேர்க்கை இச்சை ஒளிந்து கொண்டிருக்கிறது. பெண்களின் எந்தத் திறமையையும் எடுத்துக் கொள்ளுங்கள். தத்தம் ஆண் களிடம் மென்மையற்றும் இருக்கிறார்கள். நீங்கள் நினைப் பதைப் போலவே அவளும் நினைத்தாள் போலும். மேலே சொல்வது தடை செய்யப்படுகிறது. விஷயம் என்னவென்று அறியாதவர்கள் யார்?

நான் மேற்கத்திய நாடுகளில் வசிப்பவளாயிருந்திருந்தால், சூடு கண்ட பூனையாய் அனுபவம் பெறாதவளாய் இருந்திருந் தால், அச்சமற்றுச் சொல்வேன். கனகலதாவிற்கும் பார்வதிக்கும் இடையே இருந்த உறவு தன்பால் ஈர்ப்புதான் என்று. ஒவ்வொரு பெண்ணும் தன்னுடன் வாழும் ஆணிடம் பெண்மையையும் மனத்திற்கினிமையானதாக ஏற்கிறாள். ஆனால், கிடைக்கும் போதே சொல்லாமல் அழுத்தமாக வாயை மூடிக் கொள்கிறாள். ஆனால், ஆணிடம் பெண்மையையும் பெண்ணிடம் ஆண்மை யையும் தேடுகின்றனர்.

எனவேதான் பள்ளி கல்லூரிக் காலங்களில் ஒவ்வொரு இளம் பெண்ணும் தன்னுடன் படிக்கும் அல்லது தனக்குப் பாடம் நடத்தும் ஆசிரியையிடம் மோகம் கொள்கின்றனர்.

வயது கூடக்கூட உலக பழக்க வழக்கங்கள் மனதினுள் ஏறி ஏறி திருமணம், பந்தம் என்று ஆண்களுடன் பிணைக்கப்படும் பொழுது இதுதான் பழக்கம், இதுதான் நடைமுறை எனச் சமுதாயம் சொல்வதை ஏற்கிறார்கள். இல்லாவிட்டால் எங்கு என்ன மலரும்? யார் அறிவர்.

நடைமுறை வாழ்க்கை வேறு, மனத்தின் ஆசை வேறு. இதனால்தான் பழக்க வழக்கங்கள். இந்தியர்களாக இருந்த போதும், மனதில் உள் இருப்பவை மூடி மறைக்கப்பட்டு இருக்கிறது. நீங்கள் இதை ஏற்றாலும் சரி, ஏற்காவிட்டாலும் அதுவும் சரி. என்னுடைய வேலை என்னவோ தேங்கிய நீரில் கல் எறிவதுதான். எழும் அலைகளை நீங்கள் கணக்கு வைத்துக் கொள்ளுங்கள் அல்லது எண்ணாமல் போங்கள், அது உங்கள் இஷ்டம்.

எப்படி சூடுண்டேன். அவையும் சொல்லட்டுமா? கதையை நான் சொல்லவில்லை. மோகராவும் குல்லும் சொல்லிக் கொண்டிருக்கிறார்கள். கதையில் என் தலையீடு எதற்கு மோரை ஊதி ஊதிக் குடித்துக் கொண்டிருக்கிறேன். சத்தியம். கேளுங்கள். பல நாட்களுக்கு முன் ஒரு நாவல் எழுதினேன். அதன் தலைப்பு சித்த கோபரா. இரண்டு பேர் கணவன் மனைவியைத் தவிர வேறு நபரிடம் காதல் கொள்கிறார்கள். இந்த விஷயத்தை விமர்சகர் எப்படி சுட்டார் என் மனத்தை. எப்படிச் சொல்லுவேன் அதை. அது போன்ற காதல் கிடைத்த துயரத்தினாலா, பொறாமையா? அல்லது வேறு என்னவோ இதுவாகக் கூட இருக்கலாம் விஷயம் அறிந்தவுடன் கணவன் அடித்து நொறுக்கவில்லை. புருவத்தை நெறிக்கவில்லை; மனைவியைக் கேவலமாக நடத்தவில்லை.

இப்படிப்பட்ட சகிப்புத் தன்மை கொண்ட ஆண் இந்தியனாக இருப்பது அதுவும் மும்பையில் வசிக்கும் ஆணுக்கு எப்படி என்று தோன்றும்? விஷயம் என்ன என்றால் மனைவிதான் கொஞ்சம் குற்ற உணர்வு கொண்டாள். தையல் இயந்திரத்தின் அடியில் அமர்ந்து குழந்தையை வளர்த்துப் பார்த்தால் தெரியும். ஆணாதிக்கத்தை உறுதிப்படுத்தும் நோக்கில் நான் இதைச் சொல்லவில்லை. இதனால் இந்திய வாழ் நீதிமான்கள்

என்றே குற்றவாளி என்றே ஆக்கி தவறென்று தண்டனை வழங்கினார்கள். பாலின் மீது ஆசையில்லாமல் இருந்தாலும், சுண்டக் காய்ச்சி தலையில் ஊற்றினால் என்ன ஆகும்? அதுதான் எனக்கும் நிகழ்ந்தது.

நீங்கள் கேட்டீர்கள். அதனால் நான் சொன்னேன். நான் சூடு கண்ட பூனையாக இல்லாமல் இருந்தால், தெளிவாகச் சொல்லி இருப்பேன். ஆணில் பெண்மையைக் காணும் பெண்ணை நானும் பார்க்க விரும்பி இருக்க மாட்டேன். இப்படிப்பட்ட பெண் ஒருபோதும் இருந்திருக்க முடியாது என்றும் கூடச் சொல்லியிருப்பேன். சூடுபட்ட பிறகுதான் ஆணிடம் பெண்மையைக் காண விரும்பவில்லை என்று சொல்லுகிறேன். சொல் ஜாலம் இது. ஆனால், இப்படி என் கதை அர்த்தநாரீஸ்வரர் மீது படிந்து, நின்றும் விட்டதே. ஆண்டாண்டு காலமாக ஏற்றுக் கொள்ளப்பட்ட கதைதானே இது.

''சரி விடுங்கள். என் புலம்பலை. நாம் மறுபடியும் கனகலதா கதைக்குள் வருவோம்.''

நானும் பெண் இனத்தின் பார்வதியைப் பிடித்துக் கொண்டு இருக்கிறேன். ராம்தேவைப் பற்றியும் சொல்லட்டுமா? உண்மையில் அவன் ஒரு இரக்கமற்ற ஆண். ஒவ்வொரு பெண்ணும் இப்படியான இரக்கமற்ற ஆண்களினால் அழுது கொண்டிருக்கிறார்கள். அந்த இரக்கமற்ற ஆண்கள் கருணை உள்ளம் கொண்ட ஆண்களாக மாற்ற வேண்டி தன்னால் இயன்ற முயற்சிகளை மேற்கொள்ள கட்டி அழுது கொண்டிருக்கிறார்கள். ஒருவருக்கு பதிலாகப் பலரை கருணை உள்ளம் ஆக்கும் முயற்சியில் மிகவும் கடினமான பாரம் இழுக்கிறார்கள்.

அவருக்கு பைஜ்நாத்தின் வீட்டில் தங்கி இருப்பதனால் கனகலதாவிற்கு மட்டும் ஏமாற்றம் இல்லை. பைஜ்நாத்திற்கு உண்மையானவனாகவும் இல்லை. ஒரு முறை பெரிய முதலாளி வீட்டில் சமையல் செய்யப் போனான். மிகுந்த கலவரத்துடன் திரும்பி வந்தான். பைஜ்நாத் அல்லாமல் வேறு யாருடைய மேற்பார்வையாவது இருந்திருந்தால் அங்கு நிலைத்திருக்க மாட்டான். ஆனால், பெரிய முதலாளியுடன் மனக்கசப்பு

ஏற்பட்டு விட்டது. கஷ்ட காலங்களிலும் கூட சிறப்பான பொருட்களோ உயர்ந்தவையாகவோ இல்லாமல் போனாலும் கூட சிறந்த முறையில் சுவையாகச் சமைத்து வைப்பதில் அவனுக்குத் தனித் திறமை இருந்தது.

ஏதோ கோட்டையைப் பிடித்து விட்டது போலப் பெருமிதம் கொள்வான். கோட்டை பெண்கள் வசம் இருந்தது. விலை உயர்ந்த பொருட்கள் இல்லாவிட்டாலும் கூட சுவையான சமையல் செய்வது என்பதை ஏழைக் குடும்பத்தின் அத்தனை பெண்களும் நிபுணிகள்தான். ஆனால், சரியான விலை உயர்ந்த பொருட்கள் கைவசம் இருக்கும் போது மட்டுமே ஆண்கள் சமைப்பார்கள். ஒன்று பாக்கி இல்லாமல் தேவையான எல்லாப் பொருட்களும் கிடைக்கும் போதுதான் ஆண்களின் சமையல் திறன் வெளிப்படும்.

வீட்டு முதலாளி எல்லாப் பொருள்களையும் வாங்கிக் குவித்து விட்டான். ராம்தேவ் அறியாமலேயே அந்தமுறையில் குடும்பஸ்தன் ஆகி விட்டான். இந்த விஷயத்தில் மிளகாய்க்கு ஒரு தனி இடம் உண்டு. அதை நம்பியே சுவையற்ற ஒரு காய்கறி கலவையை மிக சுவையானதாக மாற்றி, பரிமாற ஒரு சமையல்காரனால் முடியும். ஆனால் அது அதிகமாகாமல் பார்த்துக் கொள்ள வேண்டும். சேமிப்புக்குச் சேமிப்பு. விதி எப்படி எல்லாம் விளையாடுகிறது. எந்த முதலாளியினால் பைஜ்நாத்திற்கு பொருட்கள் இல்லாமலேயே ஏழ்மை உண்டாயிற்றோ, அதே பொருளற்ற ராம்தேவிற்குப் பணியும் அதே இடத்திலேயே கிடைத்தது.

கனகலதாவின் இந்தப் பணக்கார கனவு வாழ்க்கையை ராம்தேவும் பார்வதியுமாக கலையாமல் பார்த்துக் கொண்டார். இதைப் போலவே பாதுகாத்த இன்னொருவர் பைஜ்நாத். லௌகிக வாழ்க்கையைத் தனதாக்கிக் கொண்டு எந்தத் துன்பமும் அவளை எட்டி விடாதவாறு வாயிலிலேயே அவற்றை விட்டுவிட்டு வந்தார். சின்ன முதலாளியின் ஹட்ஸன் கார் பெரிய முதலாளியின் வசம் வந்ததால் பிழைத்தது. அதை வாங்கி ஒரு வெள்ளை யானையைப் போல வாசலில் நிறுத்தி வைத்திருந்தார். பெட்ரோலை மிச்சப்படுத்துவதற்காக இன்ஜினில் கொஞ்சம் ரிப்பேர்

இருக்கிறது. அதைச் சரி செய்ய கொஞ்ச காலம் பிடிக்கும். அதன் உதிரி பாகம் அமெரிக்காவிலிருந்து வரவேண்டும் என்றெல்லாம் சொல்லிக் கொண்டிருந்தார்.

விதி காலத்தை மாற்றி விட்டது. அமெரிக்காவிலிருந்து உதிரிப் பாகம் வருவதற்குப் பதிலாக, அமெரிக்கா அவர் வீட்டு வாசலுக்கு வந்து நின்றது. கொஞ்சம் விஷயத்தைத் தெளிவாகச் சொல்வதற்காக இதை மட்டும் சொன்னால் போதும். அதாவது சுதந்திரத்திற்குப் பிறகான ஒரு நாலைந்து வருடங்களுக்குப் பிறகான விஷயத்தை நான் சொல்லிக்கொண்டு இருக்கிறேன்.

1952-53ம் ஆண்டாக இருக்கலாம். நமது புதிய நாட்டில் பைஜ்நாத் ஜைன் மட்டும் குழப்பத்தில் ஆழ்ந்து விடவில்லை. அது அப்படியான ஒரு காலம். நாடு முழுவதுமே குழப்பத்தில் இருக்க வேண்டிய காலம் வந்து விட்டிருந்தது. தேசியம் சார்ந்து இயங்கும் ஆவேசம் அவருள் உருவாகி இருந்தது. அந்த நாட்களில் உலகம் முழுவதுமே இரண்டு பிரிவாகப் பிளந்திருந்தன. ஒன்று பொதுவுடைமை வாதம். மற்றொன்று திடமான முதலாளித்துவம். சோம்பேறி போராட்டக்காரர்களுக்கு ஒன்று இந்தக் கூடாரம் அல்லது அந்தக் கூடாரம் என ஏதாவது ஒன்றில் இணைந்திருக்க வேண்டிய கட்டாயம் உண்டானது. அப்போது தான் சோஸலிசவாதம் பயிற்சி செய்யப்பட்டுக் கொண்டிருந்தது.

புதிதாக சுதந்திரம் அடைந்த நாடான நமது நாட்டின் பிரதம மந்திரி இந்தக் கோட்பாட்டைக் கைக்கொண்டார். இங்கேயும் இல்லை, அங்கேயும் இல்லை. அரசின் குரலில் ஒரு பக்கம் சாமர்த்தியத்தோடு சொல்லி வந்தார் எனில், இன்னொரு பக்கம் பொருளாதார சட்டங்கள் இயற்றப்பட்டன.

அறுவடை இரு பங்கானது. ஒருபுறம் அரசு எஃகுத் தொழிற்சாலையிலிருந்து இரு மடங்கு அதிகம் பணம் பண்ணுவதற்காக முடிந்த வரை இயலும் ஒவ்வொரு செயலையும் தன் கைவசப்படுத்துவதற்கான வழிமுறைகள் கொண்டு வந்து கொண்டிருந்தது. இன்னொரு புறம் அமெரிக்காவுடன் போட்டி போட்டுக் கொண்டு நிறைய வருமானம் தரும் மின் உற்பத்தித் திட்ட வேலையைத் துவங்கி விட்டது. அமெரிக்கா, சோவியத்

ரஷ்யா இரண்டு கூடாரங்களின் பெரிய பெரிய தலைவர்கள் சில்லுண்டி நாடுகளுக்குப் பெரிய பெரிய அணை கட்டுவதற்காக வேலையைத் தொடங்கினர். முதலாளித்துவ பொதுவுடைமை வாதம் இரண்டின் குழப்பத்தில் உற்பத்தி என்ற பெயரில் அவற்றைப் புதிய யுகத்தின் ஆலயம், புனித நீரில் இருப்பிடம் என்றெல்லாம் உரத்துச் சொல்லப்பட்டன.

பைஜ்நாத் யோசித்தார். சபாஷ், சபாஷ். இந்த நாட்டில் பிரிவும் த்வேஷம், வஞ்சனையும் எப்போதும் இருந்து கொண்டு இருக்கும். ஆனால், இத்தனை ஆடம்பரமாக அதை மூலதனம் ஆக்கி இத்தனை பயன் பெற்றது என்பது முன் எப்போதும் இல்லை. இப்போது என்றில்லை. நாடு அஹிம்சை, ஹிம்சை என பிளவுபட்டுப் போய் திரிசங்கு சொர்க்கத்தில் தொங்கிக் கொண்டிருந்ததோ அப்போதிலிருந்தே.

தனது இயல்பான குணத்தின்படி, நாடு வம்பு பேசும்படி நிலைக்கு ஆன போது வெட்கமாய் இருந்தது. பைஜ்நாத் அதை முழுவதுமாக பணம் பண்ணத் தொடங்கினார். தன்னுடைய வாக்குச் சாதுர்யத்தினாலும், புத்தியினாலும் தனது ஹட்ஸன் காருக்குக் கிடைக்காமல் இருந்த உதிரி பாகங்கள் கிடைத்தது மட்டுமல்லாமல் ஹட்சன் காருடன் ஃபோர்டு ஸ்டூடிபேக்கர் காரும் வாங்கி விட்டார். கூடவே தேசிய அபிமானி என்றும் சொல்லப்பட்டார். விஷயம் மிகவும் எளியது. கோவிலில் வேலை செய்யும் பூஜாரியே புனித நீர் வழங்கும் வியாபாரி யாகவும் ஆகிறார். அவர் புதிதாக எந்தப் புனிதத் தீர்த்தத்தைக் கொடுத்து விடப் போகிறார்? அவரே கடவுள் அல்லவா? என்ன சொன்னாலும் அவர் பெரிய மனிதராகி விட்டார். சிறந்த மனிதர் என்றானால் தேச பக்தி எப்படி இல்லாமல் போகும்?

எவன் தன்னுடைய மூளையையும் மற்றவர்களின் உணர்வு களை நம்பி பெரிய பெரிய வேலைகள் திட்டமிட்டுச் செய் கிறானோ, ஆண்டவன் என்ற கோமாளி அதை அப்படியே சந்தர்ப்பவாதச் செயலாக வேடிக்கை பார்க்கிறான், என்ன நடக் கிறது என்று. அதுவேதான் பைஜ்நாத்திறகும் நிகழ்ந்தது. வேலை இல்லாமல் போன நாட்களில் அவர் தனது நேர்த்தியான முன்

எப்போதோ தைத்த கோட்டு சூட்டையெல்லாம் அணிந்து கொண்டு வேட்டைப் பொருளை எதிர்பார்த்து ஐந்து நட்சத்திர ஹோட்டலின் லான்ஞ்சில் உட்கார்ந்து கொண்டிருப்பார். கோட் சூட் ஒன்றை விடவும் மற்றொன்று சிறந்ததாகப் பல உடைகள் வைத்திருந்தார். அவருடைய நேர்த்தியை என்னவென்று சொல்ல?

அவைகளை சின்ன முதலாளியின் ஆசைநாயகி அளித்தாள். தில்லியின் மிகச் சிறந்த தையல்காரனிடம் அவன் தன்னை தையல்காரன் என்று சொல்லிக் கொள்வதை அவமானமாகக் கருதுபவன். அவனை மாஸ்டர்ஜி என்று சொல்லுவார்கள். பைஜ் நாத் தன் தரப்பிற்கு அதன் பெருமையைச் சொல்லும் விதமாக யாராவது கேட்டால், லண்டனின் பாண்ட் தெருவில் தைத்தது என்பார். அவர் லண்டன் சென்றதில்லை, இரண்டடி முன்னால். ஆங்கிலம் பேசுவதில் ஆங்கிலம் அறிந்தது மட்டுமல்ல, அதன் உச்சரிப்பும் அவருக்கு ஒரு கருவி. கடைசியில் அவர் ஐ.சி.எஃப். ஆகிக் கொண்டு இருந்தார். சுதந்திரப் பேராட்டத்திலும் போராடி இருந்தார். சிறை மட்டும்தான் செல்லவில்லை. தன் காலத்து அஹிம்சாவாத தலைவர்களையும் போலவே அவரும் ஆங்கி லேயனைப் போல இருந்தார்.

அந்தக் கால வழக்கம் அது. யாராவது நன்கு ஆடை அணிந்து கொண்டு சாப்பிட, குடிக்க என்று ஆர்டர் செய்யாம லேயே கையில் புத்தகத்தை ஒரு கையில் வைத்துக் கொண்டு, சிகரெட்டைப் புகைத்தபடியே பக்கத்தைப் புரட்டிக் கொண்டு மணிக் கணக்கில் உட்கார்ந்திருக்கலாம். ஹோட்டலின் பேரர் வந்து காபியா, டீயா என்று கேட்டால் எத்தனை திறமையாகச் சமாளிப்பார்.

இன்றைய நாட்களைப் போல வியாபார காலம் கிடை யாது. ஹோட்டலுக்குள் காலடி எடுத்து வைத்தாலே காசுடன் ஒப்பந்தம் என்பதைப் போல இந்தக் காலத்தைப் பற்றி என்ன சொல்ல? சிகரெட் பிடிக்கக் கூட தடை விதிக்கப்பட்டுள்ளது. அதிகப்பிரசங்கி மக்கள் இவற்றோடெல்லாம் எப்படி ஃபிட் ஆகிறார்கள்? இப்போதைய காலத்தில் ஒவ்வொரு இடத்திலும் வியாபாரப் பெண்களின் எண்ணிக்கையும், விலையுயர்ந்த அறைகளும் தேவைப்படுகின்றன.

தீண்டாமை அதிகமாகாமல் என்ன செய்யும்? மேலோட்ட மாகப் புத்தகம் படிப்பது போன்ற தோற்றம். கையில் சிகரெட் டும் இல்லை; புத்தகமும் இல்லை என்றால், காலத்தை எப்படிச் செலவிடுவது. மிகவும் கஷ்டம், கொடுக்கல் வாங்கலில் சிகரெட் பிடிப்பவன், குடிக்காதவனிடம் மரியாதை வைக்கி றான். வாயில் புகையை இழுப்பதில் புகையை வெளி விடு வதில், சாம்பலைத் தட்டுவதில் ஆஷ் ட்ரேயில் சிகரெட்டை நசுக்கி அணைப்பதில் எத்தனை காலத்தை செலவழித்து விட முடியும்.

மற்றவர்களின் வருகைக்காகக் காத்திருக்க வேண்டி வரு கிறது. உடை பளபளப்பாக இருக்கிறது. மனிதன் எத்தனை சலிப்புறுகிறான். புத்தகங்களின் பக்கங்களைப் புரட்டிப் புரட்டி அதில் உள்ளவற்றைப் பார்த்துப் பார்த்து, அதை மூடி வைத்து விட்டு, மேற்கூரையைப் பார்த்துக் கொண்டு தன் அறிவுஜீவித் தனத்தை வெளிப்படுத்தி கொண்டு, இப்படியே எத்தனை நேரம்? பைஜ்நாத்தின் அதிர்ஷ்டமான நேரம்; பைஜ்நாத்தின் அந்த நேரத்தை ஒளி பொருந்தியதாக்கியது. இல்லாவிட்டால் இந்தக் கதையின் போக்கே மாறியிருக்கும்.

ஒரு நாள் அசோக ஹோட்டலில் லான்ஞ்சில் உட்கார்ந் திருந்தார் பைஜ்நாத். பழக்க தோஷத்தால் சுவாரசியமற்று புத்த கத்தின் பக்கத்தில் திரும்பத் திரும்ப பார்வையைச் செலுத்து வதும், பார்வையை விலக்கி கதவை நோக்கிச் செலுத்துவதும் என்று இருந்தார். தான் யாருக்காகவோ காத்திருப்பதைப் போலத் தோற்றம் தரும் வகையில் உட்கார்ந்திருந்தார். இடையில் கடி காரத்தையும் மறக்காமல் பார்த்துக் கொண்டிருந்தார். எழுந் திருப்பதும் மறுபடியும் உட்காருவதுமாக என இன்னும் காத் திருப்பது இயலாதது என்பதைப் போல.

அப்போது எதிரே மேஜையில் அமர்ந்திருக்கும் நடுத்தர வயதுடைய ஆங்கிலேயர் ஒருவர் தீக்குச்சியால் சிகரெட்டைப் பற்ற வைக்கும் முயற்சியில் தேவைக்கு அதிகமாக நிறைய நேரத்தைக் கழித்துக் கொண்டிருந்தார். அவருக்கு வலக் கையில் ஐந்து விரல்களுக்குப் பதிலாக இரண்டு விரல்கள் மட்டுமே இருந்தது. அதனாலும் இருக்கலாம். அவர் நிதானமாக எழுந் தார். அவர் அருகில் சென்றார். தன்னுடைய லைட்டரால் அவ

ருடைய சிகரெட்டைப் பற்ற வைத்தார். ஒரு வார்த்தை கூடப் பேசாமல் தன்னுடைய இடத்திற்குத் திரும்ப வந்தார். புத்தகத்தைத் திறந்தார், புத்தகத்தைப் புரட்டினார். புக் மார்க்கரை வைத்துப் புத்தகத்தை மூடினார். கடிகாரத்தைப் பார்த்தார். தலையைக் குலுக்கிக் கொண்டு, இனிமேலும் காத்திருப்பது இயலாத காரியம் என்று நேராக வாயில் நோக்கி அடி அடியாக எடுத்து வைத்தார். அந்த ஆங்கிலேயன் உட்கார்ந்திருக்கும் மேஜையின் பக்கம் பார்வையை செலுத்தாமல், கண்ணெடுத்தும் பார்க்காமல் நடந்தார். அவனே எழுந்து வந்தான். மிகுந்த சிரத்தையுடன் நன்றி கூறினான். வெறும் சொற்களாக நன்றியைக் கூறாமல் உண்மையிலேயே குனிந்து பணிவுடன் நன்றி சொன்னான்.

''ஆச்சரியமாக இருக்கிறதே. நீங்களா தீக்குச்சியால் சிகரெட் கொளுத்தினீர்கள்?'' பைஜ்நாத் கேள்வி கேட்கவில்லை. விஷயத்தைச் சொன்னார்.

''எங்கே தொலைத்தேன் என்று தெரியவில்லை.''

''உங்களுக்காக'' என்று சொல்லி அதன் தொடர்ச்சியாக, லைட்டர் கொடுப்பதற்காக கையை நீட்டினான். அவரும் கையை முன்னால் நகர்த்தினார். லைட்டருக்காக அல்ல. கை குலுக்குவதற்காக. என்னுடைய பெயர் ஆர்ம்ஸ்டிராங் என உதட்டைச் சுளித்துப் புன்னகைத்தான். பைஜ்நாத்தும் புன்னகைத் தார். பின் என்ன ஒரு 'நகை முரண்' என்றார்.

''நீங்கள் சந்திக்க வேண்டியவர் வரவில்லை எனில், என்னுடன் ஒரு காபி சாப்பிடலாமே.''

பைஜ்நாத் கடிகாரத்தைப் பார்த்தார்: ''எனக்கு நேரத்தை வீணடிக்க நேரம் இல்லை.''

''எனக்கும்தான். உட்காருங்கள்.''

''கண்டிப்பாக அவருடைய நேரம் உங்களுடையதாகி விட்டது.''

''நான் என்னுடைய விரல்களை யுத்தத்தில் இழந்தேன். முதலில், நான் ஆர்ம்ஸ்டராங்காகத்தான் இருந்தேன்.''

"இப்போதும்தான். விரல்கள் தோள்கள் அல்ல. பிடியும் ஆகாது. நாம் கை பிடித்து மடக்கி விளையாடலாம்."

"என்ன?"

"ஆம். அது இன்னொரு அத்தாட்சி அல்லவா?"

"சரி."

கைகள் இரண்டையும் கோர்த்து விளையாடினார்கள். இரு வருமே இடக் கையைப் பயன்படுத்தினர்கள். பைஜ்நாத் ஆர்ம்ஸ்டிராங்கை வெல்லும்படிச் செய்தார்.

"அடுத்ததாக அந்த ஆங்கிலேயன் என்னுடன் இணைந்து பணியாற்ற விருப்பமா? நான் ரிஹாட் அணைக்காகத் திட்டம் தயாரித்துக் கொண்டு இருக்கிறேன்."

"உங்கள் கம்பெனி...?"

"அமெரிக்க கம்பெனி. என்னை லைசென்சிற்காக நியமித்து இருக்கிறார்கள்."

"ஒரு விஷயம் எனக்கு இந்த அணை கட்டுவது அமெரிக்காவின் பங்கில் வருகிறது என்பது எனக்கு முன்னமே தெரியும். இன்னொன்று இந்தியாவிற்காக, சொல்ல, ஸாரி, செய்வது ஆகியவை அமெரிக்காவின் வசத்தில் இல்லை. மூன்றாவதாக உங்கள் பேச்சிலிருந்து இந்தியாவில் பல பகுதிகள் பற்றி புரிதல் உடையவர் என்பதும் தெரிய வருகிறது."

"ஆம். என்னுடைய உருதுவும் ஹிந்தியும் சரியாக இருக்கும்."

"ஆங்கிலமும் கூட."

ஆர்ம்ஸ்டிராங் திடுக்கிட்டு அவரைப் பார்த்தான். பிறகு ஜோராகச் சிரித்தான். "நீங்களும்தான்" என்றான்.

"இந்த மக்களிடமிருந்து கருணையைக் கற்றுக் கொள்ள வேண்டும்."

"நான் ஈஸ்ட் இண்டியா கம்பெனிக்காக வேலை செய்ததே கிடையாது."

"புரிகிறது."

''புரிதல் உள்ள மனிதர் நீங்கள்.''

''காரியத்திலும்தான். காதல் என்னை உபயோகமற்றவன் ஆக்கி விட்டது. இல்லாவிட்டால் நானும் கூட செயல் வீரன் தான்.''

''நானும் கேட்கிறேனே அந்தக் காதல் கதையை.''

பைஜ்நாத் கடிகாரத்தைப் பார்த்தார். ''ஸாரி, பிறகு எப்போதாவது.''

''என்னுயை கேள்விக்குப் பதில்.''

''யோசித்துச் சொல்கிறேனே, நாளை மறுநாள் சரியாக இருக்குமா.''

''சரி. மாலை ஆறு மணிக்கு.''

தீவிரமான எழுச்சியோடு கை குலுக்கிவிட்டு பைஜ்நாத் பிரிந்தார். அவருக்குத் தெரியும் மாலை ஆறு மணிக்கான சந்திப் பின் பொருள் என்னவென்று.

இதுவும் கூடத்தான் - என்ன பதில் சொல்வது என்பது பற்றியும். ஆம் என்பதை இல்லையிலிருந்து தொடங்கி, ஆம் - இல்லை என்ற பாதையில் செலுத்தி, தொடர்ந்து மெல்ல மெல்ல ஏற்கிறேன் என்பது வரை கொண்டு செலுத்த வகுத்த திட்டம் அது. அது எதிரில் இருப்பவனுக்குத் தோன்றும். ''சம்மதம் என்றால் வேலை சுளுவாகி விடும்; இல்லாவிட்டால் எல்லாமே அரையும் குறையுமாய் நின்று விடும். முழுமை அடையாது.''

ஆனால், அந்த ஆளுக்கு எந்தக் காரணம் கொண்டும் வேலையை ஒப்புக் கொண்டு இருக்கிறேன். ஆனால், ஆள் கொஞ்சம் ஒப்புக் கொள்ள வைக்கப்பட்டதாகத் தோற்றம் தர வேண்டும். அதில் ஒரு மகிழ்ச்சி. இது போன்ற செயலில் பெண்கள் இயற்கையிலேயே மேதைகள் என்று எனக்குத் தெரியும். அம்மா! ஒரு சாதாரணமான எழுத்தாளர் என்ற முறை யில் இதை நான் சொல்லவில்லை. உலகம் இப்படிச் சொல்லி வருகிறது. என் தரப்பிலிருந்து இதை மட்டும் நான் சொல்ல விரும்புகிறேன். பெரும்பான்மையான பெண்கள் பல காலமாக

முட்டாள்களாக்கி வைக்கப்பட்டு இருந்திருக்கிறார்கள். அதை, தான் உலகில் பிறவி எடுத்ததே ஆண்களுக்குக் கடமையைச் செய்ய அல்லது குடும்பத்தை நிர்வகிக்க எனத் தன் காலத்தை விரயம் செய்திருக்கிறார்கள்.

மந்தரையோ, கைகேயியோ சதிகாரர்கள் அல்ல; அவர்கள் ஒரு எல்லை வரை சதிகாரர்களாக உருவாக்கப்பட்டிருக்கிறார்கள். அல்லது ஆண்களின் உடமைகளாக்கப்பட்டிருக்கிறார்கள். ப்ரான்சி ஃபேம் பைதால் போல ஓரிரண்டு பெண்கள் விதி விலக்காக விலகி இருந்திருக்கலாம். ராஜியா சுல்தானா ஆங்கிலேய நாட்டில் முதலாம் எலிசபெத், இஸ்ரேலின் கோல்டா மேயர், நமது இந்திரா காந்தி போன்றவர்கள் இருந்திருக்கிறார்கள்.

ஆனால், பல பெண்களின் ஆண்களின் பிடிக்குள் இருந்து கொண்டு காலத்தை வீணடித்துக் கொண்டு இருக்கிறார்கள். சரியாகப் புரிந்து கொள்ளுங்கள் தோழரே. பைஜ்நாத்திடம் புரிந்து கொள்ளும் திறன் அதிகம் இருக்கிறது.

ஆர்ம்ஸ்டிராங்கிடம் இல்லை என்பதற்குச் சம அளவில், இந்திய அடிப்படையில் பெண், நாடு, தாய்நாடு, அப்பா பூமி கிடையாது - உலகம், அதையும் யுத்த களத்தில் பார்த்திருக்கிறது. வெகுளியான ஆண்கள் என்பவர்கள் சிப்பாய் வாழ்க்கை வாழ்ந்தவர்கள் என்று சொல்லலாம். அப்படித்தான் பைஜ்நாத் செயலாற்ற வேண்டும்.

இரண்டு நாட்கள் கழிந்தன. மாலை ஆறு மணிக்கு சூரியன் மறையும் நேரம் இருவரும் சந்தித்தனர். குளிர் காலத்தின் ஆரம்பம். 26 அக்டோபர். தேதிகள் பதிவு செய்யும் விருப்பம் இருந்தால் வைத்துக் கொள்ளவும்.

'சூரிய ஒளி' உட்கார்ந்த உடனேயே ஆர்ம்ஸ்டிராங் கேட்டார். ''என்ன குடிக்கிறீர்கள்?''

''எது வேண்டுமானாலும் குடிப்பேன். ஆனால், எனக்கு என்று கோட்பாடு உள்ளது. இலவசமாகக் குடிக்க மாட்டேன். என் கைக்காசில் மற்றவர்களைக் குடிக்க வைக்கவும் மாட்டேன்.''

''கிரேட். அமெரிக்கா உங்களின் வெளிப்படையான பேச்சை ரசிக்கும்.''

பைஜ்நாத் தனக்காக நாட்டு ரம் வாங்கிக் கொண்டார்: ''நான் இந்தியர்களுடையதைத்தான் அருந்துவேன்.''

''கொள்கை நம்பர் இரண்டு! ஆர்ம்ஸ்டிராங் - அதாவது ஜிம் தனக்கென ஸ்காட்ச் வாங்கிக் கொண்டு வரச் சொல்லி விட்டு சொன்னார். அதன் பிறப்பைப் பற்றிச் சொல் வேண்டிய நேரம் வந்து விட்டது.''

''இன்னமும் இருக்கிறது. படிப்படியாக அறிந்து கொள் வீர்கள்..''

''ஒரு காதலைப் போன்றது. சியர்ஸ்.''

ஜிம்மின் கோப்பை சீக்கிரமே காலியாகி விட்டது பின்னும் நிரப்பப்பட்டது. பிறகும் காலியானது. அப்புறம், அப்புறம் என இது தொடர்ந்தது. ஆனால், அவன் போர் வீரன் அல்லவா?

''நீங்கள், நீ, பைஜ் நண்பரே, உங்களுடையதை காலி செய்.'' அவன் குளறும் குரலில் சென்னான்.

பைஜ்நாத் சரியான தருணம் வந்து விட்டது எனப் புரிந்து கொண்டார்.

''கொள்கை எண் மூன்று. நான் ஒரே ஒரு பெக்தான் எடுத்துக் கொள்வேன்'' என்று அவர் சொன்னார்.

''கஞ்சன், மச்சான் இந்திய மக்கள். எல்லோரும் கஞ்சப் பயல்கள்.''

''ஆங்கிலேயர்களை விட அதிகம் கிடையாது. ஆனால், என் மனைவியின் சகோதரனாக ஏற்றுக் கொள்ள எப்போதுமே தயாராயில்லை.''

ஜிம் விசித்திரமாகப் பார்த்துக் கொண்டே இருந்தான். பிறகு வெடித்துச் சிரிக்கத் தொடங்கினான். ''எங்களுக்குக் கஞ்சன், பிசுநாரி எல்லாம்தான் தேவைப்படுகிறார்கள். இந்தியாவின் இந்த கெட்ட அரசாங்கத்திடமிருந்து எங்களுக்குக் குறைந்த செலவில், இந்தக் காண்டிராக்டைப் பெற்றுத் தருவார்கள்.''

''அப்படியெனில் நீ ஒரு கெட்ட அமெரிக்க கம்பெனியைத் தேர்ந்தெடுக்கிறாய்.''

''ஏன் உங்களுடையதை விடக் கேடு கெட்டதா?''

''இல்லை, அதை விட அதிகமாக. கடைசியில் நீங்கள் தீயவர்களின் இடைத் தரகர்கள்.''

''என்னை நீங்கள் அவமானப்படுத்தவில்லையே?''

''இல்லவே இல்லை. நான் உங்களைப் புகழ்ந்து கொண்டிருக்கிறேன். நான் வியாபாரிகளின் சாதியைச் சார்ந்தவன். தரகுத் தொழிலை விடவும் கஷ்டம் நிறைந்த, நுணுக்கம் நிறைந்த தொழில் வேறு கிடையாது. உலகின் வரலாற்றில் நாட்டின் வரலாற்றை பிராம்மணர்களும், க்ஷத்திரியர்களுமாக உருவாக்கினார்கள் என்று சொல்லுவார்கள். ஆனால், உண்மையில் அதை உருவாக்கியவன் வியாபாரி என்று உங்களுக்கும் எனக்கும் தெரியும். நீங்கள் சிப்பாய் ஆனதினால் க்ஷத்திரியன் ஆனீர்கள். ஆனால், இந்தியாவில் ஆட்சி செலுத்தியவர்கள் வியாபாரிகள். அவர்களின் அரசாட்சியை நிலைத்திருக்கச் செய்தவர்களில் இந்த நாட்டு வியாபாரிகள் பங்கு பெரியது. இனம் இனத்தைக் காக்கும். வேலி பயிரைக் காக்கும். எனவே வீ ஆர் ஒன் பேமிலி.''

ஜிம் வெடித்துச் சிரித்தான். அவன் தன்னைப் பார்த்தே சிரித்துக் கொள்கிறானா அல்லது பைஜ்நாத்தின் கூற்றை முழுமையாகப் புரிந்து கொண்டு சிரிக்கிறானா? ஒன்றும் புரியவில்லை. வெட்டப்பட்ட விரல்கள் கொண்ட கையினால் பைஜ்நாத்தின் கையைப் பிணைத்தான். ''நான் உங்களை பைஜ் என்று அழைக்கலாமா?'' என்று கேட்டான்.

''கண்டிப்பாக. நாம் இருவரும் தனித்து இருக்கும் போது மட்டும். மற்றவர்கள் முன்பாக என்னை மிஸ்டர் ஜைன் என அழைப்பது உகந்ததாக இருக்கும்.''

''அப்படி எனில் என்னுடன் இணைந்து பணி புரிவீர்களா?''

''நாளை காலை பத்து மணிக்கு நம் சந்திப்பின் போது சொல்கிறேன்.''

காலையில் இந்தக் காத்திருப்பு தலைவலியுடன் ஜிம் தளுக்காகக் காத்திருந்தான். பைஜ்நாத் ஏற்றுக் கொண்டார். சம்பளம், வண்டி, வேலைக்காரர்கள், டைப்பிஸ்ட்கள் என எல்லா கண்டிஷன்களும் ஒப்புக் கொள்ளப்பட்ட பிறகு அவர்

அந்த கம்பெனியின் ஆலோசகராகப் பணியாற்றத் தயாரானார். கொள்கை எண் 4. "நான் எந்தப் பெரிய கம்பெனியிலும் பணி புரிய மாட்டேன்."

இப்படியாகத் தொலைநோக்குப் பார்வை கொண்ட நம் நாட்டின் முதல் பிரதம மந்திரியின் குழப்பமான சட்டம் இருபதாம் நூற்றாண்டின் புதிய புனித நீராகும் அணைக்கட்டும் திட்டத்தின் மூலமாக பைஜ்நாத்தின் வாழ்க்கையில் முன்னேற்றப் பாதையைக் கொணர்ந்தது. அதையே அவர் கென்ஜ்-ஜின் வரம் என்றார். இப்படியாக உருது மொழியில் ஆந்தை எனில் நிலுவை வரம் என்னும் நற்காலத்தில் குளிர்கால இருட்டும் கூட பச்சைப் பசேல் எனத் தோன்றும். அதே கானல் நீரே நீர்வீழ்ச்சியைக் கொணரும். பழைய குடியிருப்பு வசிப்பிடமாக மாறி விட்டது. அதுவும் பைத்தியம் பிடித்தாற் போல.

புதிதாக இடம் பிடித்திருப்பவன், வியாபாரி அல்ல; சிப்பாய். இது சுதந்திர நாட்டின் பெருமை என சொல்லப்படு கிறது.

காமன்வெல்த் என்ற எண்ணம் யாருக்காவது - யாருக்குப் பயன் கொடுத்ததோ இல்லையோ பைஜ்நாத்திற்குப் பயன்பட்டது. அதை வைத்துக் கொண்டு இங்கு கொஞ்சமாகவா குழப்பம் உண்டானது. முன்னர் ஆட்சி செய்தவன் நண்பனா, எதிரியா? வெற்றி குழப்பத்தை ஏற்படுத்தியது. அதனால் முடிவு இப்படி எடுக்கப்பட்டது - எந்த முடிவையும் தீர்மானமாகக் கொள்ள வேண்டாம் என்று முடிவு எடுக்கப்பட்டது. அவர்களின் தலைமை நமக்கு வழிகாட்டி ஆயிற்று. நாம் முன்பு இருந்ததைப் போலவே ஆங்கிலேயரை விட்டு வேறொரு ஆங்கிலேயர்களின் வசம் ஆகிப் போனோம். வேறுபாடு இதுதான் - ஆங்கிலத் துடன் அமெரிக்கா இணைந்திருந்தது.

நல்ல வேளை. அமெரிக்கா என்னவோ காமன் வெல்த்தின் அங்கத்தினர் கிடையாது. ஆனாலும், பிரிட்டிஷார்களின் முதலாளி ஆகி விட்டதினால் அண்ணன் சித்தப்பனானான். அங்கிள் சாமைப் பற்றிக் கேள்விப்பட்டிருக்கிறார்கள் அல்லவா? பணக்காரனே வலிமையானவன். முழு உலகத்திற்கும் சித்தப்பா - காவல்

காரன். மற்ற மனிதர்கள் எல்லாம் வெறும் பொது ஜனம். அவர் களுடைய 'சித்தப்பா முறை' நம் நாட்டுப் பிரதம மந்திரிக்கு இத்தனை ப்ரீதி ஆனது. அதனால் தன்னையே நாட்டு மக்கள் அனைவரும் நாட்டின் சித்தப்பா என அழைக்க வைத்தார். உலகம் முழுவதற்கும் பெரிய மனிதன் ஆக முடியா விட்டாலும் சித்தப்பாவாக மாறும் கனவு காணத் தொடங்கினார். மற்ற நாடுகள் அவரைப் போற்றிப் புகழ்ந்தன. 50களின் காலம் அது. அந்த நாட்களில் நமது நாடு எந்த விதத்திலும் மகுடம் சூட்டிக் கொண்ட நாடாக எந்த விமானத்திலும் வந்து இறங்கவில்லை.

''அமெரிக்க கம்பெனியின் ஆலோசகர் என்ற தரகர் வேலை கிடைத்தவுடனேயே அவரும் நாட்டின் முக்கியமானவர் களின் பட்டியலில் இடம் பெற்று விட்டார். எனவே, அவருக்கு ராஷ்டிரபதி, பிரதம மந்திரி இவர்களுடன் கைகோர்த்து இணைந்து, அமெரிக்கா, ருஷ்யா, பிரிட்டன் ஆகிய நாடுகள் மட்டுமல்லாது யுகோஸ்லேவியா, பல்கேரியா, ஈரான், குவைத், சவுதி அரேபியா இன்னும் என்னென்ன நாடுகளிலிருந்து வரும் முக்கியமானவர் களை வரவேற்க தில்லி விமான நிலையத்தில் வரிசையில் நிற்கும் பாக்கியம் கிட்டியது.

புதிதாக உருவாக்கப்பட்ட ஜனநாயகத்தின் மூலம் புதிய உத்தியில் மக்களை அனைவரும் சமம் என்கிற பெயரில் குழப் பத்தில் அமிழ்த்தி இனிமையாக உறங்க வைக்கும் பொருட்டு, இரண்டாம் உலக யுத்தம் முடிவுக்கு வந்த உடனேயே சித்தப்பா சாம் தன்னுடைய அனுமதியுடன் நாட்டின் கொடியைப் பறக்க விட்டார். சின்னச் சின்ன பெரிய குடியரசு நாடுகள் வரை தனது பாதுகாவலர் என்றும், வழிகாட்டி எனவும் ஒப்புக் கொண்டனர். வழிகாட்டியாக இல்லாவிட்டாலும் கூட எந்தக் கணக்கிலும் சிறிய நாடு என்று இந்தியாவைச் சொல்லி விட முடியாது.

எந்த நாடு தன்னுடைய உருவ வழிபாட்டு செயல்பாட்டை இன்னமும் முன் செலுத்தி, தனி மனித வழிபாட்டைக் கைக்கொள்ளத் தொடங்குகிறதோ அங்குள்ள மக்கள் ஒடுங்கி சிறுத்து ஒன்றாகிப் புகழ் பாடத் தொடங்கி விடுகிறார்கள். அதுவே அங்கு பொருத்தமானதாகி விடுகிறது. எந்த நாடு ஒரு தனி மனிதனின் மூளையின் வழி நடத்தலுக்குள்ளாகிறதோ, அது

அந்தத் தனி மனிதனுடையதாகி விடுகிறது. ஒரே எண்ணில் அது சிறிதும் சிறிதாகும். இதைப் பச்சைப் பிள்ளையும் அறியும்.

மிக ஆழ்ந்த இனிய தூக்கத்தில் நம்மை ஆழ்த்தியவர்கள் ஆங்கிலேயர். விடுதலை பெற்ற நாட்டின் கவர்னர் ஜெனரலாகவும், படையின் தளபதியாகவும் கூட நியமித்தனர். நம் மக்கள் பிறகு விவாதத்தை முன்னெடுத்துச் சென்று காஷ்மீரில் முன்னேறிச் சென்று கொண்டிருந்த படையைத் தடுத்து நிறுத்தும் ஆணையை வழங்கினார். சித்தப்பா சாமை விட இன்னும் பெரிய சித்தப்பா ஆனார். தன்னுடைய பிரதம மந்திரி பதவியின் பலத்தினால் யு.என்.ஓ.வில் (*அதில் யு.என்.ஏ.யும் அடக்கம்*) இணைக்கச் செய்தார். மற்ற அனைத்திற்கும் 'நோ'தான். இதைத்தான் கவிச் சிங்கம் மலிஹா பாதி அந்த நேரத்தில் நன்றாக இப்படிச் சொன்னார். இவரே பின்னாட்களில் பாகிஸ்தானி ஆகி விட்டார். நேரடியாகத் தாக்குவதில் அவருக்கு நம்பிக்கை இல்லாமல் இருந்திருக்கலாம். அல்லது பழமொழி சொல்கிறதல்லவா - 'காசு கொடுப்பவன்தான் கடவுள்' என.

இனிய தூக்கத்தில் சிலர் எனில், குழப்பத்தில் பைஜ்நாத். அந்தச் சுறாவின் வெள்ளைத் தோல் வெள்ளைக் கோட்டை அணிந்து கொண்டு கழுத்தை மூடிக் கொண்டு, கருப்பு நிற பாண்ட் அணிந்து, விமான நிலையத்தில் யாரோ ஒருவருடன் கை குலுக்கும் போது, தன் தலைவனைப் பற்றிய நினைப்பு வரும் பொழுது, உலகின் கிரீடத்தைப் பறை சாற்றப் போகும் தன் தலைனைப் பற்றிய நினைப்பு வரும் பொழுது, அவருக்கு ஒரு மூலையில் வெட்கம் உண்டாகும். அப்போது அவரின் ரத்த அழுத்தம், தனது அப்பாவின் உச்ச ரத்த அழுத்தத்தை விடவும் எகிறும்.

மனம் கொள்கைக்கு எதிரென கொள்ளும் ஒன்றைத் தனது மற்றும் தன் குடும்பத்திற்காக அதைச் செய்யப் போகும் பொழுது ஏற்படும் வேதனையைவிட பெரிய துன்பம் வேறொன்றும் இருக்க முடியாது. சர்க்கரை நோய், சின்ன முதலாளியின் மரணத்திற்கு முன்னதாகவே வந்து விட்டது. வயது 50, 60 ஆகும் போது ரத்த அழுத்தமும் உண்டாகி விட்டது.

அப்பா, ஒரு வழியாக ஒரு கிளாஸ் மதுவை நாணிக் கோணி குடித்து முடித்திருக்கிறார். 40 வயதிலேயே சர்க்கரை நோய் வந்து விட்ட பிறகு ஒன்றுக்கும் மேற்பட்ட கோப்பைகள் குடித்து தன் நலத்துக்கு ஆபத்து ஏற்படுத்த வேண்டிய அவசியம் என்ன? இருந்தாலும் தனது மரணத்தை ஏற்றுக் கொண்டிருந்தார். 'கணவன்' என்ற உறுதியைத் தொலைக்கக் கூடாத பிரக்ஞையும் இருந்தது அவருக்கு. 50, 60 வயதில் உலகின் தலைவனாக ஆகும் கனவு முறிந்த பிறகு பைஜ்நாத்திற்கு குழப்பத்திலிருந்து உடைத்து வெளிவரத்தான் வேண்டி இருந்தது; உடைத்தார்.

தன் முயற்சியினால் நடு இரவு நம் நாட்டிற்குச் சுதந்திரம் கிடைத்து, "புதிய பூமியைக் கைப்பற்றி தலைவனின் பாதையில் சென்று கொண்டிருக்கிறோம்" என்னும் போது நெருக்கடி நிலை உண்டாகி அதே எழுபதுகளின் இடையில் பைஜ்நாத் குழப்பத்தில் இருந்து விடுபட்டார்.

4

சின்ன முதலாளியின் மரணத்திற்குப் பிறகு எங்கள் வீட்டின் நிலைமை மிகவும் வீழ்ச்சி அடையத் தொடங்கியது. குல்மொஹர் பத்தாம் வகுப்பிற்குச் சென்றிருந்தாள். நான் ஒன்பதாம் வகுப்பில். இரண்டு பேருக்குமே அது முக்கியமான காலகட்டம். அந்நாட்களில் ஒன்பது, பத்து, பதினொன்றாம் வகுப்பு அனைத்திற்கும் இணைந்த கல்வியும் பொதுத் தேர்வும் நடைபெறும். அதை ஹையர் செகண்டரி என்று சொல்லு வார்கள்.

அதாவது குல்மொஹர் போர்ட் எக்ஸாம் எழுதப் போகி றாள். நான் அதற்கான அஸ்திவாரத்தில் இருந்தேன். நான் அப் போது கலையா அல்லது விஞ்ஞானமா என முடிவு செய்தாக வேண்டும். கலை என்றால் நுண்கலை கிடையாது. அதை இக்காலத்தில் மானுட விஞ்ஞானம் அல்லது ஹ்யூனமனடீஸ் எனச் சொல்கிறார்கள். உயர் கணிதம் மற்றும் ஹோம் சயின்ஸ் இதற்கிடையில் தெரிவு செய்ய வேண்டி இருந்தது.

அப்போதெல்லாம் இவைதான் கிட்டும். கூட்டல், கழித்தல் என்ற கணக்கு நிச்சயமாக இல்லத்தரசிகளாக பெண்கள் தயார் செய்யும் வழிமுறை. ஹோம் சயின்ஸூம் கற்பிக்கப்படு கிறது. கணவனின் கணக்கு வழக்குகளைப் பார்க்கவும், பால்கார னுக்குக் கணக்குப் போட்டுக் காசு கொடுப்பதற்கும் பயன் தரும்.

குல்மொஹர் கணக்கில் சூன்யம் - இயற்கையிலேயே பெண்களுக்கு கணக்கும் விஞ்ஞானமும் ஈடுபாட்டில்லாத பாடங்கள் என்று சொல்லப்படுகிறது. கைவினைக் கலைஞராக ஆக, இக்கணக்கு வழக்கு இன்றியமையாதது. உலகத்தைப் பற்றிய தெளிவு குறைவாக இருக்க வேண்டும்.

இணைந்த மனம்

குல்மொஹர் ஒரு அழகான அதிர்ஷ்டக்காரப் பெண். அவள் கலைஞர். அவளுக்கு கணக்கு வராவிட்டால் என்ன? அவள் ஹோம் சயின்ஸையும், கலைத் துறையையும் எடுத்துக் கொண்டாள். என்னையும் அதையே எடுக்க அறிவுரை கூறினாள். நான் சிறிய உடல்வாகு கொண்ட சிறிய நாரை. இந்திய ஆண் களின் விருப்பத்தில் எதற்கும் உதவாதவள். சற்று கூட பருமனாக இருந்தால்கூடத் தவறில்லை.

நமது நாட்டில் குண்டாயிருப்பது நலம் கொண்ட உடல் என்று சொல்லப்படுகிறது. அவர்களுக்கு மாம், சித்தி ஆவதற் கான ஆசையும் நிறைந்திருக்குமே. அது போன்றவர்கள்தான் மனம் விரும்பும் வடிவம். எத்தனை பருமனாக இருக்கிறாளோ, அத்தனை கவர்ச்சியானவள். இதில் என்ன சந்தேகம் இருக்கிறது?

"இத்தனை வயிற்றெரிச்சலா?"

"நீ மறுபடியும் இடையில் குறுக்கிடாதே. இதில் பொறாமைக்கு என்ன இருக்கிறது?"

"அவள் உடல் செதுக்கி வைத்தாற் போல் கச்சிதமாக இருக்கிறது, அச்சில் வார்த்தாற்போல."

"பிறகு நான் இந்திய ஆண்களின் விருப்பத்தைப் பற்றிச் சொல்லிக் கொண்டிருக்கிறேன். மாமிசத்தில் தாய்மையைக் காண் கிறவர்கள். அப்போதுதான் அவர்கள் அமைதியாக வாழ முடி யும். சுறுசுறுப்பான உடலும், வேகம் கொண்ட மனமும், கூர்மையான அறிவும் கொண்ட பெண்கள் ஆண்களைப் பொறுத்த வரை ஆபத்தானவர்கள்."

"அப்படி என்றால் குல் எப்படி கவர்ச்சி நிறைந்தவரும், அறிவுள்ளவளுமாக இரண்டும் இருப்பவளாக எப்படி ஆனாள்?"

"நீ கடுகில் கடல் காண்கிறாய். அவள் சுறுசுறுப்பான வளும் கூட. தன்னிச்சையாக நடப்பவளும் கூட. 'அடடா. இந்தத் தாங்கும் பிரஷ்டங்கள் மட்டும் இல்லாமலிருந்தால் இத்தனை பெரிய முலைகளையும் மெல்லிய இடுப்பையும் எப்படித்தான் சுமந்து திரிவாளோ' என்று பார்க்கும் ஆண்கள் நினைப்பார்கள். ஆனால், இந்தச் செதுக்கி வைத்த உடல் சில வருடங்களுக்கே யான நிலையா விருந்தாளி என்பதையும் அறிவார்கள். மொட்டைத்

தலைக்கும் முழங்காலுக்கும் முடிச்சும் போடுகிறாய். ஆண்களின் கையில் சிக்கினால், கண்டிப்பாக மாற்றி மாற்றி அம்மாவாக ஆக்கியே தீருவார்கள். பிறகு சதைகளில் அடுக்குகள் கூடிப் போக அதிக நேரம் ஆகாது. தேர்வு என்பது அவன் புகலிடமாக ஆகிப் போகும்.''

''அப்படி எனில் வயிற்றெரிச்சல் வந்தால் எல்லாப் பெண்களும் உன்னைப் போலவேதானா?''

''ஆம். பழைய வழக்கங்களிலிருந்து விடுபடுவது கஷ்டம். நாம் உலகிலிருந்து என்ன பெற்றிருந்தாலும் இன்னும் கொஞ்சம் பாக்கி இருக்கிற பெற, மனதின் மூலையில். நாம் உறுதியான இல்லத்தரசிகளாக இருக்கலாம். நல்ல லட்சியவாத அம்மாவாகவும் கூட அறியப்படலாம். கொஞ்சம் அதிக அழகுடையவளாக இருந்தால், சினிமா நட்சத்திரமாகக் கூட ஆகலாம். செக்ஸியாகக் கூட, பெண் என்ற தோற்றம் ஒழுக்கம் நிறைந்தவளாக, நற்பண்பு கொண்டவளாக என ஒப்புக் கொள்ளப்படலாம். ஆனால், ஒரு பெண்ணின் உண்மை உள்ளத்தை அறிவது ஒரு ஆணுக்கு மட்டும் அல்ல, ஒரு பெண்ணுக்கேகூட கடினமான விஷயம்தான். அனுமதி அளித்தால், கதையை மேற்கொண்டு நகர்த்துவேன். இல்லை எனில் இப்படியே தத்துவங்கள் பேசிக் கொண்டே இருக்கட்டுமா?''

''சொல்லு, சொல்லு. கண்டிப்பாகச் சொல்.''

''என் மனதில் மருத்துவராகும் எண்ணம் தீவிரமாக இருந்தது. செக்ஸியாக இல்லாததினால் மட்டுமல்ல, எப்போதும் கணக்கில் முதல் இடம் வகிப்பேன். என்னுடைய பிரியமான தோழி மனோரமா என்னுடன் நட்புக் கொண்டதற்குக் காரணம் கூட இதுதான். அவளும் என்னைப் போலவே கணிதத்திலும் இணையாக இருந்தாள். நாங்கள் இருவரும் தனிமையில் இருக்கவும், மற்றவரை தனிமையில் விடவும் அறிந்திருந்தோம். கணிதத்தில் இருந்து விஞ்ஞானம் பக்கம் போவது பொருத்தமானதாக இருந்தது. எனவே, எந்த வாத விவாதமும் இல்லாமல் மனோரமா விஞ்ஞானத்தில் நுழைந்தாள்.

மருத்துவராக ஆகப் போவதான என் கனவில் யாருக்கும் நம்பிக்கை இல்லை. சமுதாயத்தில் பெண்கள் பெண் மருத்துவர்

ஆவதிலிருந்து வெகு காலத்திற்கு முன்பே விலக்கப்பட்டதாகி விட்டது. வம்சத்தைப் பெருக்குவதிலும், பிரசவம் பார்ப்பதிலுமே பெண்கள் திறமை உள்ளவர்களாக அறியப்பட்டனர். பிரிட்டிஷ் அரசாட்சியின் விளைவாக வருவாயைப் பெருக்குவதிலும் முக்கியப் பங்கு வகித்தாள். ஏனெனில் ஆண்களின் தேவைகள் குறையவே குறையாது.

தலையெழுத்து என்று சொல்லலாம் அல்லது ஆண்டவனின் விளையாட்டு என்று சொல்லலாமா. நான் மருத்துவராக முதல் அடி கூட எடுத்து வைக்க முடியாமல் போனது. ஒன்பதாம் வகுப்பில் உயிரியல் எடுத்துக் கொள்வதே இயலாமல் போய் விட்டது. நான் ஏன் அதை எடுத்துக் கொள்ளவில்லை என்றால், குல் மொஹரின் மொத்த சிறந்த தோழிகளுக்கும் சந்தோஷ், பம்மி, சுதா இன்னும் யார் யாரெல்லாமோ என்னை பயமுறுத்தினார்கள். தவளை அறுப்பதெல்லாம் உன்னால் முடியாது என்றனர். அவர் கணக்குப் பாடத்தில் மட்டுமல்ல, எல்லாவற்றிலும் அறிவு குறைந்தவர்களாக இருந்தனர். ஒருத்தி, பழக்கமாகி விட்டால் தவளை என்ன, மனிதனையே அறுத்துக் கூறு போட்டு விடலாம் என்றாள்.

அவள் அசைவ உணவு உட்கொள்பவர்களைக் காட்டிலும் இரண்டு படி முன்னே இருந்தாள். கோழி, ஆடு, மீன் இவற்றை எல்லாம் விட்டுத் தள்ளுங்கள். தவளை, புழு, பாம்பு போன்றவற்றை சாப்பிடுவதிலும் தயக்கம் இல்லை. அவள் அப்பா வெளிநாட்டு வேலையில் இருந்தார். சீனா, மலேசியா, தாய்லாந்து என இப்படியான தென்கிழக்காசிய நாடுகளுக்கெல்லகம் குடும்பத்தோடு சென்று எல்லாம் சாப்பிட்டிருக்கிறார்கள்.

அவளுடைய விளக்கவுரை எனக்குள் எதிரான உணர்வை ஏற்படுத்தியது. என்னுடைய ஒற்றைத் தோழி மனோரமாவோ என்னை விட்டுவிட்டு விஞ்ஞானம் படிக்கப் போய் விட்டாள். எனவே, தவளை அறுப்பதெல்லாம் அவளுக்கு இல்லை. அது அவளுடைய விருப்பம் எனக் கொள்ளலாம். எனவே,அவள் அதிலிருந்து விலகி இருக்கலாம்.

''இப்படியான துக்கிணியூண்டு விஷயம் உன்னுடைய வாழ்க்கையின் தலை எழுத்தையே மாற்றிப் போடாது. யார் நம்புவார்கள் இதை?''

‘‘நீயும் மற்றும் எல்லோரும்தான். வாழ்க்கையின் ஆக்க லும் அழித்தலும் இத்தகைய சின்னச் சின்ன சாதாரணங்களா லேயே மாற்றம் அடைகிறது. நாம் யார் சாஸ்திரம் பார்த்தது தீர்ப்பு சொல்ல? என்னைப் பொறுத்தவரை எல்லா நிகழ்வுகளுமே வெறும் தற்செயல் நிகழ்வுகள்தான் என்பது. குல் என்னுடைய அக்கா என்பதும், கனகலதா என்னுடைய அம்மா என்பதும், பைஜ்நாத் என்னுடய அப்பா என்பதும் கூடத் தற்செயல் அல்லாது வேறு என்ன?’’

‘‘முனிவர்கள் இதைத்தான் விதி, அதிர்ஷ்டம் என்கின்றனர்.’’

‘‘ஒரே ஒரு விஷயம்தான். நமது புரிதலுக்கு அப்பாற்பட்ட விஷயங்களை அவற்றை நாம் அறியாமல் இருக்கும் போது அவை தற்செயலான நிகழ்வுகள் அல்லாமல் வேறு என்ன? வாழ்க்கையின் பொருத்தமற்ற மாறுபாடுகளே உன்னை ஒரு எழுத்தாளராக ஆக்கி இருக்கிறது. உண்மையைச் சொல். உன் னுடைய படைப்புகளில் நீ ஆண்டவனாகச் செயல்படுகிறாய். சட்ட விதிமுறைகளால் வழங்கப்பட்ட தண்டனையை நீ உன் னுடைய எழுத்துத் திறத்தால் தடை போடுகிறாய் அல்லது அவர்களின் வாழ்க்கைப் பயணத்தில் நிஜ வாழ்க்கையில் கிட்ட இயலாத முடிவுகளுக்கு அவர்களை நீ கொண்டு செல்கிறாய். இதை நீ நன்கு அறிவாய்தானே?’’

‘‘என்னிடமிருந்து மென்மையான கதை நெசவை நீ எதிர் பார்க்கிறாயா? ஜாக்கிரதை, நீ எழுத்தாளராக மாற முயற்சி செய்யாதே.’’

‘‘தவளையை நீ அறுக்கவில்லை என்றாலும் அறுக்கும் முயற்சியில் நீ ஈடுபட்டாயா இல்லையா?’’

‘‘ஒன்று சொல்வேன் கேள். ஒன்றைச் செய்ய விருப்பம் இல்லை எனில் முழு உலகமும் இணைந்து செய்யாததற்கான ஆயிரம் ஆயிரமாகப் பாவனைகளைக் கற்பிக்கும். நமது பழைய பண்பாடு முழுமையாக அதை ஏற்று வந்திருக்கிறது. பலவீனம் எனக்குள் இருந்தது. இல்லையென்றால் குல்லினுடைய தோழிகள் சொல்வதை எல்லாம் ஏற்றுக் கொள்பவளா என்ன நான்? அவர்களின் கூற்றுப்படி பாடத்திற்கு வெளியேயும் நூல்

களைப் படிப்பது கண்களைக் கெடுத்துக் கொள்வதாகும். நானே ஒரு புத்தகப் புழு. என் அம்மா புழு, அப்பாவும் ஒரு புழு. புத்தகத்திற்குள் தலையை விட்டுக் கொண்டு அம்மா வீட்டைப் புறக்கணிக்கிறாள் என்று கோபமாகச் சொல்லும் குல்லும் கூட இந்த நூல் வாசிப்பு என்ற விஷயத்தில் பணக்காரப் பெண்களின் கூற்றைக் காப்பி அடித்துச் சொல்ல மாட்டாள். பல தடவை நான் படித்து முடிப்பதற்கு முன்னதாக நான் படிக்கும் புத்தகத்தை எடுத்துப் படிக்கத் தொடங்கி விடுவாள். இதனால் ஒவ்வொரு நாளும் எங்கள் வாய்ச் சண்டையில்தான் முடிகிறது. எனக்கு நினைவிருக்கிறது. 'கான் வித் த விண்ட்' புத்தகத்திற்காக எங்களிடையே கடும் சண்டை உண்டாயிற்று. அப்பா அந்தப் புத்தகத்தை இன்னொரு பிரதி வாங்கி வந்து என்னிடம் சேர்த்தார். அந்த நாளில் என்னுடைய மனம் ஆடத் தொடங்கியிருக்கலாம். ஏனெனில், வீட்டு நிலவரம் அவ்வளவு நலிவடைந்திருந்தது.''

"மனதை நெகிழ்த்த இது போன்ற நடிப்பு நன்றாகத்தான் இருக்கிறது.''

"நான் கேட்கவில்லை. குல் என் கண்களில் விரலை விட்டு காண்பிக்கா விட்டால், நானும் அம்மாவைப் போலவே இந்தக் கெட்ட நிலையைத் தெரிந்து கொண்டிருக்க மாட்டேன். நன்றாகச் சொன்னாய் நீ. நான் கணக்குப் பாடத்தில் சிறந்தவள். ஆனால், வீட்டின் கணக்கை குல் நன்றாகப் புரிந்து வைத்திருக்கிறாள். சரியாகச் சொன்னாய். ஏமாற்றம்தான். ஆனால், இதன் பெயர்தான் வாழ்க்கை. மேலே தொடரட்டுமா?''

"சொல்லு.''

"என் பார்வை சில விஷயங்களின் மீது படரவில்லை என்பதல்ல. குல் வெளியே சென்று வருவது வெகுவாகக் குறைந்து விட்டது. 'உதிரி பாகம்' கிடைக்காததினால் கார் ஒரு யானையைப் போல வாசலில் நின்று கொண்டிருந்தது. தினமும் காலையில் ஒரு முறை ஸ்டார்ட் செய்யப்படும், பாட்டரி டிஸ்சார்ஜ் ஆகி விடாமல் இருக்க. மற்றபடி நாள் முழுவதும் ஓய்வெடுத்துக் கொண்டிருந்தது, அம்மாவைப் போல என்று குல் சொல்வாள். வண்டியின் உதிரி பாகம் அமெரிக்காவிலிருந்து வர வேண்டி இருந்ததால் வண்டி ஓடாமல் நின்றிருந்தது.

ஹட்ஸன் வெளிநாட்டு வண்டி. அதில் எனக்கு ஆச்சரியப் பட ஒன்றும் இல்லை. குல்தான் என் கண்களைத் திறந்தாள். "முட்டாளே, நாளை உதிரி பாகம் கிடைக்கும் எனில், ஏன் இன்று கிடைக்கவில்லை." வண்டியை ஓட்ட முடியாது. ஏனெனில் பெட்ரோலுக்குக் காசு இல்லை. என் மூளைக்குள் சொன்னது சரியாகப் பொருந்தினாலும் துல்லியமாக விளங்கவில்லை. ஏனெனில் விரைவிலேயே அரை சோசலிஸ வாதம் முழக்கம் தயாராகி விட்டது.

இந்தியத் தயாரிப்பான அம்பாஸிடர் செய்யத் தொடங்கிய வுடன் மற்றவை கிடைப்பது தடைப்பட்டு விட்டது. சரியாகத் தான் சொன்னாய். எனக்கு அந்தப் புரிதல் மிகவும் தாமதமாகத் தான் உண்டாயிற்று. அப்போது, நான் பொருளாதாரத்தில் பி.ஏ., ஹானர்ஸ் படித்துக் கொண்டிருந்தேன். அந்த சமயங்களில் நான் குல் சொல்வதை இந்தக் காதில் வாங்கி அந்தக் காதில் விட்டு விடுவேன்.

இன்னொரு மாற்றம் நான் உணர வந்தது என்னவெனில் வீட்டின் உணவில் ஏற்பட்ட மாறுபாடு. சுரைக்காயும், பூசணிக் காயும் வீட்டின் சமையலில் அதிகம் இடம் பெற்றது. மற்ற காய் கறிகள் காணாமல் போயின. உருளைக் கிழங்கு அல்லது வேறு ஏதேதோ கடினமாக இருந்தது. கெட்டியாக இல்லை. அது காய்ந்திருக்கிறது என்றாள் குல். மிளகாய் எல்லா காய்கறிகளுட னும் அதிகமாக இருந்தது, பூசணிக்காயைத் தவிர. அம்மா எதை யும் சாப்பிடுவாள்.

அம்மா சாப்பாட்டு விஷயத்தில் பற்றற்று இருந்தாள். பூசணிக்காய் என்றால் பூசணிக்காய், சுரைக்காய் என்றால் சுரைக் காய் சாப்பிடுவாள். ஆனால், எனக்கு எலுமிச்சம் பழம் போட்டு உப்புப் போட்ட வெள்ளரிக்காய் மிகவும் பிடிக்கும். முன்பெல் லாம் எல்லா பதார்த்தங்களோடு அதுவும் இருக்கும். நீண்ட நாட் களாக அது கிடைக்காததால் நான் அம்மாவிடம் சென்று அதைக் கேட்டேன்.

அம்மா உடனேயே ராம்தேவைக் கூப்பிட்டு செய்யச் சொன்னாள். ஞாயிற்றுக் கிழமை மதியம் சாப்பிடும் சமயம் குல்

எங்கள் இருவரையும் கடுமையாகத் திட்டினாள். நான் சாப் பாட்டை விட்டுப் பாதியில் எழுந்து விட்டேன். அப்பா நிறுத்தி திரும்ப என்னைக் கூப்பிடவில்லை. முதன்முறையாக வீட்டின் நிலைமையில் ஏதோ கோளாறு என்று எனக்குப் புரிய வந்தது.

குல் சொன்னாள்: "அப்பாவிற்கு வேலை போய் விட்டது" என்று.

நான் "உளறாதே" என்றேன்.

தினம் காலையில் அவர் உயர்ந்த கோட்டு சூட்டு போட்டுக் கொண்டு உலாவப் போகிறார். அங்கிருந்து அலுவலகம் செல்கிறார். சர்க்கரை நோயின் காரணமாக டாக்டர் மூன்று நான்கு மைல்கள் நடக்க வேண்டும் என்று அறிவுறுத்திய காரணத்தால் அலுவலகத்திற்கு நடந்தே செல்கிறார். இங்கேயும் அங்கேயும் அலைந்து நடப்பதை விடவும் அலுவலகத்திற்கு நடந்து செல்லலாம் என அவர் நினைத்தார். ஒரு கல்லில் இரண்டு மாங்காய்.

காரின் உதிரி பாகம் வந்து விட்ட பிறகும் கூட அவர் இப்படியே பயிற்சிக்காக நடந்து அலுவலகம் போவார். அவர் அப்படிச் சொல்லியிருந்தார். அவரே சொல்வதினால் அதைக் கேள்வி கேட்க வேண்டியதே இல்லை. எனக்கு, குல்லுக்கு அல்ல.

அவள் சொன்னாள், அவர் பார்க்கில் உட்கார்ந்து விட்டு வருகிறார். அலுவலகம் இல்லை எனில் எப்படிப் போவார்? அவள் அவ்வப்போது ஆங்கில நூல்கள் வாசித்துக் கொண்டிருந் தாள். அவற்றில் அப்படித்தான் நிகழ்ந்து கொண்டிருந்தது. நான் குல்லை விடவும் அதிகமான நூல்கள் வாசிப்பவள். நான் அதில் எழுதியவை எல்லாம் உண்மை அல்ல என்று எனக்குத் தெளி வாகத் தெரியும். உலகத்தில் யார்தான் முழுமையாக உண்மை யாக இருக்கிறார்கள்? ஊன்றிப் பார்த்தாலும், அதை கவனித்துப் பார்க்கும்போது அது கதை என்று தெரிந்து கொள்ளத் தெரிய வில்லையா என்ன?

நான் உண்மையை உண்மையில்லை அல்லது உணர்ந்தே இருக்கிறேன். அதனாலேயே அதிலிருந்து தப்பி ஓட நினைத்

திருக்கிறேன் என்பதை இன்று நான் உணர்கிறேன், என்னுடைய மாமாவைப் போல. அவர்தான் எனக்குள் கணக்கின் விருப்பத்தை விளைத்தவர். நான் ஏற்கெனவே சொல்லியிருக்கிறானே இல்லையா? என் குடும்பத்தில் பாதி பேர் முழுப் பைத்தியம். முழு குடும்பத்தினரும் பாதிப் பைத்தியம் என்று.

மாமா முதலாவது லிஸ்டில் வருகிறார். அவர் சிரோப் ரேனியாவால் பாதிக்கப்பட்டவர். கணக்கு என்றில்லாமல் எல்லாப் பிரச்சினைகளையும் கணக்கின் துணையோடு அதன் கொள்கையோடு, கோட்பாடுகளோடு பரிசீலிப்பார். ஒருவருடனான உறவும், உலகத்தில் கோட்பாடுகளின் கணக்கும் அவரைப் பைத்தியம் ஆக்கி விட்டது.

ஆரம்ப காலகட்டத்தில் அவரை ஒரு தீவிர ஆசை கொண்டவர் என்றுதான் எண்ணியிருந்தனர். பொது ஜனத்தில் இருந்து தன்னைத் தனித்து இருத்திக் கொள்பவர், தீவிர ஆசை கொண்டவர் என்று சொல்லலாம். பைத்தியம் என்றும் சொல்லலாம். மனிதன் பைத்தியம் என்பதோ தீவிர இச்சை கொண்டவன் என்பதோ அதை வாழ்க்கையில் நிலை கொஞ்சமும், மற்றது மற்றவர்களின் வாழ்க்கையில் அதனால் ஏற்படும் விளைவுகள் கொண்டும் கணிக்கப்படுகின்றன. என்னை அவருக்கு மிகவும் பிடிக்கும். ஒருவேளை எனக்குக் கணக்கின் மீது இருந்த ஈடுபாடு காரணமாக அல்லது அதிகம் பேசாத தன்மையினாலா? அதனால் அவர் தொடர்ச்சியாகப் பேசிக் கொண்டே இருக்க முடிகிறதே அதுவா? சொல்ல முடியவில்லை. ஒருவேளை அவருக்குத் தன்னையே என்னிடம் பார்ப்பது போன்று தோன்றுகிறதோ என்னமோ? அல்லது எனக்கு அவர் என் போலவா?

பின்னால் என்ன வேண்டுமானாலும் ஆகி இருக்கட்டும். எனக்கு ஏழு வயதில் அவர் இன்பினிட்டி பற்றியும் பூஜ்யம் பற்றியும் அதற்கான கோட்பாடுகளைப் பற்றியும் மிக எளிமையாகக் கற்பித்தார். அது எனக்கு என்றைக்கும் மறக்காது. கணக்கு எனக்கொரு விளையாட்டைப் போல ஆனது.

"இதில் திரும்பத் திரும்ப சொல்ல என்ன இருக்கிறது?" அவர் சொன்னார். இது சாதாரண விஷயம். மிகச் சிறிய எண்ணி

லிருந்து பூஜ்யத்தை வெளியேற்றி விட்டால், எண்ணற்ற தடவை அதை வெளியேற்ற இயலும். எல்லைக்குட்பட்ட எண்ணுடன் பூஜ்யத்தை இணைத்தார். அது எண்ணிலடங்கா இன்பினிடி ஆகிப் போகும். பூஜ்யத்திலிருந்து எத்தனை முறை சிறிய அல்லது பெரிய எண்ணை வெளியேற்றினாலும் கையில் எஞ்சு வது என்னவோ பூஜ்யம் மட்டுமே. எனவே பூஜ்யமே பெரிய எல்லைக்குட்பட்ட எண் ஆகும். பூஜ்யமும் ஆகும். நான் அத்தனை முட்டாள் அல்ல. இது கணிதத்தின் ஆரம்ப கோட் பாடு என்பது எனக்குத் தெரியும். இதையே அனைவரும் அறிவர். ஆனாலும் ஏழே வயதில் அத்தனை கோட்பாடுகளையும், புத்தி யில் இத்தனை எளிய முறையில் ஏறிற்று என்றால் வாழ்க்கை யின் பாதையும் தீர்மானித்து விட்டார்.

மார்க்ஸ் சொல்லவார். ''கணிதத்தில் எத்தனை வகைக் கோட்பாடுகள் இருக்கின்றனவோ அத்தனையும் வாழ்க்கையி லும் இருக்கிறது'' என்று. அதனால் தானோ என்னவோ அவரின் கடைசி காலத்தில் அவர் கையில் பூஜ்யம் மட்டுமே எஞ்சி இருந்தது. பங்கீட்டுக் கணக்கிலும் மேலே பூஜ்யமே இருந்தது. அவருடைய பாரம்பரிய உழைப்பு கடுமையான முயற்சி எல்லா மாகச் சேர்ந்து அவருடைய மூளையின் ரசாயனம் சிறிய பெரிய எண்களைப் போல பூஜ்யம் ஆகி பூஜ்யம் ஆகி விட்டது.

ஆனால், பூஜ்யத்தை மேலிருந்து இழுத்து கீழே கொண்டு வருவதற்கான எச்சரிக்கை சக்தியை அறியாமலே அவர் எனக்கு அந்த மந்திரத்தைக் கற்பித்திருக்கிறார். அதன் உதவியின் காரண மாகவே நான் எல்லைக்குட்பட்டதில் எல்லையற்றதையும் காண முடிகிறது. வாழ்க்கையின் பூஜ்யத்திலிருந்தும் கொஞ்சம் அதிக மாகவே அடைய முடிந்திருக்கிறது.

கவிதைகளிலும், படைப்புகளிலும் மாமாவிற்கு நல்ல பார்வையும் அறிவும் இருந்தது. கவிதைகளில் இருந்த ஈடுபாட் டின் காரணமாக குல்லிற்கு அவரிடம் நெருக்கம் இருந்தது. இந்தப் பார்வையினாலே மணிக்கணக்கில் உரையாடல் நீடிக்கும்; மாமாவிற்கும் அவளுக்கும் இடையே. அதன் பிறகு குல் தலையைப் பிய்த்துக் கொண்டு உட்கார்ந்திருப்பாள். அது நல்ல படைப்பு. மாமாவோ அதை அக்கு வேறு ஆணி வேறாக ஆராய்ந்து

அதன் உட்பொருளை எடுத்துரைத்தார். அதாவது கொஞ்சமாக புரிந்தால் அது நல்லதாகவும் சிறந்ததாகவும் தோன்றும். மாமா அதை ஆராய்ந்து மாற்றி மாற்றிப் பார்த்து உட்பொருள் வெளி யேற்றி விட்டார். அறியாமை என்பதும் ஒரு நல்ல ஏற்க வேண்டிய விஷயம்தான். அறிதல் என்பது பல ஆயிரம் அழகிய அறிதல்களை கொலை செய்த பிறகே கிட்டும்.

மாமாவினால் ஏதோ கொஞ்சம் பலன் கிடைப்பதினால் குல் பின்னாட்களில், ''ஐயா, தயவு செய்து நாலைந்து சொற்கள் புகழ்ந்தும் சொல்லுங்கள். வாழ்க்கைக்கு அது பயன்படட்டும் என்பாள்.'' அவள் தனது பிழைப்பைச் சரியாகத் தேர்வு செய்து விட்டாள் எழுத்தாளர் ஆவது என. நண்பர்கள் தவறானவர்கள். புரிந்ததா இல்லையா? நீயும்தான் எழுத்தாளர். நல்லொழுக்கம் நிறைந்த உலகில் பொய் புகழப்படுகிறது நண்பர்களால் மட்டும். வேறு நண்பர்களின் உண்மையான புகழ்ச்சி கூடத் தப்பித்து விடுகிறது பார்த்தாயா?

நண்பரே, நான் மற்றவர்கள் என்றுதான் சொன்னேன். எதிரி என்று சொல்லவில்லை. ஏன் என்னை அப்படி உற்றுப் பார்க் கிறாய்? பாதி பொய்யைச் சொல்லி தர்மராஜா யதிஷ்டிரனின் பரம்பரையைக் காப்பாற்றிக் கொண்டிருக்கிறேன். அதனால் உனக்கென்ன? அம்மாவையும் மாமாவையும் போல படக் படக் என்று முழு உண்மையையும் ஒப்பிக்கிறாய். இதையும் கருத்தில் கொள். மாமாவிற்கும் அம்மாவிற்கும் இடையிலான வித்தியாசத்தை, மாமா பைத்தியம், அம்மா தீர இச்சையாளர். இரண்டிற்கும் இடையில் வேறுபாடு இருக்கிறது. அரை மற்றும் முழு என்ற வேறுபாடு.

மாமாவின் மூளையின் ரசாயனம், அம்மாவின் மூளைக்குள் சிறிது நேரம் இருக்கும் என்னுடைய மூளையைப் போல. அத னால்தான் அவள் உண்மையைக் கக்கி விடும் பைத்தியக்காரத் தனத்தின் எல்லைக்குச் செல்கிறாள். ஆனால், அதைத் தாண்டி விடுவதில்லை. ஆனால், மாமாவிற்கோ எல்லை என்பதே தெரியவில்லை. குல்லின் மூளையில் அந்த ரசாயனம் இல்லை அல்லது முற்றிலுமாக முழு அறியாமையோடு அவனைக் காத லிப்பதில் தன் நேரத்தை செலவிட்டாளா? மீதி வாழ்க்கைக்காக,

உலக வாழ்க்கையோடு ஒட்டி பைத்தியமில்லாதவனாக ஆக்கி னாளா? எதையும் உறுதி செய்ய என்னால் முடியவில்லை. முயற்சியில் ஈடுபட்டேன், அவ்வளவுதான்.

ஒரு விஷயத்தைத் தெளிவுபடுத்த வேண்டியது தேவை இருக்கிறது. பார்வை. இதில் குல் மோஹறின் நல்லொழுக் கத்தைப் புகழவில்லை என்று சொல்லி இருக்கிறேன். இறந்த பிறகு சொல்வதைப் போல என் பார்வையை எடுத்துக் கொள்ளக் கூடாது. நன்றாக வாழும்போது அத்தனை சொல்லவில்லை. எல்லா புகழ்ச்சியையும் சந்தர்ப்பவசத்தால் ஒரு புதினம் என்ற வடிவில் கொடுத்திருக்கிறேன். அது ஒரு வீட்டு வேலைக்காரி யின் கதை. அதில் முடிந்த அளவிற்கு இடத்தைத் தேர்ந்தெடுத்து அவளுடைய அடையாளங்களைப் புகுத்தி இருக்கிறேன். அது தாழ்த்தப்பட்டவர் என்று சொல்லும் குலத்தைப் பற்றியது. மற்ற கதைகளிலும் குறிப்பிட்டிருக்கிறேன்.

அவள் எப்படி எல்லைக் கோட்டுக்குள் வாழ்நாள் முழு வதும் வாழ்ந்தாள் என்பது பற்றிச் சொல்லி இருக்கிறேன். அப்படி பிரிக்கப்பட்டு சொல்லப்படும் புகழ்ச்சியால், நடத்தை ஒழுக்கம் ஆகியவற்றின் பாஷன் மாறும் போது எழுத்தாளர்கள் மறுப்பு உருவாகத் தொடங்குகிறது. உண்மையில் மார்க்சீய வாதம் என்பது அப்பாவியான குல்லின் வாழ்க்கை முறையில் வலிந்து ஒட்டிக் கொண்டது. அவளுடைய பெரிய பெரிய பிரச்சினை களையும் அவமானங்களையும் கிளப்பி இருக்கிறது. இரண்டா வது பகுதி இப்படியாகக் குறிப்பிட்டுள்ளது.

முதல் பகுதியில் உண்டான அளவிற்கு அடுத்த பகுதியில் அத்தனை விவாதம் கதையில் எழுதிய அளவிற்கு இரண்டாம் பகுதிகளில் ஏதுமில்லை என்று சொல்லப்பட்டது.அல்லது அது இருபது ஆண்டுகள் கழித்து எழுதப்பட்டது என்று சொல்லி ஒதுக்கினர். என்ன செய்ய? அடிமைத்தனத்தைக் காப்பாற்றுபவள். அடிமைத்தனத்தைப் பற்றித்தான் அனுபவிக்காதவரை எழுது வாளா? பிறகு விவாதம் செய்வதும் செய்யாமல் போவதும் உன் கையில், உங்களின் சிந்தனையில் மாற்றம் ஏற்பட்டுள்ளது என்பதன் பொருள் உலகத்தின் முகம் மாறிடாது என்று எப்படிக் கொள்ள முடியும்? பாஷனும் வாழ்க்கை பற்றிய விவாதங்களுமே

வாழ்க்கையை நிர்ணயிக்கும் என்றால், வாழ்க்கை முறை எத்தனை எளிமையானதாகி இருக்கும்.

மாமாவின் துணையுடன் சில காலம் அவருக்குக் கீழ் இருந்தாள் என்றாலும், உலக சிந்தனையின் நாகரிக எண்ணத்தில் தன்னையும் ஒப்பிட்டுப் பார்த்ததன் விளைவாக தனது வெகுளித் தனத்தை அவள் கடந்தாள். அறியாமையை உணர்தல் என்பது எத்தனை துயரமானது, எத்தனை அறிவைக் கோருவது, அது இளமையின் காரணத்தினால் பாதை மாறிப் போனது. அறிவுடன் இருப்பதும் கூட துயரத்தைத் தருவதுதான். இதில் சந்தேகம் எதுமில்லை. இதைப் பற்றிய உரையாடல்கள் எனக்கும் குல்லுக்கும் இடையே நிறையவே நிகழ்ந்திருக்கிறது.

ஒரு முறை நானும் அவளும் தீர்மானம் செய்தோம். நம் குடும்பத்து ஆண்கள் மாதிரி அல்லாமல் - அதில் அப்பா மட்டுமல்ல, மாமாவையும் சேர்த்துத்தான் - சற்றே வேறு மாதிரி ஆண்களை அதாவது குறைவான அறிவும் நிறைந்த அழகும் கொண்ட ஆண்களையே திருமணம் செய்து கொள்வது என்று முடிவு செய்தோம். அதனால் எங்கள் குழந்தைகள் சற்றே அறிவு குறைவாக இருப்பார்கள். அவர்களுக்குக் குழப்பம் துயரம் ஏதும் உண்டாகாது. நாம் அவஸ்தைப்படுவது போல.

கொஞ்சம் காரசாரமான விவாதத்திற்குப் பின் குல்லுடன் ஒத்துப் போனேன். மீதியுள்ள வாழ்நாள் முழுவதும் முட்டாள் தனத்துடன் கழிக்கும் கற்பனை பேரார்வம் எல்லாம் கலைந்து தோற்றுப் போனது. எனக்கு குழந்தைகள் மீது அத்தனை ஆர்வம் எல்லாம் கிடையாது. அவர்களுக்காக அவர்களின் துயரம், சங்கடம் இல்லாமல் காப்பாற்றும் பொருட்டு என் வாழ்க்கையைப் பணயம் வைக்கும் அளவிற்கு எனக்கு அதில் ஆசை யெல்லாம் கிடையாது. இந்த விஷயத்தில் நான் அப்பாவைப் போல அல்லாமல், உடல் நலத்தில் அம்மாவைப் போல இருந் தேன். அப்பாவிற்கு குழந்தைகள் என்றால் அலாதி அன்பு. இல்லை, நான் தவறாகச் சொல்லி விட்டேன். அவருடைய பிடிப்பு முழுவதும் ஆண்மை சார்ந்ததுதான் என்ற எண்ணம் உடைய அனைத்து ஆண்களையும் போல.

இணைந்த மனம் 81

அப்பாவிற்கும் தன்னைப் பற்றியே எல்லையற்ற ஈர்ப்பு உண்டு. அப்போதுதான் தனது வாரிசுகளை உருவாக்கி தன் பெயரை நிலை நாட்ட விரும்புகிறார். பல பெண்கள் தைரியம் அற்றவர்களாக இருக்கிறார்கள். தந்தைமையை தாய்மையுடன் இணைத்து அவர்களை வளர்த்து உருவாக்கி என இவை எல்லாமே என் கருத்துப்படி தந்தைமையின் (*ஆண்மையின்*) மிகப் பெரிய தந்திரம்.

நான் ஆயுதத்தைப் போட்டு விட்டு, ''முட்டாளுடன் திருமணமா? கிடையவே கிடையாது'' என்று கத்தினேன்.

குல் எதுவும் பேசவில்லை. வாயை மூடிக் கொண்டு, சிரித்துக் கொண்டு இருந்தாள். அவள் அர்த்தமற்ற விவாதத்தி னால் அல்ல, காதலனால் சிக்கிக் கொண்டிருந்தாள். அது எனக்குத் தெரியும். அவள் அறிவுக்கு எதிராக தன்னையும் என்னையும் முட்டாளாக்கிக் கொண்டிருக்கிறாள் என்று.

எனக்கு அவளே இல்லாமல் போய் விட்டாள் என்று தோன்றியது. இல்லாவிடால் மனம் கவரும் உடல் கவர்ச்சியில் மயங்க உழவு மாடாகப் பூட்டுப் போட்டுக் கொள்ள ஏன் மறுக்கிறாள்?

இதில் உண்மையான பிரச்சினை என்னவென்றால் அழகு மற்றும் உடல் அல்லது அழகின் பங்கு குறைவு. செக்ஸ் அப்பீல் தான் அதிகம். எங்கள் அப்பா நல்ல உடல் நலத்துடன் கட்டான உடல்வாகு கொண்டவரும்கூட. ஆனால், இந்தியர்களின் எண்ணப்படி அழகன் என்று ஏற்க முடியாதவர். கண், மூக்கு இவற்றையெல்லாம் சொல்லவில்லை. நிறம் பழுப்பு என்பதைக் காட்டிலும் சற்றே கருப்பு. நமக்கு அழகன் என்று சொல்ல பெண்ணை விடவும் கொஞ்சம் வெளுப்பு கம்மியாக இருக்க வேண்டும். ஆனாலும், அவரை அழகன் என்று ஏற்பதற்கு மூளையைக் கட்டாயப்படுத்திக் கண்ணன், கிருஷ்ணன் இவர் களை நினைவு கூற வேண்டும்.

பைத்தியக்கார மனோ நிலையைப் போல இந்த விஷய மும் மூளையில் உள்ள ரசாயனத்தின் வெளிப்பாடாக உள்ளது. சகோதர மக்கள் சில வேளைகளில் மனம் என்று சொல்கிறார்

களோ அது உண்மையில் அந்த ரசாயன மூளைக்கு உள்ளே இருக்கிறது; வெளியில் அல்ல. ஆம் ஐயா! மனத்தைப் பறி கொடுக்காமல் இருக்க இரண்டு சொற்கள் அல்ல, ஒரே சொல் இருக்கிறது. அதுதான் 'மாயை'.

"மாமாவின் பக்கம் எப்போது திரும்பி வருவீர்கள். அதையும் கொஞ்சம் சொல்வீர்களா?"

மாமாவுடன் என்னுடைய உரையாடல்கள் எல்லாமே கணிதம் சம்பந்தமானதுதான். எனவே, குல்லைப் போல தலையைப் பிடித்துக் கொண்டு உட்கார நேரும் சந்தர்ப்பங்கள் கொஞ்சம் குறைவு. எனக்கும் மாமாவிற்கும் இடையே நடப்பதை உரையாடல் என்று சொல்ல முடியாது. என்னுடைய உரை கேள்விகளாக எழும். மாமாவினுடையது மட்டுமே பேச்சாக இருக்கும். நான் கேட்டுக் கொண்டிருப்பேன் அத்தனையையும், கொஞ்ச நேரம் மனம் ஒன்றி, பிறகு ஏனோதானோவோ என்று.

நீண்ட நேரம் மாமா பேசிக் கொண்டே இருப்பார். மறுபடி கேள்வி கேட்க ஆசைப்பட மாட்டேன். நான் காதால் கேட்பதை நிறுத்தி விடுவேன். மறுமுறை சந்திக்கும் போது அதே கேள்வியைக் கேட்பேன். நான் கேள்விக்காக பதிலைக் காது கொடுத்து கேட்கவில்லை என்பது தெரிந்தும் அவருக்கு வருத்தம் ஏதும் ஏற்படாது. விஷயம் விவாதத்திற்கானது என்றால் அதை இரண்டு முறை, மூன்று முறை, இன்னமும் பல முறை சொல்ல ஆரம்பிப்பார். அதைப் பற்றி மணிக்கணக்கில் பேசுவார்.

இதே குணம் விவேகானந்தரிடம் இருந்தது. அவரின் மூளைக்குள் அந்த ரசாயனம் இல்லை. மாமாவின் மூளையில் இருந்த அந்த ரசாயனம் மாமாவை 'ஸ்கிஜோஃப்ரினிக்' ஆக்கி விட்டது. அதனால்தான் விவேகானந்தரை குருவாகவும், சிந்தனை யாளராகவும் வழிகாட்டியாகவும் ஆக்கியது. ஆனால், மாமாவை அது பைத்தியமாக்கியது. ஆனாலும், என்னைப் பொறுத்தவரை மாமா எனக்கு குருதான். நான் கணித மேதையாக ஆகவில்லை. என்னிடம் ஏகலைவனைப் போல செயல்திறன் இல்லை. ஆனாலும்கூட அவர் என் குரு. அசாதாரணமாகவும், சாமான்ய னாக இல்லாமல் இருப்பதற்கும் இடையேதான் எத்தனை

இடைவெளி. அது எத்தனை மகத்துவமானது. அதெல்லாம் அறியாமலேயே நான் நெருக்கமாக இருந்து கற்றுக் கொண்டேன்.

எப்போதும் கணக்குப் பாடம் பற்றி மட்டும்தான் அவருடன் பேசினேன் என்பதல்ல. புத்தகங்களைப் பற்றிய விமர்சனங்களிலும் நான் கலந்து கொண்டிருக்கிறேன். எனக்கு நன்கு நினைவிருக்கிறது. ஒரு நாள் பகவதி சரண் வர்மாவின் பிரபலமான மக்களைக் கவர்ந்த நாவலான 'சித்ரலேகா' நூலைப் பற்றிப் பேச்சு நடந்து கொண்டிருந்தது. அந்த நூலை நாங்கள் அனைவரும் படித்து விட்டிருந்தோம். இளம் வயதில் நாங்கள் காதல் நாவல்களில் மூழ்கி இருந்தோம். மாமா சொன்னார்: ''இந்தப் புத்தக்தின் தலைப்பே தவறு'' என்று.

''பெயரில் என்ன கெடுதல்.''

''கெடுதல் என்றா சொன்னேன் நான். தவறு என்பதற்கும் கெட்டது என்பதற்கும் நிறைய வேறுபாடு உண்டு.'' அவரின் குரல் எரிச்சலுடன் இருந்தது.

நாங்கள் பேசாமல் இருந்து விட்டோம். அவர் சொல்லத் தொடங்கினார். ''இதற்குச் சரியான தலைப்பு பீஜ குப்தா! ஏன் என்று சொல்'' என்றார்.

நாங்கள் ஏன் வாயைத் திறக்கப் போகிறோம். மெல்ல, ''நீங்கள் சொல்லுங்கள்'' என்றோம்.

''சொல்கிறேன். அதற்கு முன்னால் நீங்கள் யோசியுங்கள். நீ சொல்லு மோகரா. கணக்கு கற்றுக் கொள்கிறாயா இல்லையா?''

சரியாக மாட்டிக் கொண்டேன். படிக்கவில்லை என்று சொல்வது கடினம் கிடையாது. ஆனால், அவர் தானே சொல்லிக் கொடுக்கிறார். கொஞ்ச நேரம் வாயை மூடிக் கொண்டிருந்தேன். அவர் சட்டென்று சொன்னார்: ''என்ன ஆச்சு உனக்கு. இனி கணக்குப் படிக்க வேண்டாமா?''

இனிமேல் படிக்க மாட்டேன் என்று தோன்றியது. பயம் பதிலைக் கொணர்ந்தது. நான் என்ன நினைத்தேனோ அதை அல்ல, கணக்கைப் போல எதை யோசிக்க வேண்டுமோ அதைப் பயந்து கொண்டே மெல்ல சொன்னேன். ''ஏனெனில், பீஜ குப்தனின் வாதம்தான் சரியாக இருக்கிறது'' என்று.

'கரெக்ட்' என்று மாமா துள்ளிக் குதித்தார். மிகச் சரியான கண்டுபிடிப்பு. ''புத்தகத்தில் பீஜகுப்தனின் வாதம், உரையாடல், சரியாகப் பதிவு செய்யப்பட்டிருக்கிறது. எனவே பீஜகுப்தன்தான் அஸ்திவாரம். சித்ரலேகா ஒரு நுழைவு வழிதான். எனவே புத்த கத்தின் தலைப்பை 'சித்ரலேகா' என்று வைத்தது தவறு, முட் டாள்தனமானது, அறிவில்லாதது'' என்றார்.

எங்கள் இருவரில் ஒருவருக்குக் கூட அவரின் சொற்களை உள்ளிறக்க முடியவில்லை. ஆனாலும், வாதம் செய்ய விரும்ப வில்லை. அவர் சென்ற பிறகு நான், ''ஸாரி குல். நான் அவர் பக்கம் பேசினேன். எனக்கு சித்ரலேகா என்ற பெயர் பிடித் திருக்கிறது'' என்று குல்லிடம் சொன்னேன்.

அவள் கோபப்படப் பேகிறாள் என நான் நினைத்தேன். ஆனால், அவளோ மெல்ல, ''எனக்கும்தான். ஆனால், இதை மாமாவிடம் சொல்ல வேண்டிய தேவை இல்லை'' என்றாள்.

அதற்குப் பிறகு சில நட்கள் உரையாடல் இன்னும் பயம் தருவதாய் இருந்தது. இலேசு பாஸாக உரையாடல் நடந்து கொண்டிருந்தது. எனக்கும் குல்லுக்கும் இடையில் சண்டை நடந்து கொண்டிருந்தது. எப்போதும் போலவே என்னுடைய புத்தகத்தை எடுத்து குல் தன் தோழியிடம் கொடுத்து விட்டாள். அவளுக்கு அதைப் படிக்கக் கொடுத்து விட்டாள். அவளுக்கு அதைப் படிக்க ஆர்வம் இல்லை. இருந்தாலும் குல் சொன்னதற் காக அந்தப் பத்தகத்தை மெல்லப் படித்துக் கொண்டிருந்தாள்.

நான் படித்துக் கொண்டிருக்கும் போது இடையில் அந்தப் புத்தகத்தைக் கொண்டு போய் கொடுத்து விடவில்லை. அதனால் நான் கோபம் கொள்ளவில்லை. நான் கோபப்படுவது போல நடித்துக் கொண்டிருந்தேன். ''நான் தடுத்திருக்கிறேன் இல்லையா? என்னைக் கேட்காமல் என்னுடைய புத்தகத்தை யாருக்கும் கொடுக்கக் கூடாது என. நீ ஏன் கொடுத்தாய்?''

குல் சொன்னாள்: ''அது அம்மாவின் புத்தகம் என நான் நினைத்திருந்தேன்'' என்றாள்.

''நொண்டிச் சாக்கு'' என்றேன் நான்.

திடீரென குண்டு வெடித்தது. மாமா வெளியில் இருந்து கத்தினார். "எக்ஸ்யூஸ் என்றால் அது நொண்டியாகத்தான் இருக்கும். எதற்காக? இரண்டு முறை சொல்ல வேண்டும்?"

"ஸாரி" நான் தயங்கியபடியே சொன்னேன்.

அவருடைய ரத்த அழுத்தம் உச்சத்தைத் தொட்டது. "ஸாரி எதற்காச் சொல்லு; ஸாரி எதற்காகச் சொன்னாய்?"

என்னுடைய வாய் அடைத்து விட்டது. மிகவும் கஷ்டப் பட்டு அழுகையை அடக்கிக் கொண்டு இருந்தேன்.

குல் என்னை விடவும் தைரியசாலி. அவனிடம் மெல்ல, "நடிப்பு நொண்டியாகத்தான் இருக்கும். அதனால்..."

"நீ ஏன் சொல்லிக் கொண்டிருக்கிறாய்? அவள் சொல்லட் டும். சாக்குப்போக்கு ஏன் நொண்டியாகவே இருக்கிறது?"

"நீங்கள் சொன்னீர்கள்....."

"நான் சொல்லிக் கொண்டிருந்தேனா?" அவர் கர்ஜனை செய்தார். அறிவின்மைக்கும் ஒரு எல்லை உண்டு. இலக்கணம் புரியவில்லை என்றால் வாயை மூடு. உளறுவது தேவையா? உன்னைப் போன்ற முட்டாள்களால்தான் இந்த நாடு அழிந்து கொண்டிருக்கிறது. இந்த நாட்டால்தான் ஒரு காலத்தில் பூஜ்யம் கண்டுபிடிக்கப்பட்டது. இன்றைக்கு மக்களுக்குப் பேசும் திறமை கூட இல்லை. எல்லோரையும் வரிசையாக நிற்க வைத்து சுட்டுத் தள்ள வேண்டும்."

"நாங்கள் இருவரும் பயத்தால் நடுநடுங்கிக் கொண்டிருந் தோம். நாங்கள் ஒருவரை ஒருவர் பார்த்துக் கொண்டு நேரத்தைக் கடத்திக் கொண்டிருந்தோம். மாமா நீண்ட நேரம் கத்திக் கொண்டும், திட்டிக் கொண்டும் இருந்தார். எந்த விஷயமும் அவரால் வாதிட முடியாததல்ல. விவாதத்திற்கு அவர் பயங்கர மாக வெறியும் ஆசையும் கொண்டிருந்தார்.

அதிர்ஷ்டவசமாக சிறிது நேரத்தில் அப்பா வந்து விட்டார். ஒரே பார்வையில் நடந்ததைக் கண்டு கொண்டு விட்டார். எங்கள் இருவருக்கும் ஏதோ வேலை ஏவி உள்ளே அனுப்பி விட்டார்.

''போ போய் தண்ணீர் எடுத்து வா. ராம்தேவ்விடம் ஏதாவது செய்யச் சொல்.'' என்றார். என்னிடம், ''மோகரா நான் இன்றைய நாளிதழில் சிலவற்றைக் குறித்து வைத்திருக்கிறேன். அங்கு வைத்திருக்கிறேன். எடுத்து வா'' என்றார்.

நாங்கள் இருவரும் அவசர அவசரமாக உள்ளே ஓடி விட்டோம். ஆனால், பொருட்கள் எடுத்துக் கொண்டு மறுபடியும் அந்தப் பக்கம் போகவே இல்லை. எனக்குச் செய்தித் தாளே கிடைக்கவில்லை. அப்புறம் எங்கிருந்து குதித்ததைக் கண்டு பிடிக்க. மற்றதை விடுங்கள். குல் தண்ணீர் கூட எடுத்துக் கொண்டு திரும்பவில்லை. ராம்தேவ் ஏதும் செய்ய மாட்டேன் என்று கண்டிப்பாகச் சொல்லி விட்டான்.

உள்ளே சஞ்சலத்துடன் இருந்த எங்களின் காதுகள் வெளியில் நடைபெற்றுக் கொண்டிருந்த பேச்சைக் கேட்டுக் கொண்டு இருந்தன. மாமா நிறுத்தாமல் பேசிக் கொண்டே இருந்தார். அப்பா க்ஷீணமான குரலில் 'ஹூம்' கொட்டிக் கொண்டிருந்தார். எங்களுக்குத் தெரிந்த அளவில் அங்கு அமைதி நிலவியது என்றே நினைத்தோம். மாமா என்ன உணர்கிறார் என்பதை எங்களுக்குச் சொல்ல முடியவில்லை. இருக்கலாம், ஒருவேளை அவரின் சூடான தலையில் குளிர் நீர் தெளித்தது போல் இருந்திருக்கலாம். அவருடைய கொதிப்பு அடங்கி இருக்கலாம். அவருடைய போலியான சமாதானத்தினால் மாமா இன்னும் கொதித்துக் கொண்டிருக்கலாம். கொஞ்ச நேரத்தில் பின் வாசல் கதவு தடாரென மூடும் சப்தத்தைக் கேட்டோம். அப்போதுதான் அடக்கி வைத்திருந்த அழுகை பீறிட்டுக் கிளம்பியது.

நாங்கள் இரு சகோதரிகளுமாக சேர்ந்து அன்றைக்கு அப்படி ஒரு அழுகை அழுதிருக்கிறோம். நாங்கள் ஏன் அழுது கொண்டிருக்கிறோம் என்று அறியாமலேயே அழுதோம்.

வரும் நாட்களில் நடக்க இருக்கும் நடக்கக் கூடாத செயல்களுக்காக அந்த நொடியில் தெரியாமலேயே அழுதோமா என்னவோ. உண்மையில் நிகழ்ந்த பிறகு வெட்கப்பட முடிந்தது. அழ முடியவில்லை. துக்கம் ஒரு கரடு முரடான பொருள்.

எல்லைக்குள் எல்லாம் நிகழ்ந்து விட்டால், உலகத்தின் முன்பாக வெளியிட வெட்கம் உண்டாயிற்று.

நாம் எல்லா விஷயங்களுக்கும் சிரித்து விடுகிறோம் அழா மல். அப்போது நாங்கள் இருவரும் இள வயது, குழந்தைத் தன்மைக்கும் இளைஞர் தன்மைக்கும் இடைப்பட்ட பருவம். நாங்கள் ஒருவர் மற்றொருவர் முன்பாக வெட்கப்படாமல் அழு வோம். அது இன்று வரை இல்லை. அதை உணர்கிறோம். எங்கள் மனதிற்கு எதிர்காலத்தில் நிகழ இருப்புது தெரிந்தோ என்னவோ, ஏதோ விபத்து நடந்து விட்டதைப் போலக் கடுமை யாக உணர்வோம் நாங்கள்.

அதே ஆண்டின் இறுதியில், பழைய தில்லியின் கூட்ட நெரிசலான சந்தில் - தரியாகஞ்சில் - மாமா, பண்டித நேருவின் தவறான அந்நிய நாட்டுக் கொள்கைளைப் பற்றி லெக்சர் கொடுக்க வாய்ப்புக் கிட்டியது. பாதையில் எல்லாம் இயல்பாக நடந்து கொண்டிருந்தது. நடந்து சென்றவர்களில் நேருவின் கொள்கை களால் பாதிக்கப்பட்டவர்கள் அதிகம் இருந்திருக்கலாம். அவர்கள் தங்கள் விரோதத்தை வெளிப்படுத்தி கட்டற்ற சப்தமிட்டுக் கொண் டிருந்தனர். அவை ஒன்றுமே விவாதமற்று இருக்கவில்லை.

அவரின் கூற்று தொழிலாளர்களுக்கு வேலை வாய்ப்பைக் கொடுப்பதற்குப் பதிலாக அவர்களுக்குத் துன்பத்தைக் கொடுத்து, அரசாட்சி செய்கிறது அரசாங்கம். தர்க்கமும் கணிதமும் ஒவ் வொரு கோட்பாட்டிற்கும் எதிராக யார் தேவடியா பையன் அரசியல் - பொருளாதார கொள்கைச் சட்டத்தைக் கொண்டு வந்த முட்டாள்? மார்க்ஸா? சபாஷ் - ஐயா - சபாஷ். முட் டாளான மார்க்ஸ் ஒரு பக்கம் கணித மேதையும் கூட. அவர் உங்களைப் போல முட்டாளல்ல. பேசுகிறீர். அவருடைய சமுதாயக் கொள்கை பற்றிப் பேசுகிறீர்கள். அதைப் பற்றிய அரிச்சுவடி கூடத் தெரியவில்லை. புத்திசாலி முடிச்சு மாறி.

உலகத்தில் இன்று வரை அப்படிப்பட்ட பொருளாதார சமுதாயக் கொள்கை எங்கும் கிடையாது. விவாதத்திற்கு அப்பாற்பட்ட என்று எந்தக் கொள்கையும் கிடையாது. என் னுடைய சகலத்தையும் இழந்தாலும் சரி, நான் அந்த நம்பிக்கை

அற்ற உலகத் தலைவனின் செவிட்டில் இரண்டு அடி வைத்து அவனுக்கு பொருளாதாரத்தைக் கற்றுக் கொடுப்பேன்.

பெரிய பாதி சமுதாயத்திற்கு இதனால் எந்தவிதமான பலனும் கிடையாது என்பது கூடவா தெரியாது? தொழில்களினால் லாபம் இல்லை என்றால் வரிக்கு மேல் வரி போட்டு அரசாங்கம் எங்கள் ரத்தத்தை உறிஞ்சாதா என்ன? ஏழையான பின்னால் எத்தனை நாட்களுக்கு வேலை கொடுக்க முடியும்? இப்போதே அயல்நாட்டு கடனில் வாழ்ந்து கொண்டிருக்கிறோம் இல்லையா? நம்மை எல்லாம் பிச்சைக்காரனாக்கி விட்டான். நான் பிச்சை எடுப்பது மட்டுமல்லாமல், நாம் எல்லோரும் முட்டாள்களும் பிச்சைக்காரர்கள்.

அவரால் நீண்ட நேரம் பேசிக் கொண்டே இருக்க முடியும். எங்களுக்கு அதில் எந்தச் சந்தேகமும் கிடையாது.

மக்களுக்கு பொறுமை இல்லை. ஒருவர் கையைப் பிடித்து, ''ஏன் எங்கள் காதுகளையும் உங்கள் வாயையும் நாற அடித்துக் கொண்டிருக்கிறீர்கள்? போ உன் வேலையைப் பார்த்துக் கொண்டு போ'' என்றார். அவர் கையை விடுவிக்கவில்லை. எதிரில் இருப்பவர் தலையில் இரு கைகளையும் வைத்தார். அவருடைய பேச்சு தவறல்ல. கட்டுப்பாட்டுக்குள் இல்லாதது தான் தவறு. தடுத்து நிறுத்தியதால் கட்டுப்பாடற்று குத்து விடுவது எல்லாவற்றையும் விட தவறு. அடி அடி என்று அடித்துப் பெயர் என்ன என்று கேட்க பைஜ்நாத் ஜெயின் என்ன பதில் சொன்னார்.

அந்த நாட்களில் போன் குறைந்த அளவே புழக்கத்தில் இருந்தது. டெலிபோன் என்கொயரி மட்டுமே பெயர் அறியும். போன் நம்பர் கொடுக்கத் தகுதி பெற்றிருந்தது. எங்கள் வீட்டிற்குப் போன் வந்தது. பைஜ்நாத் ஜெயின் என்ற பெயருள்ள மனிதன் தெருவில் உளறிக் கொண்டு மாட்டி உதைத்துக் கொண்டு இருக்கிறான் என்று. அவன் வந்து அழைத்துப் போகவும்.

போனை குல் எடுத்தாள். உடனேயே, ''முதலிலேயே நான் சொன்னேனே இல்லையா, அப்பாவிற்கு வேலை போய்

விட்டது. யாரோ அவரைச் சீண்டி இருப்பார் போல. எனவே அவர் கோபத்தோடு உள்ளிருந்து வெளியே வந்திருக்கலாம். அப்பாவின் கோபம்தான் நமக்கெல்லாம் தெரியுமே" என்றாள்.

"ஆனால், அவர் தெருவில் அடிதடிக்கெல்லாம் போனது கிடையாது" நான் சொன்னேன்.

"வேலையும் முதலில் போகவில்லை." கோபத்தில் உச்ச குரலெடுத்து கத்தினாள். அம்மாவும் கேட்டு விட்டாள். "யாருக்கு வேலை போகவில்லை?" என்று கேட்டாள்.

எனக்குச் சட்டென்று என்ன தோன்றியதோ, அதைச் சொன்னேன். "டிரைவருக்கு."

"முதலில் வண்டி சரியாகட்டும். டிரைவரும் திரும்பி வருவான். வெளியே போக அப்பா அவனைக் கூப்பிட விரும்ப வில்லை."

"வண்டியில் ஏதும் கோளாறில்லை." குல் சொன்னாள்.

"தெரியும் எனக்கு. ஏதோ உதிரி பாகம் வெளிநாட்டில் இருந்து வர வேண்டி இருக்கிறது. ஆனால், நீங்கள் இப்போது டிரைவரைப் பற்றி ஏன் பேசிக் கொண்டிருக்கிறீர்கள்? ஹரி சந்த் வந்தானா என்ன?"

குல்லிற்குப் பொறுமை போய் விட்டது. போனில் கேட்ட அத்தனை விஷயங்களையும் கொட்டி விட்டாள். எல்லாவற்றை யும் உளறி விட்டுப் பயந்து போனாள். நானும் கூடத்தான். அம்மா கலவரப்பட்டு விட்டால் என்ன செய்வது? ஆனால் அப்படி எல்லாம் ஏதும் நிகழவில்லை. அவள் பதட்டமில்லா மல் கண் கெட்டாமல் சொன்னாள்: "அண்ணாவாக இருக்க லாம்" என்று. நாங்கள் பிரமித்துப் போனோம். அதன் பிறகு அதிர்ஷ்டக் காற்று அப்பாவின் பக்கம் அடிக்கத் தொடங்கியது.

ஆனால், அப்பாவைப் பற்றி குல் சொன்னது தவறாகிப் போனது. சென்ற ஆண்டு அப்பா பார்க்கில் சுற்றித் திரியவில்லை. தில்லியில் இருந்த ஐந்துநட்சத்திர அசோகா ஹோட்டலில் புதிய அலுவலகம் திறப்பதற்கான ஏற்பாடுகளில் தீவிரமாக இருந்

திருக்கிறார். அதற்குப் பிறகே எங்கள் வீட்டில் வரம் மறுபடியும் வீசத் தொடங்கியது.

"ஒரு விஷயம். உனக்கு மோகராவின் கதையைச் சொல்ல முடியவில்லை. உன்னுடையதைச் சொல்லு என்றாலும் அப்பாவின் கதையை, மாமாவின் கதையைச் சொல்கிறாய்."

"என்ன செய்யட்டும். என் கதை அப்படி இருக்கிறது. என்னுடைய கதை எல்லோருடனும் இருந்திருக்கிறது. அடுத்த சந்திப்பின் போது கண்டிப்பாக என் கதையை சொல்லுவேன். குல்லுடையதுகூட இல்லாமல்."

"சரி பார்ப்போம். போகப் போக என்ன நடக்கிறது என்று."

5

அதிர்ஷ்ட காலம் திரும்பி விட்டது. வரம் மறுபடியும் பொழியத் தொடங்கியது. மந்தமான வறட்சிக் காலத்தை (இல்லாமையை) நாங்கள் முழுமையாக உணர்வதற்கு இடையில் பல அறச் செயல்களுக்கும் இடையில் அதிர்ஷ்ட சக்கரம் என்றால் என்ன என்பது தெரிய வந்தது. நான் முன்பே சொல்லி இருந்தேன் அல்லவா, குல் அப்போது பதினொன்றாவது தேர்வு எழுதிக் கொண்டிருந்தாள் என்று. எழுதி முடித்து விட்டு மந்தமான நிலைக்கு வந்து விட்டாள். மேலிருந்து...

"ஒரு நிமிடம். நீ என்ன சொன்னாய்? அடுத்த சந்திப்பில் உன்னைப் பற்றி மட்டுமே சொல்வேன் என்றாயா. இப்போது ஏன் குல்லை இடையில் இழுக்கிறாய்?"

"கொஞ்சம் கேள். மனத்திற்கினிய சம்பவங்களைச் சொல்லப் போகிறேன்."

"எனக்குத் தேவையில்லை. உன்னைப் பற்றிச் சொல்."

"இத்தனை சொல்லி விட்டேன்."

"ப்சு. என்ன சொல்லி இருக்கிறாய்? உனக்குத் தோழிகள் கிடையாது. புத்தகம் படிப்பதில் ஆர்வம் உண்டு. சாப்பாட்டில் குறிப்பான கட்டுப்பாடு இருந்தது. தலைமுடி நீளமாக, கண்கள் பெரிதாக இருந்தன. உடல்வாகு சிறப்பானதில்லை."

"அடேயப்பா! இத்தனை சொல்லி விட்டேனா? இதையும் கேட்டுக் கொள். என் நிறம் வெளுப்பு. குல்லுக்கு என்னிடத்தில் பொறாமை ஏதாவது உண்டென்றால் அது அந்த வெள்ளை நிறத்தில்தான். கணக்குப் பாடத்தில் நான் முதல் இடத்தில் வருவதில் அவளுக்கு எந்தக் கவலையும் கிடையாது. அதை அவள்

தன்னுடைய சகோதரி நான் என்ற விதத்தில் பெருமையாக எடுத்துக் கொள்வாள். பல தடவை..."

"நிறுத்து உடனே. அதிசயப் பிறவியாக இருக்கிறாயே. மறுபடியும் குல். அவள் பேச்சைப் பற்றி எனக்கு வேண்டாம். உன்னைப் பற்றிச் சொல்."

"நீ எழுத்தாளரா அல்லது ஹிட்லரா?"

"பேச்சை மாற்றாதே. உன்னைப் பற்றிச் சொல்."

"என்ன தெரிந்து கொள்ள வேண்டும்?"

"உனக்கு ஏன் தோழிகள் இல்லை?"

"யாருக்குத் தெரியும்? இல்லை. அவ்வளவுதான்."

"யார் யாருடன் எல்லாம் நீ விளையாடுவாய்?"

"விளையாட்டா? பைத்தியமா உனக்கு? பள்ளியில் விளையாட்டுப் பீரியடில் நெட்பால் விளையாடும் பொழுது எங்கள் டீச்சர் தலையைப் பிடித்துக் கொண்டு உட்காருவாள். மோகராவின் கைகளில் ஓட்டை இருக்கிறது. அந்த ஓட்டை வழியாக பந்து வெளியே விழுந்து விடுகிறது என்பாள். எட்டாம் வகுப்பு படித்துக் கொண்டிருந்தேன். அதற்கு முன்னால் மூன்று வருடங்கள் பள்ளி செல்லவில்லை. அதனால் அந்த டீச்சருக்கு என் மேல் ஈர்ப்பு இல்லை."

"என்ன மூன்று வருடங்கள் பள்ளிக்குச் செல்லவில்லையா? ஏன்?"

"அதைப் பற்றி என்ன சொல்ல?"

"சொல்லத்தான் வேண்டும். இல்லாவிட்டால் நான் சொல்ல வேண்டி வரும்."

"முயற்சி செய்கிறேன். குழந்தைப் பருவத்தைப் பற்றிப் பேசவே பயமாக இருக்கிறது. பயம்தான் என்னுடைய குழந்தைப் பருவத்தின் முதல் பித்து. காலையில் எழுந்தவுடன் என் மனம் துள்ளும். மறுபடியும் மறுபடியும் கழிவறை செல்ல வேண்டி வரும். யாரிடமும் சொல்லவும் முடியவில்லை.

''ஒரு முறை குல்லிடம் சொன்னேன். அவள் விழுந்து விழுந்து சிரித்தாள். எனக்கு அப்படியே தற்கொலை செய்து கொள்ள வேண்டும் போலத் தோன்றியது. தினமும் காலை உணவைத் தட்டிக் கழித்து விடுவேன். ஸ்கூல் பஸ் வரும் நேரம் ஆகி விடும். எல்லோரும் பரபரப்பாக இருப்பார்கள். குல், ராம்தேவ், பைஜ்நாத், அப்பா எல்லோரும் நான் சாப்பிடாமலேயே ஸ்கூல் பஸ்ஸை நோக்கி ஓடுவது அப்பாவின் பார்வையில் ஒருபோதும் தெரிய வராது. தெரிய வந்தால் வேலைக்காரர்களுக்குத் திட்டு விழும். பிறகு அவர்கள் வெண்ணெய் தடவிய ரோஸ்ட் ரொட்டி, பிஸ்கட் ஆகியவற்றுடன் பள்ளிக்கு ஓடி வர வேண்டியிருக்கும். பிறகு மிஸ் ஹுக்கு என்னைக் கேலி செய்து பேசி வசைமாரி பொழிந்து ஒரு வழி ஆக்கி விடுவாள். சோம்பேறி காலையில் சீக்கிரம் எழுந்து வயிற்றில் அடைத்துக் கொண்டு வர மாட்டாள். ஜெயிலில் வேலை செய்வது போல கடுமையாக உழைக்கிறாள்.

''இத்தனை வேலையை விலங்குகள் கூடத்தான் செய்கின்றன. வயதான அப்பாவை ஓடி வர வைக்கிறாள். அப்பா வயதானவர் என்று எந்தக் கணக்கிலும் வர மாட்டார். முப்பத்தி மூன்று வயதிலேயே அவர் குல்லுக்கு அப்பாவாகி விட்டார். இரண்டு வருடங்கள் கழிந்தபின் நான் அப்போது 34 அல்லது 35 வயது இருக்கலாம். தன்னை அதிகம் கவனித்துக் கொள்ள மாட்டார். தன்னை வயதானவர் என்று சொல்லிக் கொள்ள மாட்டார்.

ஆனால், மிஸ் ஹுக்குவிடம் யார் சொல்வார்? அப்பா விடமும் யார் போய் சொல்லப் போகிறார்கள்? மிஸ் ஹுக்கு வின் மீதிருந்த பயத்தினாலேயே நான் சாப்பிட விரும்ப மாட் டேன். மேஜையிலிருந்து சாப்பாட்டு டப்பாவை எடுத்துக் கொள்ள மறக்க மாட்டேன்.

''அப்போது குற்ற உணர்வினால் ஏற்பட்ட மற்றொரு பயமும் மனத்திலும் பிடித்து விட்டது. உணவை வீணடிப்பது அப்பாவிற்கு அறவே பிடிக்காது. காகிதத்தை வீணடிப்பதும் பிடிக்காது. காந்தியினால் ஏற்பட்ட பாதிப்பாகக்கூட இருக்க லாம். அவர் தனது இயல்பு குணத்தினாலேயே அஹிம்சைப் போராட்டத்தில் இருந்து விலகி விட்டார். எங்கள் இனத்தில் இருந்த அனைவரையும் அறிவார். அவருடன் இருந்த மனிதன்

தன் வாழ்நாள் முழுவதும் அந்தக் கோட்பாடுகளிலிருந்து விடுபட முடியாமல் இருந்தார்.''

"இப்போ காந்தியைப் பற்றி ஆரம்பிக்காதே. உன்னுடைய பயத்திற்குக் காரணம் மிஸ் ஹூக்கு. அது விளங்கி விட்டது.''

ஃபிராய்டின் ஏட்டாக மாற முயற்சிக்காதே. நீ ஒரு எழுத் தாளர். எந்த விஷயத்தையும் நேரடியாக எளிமையாக எடுத்துக் கொள்ள மாட்டாய். ஃபிராய்டின் மீது அத்தனை விருப்பம் என்றால் அப்பா அம்மாவிடமிருந்து தொடங்கு. அவர்களிடம் பயம் ஏற்படுவதில்லை. எப்போதும் கிடையாது. அம்மா பற்றற்று இருந்தாள். அப்பா பற்றும் பாசமும் என்றிருந்தார். எனது பயம் உருவமற்றது. எனக்கு இருட்டைக் கண்டு பயம் கிடையாது. இடி, மின்னல், முழக்கம் கண்டு பயம் கிடையாது. எனக்குத் தெரிந்து பேய், பிசாசு இவற்றைப் பற்றி எல்லாம் கூட பயம் கிடையாது.

"நிறைய பார்த்திருப்பாய் போல.''

"அடி சக்கை. இந்தத் தடவை நீ ஜெயித்து விட்டாய். ஒன்று பார்த்திருக்கலாம். பயம் பிறகும் உண்டாகலாம் அல்லவா? சரி. மிஸ் ஹூக்குவின் மீதிருந்த பயத்தினால் பள்ளியைக் கண்டு ஒருபோதும் பயந்தது கிடையாது. நன்றாகப் படிப்பேன். முதல் இடம் வரவில்லை என்றாலும் கண்டிப்பாக இரண்டாம் இடம் பெற்று விடுவேன். அம்மையே நாம் இதைக் கொண்டாடுவோம். ஏதோ இயல்பாக வெளிப்பட்டதே. படத்திற்குப் போகலாமா?

"எனக்குள் பயம் கிளம்பத் தொடங்கியது. முதலிடம் பெற முடியவில்லை எனில், வேறு யாருக்கும் அல்ல. எனக்கு துக்கம் உண்டாகும். இனி வரவே முடியாவிட்டால் எனக்குள் பயம் கிளம்பும். ஆனால், ஒவ்வொரு நாளுக்குமான பயத்திற்கு அது காரணமாக ஆக முடியாது. எனக்கு இது மட்டும் நன்கு நினைவிருக்கிறது. எனக்குள் பயம் உண்டானது ஐந்தாம் வகுப் பில் படிக்கும் போது. என்ன வயதிருக்கும் அப்போது, ஒன்பது. அதற்கு இரண்டு ஆண்டுகளுக்கு முன்பாகவே மாமா எனக்கு அந்தம் அற்ற மற்றும் பூஜ்யம் பற்றிய தத்துவத்தைக் கணிதத்தில் என் மூளைக்குள் ஏற்றி இருந்தார்.''

''உன் பயத்தின் காரணம் என்ன?''

''எதன் தொடர்பும் இல்லை. ஆனால், ஏன் இப்போது நினைவுக்கு வருகிறது என்று தெரியவில்லை. அதன் பிறகுதான் நான் பள்ளியில் மீதமிருக்கும் பொழுதை எல்லாம் புத்தகம் படிப்பதில் செலவிட்டேன். புத்தகம் படிக்கும் போது பயம் ஏற்படுவதில்லை. மிகவும் பயம் மூச்சடைக்கும் நேரம் என்பது சினிமா தியேட்டரில்தான். கதவுகள் எல்லாம் அடைக்கப்படுகின்றன.

மௌனமாகப் பரவிய அந்த இருளில் என் மனத்தினுள் பூனைகள் குதிக்கத் தொடங்குகின்றன. தடக் தடக் என்று மனம் அடித்துக் கொள்ளும். சரியாகக் காண முடியாது. நீண்ட நாட்களுக்குப் பிறகு என் கண்களில் குறைபாடு என்பது தெரிய வந்தது. எல்லாவற்றையும் விடவும் சப்தங்களினால் எனக்குப் பெரிய துன்பம் உண்டாயிற்று. இன்று வரை அது இருக்கிறது. பார்வைக் குறைப்பாட்டினால் காது மந்தமாகவில்லை. தேவைக்கு அதிகமாகக் கூர்மையாயிற்று. சாதாரண ஓசை கூட பெரிய இரைச்சலாகத் தோன்றியது. ஹாலில் உட்கார்ந்து கொண்டு வெளியே ஓடத் தொடங்கும் நிலையில் இருந்து கொண்டிருப்பேன். சில சமயம் தீப்பிடித்துக் கொண்டால், பூகம்பம் ஏற்பட்டு விட்டால், ஒருவேளை மின்சாரம் தடைப்பட்டுப் போனால், கவலையில்லாமல் இருப்பேன்.''

''பைத்தியமா என்ன நீ?''

''அரை முக்கால் நிலை. குல் மற்றும் அப்பா ஆகியோரை மறந்து வெளியே ஓடி வந்து விடுவேன். முடிந்த பிறகு மறுபடியும் சினிமா தியேட்டர் பக்கம் போகத் துணிவதில்லை.''

''பைத்தியங்களின் பிரிவுகள் பற்றி அறிய மிகவும் உழைத்திருக்கிறாய். எத்தனை பிரிவுகள் உள்ளன?''

''முழுப் பைத்தியம். அவர்களைத் தவிர மற்ற எல்லோருமே கால் பங்கு பைத்தியம் உள்ளவர்தான். முழு பைத்தியமானவர்கள், அரைப் பைத்தியம் முக்கால் பைத்தியமாக இருப்பவர்கள் அவர்கள் பைத்தியம் என்று கருதுகிறார்கள். ஏனெனில், அவர்கள் தங்களைப் போல சிந்தனை செய்வதில்லை என்பதி

னால், அதாவது எல்லோரையும் போல யோசிப்பதில்லை. தன்னைப் பற்றிய எண்ணத்திலேயே இருக்கிறார்கள்.''

''இன்றைய காலகட்டத்தில் பைத்தியம் என்ற சொல் தடை செய்யப்பட்டிருக்கிறது. மெண்டலி சேலன்ஞ்ட் என்று சொல்கிறார்கள்.''

''சொற்கள் உணர்வுகளை மாற்றுவதில்லை. இன்று கூட மனிதர்கள் முன்பு என்ன நினைத்தார்களோ, அதையேதான் நினைக்கிறார்கள்.''

''சரி. விடு. உன்னைப் பற்றிச் சொல்லு.''

''சினிமா தியேட்டரிலிருந்து வீட்டிற்கு வந்தவுடன் என் பயத்தைப் பற்றி நானே சிரித்துக் கொள்வேன். அந்தப் படத்தையே பார்க்க வேண்டும் என்று மனம் ஆசைப்படும். சரியாக பார்க்காமல் திரும்பி விட்டோமே என்று நினைப்பேன்.''

''ஒன்பது வயதில் எத்தனை படங்கள் பார்த்திருப்பாய்?''

''குழப்பமாக இருக்கிறது. சினிமா தியேட்டரின் பயம் பிற்காலத்தில் ஏற்பட்டிருக்கலாம். பதின்மூன்று பதினான்கு வயதில். ஆனால், பயப்படுவது என்பது ஒன்பதாவது வயதிலேயே ஆரம்பமாகி விட்டது.

தீர்மானமாகச் சொல்ல முடியும். ஐந்தாம் வகுப்பு படிக்கும் போது நான் முதன்முறையாக நோய்வாய்ப்பட்டேன். டாக்டர் டைபாயிட் என்று சொல்லி விட்டார். நடுப் பகுதி ஜுரம். அந்தக் காலத்தில் உண்மையில் அன்று நடுநிலைமை இருந்தது. ஆண்டிபயாடிக் கண்டு பிடிக்கவில்லை. க்ளோரோமைசிடின் முதன்முதலாக அறிமுகமாகி இருந்தது. மருந்துடன் கூடவே முழு ஓய்வு மற்றும் பத்தியத்தைச் சரியாகக் கடைப்பிடிக்கவில்லை எனில் ரிலாப்ஸ் ஆவதற்கு வாய்ப்பு உண்டு. ஜுரம் இறங்கி விடும். மிச்சம் மீதியும் போன பிறகுதான் பூரண குணம் ஏற்படும்.''

''உனக்கு ரிலாப்ஸ் ஆகி விடும் என்ற சந்தேகம் இருந்ததா?''

''இல்லை, உனக்குத்தான் தெரியுமே நான் மருத்துவர் ஆக விரும்பினேன் என்று. எனவே, கொஞ்சம விவரம் தெரியும்.

இணைந்த மனம்

சந்தேகம் டைபாயிடைப் பற்றியோ அது ரிலாப்ஸ் ஆவதைப் பற்றியோ அல்ல. அதை நான் ஒரு பேருதவியாக எண்ணினேன். சொல்கிறேன் கேள். எங்காவது மறந்து விடப் போகிறேன். ஒரு முக்கியமான விஷயம் சொல்ல வேண்டும். பிரியமான எழுத் தாளரே இதைப் பிராய்டின் தவறு என்று வேண்டுமானாலும் சொல்லிக் கொள். உனக்கு அடுத்தவர்களின் பிரச்சினை மிகுந்த உற்சாகத்தைக் கொடுக்கிறது.''

''என்ன வேண்டுமானாலும் சொல்லிக் கொள். இப்போது என் கட்டுப்பாட்டில் நீ இருக்கிறாய். உன்னுடைய வாழ்வனுப வங்களைச் சொல்லிக் கொண்டு இருப்பாய்.''

''நோயின் கண்டுபிடிப்புக்குப் பிறகு உடனேயே ஆகஸ்ட் பதினைந்து வந்து விட்டது. செங்கோட்டையில் பிரதம மந்திரி யின் கொடியேற்ற கொண்டாட்டம் இன்றைக்கு நமக்கும் வழக்க மானது. அசல் ஆகஸ்ட் பதினைந்து அல்ல; அதாவது பதினான் காம் தேதிக்கும் பதினைந்தாம் தேதிக்கும் இடையில் நடு இரவில் செங்கோட்டையில் பிரதம மந்திரி கொடியேற்றிக் கொண் டாட்டம். பதினைந்தாம் தேதி காலையில் நாடு முழுவதும் உற்சாகத்தில் மிதந்தது. எல்லாவற்றையும் விட அதிகமாக பாராளுமன்றத்தில் கூடுதலாக.

''எனக்கு அது நமது குடியரசில் தனியான குடியரசின் தினம் என்று தோன்றியது. ஏழை - பணக்காரன், கிழவன் - குழந்தை, ஆண்கள் - பெண்கள், மந்திரி -தந்திரி, அரசர்கள் - குடிமக்கள் எல்லோரும் ஒன்றே. என்னையும் அப்பாவையும் தவிர மற்றவர்கள் வீட்டின் அனைவருமே இந்தியா கேட்டின் மகிழ்ச்சி வெள்ளத்தில் திளைக்கக் கிளம்பிச் சென்று விட்டனர். அப்பா என்னால்தான் செல்லவில்லை. நான் அன்றைக்கு அப்படி ஒரு அழுகை அழுதேன். நான் எத்தனை அழுகிறேன் என்று விளக்கவே முடியாது. ஆனால், மருத்துவர் படுக்கையை விட்டு எழுந்திருக்கவே கூடாது எனக் கட்டளையிட்டு விட்டார்.''

''அப்பாவிற்கு என்னுடைய அழுகை மிகவும் வேதனையை ஏற்படுத்தியது. ஆனாலும், மருத்துவரின் கண்டிப்பான கட்டளை யும் எச்சரிக்கையும் நினைவில் இருந்தது. எங்கள் புத்திசாலி

தாத்தாவின் நெருங்கிய நண்பர் அவர். என் தாத்தாவின் புத்திக் கூர்மையை விடவும் புத்திசாலி தாத்தாவாக அவர் இல்லாமல் இருந்திருந்தால், என் கேவல் அழுகை இரண்டிலும் சலித்துப் போய் கொஞ்ச நேரமாவது அங்கு இட்டுச் சென்றிருப்பார். போலீஸ்காரர்களை மிரட்டி மீன் பிடித்து வழி ஏற்படுத்திக் கொண்டு செல்வதில் அவர் கில்லாடி. ஒரு தடவை... சரி, சரி. அது அப்புறம்.''

"அப்புறம் சொல்வதற்கென்று அதை விட்டு வை.''

"என் அழுகையிலிருந்து எட்டிப் போக அவர் தள்ளி உட்கார்ந்து கொண்டு, புத்தகத்தைப் படித்து அதில் மூழ்க முயன்று கொண்டிருந்தார். ஆனால், முடியவில்லை. கடைசியில் சலித்துப் போய் தன் கையிலிருந்து புத்தகத்தை என்னிடம் கொடுத்து, "சப்தம் போடாதே; இதைப் படி" என்றார்.

நான் விக்கி விக்கிக் கொண்டே அந்தப் புத்தகத்தின் பெயரைப் பார்த்தேன். 'பிரதர்ஸ் கோமொஜோவ்.' பிரிக்காமல் கையில் வைத்துக் கொண்டே தொடர்ந்து அழுது கொண்டிருந்தேன். குரலைக் கிளம்ப எத்தனித்துக் கொண்டு இருக்கும் போது. அப்பா அந்தப் புத்தகத்தில் முதல் பக்கத்தைத் திறந்து வலுக் கட்டாயமாக என் கையில் திணித்தார். கையில் புத்தகத்தைப் பிடித்துக் கொண்டிருந்தார். அப்பாவின் கை என் கைக்குள் இருக்கும் வரை என்னால் படிக்க முடியவில்லை. அவர் கையை விலக்கிய உடனேயே புத்தகத்தை விசிறி எறிந்து விடலாம், கிழித்து எறிந்து விடலாம் எனவும் நினைத்தான். ஆனால், அது ஏதும் நடக்கவில்லை.

உனக்குப் புரிகிறதா? அது ஒரு துக்கத்தைப் போல. ஒருவர் இறந்ததினால் ஏற்படும் துக்கத்தைப் போன்றது. அழுகை அழுகையாக வந்தது. ஆனாலும், இதனால் எந்தப் பயனும் இல்லை என்று நமக்குத் தெரியும். கையைக் காலை உதைத்து புரண்டு புரண்டு அழ அல்லது அப்படி நடிப்பது கூட முழுமையாக இருக்காது. அப்போது மட்டுமல்ல, வருங்காலத்தில் ஒரு போதும் கொஞ்சமும் ஏதும் நிகழும் என்ற நம்பிக்கை ஏற்பட வில்லை. தெரியும். அதனால்தான் அழுகிறார்கள்.

வேறு வழியற்று மறுக்க இயலாத கட்டாயத்தின் காரண மாக அதை அவர்கள் வெளிப்படுத்துகிறார்கள். அடைக்கலம் அற்றவர்களுடைய துன்பம் வெளிப்படுத்துவதில் வெட்கம் கொள்கிறது. அவர்களால் அழ முடியாது. அதனால் அவர்கள் வாழ்நாள் முழுவதும் தெரியாத பார்க்காதவற்றிற்காக கோபம் கொள்கிறார்கள். அதிலிருந்து தப்பிக்கவே நம் பண்பாட்டில் நாடக அழுகையை உண்டாக்கி இருக்கலாம்.

சரி சுதந்திர தின உற்சாகத்திற்குப் போக இயலவில்லை. அழுது புரண்டு படுத்தி எடுத்தாலும் சொல்ல இயலாது. இந்த உண்மையின் வேதனைதான் என்னை மேலும் அழ வைத்தது. எனக்கு வெட்கம் ஏதுமில்லை. கோபம் இருந்தது. அதிர்ஷ்டத் தின் மீது, ஆண்டவனின் மீது, டாக்டர் தாத்தாவின் மீது, எல்லா வற்றையும் விடவும் குல்மோஹார் என்ற பெயருடைய என் அக்காவின் மீது.

''மறுபடியும் குல் மோஹாரா? அவள் மீது ஏன்?''

''அவள் இதற்காக மிக ஆசைப்படவில்லை. அங்கே சென் றாள். நான் அங்கு செல்வதற்காகத் துடித்துக் கொண்டிருந்தேன். குல்லிற்கு எழுதப் போகும் வரலாற்றில் அத்தனை மோகம் கிடையாது. என்னைப் போல. அஹிம்சைப் பண்புடன் கூடிய போராட்டத்திற்கு எதிராக போராட்டம் நடத்திய நேதாஜி சுபாஷ் சந்திர போஸ், காந்திக்கு எதிரான ஜின்னா, நேருவுக்கு எதிரான சர்தார் படேல், மவுண்ட் பேட்டனுக்கு எதிரான அம்பேத்கர், படேல்-நேரு-ஜின்னா போன்றவர்களைப் பற்றி வீட்டில் நடை பெறும் இருபத்தி நான்கு விவாதம் அவளுக்கு ஒரே சலிப்பாக இருக்கும். எனக்கு அவை ஆராய்ச்சி போல.

எல்லாவற்றையும் விடவும் அதிகம் அலசத் தோன்றிய எண்ணம் சுதந்திரம். அதன் கற்பனை. ஒரு சொல் உலகம் முழுவதும் மந்திர வித்தையையும், மெய்சிலிர்ப்பையும் ஒரு சேர உண்டாக்குகிறது. பார்வதி சொல்ல கந்தர்வப் பெண்களின் கதையைக் கேட்டிருக்கிறேன். மனம் மகிழும். அவற்றைக் கேட்பதில் மெய்சிலிர்ப்பும் உண்டாகும். நாற்புறமும் நான்கு பிசாசுகள், இன்றும் அவை நினைவில் இருக்கின்றன. கொள்ளி

வாய்ப் பிசாசுகளும் அவற்றில் நிரம்பியிருக்கும் மாயத் தந்திரங்களும்.

ஆனாலும், அப்பாவின் தற்பெருமைக்கு இவையெல்லாம் ஈடாகாது. அவருடைய சுதந்திரத்துக்கான தொடர்புக்கு மனக் கவர்ச்சி அதிகம். உணர்ச்சி நிரம்பியது. இந்தியா கேட்டிலிருந்து திரும்ப வந்தவுடன் குல் அங்கிருந்த வெப்பம், வெய்யில், பிசுபிசுப்பு, கூட்ட நெரிசல் ஆகியவற்றைப் பற்றி அதிகம் சொன் னாள். சுதந்திரத்தைப் பற்றி மிக்க குறைவாக. அவர் பார்வதியிட மும் அம்மாவிடமும் கேட்டாள். ஆனால் இருவருடையதும் ஒருவருடையதிலிருந்து வேறுபட்டு இருந்தது.

பார்வதி சொன்னது, பண்டித நேரு கூட்ட நெரிசலில் மாட்டிக் கொண்டு விட்டார். மைதானத்திற்கு மத்தியில் போடப் பட்டிருந்த மேடையை அவரால் எட்ட முடியவில்லை. அதனால் மக்கள் அவரைத் தோளில் சுமந்து சென்றனர். ஒருவர் தோளில் இருந்து பின்னொருவர் தோளுக்கு எனச் சுமந்து சுமந்து மாற்றி மாற்றி மேடையைச் சென்றடையச் செய்தனர்.

அம்மாவின் பார்வையில், நேரு மாட்டிக் கொள்ள வில்லை. அவருடைய வண்டி நெரிசலில் மாட்டிக் கொண்டு விட்டது. கடைசியில் தனது காரின் மேல் கூரையில் ஏறி தன் னுடைய உரையை ஆற்றினார் என்றாள். ராம்தேவ், ஒன்றல்ல பல வண்டிகள் அங்கிருந்தன. அவர் ஒவ்வொரு வண்டியின் கூரை மீது ஏறி தாண்டித் தாண்டி மேடையை அடைந்தார் என்றான்.

பின்னாட்களிலும் கண்ணால் கண்டவர்களின் சொற்களி லும் இதே போல மாறுபாடுகள் இருந்தன. எல்லோரும் உண்மையில் ஒன்றைத்தான் பார்க்கிறார்கள். ஆனால் அவர் பார்வையில் ஆயிரம் முறை அந்த நிகழ்வைக் கற்பனை செய்து பார்த்து விட்டிருக்கிறார்கள். எதையும் பார்க்கவில்லை. நம்பு. குல் சொன்னது அவளின் கூற்று. அது எல்லோருடையதை விடவும் எனக்குக் கண்களால் பார்த்தாற் போலத் தோன்றியது. டொமினிக் லாபியர், டாம் க்ளன்ஸின் புத்தகம், அதிகம் விற்பனையான புத்தகமான 'ஃப்ரீடம் அட் மிட் நைட்' தில்லி யில் இம்பீரியல் ஹோட்டலில் எழுபதுகளில் வெளியிடப்பட்டது.

அப்பாவுடன் நாங்கள் இருவரும் அங்கு சென்றிருந்தோம். தற்செயலாக இண்டியா கேட்டிலிருந்து கலவரம் கிளம்பி விட்டது. அந்த மக்கள் திரளில் ஒருவர் இல்லை. கண் பார்த்த சாட்சிகள் பலர் இருந்தனர். அவற்றில் பல புத்தகத்தில் சொல்லப்பட்டு இருப்பதைப் போல தற்செயலானதல்ல. நிறைய வாத விவாதங்களுக்குப் பிறகு தெரிந்து கொண்டது. கண்களால் பார்த்ததே சரியானதாக இருக்க வேண்டியதில்லை. இத்தனை வயது வளர்ந்து விட்ட பிறகும் கூட, ஏறக்குறைய இருபத்தி ஐந்து வயதில் நான் மிகவும் வருத்தப்பட்டேன். எனக்கும் அப்பாவுக்கும் மட்டும் சொல்ல ஏதுமில்லை. ஏனெனில் நாங்கள் கண்களால் பார்க்கவில்லை. நான் திரும்ப வரும்போது குல்லிடம், "நீயும்தானே அங்கிருந்தாய்? உன் பார்வையில் எது சரி?" என்று கேட்டேன்.

அவள், "நான் அங்கிருந்தேனா என்ன? எனக்கு நினைவு இல்லை" என்று பதில் சொன்னாள்.

எனக்கு அத்தனை கோபம் வந்தது. என்ன சொல்லட்டும். அவளுக்கே அது தெரியவில்லையோ?

அந்த நாளை ஆகஸ்ட் பதினைந்தை நானும் வஞ்சனை நிரம்பிய நாள் என்று சொல்லத் தொடங்கினேன். கண்களின் எதிரே எல்லாக் காட்சிகளும் உருவம் கொண்டு இருந்தன. அந்த விஷயத்தைப் பற்றிச் சொல்லும் போது பார்வதி மற்றும் அம்மா வின் உதடுகள் துடிக்கத் தொடங்குகின்றன. ராம்தேவ் டீக்கு சர்க்கரைக்குப் பதிலாக உப்பை இட்டான். தூ, தூ என்று சொல்லியும் கூட யாரும் கோபம் கொள்ளவில்லை. வேறு வழி இன்றி அனைவரும் சிரித்துக் கொண்டிருந்தனர். குல்லும் கூட. கூட்டம், வெய்யில், பிசுபிசுப்பு என்று புலம்பித் தள்ளிக் கொண்டிருந்தாலும் கூட அவளுடைய முகத்தில் ஒரு ஒளி இருந்தது. அது என்னை மீண்டும் அழச் செய்தது.

மிகவும் அழுதேன் நான். ஆனாலும், கொஞ்சமாக அழு தேன். அதற்குள்ளாகவே 'பிரதரஸ் கோரமாஜோவ்' நூல் கொஞ்சம் கொஞ்சம் புரியத் தொடங்கி விட்டது. பயமுறுத்தும் உலகம் என் கட்டுக்குள் வந்து விட்டது. நான் பல பக்கங்கள் படித்து

விட்டேன். புரிதலில் மண்தான். ஆனால், குழந்தைகளுக்கு ஏற்படும் கொடிய வன்முறை ஒரு பகுதியில் எழுதப்பட்டிருப்பது என்னை நிலை குலையச் செய்தது. ஏதோ இனம் புரியாத - சொல்ல முடியாத பயம் என் மனதில் படிந்து விட்டது. இந்த பயம் 'இது உண்மையான சுதந்திரம் அல்ல, ஏமாற்று வேலை' என்று அப்பா கூறிய போது அதிகமாயிற்று. அப்போதிலிருந்து என் மனதில் வாழ்க்கையில் எதுவும் உண்மை அல்ல. எல்லாமே ஏமாற்று வேலை என்று தோன்றத் தொடங்கியது.

''நீ உன் கனவில் கட்டு வேலையைப் பார்க்க விருப்பமற்ற நம்பிக்கையற்ற நிலைக்கு ஆழ்ந்து போனாயோ என்னவோ. ஒன்பது வயது டைபாயிட் நோயாளிக்கு 'பிரதர்ஸ் கோராமாஜோவ்' போன்ற நாவல் படிக்கக் கொடுப்பது குற்றமா என்ன?' அப்படி அந்தப் புத்தகத்தில் உண்மை எனக் கவலை கொள்ளுமளவுக்கு என்ன இருக்கிறது. சிரிக்காதே. விளைவு அப்படி பயங்கரமானதாக இருந்தது. நானும் அந்த அத்தியாயத்தை பலமுறை படித்திருக்கிறேன். ஒவ்வொரு முறையும் படிக்கப் படிக்க முன்னை விடவும் அதிகமாக லயிப்புடன் நடுக்கத்தை உணர்ந்திருக்கிறேன்.''

''அரையை விடவும் அதிகமாய் நழுவத் தொடங்கி விட்டது அல்லவா? பின் ஏன் மறுபடி மறுபடி படிக்க வேண்டும்?''

''அரையிலிருந்து முக்காலாவதற்காக, அரைக்கும் மேலாக நழுவி விட்டது. முழுவதுமாக அப்படியே நழுவ விடலாம் என்றுதான். காந்தத்தின் இழுப்பில் இரும்பைப் போல மறுபடி மறுபடி ஏன் படித்தேன். ஒரு எழுத்தாளராக இருந்து கொண்டு புரியவில்லையா? ஒன்றும் குழப்பமில்லை. விடு. எனக்குள் இருந்த அறியப்பட்ட உலகின் புதைந்திருப்பதை எடுத்து அதை வெளிப்படுத்துவதில்தான் எத்தனை ஆனந்தம்? எழுத்தாளனால் புரிந்து கொள்ள இயலவில்லை எனில் ஏன் எழுத வேண்டும். அப்போது இல்லை என்றாலும், வயது ஏற ஏற பல தடவை படிக்க ஆர்வம் வந்தது. ஆனால், அப்பா என்னுடைய நம்பிக்கையற்ற அலை பாயும் மனதிற்கு அமைதி உண்டாக்க என அந்தப் புத்தகத்தை என் கையில் மறுபடியும் திணிக்கவில்லையா? சுதந்திரத்தின் அந்த நொடியை எண்ணற்ற நிகழ்வுகளுடன் ஒரு விபத்தைப் போல துன்பத்துடன் கேட்டிருக்கிறார்.

என்னுடைய அர்த்தமற்ற நாடக அழுகையிலிருந்து அமைதியற்று என்னைத் தூக்கி வெளியே போட்டார். அல்லது கையில் இருந்த புத்தகத்தை எந்த விதமான யோசனையும் அற்று என் அழுகையினால் கஷ்டப்பட்டு அதைக் கையில் திணித்திருப்பார். சரி, அவ்வளவுதான். தனியான பதில் எல்லாம் இதற்குக் கிடையாது.

அந்த டைபாயிட் காய்ச்சல் பலமுறை ரிலாப்ஸ் ஆயிற்று. காரணமில்லாமல் பல காய்ச்சல்கள் பல தடவை மறுபடியும் வராமலாயிருக்கும். மாதக் கணக்கில் பள்ளி செல்லவில்லை. கொஞ்ச நாட்கள் காய்ச்சல் இல்லாமல் இருந்து பள்ளி செல்லலாம் என்று முடிவெடுக்கும் போது மறுநாள் காலையில் அந்த எண்ணற்ற காய்ச்சலில் ஒன்று வந்து விடும். பள்ளி என்பது ஒதுக்கி வைக்கப்பட்ட ஒன்றாயிற்று. திரும்பவும் உடலைப் பற்றிய நினைவுகள். எத்தனை உடலைப் பற்றிய சிந்தனை இருந்ததோ அத்தனை ஆத்மாவைப் பற்றியும், என்ன என்று தெரியவில்லை.

பள்ளியிலிருந்து விலக்கி வைக்கப்பட்டேன். மறு நுழைவு ஏற்படவில்லை. லேடி இர்வின் பள்ளியின் முதல்வரின் போக்கு ஹூக்குவிலிருந்து முற்றிலும் மாறுபட்டது. மிஸ் ஹூக்கு அதற்குள் விடை பெற்றிருந்தாள். ஆகஸ்டிலிருந்து மார்ச் வரை பள்ளியிலிருந்து காணாமல் போயிருந்த போதும் கூட அவர் என்னை ஆண்டுத் தேர்வு எழுத அனுமதித்தார். நான் பாஸாகி விட்டேன். அந்தப் பாடத் திட்டத்தில் புத்தகங்கள் வாங்க வேண்டிய தேவை இருக்கவில்லை.

குல்லின் புத்தகங்கள் கைவசம் இருந்தன. எழுத வேண்டிய காப்பி நோட்டுக்கள் வாங்கியாகி விட்டன. படுக்கையில் படுத்துக் கொண்டே வெளிப் புத்தகங்கள் படித்த நேரம் போக மீதி இருக்கும் நேரத்தில் பாடப் புத்தகங்கள் படித்துக் கொண்டேன். முதலாம் இடத்தில் வரவில்லை எனினும் இரண்டாம் இடத்திலும் வர இயலவில்லை.

மாமாவின் கணக்குப் பாடம் கற்பித்தலின் ஏற்பட்ட ஒப்பற்ற ஈடுபாட்டின் காரணமாக ஐந்தாம் வகுப்பின் எளிமையான கணக்குக் கேள்விகளுக்கு மிகச் சுலபமாகப் பதில் அளித்து விட்டேன். ஒரு தடவை கணிதத்தில் நூற்றுக்குத் தொண்ணூறு

மார்க் எடுத்திருந்தேன். பாக்கி பாடங்களில் அறுபது சதவீதம் எடுப்பது போதுமானதாக இருந்தது. இந்தக் காலம் போல இல்லை. ஒவ்வொருவரும் தொண்ணூறு சதவீதம் எடுக்க ஓடிக் கொண்டிருக்கின்றனர். அந்தக் காலத்து அறுபது இந்தக் காலத்துத் தொண்ணூறு.

உண்மையில் முதல் வருடம் டீச்சர் இல்லாமல், ஸ்கூல் இல்லாமல் சுயமாகப் படித்து பாஸ் செய்வதில் ஒன்றும் கஷ்டம் தோன்றவில்லை. ஆனால், இந்த நிலை ஓராண்டுடன் முடிந் திடவில்லை. மக்கள் நான் பள்ளி செல்லாமலேயே உயர்ந்த மதிப்பெண் எடுத்ததற்கு மிகவும் புகழ்ந்து தள்ளி விட்டனர். அது என் மண்டையில் போதையைப் போல ஏறி விட்டது. பள்ளிக்குச் சென்று எல்லோரும்தான் பாஸாகிறார்கள். உண்மையில் தன் சுய முயற்சியால், சுய பலத்தால் படித்துப் பாஸாவது வேறு.

கோடைக் காலத்தின் நீண்ட விடுமுறைக்குப் பின் மறுபடி யும் பள்ளி தொடங்கியது. எல்லாத் தடைகளையும் கடந்து ஆறாம் வகுப்பில் அமர்ந்தேன். சிலவற்றை மட்டும் வாங்கிக் கொண்டேன். ஆனாலும், எழுதுவதற்கான காப்பி நோட்டுக்க ளும் வாங்க, அவற்றில் பாடத்தை ஏற்றுவதில் மும்முரமாக ஈடு பட்டேன். தடையின்றி ஒரு மாதம் பள்ளி சென்றேன். பிறகு ஆகஸ்ட் மாதம் வந்தவுடன் மறுபடியும் காய்ச்சல் வந்து விட்டது. நோயின் தன்மை அதே டைபாயிட்.

முந்தைய ஆண்டைப் போலவே இந்த ஆண்டும் மெல்ல ஓய்வு, பத்தியம், காய்ச்சல் இறங்கிய பிறகும் பல பிரச்சினை கள். பள்ளிக்குச் செல்லாமலே கழிந்த நாட்கள் ஏறக்குறைய அந்த ஆண்டு முழுவதுமே பள்ளி செல்லவில்லை. வீட்டில் படிக்கவும் ட்யூஷன் டீச்சர் ஏற்பாடு செய்யப்படவில்லை. அதிர்ச்சியாக இருக்கிறதா? அதிர்ச்சி அடையத்தான் வேண்டும். எனக்கும் அப்படித்தான் இருந்தது. எண்ணிப் பார்க்கிறேன் இப் போது. ஆனால், அப்போது அது சரியானதாகத்தான் தோன்றியது.

ஆனால் நான் பள்ளிக்குச் செல்லாமலேயே வழக்கத்திற்கு மாறாய், தானே சுயமாகப் படித்து பாஸ் செய்வது என்ற பழக் கத்தை ஏற்படுத்திக் கொண்டிருக்கிறேன் என்ற வதந்தி பரவியது.

ஒரு முறை உங்கள் முகத்தின் மீது முகமூடி அணிவிக்கப்பட்டு விட்டதென்றால், அதுவே உங்கள் முகம் என்று ஏற்றுக் கொள்ளப் பட்டு விடுகிறது. அறிவு அதைப் பின்னாட்களில்தான் புரிந்து கொண்டது. ஆனால், அது பத்து வயதிலேயே நிரூபணம் ஆகி விட்டது.

அம்மா, அப்பா அல்லது அவர்களின் ஆலோசகர்கள் என யாருமே என்னைப் படிக்க வைக்க ஆசிரியரின் தேவை என்பதில் அழுத்தம் கொடுக்கவில்லை. நேரம் கிடைக்கும் போதெல்லாம் சொல்லிக் கொண்டிருந்தேன். தானே படித்து பர்ஸ்ட் கிளாஸில் பாஸாகி விடுவாள். மோகராவிற்குச் சொல்ல வேண்டுமென என்ன? என் வகுப்பிற்கான பாடத்தைப் படித்துப் புரிந்தது கொள் வதில் எத்தனை சிக்கல்கள் இருந்தாலும், யாரும் அதைப் பற்றி கவலைப்படவில்லை. கௌரவப் பிரச்சினை ஆகி விட்டது.

எனக்கு அக்கம் பக்கத்தில் இருந்தவள் குல் மட்டுமே. அவள் பாதம் தரையில் பதிந்திருந்தது. அவள் என்னிடம் பல தடை சொல்லி இருக்கிறாள். உனக்கு ஒன்றுமில்லை. பள்ளி செல்ல ஆரம்பித்தாயானால் எல்லாம் சரியாகி விடும் என்று. ஆனால், அவளுடைய பேச்சை யாரும் கேட்கவில்லை. எனக்கு அவள் மீது பொறாமை ஏற்பட்டது. அம்மா அதை இன்னமும் ஊதி அதிகப்படுத்தினாள். அந்த ஆண்டு பரீட்சை எழுதிய எனக்கு அறுபது சதவீதம் கிடைக்கவில்லை. ஐம்பது ஐம்பத்தி ஐந்து எடுத்திருந்ததால் அது ஒன்றும் தவறாகக் கருதப்பட வில்லை. வதந்தியை அதிகப்படுத்தினேன்.

மாமா வரும் பொழுதெல்லாம் அவரின் மற்ற பேச்சுகளின் கூடவே கணக்கின் கேள்விகளையும் புரிய வைத்துக் கற்றுக் கொடுத்ததனால் கணிதத்தில் நூற்றுக்கு எண்பது மதிப்பெண் எடுத்திருந்தேன். ஏழாம் வகுப்பில் நுழைந்தவுடன் முந்தைய ஆண்டு கிடைத்த பாராட்டும் பீடமும் கொஞ்சம் கொஞ்சமாக இறங்கியது. ஆனாலும், வதந்திகளையும் முகத்தில் அணிந்திருந்த முகமூடியையும் அகற்ற முடியவில்லை.

இன்னமும் ஒரு வதந்தி பரப்பப்பட்டது. அது என் வாழ்க்கையை மிகவும் கஷ்டத்திற்குள்ளாக்கியது. இதற்குப்

பின்னால் சூல் இருந்தாள் என்பது எனக்குத் தெரியும். சரியாகச் சொல்ல வேண்டுமெனில், என் மீதான பொறாமையினால் வீண் பழி சுமத்தி வீணான வதந்தியைப் பரப்பினாள். அதாவது எனக்கு ஜீரணமாகாத தின்பண்டங்களை என்னைச் சாப்பிடுவதற்கு யாருமே தடையே செய்ய வேண்டாம். அவள் தானே சுயமாக சரியாக பத்தியத்தைக் கடைப்பிடிப்பாள். இப்படியாக புதிதாக வஞ்சகமான க்ருபையை ஏற்படுத்தி விட்டாள் என்றால் அதை எப்படி மறுக்க முடியும். விளைவு என்ன ஆயிற்றென்றால், மெல்ல மெல்ல நான் ருசியான உணவு வகைகளிலிருந்து வஞ்சிக்கப் பட்டவள் ஆனேன்.

என்னுடைய நினைவுக் குறிப்புகளில் அந்த நாள் இன்னமும் பசுமையாக நினைவிருக்கிறது. வதந்தி அப்போது தான் பரவிக் கொண்டிருந்ததனால் அதைக் கடைப்பிடிப்பது மிகவும் கடினமான காரியமாக இருந்தது. ஒரு நாள் ஒன்றுவிட்ட சித்தப்பா பையன் வீட்டிற்கு வந்திருந்தான். அவனுக்கு ஏழு வயது என்னை விட மூன்று வயது இளையவன். வழக்கமான நாட்களைப் போலவே அன்றும் ஆலு டிக்கி விற்பவன். தோளில் காவடியைச் சுமந்து வைத்துக் கொண்டு வந்தான்.

அந்த நாட்களில் இதுதான் நடைமுறை. சமோசா, பக்கோடா, ஐஸ், சர்பத், பழம், அவித்த உருளைக் கிழங்கு மசாலா சேர்த்த காவடியைப் போல சுமந்து கொண்டு ஒவ்வொரு வீட்டிற்கும் வருவான். அந்தந்த பருவத்திற்கு ஏற்றாற் போல. கண் முன்னே ஐஸ் நிறைந்தது. மசாலா சேர்த்து சமைத்த சூடான உணவு வகைகளைத் தயார் செய்வான். எல்லோரையும் விடவும் மகராஜ் பத்லுவின் ஆலு டிக்கியைத்தான் நாக்கில் நீர் ஊற எதிர்பார்த்துக் காத்திருப்பார்கள். அவன் தினமும் வர மாட்டான்.

சரியான இடைவெளி விட்டு மூன்றாம் அல்லது நான்காம் நாள் எனவும் வர மாட்டான். போஜனப் பிரியனாக இருப்பான் போல. காத்திருத்தலின் இன்பத்தை நன்றாக அறிவான். அவன் ருசியை நினைவு கூர்ந்து அதற்காகக் காத்திருப்பதும் கூட ஒரு விதமான ருசிதான். இதையும் அவன் நன்றாக அறிவான். ஆசைக்கு தானமாகக் கொடுப்பது போல ஒரு நாள், இரண்டாம் நாள், மூன்றாம் நாள், நான்காம் நாள், மாலையில் எங்கள் மனம் கவர்

இணைந்த மனம் 107

பாடல் காற்றில் மிதந்து வருகிறது. சூடா...ன, சூ...டா...ன. முதலில் குரல் பின்புதான் காட்சி.

சிறுவர்களுக்கு மட்டுமல்லாது அவன் எல்லோருக்குமே பேக் பைப்பர்தான். குழல் இல்லாத கண்ணன். இளைஞன், கிழவன். ஆண் - பெண், சிறுவர்கள் அனைவரும் அவனுடைய குரலைக் கேட்டு அந்த இடத்திலிருக்கும் ஒவ்வொரு வீட்டில் இருந்தும் ஆட்கள் அவனைச் சூழ்ந்து கொள்வார்கள். தத்தம் ருசிக்கேற்ப டிக்கியையும் மற்றதையும் கேட்பார்கள். சிலர் அதிகம் காரமாக, சிலர் நாக்கைக் கொளுத்தும் சூடு. கொஞ்சம் இனிப்புச் சட்னி கூட, கொஞ்சம் புளிப்புச் சட்னி கூட என.

தினசரி வாடிக்கையாளர்களையும் அவர்களின் நாக்கின் ருசியையும் அவன் நினைவில் வைத்திருப்பான். குல்லும் அப்படிப்பட்ட வாடிக்கையாளர்களில் ஒருத்திதான். ஒரு காலத் தில் நானும் அப்படித்தான் இருந்தேன். சென்ற ஆண்டு முழு வதும் பத்தியக் கட்டுப்பாட்டில் கழிந்து விட்டது. அந்த வருடம் ... குல் மட்டும் என்னைப் புகழ்ந்து பாராட்டி இருக்கவில்லை எனில் ஒருவேளை நான் என் பத்தியத்தை முறியடித்திருப்பேன்.

ராம்தேவ், பார்வதியுடன் வீட்டில் இருக்கிற எல்லோரும் பத்லூவின் குரல் கேட்டு வெளியில் வந்தனர். அம்மா வராண்டாவிலேயே நின்று விட்டாள். மற்ற எல்லோரும் தெருவுக்கு வந்து விட்டனர். அம்மாவின் டிக்கி எப்போதும் வராண்டாவிற்குக் கொண்டு வந்து கொடுக்கப்படும். திறந்த வெளியில் சாப்பிடுவது தாழ்ந்தவர்களின் செயல் என்பாள் அம்மா. நான் படுக்கையில் படுத்துக் கொண்டு புத்தகம் புரட்டு வதாக பாவனை செய்து கொண்டிருந்தேன். மிக்கி டிக்குவும் மற்றவர்களைப் பார்த்து வெளியில் ஓடி வர பார்வதி அவனைப் பிடித்து என்னிடம் கொண்டு விட்டு, கொஞ்சம் பார்த்துக் கொள் என்று சொன்னாள். அவனிடம் தெருவுக்கு ஓடி வந்தால் உனக்கு டிக்கி கிடையாது. நான் கொண்டு வந்து கொடுக்கிறேன் என்றாள்.

சிறிது நேரம் கழித்து இரண்டு பொட்டலங்களில் இனிப்பு, புளிப்பு சட்னியுடன் கூட இரண்டு இரண்டு டிக்கியை எடுத்துக் கொண்டு பார்வதிக்குப் பதிலாக குல் வந்தாள்.

பொட்டலங்களை என்னைப் பிடித்துக் கொள்ளச் சொல்லி, ''இதை அவனுக்குக் கொஞ்ம் ஊட்டி விடு. பச்சை சட்னி காரம் ஒருவேளை சாப்பிட முடியாமல் போனால் சுக்குக் காரம் இருக் கிறது. பத்லு அம்மாவுக்காக விசேஷமாகச் செய்து எடுத்துக் கொண்டு வந்திருக்கிறான். என்னுடைய டிக்கி வெளியே இருக் கிறது. ஆறிப் போய் விட்டால் நன்றாக இருக்காது என்றாள். நான் ஏதோ செய்து கொண்டிருந்தேன். அதற்குள் மிக்கி டிக்கு ஒரு பொட்டலத்தை பிடுங்கிக் கொண்டு விட்டான். நான் அதைப் பிடுங்கிக் கொண்டு வந்தேன்.

குல்லுக்குப் பதிலாக பார்வதி டிக்கியை எடுத்து வந்திருந் தால் என்னிடம் கண்டிப்பாக ஒரு முறையாவது, ''எடுத்துக் கொள் மோகரா கொஞ்சமாவது; அப்படி என்ன பத்தியம் வேண்டிக் கிடக்கிறது. டாக்டரிடம் சொல்ல வேண்டாம்'' என்று சொல்லி இருப்பாள். லட்சம் தடவை சொன்னாலும் கூட அவளுக்குப் புரியாது. இத்தனை சின்னப் பெண்ணுக்கு இத்தனை கடுமை யான பத்தியம். தினம் தினம் வடித்த கஞ்சியும், கச்ச வாழைக் காயுடன் பொழுதைக் கழிக்க வேண்டி இருக்கிறது. சின்னப் பெண் என்ன எப்படிப்பட்ட மனிதனும் இத்தனை கடுமையான பத்தியம் இருக்க வேண்டிய அவசியம் கிடையாது. பார்வதி வற்புறுத்தினால் ஒரு டிக்கி நான் சாப்பிட ஒப்புக் கொண்டு விடு வோம். இனிப்புச் சட்னியுடன் என்று நான் நினைத்திருந்தேன். அது எனக்கு மிகவும் பிடிக்கும்.

குல் சொன்னாள்: ''அம்மாவை நினவில் கொண்டு பத்லு, கொஞ்சமாக காரம் போட்டிருக்கிறான். நீண்ட நேரம் மூச்சை அடக்கிக் கொண்டு காத்திருந்தேன். பார்வதி வருவாள். வந்தால் அவளிடம் எனக்காக ஒன்றல்ல இரண்டு டிக்கி கூட வரவழைப் போம்'' என்று.

ஆனால், அவள் வரவில்லை. குல்தான் வந்தாள். மிக்கி-டிக்குவிடம் இன்னமும் வேண்டுமா என்று கேட்க, அவன் 'ஆம்' என்று சொல்ல, இருவருமாக அவனைப் பிடித்துக் கொண்டு வெளியில் வந்தோம். டிக்கியின் சுக்குக் கலந்த பெரிதான - மல்லி வாசனையில் உற்சாகத்தில் மிதந்தேன்.

பின்னால் அப்பா, அம்மா, ராம்தேவ் எல்லாரும் இருக்கும் போது குல் என்னைப் புகழ்ந்து தள்ளினாள். இரவு வந்த பிறகு மிக்கி-டிக்குவின் அப்பா அவனைக் கூட்டிக் கொண்டு போக வந்திருந்த அவரிடம் புகழ்ந்து தள்ளினாள்.

''சித்தப்பா நீங்க நம்ப மாட்டீர்கள். மோகரா தன் கையால் மிக்கி-டிக்குவிற்கு ஆலு டிக்கி ஊட்டி விட்டாள். அவள் நாக்கில் வைத்துக் கூடப் பார்க்கவில்லை. குல் சொன்ன போது 'சூள்' கொட்டிப் பார்வதி கொஞ்ச நஞ்சம் சாப்பிட்டால் என்ன மூழ்கிப் போகப் போகிறது. அப்படி என்ன ஒரு பத்தியம்?'' அம்மா ஹுங்காரம் செய்தவுடன் தோளைத் தூக்கிக் காட்டிக் கொண்டே, முணுமுணுத்துக் கொண்டே சென்று விட்டாள்.

உறங்கச் செல்லும் போது குல் என்னிடம் தீவிரமான குரலில், ''உனக்குச் சாப்பிட வேண்டும் என்று தோன்றவே இல்லையா? நானாயிருந்தால் அவனிடமிருந்து பிடுங்கித் தின்றிருப்பேன். அழுது அடம் பிடித்தால் யாராவது கொண்டு வந்து தரப் போகிறார்கள். உண்மையைச் சொல். பிடுங்கிக் கொள்ள வேண்டும் என்று தோன்றவே இல்லையா?''

''ஆமாம் தோன்றியது'' என்று கத்தி சொல்ல விரும்பினேன். ''ஏன் தோன்றாது. எனக்கு என்ன பைத்தியமா?'' ஆனால், அவள் வேறு ஏதோ சொல்லிக் கொண்டு இருந்தாள்.

ஆனால், எனக்கு எங்கே உன்னைப் போல கட்டுப்பாடு எல்லாம் இருக்கிறது? அப்பா உன்னை எப்படி புகழ்ந்தார் தெரியுமா? தினமும் மோகராவைப் பற்றி ஏதாவது ஒன்றைச் சொல்வதைக் கேட்பதைத் தவிர வேறு வேலை என்ன? உண்மையாகவே சொல்கிறேன். நீ ஒரு தடவை என்னிடம் ரகசியமாகச் சொன்னால், நான் ஒளித்து உனக்கு டிக்கி ஊட்டுவேன். அப்பாவிடம் கொஞ்சம் சொல்லுவேன். ஆனால், நீ எப்பேர்ப்பட்டவள். ஜைன மத முனிவர்களைப் போல ஆசை பற்று எல்வாற்றையும் துறந்தவளாயிருக்கிறாய்.

''சரி தூங்கு.'' நான் மனதைக் கல்லாக்கிக் கொண்டு சொன்னேன். ஆனால், இரவு முழுவதும் என்னால் தூங்க முடியவில்லை. குல் தெரிந்து கொண்டே என் மீது பழி சுமத்து

கிறாளா? அல்லது உண்மையிலேயே எனக்கு மனக் கட்டுப்பாடு இருக்கிறது என எண்ணிச் சொன்னாளா என என்னால் உறுதி செய்ய முடியவில்லை.

இன்று நினைக்கிறேன் அவள் தன்னை அறியாமலேயே கலகம் எழுப்புவதற்காக என்னைத் தூண்டியிருக்கிறாள் என்று. ஒரு தடவை புனையப்பட்ட உலகத்திலிருந்து நான் வெளியே வந்து விட்டேன் எனில், முழுமையாக முகமூடியைக் கிழித்து எறிந்து விட முடியும். ஆனால், அது நோயாக மட்டும் இல்லா மல் இருந்திருந்தால். டெஸ்ட் போன்றவைகள் எல்லாம் அந்தக் காலத்தில் கிடையாது. வேறு எதுவும் தீர்மானிக்க இயலாத காரணத்தினால் அது டைபாயிட் என்று ஏற்றுக் கொள்ளப்பட்டது.

பொன் போன்ற என் முகத்தைப் பார்த்து, துன்ப நாட்க ளில் என் தலையில் சுமந்து கொண்டிருக்கும் வைராக்யம் நன்கு வேலை செய்தது. சுவையற்ற உணவைச் சாப்பிட்டு, சாப்பிட்டு அதுவே பழக்கமாகிப் போனது.

உண்மையைச் சொல்லட்டுமா? குல்லுக்கு இது ஏதும் தெரியாது. உண்மையிலேயே நான் எதுவும் குடிக்காமல் சாப் பிடாமல்தான் இருந்தேனா? ராத்திரியில் இருட்டில் படுக்கை யிலிருந்து எழுந்து சப்தமில்லாமல் சமையல் அறைக்கோ அல்லது சாமான் அறைக்கோ செல்வேன். அங்கிருக்கும் விலை உயர்ந்த பொருட்களை நான் நக்கிக் கூடப் பார்க்கவில்லை. நன்றாகச் சாப்பிட்டேன். ஆனால், யாருக்கும் தெரியாது. அது ரகசியம். செல்வச் செழிப்புடன் இருந்த காலத்தில் சாமான்கள் நிறைந்து இருக்கும். தெரிய வேண்டிய முயற்சியும் யாரும் எடுக்க வில்லை, யார் எடுத்திருப்பார்கள் என்று. யாருக்காவது தெரியும் என்றால் அது பார்வதிக்கு மட்டும்தான்.

ஒரு நாள் இரவு. நான் கல்க்தாவிலிருந்து வந்திருந்த ரசகுல்லாவில் நான்கைந்து நக்கிச் சாப்பிட்டு விட்டேன். காலையில் குல், ‘‘இரண்டு தானே மிச்சம் இருக்கிறது. அம்மா வுக்காக வைத்திருந்தது. நேற்று இத்தனை இருந்தது எங்கே போச்சு?’’ என்றாள்.

பார்வதி அன்போடு என்னைப் பார்த்தாள். பிறகு கோபத் தோடு குல்லிடம், ‘‘நான் எல்லாவற்றையும் சாப்பிட்டு விட்

டேன் போ. போய் அம்மாவிடம் கோள் சொல்லு. உன்னுடையது அதை நீ எத்தனை முறை எடுத்துச் சாப்பிட்டாயோ? எனக்கெப்படித் தெரியும்.'' குல் ஒரேயடியாய் அமைதி அடைந்து விட்டாள். கேட்டேன் என்று சொல்லி அவள் பள்ளிக்குச் சென்று விட்டாள். கை தட்டி என்னையும் பார்த்து கண் அடித்து பார்வதி சிரித்தாள். நானும் அவளுடன் சேர்ந்து சிரித்தேன். ஆனாலும் நான் கொஞ்சம் கட்டுக்குள் இருந்தேன்.

இந்த விஷயம் அந்த வருடத்துடன் முடியவில்லை. ஏழாம் வகுப்பு படிக்கும் பொழுதும் இதே கதை திரும்பவும் வந்தது. பனிக் காலத்தில் நான்கு மாதங்கள் எத்தனை ரம்யமானதோ அத்தனைக் கேடும் கொண்டது. சரத் சந்திரரைப் படித்துப் பாருங்கள். மனதைப் படபட வைக்கும் தாபமல்ல எனக்கு வந்தது. மறுபடியும் காய்ச்சல்.

ஆரம்பத்தில் டைபாயிடின் லேசான அறிகுறி. அதன் பிறகு வயிற்றில் எரிச்சலின் மூலம் அது தீர்மானம் ஆயிற்று. ராஜ நோய். ஆஹா காணாமல் போன ராஜகுமார ராஜ பாதையில் மறுபடியும் கிடைத்தாற் போல நோய் என்னவோ அதே மாதிரி தான். குல்லும் உண்மையிலேயே கூட அது நோய்தான் என்பதை ஒப்புக் கொண்டு விட்டாள்.

எனக்கு உடம்பு சரியில்லை; இது சுவாச நோயைப் போலத் தொற்று நோய் அல்ல. எனவே என்னைக் குடும்பத்தில் இருந்து தனியாகப் பிரித்து வைக்கப்படவில்லை. ராம்தேவிற்கும் பார்வதிக்கும் கூடப் புரிய வைக்கப்பட்டது. பாக்கியிருக்கும் யாரையும் பற்றிய கவலை எங்களுக்கு இல்லை. எல்லோர் வீட்டிலும் கணிதத்தின் சிறந்த மேதையான மாமாவும் இல்லை. அதனால் பள்ளி செல்வது என்ற கேள்வியே எழவில்லை.

ஆமாம். பார்வதி டாக்டர் தாத்தா எடுத்துச் சொல்லிப் புரிய வைத்தும்கூட பத்தியத்தைப் பற்றிப் புரிந்து கொள்ளத் தயாராய் இல்லை. அவள் மாமாவின் திட்டால் தீண்டத் தகுந்ததைத் தீண்டத் தகாதது எனப் புரிந்து கொண்டு விட்டாள். நீ சரியாகத்தான் சொல்கிறாய். நான் வேண்டுமென்றே ஏதேதோ சொல்லிக் கொண்டு இருக்கிறேன். அந்த பார்வதிக்கு என்னிடம்

அன்பு இருந்தது. மாமாவிடம் பயம் இல்லை. அதுதான் என்னிடம் அவளை இழுத்தது. குல்லும் கூட குறைவான அன்பு செலுத்தவில்லை. ஆனால், அவளுக்கு நோயின் மீது எரிச்சல்.

உடலைப் பற்றியதோ அல்லது உள்ளத்தின் காதலின் சலனமோ - காதல் பிரச்சினை பின்னால் தெரிய வந்தது. ஆனால், வீடு உணர்ந்து விட்டது. அந்த ஆண்டிலிருந்து நான் குல்லிடமிருந்து வெகுதூரம் விலகிக் கொண்டே இருந்தேன். அப்பாவிடம் நெருக்கம் அதிகமாகிக் கொண்டே இருந்தது. பார்வதியிடமும் நெருக்கம் அதிகமாயிற்று.

பார்வதி கதை சொல்லுவாள். அப்பா இருக்கிற, இல்லாத எல்லா நாவல்களையும், நாடகங்களையும் கொண்டு வந்து தருவார். நிறைய ஆங்கிலம் சார்ந்த அல்லது ஆங்கில மொழி பெயர்ப்பு நூல்களாக இருக்கும். ஷேக்ஸ்பியர், சார்லஸ் டிக்கன்ஸ், ட்ராம்ஸ் ஹார்ட, விக்டர் ஹ்யூகோ, பால்சாக், மாப்பஸான், தாஸ்தா வெஸ்கி, துர்கேனவ், செகாவ், டால்ஸ்டாய் போன்றவைகள். அவர்தான் படித்துக் கொண்டிருக்கும், படித்து முடித்த நூல்களையும் என்னிடம் கொடுப்பார். சில உருது, தேவ நாகரியில் எழுதிப் பிரசுரிக்கப்பட்ட கதைகளாகவும் இருக்கும். அப்படி இஸ்மத் சுகுதாயியின் நூல்கள்.

நான் ஏழாம் வகுப்பு படிக்கும் பள்ளி மாணவன் என்பதை அவர் ஒரு நொடி கூடத் தயங்கி யோசிக்கக் கூட இல்லை. மேற் கொண்டு படிப்பைத் தொடர பாடத் திட்டத்திற்கான புத்தகங்கள் படிக்க வேண்டியது அவசியம். அதற்கு ஒரு டீச்சரை ஏற்பாடு செய்ய வேண்டும். எதுவும் தோன்றவில்லை அவருக்கு. அவர் மனதில் ஏற்கெனவே இரண்டு முறை பாஸாகி இருக்கிறாள். இப்போதும் பாஸாகி விடுவாள் என்று தோன்றி இருக்கலாம். அதே மாதிரி நிகழும் என்றோ ஐந்தாம் வகுப்பைக் காட்டிலும் ஆறாம் வகுப்பில் மதிப்பெண் குறைந்தது ஏன் என்ற எண்ணம் எல்லாம் தோன்றவில்லை போலும்.

நுரையீரலுக்குப் பதிலாக குடலில் ஏற்பட்ட பாதிப்பின் விளைவுகளைப் பற்றி முதலில் சொல்லியிருக்கிறேன். அதன் விளைவுகளைப் பற்றியும் சொல்கிறேன் கேள். நுரையீரல்

இணைந்த மனம் 113

நோயினால் நிறைய சாப்பிடக் கிடைக்கும். சாப்பிட முடிகிறதா இல்லையா அதைப் பற்றிய கவலை எல்லாம் கிடையாது. ஆனால், குடல் நோயினால் இதுதான் கிடைத்தது. கடந்த ஆண்டுகளைக் காட்டிலும் இன்னும் கடுமையான பத்தியத்தைக் கடைப்பிடிக்க வேண்டி வந்தது.

இந்தக் காலத்தைப் போல அந்தக் காலத்தில் ஆண்டி பயாடிக் மாத்திரைகள் சாப்பிட்ட வயிற்றையும், வயிற்றிற்கும் இடு செம்மத்தியாய் என்பதெல்லாம் கிடையாது. பாவம், பார்வதியும் காலத்தின் கோலத்தைப் பார்த்து, பத்தியத்தைக் கடைப் பிடித்தாள். போஜனத்திற்குப் பதிலாக பஜனை. உணவுக்குப் பதிலாக கதைகள். குடும்பத்தின் மற்ற நபர்கள் அறுசுவை உணவை அனுபவிக்கும் பொழுது, எனக்கு ஒரு கதை வழங்கப் படும்.

அப்பா புத்தகங்களைப் படித்த பிறகு, அவர் சொல்லும் கதைகள் எல்லாம் உப்புச் சப்பற்று இருந்தன. எனக்குப் பிடித்த தெல்லாம் மகாபாரதக் கதைகள். அவர் தன்னுடையதை என்னிடம் கொண்டு சேர்க்க முடியும். அது அவருக்குப் பிடித்தமான கதைகள். உனக்குத் தெரியும். மதப் பற்று கொண்ட ஹிந்து மக்களுக்கு மகாபாரதத்தையாவது படிக்காமல் விட்டு விட முடியும். ராமாயணம் அப்படி அல்ல. பார்வதி ராமாயணம் முழுவதும் படித்திருந்தாள். யாரும் அவளை மிஞ்ச முடியாது. முதலில் அவள் என் முன்னால் ராமாயணம்தான் படித்துக் கொண்டிருந் தாள். ஆனால், பிறகு ஒரு நாள் மாமா அப்படி கத்தினார். கையால் காதைப் பொத்தினாள்.

''என்ன பேத்தலைப் படித்துக் காட்டுகிறாய். சின்னப் பெண்ணுக்குச் சொல்ல வேண்டும் என்றால் மகாபாரதத்தில் இருந்து கதை சொல்லு. கனகாவிற்கு எல்லாம் மனப்பாடம். அவளிடம் கேட்டு கதை சொல்லு.''

உண்மை. நாங்கள் எப்போதோ ஒரு கதையும் கேட்டிருப் போம். அப்புறம் எங்கிருந்து சொல்வது? எங்களோடு எங்கே நேரம் செலவழிக்கிறாள். அம்மா வேண்டாம், பார்வதிதான் சரி. எங்களைக் காட்டிலும் அவள் அதிக நேரம் அம்மாவுடன்

கழித்திருக்கிறாள். மாலீஷ் செய்வது போன்று அவர்கள் இரு வரும் நெருக்கமான தோழிகள். எல்லாவற்றையும் பற்றிப் பேசிக் கொண்டிருப்பவர்கள் சுவைக்கடிமையாகிய தோழிகளைப் போல. பார்வதி சொன்னாள்: ''மகாபாரதத்தில் நிறைய கதைகள் இருப்ப தாகக் கேள்விப்பட்டேன். அம்மா சொன்னாள். இல்லாமல் என்ன? பிராம்மணர்களுக்கு இதெல்லாம் பிடிக்காது. மக்கள் இதைப் படித்து ஒழுக்கம் கெட்டு விடுவார்கள் என்று. அதனால் தான் வீட்டில் ராமாயணம் வை, படி, அதை மனனம் செய். நன்மை உண்டாகும். மகாபாரதத்தைப் படித்தாலோ, வீட்டில் வைத்திருந்தாலோ கலகம் உண்டாகும்.''

''ஒன்றாவது எனக்குச் சொல்லுங்கள். எனக்குக் கதைகள் மிகவும் பிடிக்கும். அம்மா நன்கு உணர்ச்சியுடன் கதைகள் சொன்னாள். மண் வாசம் வீசும் மத்ஸ்யகந்தா என்ற பெய ருடைய அழகி. அப்பா பெயர் தெரியாத வேத வியாஸரின் பிறப்பு, சத்யவதி எப்படி உண்டானாள்? தேவயானியும் ஷர்மிஷ்டை யும் எப்படி ஒரே ஆணிடம் காதல் கொண்டனர். இன்பம் துய்க்கும் தகப்பனின் காமத்தை நிறைவேற்ற என. மகன் தேவ விரதன் வாழ்நாள் முழுவதும் எப்படிப் பிரம்மச்சாரியாகவே வாழ்வது என்று வாக்குக் கொடுத்து வாழ்ந்து பீஷ்மராக எப்படி ஆனார்.

விடுதலை விருப்பம் கொண்ட தாஸி தன் விருப்பப்படி இணைந்து ப்ரம்ம ஞானி விதுரரை எப்படிப் பெற்றெடுத்தாள். எப்படி ஒரு குருடனான திருதராஷ்டிரனின் பார்வையற்றதை மறைத்து அழகியான காந்தாரியுடன் எப்படித் திருமணம் நடந்தது. கலகக்காரியான காந்தாரி தனது ஒளிரும் கண்களைத் துணியிட்டு மூடி தன் வாழ்நாள் முழுவதையும் மகன்களின் முகத்தைக் கூடப் பார்க்காமல் எப்படிக் கழித்தாள். நபும்ஸக அரசன் பாண்டுவின் மனைவி குந்தி அண்மையான தேவர்களுடன் இணைந்து ஒன்றுக்குப் பின் ஒன்றாகக் குழந்தைகளை எப்படிப் பெற்றெடுத் தாள்

அந்தப் பொருந்தாத் திருமணத்திற்கு முன்னதாகவே குந்தி கர்ணன் என்ற பெயருடைய மகனைப் பெற்றெடுத்திருக்கிறாள். ஆனால், உலக அபவாதத்திற்குப் பயந்து அப்போதுதான் பிறந்த

இணைந்த மனம்

குழந்தையை நதியில் மிதக்க விட்டாள். சென்ற தலைமுறையின ரான சத்யவதி தனது பிறந்த குழந்தையின் கர்வத்தினால் தன் னுடையது என்று எப்படிச் சொன்னாள். குந்தியினால் சொல்ல இயலவில்லை.

அம்மாவிடம் கேட்டு பார்வதி தினமும் எனக்கொரு கதை சொன்னாள். பதினொரு வயதான பெண்ணால் இதை எல்லாம் புரிந்து கொள்ள முடியுமா என்பதைப் பற்றிக் கவலைப்படாமல் சொன்னாள், பாவம் அப்பாவியான அம்மா. அவளால் சொல்லப் படும் கதைகள் கடைசியில் எங்கு சென்று அடைகின்றன என்று அறிய மாட்டாள். அவள் தன் போக்கில் வாழ்ந்து கொண்டு இருந்தாள்.

ஒரு முறை புகழின் போதையில் மூழ்கினோமானால் போதை ஏறிப் போகிறது. இதைப் பற்றி அறிந்து கொண்டு விட்டாலும் கூட சொல்வதிலிருந்து மீள முடியாது. அவள் என்ன மாமாவிற்குச் சற்றும் குறைந்த மாமாவா. தன்னுடைய மாய உலகில் உலவிக் கொண்டிருப்பவள். ஷேக்ஸ்பியரின் மிட் ஸம்மர் நைட்ஸ் ட்ரீம் நாடகத்தில் வரும் ராணியைப் போலவே முழுமையாக இருந்தாள்.

என்னை அவை கலைத்துப் போட்டன என்று சொல் வேண்டிய அவசியமே இல்லை. மூளையில் ஏன், ஏன், ஏன் என்று மணியடிக்க ஆரம்பித்து விட்டது. சேர்வது என்றால் என்ன? குழந்தையைப் பெற்று ஏன் ஆற்றில் மிதக்க விட்டாள்? நெறி கெட்ட என்றால் என்ன? அதன் சரியான அர்த்தம் என்ன? காந்தாரிக்குக் குருடனுடன் ஏன் திருமணம் நடந்தது? ஏன் அவள் தன் கண்களைத் தானே கட்டிக் கொண்டு தானே குருடி ஆனாள்? என் மனத்தினுள் பார்வையற்ற என்பதில் ஒரு அறியாத பீதி வந்து உட்கார்ந்து விட்டது.

பல முறை பள்ளியிலிருந்து திரும்பி வீடு வரும் பொழுது பஸ்ஸை விட்டு இறங்கி வீடு வரை பார்வை அற்றவளைப் போல கண்களை மூடிக் கொண்டு நடந்து வந்து அதை எப்படி உணர முயற்சிப்பேன். பீதி என்பது காந்தாரியின் கதையைக் கேட்டதற்கு முன்னாலேயே என் மனதில் உண்டாகி விட்டதா

அல்லது அன்று பிறகா? சொல்லத் தெரியவில்லை. பிறகுதான் உண்டாகி இருக்க வேண்டும். அதற்கு முந்தைய நாட்களில் மூன்று ஆண்டுகளில் எத்தனை நாட்கள் பள்ளி சென்றருக் கிறேனே? எதுவோ? என்னவோ, மனத்தினுள் பயமும் பீதியும்.

ஏன் இதற்கு பார்வதியிடம் பதில் இல்லை. அம்மாவிடம் கேட்பதற்கு அவசியம் தோன்றவில்லை. அம்மா அவளிடம் என்ன சொன்னாளோ அதை என்னிடம் சொல்ல வேண்டிய தேவையும் இல்லை என நினைத்திருக்கலாம். அல்லது அவ ளுக்கே புரியாமல் இருந்திருக்கலாம். கேள்வி பதில் அர்த்தம் அற்றது. எனவே ஏதும் சொல்ல முடியவில்லை. 'பிரதர்ஸ் கேராமாஜோவ்' படித்த பிறகு இந்தக் கதைகள் என் மூளையில் இன்னொரு அதிர்ச்சியை உண்டாக்கியது. அதன் மீது எல்லை யற்ற ஆர்வம் உண்டாகி இருந்தது. கொஞ்சம் கொஞ்சமாக என்னுடைய முதிர்ச்சியின் காரணமாக செரிமானமாகாததை மெல்ல மெல்ல செரிமானம் செய்யப் பழகி விட்டேன்.

அந்த ஆண்டு மார்ச் மாதம் பரீட்சை எழுத வேண்டிய நேரம் வந்து விட்டது. பள்ளி முதல்வர், நான் பள்ளிக்கு வருகை தராததால் எனக்குத் தேர்வு எழுத அனுமதி மறுத்து விட்டார். அனுமதி கொடுக்க விரும்பினாள். ஆனால், ஏற்பாட்டுக் குழுவிற்குச் சம்மதம் இல்லை. வீட்டில் அத்தனை பேரும் அதிர்ச்சி அடைந்தனர். ஆண்டவன் மோசம் செய்து விட்டதாக, இந்த ஆண்டு வீணாகப் போகுமோ என்பது எங்களின் எல்லையற்ற துக்கம்.

குல் மட்டும்தான் சொன்னாள்: ''என்ன மூழ்கி விடப் போகிறது? நோய்வாய்ப்பட்டால் ஆண்டு சென்று விடும்தான். ஒரு வருடத்திற்குப் பிறகு ஹையர் செகண்டரி செய்து விட்டால் பெரிதாக என்ன வித்தியாசம் வந்து விடப் போகிறது? உண்மையைச் சொல்லட்டுமா? அந்த ஆண்டு பரீட்சை எழுதாமல் இருக்கலாம் என்பதை முதன் முதலாகக் கேட்டு மிகவும் ஆசுவாசம் அடைந் தேன். வீட்டில் உள்ளவர்களின் படபடப்பான பேச்சு என்னை மறுபடியும் சூழ்நிலைக் கைதி ஆக்கியது.

ஆசுவாசமாக ஏன் உணர்ந்தேன். சொல்ல மறந்து விட் டேன். கேள். அந்த ஆண்டு முதல் மாதத்தைத் தவிர மாமா

வீட்டிற்கு வரவே இல்லை. அவர் எங்கோ தொலைவான இடத்தில் வேலை பார்க்கச் சென்று விட்டார் என்று கேள்விப்பட்டேன். கணிதப் பாடத்தில் எனக்குக் கிடைத்துக் கொண்டிருந்த கொஞ்ச நஞ்ச உதவி - அவர் மூலமாக கிடைத்துக் கொண்டு இருந்தது - கிடைக்கவில்லை. சென்ற ஆண்டின் தொடர்ச்சியாக உதவி இன்னமும் அதிகம் வேண்டியிருந்தது.

கணிதப் பாடத் திட்டத்தில் நிறைய இருந்தது. அதை என்னால் தீர்க்க முடியவில்லை. எல்லோரையும் போல நானும் மாமாவின் பணிக் காலம் அதிக நாட்கள் தங்காது என்று அறிந்திருந்தேன். ஆனால், ஆறு, ஏழு மாதங்கள் கழித்து அவர் வேலையை விடுவதினால் எனக்கு எந்தப் பயனும் இல்லை. பரீட்சை அதற்கு முன்னதாகவே இருந்தது. எனவே, தேர்வு எழுத முடியாமல் போவதற்கு வேறு யாராவது பொறுப்பேற்றால் நல்லது.

இன்னும் ஒன்று. என் அறிவுத் திறனைப் பற்றிய வதந்தி பரவப் பரவ, குல் படிப்பிலிருந்து விலகிச் சென்று கொண்டு இருந்தாள். ஆங்கிலம், ஹிந்தியைத் தவிர மற்ற எல்லா பாடங்களிலும் மதிப்பெண் குறைந்து கொண்டே வந்தது. என்னுடன் விரோதம் அதிகரித்துக் கொண்டே வந்தது. விரோத மனப் பான்மையினால் பொருத்தமான பேச்சு கூட வேறு விதமாக எடுத்துக் கொள்ளப்பட்டது. எல்லோரும் ஒரே குரலில், "ஒரு வருடம் வீணாவது விளையாட்டா என்ன? ஒரு வருடம் என்பது முழுதான ஒரு வருடம் அல்லவா?" என்றனர்.

எத்தனை அழுத்தம் பிரின்சிபாலிடம் கொடுக்க முடியுமோ அத்தனை கொடுத்தனர். என்னுடைய தோற்றத்தைப் பொய் யாக்க நானே வேடம் தரித்தேன். எனவே, அதை உருவாக்க அப்பாவிற்கு இருந்த ஆர்வமும் சற்றும் குறைந்ததல்ல. கேள்வி அவர் ஏற்றுக் கொள்வதில் இல்லை. அதற்கான ஏற்பாடுகளைச் செய்யும் குழுவிடம் இருந்தது. அவர்களில் அதிகம் பேர் ஆண்கள். பெரிய முதலாளியைப் போல வயதானவர்கள் பலர். அப்பாவின் பேச்சாற்றலின் மந்திரம் அவர்களைப் பேசவே விடவில்லை. அவர்களுக்குப் புரிய வைக்கவும், ஒப்புக் கொள்ள வைக்கவும் பிரின்சிபால் நிறைய உதவினார்.

கடைசியில் கௌதம புத்தரின் மத்யம் வழியைக் கைக் கொண்டார். வருடாந்திர தேர்வை எழுதாமல், மே மாதத்தில் நான் எட்டாம் வகுப்பிற்கான நுழைவுத் தேர்வைக் கொடுக்க இயலும். பாஸ் ஆனால், வருடம் வீணாவதிலிருந்து தப்பிக்க லாம். ஒரு லாபம் என்னவெனில் ஆங்கிலம், ஹிந்தி, கணக்கு ஆகிய பரீட்சைகள் மட்டும் எழுதினால் போதும். வரலாறு, பூகோளம், இலக்கியம் ஆகியவற்றின் புத்தகங்களைச் சொல்லிக் கொடுத்தாகி விட்டது. மொழியில் கண்ணை மூடிக் கொண்டு பாஸாகி விட முடியும். அப்போது கவலையில்லை.

''கணிதத்தில் மோகராவிற்கு ஈடு கிடையாது'' என அப்பா சொன்னார். நான் மனதிற்குள்ளாகவே ஆழமாகப் பிரார்த்தனை செய்து கொண்டேன்: 'மாமாவின் பணி மார்ச் மாதத்திற்குள் இல்லாமல் போகட்டும்' என்று. நான்கைந்து முறை சந்தித்து விட்டோம் என்றால் கணிதத்தின் கேள்விகளைச் சந்திப்பதில் நான் தகுதி பெற்று விடுவேன். வேலை போய் விட்டால் அவர் சில நாட்கள் எங்களுடன் தங்கி இருக்கவும் முடியும். இரவும் பகலும் மனம் கலக்கம் கொண்டது. கொஞ்சம் கொஞ்சம் சாப்பிட்டேன். அதுவும் விட்டுப் போயிற்று. அந்தப் பொல்லாத காய்ச்சல் மறுபடியும் வந்து விடுமோ என்ற பயமும் மனதில் ஏறிக் கசந்தது. ஆனால், மாமா இல்லாவிட்டால் எனக்குக் கணக்குப் பாடத்திற்கு ஆசிரியர் அமர்த்துங்கள் என்று அப்பா விடம் சொல்ல முடியவில்லை. அல்லது எனக்கு அப்பாவிடம் பேசத் துணிவில்லை என்பதல்ல.

நான் அவரிடம் எல்லாவற்றையும் பேசுவேன். ஆனால், எனது இமேஜை உடைப்பதுதான் சவால். நானும் அப்பாவும் சிறைப்பட்டவர்கள். குல்லிடம் தோல்வியை ஒப்புக் கொள்ளு வதும்கூட சவால்தான். ஒருவேளை அப்பா கனவுகளிலிருந்து வெளிப்பட்டாரெனினும், குல்லிடம் தோல்வியை ஒப்புக் கொள்ள வேண்டும், தனியாக அல்ல.

ஆண்டவன் என் கோரிக்கைகளில் ஒன்றைக் கட காது கொடுத்துக் கேட்கவில்லை. மாமா வரவில்லை. நான் பரீட்சை எழுதினேன். ஆங்கிலம், ஹிந்தி பரீட்சைகள் மிகவும் கஷ்டமான தாக இல்லை. பாஸாகி விடுவேன். கடைசி நாள் கணக்குப்

பரீட்சைக் கேள்வித்தாள் கையில் கிடைத்தவுடன் கண்களின் முன் இருட்டு நிறைந்தது. ஒரு கேள்விக்குக் கூட விடை தெரிய வில்லை. உடல் முழுவதும் வியர்வையால் நனைந்து விட்டது.

இன்று வரை இந்தப் பழக்கம் மீதமிருக்கிறது. கலக்கத்தில் உடலில் வியர்வை ஊற்றெடுத்துப் பொங்கும். கண்களை மூடிக் கொண்டு தலையைப் பின்னுக்குச் சாய்த்து, நான் சரிந்து உட் கார்ந்து விட்டேன். மேற்பார்வையிட்டுக் கொண்டிருந்த டீச்சர் பார்த்தார். அவர் மிஸ் ஹுக்கும் அல்ல, ஹுக்குவைப் போன்ற வரும் அல்ல. தண்ணீர் எடுத்து வந்து டம்ளரை என்னிடம் கொடுத்தாள். ஆறுதல் சொன்னாள்.

''நிதானமாகச் செய். எத்தனை எழுத முடியுமோ எழுது. பாஸாக வேண்டும் அல்லவா?'' என்னுடைய கலவரமும் கவலையும் அவருக்குத் தெரிந்து விட்டது. நான் தைரியத்தை வரவழைத்துக் கொண்டு இரண்டாம் முறை கேள்வித் தாளைப் படித்தேன். சில கேள்விகள் புரிந்தது.

அவைகள் எனது அதிரும் இதயத்தைச் சலனப்படுத்தியது. மற்றவற்றை விட்டு விட்டேன். கணக்குப் பண்ணிப் பார்த்தேன். சரியான பதில்கள் எழுதியவற்றைக் கொண்டு நூற்றுக்கு முப்பது மதிப்பெண்கள் எடுத்து விட முடியும். பாஸாவதற்கு முப்பத்தி ஐந்து மதிப்பெண்கள் தேவை. எப்போதும் நூற்றுக்கு நூறெடுக் கும் மாணவி நான். சென்ற ஆண்டு எண்பது வாங்கினேன். அதுவே அதிகம் என்று கருதப்பட்டது.

என்னுடைய நேர்மை, அப்பாவின் நம்பிக்கை, நான் மறு படியும் சரிந்து விட்டேன். வியர்வை குபுகுபுவென்று வந்தது. மறுபடியும் டீச்சர் என்னைத் தண்ணீர் குடிக்க வைத்தாள். ''இன்னமும் அரை மணி நேரம் பாக்கி இருக்கிறது. பரீட்சை முடிய எழுதி விட்டாய் எனில் கொடுத்து விட்டு ஓய்வெடுத்துக் கொள். இப்போது வேண்டாம் நான் சொன்னேன். மறுபடியும் மறுபடியும் கேள்விகளைப் படித்தேன். பரிசீலித்துப் பார்த்தேன். மணி ஒன்று சின்னதாக மூளைக்குள் அடித்தது. தஸம பின்ன மடங்கு சூத்திரம் நினைவிற்கு வந்து விட்டால் இருபது மார்க்குகள் நிச்சயம் கிடைக்கும். ஆனால், அதை யார் சொல்லுவார்கள்?

அப்போது என் நினைவுக்கு வந்தது. இந்த டீச்சர் என் நேர்மையை அறிந்த ஹூக்கு இல்லை. என்னிடமிருந்து எதிர் பார்ப்பு கிடையாது. மேடையின் கீழே சாப்பாடு இருக்கிறது. அதன் அடியில் கணக்குப் புத்தகம் இருக்கிறது. நான் தேடும் சூத்திரம் இருபதாம் பக்கத்தில் இருக்கிறது. அதை நான் தேடிக் கொண்டிருந்தேன். டீச்சர் நிதானமாக புத்தகத்தைப் புரட்டிக் கொண்டிருந்தார். மீதமிருக்கும் எல்லாப் பெண்களும் தலை குனிந்து எழுதிக் கொண்டிருந்தனர்.

தூக்கில் ஏற்றப்படும் குற்றவாளிகளைப் போல் நம்பிக்கை அற்றதினால் உதித்த பைத்தியக்காரத்தனம் என்னைப் புத்தகத்தைத் திறக்க வைத்தது. புத்தகத்தைக் கையில் எடுத்தேன். இருபதாவது பக்கத்தைப் புரட்டக் கூட இல்லை. என் கையிலிருந்த புத்தகம் பிடுங்கப்பட்டது.

6

எட்டாம் வகுப்பு சேர்க்கைக்கான நுழைவுத் தேர்வு முடிவு வெளிவந்தது. மோகரா கணிதத்தில் பெயிலாகி விட்டாள். அப்படியானால் எட்டாம் வகுப்பின் சேர்க்கை இல்லை. காப்பி அடித்து எழுதுவதற்காக முயன்றதில் வருத்தம் இல்லை. மேற் பார்வை ஆசிரியர் புகார் அளிக்காமல் இருந்திருக்கலாம். தவறு அவளுடையதும் தானே. சரியாக சோதிக்காமல் உள்ளே நுழைய விட்டிருக்கிறாள். இருக்கலாம். ஒருவேளை புகார் அளித்து இருக்கலாம். பிரின்சிபாலும் சொல்லி இருக்கலாம். நூற்றுக்கு நூறு எடுக்கும் பெண் முப்பது மதிப்பெண்கள் மட்டும் ஏன் எடுத்திருக்கிறாள். காப்பி அடித்தும் கூட?

பிரினசிபால் சௌத்ரியும் தன் செயலில் தனியாக இருந் தாள். தன் செயலில் எல்லோரும் தனியாகத்தான் இருக்கிறார் கள். அவர் மற்றவர்களின் காரியத்திலும் தனித்தே இருந்தார். நழுவியோ, விலகியோ எப்போதும் யாருடனும் ஒட்டாமல் தனித்து இருந்தார்.

மோகராவின் மனதிற்குள் மாமா இருந்தார். அவர் அவ ளுக்கு இன்னுமொரு வாய்ப்பைக் கொடுத்தார். ஜூலை மாதத் தில் இன்னும் ஒரு முறை நுழைவுத் தேர்வு எழுதி வகுப்பில் சேரலாம். அதற்கு முன்னதாக நம்பிக்கைக்கு லாயக்கற்ற உலகம் என்று நிறைய துக்கம் கொண்டாடி விட்டனர் வீட்டில். ஏதோ காலமற்ற காலத்தில் மரணம் நேர்ந்தாற் போல. பேப்பர் திருத்து வதில் ஏதோ தவறு நேர்ந்திருக்கும் என்று கனகலதா சொன் னாள். ''மறு பரிசீலனைக்கு எழுதி மறுபடியும் சரி பார்க்கச் சொல்லலாம். அப்படியும் முடியவில்லை என்றால், வேறு பள்ளியில் சேர்த்து விடலாம்'' என்றாள்.

பைஜ்நாத் அந்தப் பேச்சை எல்லாம் காதில் போட்டுக் கொள்ளும் நிலையில் இல்லை. திரும்பத் திரும்ப மோகரா, அதுவும் கணக்கில் பெயில் என்று சொல்லிக் கொண்டே இருந்தார்.

குல் அப்போதுாதன் பதின்மூன்று வயது பூர்த்தி ஆகி இருந்தாள். ஒன்பதாம் வகுப்பு பாஸாகி பத்தாம் வகுப்பிற்கு வந்திருந்தாள். ஒரு பக்கம் உருது படிக்க விருப்பம் தெரிவித் தாள். இன்னொரு புறம் அப்பா அம்மாவுடன் வெட்டி அரட்டை. ஹோம் சயன்ஸ் படிக்க விருப்பம் இல்லையென்றா லும், ஒன்பதாம் வகுப்பில் நுழையும் போது அதையே எடுத் திருந்தாள். ஏனெனில் எல்லாவற்றையும் விடவும் அதில் குறை வான பாடத் திட்டம் இருந்தது. கணக்கும் பெயருக்கு சாதாரண கணிதம்தான். அதில் அவள் ஐம்பது சதவீதம் மதிப்பெண் எடுத்து மகிழ்ச்சியில் இருந்தாள்.

இப்போதிலிருந்து ஏன் மென்னியை முறித்துக் கொள்ள வேண்டும்? அதில் என்ன லாபம்? பதினோராம் வகுப்புப் பொதுத் தேர்வுக்கு முன்னால் ஒரு ட்யூஷன் மாஸ்டர் வைத்துக் கொள்ளலாம். அவருடைய எல்லாத் தோழிகளும் அதே எண்ணத்தில்தான் இருந்தனர், அக்காவைப் போலலே. குல்லே அக்காதான். எனவே, தங்கையையும் தன் வழியில் செலுத்தத் தயார் செய்து கொண்டிருந்தாள். மோகரா இதற்கு முன்னாலும் அவளின் கட்டுப்பாட்டுக்குள் வந்து விடவில்லை. இப்போது அவளுக்கு நம்பிக்கை அடைக்கப்பட்டு விட்டது. ஆனால், எங்கே? முழு குடும்பமும் முன்பே நழுவிச் சென்று விட்டது. இப்போது இன்னமும் ஓரடி விலகி கைதியைப் போலத் தனித்திருந்தாள்.

விதியின் விளையாட்டை யார் அறிவார்? பைஜ்நாத்தின் அதிர்ஷ்டக் காற்று இறங்குமுகத்தில் இருக்கிறது என்பதை குல் மோஹர் மட்டும் எப்படி அறிவாள்? சரியான நேரத்தில் ட்யூஷன் மாஸ்டரை நியமித்துக் கொள்ளலாம் என்றிருந்தாள்.

அப்பாவின் பேச்சைக் கேட்டு மலைத்தாள். ‘‘அவள் பெயில்தான் ஆவாள் என்று நான் முன்னமே சொன்னேன் இல்லையா, உடம்பு சரியில்லாமல் பரீட்சை எழுதினால் இப்படித் தான் ஆகும்’’ என்றார்.

மோகரா கணக்கில் பெயிலாகி விட்டாள் என்ற செய்தி கேட்ட கணத்திலேயே குல்லுக்கு தனது மனக் கசப்பு மறந்து விட்டது. அவள் தனது தங்கையின் நலம் விரும்பியாக மட்டும் அல்லாமல் பாதுகாவலாகவும் ஆகி விட்டாள்.

அவள், ''கொஞ்சம் கேள். பள்ளிக்குச் சென்று படிக்காமல் அல்லது ட்யூஷன் மாஸ்டர் வைத்தோ, தானே கணக்குப் பாடம் படிப்பது என்பது மிகவும் கஷ்டம். கற்பனைச் சிறகை விரிக்கா தீர்கள். உங்களுடைய மோகரா பெண் ஐன்ஸ்டின் கிடையாது'' என்றாள்.

''கடந்த இரண்டு வருடங்களும் அவள் தானே சுயமாக படித்துக் கொள்ளவில்லையா?'' என்று கனகலதா தனது மேம் போக்கான பார்வையில் சொன்னாள்.

குல் இன்னமும் பயந்து போனாள். அம்மாவின் ஆழமற்ற பார்வையின் மீது எரிச்சல் உண்டாயிற்று. ''இல்லை அம்மா. உங்கள் அண்ணா அவளைப் படிக்க வைத்தார். ஒருவேளை உங்களுக்கு நினைவில்லாமல் இருக்கலாம். ஏறக்குறைய ஓர் ஆண்டு காலமாக அவர் இங்கு வரவேயில்லை. ஏன் வர வில்லை. நீங்களே தயை கூர்ந்து சொல்லுங்கள்'' என்றாள்.

''எனக்கென்ன தெரியும்?'' கனகலதா அழ ஆரம்பிப்பாள் போல இருந்தது.

''அவருடைய வேலை அப்படி இருக்கிறது'' என்று பைஜ் நாத் குறுக்கிட்டுச் சொன்னார்.

''அப்படி என்றால் மோகராவை வேறு பள்ளியில் சேர்த்து விடுங்கள். ஆண்டு முடிவதற்குள் அவளுக்கு ட்யூஷன் டீச்சர் ஏற்பாடு செய்யுங்கள். இல்லையென்றால் இதே பலன்தான் அங்கும் கிடைக்கும்'' என்றாள்.

முழு ஆண்டுக்கும் ட்யூஷன் மாஸ்டர் வைப்பதற்கான வேளை வரவில்லை. மோகராவின் பிரின்சிபால் இரண்டு நாட் களுக்குள்ளேயே ஜுலையில் இன்னமும் ஒரு முறை பரீட்சை எழுத வாய்ப்புக் கொடுத்து விட்டார். அப்படியென்றால் மாஸ்டர் இரண்டு மாதங்களுக்கு மட்டுமே தேவை. பெயில்

ஆனதால், மோகரா சும்மா இருந்தாள். அதிர்ச்சியும் துக்கமும் அவளை மௌனமாக்கப் போதுமானது. அவள் அரைத் தூக்கத்தில் இருப்பதைப் போன்று வேறு ஒரு நிலையில் இருந்தாள்.

ஏதோ இனம் புரியாத உணர்வுகள் ஏற்பட்டது. ஒரு விதமான போதை, முன்பு உணர்ந்திராத ஏதோ ஒரு உணர்வு அவளுக்குள் உண்டானது. அப்போது அவள் ஒன்றும் பேசவில்லை. ஏதோ யோசனையில் இருந்தாள். யோசித்தாள் என்றும் சொல்ல முடியாது. ஏதோ உணர்வில் என்ன உணர்வு என்பது சரியாக அவளால் அடையாளம் காண முடியவில்லை.

மிகவும் பிற்காலத்தில், நிறைய அனுபவங்களும் சோதனைகளும் அடைந்த பிறகு, இன்னொரு முறை அதே போன்ற அனுபவம் அவளுக்கு ஏற்பட்ட பிறகு அப்போது அவள் என்னிடம், ''காப்பி அடித்ததின் காரணமாக என்னுடைய பாக்கி வாழ்க்கை மாறிப் போனது. அந்தப் பரீட்சையின் போது கணக்குப் புத்தகத்தைக் கையில் எடுத்து அந்த இருபதாவது பக்கத்தைப் பிரித்த போது எந்தச் சிலிர்ப்பு எனக்கு ஏற்பட்டதோ அது பிறகு எப்போதுமே ஏற்படவில்லை.''

குல் சொன்னதற்கேற்படி பைஜ்நாத் ட்யூஷன் மாஸ்டரை தேடக் கூடக் கிளம்பவில்லை. ஒருவேளை நழுவும் பிரின்சிபால் அவள் மீது முத்திரை குத்தவும் இல்லை. அவளால் தட்டிக் கழிக்க முடியவில்லை.

பைஜ்நாத் தேடிக் கண்டுபிடித்து ட்யூஷன் மாஸ்டரை வீட்டிற்குக் கட்டிக் கொண்டு வரும் வரை, அவள் மாமா வந்து விடுவார் வேலையை விட்டுவிட்டு. தனக்குப் படிப்பு சொல்லிக் கொடுப்பார் என்றே நம்பிக்கை கொண்டு இருந்தாள். அது மாமா அவளுடைய எண்ணப்படி மாமா அவளுக்குக் கணித மேதை. வீட்டில் இருக்கும் மற்றவர்களின் புரிதலைப் போல வழி தவறியவர் என்பதாக அல்ல. அவர் படிப்பில் பெற்றது கணக்கில் அல்ல. அவர் இன்ஜினியர். பழக்க வழக்கத்தில் என்றால் அவர் ஒரு விதண்டாவாதம் செய்யும் மனிதர் அது அவரின் விருப்பம் எனச் சொல்ல முடியாது. பிறவியிலேயே அவர் அப்படி இருந்தார். அவர் வெட்டி விதண்டாவாதத்தை விட்டு,

இணைந்த மனம் 125

வேறெந்த மனித உணர்வுக்கும் மதிப்பளிக்காமல் உலகைச் சுற்றி வந்தார். அவருடைய மூளையில் அந்தப் பகுதி தேவையை விட வும் கூடுதலாக வளர்ந்திருக்கிறது. அந்த உண்மையை ஆராய்ந்து, அதை மற்றவர்கள் முன் சொல்லும் தைரியத்தைக் கொடுத்திருந் தது. ஆனால், உலகத்தோடு ஒட்ட வாழத் தேவையான திறன் யாரிடம் எப்படி இருக்க வேண்டும் என்ற புரிதல் ஒருவரிடம் இல்லாமல் போகும்போது அவர்களின் இருப்பு கொஞ்சம் கொஞ்சமாக மறைந்து கொண்டே போகிறது.

ஃபிராய்டின் தத்துவத்தாலோ என்னவோ, இன்று அறிவுக் குழப்பம் மற்றும் சலனம் ஆகியவற்றின் நிகழ்வுகளுக்குச் சிறு வயது நிகழ்வுகளைச் சுட்டிக் காட்டி குற்றம் சாட்டுவது என்பது இப்போது ஒரு ஃபாஷனாகவே மாறி விட்டது. இந்தக் குற்றச் சாட்டிற்கு பலிகடா ஆகிறவர்கள், அம்மாவோ அல்லது அப்பாவோ அல்லது இருவருமேவோ என்று சொல்லி வருகின்றனர். இந்தக் கணக்கில் பார்த்தால் சமன்தாஸின் அம்மா செய்த குற்றம் சீக்கிரமே இறந்து போனதுதான்.

சமன்தாஸுக்கு அப்போது வயது பதின்மூன்று. கனகலதா விற்குப் பதினொன்று. அரசு அதிகாரியான அப்பா திருவாளர் ஜெ.ஜெ. ஜைனா என்ற பெயரால் அறியப்படும் அவர் சித்தப்பா வின் துணையுடன் பிள்ளைகளைச் சில காலம் பாதுகாக்கிறார். சகோதரத் தன்மை வழக்கத்தில் உள்ளபடி, எது நன்றாக இருந் ததோ அது ஏன் தலைகீழாகப் புரண்டது. அதற்கும் ஃபிராய்ட் தான் பதில் சொல்ல வேண்டும். இதைக் கேட்க யாரும் அவ ரிடம் போகவில்லை. அதற்கு முன்னால் அவருடைய சீடனான ஜெ.ஜெ. ஜைனாவை குற்றவாளிக் கூண்டில் ஏற்றுவதற்குள் உருவம் தரித்திருந்த உடம்பெனும் கூட்டை விட்டு பரமாத் மாவைச் சென்றடைந்து விட்டார்.

ஆஸ்கார் வைல்டைப் போல சமன்தாஸைக் குற்றவாளிக் கூண்டில் ஏற்றி வைக்கலாம். அப்பாவோ, அம்மாவோ யாரா வது ஒருவரின் மரணம் எனில் துரதிர்ஷ்டம் என்று சொல்லலாம். ஆனால், இருவருமே மரணமடைந்ததற்கு யார் பொறுப்பு? அதற்குப் பிறகு எஞ்சியிருந்தவர்கள் சித்தப்பா, சித்தி, டாக்டர் மாமா, கர்ணசிங் இவர்கள்தான்.

உலக வழக்கத்தின்படி சித்தப்பாவும் சித்தியும் பரம்பரை சொத்தில் அண்ணாவின் முட்டாள்தனத்தினாலோ அல்லது கருணையினாலோ அவருடைய பங்கு சொத்தையும் தன்னுடைய தாக்கிக் கொண்டு கிளம்பி விட்டனர். உலகத்தில் லௌகிகமாக வும், எச்சரிக்கையாகவும் இருக்கும் மனிதர்கள் பொறுப்பில் இருந்து நழுவும் மனிதர்கள். மனதில் நழுவி மூளையால் நழுவிப் போகும் மனிதர்களை எல்லாம் ஒரு பொருட்டாகக் கொள்ள மாட்டார்கள். தனது எல்லைகளில் தெளிவாக இருந்தனர்.

ஜெ.ஜெ. ஜைனாவும் தவறேதும் செய்யவேயில்லை, தனது பெயரை ஜைன் என்பதை ஜைனா என்று மாற்றியதைத் தவிர. அது எல்லை மீறல் கிடையாது. எல்லையை கடப்பவரும் கிடையாது. அந்த எல்லைகளிலேயே இருப்பவர் அவர். ஆங்கி லேயரின் பண்பாட்டுப் புரிதலில் ராம எப்படி ரமாவாகிப் போகி றதோ அது போல. ஜைன் அலுவலகத்தில் உழல்பவர். அம்மா விற்கும் நிச்சயமாகத் தெரியவில்லை. அவர் இத்தனை சீக்கிரம் கிளம்பி விடுவார் என்று எதிர்பார்க்கவில்லை. குழந்தைகளுக்கு என எந்த ஏற்பாடும் செய்து வைக்காமல், குழந்தைகளின் கணக்கை ஏதும் சரி செய்யாமல்தான் சென்று விட்டார்.

இறப்பதற்கு ஏறக்குறைய ஒரு மாதம் முன்பு, உடல்நலக் குறைவு ஏற்பட்டிருந்தது. கணவரின் நெருங்கிய நண்பர் தன்னைப் பரிசோதிக்க வந்த போது மைத்துனரும் அவரின் மனைவியும் அனைவரின் முன்னால், "கனகலதா மிக மென்மை யான பெண். அவளுடைய விருப்பத்திற்கு மாறாக ஏதாவது நடந்தால், அவளுக்கு உடல்நலம் குன்றி விடும். அவளுக்கு ஏற்ற வரனை நீங்கள் பாருங்கள்" என்றார். எல்லோரும் சிரித்த னர். கணவரின் கையைத் தடவிக் கொண்டே, "இவர் எங்கு இருந்து வரன் தேடுவார்? ஆஸ்பத்திரியைத் தவிர வேறு எதை யும் அறியாதவர். அவர் யாராவது நோயாளியையோ அல்லது டாக்டரையோதான் மாப்பிள்ளையாகப் பிடித்துக் கொண்டு வருவார்" என்றார்.

அம்மாவும் சிரிப்பில் இணைந்து கொண்டாள். அம்மா கம்பீரமாகச் சொன்னாள். "தேசத்தின் விடுதலைக்காகப் போராடிய வனாய் இருக்க வேண்டும் என நான் ஆசைப்படுகிறேன்.

காந்திஜியின் சீடனாக இருக்க வேண்டும். கொஞ்சம் பைத்திய மாகக்கூட சித்தம் கலங்கியவன் என்றாலும் அஹிம்சையைப் பின்பற்றுபவனாக இருக்க வேண்டும். கனகலதாவை பொறுப் பாக பார்த்துக் கொள்வான்.''

''சரி பார்க்கலாம்'' என்று சொல்லி விட்ட அவர் அமைதி யாகி விட்டார். கணவரும் பேச விரும்பவில்லை. மைத்துனரும் பேசவில்லை. இருவரும் பிரிட்டானிய அரசு அலுவலர்கள். ஒருவர் ஆபீசர். மற்றவர் கிளார்க். அதே போலவே டாக்டர் கர்ணசிங்கும் அரசு மருத்துவமனையில் பணி புரிபவர். தொழில் அப்படி. எண்ணம் வேறாக இருந்தது. அனைவரிடமும் சுதந்திரப் பித்து இருந்தது. சுதந்திரம் கிடைத்த பிறகு அவர்களுக்கு எந்தக் கஷ்டமும் ஏற்படாது. அதனால் ஒருவேளை அவர்கள் பீதி அடையவில்லை. சுதந்திரம் அடைந்த பிறகும் புதிய தேசத்தில் அரசு அதிகாரிகளுக்குக் கஷ்டம் ஏதும் உண்டாகாது என்பது அப்பாவியான அவருக்குத் தெரியவில்லை. ஜாலியன் வாலா பாக்கில் குண்டு போட ஏன் அவரிடம் தகுதி இல்லை?

இந்த நேரத்தில் இதன் பொருள் இவ்வளவுதான். கனக லதாவின் அம்மாவும் நிறைய நழுவுபவராகத்தான் இருக்க வேண்டும். அவர் தன் மென்மையான பெண்ணுக்குத் திருமணம் செய்யும் நினைப்பை மனதில் கொண்டிருந்தாள். தன் மகன் சமன்தாஸைப் பற்றி ஏன் அத்தனை கவலை கொள்ளவில்லை அவள்? அது எனக்குத் தெரியாது. நான் கொஞ்சம் விவாதப் பிரியனான சமன்தாஸைப் பற்றியும் கவலைப்படுகிறேன். அவர் விவாதம் செய்யும் இயல்பு ஏன்? அவர் தெரிந்தே பேசிக் கொண்டிருந்தாரா அல்லது அறியாமலா? தெரியவில்லை. எதுவாக வேண்டுமானாலும் இருக்கட்டும். ஒரு மாதத்திற்குள் இறுதிக் காலம் வந்து விட்டது. திடீரென நிமோனியா வந்து, போய்ச் சேர்ந்து விட்டாள்.

அந்த நாள்களில் பென்சிலின் கண்டுபிடிக்கப்படவில்லை. சர்ச்சில் பிரிட்டனின் பிரதம மந்திரியான பிறகு இரண்டாம் உலகப் போர் வந்த பிறகு, காரணம் என்னவாக வேண்டுமானா லும் இருந்து விட்டுப் போகட்டும். மருந்து கண்டுபிடிக்கப்பட் டது. ஆனால், ஒரு மாதத்திற்குள்ளாகவே ஆண்டவனுக்கு

இஷ்டமானவளாகி விட்டாள். எனவே, வீட்டில் உள்ளவர்களுக்கும் ஆண்டவனின் நினைவு வந்தது. இறக்கும் போது வாயில் இருந்து வெளிப்பட்டது தற்செயலாக விதி வசத்தால் அல்ல. பகவானின் விருப்பம் நிறைவேற்றப்பட்டது.

கனகலதாவிற்கு வரன் தேடும் பொறுப்பு டாக்டர் கர்ண சிங்கின் மீது சுமத்தப்பட்டது. ''உங்களின் தேர்வும் முடிவும் சரியானதாகத்தான் இருக்கும். கனக்கின் திருமணத்தை டாக்டர் தீர்மானிக்கட்டும். அதுதான் சரியாக இருக்கும். டாடியால் எந்த முடிவும் எடுக்க முடியாது.''

இந்த அசைக்க முடியாத நம்பிக்கையின் காரணமாக இருக்கலாம். அவர் சமன்தாஸை ஒருபோதும் கணக்கு எடுத்து படிக்க அனுமதிக்கவில்லை. அவருடைய விவாதங்களை அறிவு பூர்வமானதாக ஏற்கவில்லை. இப்போதும் அவருடைய யோசனைகளை உத்தி என்று ஏற்காமல், அதை அம்மா இறந்த துக்கத்தினால் ஏற்பட்டது என்கிறார். ஆனால், கர்ணசிங்கிற்கு அவருடைய சொற்கள் சரி என்று பட்டன. கனகலதாவின் அம்மாவின் புகாரும் கூட. காலம் வந்த போது அது ஐந்து ஆண்டுகள் கழித்து வந்தது. அவர் தன்னுடைய கடமையை செவ்வனே செய்து முடித்தார். 1935ல் காந்தியின் மோகம் தெளிவதற்கு முன்னதாகவே பைஜ்நாத்துடன் கனகலதாவின் திருமணம் ஆகி விட்டது.

சித்தப்பாவும் சித்தியும்கூட அண்ணியின் விருப்பத்தை நிறைவேற்றி வைத்தார்கள். சித்தப்பா தன் அண்ணாவை நினைத்துக் கொண்டார். கனகலதா மிகவும் மென்மையான பெண் என்று சொன்னார். இப்படிப்பட்ட மென்மையான பெண்ணால் எப்படி அண்ணியின் கனம் கனமான நகைகளைச் சுமக்க முடியும். அவற்றையெல்லாம் அழித்து அச்சில் புதிதாக வேண்டுமானால் வார்த்துக் கொடுத்தால் முடியலாம். இந்த வேலைக்கெல்லாம் பெண்கள்தான் லாயக்கு. எனவே, அம்மாவிற்கு சமானமாக சித்தி இருந்தாள். அவளுடைய மேற்பார்வையில் வைரங்கள் உடைத்த தனியே எடுக்கப்பட்டன. வைரத்தில் பாதிதான் கனகலதாவிற்குக் கிடைத்தது. பாதி சர்வீஸ் டாக்ஸ் முழுங்கி விட்டது. இந்த பிரச்சினையில் சித்தப்பா - சித்தி சரியான நேரத்

திற்கு முன்னதாகவே புதிய வழியைக் கண்டு பிடித்தார்களே ஒழிய ஓடி ஒளியவில்லை.

இதில் விசேஷம் என்னவென்றால் இந்தச் சேதியை கனகலதாவே குல்லிற்கும் மோகராவிற்கும் சொல்லி இருக் கிறாள். அதாவது கனகலதாவின் அப்பா தெரிந்தே இந்தத் தம்பி யின் சூழ்ச்சிக்குக் கட்டுப்பட்டு இருந்திருக்கிறார். இதை நீங்களும் தம்பி மீதிருந்த அபரிதமான அன்பு என்று வேண்டுமானால் சொல்லிக் கொள்ளுங்கள் அல்லது நழுவும் மனநிலை என்று. தங்கள் இஷ்டம். டாக்டர் நண்பரும் இந்த விஷயத்தில் தலையிடவில்லை. இறந்து போனவர் தன் பெண்ணைத்தான் டாக்டரின் பாதுகாப்பில் கொடுத்தார்களே தவிர, வைரத்தை அல்ல.

இறப்பதற்கு முன்னதாக இன்னொரு காரியத்தையும் செய்து முடித்திருந்தார். சமன்தாஸ் பள்ளிக் கல்வியை முடித்து விட்டு காலேஜில் சேர வேண்டிய காலம் வந்த போது, பி.ஏ., கணக்கு எடுக்க ஆசைப்பட்ட போது, அவனைக் கேலி செய் தார். கணிதத்தை எடுத்துப் படித்து என்ன செய்யப் போகிறாய்? பள்ளியில் அல்லது உயர்ந்த பட்சம் கல்லூரியில் டீச்சராவாய். வேறு காரியர் முன்னேற்றம் என்ன இருக்கிறது அதில்? வாழ் நாள் முழுவதும் அணா - பைசாவிற்கு திண்டாடிக் கொண்டு இருப்பாய். குர்கி அல்லது பனாரஸில் இன்ஜினியரிங் நுழைவுத் தேர்வு எழுது. அப்போது தெரியும் திறமை. இரண்டாம் பாட மாக கணிதம் எடுத்துக் கொள்.

இயல்பாகவோ அல்லது விதி வசத்தாலோ குர்கி இன்ஜி னியரிங் காலேஜில் நுழைவுத் தேர்வு எழுதினார். மிகவும் கஷ்டம் என்று சொல்லப்படும் தேர்வில் நிறைய மதிப்பெண் எடுத்துப் பாஸானார். தெரிந்தே தப்பும் தவறுமாக எழுதி தேர்வில் தோற்றிருக்கலாம். ஆனால், அத்தனை உறுதியான ஆசை எல்லாம் கிடையாது. ஆனால், மனத்தின் ஆசை குறையவில்லை. அது இரண்டு மூன்று மடங்காகியது.

அப்பா சொல்லச் சொல்ல, ''நான் முன்னமேயே சொன் னேன் இல்லையா, இன்ஜினியரிங் படி என்று'' என அப்பா

சொன்னார். தனது நிறைவேறாத ஆசைக்காக தன் வாழ்நாள் முழுவதும் அப்பாவைக் குற்றம் சாட்டிக் கொண்டே இருந்தார். ஆனால், அப்பாவி அப்பாவோ தனது நல்ல அறிவுரைக்காக மகிழ்ந்து கொண்டே இருந்தார். அதிர்ஷ்டத்தின் காரணமாக கனகலதாவின் திருமணம் நடந்து முடிந்த ஒரு வருடத்திலேயே உலகத்திலிருந்து அவர் நழுவி விட்டார். பயனைப் பற்றிய கனவு நிறைவேறாமலேயே. ரூர்கியில் வெளி இடங்களில் தங்கி இருந்து படிப்பது வழக்கமாக இருந்ததினால், தன்னைத் தனிய னாக எண்ணக் கொண்டிருக்கும் சமன்தாஸின் நுனி நாக்கு ஆங்கிலம் பேசியது எரிச்சலை ஊட்டியது.

அங்குள்ளவர்கள் அப்பாவை ஒழுக்கம் கெட்டவர் என்று சொல்வதும்கூட உண்டு. சமன் அவன் தலைவனாக இருந்தான். டாக்டர் கர்ணசிங்கிற்கு அப்பாவைப் பற்றி, சமன்தாஸ் இப்படிப் பேசுவது ஈயத்தைக் காய்ச்சி காதில் ஊற்றுவதைப் போல இருந் தது. தோழனின் மறைவிற்குப் பின் அப்பாவின் ஸ்தானத்தை அப்பாவை மட்டுமல்ல, தாத்தாவின் பாத்திரத்தையும் அவர் ஏற்றிருந்தார். தனது மனைவியுடன் இடத்தை விட்டு ஓடி விட்டான் தம்பி. டாக்டர் தனது நெருங்கிய நண்பனின் பொறுப்புகளை தன் தலையில் சுமந்தார். நட்பின் காரணமாகத் தியாகம் செய்து காலத்தைக் கழித்தார்.

சமன்தாஸிற்கு தன் அப்பாவிடம் மட்டுமல்ல, ருர்கியின் பல்கலைக்கழகத்து அனைத்துப் புரொபசரின் மீதும் குற்றச்சாட்டு இருந்தது. எல்லோருமே ஒன்னாம் நம்பர் அப்படி இப்படி. எல் லோருமே ஆங்கிலேயர்களின் அடிவருடிகள், காரியவாதிகள். அந்தக் காலத்தில் அவனைப் போன்ற இளைஞர்கள் செய்ததைப் போல சுதந்திரப் போராட்டத்தில் ஈடுபட்டார்களானால், ஒருவேளை மூளைக்குள் எழும்பும் அலைகள் அதிர்ச்சியைக் கொடுப்பதற்குப் பதிலாக மூளையின் அலைகள் வக்ரமாகாமல் சரியான பாதையைக் கண்டடைந்திருக்கும். அல்லது இன்னும் கூடுதலாக சித்த பிரமையை உண்டாக்கி விட்டிருக்கலாம்.

எந்தப் போராட்டம் பைஜ்நாத் போன்ற மேதைகளை குடும்பஸ்தனாக்கியதோ, அதை சமன்தாஸால் எப்படித் தாங்கிக் கொள்ள முடியும்? அங்கேயும் கூட ஒன்னாம் நம்பர் அவன்

இவன் இருக்கிறார்கள். அவனுடைய எரிச்சலைத் தாங்கிக் கொள்வதற்குச் சுதந்திரப் போராட்ட பைத்திய நண்பர்களைச் சந்திக்காமல் இருக்க வேண்டுமே என்று மனதிற்குள் நிச்சயம் பயந்து போய் இருந்திருப்பார்.

விதியின் விளையாட்டு என்று எண்ணிக் கொள்ளுங்கள். சமன்தாஸ் முதல் தடவையிலேயே இன்ஜினியரிங் பாஸ் செய்து விட்டார். ஆனால் அவர் அப்பா எண்ணியிருந்தபடி அத்தனை அதிகமான மதிப்பெண் எடுக்கவில்லை.

பாஸான பிறகு முதல்முதலாக ஒரு வேலை முராதாபாத்தில் கிடைத்தது. டாக்டருக்கு அந்த இடம் மிகவும் பிடித்தமானது. பல ஆண்டுகள் அங்கு தங்கி இருந்து மருத்துவப் பணி செய்திருக்கிறார். சுத்தமான கைகளும், கருணையான உள்ளமும் கொண்டவனுக்குப் பணக்காரன் என்ன ஏழை என்ன, அனைவரும் அவரிடம் பணிவுடனும் மரியாதையாகவும் நடந்து கொண்டனர். அங்கு சென்றவுடனேயே தனது பெயரை சமன் தாஸ் என்றே எழுதினார். எனவே அதன் பிறகு மிஸ்டர் தாஸ் என்ற பெயரிலேயே அறியப்பட்டார்.

வேலைக்குச் சேரும் போதும் அதை விடும் போதும் எல்லா வேலைகளிலும் அவர் மிஸ்டர் தாஸ் என்றே அறியப் பட்டார். ஜைன் என்ற ஒட்டு வால் இல்லாமல் தனது அப்பா, சாதி, மதம் என எல்லாவற்றிலிருந்தும் விடுபட்டு தன்னைத் தனித்து வெளிப்படுத்திக் கொள்ள விரும்பினார். டாக்டர் ஐயா எதிர்ப்பொன்றும் சொல்லவில்லை. மாறாக, தட்டிக் கொடுத்து உற்சாகப்படுத்தினார். அவரே ஜைன்தான். ஆனால், கர்ணசிங் என்று போட்டுக் கொண்டு ராஜ புத்திரர்களின் த்வனியில் ஜைன் என்ற முகத் திரையைப் போட்டுக் கொண்டார். அதைச் சிறுமைப் படுத்தவில்லை.

மிஸ்டர் தாஸ் என்ற பெயரைக் கொண்டு மக்கள் அவரை வங்காளி என்ற புரிந்து கொண்டனர். ஆனால், அவர் அதுவல்ல. அவர்தான் என்னவாக இல்லையோ அதுவாக விரும்பினார். பல தடவை அவர் தன்னுடைய பெயரை தாஸ் என்பதை தர்காஷித் என்று வைத்துக் கொண்டார்.

உலகில் ஒரே உண்மை என்பது மனிதன் துக்கத்தின் பள்ளத்தில் விழுந்தாலும் சரி அல்லது மகிழ்ச்சியின் உச்சத்திற்குச் சென்றாலும் சரி, எப்போதும் இரண்டும் இரண்டும் சேர்ந்தால் நான்குதான் என்று சொல்லுவார். ஆனால், அதெல்லாம் பல வேலைகளை விட்டுவிட்டு வந்த பின் சொன்ன சொற்கள். இங்கே, அங்கே என பல வேலைகள் செய்த பிறகு அவர் மறு படியும் முராதாபாத் வந்தடைந்தார். அப்போது டாக்டர் கர்ண சிங் தில்லி, டேராடூன் போன்ற இடங்களில் எல்லாம் பணி ஆற்றிக் கொண்டு முராதாபாத்தில் திடமாகக் கால் ஊன்றி இருந்தார்.

மோகரா, மாமா வேலையை விட்டு வந்து விட வேண்டும் என்று மனப்பூர்வமாக ஆசைப்பட்டுக் காத்துக் கொண்டிருந்த போது, சமன்தாஸ் டாக்டர் கர்ணசிங்கின் வீட்டில் ஓய்வெடுத்து உடல் நலம் பேணிக் கொண்டிருந்தார். இந்த இரண்டும் இரண்டும் நான்கு என்ற தத்துவத்தை மறந்து கொஞ்ச நாட்களாவது இயற்கையின் பேரெழிலைக் கண்டு அதனுடன் வாழ்ந்த மூளையின் விறைப்பிலிருந்து விடுபட்டு ஓய்வெடுக்கட் டும் என்று டாக்டர் கர்ணசிங் முயற்சி செய்தார்.

நீங்கள் டேராடூனில் இயற்கை எழிலைப் பற்றிக் கேட் டால் மிகவும் ஆச்சரியப்பட்டுப் போவீர்கள். நினைவில் வைத்துக் கொள்ளுங்கள். நாங்கள் ஐம்பதுகளின் முன்பான காலத்தைப் பற்றிப் பேசிக் கொண்டிருக்கிறோம். அப்போது நாடு முன் னேற்றப் பாதையில் செல்லத் துவங்கவில்லை. பெரும் தொழிற் சாலைகள், அரசு ஒப்பந்தம், அதன் அதிகாரத்தை நிலை நாட்டும் பிரச்சினைகளின் மீதான சோஷலிஸ வாதத்தின் கலையை உறுதிப்படுத்தும்படியான இரண்டாம் ஐந்தாண்டுத் திட்டம் அமல்படுத்தப்படவில்லை.

மகாத்மா காந்தியின் கொலைக்கு சரியாக ஒரு வருடம் கழிந்திருந்தது. நாடு குடியரசாக ஆகியும் விட்டது. பண்டித நேருவின் உலகத் தலைமை சோஷலிஸ வாதம் ஆகியவற்றின் மேல் கோபப் பார்வையும் புருவச் சுளிப்பும் அப்போது இல்லை. மெல்ல மெல்ல வேகம் எடுத்துக் கொண்டிருந்த கிராமத்தின் வருவாய், சிறிய நகரங்கள் அதில் செழித்துக் கொழிக்கும் நூற் றாண்டு பழமையான பசுமை உறுதியுடன் இருந்தது. மலையின்

இணைந்த மனம்

காலடியில் படர்ந்து கிடக்கும் டேராடூன் நகரில், நகரமாக ஆகி விட்டிருந்தாலும் இன்றைய மலைப் பிரதேசமான மசூரியுடன் தொடர்புடைய இடங்கள் கூடுதல் பசுமையுடன் இருந்தன.

குளுமையான மனம் கவரும் பருவ காலம். முதியோர் களின் சரணாலயம் என்று சொல்லப்பட்டு வந்தது. ஓய்வு பெற்ற பின் நேர்த்தியை விரும்பும் அதிகாரிகள் அங்கேயே வசிக்க ஏற் பாடுகள் செய்வார்கள். மருத்துவராக பணி புரிவோருக்கு முழு ஓய்வு பெறுவதில் விருப்பம் கிடையாது. புகழும் ஆரோக்கிய மும் இருக்கும் போதே வருடத்தில் சில மாதங்களாவது டேராடூனில் ப்ராக்டீஸ் செய்ய ஆரம்பிப்பார்கள்.

டாக்டர் கர்ணசிங்கும் அவர்களில் ஒருவர். டேராடூன் என் காதலி என்று அவர் அவ்வப்போது சொல்லி வருவார். அவர் தேவதாரு மரங்கள் அடர்ந்திருந்த காட்டின் இடையில் மிக அழகான சிறந்த சிறிய வீடு ஒன்று கட்டி விட்டிருந்தார். கோடைக் காலத்தில் இரண்டு மூன்று மாதங்கள் அங்கு வந்து தங்கி இருந்து ப்ராக்டீஸ் செய்வார். ஏதாவது ஸ்பெஷல் கேஸ் வந்தால் தில்லிக்கு வருவார். இல்லாவிட்டால் அவருடைய ஜூனியரே அதைச் சமாளித்துக் கொள்வார்.

முராதாபாத்தில் நடந்த அடிதடி வன்முறையில் சமன் தாஸின் எலும்புகள் நொறுங்கிப் போயின. எனவே டாக்டர் கர்ணசிங் அவனை டேராடூனுக்குக் கொண்டு வந்தார். உடைந்த எலும்புகள் சமனின் பிரியமான இரண்டும் இரண்டும் நாலிலே யும் அவர் மூன்று மாதங்கள் வரை சேர்ந்திருந்தார். எலும்புகள் சேர்வதற்காக. ஆனால், இன்னும் வேறு நிறைய செய்ய வேண்டியிருந்தது. அது அவருடைய கணக்கு தவறாயிருந்தது.

டாக்டரின் மேற்பார்வையில் பரிசோதனைகளும், மன நலத்திற்காக சிகிச்சையும் வேண்டியிருந்தது. பைஜ்நாத்திடம் அவர், "அவருடைய நரம்புகள் பிரேக் டவுன் ஆகி விட்டன. இன்னும் சில நாட்கள் டேராடூனிலேயே தங்கி இருந்தால் சரியாகப் போய் விடும்" என்று சொன்னார்.

கனக்கிற்கும் மற்றவர்களுக்கும் சொல்லத் தேவையில்லை. ஆனால், தான் மட்டும் தினம் வெறும் நர்வஸ் பிரேக் டவுனாக

இருக்க வேண்டும் என்று பிரார்த்தித்தார். முராதாபாத்தில் நிலைமை சாதாரணமாக இருந்தது. 1947-48க்குப் பின் நாட்டின் ஒவ் வொரு நகரத்திலும் ஹிந்து முஸ்லீம் கலவரம் ஏற்பட்டுக் கொண்டே இருந்தது. பொதுவாக அவை சாதாரண நிகழ்வு களின் காரணமாக உருவாயின.

ஹிந்துக்களின் கோயில்களில் ஆரத்தி எடுக்கும் சமயம் சரியாக் முஸ்லீம்களின் முஹர்ரம் சப்பரம் கிளம்பும். தெருவில் காலை நீட்டிப் படுத்திருக்கும் பசு மாட்டின் மீது ஒரு முஸ்லீம் சைக்கிளை ஏற்றுவார். மசூதிகளின் தொழுகை நேரத்தில் சங்கு ஊதுவார்கள். திரைப்படங்களில் வில்லன்கள் பெயரை முஸ்லீம் பெயர்களாக வைக்கும் ஹிந்துக்கள் இப்படி. பற்பல அந்த நிகழ்வுகள் நிகழ்ந்ததை விடவும் அதிக சுவையுடன் பகிரப்பட்டன.

முராதாபாத் லிச்சி பழங்களுக்குப் பெயர் போன இடம். ஆனால், சமன்தாஸ் வேலை செய்யும் இடத்தின் தெரு ஓரத்தில் இருநூறு ஆண்டுகள் பழமை வாய்ந்த அடர்ந்த பெரிய நாவல் மரம் ஒன்று இருந்தது. அந்த நாவல் பழத்தின் சுவை லிச்சிப் பழத்திற்குச் சற்றும் குறைந்ததல்ல. கீழே விழும் பழங்களைப் பொறுக்கி எடுப்பதற்காக எப்போதும் அந்த மரத்தின் கீழே குழந்தைகளின் கூட்டம் இருந்து கொண்டே இருக்கும்.

பையன்களால் மரமேறிப் பறிக்க முடியாது என்பதல்ல; கஷ்டம் என்னவெனில் மரத்தில் நாவல் பழங்களுக்கு இணை யாகக் கூடவே பெரும் எண்ணிக்கையில் குரங்குகளும் தொங்கிக் கொண்டிருக்கும். மிகக் குஷியுடன் பெரிய பெரிய நாவல் பழங்களைப் பறித்துச் சாப்பிட்டு விட்டு, கொட்டைகளைக் கீழே வீசி எறியும். பையன்கள் சப்தமிட்டு அவைகள் வெறுப்பேற்றிக் கோபமூட்டினாலும் அவைகள் கல் மனம் கொண்டவைகள் அல்ல. வயிறு நிறைய தின்ற பின் கோபப்படுத்தி விட்டு சப்தமிட்டுச் செய்தாலும் கொஞ்சம் மனம் நிறைந்து இருந்தால் குரங்குகள் கொஞ்சம் கொஞ்சம் பழுத்த சுவையுடைய நாவல் பழங்களைக் குழந்தைகளுக்கும் கீழே போடும். சிறுவர்கள் அதை மழை என மகிழ்ந்து எடுத்துக் கொள்வார்கள்.

அருகிலேயே பெரியவர் ரஹமதுல்லாவின் உணவகம் இருந்தது. அவர் பல சுவையான உணவு தயாரிப்பார். அசைவம்

மட்டும் அல்ல. அந்த உணவகத்தின் சிறப்பு என்னவெனில், அங்கு ஒரு ஹிந்து பெரியவர் ஹிந்து முறைப்படி சைவ உணவு களைச் சமைப்பார், பரிமாறுவார். நிறைய ஹிந்துக்கள் உருளைக் கிழங்க பேடமி சாப்பிட வருவார்கள். பூரியும், பேடமியும் மிகவும் நன்றாக இருக்கும்.

மிலேச்சர்களின் கையால் சாப்பிடுவது குற்றமாகாது. அத்துடன் கூடவே அவர் ஒரு மெஸ்ஸும் நடத்தி வந்தார். அங்கு மாதக் கணக்கு வைத்துக் கொண்டு வெளியிலிருந்து வந்து தங்கி இருக்கும் இளைஞர்கள் சாப்பிடுவார்கள். சமன் தாஸும் அவர்களின் ஒருவன். டாக்டர் வீட்டு விருந்தாளி ஆன தால் அங்கு இணைந்து விட்டார். எனவே, அவன் சமன்தாஸ் ஜைன் என்று தெரியும். ஆனால், மற்ற அனைவரும் அவனை வங்காளி என்றே எண்ணியிருந்தனர். அவன் சொல்லவில்லை. தாஸ் என்ற பெயரினால் வங்காளி என எண்ணினார்கள்.

ரஹமதுல்லாவிற்கும் சமன்தாஸிற்கும் நாவல் பழம் என்றால் மிகவும் பிடிக்கும். ரஹமதுல்லா ஒரு தைரியமான ஆள். குரங்குகளைப் போலவே மரத்தில் ஏறி பழங்களை உதிர்ப் பார். குரங்குகளுக்கும் அவருக்கும் இடையில் உடன்பாடு ஒன்று இருந்தது. மெஸ்ஸின் பையன்களையும் அவர் தன்னுடைய பிள்ளைகளைப் போலப் பார்த்துக் கொள்வார். அவர்களும் அந்தப் பழைய நாவல் மர பழத்தை விரும்பினார்கள்.

பெரிய பெரிய புதிய நாவல் பழங்களை ஒரு சுட்ட மண் குடுவையில் இட்டு அதன் மீது உப்புத் தூவி அதை மேலும் கீழுமாக நன்குக் குலுங்குங்கள். நாவல் பழங்கள் அதன் சதை காதலியின் உதடுகளைப் போல மென்மையாகி விடும். பிறகு அதை உறிஞ்சி இன்பம் அனுபவியுங்கள்.

பாகிஸ்தான் பிரிவதற்கு முன்பு இந்தியாவைத் தவிர, உலகில் வேறெங்கும் நாவல் பழம் கிடையாது. இப்போதும் கூட அந்த இருநூறு வருடத்திய மரத்தின் பழத்தின் இனிப்பும் சுவையும் வேறெங்கும் பார்க்க முடியாது. ரஹமதுல்லா தன் கையால் பறித்த நாவல் பழங்களை மெஸ் பையன்களுக்குச் சாப்பிடக் கொடுத்தால், அது முழுக்க முழுக்க தற்செயல் நிகழ்வு. எல்லோரையும் விடவும் அதில் சரியான சீடன் சமன்

தாஸ்தான். மீரட்டின் பரம்பரை. எனவே, சிறந்த நாவல் பழம் எது என்றறிவான்.

ஒரு நாள் மாலையில் ரஹமதுல்லா மரத்தின் மீது ஏறிய உடன் குரங்குகளின் கூச்சல் கொஞ்சம் மாற்றி இருந்தது. அவர் அதைக் கொஞ்சியதும் பெரிய குரங்கு பயந்து விட்டது. குரங்கு கள் தங்களுக்குள் சண்டையிட்டு இருக்க வேண்டும் என எண்ணினார். எண்ணிக் கொண்டே ரஹமதுல்லா நாவல் பழங் கள் பறிக்கத் தொடங்கினார். குரங்கு பல்லைக்காட்டினாலும் அவர் அதைப் பெரிதாக எடுத்துக் கொள்ளவில்லை. தினப்படி தோழமை என்று எண்ணினார்.

ரஹமதுல்லாவோ குரங்கோ எப்போதாவது அப்படி இப்படி மாறுவதும் இயல்பானதுதான். அது இயல்பு என்று எண்ணிய அவர் சந்தோஷமாகத் தான் பறித்த நாவல் பழங் களைக் குரங்கின் பக்கமாக நீட்டினார். ஆனால், அது கோபித்துக் கொண்டு விட்டது. கோபத்தில் பல்லைக் காட்டிக் கொண்டே நேரே அவர் முகத்தின் மீது பாய்ந்தது.

ரஹமதுல்லா பயந்து விட்டார். அவர் தன்னுடைய நீண்ட வெள்ளைத் தாடியை இரு கைகளாலும் மறைத்துக் கொண்டார். குரங்கு நேரடியாக கெட்ட குரங்காக மாறியது. ரஹமதுல்லா தாடியிலிருந்து கையை எடுத்தார். தலை தூக்கிப் பார்க்கும் நிலைமை இல்லை. குரங்கு குரங்காயிற்று. ரஹமதுல்லாவின் கை தாடியின் பக்கம் சென்றவுடனேயே குரங்கும் அங்கேயே கையைக் கொண்டு சென்றது. ஏதோ விளையாட்டு என்று எண்ணி விட்டது.

மரத்தின் கீழே சிறுவர்கள் குழுமி இருந்தனர். ஒவ்வொரு நாள் மாலையிலும் நடப்பதுதான். ஆனால், அந்தத் துணிச்சலான பையன்கள் குரங்குகளைச் சீண்டி உற்சாகப்படுத்தி நிறைய நாவல் பழங்களை பறித்துப் போட சத்தமிட்டுக் கொண்டிருந்தனர். பயந்த பையன்கள் தூரத்தில் இருந்து விளையாட்டை வேடிக்கை பார்த்துக் கொண்டிருந்தனர்.

திடீரென கோழை பையன்கள் மட்டுமல்லாது பல பெரியவர்களும் மரத்தின் அடியில் கூடி விட்டனர். அனைவரும்

கையைத் தட்டி இந்த உற்சாக விளையாட்டைக் கண்டு மகிழ்ந்து கொண்டிருந்தனர். இந்தக் கூச்சல் குழப்பத்தால் குரங்கு இன்னும் கோபப்படும் என்ற நினைப்பில்லாமல் கத்தினர். அல்லது தெரிந்தே சப்தமிட்டு கோபத்தை அதிகப்படுத்தினார்களோ?

மனிதனின் வஞ்சகத்தை யார் அறிவர்? குரங்கு கோபம் கொண்டது. அனைவரும் தன்னைக் கேலி செய்வதைப் பார்த்து ரஹமதுல்லாவிற்குக் கெட்ட கோபம் வந்தது. தன் முழுப் பலத் தையும் உபயோகிதத்துத் த்ன்னை விடுவித்துக் கொண்டார். தாடியைப் பிடித்துக் கொண்டே கீழ இறங்கினார். கூட்டம் மொத்தமாக நிசப்தமானது. ஒரு குசும்புக்காரப் பையன் ‘பூசணிக்காய் திருடி யவன் சாம்பலைத் தட்டினானாம்.’

ரஹமதுல்லா எத்தனைக்கெத்தனை அன்பானவரோ அத்தனைக்கத்தனை கோபக்காரரும் கூட. பக்கத்திலிருந்த தடியை எடுத்துக் கொண்டார். மறுபடியும் மரத்தின் மீது ஏறினார். குரங் கின் முதுகில் சாத்தினார். காயம் பட்ட குரங்கு கீழே விழுந்த வுடன் அத்தனை கூட்டமும் ஹிந்துக்களாகி விட்டனர். குரங்கு ஹனுமானின் அவதாரம் ஆக்கப்பட்டது. ஹனுமானின் காலை உடைத்ததனால் ரஹமதுல்லா நீசனானார்.

கூட்டம் ரஹமதுல்லாவை நோக்கிக் கத்திக் கொண்டே நகர, அதிலிருந்த முஸ்லீம் மக்கள் ரஹமதுல்லாவைக் காப்பாற்ற முன்னே வந்தனர். அப்போது குரல்கள் கத்தியாகவும், அரிவா ளாகவும் மாறி விட்டிருந்தன. சமன்தாஸ் குறுக்கிட்டு காப்பாற்ற வந்தான். அவ்வளவுதான் எல்லாம் முடிந்தது.

சமன்தாஸ் ஓடி வந்தான். ரஹமதுல்லாவின் அருகில் வந்து நின்றான். பிறகு சுத்தமான ஆங்கிலத்தில் திட்டத் தொடங் கினான். ‘‘குரங்கு உங்களுக்கெல்லாம் ஹனுமான் என்றால் காந்திஜி யார்? அரசன் தசரதன்? இருவரையும் கொன்று கிடந் ததா? காந்தியைக் கொன்றவன் ஹிந்து. அப்போது நீங்கள் எல்லாம் எங்கிருந்தீர்கள்? தசரதன் யாரு? தானே தற்கொலை செய்து கொண்டான். உங்களின் ஜனாதிபதியை மதிப்பிற்குரிய துளசிதாஸர் கொன்றாரா? சொல்லுங்கள். காயம் பட்ட குரங் கிற்குக் கோஷமிடுங்கள். வெட்கம் கெட்டவர்களே! உங்களுக்குக்

காந்தியை விடவும் குரங்கு பெரிதா? யாராவது சித்தப்பாவைத் தப்பாகப் பேசினால் தெரியும் சேதி.''

ஆரம்பத்தில் சுத்தமான ஆங்கிலத்தில் கெட்ட வார்த்தை களைக் கேட்ட மக்கள் குழம்பிப் போனார்கள். காந்திஜிக்கும் குரங்கிற்கும், ராஜா தசரதனுக்கும் என்ன சம்பந்தம்? என்ன ஒப்பீடு? ஒன்றுமே புரியவில்லை யாருக்கும்.

ரஹமதுல்லா கண்டிப்பாகப் பயந்து போனார். அவருக்கு குரங்கைக் காயப்படுத்த வேண்டும் என்ற நோக்கம் கொஞ்சமும் கிடையாது. அவர் அந்த எண்ணத்தோடு தடியை ஓங்கவில்லை. இரண்டு பேருக்கும் இடையில் பழைய கள்ளக் காதல் இருந் தது. கள்ளக் காதலில் இப்படி நிகழ்வதும் உண்டு. தடியால் அடித்து கள்ளக் காதலியின் புட்டத்தை முறித்து விட்டார்.

அவருக்குச் சீக்கிரமே கூட்டத்தினரிடம் மன்னிப்பு கேட்டு விட்டு குரங்கின் காயத்திற்கு மருந்து போட வேண்டும்; கட்டுக் கட்ட வேண்டும் என்றுதான் தோன்றியது. சௌக்கில் வசிக்கும் பயில்வான் உடைந்த எலும்புகளை ஒட்ட வைப்பதில் கெட்டிக் காரன். குரங்கை எடுத்துக் கொண்டு அவரிடம் போக வேண்டும் என்பதுதான் அவர் எண்ணம்.

இதில் தடையை உண்டாக்கியது என்னவோ சமன்தாஸின் அதிகாரப் பேச்சு. அவனிடமிருந்து தன்னை விடுவித்துக் கொள்ள திமிறி திமிறி முயற்சி செய்தார். கூடவே, ''சும்மாயிரு பையா, போனால் போகட்டும் விடு. பயில்வானிடம் என்னைப் போக விடு'' என்று சொல்லிக் கொண்டே இருந்தார். ஆனால், உரத்த குரலில் சமன்தாஸ் கத்திக் கொண்டே இருந்தான். அதனால் அவ ருடைய குரல் யாருக்கும் கேட்காமல் போனது. அவராலும் சமன்தாஸின் பிடியிலிருந்து விடுபட முடியவில்லை.

கொஞ்ச நேரம் வரை அவனுடைய உளறல்களைக் கேட்ட பின்பு அங்கிருந்து மக்களுக்கு மூன்று விஷயங்கள் புரிந்தன. முதலாவதாக இந்தப் பையன் ரஹமதுல்லாவைச் சித்தப்பா என்று சொன்னான். அப்படி என்றால் இவன் முஸ்லீம். இரண் டாவதாக அவன் புரியாத ஆங்கிலத்தில் காந்திஜியின் கொலையைப் பற்றிச் சொன்னான். எனவே இவன் கலகக்காரன். பூஜிக்கத்

தகுந்த கோஸ்வாமி துளசிதாஸைப் பற்றி என்ன என்னவோ சொல்லித் திட்டினான். எனவே இவன் பழமைவாதி. விரும் பாததைச் செய்தான். இத்தனை நேரம் வரை அவர்கள் வெறு மனே பேசிக் கொண்டிருந்தார்கள். எப்படி குரங்கிற்குக் காயம் உண்டாக்கக வேண்டும் என்ற நோக்கத்தோடு ரஹமதுல்லா அடிக்கவில்லையோ, அது கண்மூடித்தனமான கோபத்தால் ஏற்பட் டதோ, அதைப் போலவே அந்தக் கட்டத்திற்கும் ரஹமதுல்லாவை அடிப்பதும் உதைப்பதும் அம்மக்களின் நோக்கம் அல்ல.

அந்தக் கூட்டத்தில் பலர் அவர் கையால் பறித்த ருசியான நாவல் பழங்களையும், அவருடைய உணவகத்தில் உருளைக் கிழங்கு பேடமியும் சாப்பிட்டிருக்கிறார்கள். கூச்சலும் குழப்ப மும் தருணத்திற்காகக் காத்திருக்கின்றன. வாட்ட சாட்டமான ஹனுமானைப் போன்ற அந்தக் குரங்கைக் காயப்படுத்தியதற் காக, காயத்தை உண்டாக்கியவனே அதன் மருத்துவச் செலவை ஏற்க வேண்டும்.

ரஹமதுல்லா ஒன்றும் சொல்லாமல் ஏற்றுக் கொண்டார். சமன் மட்டும் இடையில் குதிக்காமல் இருந்திருந்தால் ஹனுமா னிற்கு சமமான குரங்கிற்கே கட்டுப் போட ஏற்பாடாகியிருக்கும். எல்லாம் சுமுகமாக முடிந்திருக்கும். இரு தரப்பினர் சூடான சொற்களை வீசிக் கொண்டு தத்தம் வேலையைப் பார்க்கச் சென்றிருப்பார்கள். ஆனால், சமன்தாஸின் தலையீட்டால் சமதானமும் பேச்சும் சுமுகமாக முடியாமல் போயிற்று.

நீண்ட நாட்களாக அந்தப் பகுதியில் வசிப்பவரும், வயதில் மூத்தவருமான பண்பின் ஜகந்நாதன் ஹூங்காரமிட்டு சமன்தாஸிடம், ''பையா உன் பெயர் என்ன?'' என்றார்.

'சமன்' என்று அதற்குச் சற்றும் குறையாத அகங்காரத் தோடு சமன்தாஸ் சொன்னான்.

ரஹமதுல்லா முணுமுணுத்தார். ''என்னை விடு, நான் ஹனுமானைக் கவனிக்க வேண்டும்'' என்றார். அதனால் பயன் ஏதுமில்லை.

'''சமன் என்ன? முழுப் பெயரையும் சொல்லு.'' பண்டிதர் மறுபடியும் கர்ஜித்தார்.

"சமன் தகார்த்."

"சமன் என்ன தகர்?"

"தகார்த், தகார்த் கேட்டதில்லையா என்ன? இத்தனை பெரிய மேதையின் பெயரை? எப்படிக் கேட்டிருப்பீர்கள்? துளசிதாஸரை ஜபிப்பதை விடுங்கள். அப்போது கேட்கும். மஹாபாரதம் படித்திருக்கிறீர்களா? எங்கே படித்திருக்கப் போகிறீர்கள். ராமாயணத்தையே கட்டி அழுது கொண்டு மனப்பாடம் செய்து வாழ்க்கையைக் கழித்துக் கொண்டிருங்கள்."

கூட்டத்தினருக்குத் தலை சுற்றியது. மஹாபாரதம், ராமாயணம் சாலா திட்டிக் கொண்டிருக்கிறான் போல. அப்புறம் என்ன?"

"கூட்டத்திலிருந்து ஒருவன் கூப்பிட்டு, "பையனோட பெயர் தர்காஹ் என்று இருக்கலாம்" என்றான்.

"அந்த சாலாவை அடிடா" நல்ல சாப்பாடு போடும் ரஹமதுல்லாவிற்குப் பதிலாக அறியாத பையனை அடையாளம் காட்டி விட்ட சந்தோஷத்தில் இன்னொருவன் மனம் போன போக்கில் பேசினான். கூட்டம் முன்னேறிக் கொண்டிருந்தது. ஒரு பக்கம் ரஹமதுல்லா கத்தினார்: "அவன் ஹிந்து, ஹிந்து." இன்னொரு பக்கம் சமன் ரஹமதுல்லாவைப் பிடித்துக் கொண்டே அவருடைய குரலைவிடப் பெருங்குரலெடுத்து, "காந்தியைக் கொன்ற கொலைகாரர்களே, நீங்கள் ஹிந்துக்கள். நான் ஹிந்து அல்ல" என்று உரக்கக் கத்தினான்.

"இவன் ஜைன். உங்கள் இனத்தைச் சார்ந்த ஜைன்" என்று ரஹமதுல்லா இன்னும் பலமாகக் குரல் எடுத்துக் கத்தினார். அப்போது யாரோ ஒருவன் கொஞ்ச நேரம் முன்னால் குரங்கை அடித்த தடியை எடுத்து சமன்தாஸை அடித்தான். காலின் எலும்பு முறியும் சத்தத்தோடு கூடவே சமன்தாஸின் பிடியும் நழுவியது. இங்கே ரஹமதுல்லா தரையில் விழுந்தார். அங்கே சமன்தாஸ் குவியலாகக் கிடந்தான்.

"என்ன செய்து விட்டீர்கள் நீங்கள்? டாக்டர் கர்ணசிங் மருமகன் இவன் சமன்தாஸ் ஜைன்." மக்கள் விழிப்படைந்தனர். டாக்டர் கரண்சிங்கை அனைவரும் அறிவர். ரஹமதுல்லாவின்

சொற்கள் இப்போதுதான் எல்லோர் காதிலும் விழுந்தது. ஏனெனில், சமன்தாஸின் குரல் அடங்கிப் போயிருந்தது. அவன் நினைவிழந்ததோடு கூடவே மக்கள் சுய நினைவுக்கு வந்தனர். எல்லோருமாகக் கூடி குரங்குடன் கூடவே மனிதனையும் சுமந்து கொண்டு டாக்டரைத் தேடிப் புறப்பட்டனர். நினைவு திரும்பிய வுடன் கஷ்டப்பட்டு ஆங்கிலத்தில் சமன்தாஸ் உளறியதை யாரும் பெரிதாக எடுத்துக் கொள்ளவில்லை. ஏக மனதாக டாக்டர் கர்ணசிங்கிற்கு உடனேயே தகவல் தெரிக்க வேண்டும் எனத் தீர்மானித்தனர். அந்தப் பொறுப்பை ரஹமதுல்லா தானே தலை மேல் கொண்டார்.

இப்படியாகத் தானே வேலையை ராஜினாமா செய்து விட்டு அவன் டேராடூன் வந்தடைந்தார். முதலாளி சமன்தாஸை வேலையிலிருந்து நீக்கவில்லை. மாறாக டாக்டர் கர்ணசிங்கின் முன் கை கூப்பி வந்து நின்றார். அவர் புத்திசாலி. சமன்தாஸிடம் ராஜினாமாவைக் கொடுக்கச் செய்தார். அவனைத் தன்னுன் கூட்டிக் கொண்டு சென்றார். உடலுக்கு அல்ல. மன நலத்திற்கு வைத் தியம் செய்ய. அதிலேயே முழுமையான உடல்நலமும் இணைந் திருக்கிறது.

ஆனால், இந்த ஏற்பாட்டை எல்லாம் எலும்புகள் கூடிய பிறகுதான் ஆரம்பிக்க முடியும். அது வரைக்கும் சித்தியின் பேச்சையும், செடெக்டிவ் மருந்துகளையும் சேர்த்துச் சேர்த்து அனுபவிக்கத்தான் வேண்டும். அவனுக்கு எழுந்து நடக்கத் திரிய முடிந்தவுடனேயே தன்னுடைய இந்த எதிர்ப்பை விளை யாட்டில் காட்டத் தொடங்கினான். நீச்சலில் ஆரம்பித்து பேட் மிண்டன், அப்புறம் டென்னிஸ், நீளம் தாண்டுதல், பளு தூக்குதல் என எல்லாத் தடை செய்யப்பட்ட, முடியாத காரி யத்தையும் செய்தான்.

ஒவ்வொரு விளையாட்டிலும் தானே அவனுடன் இருந் தார். மன ஈடுபாட்டோடு விளையாடினான். வெற்றி பெற்றால் தனது திறமை அறிவு என்பான். தோல்வி அடைந்தால் வாட்ட சாட்டமான எதிர் அணி ஆட்களால் என்பான். தடை செய்யப் பட்டதைச் செய்வதில் அவனுக்கு ஆசை அதிகமாக இருந்தது. பிறகு அதுவே வெறியாக மாறி விட்டது.

களைத்து படுக்கையில் விழுந்தாலும் தூக்கம் வருவதாக இல்லை. சரியாக மருந்துகளைச் சாப்பிட்டு மற்ற வேலைகளைச் செய்து வந்தான். வலுவில் சாப்பிட்டான், வலுவில் தூங்கினான். ஓராண்டு கழித்து தில்லிக்குத் திரும்ப வந்த போது ஒரேயடியாக சூப்பர் மேன் ஆகி இருந்தான்.

அதற்குள்ளாக மோகரா இல்லாத ஆசிரியரிடம் நம்பிக்கை கொண்டு எட்டாவதில் நுழைந்தும் விட்டாள். இந்த நற் செய்தியை மாமாவிடம் சொன்ன போது அவர், ''விளையாட்டு களிலும் பங்கெடுத்துக் கொள். அப்போது உடல் சோம்பலுற்று இருக்காது. மூளையும் சோம்பி இருக்காது'' என்றார். அதைக் கேட்டவுடன் அவள் வாடிப் போனாள். ஆனால், குல் மகிழ்ச்சி யில் மலர்ந்தாள். ''மாமா தேறி விட்டார்; இனி நீயும் மாறு'' என்றாள் குல்.

மோகராவிற்கு கணக்குக் கற்பிக்க வீட்டிற்கு ஆசிரியர் வந்த போது பைஜ்நாத் குல்லிடம் அவளையும் கற்றுக் கொள்ளச் சொன்னார். அவள் சம்மதிக்கவில்லை. ''என்னை மன்னித்து விடுங்கள். விடுமுறையை வீணாக்காதீர். அடுத்த ஆண்டு நீங்கள் என்ன சொன்னாலும் நான் கேட்பேன்.'' வாழ்க்கையில் ஒரே ஒரு வருடத்தையாவது என் விருப்பம் போலச் செய்கிறேன் என்று சொல்லி விட்டாள். பைஜ்நாத் பலமாகச் சிரித்தார். குல் மொஹர் தன் உண்மையான வாரிசு என்று தோன்றி இருக்கலாம்.

ஒருவேளை, தனக்கு நெருக்கமானவர்கள் அனைவரும் அவளை விட்டுவிட்டு குல்லின் பக்கம் சென்று கொண்டிருக் கிறார்கள் என்று மோகராவிற்குத் தோன்றியதோ, அவளுக்குத் தனிமையில் இருப்பது பழக்கமானதுதான். இருந்தாலும், மாமா மாறத் தொடங்கி விட்டார். அது புரிகிறது. அவள் ஒன்றும் குழந்தை அல்ல. இத்தனை நாட்கள் வீணாகக் காத்திருந்தாள். சமன்தாஸ் கணத்துக்குக் கணம் மாறக் கூடியவர் என்பதும், அதுதான் அவர் முகம் என்பதையும் அவள் பின்னாளில் தெரிந்து கொண்டாள்.

7

எட்டாம் வகுப்பை அடைந்து விட்டேன். மறுபடியும் எனக்கு ஆகஸ்ட் மாதத்தில் காய்ச்சல் வரவில்லை. மாமா ஒதுக்கித் தள்ளிய வேலையினால் நான் கணக்கில் பெயிலாகி இருக்கலாம்.

படிப்பில் நான் சீக்கிரமே ஒருங்கிணைந்து விட்டேன். ஆனால், விளையாட்டுகளில் நான் லாயக்கற்றவள் என்றாகி விட்டேன். சொன்னேனா, இல்லையா என்னுடைய கேம்ஸ் டீச்சர் என்னுடைய நெட்பால் விளையாட்டைப் பார்த்து சலிப் பாக, ''மோகராவின் கைகளில் ஓட்டை இருக்கிறது. பந்து கையிடுக்கின் ஓட்டை வழியாக வெளியே விழுந்து விடுகிறது'' என்று சொன்னார்.

வெகு விரைவயிலேயே நான் புரிந்து கொண்டேன். அவ ருக்கு நான் விளையாடுவதைக் கண்டால் இத்தனை கஷ்டமாக இருக்கிறது. நான் அங்கு இல்லாமல் இருந்தால் ஆசுவாசமாக இருக்கிறது. ஆனால், அது தவிர்க்க முடியாத கதை.

வகுப்பிற்குச் செல்லாமல் அங்கும் இங்கும் உலாவிக் கொண்டிருப்பது என்பது முடியாத காரியமல்ல. அது பள்ளிக் கூடம்தான், கல்லூரி அல்ல. ஆனால், விளையாட்டுக்களில் பங்கு பெறாமலேயே விளையாட்டு மைதானத்தில் ஒரு மூலை யில் உட்கார்ந்து கொண்டு சூன்யத்தை முறைத்துக் கொண்டே இருக்கலாம். டீச்சருக்கு மறுப்பொன்றும் இல்லை இதில்.

பி.டி. டீச்சர் முற்றிலும் வேறானவர். மிஸ் ஹூக்குவின் உடன் பிறந்த சகோதரி என்று கொள் அல்லது உடல் அமைப் பினால் உடன்பிறப்பு சகோதரன் என்றும் கொள்ளலாம். ஆறாம் வகுப்பில் விளையாட்டுப் பீரியட் இருந்தது. நான் பள்ளிக்கு

இரண்டு ஆண்டுகள் வராமல் இருந்ததினால் எனக்கு அவரைப் பற்றி அனா ஆவன்னா தெரியாது.

இரண்டு ஆண்டுகளில் அவளைப் பற்றிய அனா ஆவன்னா தெரிந்திருந்தால், ''நீ என்ன முதல் இடம் பெற்றிருப்பாயா?''

''எப்படி நண்பி? இரண்டு மூன்று நாட்களிலேயே எனக்கு இது வராது என்று அவள் புரிந்து கொண்டு விட்டாள். மாமா என்னைச் செதுக்கி இருக்கிறார். நானும் கொஞ்சம் முயன்று பார்த்தேன். கொஞ்சமாவது நல்ல பெயர் வாங்குவோம் என்று. நான் என்ன தவறு செய்கிறேன் என்பதே எனக்குப் புரியாத போது சரி என்பதை எப்படிப் புரிந்து கொள்ள முடியும்?

சுதந்திரம் கிடைத்து மூன்று ஆண்டுகள் முடிந்து விட்டன. ஆனால், எங்களின் பி.டி. டீச்சர் இன்னமும் அதே நாட்களி லேயே வாழ்ந்து கொண்டிருந்தார். ஆங்கிலோ இண்டியன் அவர். ஆனால் தன்னை முழு ஆங்கிலேயர் என்றே எண்ணிக் கொண் டிருந்தார். ஜெர்மனியில் வசித்துக் கொண்டிருந்ததால், நாஜி படைகளுக்கு அறிவுரை வழங்கிக் கொண்டிருந்திருப்பார். இங்கு வெறுப்பேற்ற நாங்கள் நிறைய பெண்கள் இருக்கிறோம்.

என்னுடைய மெலிந்த சோனியான உடலைத் தூக்கி நாரையைப் போல அலைந்து திரிந்து கொண்டிருப்பது அவ ருக்கு வெறுப்பாயிருக்கிறதோ என்னமோ, அதற்கு நான் என்ன செய்ய முடியும்? அவர் யூரோப்பியன் பத்து பாயிண்ட் ஜிம்னாஸ் டிக்கின் சீடர். நானோ கூறு கெட்டவள். பல தடவை அவரின் திட்டு வசைகளுடன் நான் என்னைச் சுதாரித்துக் கொண்டு இருக்கிறேன். ஆனாலும் அவர் தனக்குப் பிடித்தமான அந்த வாக்கியத்தை முழுமையாக உச்சரிப்பார். ''யூ இண்டியன் இடியட்ஸ்'' என்று.

என் கண் முன்னால் என்னால் பார்க்க முடியாமல் அந்த முதல் ஆகஸ்ட் பதினைந்தாம் நாள் நிழலாடியது. பிறகு பல ஆகஸ்ட் பதினைந்துகள் என் நாடி நரம்புகளை முறுக்கேற்றின. நான் ஆவேசமாக, ''அண்ட் வாட் கைண்ட் ஆர் யூ?'' என்றேன்.

''அடேயப்பா வாய் மூடியான நீயா வாயாடி ஆனாய்?''

அடக்க முடியாத கோபத்தில் புத்தகக் கட்டிலிருந்து ஒரு புத்தகத்தை உருவிக் கொண்டே, அதையே முட்டாள்தனமாக திரும்பத் திரும்பச் சொல்லிக் கொண்டிருந்தார். அவர் இண்டி யன் என்று மட்டும் சொல்லியிருந்தால் பேசாமல் இருந்திருப் பேன். கண்களிலிருந்து கண்ணீர் வழிந்தவாறே இருக்கிறது. வாயிலிருந்து ஒற்றைச் சொல் கிளம்பவில்லை.

எனக்குக் கண்களிலிருந்து கண்ணீர் பெருகிக் கொண்டே ஓடி, வாயிலிருந்து ஹூம், ஆம் என்கிற ஓசை மட்டும்தான் வந்தது. இதுதான் என்னுடைய இயல்பு. கோபம் வந்ததென்றால் கண்களிலிருந்து தடுக்க முடியாதபடி கண்ணீர் ஓடும். ஆனால், குரல் அப்படியே இறுகி விடும்.

சாதாரண மக்கள் திடுக்கிட்டு விடுவார்கள். மிஸ் பால் எந்த விதத்திலும் சாதாரணம் கிடையாது. திடமானவர்களை விடவும் இன்னமும் உறுதியானவர். கோழிக் குஞ்சைப் போல என் தொண்டையை அடைத்த சொற்கள் ஒலிக்க, என்னை இழுத்துக் கொண்டு பிரின்சிபால் அறைக்குக் கூட்டிப் போனார்.

மிஸ் சௌத்ரி அவரின் வாய் மூலமாக நடந்ததைக் கேட்டு அறிந்தார். நான் தலையை ஆட்டி ஆட்டி, ''இடியட்'' என்றேன். அவரின் உதட்டில் சிரிப்பு வந்தது. அவர் தலையைக் குனிந்து கொண்டு, ''குருவை அவச் சொற்களால் ஏன் திட்டினாய்?'' என்றார்.

நான் ஏதோ சொல்ல வாயெடுத்தேன். அதற்கு முன்னால் மிஸ் பால் கர்ஜித்து, ''இந்த இண்டியன் இடியட்டிடம் என்ன கேள்வி வேண்டியிருக்கிறது? நான் சொன்னேனே இல்லையா?'' என்றாள்.

அதற்குள் என் கண்களில் மடை திறந்த வெள்ளமென கண்ணீர் பெருக்கெடுத்தது. மறுபடியும் குரல் அடைத்துக் கொண்டது.

''இதற்குத் தான்'' நான் வாயைத் திறந்து, ''இதற்காகத் தான், இதற்காகத்தான்'' என்று சொன்னேன்.

''சரி, சரி'' என் மந்திர உச்சாடனத்தை அவர் இடைமறித்து நிறுத்தினார். இல்லை; நான் எத்தனை நேரம் 'இதற்குத்தான்' என்று

சொல்லிக் கொண்டே இருந்திருப்பேனோ, ''உன் அப்பாவைக் கூட்டிக் கொண்டு வா'' என்றார்.

சொல்லி விட்டு அவர் மந்தகாஸமாக சிரித்தார். ஒரு வேளை அவர் அப்பா மீது மோகம் கொண்டிருந்தாரோ என்னவோ? அல்லது மிஸ் பாலுக்குச் சரியான தீர்ப்பு சொன்ன மகிழ்ச்சியா, ஹுக்குவின் போதும் அப்பாவைக் கூப்பிட்டனுப்பினார் அல்லவா?

அப்பா போனார். ''குற்றத்தின் அளவின்படி அசெம்பிளியில் மன்னிப்புக் கேட்க வேண்டும். ஆனால், நாங்கள் ஆசிரியர்களை அவமானப்படுத்துவதில் நம்பிக்கை கொள்பவர்கள் அல்ல. இதனால் தனிமையில் மன்னிப்பு கேட்டால் போதுமானது'' என்றார்.

''முடியாது. அசெம்பிளியில் மன்னிப்பு கேட்க வேண்டும்'' என்று கர்ஜித்தாள் மிஸ் பால்.

''சரி உங்கள் இஷ்டம். ஆனால், எல்லோர் முன்னிலையிலும் மன்னிப்பு கேட்ட பிறகு உங்களுக்குப் பள்ளிக்கு வர கஷ்டமாக இருக்காதா?''

''அவள் மன்னிப்பு கேட்பதற்கு நான் ஏன் தப்பாக எடுத்துக் கொள்ளப் போகிறேன்?''

''ஆனால், நீங்கள் தானே மன்னிப்பு கேட்க வேண்டும்.''

''வாட் நான்ஸென்ஸ்? மன்னிப்பு அந்த இண்டியன் இடியட் கேட்கப் போகிறாள்.''

''அப்படிப் போடு அருவாள.'' அப்பா சொன்னார்.

யாரும் யாரிடமும் மன்னிப்புக் கேட்கவில்லை. ஆனால், நான் அவர் இருக்கும் வரை பி.டி. கிளாஸ் செல்ல மறுத்து விட்டேன். அப்பா என்னை முழுமையாக அனுசரித்தார். ஆனால், உண்மையில் என் பயம் என்ன என்று சொல்லட்டும்? மிஸ் ஹுக்குவைப் போல இவரையும் வெளியேற்றி விடுவார்களோ? எனக்கு பி.,டி. டீச்சராக வேண்டியதில்லை. மிஸ் சௌத்ரி அறிந்திருப்பார். இதில் மற்ற பெண்களுக்கும் இல்லை எதிர்ப்பு.

அதே போல பள்ளியின் மற்ற மெம்பர்களுக்கும் இண்டியன் என்பதை இண்டியன் இடியட் என்று சொல்வதைப் பற்றிய எதிர்ப்பு ஏதும் இல்லாமல் இருக்கலாம். என்னை வெளியேற்றி விடலாம். மிஸ் பாலை அவருக்குப் பிடித்திருக் கிறதோ இல்லையோ பி.டி. டீச்சர் திறமையானவர். எனக்காக என்று அவரை வெளியேற்றி விட முடியாது. ஆனால், மிஸ் சௌத்ரி வேறுபட்டவர். நான் பி.டி. கற்றுக் கொள்வதற்கு இயலாதவள் என்பதைக் கண்டு கொண்டு விட்டார். கட்டாயப் படுத்துவதற்குப் பதிலாக வேறு முறையைக் கையாண்டார்.

எனக்குச் சில நாட்களுக்கு ஒரு தண்டனை தரப்பட்டது. பி.டி. கிளாஸின் போது அவருடைய அலுவலகத்தின் வரவேற்பு அறையில் இருக்க வேண்டும். மிஸ் பாலும் மற்றவர்களும் அதைத் தண்டனை என எண்ணினார்கள். நான் அப்படி எண்ண வில்லை. ஏனெனில், பழைய புத்தகங்கள் ஒரு வண்டி என் னிடம் ஒப்படைக்கப்பட்டன. அவற்றைப் புத்தக வகை மற்றும் எழுத்தாளர்களின் வரிசையில் அடுக்க வேண்டும் என்று சொன் னார். இது தண்டனை எனில் பரிசு எது?

ஒரு வாரத்திற்குப் பிறகு அவர் அசெம்பிளியில் அறிவித் தார். அதாவது ஏழாம், எட்டாம் வகுப்புகளுக்குப் புதிய சேர்க்கை ஆரம்பமாகப் போகிறது என்று. வாரம் ஒரு முறை ஒவ்வொரு செக்ஷன் பெண்களும் லைப்ரரிக்குக் கட்டாயம் செல்ல வேண்டும். வகுப்பு நூலகத்தை அந்த வகுப்புப் பெண்களே நிர்வகிப்பார் கள். சிறந்த முறையில் இருக்கும் வகுப்பு நூலகத்திற்குப் பரிசு வழங்கப்படும். அந்தந்த வகுப்புப் பெண்களே நூல்களைச் சேகரிப்பார்கள். புதிதாக நூல்களை வாங்க வேண்டியதில்லை. பழைய நூல்களை அங்கும் இங்கும் இருப்பவற்றைச் சேகரித் தால் போதும்.

என்னை எல்லா செக்ஷன் நூலகத்திற்கும் தலைமை ஆக்கி விட்டார். நூல்களை வகை பிரித்து அடுக்கி வைக்கும் வேலையை நான் பி.டி. வகுப்புகளில் செய்தேன். ஒவ்வொரு வகுப்பிற்கும் நூல்களை அடுக்க என ஒரு அலமாரியும் கொடுக்கப்பட்டது. என் கையில் விலை மதிப்பற்ற பொக்கிஷம் கிடைத்ததைப் போல இருந்தது.

அப்பாவும் டாக்டர் தாத்தாவும் புத்தகங்கள் சேகரிப்பதில் முழு உதவியையும் செய்தார்கள். எட்டாம் வகுப்பின் அனைத்துப் பிள்ளைகளின் அலமாரிகளும் நிரம்பி விட்டன. அத்தனை புத்தகங்கள் கிடைத்தன. கேம்ஸ் டீச்சர் சொல்லி அனுப்பினார். அவருடைய வகுப்புகளிலும் அவள் அதையே தொடரலாம் என்று அனுமதி வழங்கி விட்டார். நான் மாமாவின் கருத்துக்கு எதிராக உடலை ஆரோக்கியமற்றதாக வைத்து, புத்தியை ஆரோக்கியத்துடன் உடலை வைத்திருந்தேன். நான் எந்தவிதமான விளையாட்டிலும் பங்கெடுத்துக் கொள்ளாமலேயே காலேஜை அடைந்தேன்.

இப்போது சற்றே பின்னோக்கிச் சென்று நினைத்துப் பார்த்தால், இந்த ஆண்டு எங்களுக்குப் பொன்னான ஆண்டு என்றே தோன்றுகிறது. வரலாற்றில் சொல்வார்களே பொற்காலம் என்று. நாங்கள் அனைவருமே தத்தம் நிலையில் மகிழ்ச்சியுடனேயே இருந்தோம். அப்பா, அம்மா, குல், நான், அவ்வப்போது வரும் மாமா, ராம்தேவ், பார்வதி என எல்லோரும். அந்த ஆண்டு செல்லச் செல்ல மாமாவைப் பற்றிய எண்ணங்கள் குறையத் தொடங்கின. அவர் மறுபடியும் கணிதக் காதலுக்கு திரும்பிக் கொண்டிருந்தார்.

எப்போது வந்தாலும் முன் போலவே கணக்குக் கற்பித்தார். குல்லின் கவிதை ஆர்வத்தில் பங்கு கொண்டார். அம்மாவுடன் சேர்ந்த படித்த நாவல்களைப் பற்றி உரையாடினார். அவ்வப்போது விவாதம் சூடாக அல்லது கூர்மையாக எனக் கட்டாய மாற்றம் கொள்ளும் போது விவாதத்தை எலாஸ்டிக் போல இழுக்கத் தொடங்குவார்கள். ஆனால், அப்பாவோ அல்லது உடன் இருக்கும் டாக்டர் தாத்தாவோ அதை சமாளிப்பார்கள். அவர் வேலையில் இருக்கிறாரா இல்லையா? இருக்கிறார் என்றால் எங்கு? இவற்றை அறிந்து கொள்ள முயலவில்லை. தேவை என்ன அதற்கு?

அந்த ஆண்டு டாக்டர் தாத்தாவின் வருகை அடிக்கடி இருந்ததாக எனக்கு நினைவு. அவர் வரும் பொழுதெல்லாம் வீடு கலகலப்பாகவும் மகிழ்ச்சி நிறைந்து, அழகுடனும் இருந்தது. உணவு கூடுதல் சுவையுடனும், சிறந்ததாகவும், ஆரோக்

இணைந்த மனம்

கியத்துடனும் செய்யப்பட்டன. எல்லோரும் இஸ்திரி இடப் பட்ட நல்ல உடையில் காணப்படுவர்.

அம்மா புத்தகத்தையும் விட்டுவிட்டு, கோடை நாட்களில் டைகர் வாயில் புடவைகளைக் கட்டிக் கொண்டு மிடுக்காக பார்வதிக்கு சமையலில் உதவி செய்வார். சிறிய, மொறுமொறுப் பான மெல்லிய மட்டரி செய்து கொண்டிருப்பார். எல்லாப் பொருட்களும் தயார் நிலையில் இருக்கும். ஓமம், மாவுடன் சேர்த்துப் பிசைய நெய், எண்ணெய், ஈயம் பூசப்பட்ட பித்தளைப் பாத்திரம், பிறகு அள்ளி எடுத்துப் போட நீண்ட பிடியுடைய கரண்டி என எல்லாமே தயாராக இருக்கும்.

அம்மா பீடத்தில் அமர்ந்திருப்பாள். பார்வதி பலகையில். அம்மா சப்பாத்திப் பலகையில் மட்டரி இடும் வேலையை செய்வாள். அடுப்பில், வாணலியில் சுடச் சுட பொரித்தெடுக்கும் வேலையை பார்வதி செய்வாள். ஆனாலும், பலமுறை அப்பா அங்கு வந்து அம்மாவின் நெற்றி வேர்வையை துடைத்துச் செல்வார்.

நானும் குல்லும் அருகருகில் நின்று கொண்டிருப்போம். சுடச் சுட மட்டரி கையில் கிடைத்தவுடன் ஊதி ஊதி தின்போம். மாவில் செய்த மட்டரி ஜீரணிக்க எளிது. மோகராவும் சாப்பிட லாம் என்ற அம்மா சொல்வாள். அம்மாவின் கையால் சமைத்த உணவு. நான் என்ன சாப்பிட்டு இருக்கிறேன் என நினைவு படுத்திப் பார்த்தால் அது மட்டரி மட்டுமே.

நான் மட்டுமல்ல, வீட்டில் இருக்கும் வேறு யாரும் கூட. எப்படிப்பட்ட சுவை அது. வெளிப்புறம் மொறுமொறுப்பாக உள்ளே மிக மிருதுவாக. ஒரு மட்டரி ஒரு கவளத்திற்குச் சமம். டாக்டர் தாத்தாவிற்கு எல்லாப் பொருட்களும் சாதத்திற்குச் சமம். பர்பியிலிருந்து, கொஞ்சல் வரை எல்லாமே வாயால் அளந்து தான். சமையல் அறை மட்டுமல்ல. எங்கள் முழு வீடும் மிகவும் சிறியது.

நான்கடி அகலமுள்ள பாதையின் இரு புறமும் முன்னும் பின்னுமாக நான்கு அறைகள். முன்பக்கம் இருக்கும் இரண்டு அறைகளும் 12 × 12 என்ற அளவில் நடைபாதை முன்னால்

இருந்து தொடங்கும். பின்னால் செல்வதற்கு அப்பா அம்மாவின் படுக்கை அறை அல்லது வரவேற்பு அறையிலிருந்து செல்ல வேண்டும். அம்மாவைச் சார்ந்தவர்களுக்கு ஒன்றன்பின் ஒன்றாக தொடர்ச்சியாக இருக்கும் அறைகளில் நுழைவது சரியல்ல என்பதனால், வரவேற்பு அறை வழியாகச் சொல்ல வேண்டியிருந்தது.

வெயில் காலத்தில் கஷ்டம் ஒன்றுமில்லை. ஆனால், தில்லியின் கடுமையான குளிர் காலங்களில் தரை ஈரமாக இருக்கும். அதனால் ஒரு காஷ்மீர் கம்பளம் வாங்கி விரிக்கப்பட்டது. உள்ளே வெளியே வரும் போகும் மக்கள் கால்களை அதில் தேய்த்து வரும் போது அழுக்கை கொஞ்சம் மட்டுப்படுத்தலாம். தூய்மை விரும்பி அப்பா. அதன் நீளம் வரை நடுவில் ஒரு பழைய விரிப்பு ஒன்று விரிக்கப்பட்டது. அதன் ஈரத்தினால் அழகு கெட்டு விடும்.

அதிகாரி மக்கள் வரும் பொழுது, அதனால் குல் மிகவும் கோபப்படுவாள். ஏதோ குதிரை வண்டி கொண்டு வந்தது போல. கால் அழுக்கை அப்பா சகித்துக் கொள்ளவே மாட்டார். அதன் கோபம் என் மீது பாயும். அந்தக் கதை அப்புறம். இப் போது தாத்தாவைப் பற்றி அவர் இருக்கும் போது பழைய விரிப்பு காணாமல் போய் விடும். சட்டம் அப்படி இந்த விஷயத்தில் குல்லும் தாத்தாவும் ஒன்று.

வரவேற்பறைக்கு ஒட்டி இருக்கும் அறை சாப்பாட்டு அறை என்று பெயர். ஆனால், அங்கு புத்தகங்கள் அதிகம் இருக்கும். சுவற்றை ஒட்டி ஒரு ரேக் வைக்கப்பட்டிருக்கும். அதில் புத்தகங்களும் கண்ணாடிப் பொருட்களும் ஒரு சேர வைக்கப்பட்டிருக்கும். அந்தக் கால மத்திய தரக் குடும்பங்களில் ஒரு பழக்கம் இருந்தது. கண்ணாடி டீ செட்டில் டீ பரிமாறப் படும். விருந்தாளிகளுக்கு தண்ணீர் - ஷர்பத்தும் கண்ணாடி டம்ளர்களில் கொடுக்கப்படும். ஆனால், தினசரி சாப்பாடு வெண்கலத் தட்டுகள்தான் புழக்கத்தில் இருந்தன.

நாங்கள் அவற்றைப் பூத்தட்டுகள் என்று சொல்வோம். தண்ணீர் ஷர்பத் குடிக்கவும் வெண்கல டம்ளர்தான். ஆனால், பால் அதில் குடிக்க மாட்டோம். சில சமயம் ஈய டம்ளரில் பால்

கொடுக்கப்படும். அது அவரவர் வீட்டுச் சூழல், நிலைமை, பழக்கம் ஆகியவற்றைப் பொருத்தது.

தாத்தா வீட்டில் தங்கி இருக்கும் போது விளாம்பழம், சீமை இலந்தைப் பழம், தர்பூசணி பழம் ஆகியவற்றைச் சர்பத் அல்லது மாம்பழ ஜூஸ் ஆகியவை வெள்ளி டம்ளரில் கொடுக்கப்படுவது வழக்கம். மற்றொரு சுவரை ஒட்டி இரண்டரை அடி அகலம் நான்கரை அடி நீளம் கொண்ட நீளமான மர மேஜை பொருத்தப்பட்டிருக்கும். அது சாப்பாட்டு மேஜை என்று சொல்லப்படும். ஆனால், அதை அதிகமாக எழுதப் படிக்கத்தான் பயன்படுத்தினோம். சாப்பாடு மேஜையின் அளவு அப்படி இருக்காது.

தோழியின் வீட்டிற்குச் சென்று திரும்பியவுடன் குல் எதிர்ப்பு தெரிவித்தாள். அப்பா அதில் தட்டுக்களை வைத்து அளந்து புரிய வைத்தார். ஒரு தட்டு வைக்க பதினெட்டு அங்குல இடம் போதுமானது என்றார். தாத்தா வந்து விட்டால் எங்கள் புத்தகங்கள் பின் அறைக்குச் சென்று விடும். மேஜை சுவரில் இருந்து நகர்த்தப்பட்டு அறையின் நடுவிற்கு வந்து விடும். அதாவது அந்த அறை உண்மையிலேயே சாப்பாட்டு அறையாக மாறிப் போகும்.

அதற்குச் சரியாக பின்னால் மூச்சு முட்டும் சமையல் அறை இருந்தது. அதன் வடிவம் தாத்தா வரும் போதோ அல்லது வேறு ஏதாவது சிறப்பான நேரங்களிலோ மாறும். ராம்தேவோ, பார்வதியோ சிறந்த மேஜை விரிப்பை அதன் மீது விரிப்பார்கள். பலமுறை நான் குல், அப்பா, வீட்டிற்கு வந்த விருந்தாளிகள் அதே வடிவ மாற்றத்தோடு சாப்பிடுவோம். அம்மா பெரும்பாலும் பார்வதியைச் சாப்பாட்டுத் தட்டைத் தன் அறைக்குக் கொண்டு வரச் சொல்லி அங்கு சாப்பிடவே விரும்புவார். ஆனால், டாக்டர் தாத்தா இருக்கும் போது அதெல்லாம் கிடையாது.

அம்மா அப்பாவின் அறைக்கு அடுத்து இருக்கும், அத்துடன் இருக்கும் குளியல் அறை. அதுதான் குல்லிற்கும் எனக்குமான அறை. அந்த அறைக்குத் தரை விரிப்பு அறை என்று பெயர். குல்லின் தோழி ஒருத்தி, குல்லின் பிறந்த நாள் பரிசாக பாட்டி

யாலாவில் நெய்யப்பட்ட கார்ப்பெட் ஒன்றைக் கொடுத்தாள். அது பாட்டியாலா மகாராஜாவின் பல சொத்துக்களில் ஒன்று என்றும் சொல்லப்பட்டது.

குல்லுக்கு அதன் மீது காதல். அதை விடவும் பிரியமான காதலன் யார் என யார் அறிய முடியும்? ஒவ்வொருவருடைய அதிர்ஷ்டம். குல் அந்த விரிப்பை தன் அறையில் விரித்தாள். பத்துக்கு பத்து என்றிருக்கும் அந்த அறையில், கட்டிலின் முன்னால் ஏழடிக்கு ஐந்தடி இருக்கும் விரிப்பு. அதன் மீது கால் படக் கூடாது என்பது குல்லின் கட்டளை. நாங்கள் இருவரும் கதவிலிருந்து எம்பிக் குதித்து நேரடியாக கட்டிலில் வந்து விழுவோம்.

விருந்தாளிகள் வரும் பொழுது அவர்கள் அடிக்கடி வருவார்கள். அவர்கள் படுக்க அந்த அறை தேவைப்படும். புத்தகங்களுக்குப் பதிலாக நாங்கள் இந்தப் பின்னறைக்குச் சென்று விடுவது வழக்கம். தரை விரிப்பைக் கையோடு சுருட்டி எடுத்துக் கொண்டு சென்று சுவரில் சாய்த்து நிறுத்தி வைத்து விடுவோம். ஆனாலும் அந்த அறை விரிப்பு அறை என்றே சொல்லப்படும்.

அந்த அறை எங்கள் வாழ்க்கையில் பெரும் பங்கு ஆற்றி இருக்கிறது. சொல்ல வேண்டும் என்றால் அது ராம்தேவ் பார்வதியின் அறை. அவர்களின் பொருட்கள் கண்டிப்பாக அங்கு இருக்கும். அதைக் கட்டிலின் அடியில் அல்லது அலமாரியில் வைத்து விடுவார்கள்.

துணி உலர்த்தும் கொடியில் ராம்தேவின் வேட்டியோடு கூட எங்கள் பள்ளி யூனிபாரம் தொங்கிக் கொண்டிருக்கும். நாள் முழுவதும் ராம்தேவும் பார்வதியும் வேலையில் ஈடுபட்டிருப் பார்கள். பள்ளி நேரம் தவிர, மீதி நேரம் முழுவதும் புத்தகம் படிப்பதில் கழியும். குளிர் மற்றும் மழைக் காலங்களில் இரண்டு நான்கு மாதங்களைத் தவிர, மற்ற நாட்களில் தூங்க யாருக்கும் அறை தேவையில்லை.

பெண்கள் குழந்தைகளின் இருப்பு பின்னாலிருக்கும் திறந்த வெளி முற்றத்தில். ஆண்கள் இன்னொரு வராண்டாவில். இடம்

குறைவாக இருப்பதினால் இளைஞர்கள் ராம்தேவ், விருந்தாளி கள் இனத் தோற்றத்தைக் கடந்து சரியாக தெருவில் கொசு வலையுடன் கூடிய கட்டிலைப் போட்டுக் கொண்டு விடுவார் கள். அறையின் பின்னாலிருக்கும் முற்றத்தைக் கடந்தால் வரும் பின்னால், பின் பகுதியின் குறுகிய நடைபாதை இருக்கும். அதில் பழம், காய்கறி முதல் பாத்திரம் பண்டம் வரை வலம் வரும்.

ஆனால், உருளைக் கிழங்கு டிகியாவும் நொறுக்குத் தீனியும் விற்பவன் வேறொரு சந்தில் வலம் வருவான். முற்றம் முடிவடைந்தவுடன் இடது புறத்தில் ஒரு அறையும் வலது புறத்தில் கழிப்பறையும் இருக்கும். அந்த அறையில் என் னுடைய நேரம் அதிகம் கழியும். கழிப்பறையிலும் குறைவாக அல்ல. நகரங்களில் 'பிளஷ்' உபயோகம் வந்து விட்டிருந்தது. அது ஒரு நல்ல விஷயம். ஆனாலும் வெப்பம் அதிகம் அங்கு இல்லா விட்டாலும் எனக்கு வியர்வை அதிகம்.

நான் என்னுடைய சொந்த வீட்டில் கழிப்பறையில் மின் விசிறி கண்டிப்பாகப் போடுவேன் என்று என் சொந்த வீட்டுக் கறப்னையை நான் முட்டாள்தனமாக குல்லிடம் பகிர்ந்து கொண்டேன். அதை அவள் வீட்டில் உள்ள அனைவரிடமும் பரப்பி விட்டாள். எனக்கு நினைவிருக்கிறது அது. வெய்யிலி னால் நான் முற்றத்திலிருந்து கழிப்பறை வரை செல்ல மிகவும் கஷ்டப்படுகிறேன். நிறமும் கறுத்து விடுகிறது என்று பரப்பி விட்டாள். இறக்கத்திற்குப் பிறகு மறுபடியும் எங்கள் வீட்டிற்கு ஒரு ஏற்றம் வந்த போது தனித் தனியாக குளியலறை ஒன்றும் கழிப்பறை ஒன்று கட்டி விட்டார் அப்பா. ஆனால், மின் விசிறி போடும் பேச்சு எழாததால் அது போடப்படவில்லை.

சிறு அறையின் கதைச் சுருக்கம் இதுதான். முற்றிலும் தனிமையாய் இருப்பதற்கு அது தோதான இடம். தேர்வுக்குப் படிக்க என்றாலும் சரி, அழுது புலம்ப என்றாலும் சரி அல்லது காதல் கற்பனையில் தவிப்பதற்கும் சரி, அது பயன்பட்டது. காதல் என்பதெல்லாம் மிகவும் பின்னால் வந்தது. ஆனால், அந்தச் சிறிய அறையின் தேவை பல நேரங்களில் இருந்து கொண்டே இருந்தது.

எட்டாவது வகுப்பில் எனக்கு 'ராம சரித மானஸில்' சில பகுதிகள் படிக்க வேண்டி வந்த போது, கைகேயியின் 'கோபா க்ருஹம்' - கோப அறை - என்னுடைய இந்த அறையின் சாயலில் இருந்தது. இதை நான் குல்லிடம் சொன்னால், "அடடா! எப் பேர்ப்பட்ட தெளிவான ராஜா. வீட்டைக் கட்டும் போதே முதலிலேயே கோப அறையையும் கட்டி வைத்திருக்கிறான். அது எப்போது பயன்படும் என்று யாருக்குத் தெரியுமா?" என்றேன்.

அதற்கு குல், "நான் மட்டும் குறைந்தவர்களா என்ன? இந்தத் தனி அறையை விட்டு வைத்திருக்கிறோம் அல்லவா?" என்றாள்.

நாங்கள் இருவரும் பலமாகச் சிரித்தோம். எங்களுக்குள் சண்டை வந்து பேச்சு வார்த்தை நின்று விடும் பொழுது யார் முதலில் அந்த அறைக்குள் புகுந்து கொள்கிறார்களோ, சண்டை முடிவடையும் வரை அவர்கள் அந்த இடத்திற்கு உரிமையாளர்.

சரி, இப்போது டாக்டர் தாத்தா வீட்டிற்கு வந்திருக்கிறார்.

தாத்தாவிற்குச் சாப்பாடு எப்படியோ அப்படியே மீதி உள்ளோருக்கும். நாங்கள் மெல்லிய குரலில் பேசுவோம். ரேடியோவில் மெல்லிய ஓசையில் க்ளாசிக் மியூசிக் அல்லது கே.எல். சஹாலின் பாடல்கள் ஒலித்துக் கொண்டிருக்கும். வீடு முழுவதும் தூசி - தும்பு என்ற பேச்சுக்கே இடமிருக்காது. அலமாரியில் இருக்கும் புத்தகங்கள் துடைக்கப்பட்டு பளபள வென்று மார்ச் செய்யப் போகும் சிப்பாயைப் போல அணி வகுத்து வைக்கப்பட்டிருக்கும்.

உண்மையிலேயே எனக்கு அவரை மிகவும் பிடித்திருந்தது. ஆனால், அவருக்கோ என்னை விடவும் குல்லைப் பிடித்திருந் தது. சில சமயம் எனக்கு அதிர்ச்சியாயிருக்கும். முத்துப் போல இருக்கும் மனிதர் என்னைவிட அவளை எப்படிப் பிடிக்கிறது? எனக்கு என்னைப் பற்றி உயர்ந்த கருத்துகளெல்லாம் கிடை யாது. குறிப்பாக, மக்களை அருகிழுக்க அல்லது அவர்களின் அருகாமையைப் பெற. இதைப் பற்றி எல்லாம் பெரிய கருத்து ஒன்றும் கிடையாது. இதனால் பொறாமை வரும், தவறாகப் படும். குல்லை ஒரு அற்பப் பதர் போல எண்ணி அதை நான் எளிதாக கையாள்கிறேன்.

இணைந்த மனம் 155

அவருக்கு ஒரு பழக்கம் உண்டு. வீட்டிற்குள் நுழையும் போதே அவர், ‘‘இன்று நான் கனகலதாவைச் சந்திக்க வந்திருக் கிறேன். நான் இன்று குல் மோஹரைப் பார்க்க வந்திருக் கிறேன்’’ என்றோ சொல்லிக் கொண்டே வருவார். சில நேரங் களில் நான் ராம்தேவின் கையில் பாசிப் பயிறு கூட்டு சாப்பிட வந்திருக்கிறேன் என்றோ அல்லது பார்வதி கையில் செய்த ஜூஸ் குடிக்க வந்திருக்கிறேன் என்றோ சொல்லுவார். யார் பெயரைச் சொல்கிறோமோ அவர்கள் மகிழ்வர். தன்னை ஒரு அரசன் என நினைத்துக் கொள்வார்கள். ஒரு நாள் ராஜா, குறிப் பாக பார்க்க வந்திருக்கிறேன் என்று சொல்லப்படும் பெயர் களில் எல்லோரையும் விட அதிகம் குல் பெயர் வந்திருக்கிறது. எல்லாவற்றையும் விடவும் குறைவாக என் பெயர்.

புரிந்ததா உனக்கு. ஒரு சாமான்ய மனிதன் தன்னை கவனிப்புக்குள்ளாக்கிக் கொள்ள எத்தனை எத்தனை புதுப் புது வழிகளைக் கண்டுபிடிக்கிறான். ஒரே ஒரு நாளுக்காக, இதுதான் அன்பின் அடையாளம். பிரியமானவர்களை உலகிலிருந்து எண்ணி மகிழ வைத்து அந்த நினைப்பின் துணையுடனேயே அவர்களின் வாழ்நாளை கழிக்கச் செய்வது.

அன்பில் சாதாரணமான சின்னச் சின்ன விஷயங்களை தினம் ஒருவர் அல்லது பல மனிதர்களின் இடையே பகிர்ந்து கொள்வதினால் அன்பு கொண்டவராவாரா? அல்லது திறமை யானவராவாரா? தெரியவில்லை. இரண்டுமாகவும் இருக்கலாம். அதனால்தான் ஒருவேளை அவர் திருமணமே செய்து கொள்ள வில்லையா? ஒரே பெண்ணை தினம் தினம் புகழ்ந்து அவளைச் சிறப்பானவள் என நினைக்கச் செய்வதே அலுப்பானதோ என்னவோ!

அவர் அப்படிப்பட்ட அன்புள்ளம் கொண்டவர் என்பது என் தேவைக்கு அவர் புத்தகங்கள் குறைவில்லாமல் சேகரித்துக் கொடுத்து உதவிய போது எனக்குத் தெரிய வந்தது. எனக்கு பி.டி.க்குப் பதிலாகப் புத்தகம் பிரித்தெடுப்பது கொடுக்கப்பட்டு இருக்கின்றது என்பதை அவருக்குச் சொல்லவில்லை. அப்படித் தெரிய வந்திருந்தால் கோபப்பட்டிருப்பாரோ.

புத்தகங்கள் போதுமான அளவு வந்து விட்டது. அவற்றின் எண்ணிக்கையை இன்னமும் அதிகரிக்க என் வீட்டிற்கு வந்த போதும், அவர் சிறப்பாக என்னைப் பார்க்க வந்தேன் என்று சொல்லி நாடகம் ஆடுவார். அவர் எங்கே நடித்தார்? அவர் என்னவாக இருந்தாரோ, என்னவாக இருக்க விரும்பினாரோ அப்படி இருந்தார். எத்தனை உண்மை, நேர்மை. அவர் எங்களுக்குக் கொடுப்பது என்பது அவர் தன் தேவை என்ன என்ற கணக்கில் கொண்டு கொடுப்பதில்லை. அவருக்கு என்ன உண்மையிலேயே பிடிக்குமோ அதைக் கொடுக்கிறார். இன்னும் கொஞ்சம் உணர்வுகள் பாக்கி இருக்கின்றன.

மேலோட்டமாக குல் அவருக்கு நெருக்கம் என்று தோன்றும். அவருக்கு வெள்ளை நிறம் பிடிக்கும். ஓரளவிற்கு வெளிர் நிறங்கள் அவருக்குப் பிடித்தமானவை. ஆனால், குல்லுக்கோ ஆடம்பரமான அடர்ந்த நிறங்கள் பிடிக்கும். எனக்கு ஆகாய நீலம், மெல்லிய மஞ்சள், ஓரளவிற்கு மஞ்சள் நிறம், ரோஜா நிறம் ஆகியவற்றையும் அணியும் போது மனம் மகிழும்.

அவள் சொல்லுவாள்: "முழுமையான லெமன் ஜூஸ் போல இருக்கிறாய். இப்படிப்பட்ட பேஸ்டல் கலர்களைப் பிரிட்டானிய மகாராணி அல்லது மகாராஜாவின் தாய் அணி வாள். அதனால் தூரத்திலிருந்தே ஏழை எளிய மக்களை அடையாளம் காண முடியும் என்பதற்காக."

நீதானே திரும்பத் திரும்பச் சொன்னாய். உனக்கெப்படி நினைவிருக்கும். லெமன் ஜூஸ் ஆழ்ந்த நிறங்களை விடவும் தொலைவில் இருந்தே கண்ணைக் கவரும் என்று. ஆனால், இதுவும் உண்மைதான். அவர்களே துவைத்தெடுத்த துணியைப் போல வெள்ளை வெளேர் என்றிருப்பார்கள். நான் கறுப்பு என்று உன்னைச் சொல்லவில்லை. ஆனால், அவர்களைப் போல வெளுப்பு என்று உன்னைச் சொல்ல முடியாது. ஆனால், இங்கு யார் உன்னை என்ன சொல்வது? உன் வயசுக்கேற்றாற் போன்ற பொருத்தமான நிறங்களில் உடை அணிந்து கொள்.

டாக்டர் தாத்தாவிற்கு மெல்லிய குரலில் நிதானமாக நிறுத்திப் பேசுவது பிடிக்கும். குல் எப்போதும் பரபரப்பாக

இருப்பாள். பொறுமையற்று, அவசரமாக, பதட்டத்துடன் இருப்பாள். அவருக்கு க்ளாஸிக் மியூசிக் பிடிக்கும். குல்லிற்கு சினிமா சங்கீதம். அவர் ஆழமான தரமான க்ளாசிக் நாடகங்களையும் நாவல்களையும் படிப்பார். குல் கவிதைகளை சில விருப்பங்களில் ஒற்றுமை உண்டு.

கே.எல். சஹாலின் பாட்டு அது. எனக்கும்தான் பிடிக்கும். நல்ல சுவையான உணவு, நான் சாப்பாட்டை விரும்பாதவளா என்ன? எல்லோருடனும் நட்பு கொள்ளுதல். இங்கு மாறுபடுகிறேன். அவளுடைய விருப்பு வெறுப்புகளை விடவும் என்னுடையவை நெருக்கமாக இருக்கிறது. ஆனால், ஒட்டு மொத்தமாக யார் பார்க்கிறார்கள்? வாழ்க்கை கணக்கு என்பது தியரம் அல்ல.

"மோகரா! உனக்கு இந்த சின்ன விஷயம் கூடவா புரியாது? டாக்டர் கர்ணசிங்கிற்கு நீ ஒரு நோயாளி. எத்தனை முறை உனக்கு வைத்தியம் பார்த்திருக்கிறார். உன்னை வேறு வகையில் பார்க்க அவரால் முடியாது. தெரியுமா இல்லையா? டாக்டர்கள் நோயாளிகளிடம் அன்பு செலுத்த அனுமதி கிடையாது. அது உண்மையான அன்பாகவும் ஆகாது. ஓரிரு நாட்கள் பங்கு கொள்ளும் விளையாட்டுத்தான்."

இல்லை. இது இன்னும் சிக்கலானது. நான் மற்றுமொரு முறை என்னைப் பற்றிய வதந்திக்கு ஆளானேன். சுவையான புதிய வகையான சாப்பாடு அவருக்கென தயாராகும் போது நான் அதைச் சுவைக்க விரும்பினேன். ஆனால், எனக்கு சாப்பாட்டு ஆசை கிடையாது என்று வீடு முழுக்க பரவி இருந்தது. பல தடவை அவைகள் எனக்குப் பரிமாறப்படுவது கூட இல்லை. என் பிம்பத்தைத் தக்க வைத்துக் கொள்ளவோ அல்லது கூச்சம் காரணமாகவோ நான் வாயைத் திறந்து கேட்கவே மாட்டேன்.

"டாக்டர் சில வேளை சொல்லயிருக்கிறார். மோகரா நீயும் சாப்பிடு. உனக்கு உடம்புக்கு ஒன்றுமில்லை. ஆரோக்கியமாக இருக்கிறாய்" என்று.

"இல்லை. அவரும் சொன்னதில்லை. அப்பாவோ பார்வதியோ கூட. எனக்கு நன்கு நினைவிருக்கிறது. ஒரு முறை

கடலை மாவு, வெந்தயம் கலந்த பூரி பார்வதி செய்தாள். மேஜையில் மற்ற எல்லோருக்கும் சுற்றிச் சுற்றி வந்து பரிமாறி னாள். எனக்கு அருகில் வந்தாள். அதற்கு முன்னாலேயே, ''மோகராவிற்கு கடலை மாவுபூரி அலர்ஜி'' என்று குல் சொல்லி விட்டாள்.

''அவளுக்குத் தனியாக ரொட்டி செய்து வைத்திருக்கிறது இல்லையா?'' என்றாள்.

''ஆமாம், ஆமாம் என்று சொல்லிக் கொண்டே பார்வதி ரொட்டி எடுத்து வரச் சென்று விட்டாள். நான் திகைத்துப் போய் உட்கார்ந்திருந்தேன். அலர்ஜியா? யார் சொன்னது? அப்படி என்றால் என்ன? என் நிலையைப் பார். எனக்கு அலர்ஜி கிடையாது. கண் டிப்பாக நான் பூரி சாப்பிடுவேன் என எதுவும் சொல்லவில்லை.''

அப்போது மாமா, ''என்ன பேத்தல் இது? பெரியப்பா மோகராவிற்கு கடலை மாவு அலர்ஜி என்று நீங்களே தீர்மானம் செய்து விட்டார்களா?'' அவருக்கு முன்னால் அத்தனை உரத்த குரலில் பேச மாமாவால் மட்டுமே முடியும்.

தாத்தா திடுக்கிட்டுப் போய், ''இல்லையே யார் சொன் னார்?'' என்றார்.

''இவள்தான். தோழியின் வீட்டில் சொல்லிக் கொண்டு இருந்தாள்'' குல் சொன்னாள்.

''உனக்கு யார் சொன்னது?'' மாமா என்னை நோக்கிக் கேட்டார். அவருடைய டிகிரி ஏறுவதைக் கண்டு நானும் குல்லும் பயந்து விட்டோம். குல்லை விட அதிகமாக நான். பிறகு மௌனம்தான். பொய் சொல்வது எனக்குக் கடினம். உண்மையைச் சொல்ல இருந்தேன். குல் காலால் மேஜையின் அடியில் என் காலை அழுத்தி, ''வேறு யாரோ சொல்லி இருப் பார்கள்'' என்றள்.

மாமா கர்ஜித்தவர், ''சொல்லு, ஏன் பேச்சு நின்று விட் டது'' என்றார்.

நான் ஏதோ சொல்ல வந்தேன். அதற்குள்ளாக அப்பா குறுக்கிட்டு, ''அன்றைக்கு இவளுக்கு வயிறு சரியில்லை.

இணைந்த மனம்

அவர்கள் பிடிவாதம் பிடித்துக் கொண்டிருந்தனர். நான் சொன்னேன்: "கடலை மாவு அலர்ஜி என்று" என்றார்.

அப்போதுதான் எல்லோருக்கும் மூச்சு திரும்ப வந்தது. பார்வதி ரொட்டி எடுத்துக் கொண்டு திரும்பினாள். மாமா அதட்டி அதைத் திரும்ப எடுத்துக் கொண்டு போகச் சொன்னார். என் தட்டில் பூரி வந்து விழுந்தது. நான் மிகவும் கஷ்டப்பட்டு ஒரு பூரி சாப்பிட்டேன். அதற்குப் பின் என் வயிறு கடமுடா என்றது. இதே வழக்கமாகிப் போனது. நான் ஏதாவது புதிதாக, வேறு மாதிரியான, சுவையாக சாப்பிட்டு விட்டால் வயிறு கடமுடா என்றாகி விடும். என்ன இதைத்தான் அலர்ஜி என்று சொல்கிறார்களா?

அப்படி என்றால் உனக்கு உலகில் உள்ள எல்லாப் பொருட்களும் அலர்ஜிதான். அப்படி எல்லாம் ஒன்றுமில்லை பைத்தியம்.

"தெரிகிறது. இப்போது எனக்கும் புரிகிறது. அவைகள் எல்லாம் எனக்கானது அல்ல என்று."

இதைப் போன்ற சின்னச் சின்ன விஷயங்களைத் தவிர அந்த ஆண்டு முழுவதும் வீட்டில் அனைவரும் மகிழ்ச்சியாக இருந்தோம். எனக்கும்தான். அடுத்த ஆண்டு அதற்கு நேர் எதிராகிப் போனது. அடுத்த ஆண்டில் நான் ஒன்பதாம் வகுப்பிலும் குல் பன்னிரெண்டாம் வகுப்பிலும் இருந்த போது சின்ன முதலாளி சொர்க்கம் சேர்ந்து விட்டார். வீடு நரகமானது.

முதன் முதலாக இந்த அடி விழுந்தது. குல் நினைத்தாள். கணக்குக்கு என்று தனியாக ட்யூஷன் மாஸ்டர் வைத்துக் கொள்வதில் ஒன்றும் சிரமம் இல்லை என்றும், ட்யூஷன் மாஸ்டர் இல்லாமல் பாஸ் செய்வதும் மாமாவிடம் கற்றுக் கொள்வதிலும் கஷ்டம் கிடையாது.

ஒரு நாள் பேச்சு வந்தது. மாமா, "என்னவெல்லாம் கடினமாக இருக்கிறது?" என்று கேட்டார்.

"ஆரம்பத்திலிருந்து கற்றுக் கொடுக்க வேண்டும்" அவள் சொன்னாள்.

மாமாவிற்கு மூச்சடைத்தது. எங்கிருந்து என்பதற்குப் பதில் கிடைத்து விட்டது. பேச்சு முடிவதற்குள் முன்னாலே மாமா விற்கு மூச்சடைத்தாற் போல இருந்தது. இதற்கு முன்பு அவள் வாயைத் திறப்பதே கஷ்டம். குல் வீட்டில் ஒளிந்து கொண்டாள். இன்னொரு முறையும் ஈடு இணையற்ற பிரின்சிபால் மிஸ் சௌத்ரி கை கொடுத்தார். அவள் பள்ளியிலேயே பத்து, பதி னொன்றாம் வகுப்பு படிக்கும் மாணவிகளுக்கு, கணக்குப் பாடத்தில் பலவீனமானவர்களுக்குச் சிறப்பு வகுப்புகள் எடுக்க ஏற்பாடு செய்தார். அப்படிப்பட்ட பெண்களின் எண்ணிக்கைக்குக் குறைவில்லை. அவர்களிலேயே மிகவும் குறைந்த மார்க் பெற்ற வர்கள் என்ற மெடல் குல்லுக்குக் கிடைத்தது.

அவள் பெருமையோடு சொல்லிக் கொண்டாள். தனக்கு கூட்டல், கழித்தல் கூட வராது என்று. தனக்கு ஆதியிலிருந்து தொடங்க வேண்டும் என்று அப்பாவியாக வகுப்பறையில் சொன்னாள். சொல்லிக் கொடுக்கும் ஆசிரியை பள்ளியில் பாஸ் செய்வதற்குத் தயார் செய்வார். அப்படியும் இப்படியுமாக குல்லிற்கு பத்தொன்பது மார்க். சிறப்பு வகுப்புகள் கோடை விடுமுறையில் வைக்கப்பட்டது. பணம் மிகவும் தேவையாக இருந்தது.

அவருக்கு பேச்சு மூச்சு எழவில்லை. எப்படியோ விழுந்து எழுந்து குல்லை சிறப்பு வகுப்பில் சேர்த்து இரண்டும் இரண்டும் நாலு என்று கணக்கைச் சொல்லிக் கொடுத்தனர். பாவம் மாமா.

குல் நன்றியோடு இருந்தாள். வெட்கமும் அடைந்தாள். நல்ல தோழமை கொண்டவர். அந்தச் சின்னஞ்சிறு ஆசிரியையை தோழி ஆக்கி அதிர்ஷ்ட சக்கரம் சுழல பணக்காரப் பெண் களுடன் மன நிறைவுடன் பொழுதைக் கழித்தாள். பொற்காலம் திரும்பியது. கல்லூரியில் தன்னை விடச் சீனியர்களுடனும், ஜூனியர்களுடனும் எனப் பலருடனும் தோழமை கொண்டாள். அவள் எல்லோருடனும் கலந்து பழகினாள். அவள் கணிதத்தில் மட்டுமல்ல, கை வேலையிலும் மேதை. குல் அதிலும் பூஜ்யம் தான்.

''அதே! அதே!'' ரஜ்ஜோவோ, நிறைய வேலைப்பாடு களுடன் கூடிய அதையும் இதையும் செய்து பரிசாகக் கொடுப்

பாள். பழைய தோழிகள், கை வேலைப்பாடுடன் கூடிய திறன் மிகுந்தவர்களுடன் இருக்கும் போது, மாலை நேரத்து விண் மீன்களைப் போல, திரும்பவும் சங்கடப்படுவாள். பொறாமை யினால் கண்ணடித்து, ''விஷயம் வேறு ஒன்றும் இல்லையா?'' என்று கேட்பாள்.

திறமையான கைவினைக் கலைஞர்களைப் பார்த்து குல் சொல்லும் பதில் கணக்கைப் போல இருக்கும். ''என்னால் முடியதாப்பா? உண்மையிலேயே நீ பெரிய ஆள்'' என்பாள்.

நாம் நமது குறைகளுக்கும் கூட பெருமையைப் போலவே அதிகம் பெருமிதம் கொள்கிறோம். விசித்திரமான விஷயம் இல்லையா இது. நீ கேட்டிருப்பாய் என எண்ணுகிறேன். பெரிதாக அலட்டிக் கொண்டே எனக்கு ஒரு கோப்பை டீ போடக் கூடத் தெரியாது என்ற செல்வதை. எனக்கு வெய்யிலில் சென் றாலே தலைவலி வந்து விடும். நாம் சாப்பிடுகிறோமோ இல் லையோ பெருமை அடித்துக் கொள்வோம். அதாவது சற்றுப் பூசினாற் போல குண்டு.

மற்றவர்களைப் பற்றிச் சொல்லுவானேன். எனக்கே விளை யாட முடியாமல் போனது. அதில் ஒன்றும் தீவிரமான ஆர்வம் கிடையாது. லார்ட் பைரன் விளையாட்டு மைதானத்தில் உலவிக் கொண்டிருந்தாராம். டென்னிஸ் பால் அருகில் வந்து விழுந்தது. அவர் சென்னாராம்: ''யாராவது எடுத்து மறுபடியும் வீசி விடுங்கள். நான் பந்து விளையாடுவதில்லை என்று சொன்னதாக எதிலோ படித்த நினைவு.''

அது எனக்கு குரு உபதேசமாகி விட்டது. கொஞ்சம் அலுப்பாக இருந்தாலும், அப்படியே ஓய்வெடுத்துக் கொண்டு காலத்தைக் கழித்து விடுவேன். எனக்கு விளையாட்டு வராது என்றால் குல்லிற்கு கணக்கு. ஆளாளுக்கு ஒரு சக்ர வியூகம் உள்ளே நுழைவது சுலபம். வெளியேறுவது கடினம்.

ஆண்டுகள் கழிந்தது. கழியாமல் என்ன செய்யும்? குல் தேர்வு எழுதினாள். அழுது புரண்டு இரவு முழுக்கப் படிப்பாள். காலை முதல் மாலை வரை புலம்புவாள், ''ஏதும் ஏற மாட் டேன் என்கிறது'' என்று.

அவ்வப்போது கையில் இனிப்பு சர்பத், க்ளூகோஸ் திணிக்கப்படும். ''ரஜ்ஜோ வா இங்கே, ஒரு விஷயத்தை நான் கவனித்தேன். அழுது புலம்பி பரீட்சை தயார் செய்து கொண்டு இப்ப விழுவாளோ, அப்புறம் விழுவாளோ என்று தேர்வு எழுதச் செல்லும் அவள், அத்தனை மோசமான நிலையில் திரும்பும் போது இருப்பதில்லை.''

''பரீட்சை எப்படி இருந்தது?'' என்று கேட்டால், ''அதைப் பற்றி என்ன கவலை'' என்று பதில் சொல்லுவாள்.

''அடுத்த பரீட்சையைப் பற்றி நினைப்பதா அல்லது எழுதிய பரீட்சையைப் பற்றிப் பேசவா? அடுத்தது மண்டைக் குள் ஏறவே இல்லை. ஐயோ நான் என்ன செய்வேன்? ரூஹ் சர்பத்தா? அல்லது திரும்பவும் அந்த நீர்த்துப் போன எலுமிச்சை சர்பத்தா? குளுமை? எங்கிருந்து குளுமை? சித்தப்பா கிராமத்தி லிருந்து அனுப்பி வைத்ததா? அது சரி. எலுமிச்சம் பழம் இல்லையா? அதுவும் சரி. மாம்பழம் அனுப்பவில்லை சித்தப்பா. அதில் சர்பத் செய்து கொடு.'' இப்படியே அடுத்த பரீட்சை வரைக்கும் வீட்டை பறக்க அடிப்பாள்.

இத்தனைக்கும் நடுவில் ஒரு நாள் படுக்கையை விட்டு எழுந்திருக்கும் போது முகம் முழுக்க சிவப்பு சிவப்பாகத் திட்டுக்கள் நிறைந்திருந்தது. கண்ணாடியைப் பார்த்ததுமே ஒரே கூச்சல். அதைவிடப் பலமாக அம்மா கத்தினாள்: ''ஷாக் அடித்து விட்டது.''

அப்பா திறந்த வெளியில் உட்கார்ந்து பேப்பர் படித்துக் கொண்டிருந்தார். அவரும் மற்ற அனைவரும் அம்மாவின் அறையை நோக்கி ஓடினார்கள். அவர் சொன்னார்: ''எனக்கு இல்லை குல்லிற்கு'' என்று.

அது வரைக்கும் குல் அப்படியே கத்திக் கொண்டே இருந்தாள். குளிக்கும் அறையிலிருந்து வெளியே வந்து அம்மா வின் அறையை அடைந்தாள். அவள் முகத்தின் தழும்புகள் எல்லோருக்கும் தெரிந்து, 'அம்மை' அம்மா 'கரண்ட் ஷாக்' என்று அலறியதை விடவும் பலமான குரலில் அலறினாள்.

அப்பா அவள் கையைப் பிடித்து அம்மாவிடமிருந்து விலக்கி கூட்டிச் சென்றார். யாருக்கு என்ன வேண்டுமானாலும் ஆகட்டும். ஆனால், அம்மாவிற்கு ஏதாவது ஆகிவிட்டால்? பார்வதி அம்மை இப்படி இருக்காது. இது ஏதோ பூச்சிக் கடி (*கமலாப் பூச்சிக் கடி*).

"கமலா யார்?" நானும் அப்பாவும் ஒருசேர குல்லின் தோழிகளின் பெயரை நினைவு கூர்ந்தோம். குல் 'ஷட் அப்' என்று கத்தினாள். "டாக்டரைக் கூப்பிடுங்கள்" என்றாள்.

ஆனால் பார்வதி, "ஏதோ பூச்சியாயிருக்கும்" என்றாள். "கடித்தால் பித்த நீர் வெளியே வரும். மாலை வரை காத்திரு. தழும்பு மறைந்து போய் விடும். குளுமையாகி விடும்" என்றாள்.

எங்களுக்குச் சரி என்று பட்டது. ஆனால், குல் பதட்டம் அடைந்தாள். "டாக்டரைக் கூப்பிடுங்கள்; தழும்பு மறையவில்லை என்றால்."

"நாளைக்குப் பரீட்சை வேறு எழுத வேண்டும். காய்ச்சல் ஏதும் இல்லை அல்லவா?" அப்பா கேட்டார். அவளோ அழுது கொண்டிருந்தாள். "குப்பையில் போடுங்கள் பரீட்சையை. இது மறையவில்லை என்றால்."

அவளின் இந்த பயத்தைப் பார்த்து சாதாரண டாக்டர் ஒருவருக்குச் சொல்லி அனுப்பப்பட்டது. அன்று ஞாயிற்றுக் கிழமை. மேலும் காசு பற்றாக்குறை வேறு. அவள் பார்வதியின் அருகாமையில் இருந்தாள். பிறகு அவள் பேச்சு கொஞ்சம் திரும்பியது.

"இந்தத் தழும்பு எப்போது போகும்?"

"ஒரு நாள் அல்லது இரண்டு நாட்களில்."

"ஓரிரு நாளில் போனால் என்ன, இரண்டு நாட்களில் என்றால்தான் என்ன? என்ன வித்தியாசம்?"

"உங்களுக்குத் தெரியுமா? தெரியாதா? நாளைக்கு எனக்கு பரீட்சை இருக்கிறது."

"போகலாம். போய்ப் படி. எந்தத் தடையுமில்லை."

"போவதா? இதே அலங்கோலத்துடனா?"

"இது ஒன்றும் அலங்கோலம் இல்லை."

"எதாக வேண்டுமானால் இருக்கட்டும். இந்த முகத்தோடு நான் வீட்டை விட்டு எப்படி வெளியே போக முடியும்?"

"உனக்கு அதிக கவலை. பரீட்சையைப் பற்றியா, முகத்தைப் பற்றியா?"

"முகத்தைப் பற்றி" என்றாள் குல்.

நான் இடைப் புகுந்து, "பரீட்சையைப் பற்றித்தான்" என்றேன்.

"அழகிப் போட்டியில் கலந்து கொள்ளப் போகிறாயா என்ன?" டாக்டர் சலித்துப் போய்ச் சிரித்துக் கொண்டே சொன்னார்.

"இப்படியும் யோசித்துப் பார். இன்னொரு காம்படிஷனுக்கு யாராவது மீதமிருக்க வேண்டாமா?"

உன்னால் புரிந்து கொள்ள முடியும். அந்த வாக்கியம் குல்லிற்கு என்ன பாதிப்பை ஏற்படுத்தியது. அவள் பலமாக அழ ஆரம்பித்தாள். அந்த சாதாரண டாக்டர் பீஸ் வாங்கக் கூடக் காத்திருக்காமல் ஓடி விட்டார்.

குல் டாக்டர் தாத்தாவின் பெயரை விடாமல் தொடர்ந்து கடவுளின் பெயரைப் போல் ஜபித்துக் கொண்டே இருந்தாள். எத்தனையோ சொல்லிப் பார்த்தாகி விட்டது. அவர் டேராடூனில் இருக்கிறார். இந்த சாதாரண விஷயத்திற்காக தில்லிக்கு வரச் சொல்ல முடியாது தாத்தாவை. குறைந்தபட்சம் அவருடைய ஜூனியரை வேண்டுமானால் வரவழைக்கலாம்.

எல்லாம் சொல்லியாயிற்று. ஆனால், அத்தனை பிடிவாதம் பிடித்தாள். அடுத்த பரீட்சையும் போனது. அவள் இத்தனை சப்தம் போட்டுப் பேசினாள். அது அம்மாவின் காதில் விழுந்து விட்டது. அம்மா முழுக்க முழுக்க குல்லிற்கு ஆதரவாக இருந்தாள். "டாக்டருக்குப் போன் போடுங்கள்" என்றாள்.

நம்பரைச் சுழற்றி அடுத்த ஊருக்குப் போன் செய்துவிட முடியாது. அன்றைய நாட்களில் இன்னொரு நகரத்திற்குப்

போன் செய்வது என்பது சுபமல்ல. உண்மையில் ட்ரங்கால் புக் செய்ய வேண்டும். ஆப்ரேட்டர் போட்டுக் கொடுப்பார். பிறகு மூன்று நிமிடம் முடிந்தவுடனே, ''மூன்று நிமிடங்கள் முழுமை யாகி விட்டது; இன்னமும் தொடர வேண்டுமா?'' என்பார்.

அப்படி என்றால் இரண்டு பங்கு காசு கொடுக்க வேண்டி யிருக்கும். கிடைப்பதற்கு முன் நாள் முழுவதும் கழிந்து விடும். சரி கால் புக் செய்யப்பட்டது. இரண்டு மணி நேரத்திற்குள் ளாகவே கிடைத்து விட்டது. அவர், இரவு தங்கி காலையில் எழுந்திருக்கும் போது முகம் சரியாகி விடும் என உறுதி அளித் தார். பழைய மாதிரியே சுத்தமாகி விடும் என்றார்.

பார்வதி, ''நான்தான் சொல்லிக் கொண்டு இருக்கிறேனே'' என்றாள். குல் சமாதானம் அடைந்தாள். நாள் முழுவதும் கண்ணாடியைப் பார்த்துக் கொண்டே இருந்தாள். படிப்பு கொஞ்சமும் இல்லை. அதிர்ஷ்டவசமாக அடுத்த நாள் பரீட்சை ஆங்கிலம். கட்டுரை எழுதுதல், சோதனைகளுக்கு விடை அளித்தல், கையெழுத்து போன்றவற்றிற்கானது. குல் மின்னும் முகத்துடன் திரும்பினாள். அவள் பரீட்சை எழுதினாளா அல்லது தழும்பைப் பார்த்துக் கொண்டே உட்கார்ந்திருந்தாளா என்பது தெரியவில்லை.

டாக்டர் தாத்தாவின் திறமை இதில் இருக்கிறது. அவர் தழும்பு உண்டானது சாதாரண விஷயம் என்றும் சொல்ல வில்லை. முகம் கெட்டு விட்டதால் குல் வருத்தப்படாதே என்றும் சொல்லவில்லை.

பரீட்சை முடிந்தது. கோடை விடுமுறை ஆரம்பமானது. என்னுடையது பள்ளிப் பரீட்சை. அதனால் பள்ளி திறக்கும் முன்னதாகவே தேர்வ முடிவு வந்து விட்டது. நான் நிதானமாக பத்தாம் வகுப்பை அடைந்தேன். குல்லின் விஷயம் வேறு. தேர்வு மார்ச் மாத இறுதியிலேயே முடிவடைந்து விட்டது. தேர்வு முடிவு ஜூனில்தான் வெளியாகும்.

பள்ளித் தோழிகள் அனைவரும் விடுமுறையைக் கழிக்க மலை வாசஸ்தலம் சென்று விட்டனர். எஞ்சியது நானும் ரஜ்ஜோவும்தான். ரஜ்ஜோ இன்னொரு முறை கணிதத்தின்

சிறப்பு வகுப்பு எடுத்தாள், காசு சம்பாதிப்பதற்காக. வாடிக்கை யாளர்களுக்கு டைப் செய்து கொடுத்தாள். நான், ஒன்றன் பின் ஒன்றாக புத்தகங்கள் படித்தேன். காசு சம்பாதிக்க வேண்டிய தேவை எங்களுக்கும் இருக்கிறது.

ஆனால், அப்பாவிடம் எடுத்துச் சொல்வது மிகவும் கஷ்டம். எங்களால் செய்ய முடிந்ததெல்லாம் காசைக் கொஞ்ச மாகச் செலவிடுவது என்பதுதான். நானும் குல்லும் எதிர் வரும் நாட்களுக்காக எங்களைத் தயார் செய்து கொள்ள என்று ரஜ்ஜோ விடம் டைப் கற்றுக் கொண்டோம். அவளுக்கு உதவியாக, சில பக்கங்கள் டைப்பும் செய்து கொடுத்தோம். ஆனால், காசு கேட்கத் தைரியமில்லை.

அவள் எங்களைப் பணக்காரர்கள் என்று எண்ணிக் கொண் டிருக்கிறாள். எப்படி அந்த இமேஜை உடைப்புது? நானும் குல்லும் தனியாக பி.ஜி. வுட்வாவுஸின் யூகரிஜ் என்ற பெய ருடைய குணச் சித்திரத்தை எடுத்துக்காட்டாகக் கொண்டு காசு சம்பாதிப்பற்தகாக, புது கவர்ச்சியான வழியில் லாட்டரி டிக்கட்டுகள் வாங்குவதைத் தவிர்த்து வேறேதும் செய்ய முடிய வில்லை. அந்த ஆண்டு எங்களுக்குப் பள்ளியில் வாங்கித் தின்ன காசு - பாக்கெட் மணி - கிடைக்கவில்லை.

சென்ற ஆண்டின் பணம் என்னிடம் இரண்டு ரூபாய் மீதம் இருந்தது. அதில் நான்கு முறை எட்டணா டிக்கட் வாங்கினேன். அதனால் நற்பலன் ஏதும் கிடைக்கவில்லை. எனவே அச் செயலை நிறுத்த வேண்டி வந்தது. குல்லிடம் காசு ஏதும் மீதி இருப்பதற்கான பேச்சே கிடையாது. தாத்தா வரும் பொழுது எல்லோருக்கும் பரிசுப் பொருட்கள் வாங்கி வருவார். அந்த ஆண்டு பொருட்களுக்குப் பதிலாகப் பணமாகக் கொடுத்துக் கொண்டிருந்தார்.

பத்து ரூபாயாவது எங்களிடம் இருந்திருக்க வேண்டும். ஆனால், குல் முதலில் தன்னுடைய பணத்தையும் பிறகு என் னுடையதையும் செலவு செய்து விட்டாள். எப்போதும் அவள் தன்னுடையதைத் தீர்த்து என்னுடையதையும் காலி ஆக்கி விடுவாள்.

இணைந்த மனம்

அந்த ஆண்டு ஜன்பத்தில் அகதிகள் நடைபாதைக் கடைத் தெருவில் விதம் விதமாக வண்ணத்தில் மூன்றே ரூபாய்க்கு இரட்டை நாடா செருப்பு கிடைக்க ஆரம்பித்திருந்தது. குல்லும் அவளுடைய அனைத்துத் தோழிகளும் வாங்கி விட்டனர்; ரஜ்ஜோ வரை. நானும் வாங்கிக் கொள்ள வேண்டும் என்று எனக்குத் தோன்றியது. பள்ளியில் அணியத் தடை இருந்தது. அதனால் என்ன? அவ்வப்போது மனோரமா வீட்டிற்குப் போட்டுக் கொண்டு போகலாம் இல்லையா? அப்புறம் அவளோடு கூட ஞாயிற்றுக் கிழமைகளில் சினிமாவுக்குக்கூட.

ஸ்கர்ட் ப்ளவுஸுடன் கூட இந்தச் செருப்பை போட்டுக் கொண்டு போகலாம். பொருத்தமாகத்தான் இருக்கும் என்று அவள்தான் சொல்லியிருந்தாள். லூஸான குர்தாவும், பெரிய சல்வார்தான் அந்த நேரத்தில் உச்சகட்ட பேஷன். குல்லிற்கும் பிடித்தமானது. என்னுடைய ஸ்கர்ட்டுடனும் பொருந்திப் போகும். பார்க்கவும் மதிப்பாக இருக்கும்.

நான் அவருடன் சேர்ந்து போய் செருப்பு வாங்கலாம் என்று ப்ரோக்ராம் போட்டேன். பார்த்தால் ரேக்கில் உண்டியல் காலியாக இருந்தது. குல்லிடம் கேட்டால், "ரஜ்ஜோவிற்குப் பிறந்த நாள் வந்தது. அவளுக்கு செருப்பு வாங்கிக் கொடுத்து விட்டேன்" என்றாள்.

எனக்குக் கட்டுக்கடங்காமல் கோபம் வந்தது. செருப்பைத் தவிர வேறு ஏதாவது வாங்கிக் கொடுத்திருந்தால் கூட எனக்கு அவ்வளவு கோபம் வந்திருக்காது. என்ன அவசியம் அதற்கு என்று கேட்க, "அவள் தன் கையால் பொருட்கள் எத்தனை கொடுத்திருக்கிறாள். நானும் ஏதாவது கொடுக்க வேண்டாமா!" என்று அலட்சியமாகச் சொன்னாள்.

கோபத்தினால் எனக்கு அழுகை வந்து விட்டது. "என் காசில் எதற்கு வாங்கினாய்? எனக்கே வாங்கிக் கொள்ள வேண்டும்" என்றேன்.

குல் சிரித்தாள். "போட்டுக் கொள்வதோ ஸ்கர்ட். இத்துடன் எப்படி செருப்பு பொருந்தும் அப்படியும் நீ செருப்பு போட்டுக் கொண்டு எங்கே போகப் பேகிறாய்?" என்றாள்.

எனக்கு இன்னமும் கோபமும் அழுகையும் பொத்துக் கொண்டு வந்தது. மனோரமாவுடன் சேர்ந்து போகும் ப்ரோக்ராம் கான்சல் செய்யச் சொன்னாள். பின்னும் அவள் ஊதி விட்டாள். நான் குல்லிடம், "என்னுடைய மூன்று ரூபாயைக் கொடு" என்று நச்சரித்தேன்.

முதலில் அவர் சிரித்துத் தட்டிக் கழித்தார். பின்னர் என்னுடைய அடங்காத அழுகைக்குப் பயந்து அதிக நேரம் ரஜ்ஜோவின் வீட்டிலேயே தங்கி கழிக்கத் தொடங்கினாள். பள்ளியில் இருந்து அவள் திரும்பி வரும் போதே வாசலிலேயே நான் நின்று கொண்டு, "என்னுடைய மூன்று ரூபாய்?" என்பேன்.

தோழியின் வீட்டில் மாலை நேரத்தைக் கழித்து விட்டு வீடு திரும்பினால், நான் காத்திருந்து, "என்னுடைய மூன்று ரூபாய் எங்கே?" என்பேன். பின்னால் 'சல்தி மேரி காடி' என்ற படத்தில் கிஷோர் குமார் இதையே செய்வதைப் பார்த்ததும், 'என் கதை இவருக்கு எப்படித் தெரியும்?' என்று தோன்றியது.

கோபத்திற்குப் பதிலாக அம்மா அப்பாவிடம் புகார் செய்யலாம் என்று தோன்றவில்லை. வீட்டின் பொருளாதார நிலைமை அவ்வளவாக சரியில்லை. எனவே மனம் சம்மதப் படவில்லை, அவர்களிடம் புகார் அளிக்க. அவைகள் ஆரம்ப கால நாட்கள். கஷ்ட காலத்தை முழுமையாக உணர்ந்த பிறகு, குல் என்னுடைய காசை முழுமையாகப் பிடுங்கிக் கொள்ளத் தொடங்கினாள். ஆனால், அவளுடனான உறவு விட்டு விட்டது. தாக்கமின்றி ஒருவரின் காசை ஒருவர் செலவழித்துக் கொண் டிருந்த காலம் முடிந்து விட்டது.

குல்லின் தேர்வு முடிவு வெளியாகும் நாள் நெருங்க நெருங்க வீட்டில் பீதி அதிகமாகியது. அவள் தேர்வு எழுதி முடிந்த பிறகும்கூட நாங்கள் லகுவாக உணரவில்லை. ஆனாலும் தேர்வு முடிவு வெளியாகும் நேரம் நெருங்க நெருங்க வேதனை அதிகமாகியது. வெளியில் தோழிகளின் கிண்டல். எப்போது வேண்டுமானாலும் வீட்டை விட்டுக் காணாமல் போகத் தயாராக இருந்தாள் குல். முகத்தைத் தொங்கப் போட்டுக் கொண்டு, படுக்கையில் கிடந்து கொண்டு, ரேடியோவில்

இணைந்த மனம்

கே.எல். சாகல் பாடிய பிரிவுப் பாடல்களையும், கஜல்களையும் கேட்டுக் கொண்டிருந்தாள்.

இதை எங்கள் அதிர்ஷ்டம் என்று சொல்வதா? தலை எழுத்து என்பதா? காலையிலிருந்து மாலை வரை அதிர்ஷ்டத் தையே நினைத்துக் கொண்டு இருப்பது என்பது எளிதான காரியம் அல்ல. பணம் எவ்வளவு தேவை என்பது முதல் முறையாக எனக்குப் புரிய வந்தது. கையில் காசிருந்திருந்தால் அவளை ஸ்கூல் டிரிப்பில் சில நாட்கள் வெளியூருக்கு அனுப்பி வைத் திருப்பார் அப்பா. கடந்த இரண்டு ஆண்டுகள் இப்படியான ஏற்பாடு செய்யப்பட்டிருந்தது.

அவள் வேதனையிலிருந்து மீள்கிறாளோ இல்லையோ, நாங்கள் நிம்மதி அடைந்தோம். உண்மையில் ஆனால், அந்தோ பரிதாபம். வேதனையோடு சஹாகல் பாடும் பாட்டுக்களை அனு பவித்துக் கொண்டிருந்தாள். தாத்தாவிடம் டேராடூனுக்கு அனுப்ப வைக்கலாம்தான். ஆனால், அங்கே மாமா இருக்கிறார்.

வீட்டிலுள்ள அனைவரும் அவரவர் இஷ்ட தெய்வத்திடம் வேண்டிக் கொண்டிருந்தனர், குல் சோக காண்டத்திலிருந்து விடுபட. திடீரென ஒரு நாள் கரம்சந்த் தோன்றினார். ஒரு வாரம் பெண்கள் இருவரையும் தன் செலவில் மசூரிக்கு அழைத்துச் செல்வதாக யோசனை சொன்னார். இஷ்ட தெய்வம் அல்லது கடவுள் இருக்கிறார். குல்லோடு சேர்ந்து நானும் பயனடைந் தேன். மஹாவீர் ஸ்வாமி ஸ்ரீ கிருஷ்ணா, சாயிபாபா குருவின் பெயர் என்னவாக வேண்டுமானால் இருக்கட்டும். எங்களுக்கு ஒரு வழி கிடைத்திருக்கிறது.

சமூக சேவை என்றால் என்ன என்று உங்கள் பெண் களுக்கு தோழமையுடன் இணைத்திருக்கிறீர்களா?

"இரண்டுமே தவறு. சமூக சேவை என்றிருந்தாலும் கூட சமூகம் என்பது யார்? அதன் வரலாறு இப்படி..."

"இப்போது கரம்சந்திடம் ஆரம்பிக்காதீர்கள். அந்தக் கதை யெல்லாம் அப்புறம் குல்லின் தேர்வு முடிவு என்ன ஆயிற்று? அதை முதலில் சொல்லு. மேலே என்ன செய்யப் போகிறாய்?"

"நீயும் ஒரு மூளை கெட்டவள். குல்லைப் பற்றிச் சொல்லத் தொடங்கினால், 'அதை விடு, குல்லைப் பற்றி என்ன சொல்கிறாய்? என்னைப் பற்றிச் சொல். ஆரம்பத்தில் குல்லைப் பற்றி சொல்' என்கிறாய்.''

"மூளை கெட்டவள் நீயா நானா? இது உன்னுடைய கதையா? கரம்சந்தின் கதையா?''

என்னைப் பற்றிச் சொல்லும் போது மற்றதும் நுழையாமல் சொல்ல முடியாது என்று சொல்லி இருக்கிறேனா இல்லையா? சரி. கோபப்படாதே. கரம்சந்தின் கதைச் சுருக்கம் இதுதான். கடந்த காலத்தில் பணம் இருக்கும் பொழுது அவருக்குக் கடனாக அப்பா பணம் கொடுத்திருக்கிறார். அவரால் அதைத் திருப்பிச் செலுத்த முடியவில்லை. நிறைய மாறுதல்களுக்குப் பின் அந்த நாட்களில் அவர் மசூரியில் தங்கி இருந்தார். கடனைத் திருப்பிச் செலுத்தச் சொல்லிக் கட்டாயப்படுத்தினால், எங்களை விருந்தாளியாகக் கூட்டிச் சென்று கொஞ்சம் கடனைக் கழிக்கலாம் என்று எண்ணியிருப்பார் போலும். வேறு என்ன? சரி குல்லைப் பற்றி கேள்; குல்லின் கதையை.

மசூரி என்ற பெயரைக் கேட்ட உடனேயே அத்தனை துன்பமும் காற்றாகப் பறந்து போனது. கே.எல். சாகல்லை விட்டுவிட்டு, டேட் வித் யூவிற்குள் வந்தாள். அப்பா நல்ல நிலையில் இருந்த போது கூட நாங்கள் மலைக்குச் சென்றது இல்லை. பணக்காரர்களைக் காப்பி அடித்து, ஒவ்வொரு கோடை யிலும் ப்ரோக்ராம், ஆங்கிலத்தில் அதை ப்ரோக்கிராம் என்றுதான் சொல்லுவார்கள். தேவையை ஒட்டி திட்டம் தயாரிக்க இயலாது.

அம்மாவைப் பயணத்திற்கு உட்படுத்துவது என்பது ஒரு பெரிய தயாரிப்பு. அதனால் திட்டம் எப்படியாவது தட்டிக் கழிக்கப்படும். ஒத்திப் போட்டு, ஒத்திப் போட்டு பிறகு திட்டம் கைவிடப்படும். தாத்தா டேராடூனில் வசிப்பதனால் எங்கள் குடும்பம் முழுவதும் முழுக் குடும்பமும் ஏதோ ஒரு முறை மட்டும் சென்றிருந்தோம்.

அப்பா மசூரி சென்று காட்டேஜ் புக் செய்து விட்டு வந்தார். ஆனால் அந்த நேரத்தில் டேராடூனில் இருக்கும் போது

அம்மாவிற்கு காலில் சுளுக்கு ஏற்பட்டு விட்டது. மலை செல்லும் திட்டம் ரத்து செய்யப்பட்டது.

சில நாட்களுக்குப் பின் ஹட்ஸன் காரில் பின் சீட்டில் ஓய்வாகப் படுக்க வைத்து அப்பாவும் டிரைவருமாக அம்மாவைத் தில்லிக்குக் கூட்டி வந்தனர். நான் குல், பார்வதி, ராம்தேவ் உடன் ரயிலில் திரும்ப வேண்டி வந்தது. அவர்களைக் கூட்டிக் கொள்ளாமல் அம்மா எங்கும் போவதைப் பற்றி எண்ணக் கூட முடியாது. அதுதான் சொன்னேன். முழுக் குடும்பம் என்றால் முழுக் குடும்பம் என்று.

மசூரி செல்லப் போகிறோம். அதற்கான வாய்ப்பு வந்திருக்கிறது என்று நாங்கள் இருவரும் எல்லையற்ற சந்தோஷத்தில் இருந்தோம். குல்லின் தோழிகள் பெரும்பாலும் ஷிம்லா அல்லது நைனிடால் சென்றிருக்கிறார்கள். அதைக் காட்டிலும் மசூரி ஈடு இணையற்றது. காசு இல்லாததால், 'அவற்றை யெல்லாம் பார்க்கவில்லை' என்பதும் நல்லதாகப் போயிற்று.

நாட்கள் செல்லச் செல்ல நாங்கள் தேனில் விழுந்த ஈயானோம். ஜூன் மாதம் கடைசி வாரம் மசூரியின் கழிப்பதாக இருந்தது. குல்லின் தேர்வு முடிவு அந்த சமயத்தில் வரும் என்று தெரிய வந்தது. பிடிவாதம் பிடித்து நாங்கள் இருவரும் மகிழ்ச்சி யுடன் மசூரி வந்தடைந்தோம். அந்த இடத்தை அடைந்தவுடன் மலையைப் பார்த்ததும் என் உள்ளத்தில் பயம் எழுந்தது. ஒரு வேளை பெயிலாகி விட்டால்... குல் மலையிலிருந்து குதித்து விட்டால்? மனதில் சஞ்சலம் இல்லை.

அவர் தேர்வில் பாஸாகப் போவதில்லை என்ற தீர்மானமே இருந்தது. மேலிருந்து கீழே பள்ளத்தில் கரம்சந்தின் ஈரமான சிறிய வீடு இருந்தது. அதை அடைவதற்கும், அதில் இருந்து மேலேறி வருவதற்கும் நாங்கள் பல முறை வழுக்கி விழுந்தோம். எங்களின் இஷ்ட தெய்வம் எங்களை எளிதாகத் தற்கொலை செய்து கொள்வததற்கான எல்லா விதமான ஏற்பாடு களையும் சரியாகச் செய்து வைத்திருக்கிறார் என்பதைப் போல, அவருடைய மனைவி ஏறக்குறைய தினம் தினம் ஒரு தற்கொலைக் கதையைச் சொன்னார்.

இப்படியாகத் தானே விருந்தாளிகளாக கடனைத் தள்ளு படி செய்து கொண்டிருந்தோம். இனிப்பு சேர்ந்து நீர்த்துப் போன பருப்பும் அல்லது புளிப்பானதுமான சாப்பிட்டு கடன் வசூல் செய்யப்பட்டுக் கொண்டிருந்தது. நீரின் அளவு அதிகமாக இருக்கிறது. ரொட்டியும் மெலிதாக இருந்தது. அது போல ரொட்டி தயாரிப்பதும் பெரிய வேலைதான்.

அவர்கள் குஜராத்திகள். நாங்கள் குஜராத்திகளின் உப்பிட்ட பண்டம். டோக்லி, கண்ட்வி முதலியனவற்றைப் நிறைய கேள்விப் பட்டிருக்கிறோம். மறுநாள் குல், "இது மாதிரி சாப்பாட்டை கைதிக்குக் கொடுத்தால் அவன் தானே தூக்கு மாட்டிக் கொண்டு சாவான்" என்றாள்.

என்னுடைய பயம் அதிகம் ஆகியது. மூன்றாம் நாள் இந்த வாக்கியம், 'தூக்கை விடவும் மலையிலிருந்து குதிப்பது போலானது' என்று. பயம் என்பது மாறி நம்பிக்கை என்றாகி விட்டது. தினமும் இரவு முழுவதும் பயந்து நடுங்குவதுதான் என் வேலை என்றாகி விட்டது.

காலையில் எடுத்த உடனேயே பெயில் ஆவது ஒன்றும் மாபாதக விஷயம் இல்லை என்று புரிய ஆரம்பிப்பேன். பெயில் ஆனதால் மலையிருந்து குதித்து தற்கொலை செய்து கொண்ட வர்களின் கதைகள் கரம்சந்தின் மனைவியால் கற்பனை செய்யப் பட்ட கதைகள். இப்படிப்பட்ட டமுட்டாள்தனத்தை யாரும் செய்ய மாட்டார்கள்.

ஜூன் 22ம் தேதி குல்லுக்குப் பிறந்த நாள் வரப் போகிறது. கரம்சந்தின் மனைவி சொன்னாள்: "ஹையர் செகண்டரியில் தேர்வு முடிகளும் அன்றைக்குத்தான் வரப் போகிறது" என்று. ஏறக்குறைய மதியத்திற்குப் பிறகுதான் அதன் இதழ் மசூரிக்கு வந்து சேரும்.

சோம்பேறித்தனத்துடன் நாங்கள் இரண்டு ரூபாயைப் பிறந்த நாள் கொண்டாட்டத்திற்கென மிச்சப்படுத்தி வைத்திருந் தோம். நூலகத்திற்கு அருகில் ஒரு மில்க் கபே இருந்தது. அங்கு ஒரு ரூபாய்க்கு ஒரு ப்ளேட் ஆலு டிக்கியும், ஒரு சில் காபியும் கிடைக்கும். எல்லாவற்றையும்விட நல்ல விஷயம் என்னவென்

றால், இந்தக் கடை வாயிலில் கொட்டை கொட்டை எழுத்துக் களில் போர்ட் எழுதி வைத்திருப்பார்கள்: ‘கண்டிப்பாக டிப்ஸ் கொடுக்கக் கூடாது’ என்று.

ஜூன் 23ம் தேதி பெயில் ஆன பிறகு அன்று மாலை விருந்து சாப்பிடுவது என்பது சரியாக இருக்காது. செய்தி படித்த வுடனேயே அதன் பிறகு பள்ளத்திலிருந்து எந்தப் பள்ளங்கள் குறைந்த ஆழம் கொண்டிருக்கிறதோ, வெளியே எடுப்பது அபாயம் அற்றது அல்லது என்றெல்லாம் நான் கவலைப்பட் டேன். எனவே, ப்ராக்ராமை ஜூன் 21ம் தேதியே கொண்டாடி விடலாம் என்று தீர்மானித்தோம்.

21ம் தேதி மாலை நான்கு மணிக்கு நாங்கள் இருவரும் மில்க் கபே சென்றோம். ஒவ்வொரு ரூபாய்க்கு ஆர்டர் செய்வ தற்கு முன்பாக நாங்கள் பல தடவை மெனு கார்டைப் படித்துக் கொண்டே மெல்லிய குரலில் பேசிக் கொண்டிருந்தது மானேஜ ரின் காதுகளில் விழுந்து விட்டது. அவர் எங்கள் மேஜையின் மீது ரோஜா மொட்டையும் ஒரு மெழுகுவர்த்தியையும் கொண்டு வந்து வைத்து, ‘ஹாப்பி பர்த் டே’ சொன்னார். குல்லின் விருப்பத்தையும் கேட்டார். ஜூக் பாக்ஸில் ‘ஹஷவுஸ் ஆப் பேம்பூ’ இலவசமாக ஒலிக்கச் செய்தார். இளைஞர்கள் குல் லிடம் அப்படித்தான் நடந்து கொள்வார்கள்.

இதை விடவும் வேறு விருப்பம் பெரிதாக பிறந்த நாளன்று என்ன வேண்டும்? மாலையில் ஆறு மணிக்கு குஷி யோடு வெளியில் வந்தால் பெரிய மழை பெய்து கொண்டிருந் தது. எங்களிடம் காற்றைப் போல ஒரு குடை இருந்தது. அதை குல் தன்னை வெயிலிலிருந்து காத்துக் கொள்ளப் பயன்படுத்து வாள். அவள் அதை எங்கள் இருவர் தலைக்கும் மேலாக உயர்த்தினாள்.

ஆனால், மலைக் காற்றிலும் மழையிலும் அது எப்படித் தாங்கும். குடை திரும்பி தலை கீழாகி விட்டது. நாங்கள் நனைந்து நனைந்து ஓடி ஓடி ஒரு வழியாகி விட்டோம். குல்லின் செருப்பு அறுந்து விட்டது. துப்பட்டாவின் ஒரு மூலையைக் கிழித்துக் கட்டுப் போட்டுக் கொண்டு விரித்தாடும் வீட்டுப் பள்ளத்தை

நோக்கி நடந்தோம். செருப்பு வாங்காமல் இருந்தது நல்லது என்றும் நினைத்தோம்.

என்னுடைய காலில் ஆண்களின் கான்வாஸ் ஷூ இருந்தது. அதுவும் நனைந்து விட்டது. ஆனாலும் பிய்ந்து போகாமல் இருந்தது. நாங்கள் இருவரும் ஜோடி போட்டுக் கொண்டு நனைந்த செருப்புகளுடன் வீட்டினுள் நுழைந்தோம். நாட்கணக்கில் தங்கியிருந்த துர்நாற்றத்தை அந்த மழை போக்கி விட்டிருந்தது. அதற்கு நன்றி.

சுடச் சுட டீ கிடைத்தால் எப்படி இருக்கும் என்று நினைத்தேன். தனியாக இருட்டில் நனைந்து கொண்டே வந்திருக்கிறீர்களே? ரிக்ஷா எடுத்துக் கொண்டு ஏன் வரவில்லை என்று கரம்சந்த் சூடான டீக்குப் பதிலாக சுடச் சுட சொற்களுடன் எங்களை வரவேற்றார்.

அவருடைய மனைவி கூர்மையான பார்வையால் தலை முதல் கால் வரை எங்களைத் துளைத்தார். பொறாமைத் தீயில் வெந்தாள். நாங்கள் இருவரும் நனைந்த உடையில் வெட்கம் கெட்டவர்களாகத் தெரிந்தோம் என்பதை நான் உணர்ந்து கொண்டேன். என்னிலிருந்து விலகி நான் குல்லைப் பார்த்தால், அவளின் உடை உடலோடு ஒட்டி, அதிலிருந்து எட்டிப் பார்க்கும் இளமை செக்ஸியான உடலாகக் காட்டியது.

சினிமாவில் வரும் பொறுக்கியைப் போல மெய் சிலிர்த்தேன். கரம்சந்தின் மனைவிக்கும் அதே உணர்வு ஏற்பட்டிருக்க வேண்டும். அப்படியே பார்வையால் எரித்துச் சாம்பலாக்கி விடுவதைப் போல உற்றுப் பார்த்துக் கொண்டிருந்தாள். என்னை அல்ல, அவளை. குல் அறியாமல் இருந்தாளா அல்லது அதில் மகிழ்ச்சி அடைந்தாளா தெரியவில்லை. ஆனால், அவள் கரம்சந்திடம் கேள்விக்குப் பதில் சொல்லிக் கொண்டிருந்தாள். "ரிக்ஷா விலா? சரியாய்ப் போச்சு. மழையில் நனைவதற்காகவே வருகிறான்; கழுதை போலத்தான் நினைக்கிறான்."

"போய் உடையை மாற்று" கரம்சந்தின் மனைவி வெடித்துச் சொன்னாள். குல் சிவந்து போய் உள்ளே ஓடினாள்.

இணைந்த மனம் 175

அந்த இரவு கலவரம் இல்லாமல் கனத்த உடலோடு அப்படியே தூக்கம் வந்தது. அடுத்த நாள் காலையில் நான் குல்லுடன் நிழலைப் போல ஒட்டி இருந்தேன். செய்தித் தாள் மதியத்திற்குப் பிறகுதான் வரும். காத்திருத்தலில் நேரம் கழியவே கழிவதில்லை. கரம்சந்தின் மனைவியின் சொற்களைக் கேட்காத வண்ணம் காதில் விழாத அளவிற்குக் கேட்காமல் இருக்க ஜன்னலில் கழுத்தை நுழைத்து தூரத்தில் இருந்த மலையை உற்றுப் பார்த்து நின்று கொண்டிருந்தோம். இன்றும் அந்த வேதனையை நான் நினைவில் கொள்கிறேன். மண்டையைப் பிளக்கிறது வலி. இப்போது வெடிக்குமோ, அப்புறம் வெடிக்குமோ என்றிருக்கிறது.

ஏறக்குறைய பன்னிரெண்டு மணி இருக்கலாம். அப்போது அவர் தில்லியிலிருந்து குல்லுக்கு வந்த தந்தியைக் கையில் கொடுத்தார். தந்தி வந்தது என்றால் அதன் பொருள் யாரோ இறந்து விட்டார்கள் என்று கருதும் காலம் அது. நான் குரல் தழுதழுக்க ‘அம்மா’ என்று அழுதேன். அவள் நடுங்கும் கைகளால் தந்தியைத் திறந்தாள். சில நொடிகள் பேயறைந்தாற் போல் நின்றிருந்தாள். பிறகு தந்தியை என் பக்கம் நீட்டினாள். ‘குல் பர்ஸ்ட் டிவிஷனில் பாஸ். வாழ்த்துக்கள் அப்பா’ என்று இருந்தது.

எங்களால் மகிழ்ச்சியைக் கட்டுப்படுத்த முடியவில்லை. தலை நரம்பு வெடிக்கவில்லை. பலமுறை படித்தும் நம்பிக்கை ஏற்படவில்லை. சட்டென்று லைப்ரரியை நோக்கி ஓடினோம். கட்டுப் போட்டுக் கொண்டிருந்த அறுந்த செருப்புடன், வழுக்கல் நிறைந்த அந்த மலை ஏற்றத்தில் எத்தனை விரைவாக ஏற முடியுமோ அதை விட விரைவாக வேகமாக ஓடினோம். ஒரு மணிக்கு அங்கு சென்றால், அப்போதுதான் பேப்பர் வந்திருந்தது. செய்தித் தாளைப் பார்த்து செய்தியை அறிந்து விட்டாள். வானம் வெய்யிலில் மூழ்கிக் கொண்டிருந்தது.

இப்போது குல் தாங்க இயலாமல் என்னிடம் வெடித்து சொல்ல ஆரம்பித்தாள்.

‘‘விடுமுறை எல்லாம் உன்னால் நாசமாகி விட்டது. தினம் நாள் ஆரம்பத்திலிருந்து மலையிலிருந்து குதிக்காதே. மலையில் இருந்து குதிக்காதே’’ என்று.

''இங்கே மலையில் ஏறவே கஷ்டமாக இருக்கிறது. அப்புறம் எப்படிக் குதிக்கிறது? என்னுடைய பிறந்த நாளையும் நாசம் செய்து விட்டாய். நேற்று தேவையில்லாமல் மழையில் நனைந் தோம். இன்று எப்படி வெய்யில் அடிக்கிறது பார்'' என்றாள். ஏதோ மழை நான் சிபாரிசு செய்ததினால்தான் பெய்தாற் போல.

''நீதானே சொன்னாய்? மனிதன் மழையில் நனைவதற்காக வருகிறான் என்று. இப்போது என்ன ஆயிற்று?''

பின் நாங்கள் இருவரும் மனம் விட்டுச் சிரித்தோம். செருப் பின் ஒட்டு இன்னொரு முறை அவிழ்ந்து விட்டது. இருவரும் கையோடு கை சேர்த்துக் கொண்டு ஜாலியாக வீடு திரும்பினோம்.

வீட்டை அடைந்தவுடனேயே எங்களுக்கு அதுதான் மலையில் கடைசி நாள் என்று தெரிய வந்தது. அடுத்த நாள் கலை கரம்சந்த் அலுவலக வேலையாய் தில்லி செல்ல வேண்டி இருந்தது. நாங்களும் அவருடன் திரும்ப வேண்டும்.

நான் இப்போது மகிழ்ச்சியாக இருந்தேன். என்னுடைய கூச்சம், கரம்சந்த் மனைவியின் கோபம் அம்மாவிற்குப் பதிலாக அந்த இனிய செய்தி மனம் நிறைந்திருக்கிறது. இதை நான் வெளியே சொன்னேன். ''ஆன்ட்டி இன்றைக்காவது கொஞ்சம் இனிப்பு சாப்பிடக் கொடுங்கள்'' என்று.

இருவரும் திடுக்கிட்டுப் போய் விட்டார்.

கரம்சந்த் மனைவியின் கடுமையான முகம் இன்னும் இறுகிப் போயிற்று. மிஸ் ஹூக்கு நினைவிற்கு வந்தாள். அவள் குல்லின் தோளின் மீது கை வைத்தார். கழுத்தை நெறித்து விட மாட்டாளே? இல்லை. வாழ்த்துத் தெரிவித்தாள். அல்லது ஆசீர்வாதம் செய்தாள்.

குரல் இன்னமும் கடுமையாகத்தான் இருந்தது. ஆனால், குரல் மெலிதாக ஒலித்தது, புரிபடாமல். பிறகு கணவனும் மனைவியும் ஒருவரை ஒருவர் பார்த்துக் கொண்டனர். அவர்கள் சமையல் அறைக்குச் சென்றனர். அங்கிருந்த வலை அலமாரியைத் திறந்தனர். கடலை மாவு லட்டை எடுத்து எங்களுக்குக் கொடுத்தனர்.

ஒன்றை எடுத்துக் கொண்டதும், ‘‘இன்னமும் எடுத்துக் கொள். இன்றைக்கு நல்ல மகிழ்ச்சியான நாள். பெரிய காரியம் செய்திருக்கிறாய். பாராட்டும் கிடைக்க வேண்டும்’’ என்று சொன்னாள்.

இன்னமும் குரலில் கடுமை இருந்தது. ஆனால், கண்கள் நெகிழ்ந்திருந்தன. கரம்சந்த் தொண்டையைக் கனைத்துக் கொண்டு, ‘‘ஜைனுக்குப் பெருமை சேர்த்து விட்டாய் குல்’’ என முதுகைத் தட்டி, ‘‘உங்களுடையதையும் கூட’’ என்றாள்.

‘‘நிறைய கற்றுக் கொள். பெண் பிறவியாயிற்றே. எத்தனை தான் படித்தாலும் இதைத்தான் செய்ய வேண்டி இருக்கும்.’’

அந்தச் சொற்கள் ஜோதிடமா? அல்லது தெரிந்தே சொன்ன சொற்களா?

நாங்கள் ஊர் திரும்பினோம். அப்பாவின் நேரம் மாறிப் போயிற்று. அதன் பின் குல்லின் பல பிறந்த நாட்கள் கொண் டாடினோம். ஆனாலும், அந்தப் பிறந்த நாளைப் போல மன மகிழ்ச்சி பின் எப்போதும் கிடைக்கவில்லை.

8

குல்லைச் சேர்த்துக் கொள்ள ஒவ்வொரு காலேஜூம் கை நீட்டி வரவேற்றன.

தில்லியில், 50களில் மூன்று பெண்கள் கல்லூரிகள் உச்சத்தில் இருந்தன. அவை இந்திரப்ரஸ்த, லேடி இர்வின் மற்றும் மிராண்டா ஹவுஸ். ஹவுஸ் என்று சொல்லக் காரணம், ஹாஸ்டல் கட்டி முடித்து விட்டனர். கல்லூரியின் கட்டுமானப் பணி முடிவடைய வில்லை. வகுப்புகள் ஆங்காங்கே எடுக்கப்பட்டன. கட்டாயத் தின் பேரில் சாந்தி நிகேதனைப் போல சில வேளை புல் தரை யில், சில வேளை சந்துகளில்.

ஒரு சொல் வழக்கு உண்டு. இந்திரப்ரஸ்த காலேஜூக்கு அம்மாக்கள் செல்வார்கள். லேடி இர்வின் காலேஜில் அக்காக் கள் செல்வார்கள். மிராண்டா ஹவுஸில் காதலர்கள் என்று. வசதிக்காக அருகிலேயே ஆண்களின் தான்ஸூ காலேஜ், செயிண்ட் ஸ்டீபன்ஸ் ஆகிய இரண்டும் இருந்தன. அந்தக் கணக்குப்படி பார்த்தால் குல் மிராண்டா ஹவுஸில்தான் இணைய வேண்டும். அப்படி எல்லாம் அவள் செய்ய வேண்டியதைச் சரியாகச் செய்து விட்டால் அவள் பெயர் குல் மோகராக இருக்குமோ?

அவளுடைய எல்லாத் தோழிகளும் மிராண்டா ஹவுஸ் சென்று கொண்டிருந்தனர். வேறு எங்கும் சேருவதற்குத் தகுதி யான மதிப்பெண் பெறவில்லை. இரண்டாம் வகுப்பில் மிகவும் கஷ்டப்பட்டு பாஸ் செய்திருந்தனர். சோனியாவைத் தவிர, அவள் லேடி இர்வின் காலேஜில் ஹோம் சயின்ஸில் சேர்ந்து விட்டாள்.

குல்லும் கூட அதைத்தான் பள்ளியில் எடுத்திருந்தாள், கணக்கிலிருந்து தப்பிக்க. ஈடுபாடு இல்லாமல்தான் இருந்தாள்.

குல், தான் பிராக்டிகலில் எப்படி பாஸானாள் என்பது தனக்கே தெரியாத விஷயம் என்று சொல்லுவாள். நானும் நீயும் அனுமானம் செய்து கொள்ளலாம்.

சமையல் செய்து காட்டும் வகுப்பில் அவள் ஒரு முறை கூட சமைத்தது கிடையாது. அந்த செயலில் அறிவாளியான பெண்களுடன் நட்புடன் இருந்தாள். அவள் அவர்களுக்காக பாத்திரம் தேய்த்துத் தருவாள். அவர்களில் ஒருத்திதான் சமைத்ததை அவளுக்கும் ஒரு பங்கு கொடுப்பாள். அதைத்தான் செய்ததாக டீச்சரின் முன்னால் கொண்டு வந்து விடுவாள்.

ஒவ்வொரு நாளும் ஒவ்வொரு பெண் சமைத்ததையும் வாங்கிக் கொண்டு விடுவதால் வந்த லாபம் என்றால் தினம் தினம் சுவையான சமையலில் பங்கு கிடைத்துக் கொண்டிருந்தது. 70, 80 மதிப்பெண்கள் கிடைத்தால், இவளுக்கும் அதே அளவோ அல்லது குறைவாகவோ மதிப்பெண் கிடைத்து விடும். இப்போது புரிந்ததா? ஹோம் ஸயின்ஸில் ஒன்னாம் நம்பர் மாணவி யார் என்று? குல் மோஃசர் ஜைன். இரண்டாம் இடத்தில் சோனியா. ஏனெனில், அவள் எல்லாவற்றையும் வருடக் கணக்கில் செய்வாள். தினம் தினம், மாதக் கணக்கில், வருடக் கணக்கில்.

குல் இந்த விளையாட்டை எப்படி வெற்றிகரமாகக் கையாண்டாள் என்பது என் புரிதலுக்கு அப்பாற்பட்ட விஷயம். ஹையர் செகண்டரி என்பது முழுதாக மூன்று ஆண்டுகள். நான் உயர் கணிதம் எடுத்து ஆர்ட்ஸ் க்ரூப்பில் படிக்கச் சென்றால், எனக்குக் கிடைத்தவர்கள் ஹோம் சயின்ஸ் மாணவிகள், உணவு சமைப்பது, பாத்திரம் வாணலி தேய்ப்பது, நோயாளியைக் கவனித்துக் கொள்வது ஆகியவற்றில் உண்மையிலேயே கெட்டிக்காரிகள்.

குல் எல்லாவற்றிலுமே பூஜ்யம். அவளை விடவும் நான் மேம்பட்டவள். ஸ்வெட்டர் பின்னும் கலையை நீயே அறிவாய். நோயாளிகளைக் கவனிப்பதிலும் அவள் ஸ்வெட்டர் பின்னுவதைப் போலத்தான் இருந்தாள். ஆரம்ப காலத்தில் பூக்களைக் கொண்டு கொடுப்பது, அருகிலிருந்து ஆறுதல் சொல்வது,

அங்கங்கிருந்து கதைகளையும் பாடல்களையும் எடுத்துச் சொல்லி கேட்க வைப்பது எனச் செய்து இப்படியே நோயாளி களின் மனதை நெகிழச் செய்வாள்.

பாவம், உடல் தேறி விட்டது என எண்ணுவார்கள். பிறகு டிராப்ஸின். நீண்ட நாட்கள் நோயிலிருந்த அனுபவமும் கிடை யாது. ஏறக்குறைய மூன்று ஆண்டுகள் நான் காய்ச்சலால் விழுந்து கிடந்தாலும் தர்மா மீட்டர் பார்க்கத் தெரியாது. போர்ட் எக்ஸா மிற்காக வெளியிலிருந்து வந்த எக்ஸாமினர் ஒரு பெண்ணின் காய்ச்சலைப் பரிசோதிக்கச் சொன்னார் என்று சொல்லும் போது அவளேதான் இதையும் சொன்னாள்.

அவள் அந்தப் பெண்ணிடம் நீ நலமாக இருப்பதாகத் தானே உணர்கிறாய்? என்று கேட்டிருக்கிறாள். ஆம் என்று அவள் சொன்ன உடனேயே காய்ச்சல் 98.4 என்று சொல்லி இருக்கிறாள். பெண் நெருப்புக்கு அருகில் இருந்து வந்திருந் தாள். தர்மா மீட்டரில் சூடு 99 என்று காட்டியிருக்கிறது.

எக்ஸாமினர் பார்த்துச் சொல்லச் சொன்னதும், ''தர்மா மீட்டர் கெட்டிருக்கிறது. நான் பார்த்ததற்குப் பிறகும் கூட காய்ச்சல் ஏறிக் கொண்டே இருந்தது. நான் தவறு செய்திருக் கவே முடியாது. இன்னொரு தர்மா மீட்டர் எடுத்து வரச் செய் யுங்கள்.''

இன்னொன்று வந்தது. குல் மறுபடியும் 98.4 என்று சொன்னாள். அதற்குள் குளிர்ந்த இடத்தில் அமர்ந்திருந்ததினால் அவளுடைய உடலின் சூடு குறைந்து விட்டது. குல் சொன்னது சரியாகப் போயிற்று. கர்வத்தோடுதான் சொல்வது சரி என்றா லும் அதிர்ஷ்டமும் அவள் பக்கம் இருந்தது.

நோயினால் எனக்கு நிறைய வேதனை ஏற்பட்டிருக்கிறது. எத்தனை பயனற்ற வைத்தியமோ அத்தனை நோய்வாய்ப்பட்டு இருந்தேன். மருந்து, மாத்திரை சாப்பிடுவது என்பது சர்க்கஸை விடச் சற்றும் குறைந்ததல்ல. எத்தனை தடவை தண்ணீரை ஊற்றினாலும், வழுக்கிக் கொண்டு உள்ளே சென்று விடும். மாத்திரை அப்படியே வாயினுள். பார்வதி என்னுடைய திறந்த வாயினுள் மாத்திரையை எறிவாள், விளையாட்டுக்காரன் பந்தைக்

இணைந்த மனம்

கூடையினுள் எறிவதைப் போல. மாத்திரை உள்ளே சென்று விடும். ஆனால், மூச்சத் திணறி விடும் இருமல் கட்டுக்கடங் காமல் வரும்.

ஏதாவது குறை இருக்கும் போது அதிர்ஷ்டமும் ஏன் நம்மை கை விட்டு விடுகிறது. மனிதன் தானே எல்லாவற்றை யும் செய்வதாகத் தோன்றுகிறது. பிடிக்காதவற்றையே செய்து காலம் கழிக்கிறான்.

இதைத்தான் மோகரா அதிர்ஷ்டம் என்று சொல்கிறார்கள் அல்லது தலை எழுத்து என்று. எது பிடிக்குமோ அதை வெட்டி விடும்.

"விதி அதுதான். இத்தனை இயல்பற்று இருக்க முடியும். யாரோ மிகச் சிறந்தவர்களின் கைகள் நமது அதிர்ஷ்டத்தை அடைகிறது என்றால் அது இயல்பென்றாகிறது இல்லையா?"

"எழுத்தாளர்களான நம்மைப் போல கருத்து சிறந்ததாக இருந்தது எனில், சாதாரண எழுத்தாளனைப் போல இயல்புக்கு என்ன தேவை அங்கு?"

"அதுவும் சரிதான். இயல்பற்றதை இயல்பாக்கி விடுவது தான். ஒரு தரப்பில் சொல்லப் போனால் குல் இப்படித்தான் எழுத்தாளரானாள்."

"அப்புறம் நீ?"

"நானும்தான் இந்த விஷயத்தில் எல்லோருமே ஒன்று போலவே இருக்கின்றனர். நீங்கள் குல்லின் கதைக்குள் எப் போது ஒன்றப் போகிறீர்கள்?"

"உடனேயே! மிக அதிகமானவர்களுக்கு இந்திர பிரஸ்தத் தில் சேர தேவை இருந்தது. மக்கள் சொன்னார்கள். அட போ மக்கள் என்ன மக்கள்? எப்போதும் ஏதாவது சொல்லிக் கொண்டேதான் இருப்பார்கள். ஏன் உங்கள் பெண் இத்தனை சோகையாக இருக்கிறாள்? இத்தனை மார்க் எடுத்திருக்கிறாள். அவளை மிகச் சிறந்த கல்லூரியில் சேர்க்காமல் இருப்பது நியாய மாகாது. தலையாய காலேஜ் எது? எல்லாவற்றையும் விடவும் அதிக மதிப்பெண்கள் கோரும் கல்லூரி. அதுதான் அம்மாக்கள்

காலேஜான இந்திரப்ரஸ்த. இவர்கள் அதே மக்கள்தான். எப்படியாவது தன் பெண்ணுக்கு ஒரு மூக்கணாங்கயிறு போட்டு கட்டி வைத்து விட வேண்டும் என்று எச்சரிக்கை விடுக்கும் அதே மக்கள்தான் இவர்கள். இல்லா விட்டால் உங்கள் "பெண் மதம் பிடித்து கெட்டலைந்து விடுவாள்" என்றும் சொல்லும் மக்கள்.

"தெரிந்து கொள் பெண்ணே! கடிவாளம் இப்படி இல்லா விட்டால் அப்படி."

கல்லூரியின் தேர்வு குல்லுடையது அல்ல. அவளுடைய அப்பாவுடையது என்று நினைத்துக் கொண்டிருக்கிறார்கள். பாவம் அவர்கள் குல்லின் சுபாவத்தை நன்கு அறிந்திருக்கிறார்கள். முன்பு தோழிகள், இப்போது கொஞ்சம் வேறு. மிராண்டா ஹவுஸில் சேரலாம். அதுதான் இன்னமும் சிறப்பாக இருக்கும் என்று எண்ணினர். ஆனால், குல் இந்திரப்ரஸ்தவினுடைய விண்ணப்பத்தைப் பூர்த்தி செய்து கொடுத்து விட்டாள். சேர அனுமதி கிடைத்து விட்டது. அப்பா மௌனமாக இருந்து விட்டார்.

ஊகத்திற்கு எதிரான விளைவு. இருவரையுமே தடுமாற்றத்தில் ஆழ்த்தி இருக்கலாம்.

இந்திரப்ரஸ்த கல்லூரியில் ஆங்கில ஆனர்ஸ் எடுத்தாள். ஆனால், ஒரே மாதத்திலேயே அங்கு தங்கி படிக்கும் பெண்களுடன் சண்டை வந்து விட்டது. "டியர் நீதானே சொன்னாய் அது அம்மாக்கள் காலேஜ் என்று. அவர்களை விடவும் நம் அம்மா இன்னும் நாகரிமானவள். எங்கள் உண்மையான அம்மாவால் பெரிய பெரிய ஆட்களை எல்லாம் விரட்டி அடிக்க முடியும். தன்னுடைய சிறப்பான ஆங்கிலேய நாகரிகத்தில் காலேஜின் கற்றுக் குட்டிகள் கால் தூசிக்குச் சமம்."

குல் அப்பா சொல் பேச்சு கேட்கத் தொடங்கினாள். அவர் தன்னுடைய ஆளுமையினால் இந்திரப்ரஸ்த கல்லூரியிலிருந்து விடுவித்தார். அவளை மிராண்டா ஹவுஸில் சேர்த்தார். வேலை அவ்வளவு சுலபமானது அல்ல. இதில் ஒரு நன்மை என்ன வென்றால் ஜைன் குடும்பத்தில் பொருளாதார நிலை மந்த கதியிலிருந்து வேகம் கொண்டு சவாரி செய்யத் தொடங்கியது.

மறுபடியும் இந்திரபிரஸ்த கல்லூரியிலிருந்து காரணமில்லாமல் விலகியதால் செலுத்தப்பட்ட கட்டணம் திரும்பி வராமல் கை கழுவப்பட்டது. மறுபடியும் மிராண்டா ஹவுஸிற்குப் பணம் கட்ட வேண்டி வந்தது. காசுக்குத் தட்டுப்பாடு இல்லை. ஆனால் நோய்க்கு வைத்தியம் செய்தால் எல்லாம் தீர்ந்து போனது.

இரண்டு கல்லூரி முதல்வர்களையும் சந்தித்து ஒரே மாதிரியாக குஷிப்படுத்தி தன் காரியத்தை முடித்துக் காட்டினார். குல் இந்திரப்ரஸ்தத்திலிருந்து மிராண்டா ஹவுஸில் ஆங்கில ஆனர்ஸ் சேர்ந்தாள். ஆனால் வாயை மூடிக் கொண்டு பேசாமல் படிப்பில் இணைந்தால் அவள் குல்லா என்ன?

ஒரு மாதம் வரை ஆங்கில இலக்கிய வகுப்புகளில் இருந்தாள். புரொபசர்களிடம் நல்ல பெண் பட்டமும் வாங்கி தன் பேச்சுத் திறமையால் நட்பும் கொண்டு விட்டாள். மிராண்டா ஹவுஸில் ஆத்மாவை நெருங்கினாள் குல். பாதி நேரம் மிஸ் மிராண்டா ஹவுஸ் போன்ற கேளிக்கைகளில் பங்கு கொள்ளத் தொடங்கினாள். இதையும் விடவும் அதிக நேரத்தை ஹாஸ்டலில் கழித்தாள். புதிய தோழிகளின் அறைகளில், அவர்களின் வண்ண வண்ண வாழ்க்கைக் கதைகளைக் கேட்டு மகிழ்ந்து கழித்தாள். மிராண்டா ஹவுஸில் ஒருவரைக் காட்டிலும் ஒருவர் சிறந்த அறிமுகமற்ற பரம்பரையிலிருந்து வந்த பழக்க வழக்கங்களைக் கொண்டவர்களின் வாரிசுகள்.

அப்போது பெண்கள் நெருப்பு என்று சொல்லும் பழக்கம் எல்லாம் கிடையாது. அவற்றில் இருந்தெல்லாம் விலகியவர்கள் என்று சொல்ல வேண்டும். படிக்க வந்திருக்கின்றனர். எல்லோரும் தன் கதையை குல்லிடம் சொல்லத் துடித்துக் கொண்டிருந்தனர். இவளும் இந்த நெருப்புப் பொறியிலிருந்து விலக்கம் பெறப் போகிறாள் என்பதை மோப்பம் பிடித்திருப்பார்களாக இருக்கும். தங்களுடைய கூட்டத்தில் அவளையும் ஒருத்தியாக்கி இணையற்றவளாக்கி விடுவார்கள்.

கொஞ்சம் உப்பும் காரமும் இட்டும் தன்னுடைய இச்சைக்கு சப்புக் கொட்டி உணவாக்கி விட்டனர். இந்தக் கூடத்தில் ஒரு நற்குல நங்கையும் இருந்தாள். வெளியே அறைந்ததைக் காரண

மாகக் கொண்டு மிராண்டா ஹவுஸின் பலமுள்ள பிரின்சிபால் டாகூர் தாஸிற்கு வெளிக் கதவையும் காட்டினாள்.

பாட்டியாலா மகாராஜாவின் எண்பது வகை சொத்துக் களில் சில தேவதைகளும் - அழகிகளும் இருந்தனர். லெஸ்பி யன் ஆகலாமா, வேண்டாமா என்பதற்கு இடையில் குழம்பிக் கொண்டு விலகி இருந்தனர். அவர்கள் குல்லின் மீது கூடுதல் கருணை கொண்டிருந்தனர். அவர்களுக்கு அவள் தீனி போட வில்லை. ஏனெனில், பின்வரும் நாட்களில் ஆண்டவன் அவர் களை ஆண்களின் கையில் ஒப்படைக்கட்டும், நற்குல நங்கை ஆகட்டும் என நன்கு காப்பாற்றி வைத்திருந்தனர்.

''கேள்விப்பட்டேன். அவர் எழுத்தாளராக ஆன பின்னால், மிராண்டா ஹவுஸின் தன் அனுபவங்களையும் எழுதியிருக் கிறாள் என்று.''

''ஆமாம் எழுதி இருக்கிறாள். உண்மையைச் சொல்லப் போனால், என்னுடைய இந்த உளறலை விடவும் அவள் எழுதாத பல வாக்குமூலத்தைக் கேட்க நீ ஆசைப்படுவாயா?''

''நீ சொல்லிக் கொண்டே போ.''

''சரி, விடு. எனக்குக் கபட நாடகம் ஆடத் தெரியாது. அவளுடைய எழுத்தைக் காட்டலாம்!'' என்று எண்ணிக் கொண் டிருந்தேன். உனக்குப் பொறாமை இல்லை. சரி கேள். மிராண்டா வின் கதையை குல்மோஹரின் குரலில்.''

அந்தக் காலம் எல்லாம் போய் விட்டது தோழி. என்ன இளமை, என்ன ஜொலிப்பு, என்ன ஆசை, சேர்த்துக் கொள்ளப் பட்டாள் ஆங்கில பி.ஏ. ஹானர்ஸில். உருது கற்பிக்க மாஸ்டர் ஏற்பாடாயிற்று. சில இலக்கியங்களைப் பொறுக்கி எடுத்து தேர்வு செய்து படிக்கச் சொல்லிக் கொடுக்க சேகரித்தும் ஆயிற்று. பிறகு பாஸ் கோர்ஸில்தான் சேருவேன் என்று பிடிவாதம் பிடித் தாள். ஏதோ தான்தோன்றித்தனமான குழப்பம் அவள் மூளைக் குள் நுழைந்து விட்டது.

குல் மோஹர் எதற்காக இந்த ஹானர்ஸ் - வானர்ஸ் எல்லாம்! இலக்கியம் அதன் பயன் இன்னும் அதிகம் என காதில் ஓதிற்று

ஏதோ. இன்னும் ஆழமாகப் போகப் போக 365 × 3 = 1095 நாட்கள். அத்தனை இரவுகள், அத்தனை பகல்கள். புத்தகத் தினுள் தலையை நுழைத்துக் கொண்டு கிடக்க வேண்டியிருக் கும். கதையைக் கொன்று, அதைப் போஸ்ட் மார்ட்டம் செய்து அதன் ஆன்மாவிற்குள் இறங்கி இறங்கி தானே அழிந்து போவாள். அதைக் கேட்ட எங்களுக்கெல்லாம் மூச்சுக் காற்று குழாயில் பாதியிலேயே அடைத்துக் கொண்டது.

அந்த நாட்களில் ஆங்கில பேராசிரியையாக மிஸ் ஆச்சார்யா இருந்து வந்தார். நல்ல தெளிவான உச்சரிப்பிற்காக ஒரேயடியாகச் சொற்களைக் கடித்துக் கடித்துத் துப்பிக் கொண்டிருப்பாள். அப்போதுதான் சொற்கள் முனை மழுங்காமல் முழுமையாக காதில் இறங்கும். அச்ச உணர்வு உள்ளவர், நல்ல ஒப்பனையுடன் கூட. தென்னிந்தியாவின் கவர்ச்சியான பட்டுச் சேலைகளை அழகாக சிறப்பாகக் கட்டிக் கொண்டு துலக்கமாக வருவார்.

பெண்கள் அவர் ஸ்மார்ட் என்று சொல்லுவார்கள். அவரிடம் பயமும் கொள்வார்கள். அவரிடம் சென்று நான் மனம் திறந்து சொன்னேன். நான் பாஸ் கோர்ஸில் சேர விரும்புகிறேன் என்று. முதலில் அவருக்கு நம்பிக்கை ஏற்படவில்லை. இந்த ஏற் பாட்டிற்கு அவர் கடுமையான சொற்களை வீசி விளாசிக் கொண்டிருந்தார். அவருடைய சூடான சொற்களால் காது பொறிந்து போனது.

''நீ ஹானர்ஸ் வேண்டும் என்று பிச்சை கேட்டுக் கொண்டு பின்னாலேயே அலைந்து கொண்டிருந்தவர்கள் நீங்கள். அப்புறம் நீ... நீ... நீ ஒரு முட்டாள்.''

''இப்படி எல்லாம் மதிப்பும் மரியாதையும் கிடைத்த பிறகும் நாங்கள் ஏன் ஏற்றுக் கொள்ளப் போகிறோம்? நாங்களோ 365 × 3 இரவுகளையும் பகல்களையும் அழிவில் இருந்து காப்பாற்ற கிளம்பி இருக்கிறோம். பின்னால் சென்று கொண்டே இருந்தாலும் கூட அவர் எங்களைப் பாஸ் கோர்ஸில் சேர அனுமதி தரவில்லை.''

பாஸ் கோர்ஸில் எங்களுக்கு நான்கு விஷயங்கள் இருந் தன. அவை எல்லாமே சமமான மகத்துவம் வாய்ந்தவை. ஒன்று

'ஹானரபிள்' அகம் கிடையாது. 'சப்ஸிடிரி' கிடையாது. ஆங்கிலம், ஹிந்தி, பொருளாதாரம் மற்றும் தத்துவம் மூன்று பாகங்களாகப பிரிக்கப்பட்டு இருந்தன. மனோ தத்துவம் அது எனக்கு எப்போதுமே பிடித்தமானது. அரசியல் மற்றும் தர்க்க விஞ்ஞானம்.

உருதுவோ எங்களுக்கு மிகவும் பிடித்தமானது.கிடைக்கும் நேரத்தில் படித்துக் கொள்ளலாம். உருது கற்பிற்கும் பேராசிரியர் கொஞ்சமாகக் கற்பிப்பார். அதை விட அதிக நேரம் தன் உடலின் வியர்வையைத் துடைத்துக் கொண்டே இருப்பார். வண்டி வண்டியாய் வியர்க்கும். மேலும் கைக்குட்டை அல்ல. துண்டையே உபயோகிப்பார், துடைத்துக் கொள்ள. நாங்கள் எத்தனைதான் சிறப்பாக எழுதினாலும், அவருடைய ரிப்போர்ட் என்னவோ 'ப்ராக்டிஸ் மேக்ஸ் ஒன் பர்பெக்ட்' என்றிருக்கும். இந்த வாக்கியம் போரடித்துப் போயிற்று. எங்களால் சேர்க்கப் பட்ட மாணவர்கள் மெல்ல மெல்ல காணாமல் போயினர். இப்போது ஒரே ஒரு மாணவியான எனக்குக் கற்பிக்க ஆசிரிய ருக்கு நாளுக்கு நாள் கலக்கம் அதிகமாயிற்று. அந்த ஏற்பாடும் முடிந்து போனது. அதுதான் பலன்.

ஆங்கில - ஹிந்தி இலக்கியங்கள் மீது எனக்குக் காதல் அதிகம். பொருளாதாரமும் நல்லதுதான். ஆனால், வறண்ட சப்ஜெக்ட். எல்லா சமதளத்திலும் ஏதாவது புகை சேறு தடை யாக இருக்கிறது. ஜானகி அம்மாள் போன்ற உறுதியான, திறமையான ஆசிரியர் சொல்லிக் கொடுத்தும், மெருகேற்றியும், பிரகாசிக்க வைத்தும் கூட மனனம் செய்ய வைத்தும் சொல்லிக் கொடுத்தார்.

ஆங்கில இலக்கியத்தைக் கொஞ்ச நாட்கள் கபிலா மாலிக் கும், பின் கமலா வாத்ஸாயனரும் கற்பித்தனர். இப்போது பெருமை மிக்க சிறந்த அதிகாரி. அப்போது அழகான இளம் பெண். மிராண்டா ஹவுஸின் திறந்த வெளி முற்றத்தில் எந்த ஒப்பனையு மின்றித் தன் விருப்பம் கொண்டும், என் வேண்டுகோளினாலும் பரத நாட்டிய முத்திரைகளையும், அதன் அழகையும் செய்து காட்டினார். கிருஷ்ணா கிறிஸ்துவ மதத்தைப் பின்பற்றுபவர். அவர் மிக பணிவான உச்சரிப்புடன் பல விஷயங்களை எங்க

ளுக்குச் சொல்லித் தருவார். கடைசியாக மிஸ் ப்ரசாத் காவியம் கற்பிப்பார். கூடவே கடவுளையும். நன்கு சொல்லித் தந்தார்.

அவருடைய உச்சரிப்பிலிருந்து பொருள் விளக்கம் வரை, உருண்டையாகவும் சில சமயம், வில்லைப் போலவும் உள்ள உதடுகளை வளைத்துக் கொண்டு, கருப்புக் கண்ணாடி அணிந்து, அதன் பின்னால் இருக்கும் சிரிக்கும், உருக்கும் கண்களைக் கொண்டும், கண்களில் மேலிருந்து சீராக்கப்பட்ட புருவம் வரை உபயோகித்து ஒரு தனித்த ஈர்ப்பும் கவர்ச்சியும் கொண்டு சொல்லிக் கொடுத்தார். அதன் காரணமாகத்தான் டி.எஸ். எலியட்டின் 'ஹாலோமேன்', கோல்ட்ரிஜ்ஜின் 'ருபலா கான்', டெட்னினுடைய 'தி லேட்டஸ்ட் ஈட்டர்ஸ்' மற்றும் ரூபர்ட் ப்ரூக்கின் 'தி கிரேட் லவர்' போன்றவற்றின் பொருளை நானாகவே புரிந்து கொள்ள முடிந்தது.

ஹிந்தி இலக்கியத்தைக் கற்பித்தவர் கமலா கர்க். தனது இனிமையான குரல் வளத்தாலும், தடையற்ற எண்ண ஓட்டத்தினாலும், எளிய இயல்பான சொற்பிரவாகத்தாலும் அடி ஆழத்தைத் தொட்டுச் சென்றார். ஆட்கள் நிறைந்திருந்த கட்டத்தில் ஒரு நாள் என்னைக் கிண்டலடித்து விட்டார். எந்த சந்தர்ப்பத்தில் தெரியுமா? உரை நிகழ்த்திக் கொண்டே. "இப்போது குல் மோஹரைப் பாருங்கள். இப்போது பகல் கனவு கண்டு கொண்டு தூக்கத்தில் இருக்கிறாள். ஆனால், அது மலைப் பாம்பிற்கொப்பான தந்திரம். தூக்கத்திலிருந்து விழித்தவுடன் எதை விழுங்கப் போகிறாளோ? யாருக்குத் தெரியும்?"

இப்படிச் சொன்னவுடன் கூட்டம் முழுவதும் என் பக்கம் திரும்பியது. விளக்கத்திற்குக் கூடுதலாக சுவை சேர்க்க. இது போல ஒருவரை மட்டம் தட்டி, அதில் வரும் மகிழ்ச்சியை இன்பமாக ரசிக்கத் தொடங்கினார். நானோ வாடி வதங்கி கண்களைத் திறந்த ஆசிரியையின் மேல் பதிய வைத்தேன். இதே வலிமையுடனும், வேதனையுடனும் நான் ஆடாமல் அசையாமல் அதிக கவனத்துடன் படித்து பாஸ் கோர்ஸில் டாப் மார்க் எடுத்தேன். அதாவது முதலிடம்.

மக்களுக்கு ஆச்சரியம் உண்டாயிற்று. எங்கள் பக்கத்து வீட்டுக்காரர் செய்தித் தாளின் கீழே என் பெயரைத் தேடிக்

கொண்டு இருந்தார். மேலே பார்க்கவே இல்லை. செய்தித் தாளைத் தூக்கி எறிந்து விட்டு, ''நம் பக்கத்து வீட்டு குல் மோஹர் பல்டி அடித்து விட்டாள்'' என்றார். இதேதான் அப்பாவிற்கும் ஏற்பட்டது.

அவருடைய பார்வை எப்போதும் டாப்பை விட்டு நழுவியபடியே இருந்தது. பழக்கத்தின் காரணமாகக் கண்ணை மேலே தூக்கிப் பார்க்க அவருடைய மகளின் பெயர் ஒரேடியாக டாப்பில் உச்சியின் ஜொலித்துக் கொண்டிருந்தது. வேறு யாருடைய பெயரோ போல என, அப்பாவின் ஊமை விழிகள் நெடுநேரம் அந்த இடத்திலேயே நன்கு நிலைத்திருந்தது. இதற்குள்ளாகவே எங்கள் பாட்டி ஹனுமானுக்கும், என் அம்மா சாய்பாபாவிற்கும் பார்வதி துர்கா தேவிக்கும் நான் பாஸாக வேண்டும் என்று வேண்டி கொண்டிருக்கின்றாள். கையைக் கட்டிக் கொண்டு அப்பாவின் முகத்தைப் பார்த்துக் கொண்டிருக்கிறார்கள்.

நாங்களும் செய்வதறியாது திகைத்து ஒரு மூலையில் கையைக் கட்டிக் கொண்டு நின்றிருந்தோம். அப்பா சமாளித்துக் கொண்டு, ''குல் பாஸாகி விட்டாள்'' என்றார். நாங்கள் எல் லோருமாகச் சேர்ந்து குரல் எடுத்து ஆனந்தத்தில் கோஷமிட் டோம். ''ஆனால், முதலிடத்தில் பாஸ் செய்திருக்கிறாள்'' என்றார் அப்பா.

''அப்படியா?'' என எல்லோரின் குரலும் ஒரே சமயத்தில் முழங்கியது.

''ஆனால், இவள் யூனிவர்ஸிடியில் டாப் இடத்தை எப்படிப் பெற்றாள்?'' என அப்பாவின் வாயிலிருந்து சொற்கள் வெளிவந்தன.

''அப்படியா? ஃபர்ஸ்ட் கிளாஸ் ஃபர்ஸ்ட்.'' அம்மா அழவுமில்லை, சிரிக்கவும் இல்லை. ''இப்போதுதான் என் தங்கை அம்மாவின் குழப்பத்திற்கு விளக்கம் அளித்துக் கொண்டிருந் தாள். இன்னொரு குல்மோஹர் ஜைன் ஆக இருக்கலாம்'' என்றாள்.

அப்படியே நாங்கள் உட்கார்ந்து விட்டோம். அப்போது அப்பா தன் பையிலிருந்த ரோல் நம்பரை எடுத்து ஒப்பிட்டுப்

பார்த்தார். 1955ம் ஆண்டில் அந்த அதிசயத்தை உண்மை என உணர்ந்தார்.

பொருளாதார ஆசிரியையாக இருந்த மிஸஸ் பால் கல்லூரியில் சொற்பொழிவு நிகழ்த்திக் கொண்டிருந்தார். நல்ல பிள்ளைக்குச் சாவியைத் தேடச் சொல்லித் தரத் தேவையில்லை என விளக்கமும் அளித்துக் கொண்டிருந்தார். மிஸஸ் பாலின் இந்த விளக்க உரையைக் கேட்டுக் கொண்டு அந்த மலிந்த நேரத்தில் — அதாவது 60 சதவீதத்திற்கும் அதிகமான உண்மை யிலேயே மேல் வகுப்பு எனப்படும் 79 சதவிகிதம் எடுத்திருக்கிறாள் என்று மிஸஸ் பிரசாத் முழக்கமிட்டு மிஸஸ் பாலுக்குச் சொன்னார்.

அவர் கண்களில் தெரிந்த நம்பிக்கை, அன்றைய கால கட்டத்தில் மிகவும் நாகரிகமாக பிரபலமாக இருந்த கூடாரம் போல தனியாக தொங்கிக் கொண்டிருந்த கோட்டின் பாக்கெட் டில் பாக்கெட் நாவலைச் சொருகியபடியே உலாவிக் கொண்டு வகுப்பறைக்குள் நுழைவது வழக்கம். சத்தியமாக எப்போதாவது பேனாவும் நோட்டும் எடுத்துச் செல்லுவோம்.

இப்போது மிஸஸ் பால் பேசினார், என்ன பேசினார்: "நீ எம்.ஏ. தத்துவம் படிப்பதில் கவனம் செலுத்த மாட்டாய் என நான் நம்பலாமா?"

நான் என்ன பதில் சொல்ல முடியும்? பதில் சொன்னார் மிஸஸ் பிரசாத். "நோ, வி வுட் லவ் டு ஹேவ் ஹேர் இன் இங்கிலீஷ் லிட்ரேச்சர்."

எனவே, நான் பல்கலைக் கழகம் சென்று விட்டேன். ஆங்கில இலக்கியத்தின் எம்.ஏ., செய்ய மாட்டேன் என்று. சரியாக பரீட்சை தலைக்கு மேலே இருந்த போது பரீட்சை எழுதும் எண்ணத்தை ஒத்திப் போட்டேன். காரணம் என்னவாக வும் இருக்கட்டும். சரி உன்னிடம் ஏன் மறைக்க வேண்டும். எம்.ஏ. வகுப்பில் உட்கார்ந்திருக்கும் போது என் வாழ்நாளின் செல்லமான காதல் உருவாகி விட்டது. புத்தகத்தின் ஒவ்வொரு பக்கத்திலும் எனக்கு அவன் முகமே தெரிந்தது.

மிஸ் பிரசாத்தின் சொற்களில் சொல்லுவதானால் அந்த நாட்களில் என் முகத்தில் 'தட் வைட் ஜஸ்ட் வொண்டர் எபவுட்

லிட்ரேச்சர் அண்ட் லைஃப்' காணாமலே போனது. ஒரு பைத்தியக்காரத்தனமான ஈகோ அடிப்படை உணர்வாக ஆகி விட்டிருந்தது. அதன் காரணமாக நான் இன்று ஒரு எழுத் தாளனாக ஆகி விட்டிருந்தேன்.

சில விமர்சகர்களின் கூற்றுப்படி ஒருவேளை பிஹெச்.டி., டி.லிட். ஆகியவற்றை எடுத்துப் படித்திருந்தால் அகெடமிக் ஆகி இருப்பேன். என் சொந்தப் படைப்புத் திறன் இல்லாமல் போய் இருக்கலாம்.

என்னுடைய பாஸ் கோர்ஸ் படிப்பு படைப்பிலக்கியத் திற்குப் பெரிதும் உறுதுணையானது என்பதை நிரூபித்திருக்கிறது என்று சிலர் சொல்கிறார்கள். இதற்காக நான் ஷூக்லநாங்கியா விற்கு நன்றிக் டகன் பட்டிருக்கிறேன். என்னை ஆங்கில இலக் கியத்தில் இத்தனை தயக்கம் காட்டினார்.

காட்டா விட்டால் அங்கேயே அழிந்து போயிருப்பேன். பின்னாளில் அவர் நம்பிக்கையில் பி.ஏ. பைனலில் அதே பிரிவில் டாப்பாக ஆனார். ஒன்று சொல்ல வேண்டும். அப் போதும் படுக்கையில் படுத்தபடியே மிக ஆழமான தீவிரமான விஷயங்களையும் படிப்பது என் வழக்கம். இப்போதும் கூட நிறைய படைப்புகளை படுக்கையில் தலையணையில் ஊன்றிக் கொண்டு எழுதி இருக்கிறேன். படுக்கைதான் என்னுடைய ஸ்டெடி டெஸ்க்.

ஒரு சமயம் என் மனதில் தோன்றியது மகள் கணிகாவுடன் இணைந்து எம்.ஏ., திரும்பவும் சேர்ந்து படிக்கலாம் என்று. ஆனால், அவளோ பிடிவாதமாக அம்மா என்று என்னுடன் சேர்ந்து படிக்காதே என்று சொல்லி விட்டாள். என் கவலை வேறு மிஸ் பிரசாத்தின் தந்தையார் ஒரு டிரஸ்ட் உருவாகி இருக் கிறார். அதன் மூலம் பி.ஏ. படிப்பில் மூன்று ஆண்டுகளும் முழு ஆண்டுத் தேர்வு மற்றும் அரை ஆண்டு தேர்வில் நிரந்தமாக முதல் இடம் பெறுபவர்களுக்குப் பரிசு கொடுக்கிறார்கள்.

உண்மையில் அது எனக்குக் கிடைத்திருக்க வேண்டும். ஆனால் நான். பி.ஏ. பைனல் இயரில் அரை ஆண்டுத் தேர்வில் இலக்கை எட்ட முடியாமல் போனது அல்லது மிஸ் பிரசாத்தின்

இணைந்த மனம் 191

கேள்விகளுக்கு வேறு ஏதாவது வகையில் போலியாக நடித்து பணிவுடன் வேண்டுகோள் விடுத்திருந்தேனேயானால் சராசரி யாக மார்க் எடுத்து பரிசு எனக்கே கிடைத்திருக்கும். ஆனால் நான் தகுதியற்ற கேள்விகளுக்கு பீர்பாலைப் போல என்னை நினைத்துக் கொண்டு உடனடி பதில் அளிக்கும் பாணியில் பதில் கொடுத்திருந்தேன்.

இதன் காரணமாக அந்தப் பரிசு புவனேஷ்வரி தேவிக்குக் கிடைத்து விட்டது. அவள் மசூரியின் வுட் ஸ்டாக் பள்ளியில் படித்த திறமையான பெண். மேடையில் அவள் பரிசைப் பெற்றுக் கொண்ட பிறகு அவள் என்னிடம் மன்னிப்பு கேட்டாள். ஆனாலும் வாழ்நாள் முழுவதும் என் மனதின் ஆழத்தில் ஒரு முடிச்சு விழுந்து விட்டது. இப்போதும் எப்போதாவது ஏதாவது புத்தகத்தில் பரிசு அறிவித்தால் மேடையில் நான் அல்ல புவனேஷ் வரி தேவி அதைப் பெற்றிருப்பாள். நான் பார்வையாளர் மத்தி யில் அமர்ந்து கை தட்டிக் கொண்டிருப்பேன் என்று தோன்றும்.

சரி விடு. அந்நாட்களில் ஈடு இணையற்ற உள்ளம் கவர் பெண்ணாக இருந்தாள். சுதா ஹூன், தொலைக்காட்சியின் சுதா சோப்டா, அவருக்கு இன்னமும் கூட நாடகத்தில் நடிக்க ஆசை. அவர் 'தில்லியின் கடைசி கவிதை' என்ற நாடகத்தைத் தாமே பல்கலைக் கழக மேடையில் போட்டிருக்கிறார். அதில் நடித்தும் இருக்கிறார். நானும் நடிக்க வைக்கப்பட்டேன்.

அவர் என்னை மிர்ஜா காலிப் வேடமிட வைத்தார். ஓர் ஆண்டில் உருது உச்சரிப்பில் எனக்கு நல்ல தெளிவு வந்திருந்தது. அவளின் இயக்கத்தில் நான் மேடை ஏறி நடிக்க வேண்டும் என்று பிடிவாதம் பிடித்தார். நான் எனது கூச்ச சுபாவத்தை எடுத்துச் சொல்லி நிபந்தனையும் விதித்தேன். என் முகத்தை மூடிக் கெண்டால்தான் என்னால் வசனம் பேச முடியும் என்றேன். அதனால் அவர் எனக்கு முக்காட்டிற்குப் பதிலாக தாடி மீசையுடன், அதற்கு முன்னதாக ஒரு நகைச்சுவை நாட கத்தில் சேலையில் முடிச்சு இட்டுக் கொண்டு மனம் தொலைத்த ஒரு ரோலில் நடிக்கச் சொன்னார்.

நான் தாடியின் மறைப்பில் 'டாண் டாண்' என்று பேசி விட்டேன். ஆனால், பல்கலைக் கழக வளாகத்தில் மேடையில்

நான் தாடி மீசையுடன் தர்பார் உடையுடன் கூட, என்னைக் கட்டுப்படுத்த முடியாமல் போனது. எங்கே முழங்க விடுவது என்னுடைய கம்பீரமான குரலை. சுருண்டு உருண்டு முன் நெற்றியில் விழும் குழல் கற்றையும், திருநங்கை போன்ற தோற்றமும் உடலின் நடுக்கம் ஒரே அமர்க்களம்.

துர்பாக்கியம் என் உச்சரிப்பில் மண்ணை அள்ளிப் போட்டது. மக்கள் விசிலிற்கு மேல் விசில் அடித்தனர். பிறகு அவர் 'திரும்பி' என்று சொல்ல என் தாடி அசைந்தாட, நான் 'திரும்ப' மேல் 'திரும்ப' என்று சொல்லிக் கொண்டே இருந்தேன்.

கடைசியாக இந்தச் செய்தி சுதா ஹுஸேனுக்குப் புரிந்து போனது. என்னை அவர் மேடையிலிருந்து வெளியேற்றினார். திரை விழுந்து விட்டது. அதன் பிறகு சுதா ஹுஸேனுடனான சந்திப்பு தொலைக்காட்சித் திரையில் நிகழ்ந்தது. அவருடன் இணைந்து திறந்த முகத்துடன் சில வசனங்கள் போன்றவற்றையும் பேசினேன்.

அந்த நாட்களில் காலேஜின் ஈடு இணையற்ற அழகிகளாக சாகரியும், ஊனா கட்பாலாவும் இருந்தனர். அவர்கள் சிறந்த நிறமும் பாரதீய கண்களும் உருவமும் கொண்டிருந்த காரணத் தினால், வெள்ளை நிறத்தின் விசேஷ ஆர்வம் என்றில்லை. அவர்களுடைய ஆடை அணியும் விதம் முற்றிலும் இந்தியத் தன்மையில் இருந்தது.

ஹாண்ட் லூம் அல்லது பம்பாயின் கைத்தறி அல்லது கதர் புடவைகள், ஜாக்கெட் அணிந்து கொண்டு, நெற்றியில் பொட்டு இட்டு, நீளக் கூந்தலை பின்னித் தொங்க விட்டுக் கொண்டு அல்லது கொண்டையிட்டுக் கொண்டு இருப்பார்கள். காலில் இரு நாடாக் கொண்ட மாட்சிங் செருப்பும், கையில் பாயினால் பின்னப்பட்ட கைக்குள் புதைந்திருக்கும் பர்ஸுமாக, அப்போது ஒரு பழக்கம் இருந்து வந்தது.

கஞ்சி போடாமல் நூல் புடவையை வீட்டில் கட்டிக் கொள்வது போல, சாதாரணமாக இருக்கும் போது கட்டிக் கொள்வது போல அணிந்து கொள்வது என்று. போர்டிங்கில் இருக்கும் பெண்கள் வண்ணானிடம் குறிப்பிட்டுச் சொல்லி விடுவார்கள். புடவைக்குக் கஞ்சி போட வேண்டாம் என்று.

இணைந்த மனம்

என்னைப் பற்றிச் சொல்ல வேண்டும் என்றால், அந்த நாட்களில் என்னை எப்போதும் இரண்டே இரண்டு கேள்விகள் தான் துன்புறுத்திக் கொண்டே இருந்தன. ஒன்று உன்னுடைய ஹாபி என்ற கேள்வி. ஏதாவது இருந்தால் தானே சொல்லலாம். எனக்குப் புத்தகம் படிப்பது என்பது ஹாபியை விடவும் உயர்ந்தது. ஒவ்வொரு புத்தகத்தின் தீண்டலும் அது ஏதோ ஒரு விளைவை ஏற்படுத்தியது. படிப்பது பற்றி என்ன சொல்ல? இப்போது எழுதுவது என்பது உயிர் வாழ்தலுக்குச் சமம். அதற்கு மாற்றாக ஏது இருக்க முடியும்?

இன்னொரு கேள்வி. நீ பெரியவளான பிறகு என்னவாக விரும்புகிறாய்? அந்த சமயத்தில் எங்களுக்கெல்லாம் ஜபம் என்னவெனில் பெரிய பெண்ணாக வேண்டும் என்பதே. அதனால் காலேஜ் மற்றும் வீட்டிலும் இருக்கும் கட்டுக்களில் இருந்து விடுதலை கிடைக்கும். நான் என்னை நன்கு உரு வாக்கிக் கொள்ள முடியும். ஒரு ஒருங்கிணைந்த முழுமையான உருவம் கொண்டவளாகவும் ஆக முடியும். இந்த உலகம் எதனால் உருவாக்கப்பட்டிருக்கிறது என்பதைப் பிறகு பார்த்துக் கொள்ளலாம்.

எந்த இயந்திரத்தின் துண்டு நாம். இந்த மாபெரும் கடிகாரத்தை யார் டிக் டிக் என ஒலிக்க வைக்கிறார்கள் என்பதெல்லாம் பிறகு தெரிந்து கொள்ளலாம். ஆனால், இன்றும் நான் சின்னச் சின்ன கண்களைச் சிமிட்டும் நாய்க் குட்டிகளைப் போல ஒருவரின் மீது இன்னொருவர் விழுந்து புரண்டு வெது வெதுப்பு நிறைந்த அருகாமையை, நெருக்கத்தைத் தேடிக் கொண்டே இருக்கிறோம். 'அதுதான்' என்று எனக்கு இப்போது தோன்றுகிறது.

யார் பெரியவர் ஆகிறார் எப்போது? அதே கலக்கம். அதே பைத்தியக்காரத்தனமான தேடல், விருப்பம் எல்லாமே தொடர்ந்து கொண்டேதான் இருக்கிறது. எப்போதும் கூடவே. இன்னும் இன்னமும் அறிமுகமற்றதாகவும், முட்கள் நிறைந்ததாகவும் சூழ்ந்து இருக்கிறது. குருதியால் நனைந்தும், துண்டு துண்டாகி யும் மறுபடியும் எழுந்து நிற்பதற்கான சக்தியைத் திரட்டிக் கொண்டே வாழ்கிறோம்.

"கேள் அவளின் கதையை. அவளின் குரலில் எத்தனை அழகாக ஜோடிக்கிறாள். துண்டு துண்டான பின் எழுவதற்கான சக்தியை."

"என்னுடைய துளியளவு ஆளுமை."

"எங்களின் தகுதியற்றதைப் போலவும்."

"அறிந்து தெரிந்தே தன் வரலாற்றைச் சொல்லிக் கொண்டிருக்கிறாள் அவள். குல்லின் பி.ஏ.வின் தேர்வு முடிவுகள் வெளியான உடனேயே ஹையர் செகண்டரியின் முடிவு வந்த பிறகு செய்த அதே முட்டாள்தனத்தைத் திரும்பவும் செய்தாள்."

"மிகவும் திட்டிக் கொள்ளாதே. பெரிய பெரிய குழப்பங்கள் நிறைந்தவளாகத் தன்னை வெளிக்காட்டிக் கொண்டிருந்தாள். துண்டு துண்டான பிறகும் வாழ்பவள். ஆனால், எப்போது துண்டானாள்? தெரியாது. தன் புத்திக் கூர்மையை மறைத்துக் கொண்டும், பார்ப்பவர்கள் இவளுக்கு மூளை இருக்கிறதா இல்லையா என்று எண்ணும்படியாகத் தன்னை வெளிக் காட்டிக் கொள்வாள்."

"இல்லை. விஷயம் இன்னமும் தீவிரமானது. நம் மனதினுள்ளே துண்டு துண்டாகி நிறைந்திருக்கும் கருத்து என்ன. வாழ்க்கையின் நோக்கம் என்பது பலனை எதிர்பார்க்காமல் மாட்டைப் போல உழைத்துக் கொண்டே இரு. அதுவும் கூட மற்றவர்களின் கட்டளைக்கிணங்கி உழைத்துக் கொண்டே இருக்க வேண்டும். உழைக்காமலேயே அறிவை நம்பி வெற்றி பெறும் மற்றவர்களை விடு. தானே தன் புத்திக் கூர்மையின் மீது ஆச்சரியம் கொள்கிறாள். குல்லின் கதையும் இதுதான்."

"மெல்ல மெல்ல எல்லோருக்கும் சந்தேகம் எழுந்திருக்கும்."

"அதெல்லாம் எங்கே?" ஒரு தடவை காதல் செய்ததினால் குல்லின் முகபாவத்தில்தான் என்ற அகங்காரம், எல்லோரையும் போல் இருக்காமல் அதற்கு எதிரான போக்குக் கொண்டாள். குல் இந்த முகத்தை வெளிப்படுத்தி தன் உண்மையான ஆளுமையை ஒளித்து வைத்திருந்தாள்.

ஒரு நாள் வீட்டின் நிலவரத்தைச் சொல்லி நான் பின் அறையைப் பற்றிக் கவலைப்பட்டேன். எனக்கு இது நன்கு நினைவிருக்கிறது. இதையும் சொன்னேன். யார் தனிமையில் இருக்க விரும்புகிறார்களோ, அவர்கள் கொஞ்ச நேரம் அதை உபயோகிக்கட்டும் என்றும் சொன்னேன்.

கோப அறை, புத்தக அறை, பைத்தியக்கார அறை என்று வேறு வேறு வடிவில் எல்லா வேடத்தையும் கொண்டிருந்தது அந்த அறை. ஆனால், காதலை உணர என்று அதை குல் மட்டுமே பயன்படுத்தினாள். காதலிப்பது என்பது நம் எல் லோருக்கும் இருப்பதுதான். ஆனால், இத்தனை முழுமையான தாக அவருக்கு மட்டுமே அந்த அறை புகலிடமாகிப் போகத் தேவையிருந்தது. நீ நினைக்கிறாற் போல அல்ல. முற்றிலும் அவளுக்குக் கனவு காணும் அறையாக ஆகிப் போனது.

காதலன் அருகில் இல்லாத போதும் சொர்க்கத்தின் அனு பவம் கிடைக்கிறதோ அந்தக் காதல்தான் எல்லாவற்றையும் விட உறுதியானது. நாங்கள் அதாவது குல்லும் நானும் எப் போது ஏன் அந்த அறையைப் புகலிடமாக் கொள்கிறோம் என்பது பற்றி எங்கள் வீட்டின் நிரந்தர விருந்தாளியான சித்தப்பா ஓர் கூர்மையான பார்வை வைத்திருந்தார்.

இந்தத் தவற்றைத் திருத்திக் கொள். சித்தப்பா போன்றவர் களை விருந்தாளி என்று சொல்லும் வழக்கம் அக்காலத்தில் கிடையாது. ஆனால், ஜுக்கி சித்தப்பா வந்தவுடனேயே தானும் வீட்டில் ஒருவராக ஆகி விடுவார். குல் இந்திரப்ரஸ்தாவிலிருந்து மிராண்டா காலேஜுக்கு மாறியபோது கிட்டத்தட்ட அந்தச் சமயத்தில் வந்தார். வயதில் அவர் எங்களை விடவும் ஒரு ஐந்தாறு வயது மூத்தவர். எனவே அண்ணன் இல்லாத குறையைத் தீர்த்துக் கொண்டிருந்தார்.

எங்கள் அம்மா அப்பா எந்த நழுவும் கட்டுப்பாட்டை எங்கள் மீது வைக்கவில்லையோ, எங்கள் மீது விதிக்க மறந்து விடுகிறார்களோ, அவற்றை எல்லாம் ஜுக்கி சித்தப்பா வைத்து விடுவார். அது எது வரைக்கும் எனில், குல் மிராண்டா ஹவுஸிற்குப் பொது போக்குவரத்து பேருந்தில் செல்லக் கூடாது என்பது வரை. கல்லூரி பஸ்ஸில் செல்ல வேண்டும்.

ஏனெனில் அடுத்திருக்கும் ஆண்கள் கல்லூரி மாணவர்கள் அந்த ஸ்டூடன்ஸ் ஸ்பெஷல் பஸ்ஸில் பயணம் செய்வார்கள் என்பதால். காவாலி பொறுக்கிகளை அவர் நன்கு அறிவார். அலிகாட்டின் முஸ்லீம் பல்கலைக் கழகத்தில் அவர் அப்போது படித்த போது அங்கு மிகக் குறைந்த எண்ணிக்கையிலேயே ஹிந்து மாணவர்கள் சேர்த்துக் கொள்ளப்படுவார்கள். காலேஜில் இருக்கும் சமயம் ஒரு முறை கூட பஸ்ஸுக்கோ ரயிலுக்கோ டிக்கட் எடுத்து பயணம் செய்தவர் இல்லை.

வீட்டிலிருக்கும் மற்ற இளம் வயதுள்ள மற்ற பையன்களுடன் இணைந்து வசிப்பிடத்தின் தெரு ஓரத்தில் இருக்கும் நடை பாதையில் கட்டிலைப் போட்டுக் கொண்டு நாள் நட்சத்திரங்களைப் பார்த்துப் பெருமூச்சு விட்டுக் கொண்டு இரவில் தூங்குவதுதான் அந்த நாளைய வழக்கம்.

ஆனால், உள் அறைகளின் மீதும் அவர்களின் விசாரணைப் பார்வை சமமாக இருந்து கொண்டே இருக்கும். கண்காணிப்புப் பார்வை முழு அளவில் அவரிடம் இருக்கும். உறையைப் பிரிக்காமல் உள்ளிருப்பதைச் சொல்லும் திறன் கொண்டவன் நான். உள்ளிருக்கும் கருத்தென்ன? என்று அவ்வப்போது சொல்லிக் கொண்டிருப்பார்.

குல்லின் செல்லமான காதல் 1956ல் உருவானது. முன்னோர்களுக்கு அந்த நாளில் தில்லியில் நிகழ்ந்த பெரும் பூகம்பம் நினைவிருக்கக் கூடும். பூகம்பம் இரவின் முதல் ஜாமத்தில் உண்டானது. அப்போது தைரியமானவர்கள், தைரியமற்றவர்கள் என அனைவரும் தத்தம் வீடுகளை விட்டு குடும்பம் முழுவதுமாக வெளியே தெருவுக்கு ஓடி வந்தனர். அக்கம் பக்கத்தில் இருக்கும் ஆண்கள், பெண்கள், குழந்தைகளும் ஒன்று கூடி விட்டனர்.

ஜுக்கி சித்தப்பா தன் ரொமாண்டிக் கனவிலிருந்து அடித்துப் புடைத்துக் கொண்டு எழுந்தார். வெளியேறும் குடும்ப நபர்களின் எண்ணிக்கையைக் கணக்கிட்டார். ஒவ்வொருவராக எண்ணி அடையாளப்படுத்திக் கொண்டே வந்தவர், "குல்லைக் காணோம்" எனக் கூச்சலிட்டார்.

பூகம்பம் அதற்குள் நின்று விட்டது. தூக்கத்திலிருந்து எழுந்த ஆண் மக்களும் அந்த மனம் அதிரும் அந்தக் குலுங் கலை நினைத்துப் பயந்தனர். அந்தத் தெரு முழுவதும் ''குல் இல்லை'' என்ற சொல் எதிரொலித்தது. முதலில் வந்த பூகம்பம் ஒன்றுமில்லை. இதற்கு முன் அப்பாவை அந்தச் சொல் உலுக் கியது. பணிவு கொண்ட தம்பியின் பாத்திரத்தை ஏற்ற ஜுக்கி சித்தப்பா அந்த சிறிய அறையை நோக்கித் தாவினார். குல்லை வெளியில் இழுத்து வந்தார். அரைக் கண்கள் மூடியபடி கஜல் போல இனிமையாக முணுமுணுத்தாள் குல். அது இன்னும் கூடுதல் அழகாக இருந்தது. அப்பாவின் எதிர்வினை உச்சி மண்டைக்கும் மேல் எகிறியது. உடன் இருப்பவர்களை மனதில் கொண்டு காதை தன் பக்கம் திருப்பி மிகவும் மெல்லிய குரலில் சொன் னார்: ''எங்கிருந்தாய் நீ? பூகம்பம் வந்ததே, தெரியுமா?'' என்று.

அவள் பாதியாகத் திறந்த கண்களை இன்னமும் மூடி கால் பகுதி கண்களைத் திறந்து, அங்கும் இங்கும் திருதிருவென விழித்து சலிப்பான குரலில் ''என்ன ஆயிற்று?'' என்று கேட்டாள்.

அவரின் பொறுமையைத் தகர்த்து பெருங்குரலெடுத்து அவர் 'பூகம்பம்' எனக் கத்தினார்.

'அய்யய்யோ!' குல் அலறிக் கொண்டே அரக்க பரக்க வீட்டினுள் ஓடி நுழைந்து கதவையும் சாத்திக் கொண்டு விட்டாள்.

''இங்கு என்ன பார்த்துக் கொண்டு நிற்கிறீர்கள்? போய் தூங்குங்கள். பூகம்பம் முடிந்து விட்டது.'' ஜுக்கி சித்தப்பா அக்கம் பக்கத்தவர்களைப் பார்த்து அதட்டினார். அவரின் பார்வை அவரின் கடுமையான குரல் எதுவும் ஒன்றும் செய்யவில்லை.

அவர்கள் 'ஜொள்' விட்டுக் கொண்டிருந்தனர், அந்த அறியா இளைஞர்கள். அவரின் சொற்கள் உறைக்கவே இல்லை. அவர்களைத் தள்ளிக் கொண்டு அம்மாவின் அருகில் வந்தார். ''நான் உறையைத் திறக்காமல் உள்ளிருப்பதைப் படிக்கும் திறன் கொண்டவன். விஷயம் நுண்மையானது. திருமணத்திற்கு ஏற்பாடு செய்யுங்கள்'' என்றார்.

''யாருடைய பார்வை சரியில்லை? முதலில் வேலை கிடைக்கட்டும்'' என்றாள் அம்மா.

''என்னுடயதல்ல குல்லின் பார்வை'' என்று அவர் குரலை உயர்த்திச் சொல்லத் தொடங்கும் போதே அப்பாவிடமிருந்து பதில் வந்தது. ''பைத்தியமா என்ன உனக்கு? எம்.ஏ. அதன் பிறகு பிஹெச்.டி. முடிக்கட்டும். அப்புறம் பார்க்கலாம்'' என்றார்.

''அப்புறம் என்னைச் சொல்லக் கூடாது.'' ஆனால், யாரும் அதில் கவனம் செலுத்தவில்லை.

''ஓராண்டிற்குள்ளாக அவருடைய என்னைச் சொல்லக் கூடாது'' என்பது ''நான் முதலிலேயே சொன்னேன் அல்லவா'' என்று மாறி ஒலித்தது.

குல் மிராண்டா ஹவுஸிற்குப் போகத் தொடங்கி இரண்டு ஆண்டுகளுக்குப் பின் நான் மிராண்டா ஹவுஸில் பொருளா தாரம் படிக்க இணைந்தேன். ஆம்! எதை குல் வறண்ட சப் ஜெக்ட் என்று சொன்னாளோ, அதை அவளே பேச்சை மாற்ற அது ஆழமானது, நல்ல சப்ஜெக்ட் என்று சொல்ல ஆரம்பித் தாள். நான் பப்ளிக் பஸ்ஸில் காலேஜுக்குச் சென்று வருவதற்கு சித்தப்பா எதிர்ப்பொன்றும் சொல்லவில்லை.

அவர் அதற்குச் சொல்லும் காரணம், நான் எப்போது தலையைப் புத்தகத்தில் புதைத்துக் கொண்டு இருக்கிறேன். எனவே, என்னைப் பார்த்து எந்தப் பையனும் பொறுக்கி போல நடந்து கொள்ளத் துடிக்க வேண்டாம்.

அவருடைய கருத்தில் எத்தனை ஆழம் இருந்தது என்பதை குல் காதலில் விழுந்த பிறகு தொடர்ந்து சொல்லி வந்தார். அதா வது நான் முதலிலேயே சொன்னேன் இல்லையா? மோகரா காதல் ஊதல் இந்த வலையில் எல்லாம் விழ மாட்டாள். இப்படியாகத் தானே என்னைப் பற்றி இன்னொரு தவறான வதந்தி பரவி விட்டது. அது ஆண்டுக்கணக்கில் இருந்தது.

அதாவது காதல், அன்பு அல்லது ரொமான்ஸில் எனக்கு ஈடுபாடு கிடையாது என்று. எப்படி எனக்கு ருசியான சாப்பாட் டில் ஆர்வம் இல்லை என்று பரப்பப்பட்டதோ அதைப் போலவே. இந்த வஞ்சனையில் ஆரம்ப காலத்தில் புத்திசாலி நான், குல் அல்ல என்ற நற்செய்தி பரவி இருந்தது. ஆனால்,

அவள் ஒவ்வொரு ஆண்டும் என்னை விடவும் அதிக மதிப் பெண்கள் எடுத்து பாஸாகிக் கொண்டு இருந்தாள்.

மனிதர்களைத்தான் எப்படிக் கூற முடியும்? குல்லின் தந்திரம் இரண்டு பக்கம் கொண்டது. ஒரு பக்கம் தேர்வில் முதலிடம் பெற்றுக் கொண்டிருந்தாள். இரண்டாவது ஹானர்ஸை விடுத்து பாஸ் கோர்ஸ் எடுத்திருந்தாள். எம்.ஏ. முதலாம் ஆண்டு பரீட்சை தலைக்கு மேல் வந்த போது காலேஜை விட்டு விட்டாள்.

அது அப்படித்தான். நான் அப்படியான ஒரு முட்டாள் என நிலைநிறுத்தப்பட்டேன். இடையிடையே அச்சு கழன்ற போதும் எம்.ஏ. முடித்து விட்டேன். காதலித்தாலும் இத்தனை சிறிய அறையில் சரணடைய வேண்டிய தேவை இல்லை. காதல் வந்த போதும் மிகவும் தாமதமாக - அறை கைப்பற்றப்பட்டிருந்தது முதலிலேயே. சரி அதையெல்லாம் விடு. என் மீது சுமத்தப்பட்ட வஞ்சனைகளைக் களைந்து சுத்தம் செய்வது அப்புறம். இப்போது குல்லின் கதை.

திருமணம் ஆகி பத்து ஆண்டுகள் கழித்து அவள் எழுதத் தொடங்கினாள். அப்போது அவளின் புத்திக் கூர்மையைப் பற்றி பரவியிருந்த ஏமாற்றுத்தனம் சற்று மழுங்கியது. ஐந்தாறு ஆண்டு கள் ஒட்டிக் கொள்ளுவதில் மகிழ்ந்து விட்டது. மீதமிருந்தது ஒட்டு மொத்தமாக இருபது ஆண்டு கால வாழ்க்கை.

அந்நாட்களிலும்தான் எழுதி வந்தது ஏதோ தற்செயலான நிகழ்வு என்று சொல்லிக் கொண்டிருந்தார்கள். அதே பார்வை யில் எழுதுகிறார்கள். அதில் அவர்கள் வெற்றியும் பெறுகிறார்கள். காபி குடிக்கிறார்கள், காய் நறுக்குகிறார்கள் — இப்படி இப்படி.

தோழி, மனிதர்கள் தப்பிதம் செய்திருப்பார்கள். நற்குல நங்கைகள் புத்தியால் அல்ல எழுதுவது உள்ளத்தால் என்று. புத்திக் கூர்மையுள்ள அறிவு ஜீவன்களும் உங்கள் விமர்சகர்கள் புத்தியும் உள்ளமும் வேறு வேறு பொருள் என்றல்லவா இதுவரை சொல்லி வந்திருக்கிறீர்கள். ஆண் - பெண் போல ஆண் அறிவை பயன்படுத்துகிறான். பெண் உணர்வை. நமக்கு அறிவு குறைவு. அதைத்தான் இந்தியாவின் பல ஆண்கள் இதே வஞ்சனையைத் தான் சொல்லி இடம் பிடிக்கிறார்கள்.

''தானே பயன் அடைகிறான்?''

''கண்டிப்பாக பெண் நிலம், பெண் எண்ணம், பெண்தான் கருணை கொண்டவள் இதையெல்லாம் கேள்விப்பட்டதில்லையா? ஆணை விடு. மக்கள் சொல்வதைச் சொல்லிக் கொண்டே இருக்கட்டும். நம்மைப் பொறுத்தவரை ஆண் என்பவன் அதிசயம் அல்ல. நம்மைப் போல இல்லாமல் வேறாகவும் கூட அலாதி யாக இருப்பதிலும் ஒரு சிலிர்ப்பு இருக்கிறது. குல் தன்னைப் பற்றிய வதந்திகளை ஒதுக்கி விட்டு வாழ்க்கை மற்றும் துக்கத்தைப் பொருட்படுத்தாமல் இருக்க உறுதி கொள்ள வேண்டும். சரி, நீ மேலே சொல்லு.

கடைசியில் என்ன துயரம் நிகழ்ந்தது. வேடிக்கையான விஷயம் இது. குல் பொருளாதார படிப்பை வறண்டது என்று சொல்லி ஒதுக்கினாள். நான் அதைப் பெரிய விஷயம் என்று கருதி பொருளாதாரத்தை அடிப்படையாகக் கொ்ண்டு அதை உள்ளத்தில் இருத்திக் கொண்டேன். அதுவே, சொத்தே எங்கள் இருவரின் வாழ்க்கையிலும் துக்கமானது. வாழ்க்கையின் இறுதிக் கட்டத்திற்கு இருக்கும் போது நான் இந்த எண்ணத் திற்குள் நுழைந்தேன். முதன்மையானது பணம்தான். அதனால் நீ அமைதியை விலைக்கு வாங்கி விட முடியாது. ஆனால், அமைதி அடையும் ஆசையை விட்டு விட்டாயானால் வாழத் தேவையான மகிழ்ச்சி கொண்ட மனதை உருவாக்கி விட முடியும்.

''ஏன் உனக்கு நீயே விரோதமாகச் சொல்லிக் கொள்கிறாய்?''

''ஏனெனில், என்னையே நான் பகுப்பாயாமால் மற்றவர் களைப் பகுப்பாய்வு செய்ய முடியாது.''

''குல்?''

''சரி. தத்துவம் எல்லாம் அப்புறம். இப்போது நான் குல்லைப் பற்றிய விடுபட்ட இடங்களை நிரப்பப் போகிறேன். சிலது தெரிந்தே செய்திருக்கலாம். சிலது அறியாமல் செய்து இருக்கலாம்.''

''தெரியாமல் எப்படி?''

''எனது நினைவாற்றல் எத்தனை சிறந்ததோ, அவளுடை யது அவ்வளவு பலவீனமாது. நீண்ட நாட்களுக்கு முன் நடந்த

ஒன்றை நினைவில் கொண்டு சொல்லுவாள், நேற்று நடந்ததைப் போல. நேற்று நடந்ததைச் சொல்லும் போது நினைவிருக்கிறது என்று சொல்வாள். ஆனால், அன்று என்ன நடந்தது?" என்பாள்.

நான் அவளுடைய இந்த பலவீனத்தை நன்கு பயன் படுத்திக் கொண்டே. ஏதாவது காரியம் ஆக வேண்டும் என்றால், "நீ தானே நேற்று சொன்னாய், இன்றைக்குச் செய்யச் சொல்லி" என்பேன். "நீண்ட நாட்களுக்குப் பின் உண்மையான துயரம்தான் சிறந்த நினைவுக் குறிப்புகள் என மறந்து விட்டாய் எனில் எப்படி வாழ்வாய்?"

"நா...ன். இதுதான் காலி இடத்தை நிரப்புவதா?"

"அடடா! ஆமாம். மிராண்டா ஹவுஸின் அழகிய பெண் களின் பட்டியலில் குல் ஏன் பெயரெடுக்கவில்லை. அதற்குக் காரணம் வெட்கம் கிட்கம் எல்லாம் கிடையாது. குழப்பம்தான் காரணம். சிறந்த நிறம், இந்தியத் தன்மை கொண்ட கூர்மையான கண்கள் ஆகியவை கொண்டவள் அவள். அரிய அழகி என்று சொல்லப்பட்டாலும் கூட அது அவளுடைய முன்னோர்களின் சொத்து. அதையும் அவள் அறிவாள். பல்கலைக் கழகம் முழு வதும் இதை ஏற்றிருந்தது. மக்கள் அதைப் புனிதம் என உச்ச ரித்துக் கொண்டிருந்தனர். ஆனால், உள்ளத்தில் எங்கோ கள்ளம் ஒளிந்திருந்தது.

அது திரும்பத் திரும்ப வெள்ளை நிறத்தை கெட்டியாகப் பிடித்துக் கொண்டிருந்தது. வேடிக்கையைப் பார் அவளுக்கு. வெள்ளை நிறம் என்பதைக் காட்டிலும் கூடுதல் வெண்மையை அழகு என்று எல்லோராலும் ஏற்றுக் கொள்ளப்படும் ஒரு பஞ்சாப் குடும்பத்துடன் அவளுக்குத் திருமணம் நடந்தது. உடல் மூட்டையைப் போல குண்டாக இருந்தாலும் நிறம் மாவைப் போல வெள்ளையாக இருக்க வேண்டும்.

குல்லின் கணவன் ஷமீத் உடன் சேர்த்து முழுக் குடும்ப மும் ஏதோ தோலை ரின் போட்டு வெளுத்தாற் போல வெள்ளையாக இருந்தது. ஷமீதின் கேள்வி இதுதான். எப்படி வெள்ளை நிறம் என்று பொய் சொல்லுவேன். அவன் எல்லா விதத்திலும் கத்தியைப் போலக் கூர்மையான அழகு கொண்ட இளைஞன். மின்னும் வெண்மை தோலின் நிறம், மின்னும்

பழுப்புக் கண்கள், கூரான மூக்கு, நல்ல உடல்கட்டு எல்லாம் கச்சிதம். பார்த்தவுடனேயே சீட்டி போல வெகு மூச்சு விட்டுக் கொண்டே, "மோகரா இத்தனை அழகான மனிதன்." காதல் - அன்பு இவற்றிலிருந்தெல்லாம் சற்றே விலகி இருக்கும் நான். கிடைத்தற்கரிய பொக்கிஷம் கிடைத்தாற் போல ஆனாள்.

குல், ஷமீதை ஹேண்ட்ஸம் அப்படி இப்படி எல்லாம் சொல்லாமல் நேரடியாக அழகானவன் எனச் சொன்னாள். அது வெள்ளை நிறத்தைப் பார்த்தல்ல. அந்த ஒய்யாரமான உடலைப் பார்த்துப் பிறந்த சொல். அதுதான் அவளை அலைக்கழித்து அழித்தது.

அந்தக் குடும்பத்தைச் சார்ந்த ஒருவருக்கும் குல்லின் மீது மாயை உண்டாகவில்லை. ஏறக்குறைய ஒவ்வொரு நாளும் ஏதாவது ஒரு சமயம் குல்லின் நிறம் வெளுப்பாக இருந்திருந் தால் அவளே எல்லா விதத்திலும் அழகானவளாக இருந்திருப் பாள் என்று சொல்லிக் கொண்டே இருந்தார்கள். அவனுடைய மூளைக்குள் இருந்த கள்ளம் கவலையற்று உள்ளே படிந்தது.

இத்தனைக்கும் அவளுடைய திருமணம் அன்பினால் உரு வானது. அன்பை கழிப்பதற்கு அல்ல. காதல் திருமணம் அம்மா. ஆனால், அன்பை எப்படி அழிக்க? அந்த அன்பே உறுதியற்றுப் போன போது, தன்னுடைய அழகான நிறத்தை அலட்சியப் படுத்தி எப்பாடுபட்டாவது முகத்தை வெள்ளையாகக் காண்பிக்க ஒப்பனை செய்ய முயன்று கொண்டிருந்தாள். மாமியார் வீட்டில் உள்ளவர்களைத் தவிர அவளின் இந்த உடல் தோற்றத்தின் கவலையை மற்றவர்கள் அறியாமல் இருந்தனர்.

இன்னுமொரு விஷயம். இதை இட்டு நிரப்பல் என்று சொல்ல இயலாது. தற்செயல் எனச் சொல்லலாம். குல்லின் உருவத்தைப் பற்றிய இந்த வெட்கம், தயக்கம், கவலை என்னை மிகவும் பாடுபடுத்தியது. நான் வெட்கம் நிறைந்தவள். குல் அதிகப் பிரசங்கி, வாயாடி என்று நம்பப்படுபவள். இதை நான் ஒப்புக் கொள்கிறேன். கொஞ்சம் கொஞ்சமாக இதிலும் விஷயம் இரட்டை வேஷம் கொண்டது எனத் தெரிந்தது. என் னுடைய இந்த வெட்கம் எல்லாம் மேடையில் ஏறிய உடன் காணாமல் ஓடி விடும். அவள் அதற்கு நேர்மாறானவள்.

''சரி. ஒரு காலி இட நிரப்பல் என் தரப்பிலிருந்து உன்னுடைய திசையிலேயே குல் படுக்கையில் படுத்துக் கொண்டே மிக அழகான விஷயங்களையும் படிக்கக் கூடியவள். தன்னுடைய குறிப்புகளில் சொன்னாள். ஆனால், பழக்கத்தில் அப்படி அல்ல என்பதை நான் தெரிந்து கொண்டேன். அவள் தனது ஆளுமையின் விசித்திரங்களை மிக நன்றாக அறிந்து வைத்திருந்தாள்.''

''நன்றி. பழக்கத்தினால்தான் என்று நான் பேசும் போது குறுக்கிட்டுச் சொல்லப் போகிறாய் எனப் பயந்து விட்டேன்.''

''அடேயப்பா, அப்படிப் போடு. மேலே சொல்லு.''

''சொல்வதற்கு நிறைய இருக்கிறது. உடனடியாக யாரைப் பற்றி சாறாகப் பிழிந்து விஷயத்தை உனக்குச் சொல்ல வேண்டும். அதைச் சொல்லி விடு.''

''நான் என்ன சொல்ல இருக்கிறது. நீயாகச் சொல்லட்டும் என்று நான் துடித்துக் கொண்டு இருக்கிறேன்.''

''மிஸ் பிரசாத் பைனல் ஆறு மாத எக்ஸாம் எழுதுவதைப் பற்றி குல்லிடம் கேட்ட போது அவள் என்ன பதில் சொன்னாள் என்பதை அறிய ஆவலாக இருக்கிறாயா?''

''கண்டிப்பாக.''

''எங்கள் வீட்டில் ஒரு பொங்கு கவி தங்கி இருக்கிறார். மனதிற்கினிய பாடல்களைத் தருகிறார். பாடுவதில் திறமைசாலி. ஒவ்வொன்றும் வெங்காயம் போல சரியாக சிறந்ததாகப் படைக்கிறார். ஸ்வெட்டர் கூடப் பிரமாதமாகப் பின்னுகிறார் என்றால் பாருங்களேன். அவரின் துணையினால் நான்கில் ஒருவராவது ஒரு கலைஞனாகி மிளிர்ந்து வருவான். ஆனால், துரதிர்ஷ்டம் ஒருவர் கூட உருவாகவில்லை.''

''அந்தத் துரதிர்ஷ்டம் உனக்கு ஒரு வரமாகி விட்டது.'' அருகில் அமர்ந்திருந்த ஈசாயியோ லோஃப் இடைப் புகுந்து டபக் என்று சொன்னாள்.

முதன் முறையாக மிஸ் பிரசாத், தனது செல்ல சிஷ்யையைக் காப்பாற்ற இயலாமல் போனது.

நீண்ட நாட்களுக்குப் பின் நான் அந்தத் திருநங்கையின் கவிதையில் அதன் உட்பொருளை சொல்லி நினைவுபடுத்திய போது அவள் முற்றிலுமாக மறுத்தாள். முற்றிலும் வேறொரு காரணம் சொன்னாள். அவள் கேட்டாள்: ''நீ கார்னத் பெயரைக் கேள்விப்பட்டிருக்கிறாயா? அவருக்குத் தானே இலக்கியத்தில் நோபல் பரிசு கிடைத்திருக்கிறது?'' என்று சொன்னாள்.

''ஆம். கண்டிப்பாகக் கேள்விப்பட்டிருக்கிறேன்'' மிஸ் பிரசாத் சொன்னார்.

அவர் சொன்னார்: ''மக்கள் நல்லொழுக்கத்தைப் பணியாக எப்படிச் செய்கின்றனர் என்பது என் புரிதலுக்கும் அப்பால் இருக்கிறது'' என்று.

மிஸ் பிரசாத் சிரிக்க இருந்தாள். பக்கத்தில் அமர்ந்திருந்த மிஸ் ஈசாயியா லோஃப் வார்த்தைகளைக் கடித்து, ''அதனால்?'' என்றாள்.

''என் தலை மீது வீண் பழி சுமத்துவதற்கான கடைசி வாய்ப்பு இது என்று எண்ணி பரீட்சை எழுதவில்லை.''

''கவலைப்படாதே'' மிஸ் ஈசாயியோ லோஃப் இன்னும் சொற்களைக் கடித்துக் குதறி, ''நீ எந்தத் தொழிலும் வெற்றி பெறப் போவதில்லை. அத்தனை புத்தி கிடையாது. கார்னத் பரிசு வாங்குவதற்குப் பின் சொன்ன சொற்களை நீ முன்னால் என உளறி விட்டாய்!''

''இதில் எந்தப் பதில் உனக்கு விருப்பமோ அதை எடுத்துக் கொள். எனக்குப் பொய், உண்மை என்ற ஆராய காரணம் எல்லாம் இல்லை. குல்லின் கேள்வி என்னவென்றால் உன்னைப் போல படைப்பாளி ஆகி விட்டாள். ஒவ்வொரு நிஜமான உண்மையும் புனைவு என அவள் மூளைக்குள் புகுந்து விடுகிறது. அது எனக்கு எப்படி உதவப் போகிறது?''

''எந்த நேரத்திலும் பரிசுகளை புவனேஸ்வரி தேவியே எடுத்துக் கொண்டாள். நம் பார்வையாளர்கள் பலமாகக் கை தட்டிப் பாராட்டினார்கள். வாழ்க்கையின் இந்தப் பகுதியுடன் இப்போது நிறைவடைகிறது. மீதமுள்ள புனைவு அடுத்த சந்திப்பின் போது.''

9

அவளுடைய வீடு மிகவும் சிறியது என்று மோகரா சொல்லியிருந்தாள் அல்லவா? நிலை மேம்பட்டதனால், அதே வீட்டைச் சீர் செய்து வசிக்க பைஜ்நாத் ஜெயின் முன்யோசனை கொண்டார். அதை நான் எப்போதும் ஏற்கிறேன். அது குல் மோஹருக்கோ அல்லது மோகராவிற்கோ பரம்பரை சொத்தாகக் கிடைத்தில்லை. அவருக்குள் இருக்கும் பொருளாதார கென்ஜின் தத்துவத்தில் நம்பிக்கை கொண்டவர். அதாவது பொருளாதார ஏற்றத்தின் மீதும் நம்பிக்கை வைக்க முடியாது. இறக்கத்தின் மீதும். இன்ப துன்பங்கள் பேலவே அவைகளும் வரும் போகும்.

கென்னின் என்னவோ இங்கிலீஸ்தான். ஆனால், இந்தியா வின் காலனிவாசியாக, பலனை அனுபவித்தல் போன்றவற்றை எப்படிக் கொண்டார்? நாம் நாட்டின் பல நூற்றாண்டுகளாக இருந்து வரும் பழைய தத்துவம் அவருக்கு பொருளாதார தத்துவத்தின் மீது முழுமையான விளைவை உண்டாக்கியது.

இன்பம் - துன்பம், ஏற்றம் - இறக்கம், வாழ்வு - சாவு எல்லா மனிதனும் இந்தச் சக்கரத்தில் இன்றியமையாமல் உழன்று சுழன்று அனுபவிக்கச் சபிக்கப்பட்டிருக்கிறான். சிலர் இந்த நிலை எப்போது மாறும் என எண்ணி, ஒவ்வொரு நொடியும் பயந்து பயந்து இருக்கிறார்கள். எனில் சிலர் கிடைத்த கணத்தை பற்றிக் கொண்டு வெற்றி அடைகின்றனர். ஏதோ நாளை என்பதே இல்லை என்பதைப் போல. இரண்டு தரப்பின ரிடையேயும் இயல்பான விளக்கம் இதுவேதான். எப்போதும் ஒரே மாதிரி யாரும் இருப்பதில்லை.

நாம் முன்னோர்களின் பண்பாட்டு வாரிசாகலாம். விளைவு களின் மீதும் நம் நாகரிகத்தை வைத்திருக்கிறோம். எது வரப்

போகிறதோ அதுவும் நாளைதான். எது கழிந்து விட்டிருக் கிறதோ அதுவும் நேற்றுதான்.

அதாவது வரும் காலம் என்பது வரும் பொழுதே கழிந்து விடுகிறது. அதாவது பலனும் விளைவும் ஒரே சமயத்தில் குழப்பத்தில் ஆழ்ந்து வாழும் மனிதன், யார் மீதும் எதன் மீதும் நம்பிக்கை வைப்பதில்லை. தன் மீதும் இல்லை, மற்றவர்கள் மீதும் இல்லை. நாளை மீதும் நம்பிக்கை இல்லை. கூடவே தவறான நம்பிக்கை கொள்ளாமல் இருப்புது என்ற தவறையும் செய்யக் கூடாது என்றும் கூடவே எண்ணுகிறான். எனவே நேற்று மற்றும் நாளையை மறந்து, இன்றைய நாளில் முழுமையாக வாழ்கிறான் (*இறந்த காலம், எதிர்காலம் என்பதை மறந்து நிகழ் காலத்தில் முழுமையாக வாழ்கிறான்*).

பணத்தை காகிதத்தின் கறை என்கிறான். எனவே உடனுக் குடன் அதைச் சுத்தம் செய்து விடுகிறான். பைஜ்நாத்தும் கூட இப்படியான ஒரு சுத்த விரும்பிதான். அப்புறம் இப்புறம் என் றெல்லாம் குழப்பம் இல்லாத உறுதியான மனம் கொண்டவர். கையில் இருக்கும் காசை உடனுக்குடன் செலவு செய்து செய்து, பின்னால் உண்டாகும் தீர்மானமான வறுமையையும் எண்ணி பயந்து தயக்கம் கொண்டும் வாழ்பவர்.

மகிழ்ச்சியோடு சொன்னால், சிறிய வீட்டை விட்டு விடாமல் இருக்க முழுமுதற் காரணம் பொருளாதாரம். தீராத வேலை மற்றும் கொள்கை இரண்டுமே இருந்தன. வீட்டு வாடகை மொத்தமாக அறுபது ரூபாய். சின்ன முதலாளியின் இறப்புக்குப் பின அந்த ஆண்டு முழுவதும் பொருளாதார வறட்சி ஏற்பட்டதினால், அவர் அந்த வீட்டிற்கு ஒரு வருடம் வாடகை கொடுப்பதை நிறுத்தி விட்டார்.

வீட்டுச் சொந்தக்காரரும் ஏதும் அழுத்தம் கொடுக்க வில்லை. நேராக கோர்ட்டில் பிராது கொடுத்து வீடில்லாமல் செய்து விடலாம் என்று எண்ணினார். முட்டாள் அவர். ஒவ் வொரு மாதம் கோர்ட்டில் வந்து வாடகையை நேரடியாகக் கட்டி விட வேண்டும் என்று அறிவுரை கூறி விடுவித்து விட்டனர்.

இணைந்த மனம் 207

இரண்டு மாதங்கள் வரை வாடகை செலுத்தவில்லை எனில், வீட்டைக் காலி செய்ய வேண்டும் என்ற ஷரத்துடன். பைஜ்நாத் வெற்று விளையாட்டு விளையாட மாட்டார். அவர் பொருளாதாரத்தில் எம்.ஏ.வுடன் சட்டப் படிப்பில் எல்.எல்.டி. யும் கூட. அந்த நாளில் மத்தியதர வர்க்க மக்கள், படித்த மக்கள் சட்டத்தையும் கடைப்பிடித்தார்கள்.

கிராமத்தில் வசித்து வரும் தன் பரம்பரை ஆட்கள், கூட்டுக் குடும்பமாக இணைந்து வாழ்கிறவர்கள். ஒரே குடும்பத் தினர் அப்பா, சித்தப்பா போன்றவர்கள் தங்கள் பாரம்பரிய தொழிலை மேற்கொள்வதைப் போல, நிலத் தகராறில் பிராது கொடுத்து கோர்ட்டுக்குப் போய் வருவதையும் வாடிக்கையாகக் கொண்டிருந்தனர்.

இந்தச் செயலுக்காகவே வெளியில் போக - அதாவது கோர்ட்டிற்குப் போக என்று விலை உயர்ந்த ஷர்வாணி துணி உலர்த்தும் கொடியில் தொங்கிக் கொண்டிருக்கும். அண்ணன் தம்பி என யார் கோர்ட்டுக்குப் போக நேர்ந்தாலும் அந்த நாளன்று அது துணி உலர்த்தும் கொடியிலிருந்து இறங்கி உடலில் தொங்கும். கோர்ட்டிலிருந்து திரும்பி வந்தவுடன் அதை அவிழ்த்து மறுபடியும் கொடியில் தொங்க விடுவார்கள்.

கோர்ட்டுக்குச் செல்லும் அடுத்த முறை வரும் வரை, அந்தக் கோர்ட்டுக்குப் போகும் நாளுக்கு முதல் நாள் அங்கு செல்லப் போகிறவர் தன் மனத்தில் நிலவரப்படி மலாய், பாஸந்தி, துருவல், ஜிலேபி, மொறுமொறுவென்றிருக்கும் கச்சோரி எல்லாம் வாங்கி வருவார். மனம் எதிர் உணர்வில் இருந்தாலோ ஜிலேபி மட்டும் வாங்கி வருவார்.

புதிதாகக் கல்வி அறிவு பெற்ற ஜமீன்தார் பரம்பரைக்கு உழவனாய் இருப்பதோடு கூடவே கோர்ட்டுக்குப் போயோ, போகாமலேயோ வக்கீலாவதும் இன்றியமையாததாக இருந்தது. சுதந்திரப் போராட்டத்தில் ஆரம்பத்தில் கூட்டம் கூட்டமாக தலைவர்கள், வக்கீலுக்குப் படித்தவர்களிலிருந்து உருவானார் கள். மோஹன்தாஸ் கரம்சந்த் காந்தி, மோதிலால் நேருவிலிருந்து மொஹம்மது அலி ஜின்னா, சர்தார் படேல், லியாகத் அலி,

ஜவஹர்லால் நேரு போன்ற பலரையும் தலைவர் என்று ஏற்கும் பலரும் - வக்கீல்களாக இருந்தனர்.

இரண்டு தகுதிகள் இன்றியமையாதன. உருது, ஆங்கிலம் இரண்டிலும் ஆழ்ந்த புலமை. ஏனெனில், கோர்ட்டின் மொழி அவையாகத்தான் இருந்தன. ஜட்ஜை மரியாதையில்லாமல் பேசவும் அதுதான் உபயோகம். கோர்ட்டை அவமதித்ததற்கான அபாயகரமான குற்றச்சாட்டு வேறு மற்றுமொரு பதிவாகும்.

எல்லாத் தலைவர்களும் நிலபுலன்களின் தகராறில் வழக்கு நடத்திப் பழக்கப்பட்டவர்கள். நாட்டின் விடுதலைப் போராட் டத்தையும் அதே போலப் பார்த்து சண்டை, சமாதானம் இட்ட னர். இப்படிப்பட்ட நிலையில் நாடு பிரிக்கப்படாமல் இருந்தால் ஆச்சரியப்பட வேண்டும். ஆங்கிலேயர் காலத்தில் இடப்பட்ட கட்டளைகளை அவமரியாதை செய்யாமல், அதை தலை மேல் உட்கார்த்தி வாழ்பவர்கள். கவர்னர் ஜெனரலின் முடிவை ஏற்பது இயல்பில்லை.

பைஜ்நாத் ஜைன் தன் முன்னோர்களின் சரியான வாரிசு. அமெரிக்கக் கம்பெனியின் ஆலோசகராகப் பணி புரிந்து வந்தார். மாதா மாதம் கைக்குச் சம்பளம் கிடைத்து விடுகிறது. ஆறு மாத வாடகையை மொத்தமாக எடுத்துக் கொண்டு வீட்டு சொந்தக் காரனிடம் சென்றார். கடுமையான பணிச் சுமையின் காரண மாகவும், மேலும் சென்ற மாதங்களில் ஒரு வாரம், இரண்டு வாரம் என ஊரை விட்டு வேற்றிடங்கள் சென்றிருந்ததாகவும் சொன்னார்.

சிறிய ஊர்களில் சர்க்யூட் ஹவுஸ்களிலும், நகரங்களில் - லக்னோ போன்ற ஐந்து நட்சத்திர கார்டன் ஹவுஸ் அறைகளி லும், முன்னேற்பாட்டின்படி நடந்து கொண்டிருந்தன. மேலும் பெண்கள் தில்லியை விட்டு வெளியே சென்று படிக்க விரும்ப வில்லை. மனைவிக்கு எந்த விதத்திலும் இடமாற்றம் மனதிற்கு ஒவ்வாததாலும், அதனால் தில்லியிலேயே நிர்ப்பந்தத்தினால் வாடகைக்கு வீடு எடுத்துத்தான் தங்க வேண்டியிருக்கிறது.

வீட்டுச் சொந்தக்காரருக்கு அவரின் பொருளாதார தகுதி எண்ணிப் பார்க்க முடியாத அளவிற்கு வளர்ச்சி அடைந்து விட்டது

என்பது தெரிந்து விட்டது. ஐம்பதுகளில் டாலரில் சம்பாதிப்பது என்பது சாதாரண மனிதன் எண்ணிக் கூடப் பார்க்க முடியாதது. கொஞ்ச காலம் வரை தன்னைச் சமாஜ்வாதி பொது உடைமைக் கொள்கையாளன் என்று சொல்லி வந்தவர்கள், சட்டத்திற்கு மாறாக நடப்பவர்கள், அதிகாரிகள் மற்றும் உயர் வர்க்க மக்கள் கனவான்கள் போன்ற மக்கள் பெருந்தன்மைக்கு எதிரான முறை யிலேயே டாலரில் சம்பாதித்துக் கொண்டிருந்தனர்.

ஆனால், ஆரம்ப காலங்களில் பைஜ்நாத் தனது வருமானத் தால் பெரிய மனிதர்களின் நம்பிக்கையை முழுமையாகப் பெற வில்லை. வீட்டுச் சொந்தக்காரன் இரண்டு மடங்கு மரியாதை யுடன் அவரை உபசரித்தான். ''சார். இப்போதும் நீங்கள் வாடகை வீட்டில் வசிப்பது அழகல்ல. அதுவும் இத்தனை சிறிய வீட்டில். உங்களுடைய தகுதிக்கும் மரியாதைக்கும ஏற்ற வகையில் பெரிய வீடு வாங்கிக் கொள்ளலாம். வேண்டுமானால் நான் வீட்டைத் தருவதிலும், விலை பேசுவதிலும், பேரம் பேசு வதிலும் உங்களுக்கு உதவி செய்கிறேன்.''

''உண்மைதான் ஐயா. உங்களின் யோசனை சிறந்தது. நானும் எண்ணிக் கொண்டிருக்கிறேன், வீடு விலைக்கு வாங்கி விடுவோம் என்று. அதைப் பற்றிப் பேசுவோம் நாம். நீங்கள் வாடகையைப் பெற்றுக் கொண்டு ரசீது கொடுங்கள். உங்கள் மீது எனக்கு முழு நம்பிக்கை இருக்கிறது. ரசீது கொடுக்கா விட் டாலும் பழுதொன்றும் இல்லை. ஆனால், உங்களுக்கு என் மீது நம்பிக்கை இல்லை. இன்னும் ஒரு முறை கோர்ட் கேஸ் என்று அலைய வேண்டி வருமோ என்று பயப்படுகிறேன்.''

''என்ன வார்த்தை சொல்கிறீர்கள் பைஜ்நாத்? தவறு செய்வது மனித இயல்பு. நீங்கள் ஜைன் இனத்தைச் சார்ந்தவர் கள். வருடத்தில் ஒரு முறை மன்னிப்பு திருவிழா கொண்டாடு கிறீர்கள். மன்னித்து விடுங்கள். உங்களுடைய புகழுக்குக் களங்கம் ஏற்பட்டு விட்டது. இனிமேல் இது போல நடக்காது.''

''போகட்டும் விடுங்கள். இன்றைக்கு மன்னிப்பு திருவிழா நாள் அல்ல.''

"இன்று இல்லைதான். ஆனாலும் மன்னிக்கலாம். ஒரு வாய்ப்புக் கொடுங்கள். கிருஷ்ணன் மீது சத்தியம். எல்லோரும் மூக்கில் விரலை வைக்கும்படி ஒரு லாபமான பேரம் செய்து கொடுக்கிறேன். நாங்கள் பரம்பரையாகத் தொழில் செய்கிற வர்கள். காலம் சென்ற என் தாத்தா வியாபாரத்தைப் பெருக்கு வதற்காக தில்லி வந்து சேர்ந்தார். யாருக்குத் தெரியும். இப்படி பாகிஸ்தான் பிரிந்து குழப்பம் வரும் என்று. திரும்பிச் செல்ல முடியாமல் போய் விட்டதினால் இதையே வசிப்பிடமாக ஏற்றார். ஆனால், பரம்பரைத் தொழிலை கொள்கைளுடன் செய்து வந்தார். வாக்கிக் கொடுத்தால் எல்லாம் கொடுப்பார். தன் உயிரைப் பணயம் வைத்துத் தொழில் செய்து வந்தார். ஒரு சிந்தி பையன் உதவுவான் என்று நீங்கள் நினைப்பீர்களா?''

"உங்களின் கருணையை நான் என்றும் நினைவில் கொள்வேன். அந்தச் சங்கடமான நாட்களில் கோர்ட்டில் வாடகையைச் செலுத்தும் போதெல்லாம் மனதில் ஒரு சங்கடம் ஏற்படும். உண்மை நம்புங்கள். நாங்கள் மதத்தின் மீதும் பரம் பரையின் மீதும் முழு நம்பிக்கை கொண்டவர்கள். ஆண்டவன் துன்ப காலங்களைக் கொடுத்து அடிமையைச் சோதிக்கிறான். உடையாமல் இருந்தால் பொன் வெயில் மறுபடியும் திரும்பும் கண்டிப்பாக. எனவே கோர்ட்டிற்குச் செல்லும் போதெல்லாம் இப்படித்தான் நினைத்துக் கொள்வேன். மறுபடியும் மாதா மாதம் வாடகையை டக் டக் என்று கொடுக்கும் நாள் உண்மை யிலேயே வரும் என்றுதான் நினைப்பேன்.

"மறுபடி மறுபடி கோர்ட் கோர்ட் என்று சொல்லி என்னை வெட்கப்பட வைக்காதீர், ஐயா, கழிந்த காலத்தின் மீது மண் அள்ளிப் போடுங்கள். அடிமைக்குச் சரி செய்ய ஒரு வாய்ப்பைத் தாருங்கள்.''

"நீங்கள் வருந்தாதீர்கள். நான் முன்னமே சொல்லியிருக் கிறேன், இல்லையா? என் மனதில் உங்கள் மீது எந்தக் களங்கமும் இல்லை என்று. மனைவிக்கும் தம்பிக்கும்கூட இது விதியின் நெற்றியில் எழுதப்பட்ட தலையெழுத்தின் விளை யாட்டு என்ற புரிய வைத்தேன். காலம் யாரை விட்டது? என்னை விடுவதற்கு. பிரமாதமான ஜிலேபி எங்கிருந்து வாங்கினீர்கள்?''

''இன்னமும் கொஞ்சம் எடுத்துக் கொள்ளுங்கள். இது சோஹன் ஹல்வா. ஒரு விள்ளல் வாயில் போட்டுக் கொள் ளுங்கள். சிந்திக்காரர்களின் விசேஷ இனிப்பு பண்டம்.''

''ஜிலேபி போதும். உடம்பு ஏமாற்றி விடுகிறது. ஈடு இணையற்ற ஜிலேபியின் மூலம் சரி செய்வோம்.''

''ஏன் ஐயா, நான் என்ன தவறு செய்தேன்? நேர்மை அற்றதாக?''

பைஜ்நாத் வாய் விட்டு, மனம் விட்டுச் சிரித்தார். ''ஐயா, உங்களால் அல்ல. என் உடல் மோசம் செய்து விடுகிறது. டாக்டர் கண்டிப்பாக இனிப்புச் சாப்பிடக் கூடாது என்று கூறி இருக்கிறார்.''

''அடடா?''

''நல்லது.''

''ராம்சேவக். ஒரு டப்பாவில் பாக் செய்து கொண்டு வா. அண்ணியும் ருசி பார்க்கட்டும்.''

''எங்கே ஐயா! அவள் காற்றிலேயே உயிர் வாழ்கிறாள். காற்றும் மனதும் என வாழ்கிறாள் என்று எண்ணிக் கொள்ளுங் கள். சின்ன தம்பி ஜோக்நாத், அவனைச் செல்லமாக ஜுக்கி என்று சொல்லுவோம். கொஞ்சம் போஜனப் பிரியன் அவன். ஆனால், அண்ணியின் அடிமை. அண்ணியை யாரும் அவமதிப் பதைத் தாங்க மாட்டான். மிகவும் கோபக்காரன். அக்கம் பக்கத் தார் நடுங்குவார்கள் அவனைக் கண்டு. கூட வரத் தயாராய் இருந்தான். மிகவும் கஷ்டப்பட்டுத் தடுத்தேன். என்னைப் போல விதியை நம்புபவன் அல்ல அவன். வாயைக் கையைக் காட்டி எல்லாவற்றையும் வசூல் செய்து விடுவான். இளம் ரத்தம். தங்களின் மதிப்பு மரியாதையில் அதிக கவனம் கிடையாது. அந்த பயத்திலேயே அவனை நான் கூட்டிக் கொண்டு வரவில்லை.''

''ராம் சேவக் ஒரு சேர் பட்டாணியும் மொறுமொறுப்பாக கட்டிக் கொண்டு வர, இளைஞர்கள் காரமுரா என்று சாப்பிட பிரியப்படுவார்கள்.''

''இந்தக் கச்சோடி மணி அடித்துக் கொண்டு வரும். அந்த மனிதனின் கச்சோடியை விடப் பல மடங்கு நன்றாக இருக்கும்.''

''இந்தாருங்கள் கேசர் பால் குடியுங்கள்.''

''இருக்கட்டும். விடுங்கள். ஏன் என் வழக்கத்தை முறியடிக்கிறீர்கள்?''

''கேலி செய்யாதீர்கள். எந்த வீட்டை விலை பேச வேண்டும், சொல்லுங்கள்.''

''சொல்ல என்ன இருக்கிறது எனக்கு? நீங்கள் புத்திசாலி, பரம்பரையாகத் தொழில் செய்பவர்.''

''ஆனாலும்கூட ஏதாவது நோக்கம் இருக்கும்.''

''என்ன எண்ணம் ஐயா. முழு வியாபாரத்தையும் இப்போதே முடித்துக் கொள்ளலாம். இந்தத் தொகையை அச்சாரமாகக் கொள்ளுங்கள். மீதிப் பணத்தை எப்போது தர வேண்டும் சொல்லுங்கள். வீடு என் பேரில் வேண்டாம். கனகலதா பெயரில் பதிவாகட்டும். அவள்தான் வசிக்கப் போகிறாள். அவருடன் ஐுக்கியும், கெட்ட காலம் கழிந்தது. வாடகை வீட்டைச் சொந்தமாக்கிக் கொள்கிறேன்.''

''ஆனால்... ஆனால்... என் வீடு.''

''நான்தான் சொன்னேனே. அவளுக்கு இட மாற்றம் ஒத்துக் கொள்ளாது என்று. மேலும் அவள் மைத்துனன் அவளை அப்படி உபாசிக்கின்றான். ஒவ்வொரு ஆசையையும் பிடிவாதமாக நிறைவேற்றி விடுவான். எங்களால் சமாளிக்க முடியாத அளவுக்குத் தீவிரமாகி விட்டால் கடவுளுக்குத்தான் தெரியும் என்ன நடக்கும் என்று. சட்டத்திற்குக் கொஞ்சமாவது பயப்படுவானா?''

''ஆனால்... ஆனால்...'' என்று ஹர்வானி சாஹேப் திக்கித் திக்கி சொல்லிக் கொண்டிருந்தார். அதற்குள் ராம்சேக் இனிப்பும் காரமும் பொட்டலம் கட்டி எடுத்துக் கொண்டு வந்து விட்டான்.

''உங்களுக்கு ஈடு இணை இல்லை. ஹர்வானி சாகேப். வாக்கை நிறைவேற்றியதுடன் கூடவே இனிப்பும் கொடுக்க

ஏற்பாடு செய்து விட்டீர்கள். இல்லை... இல்லை... நீங்கள் எனக்கு அன்பளிப்பாகக் கொடுத்த பொட்டலத்தைப் பிரிக்க விடுங்கள். நான் உங்களுக்கு இனிப்பு வழங்கப் போகிறேன். விதிமுறைப்படி, உங்களுக்கு முடியும் போது, நாளையோ நாளை மறுநாளையோ ஏழை என்னுடைய குடிசைக்கு விஜயம் செய்யுங்கள். கனகலதாவால் எங்கும் வரப் போக முடியாது. எனவே மீதி நடவடிக்கை எல்லாம் அங்கேயே வைத்துக் கொள்ளலாம். நான் பேப்பர்களைத் தயார் செய்து வைக்கிறேன். ஜுக்கி சாட்சிக் கையெழுத்துப் போடுவான். நீங்கள் ஒரு சாட்சி யைக் கூட்டி வாருங்கள். இந்த முறை எனக்கு உபசரிக்க ஒரு வாய்ப்பளியுங்கள்.''

ஹர்வானி உண்மையான பரம்பரை வியாபாரி. பைஜ்நாத் ஜைன் பேசிக் கொண்டிருந்த நேரத்திலேயே ஒன்றை பத்தாக்கி நோட்டம் விட்டார். இந்தச் சதுரங்க விளையாட்டில் தோல்வி உண்டு. இதையும் யோசித்தார். தவறு அவருடைய தந்திரத்தில் அல்ல. காலத்தின் நட்டத்தில். கோர்ட்டிற்குச் செல்லாமல் இருந்திருந்தாலும்கூட பைஜ்நாத்தின் கால மாற்றத்தால் இதே பலன்தான் ஏற்பட்டிருக்கும். இவருடைய தவறு என்று சொல்லப் போனால், காலச் சுழற்சி எப்படியெல்லாம் திரும்பும் என்பதைச் சரியாக அனுமானிக்கவில்லை. விட்டு விட்டார். அவர் படை எடுத்து விட்டார்.

விலையை எத்தனை உயர்த்த முடியுமோ அத்தனை உயர்த்தி அதிர்ஷ்டத்தை அடையலாம். ஆனாலும், அவருக்குத் தெரியும். அதிகம் பெயராது என்று. காரியத்தை முடித்துக் கொள்ளலாமா? மாதம் அறுபது ரூபாயில் வாடகைக்கு வீட்டை விட்டுவிட்டு - ஜோக் நாத்தின் மேற்பார்வையில் காலம் முழுவதும் விட்டுவிட்டு அதற்கான பராமரிப்புச் செலவை மட்டும் செய்யலாமா? அல்லது ஒரேயடியாகச் சொந்தமாக என்ன கிடைக்கிறதோ அதை வசூலித்துக் கொண்டு தொழிலில் போட்டு அதை முன்னேற்ற மூலதனமாகப் போடலாமா?

அவர் இரண்டாவது பாதையைத் தேர்வு செய்தார். இப்படி யாகத் தானே உயர்ந்த விதானமும், ஒன்பதங்குல கனமும்

கொண்ட வலுவான வீடு, சில சில்லறை காசு வியாபாரத்தில் பைஜ்நாத் ஜைன் உடையதாக ஆகிப் போனது.

பைஜ்நாத்தின் இந்த அரசியல் பார்வை அவருடைய பெண்கள் வரை சென்றடையவில்லை. நேர்மை விரும்பியாக வும், பரந்த மனம் கொண்டும் அதைச் சந்தேகமற்று ஏற்றினர். எத்தனை சரி என்பதை உங்களின் அறிவுக் கூர்மையால் சுயமாகச் சிந்தியுங்கள். என்னுடைய இந்தக் கணக்கு உங்களுக்கு பொருத்த மில்லாமல் இருக்கலாம்.

ஒரு முறை மசூரியில் கரம்சந்த் வீட்டில் நிகழ்ந்த செய்தி களை மோகரா சொன்னாள் இல்லையா? அது இதுதான். கரம் சந்த் பைஜ்நாத்திடம் காசு வாங்கி இருந்தார். அதன் கணக்குக்காக அவருடைய பெண்களை மசூரியைச் சுற்றிக் காட்ட அழைத்துச் சென்றார். அவள் என்ன சொன்னாளோ, அதை அரையும் குறையு மாகப் புரிந்து கொண்டதன் விளைவால் சொல்லப்பட்டவை. கரம்சந்த் பைஜ்நாத்தைப் பார்க்க வருவது வழக்கம். அதை அவள் பார்த்திருக்கிறாள், கேள்விப்பட்டிருக்கிறார். அவருடைய மகன் சமர்சந்த் - அவனை அம்மா சமரூ என்று செல்லமாக அழைப் பாள். உற்ற நண்பர்கள் அவனை சோமு அல்லது ஸாமு என்று அழைப்பார்கள். அவன் டேராடூனில் படித்துக் கொண்டிருந்தான்.

அங்குதான் டாக்டர் தாத்தாவும் இருக்கிறார். ஏதோ ஓரிரு முறை சின்னச் சின்ன நோய்க்காக அவரிடம் சென்றும் இருக் கிறான். அறிந்தது, தெரிந்தது எல்லாம் அவளுக்கு இதுவரை தான். மற்றவற்றை கரம்சந்த், பைஜ்நாத்தின் உரையாடல் மூலம் அனுமானித்திருந்தாள். ஆனால், அந்த உரையாடல்கள் உறவின் இடையில் விழுந்திருந்த திரையை அச்சுறுவதற்கானதாக இல்லா மல் அது இன்னும் கூடுதல் மறைப்பை உண்டாக்குவதற்கானது என்பதை அவள் அறிய மாட்டாள். உண்மையை நான் உங்க ளுக்குச் சொல்கிறேன்.

கண்டிப்பாக பைஜ்நாத், கரம்சந்த் இடையே இருந்த உறவு கொடுக்கல் வாங்கல் சார்ந்ததுதான். கரம்சந்த், பைஜ்நாத்திற்கு கடன்பட்டிருந்தார். ஆனால், அது பணத்தைப் பெற்ற கடனாளி யாக அல்ல. இணை சேர்க்க இழுத்துக் கட்டும் முடிச்சு அது.

இணைந்த மனம் 215

உறவு சிக்கலானது அல்ல. ஆனால், அது கண்டிப்பாக ரகசிய மானது. ஒவ்வொருவருக்கும் தன் உடல்நலத்தைக் காக்க சுதந் திரம் இருக்கிறது. மோகரா உடல்நலத்துடன் வைக்க செயல் பட்டுக் கொண்டிருந்தாள். அவருடைய கணக்குப்படி அது செய லாற்றும் முறை.

உண்மையில் கரம்சந்த் சுதந்திர இந்திய நாட்டைச் சார்ந்த வர் அல்ல. புத்தம் புதியதாக உருவான சுதந்திர பாகிஸ்தானைச் சார்ந்தவர். பிறப்பால் குஜராத்தியாக இருந்தாலும், தன் நாட்டைச் சார்ந்தவர் போல் உலகம் முழுவதும் வியாபார நிமித்தமாக இங்கிருந்து அங்கும், அங்கிருந்து இங்கும் செல்லத் தயாராயிருப்பவர்.

கராச்சியா அதுவும் இந்தியாவின் ஒரு பகுதி. கராச்சி யிலிருந்து தில்லிக்கும் பம்பாய்க்கும் தினமும் சென்று வருபவர். ஆனால், கராச்சியில்தான் அதிக அளவு சொத்து இருந்தது. மகன் சந்தேகமில்லாமல் டேராடூனில்தான் படித்து வந்தான். நாடு பிரிக்கப்பட்ட பிறகும் லட்சக்கணக்கான மக்கள் எண்ணியதைப் போலவே அவரும் எண்ணினார். நாடு பிரிக்கப்பட்டிருந்தாலும் வியாபாரம் தங்களுக்கிடையே தடைபடாது என்று. பையனை போர்டிங் ஸ்கூலில் படிக்க விட்டார்.

ஆனால், பிரிவினைக்குப் பின் நடந்த பயங்கரமான கலகம் அவருக்கு பாகிஸ்தான் போல இந்தியாவில் தொழில் செய்ய முடியாதென்பதைப் புரிய வைத்தது. ஆயிரக்கணக்கானவர் களைப் போல் அவரும் இங்கு வந்த உடனேயே இந்தியராக ஆகி இருக்க முடியும். ஆனால், பாகிஸ்தான் நாட்டிலிருந்து சொத்துக்கள் மட்டுமல்லாமல் ரொக்கப் பணமும், அங்கு தொழிலில் போட்டிருந்த ரொக்கமும் கையை விட்டுப் போய் விடக் கூடாதே என்ற பயமும் இருந்தது.

இப்போதோ ஒருபுறம் பொருளுக்கு ஆபத்து, இன்னொரு புறம் உயிருக்கு ஆபத்து என்றிருந்தது நிலைமை. பாகிஸ்தானில் உயிராபத்து. அந்த நாட்டைச் சார்ந்தவனாக இருந்தாலும்கூட ஹிந்துவாக இருப்பது கடினமான காரியம். இந்தியாவில் அபாயம். உயிராபத்து.

முஸ்லீமாக இருந்தால், இந்தியாவில் புகலிடம் இப் போதும் கூட பெற முடியும். ஆனால் பொருள், சொத்து எல்லா வற்றையும் பாகிஸ்தானில் விட்டுவிட்டு இங்கு கிடைக்கும் கொஞ்ச நஞ்ச தன்னாட்டுக்காரன் என்ற நம்பிக்கையில் உயிர் பிழைக்க வேண்டும். குழப்பம் வாட்டி எடுத்தது. உயிர் பற்றிய கவலையை விடுவதா அல்லது படகையா? அவன் இரண்டை யும் தக்க வைத்துக் கொள்ள எண்ணினான்.

நாடு என்னமோ துண்டாடப்பட்டு விட்டது. இரண்டாகப் பிரிந்து விட்டது. ஆனால், இரண்டின் இயல்பும் ஒன்று போலத் தானே என்பதெல்லாம் அவருக்கு நன்றாகவே தெரியும். பங்கீடு செய்யப்பட்டு விட்டாலும்கூட. ஆனால், கையூட்டும் கொடுக்கல் வாங்கலும் அதன் நம்பிக்கையும் இரண்டு இடங்களிலும் போது மான அளவு கொடுத்து கொஞ்சம் காப்பாற்ற முடிந்தது.

அதிர்ஷ்டவசமாக அல்லது தொழில் சாமர்த்தியத்தால் பாகிஸ்தானிலிருந்து வரும் பொழுது கையோடு கொஞ்சம் ரொக்கமும் எடுத்து வந்திருந்தார். அதைக் கொண்டு இந்தியா வில் தொழில் தொடங்கலாம். அவருடைய மகனின் கல்வி உயர்ந்த பள்ளியில் தடையற்று நடந்து கொண்டிருந்தது. ஒரு தொழிலின் மூலம் கிடைக்கும் பணத்தை வங்கியில் போட்டு வைக்கும் தவறை அவர் செய்ய மாட்டார். அதனால் வரித் துறைக்கும் அரசுக்கும் கஷ்டம் வராமல் இருக்கும். இந்தியாவில் சின்னச் சின்ன தொழில் செய்து கொண்டே, பாகிஸ்தானில் இருந்த சொத்துக்களை மெல்ல மெல்ல விற்றுக் கொண்டே வந்தார்.

அதில் கிடைக்கும் ரொக்கத்தை இங்கு முதலீடு செய்து கொண்டே இருந்தார். கொஞ்சம் தன் பெயரிலும் கொஞ்சம் வேறு பெயர்களிலும். இந்தப் பணியில் அவருடைய ஆலோசகர் வக்கீல் அல்லது இடைத் தரகர் எப்படி வேண்டுமானாலும் சொல்லிக் கொள்ளுங்கள், அவர்தான் பைஜ்நாத் ஜைன். வக்கீல் தொழிலை அவர் பாக்கித் தொகைக்காகச் செய்யவில்லை. ஆனால், நண்பர்கள் தெரிந்தவர்களின் கேஸை நேராக்கிக் கொடுப்பார்.

அதனால் அவர் ரகசியத்தைக் காப்பாற்றவும் செய்தார். சூழ்ச்சி, தந்திரம் ஆகியவற்றில் கொஞ்சம் ஈர்ப்பும் கொண்டிருந்

தார். வக்கீலாகப் பட்டம் பெற்றிருந்தார்தான். மூளையும் சிறந்த வக்கீலனுடையதாகவே இருந்தது. எந்த கேஸை வாதாடினாலும் ஜெயித்துக் கொண்டே இருந்தார். வக்கீல் தொழிலைத் தனதாக்கிக் கொள்ளவில்லை. ஏனெனில், அதைச் செய்து அவர் அரசியல்வாதியாக விரும்பவில்லை.

குழப்பமான மன நிலையில் எப்போதாவது தலைவனாகும் கனவிலும், சில சமயம் கலைஞனாகும் கனவிலும், சில வேளைகளில் ஆலோசகராகவும்கூட இருப்பார். ஒவ்வொரு ஆண்டும் படிப்படியாக தேறி உயர்வதற்குப் பதிலாக நேரடியாக உச்சியை எட்டும் நோக்கமும் இருந்தது. இதனால் ஒரு தொழிலில் இருந்து மற்றொன்றுக்கு என ஈடுபாட்டைக் கொண்டிருந்தார்.

வழக்கை வாதாட எடுத்துக் கொண்ட போது அவருக்குப் பணத்திற்குத் தட்டுப்பாடு இல்லை. எனவே, அவருடைய சொத்துக்கள் கொஞ்சம் கொஞ்சமாக கராச்சியில் விற்கப்படும் போதும் பீஸ் அவருடைய பெயரில் தொகையாகச் செலுத்தப் பட்டுக் கொண்டே வரும். இருவரின் கொடுக்கல் வாங்கலில் எந்தக் கோளாறும் வராது என்று இருவருமே கவலையற்று இருந்தனார்.

ஆனால், சொத்துக்கள் அவ்வளவு மெதுவாக விற்றுக் கொண்டிருந்தது. எங்கள் வாழ்க்கை வேகமாக கீழிறங்கிக் கொண்டே வந்தது. என்னுடைய பீஸை என் வாரிசகளும் கொடு என்று சொல்லும்படி ஆகி விடக் கூடாது என்று பைஜ்நாத் சொன்னார்.

ஆண்டாண்டு காலமாகச் சொல்லப்படும் அதே சொற்களைத் தான் கரம்சந்தும் சொன்னார்: ‘‘ஐயா நல்ல வார்த்தையாகச் சொல்லுங்கள்’’ என்று.

அப்படியும் ஒரு நிலை வந்தது. செலுத்த வேண்டிய பீஸ் தொகை கணிசமான அளவு காகிதத்தில் அலங்காரமாக இருந்தது. பைஜ்நாத்தின் வீட்டில் சாப்பாட்டுத் தட்டின கீழ் ரொக்கமற்று சூன்யமாக இருந்தது. பருப்பும் சப்பாத்தியும் என்பது நிஜமாகவே வெறும் சப்பாத்தியும் பருப்பும் என்றாகி விட்டது. ஆனால் சொத்துக்கள் என்று ஆரம்பிப்பது இந்த இடத்தில் தொடங்க வேண்டும். அதன் பின் வர வேண்டும்.

பல காலமாக நடந்து வரும் வழக்கத்தை மனம் ஒப்புக் கொள்ளவில்லை. இரண்டு விதமான எண்ணங்கள் மனதில் ஒரு சேர எழும்பின. முதலாவது இது வாரிசுகளை முன்னிறுத்தும் மனம். வாரிசு யார்? ஒரு குடும்பத்தின் இரண்டு இளம் பெண் களும், மனைவியும். ஆனால், சொல்லக் கேட்டது. தம்பி கிம்பி என்றும். எல்லாவற்றையும் விட பேச்சு நம்பகமாக இருக்க வேண்டும். நியமத்திறகுக் கட்டுப்பட்டு இருக்க வேண்டும். அவர் சொல்லி விட்டால் வாங்கியதை விட கொடுப்பது அதிகம் இல்லாமல் போய் விடும்.

உடனேயே அவருடைய மனதில் இதற்கு எதிரான எண்ணம் ஓடியது. விஷயத்தைச் செல்லாமலேயே இறந்து விட்டாரென்றால் அவருடைய வாரிசுகளுக்கு எந்த முட்டாள் பணத்தைக் கொடுத்து அடைக்கப் போகிறான்? இதன் கூடவே மூன்றாவதாக ஒரு எணணமும் எழும்பி வந்தது.

அப்படி இவர் இறந்து விட்டால், இவருடைய சூதாட்ட வஞ்சனையின் நம்பிக்கை செலுத்த வேண்டிய ரொக்கத்தை என்னுடைய பெயரில் செலுத்தாமல் ஒத்திப் போட்டுக் கொண்டே வந்தால் பைஜ்நாத்தின் உயிர் போனாலும் வாக்குத் தவறாத மேன்மையான விளக்கத்தை ஏற்க வேண்டி வரும். முதலாம் எண்ணம் நீண்ட நேரம் மனதில் தங்கவில்லை. பைஜ் நாத் விரும்பினால் சினிமாவில் வில்லனைப் போல நிதானமாக ப்ளாக் மெயில் செய்ய முடியும்.

ராஜ புத்திரராக இல்லாமல் இருந்தாலும் ராஜ புத்திரரின் வழக்கப்படி வாக்குக் கொடுத்து விட்டால், அதைக் காப்பாற்று பவர். தனது எதிர்கால பணக்கார மாளிகைக் கனவை அலங் கரித்துக் கொண்டே, தனது முன்னால் இருக்கும் நிகழ்கால பணக்காரத் தன்மையை நிலை நிரந்தரமாக்க முயன்று கொண்டு, தனது கணக்கு பேரேடுகளில் பதிவு செய்து கொண்டிருந்தார்.

மசூரிக்கு அழைத்துச் சென்று அவரின் பெண்களுக்குச் சுற்றிக் காட்டும் எண்ணம் கரம்சந்த்தின் தரப்பிலிருந்து வெளிப் படுத்தப்பட்டது. தனது கேஸ்களின் சிக்கலையும் குழப்பத் தையும் எண்ணி, அவர் இந்த முடிவுக்கு வந்தார். வக்கீல்

அல்லாதவர் என்பதற்கும் பதிலாக நட்பு என்ற உறவை ஏற்படுத்திக் கொள்வதன் மூலம் லாபம் ஏதுமில்லை என்றாலும் நஷ்டமும் இல்லை. எனவே அவரின் இரு பெண்களையும் தன் பெண்கள் எனக் கருதி அதைச் சொல்லி தன் வீட்டிற்கு அழைத்து வர முடிவு எடுத்தார்.

டேராடூனில் படிக்கும் மகன் பரீட்சையில் பாஸ் செய்து தனது தாய்வழி தாத்தா வீட்டிற்குச் சென்றருந்தான். இதனால் அவர்கள் மசூரி வருவதில் சிக்கல் ஏதும் இல்லை. இளம் காதல் பெண்களை அங்கே அனுப்பி வைப்பதில் கிளர்ச்சி பயம் இல்லை.

பைஜ்நாத் அவருடைய யோசனையை ஏற்றுக் கொள்ளா விட்டால் ஒருவேளை இரண்டு தரப்பிலிருந்தும் அவருக்கு மூச்சுத் திணறல் ஏற்பட்டிருக்கும். குல்லின் துயரத்தினால் கனக லதா மிகுந்த துக்கம் கொண்டிருந்தாள். சிரித்து ஒத்திப் போடு வது சிரமமாக மாறிக் கொண்டிருந்தது. பிறகு பைஜ்நாத் உடல் நலம் குன்றிப் போனார்.

சர்க்கரை நோய் கென்ஜின் பொருளாதாரக் கொள்கையை ஒத்திருந்தது. சில சமயம் அதிகமாகவும், சில சமயம் குறைந் தும். அக்குளில் ஒரு பெரிய கொப்பளம் உண்டானதும் டாக்டர் சொன்னார், தொற்றாக இல்லாமல் இருக்க வேண்டும் என்று. எனவே, பைஜ்நாத் தன் பெண்களை மட்டுமல்ல, மனைவியை யும் தள்ளி அனுப்பி இருக்கச் செய்திருப்பார்.

கனகலதாவிற்குப் பயணப்படுவது - அதுவும் தனியே பயணம் செய்வது முடியாத காரியம். அதனால் குல்லையும் மோகராவையும் ஊர் சுற்றிப் பார்க்க என்று யோசைனயை ஏற்றார். கரம்சந்த் பாகிஸ்தானியாக இருப்பதை பரவாயில்லை என்று கனகலதா ஏற்றுக் கொள்வாள். தொற்றைச் சகித்துக் கொள்ள மாட்டாள். ஆனால், கணவனின் அனுமானத்தினால் அவள் சிறிதும் கவலைப்படவில்லை.

ஏனெனில், அவளுக்கு அது தொற்று நோயாயிருக்கும் என்று தோன்றவில்லை. அப்பாவின் இடத்திலிருக்கும் டாக்ட ரின் போன் கிடைக்கக் காத்திருந்தாள். நோயின் காரணம் தெரிந்து

விடும். வீட்டின் உண்மை நிலை வெளிப்படையாகத் தெரிந்து விடும் என்ற பயத்தின் காரணமாக அவருக்குப் போன் செய் வதை பைஜ்நாத் விரும்பவில்லை.

அவருடைய தடையை கனகலதா ஏன் ஏற்றாள். அது எனக்குத் தெரியவில்லை. கனகலதா வீட்டின் உண்மை நிலை அறியாமல் இருந்தாளா அல்லது தன்னுடைய நோயின் காரணத்தைத் தான் அறிந்திருந்ததனால் இதை ஒப்பக் கொள்ளத் தேவை யில்லை என்று கருதினாளா? ஒவ்வொரு சமயத்திலும் அவ ருடைய கணிப்பு சரியாகவே இருக்கும். அந்தக் கொப்பளம் விரைவிலேயே காய்ந்து விட்டது.

மசூரி பயணக் கதைதான் மோகரா உங்களுக்குச் சொல்லி விட்டாள். கரம்சந்த் மிகவும் சுரத்தில்லாமல் காணப்பட்டார். அவனை விடவும் அதிகமாக அவர் மனைவி. மனைவியை மன்னித்து விடலாம். அவனுடைய கடைகளின் அதிர்ஷ்டத்தை கவணன் இரண்டிரண்டு நாட்டிலிருந்தும் பெற்றுக் கொண்டிருக் கிறான் என்பது அவருக்குத் தெரியாது.

அவளுக்கு ஏழ்மையும் தெரியாது. மேலும் அழையாத விருந்தாளி இருவர் தலை மீது ஏறி உட்கார்ந்திருக்கின்றனர். அவர்கள் சட்டம் அறிந்தவர்கள். தன்னுடைய பீஸைக் கொடுக் காமல் தண்ணி காட்டிக் கொண்டிருக்கிறான். தன்னுடைய மகன் மசூரி வராமல் இருந்து விட்ட எல்லையற்ற துக்கம் காரணமாக வும் இருக்கலாம். அதற்குப் பதிலாக தளதளப்பான இரண்டு பெண் தன் மீது சவாரி செய்வதும் குறிப்பாகப் பிடிக்காமல் இருக்கலாம்.

ஆமாம், அவளுடைய பார்வையில் குல் மட்டுமல்லாமல் மோகராவும் தளதளப்பான பெண். அவர்கள் இருவரும் குடும்பப் பாங்கான பெண்களாக இருந்திருந்தாலும் கூட கரம்சந்தின் மனைவியின் மனம் ஒப்புக் கொள்ளும். அவளைப் பொறுத்த வரை இருவரும் வேறு மாதிரி இருந்தனர். நல்ல குடும்பத்தில் பிறந்த பெண்களைப் போல பின்னல் வேலை, தையல் வேலை செய்வது, சமையல் செய்வது ஆகியவற்றில் ஆர்வம் கொள்வ தற்குப் பதிலாக ஈஸி சேரில் நீட்டி உட்கார்ந்து கொண்டு புத்தகம்

படித்துக் கொண்டே இருக்கிறார்கள் அல்லது ஜன்னல் வழியே மலையை உற்றுப் பார்த்துக் கொண்டு இருக்கிறார்கள்.

கையைக் கோர்த்துக் கொண்டு நடு இரவு வரை சிரித்துக் கொண்டேயிருக்கிறார்கள். சம்பந்தம் இல்லாமல் வெளியே சுற்றிக் கொண்டிருக்கிறார்கள். மழையில் நனைவதைப் பற்றிக் கூடக் கவலை இல்லை. அட இது கூடவா தெரியாது? துணி எப்படி நனைந்து ஒட்டி, உடல் ஒளிவு மறைவின்றி தெரிகிறது என்பது கூடவா தெரியாது? சரி அதையும் மன்னித்து விடலாம். மழை பெய்வது நம் கையில் இல்லை. ஆனால், இந்த துரதிர்ஷ்டம் பிடித்தவர்கள் ஒரு முறையாவது அழகான கை வேலைப்பாடு மிக்க தையல் வேலையைக் கண்டு தங்களுக்குக் கற்றுக் கொடுக்கச் சொல்லி இருக்கலாம். அல்லது இரண்டொரு வார்த்தை பாராட்டி இருக்கலாம்.

ஏதோ கண்களில் குறை இருப்பதைப் போல, இந்தச் சிறந்த கை வேலையைப் பார்க்காதது போல, அது கண்ணில் படாமல் மறைந்து போனது போல் இருந்தனர். ஒரு முறை எல்லை மீறி விட்டது. அவள் தன் மகனுக்காக ஸ்வெட்டர் பின்னிக் கொண்டிருந்தாள். வீட்டிற்குள் பல நிறங்கள் கொண்ட உல்லன் நூலைக் கொண்டு சிக்கலான ஒரு பூ வேலைப்பாட்டைக் கொண்ட டிசைனை உருவாக்கிக் கொண்டிருந்தாள்.

இருவரும் கலகலவென்று சிரித்துக் கொண்டே உள்ளே நுழைந்தனர். எதிரிலிருந்த நாற்காலியில் அழுந்தி உட்கார்ந்தனர். சிக்கலான பல நிறங்கள் கொண்ட டிசைனைப் பின்னுவதற்காகக் கீழே பார்த்தபடி தன் திறமையால் பின்னிக் கொண்டிருந்தாள்.

திடீரென அவர்கள் இருவரும் கூச்ச நாகரிகமில்லாமல் உரக்க சிரிப்பதைக் கேட்டு தலையை மேலே தூக்கிப் பார்த்து. "எதற்காக இப்படிச் சிரிக்கிறீர்கள்?" என்று கேட்டாள்.

மோகரா தயங்கித் தயங்கி, "இல்லை, இல்லை. இதில் சிரிப்பதற்கு ஒன்றும் இல்லை; குல் கஷ்டப்பட்டு ஸ்வெட்டர் பின்னிப் பார்த்தாள். ஆனால், அவளுக்கு அது கைவரவில்லை" என்றாள்.

"அப்படியா? அவள் சந்தோஷப்பட்டு, "கற்றுக் கொள் கிறாயா?" என்றாள்.

இதில் இப்படி பலமாக இரண்டு பேரும் சிரிக்க என்ன இருக்கிறது? மோகரா புரிய வைக்க முயன்றாள். குல் ஸ்வெட் டர் பின்னுவது தங்களுக்குள் கேலி செய்யும் ஒரு விளையாட்டு என்று. இப்படிப்பட்ட ஒரு நகைச்சுவைத் துணுக்கு மற்ற வெளி ஆட்களின் புரிதலுக்கு அப்பாற்பட்டது. ஆனால், அந்தப் பெண் மணி அவர்களை மன்னிக்கவில்லை. அவளுடைய கோபம் குல்லை விடவும் மோகராவின் மீது அதிகமாயிற்று. எல்லா குசும்புக்கும் காரணம் மோகராதான் என்று தோன்றி விட்டது.

மகனைத் தாத்தா வீட்டிற்கு அனுப்பி விட்டதில் கணவ னிடம் கோபம்தான். குல்லும் மோகராவும் வந்த பின் கோப மும் எரிச்சலும் நிறைந்து இருந்தாள். சரி தன்னுடைய பிறந்த வீட்டில் மகன் இருக்கிறான். ஆனாலும் மசூரியை விட்டுத் தள்ளி இருப்பதும், அங்கிருக்கும் வெப்பமும், மகன் தன்னை விட்டு விலகி இருப்பதனால் குறையவில்லை. சட்டக் காரியங் களைச் செய்யும் போது. சில தினங்களுக்கு மகனைத் தன்னை விட்டுப் பிரிந்து தொலைவில் வைத்திருப்பது நன்மை பயக்கும் என பைஜ்நாத் ஆலோசனை சொல்லியிருந்தார்.

பாவம் மனைவிக்கு அது தெரியாது. இல்லாவிட்டால் இத்தனை துயரப்பட்டிருக்க மாட்டாள். மகன் தொலைவில் இருக்கிறான், அந்தக் கிழக் கணவனுக்கு வக்கணையாகச் சமைத்துப் போட ஆர்வம் இல்லை. அழையா விருந்தாளிப் பெண்கள். "ஆண்டி டோக்ளா காண்ட்வியைப் பற்றி நிறைய கேள்விப்பட்டிருக்கிறோம். அதை எங்களுக்குக் கற்றுக் கொடுக் கிறீர்களா?" என்று சாதாரண குடும்பப் பாங்கான பெண்கள் கேட்பதைப் போலக் கேட்டிருந்தால், சட்டென்று அது போன்ற சிறந்த சமையலைத் தயார் செய்து இருப்பாள். அவருடைய பரம்பரை நியாயத்தைச் செய்திருப்பாள்.

ஆனால், இந்த துரதிர்ஷ்டம் பிடித்த பெண்கள் ருசியற்ற நீர்த்து. போன பருப்பைச் சாப்பிட்டு விட்டு, "ஆண்டி நீங்கள் ஓய்வெடுத்துக் கொள்ளுங்கள். நாங்கள் சமைத்துப் போடுகி

இணைந்த மனம்

றோம்" என்று சொன்னார்களா என்ன? எப்படிச் சொல்லுவார்கள்? இரண்டு நிமிடம் சேர்ந்தாற் போல உட்கார்ந்து பேச அவர்களுக்கு எங்கே இருக்கிறது நேரம்? எப்போதும் இருவரும் தங்களுக்குள் குசுகுசுவென்று பேசிக் கொண்டே இருக்கிறார்கள்.

அவர்களின் கவனத்தை ஈர்க்க ஒரு குறிப்புக் கிடைத்தது. இந்த இளம் பெண்களுக்குத் தற்கொலைக் கதைகளைக் கேட்பதில்தான் எத்தனை மகிழ்ச்சி. ஆரம்பித்த உடனேயே சிரிப்பெல்லாம் மறந்து போய் வலுவில் ஒவ்வொரு வாக்கியத்தையும் வாயிலிருந்து பிடுங்கி எடுத்தார். அவர்களின் கவனத்தை ஈர்ப்பதற்காக நடக்காதவற்றையும் கற்பனையாக்கி உண்மைக் கதைகளைப் போலச் சொல்லி வைத்தாள்.

கடைசி நாளின் போதுதான் குல் பதினொன்றாவது பரீட்சை எழுதி விட்டு வந்திருக்கிறாள் என்றும், தனது தேர்வு முடிவுக்காக கவலையாயிருக்கிறாள் என்றும் தெரிய வந்தது. படிப்பில் அப்படி என்ன உயிர் ஒட்டிக் கொண்டு இருக்கிறது. அவளுடைய பையன் கொஞ்சமும் கவலைப்படுவதில்லை. சொல்லவாவது முடிந்தது அவனிடம் நடந்தது நல்லதுக்குத்தான் என்று. பெண் முதல் வகுப்பில் பாஸ் செய்திருக்கிறாள். அவள் மனதில் ஒரே சமயத்தில் இரண்டு விதமான எண்ணங்கள் எழுந்தன.

பெண்ணாயிருந்தால் என்ன? பெரிய காரியம் சாதித்திருக்கிறாள். எனவே, பாராட்ட வேண்டும். லட்டை ஊட்டி விட்டு உண்மையான திறந்த மனதுடன் ஆசீர்வாதம் செய்தாள். ஆனால், இப்படிப் படித்ததனால் என்ன பயன் கிடைக்கப் போகிறது என்றெல்லாம் யோசிக்கவில்லை. அவருடைய மகன் அத்தனை திறமையானவன்.

கரம்சந்தின் தரப்பிலிருந்து இதனைத்தான் நான் சொல்ல முடியும். அவருடைய மகன் கற்பனையில் கூட முதலாவதாக வர முடியாது. பைஜ்நாத் போன்ற சிறப்பான மேலான வாய்ஜாலம் மிக்கவர் கஷ்டப்பட நேரிடுகிறது. பிறகு வஞ்சனையும் ஏமாற்றும் தொழிலை செய்ய அவர் யார்? ஆனாலும், கரம்சந்த் பெண்களால் கஷ்டம் மகனால் லாபம் என்ற கருதும் மக்களில் ஒருவர்.

தில்லியிலிருந்து கிளம்புவதற்கு முன்னால் மனதினுள் ஒரு பொறி தோன்றியது. பைஜ்நாத்தின் வாரிசைத் தன் வாரிசாக ஆக்கிக் கொண்டால்...? விஷயம் வெளியாகி விடும் என்ற பயத்திலிருந்து விடுப்பு பெற முடியும். அவர் குஜாத்தி அல்லாத பெண்ணை மருமகளாக்கிக் கொள்ள வேண்டிய தைரியம் பெற்றிருந்தார்.

மனைவியைச் சம்மதிக்க வைப்பது கடினம் என்பது தெரியும். ஒரு வகையில் அது சாத்தியமாகக் கூடும். பையன் பெண்ணின் மீது காதல் கொண்டு விட்டால் சாத்தியமாகும். திருமணம் நடக்கவில்லை எனில் தற்கொலை செய்து கொள் வேன் என்றெல்லாம் சொன்னால் சாத்தியமாகும்.

கரம்சந்த்திற்குத் தனது கீழ்ப்படிதலுள்ள மகனின் மீது முழு நம்பிக்கை உண்டு. வீட்டிற்குப் பெண்கள் வந்திருக்கிறார்கள் என்று சொல்லி மகனுக்குக் கடிதம் எழுதி வரவழைத்து விட்டால்... அந்தக் கதையை நிஜமாக்கும் தாக்கம் ஏற்பட்டு விட்டால்... சரி அந்த இளைஞனிடமே விட்டு விடலாம். எண்ணத்தை ஊதி விட அவர் தயாராகத்தான் இருந்தார். ஆனால், முதல் ஓரிரண்டு நாட்களிலேயே உற்சாகம் இழந்து விட்டார்.

இரண்டு பெண்களில் ஒருவரிடம் கூட அந்த பித்து தென் படவில்லை. காதலுக்குப் பொருத்தமானவர்களாக இல்லை. அதுவும் குஜராத்தி வியாபாரி காதல் கொள்ள வீட்டின் மரு மகளாக வர சில தகுதிகள் கொண்டிருக்க வேண்டும்.

ஒரு தடவை குல் சமையல் செய்ய ஆசைப்பட்டாள். அவருடைய பார்வையில் குல் மிகுந்த வாயாடியாகவும், மோகரா கோபக்காரியாகவும் இருப்பது தெரிய வந்தது. எல்லாவற்றையும் விட மிக கருமிகள். மழையில் நனைந்து கொண்டாவது வரு கிறார்களே தவிர, இரண்டு ரூபாய் ரிக்ஷாவிற்குச் செலவழிக்க மாட்டார்கள். முதல் முதலாவதாக பாஸ் செய்ததற்கு மனைவி யுடன் சேர்ந்து ஆசீர்வதித்தார். யார் வீட்டுக்கு மருமகளாக்குவார்.

குல்லின் மீது ஆண்கள் மட்டுமல்ல, பெண்களும் காதல் கொள்வார்கள் என்பது அவருக்கு எப்படித் தெரியும். நல்ல காலம். அந்தப் பெண்களை அவரே ரிஜக்ட் செய்து விட்டார்.

எங்கேயாவது பையனை வரவழைத்து, அவன் டேராடூனின் பாதிப்பால் அப்பாவிடம் தானே முன் வந்து காதலில் விழுந்து விட்டால், கரம்சந்த் பாவம் ஹிந்தி சினிமாவின் அப்பா போலக் காட்சி தருவார். அவர்கள் மசூரிக்குத் திரும்பி வருவதற்கு முன்னதாகவே பைஜ்நாத்திற்குத் தொற்று பயம் போய் விட்டது. சில மாதங்களுக்குப் பிறகு தன்னுடைய வாய் ஜாலத்தினால் அவர் கரம்சந்தைச் சட்டபூர்வமாக இந்தியன் ஆக்கி விட்டார்.

குல்லும் மோகராவும் 1952ல் சென்ற பிறகு விஷயம் வந்தது. 1953ல் நடைமுறைக்கு வந்தது. 1947ம் ஆண்டு நாடு பிரிவுபட்ட பிறகு இரண்டு நாட்டின் ஆட்சியாளர்களும் ஒரு முடிவுக்கு வந்தனர். நாட்டின் கலவரத்தின் காரணமாக வலுக் கட்டாயமாக இங்கிருந்து அங்கு அப்புறப்படுத்தப்பட்ட மக்களை அங்கிருந்து திரும்பவும் இங்கேயே அனுப்பி, அவர்களின் துன்பத்தை முழுமையாக்கி விடலாம் என்று தீர்மானித்தனர்.

இன்று வயது முதிர்ந்திருக்கும் முன்னோர்களுக்கு, அன்றைய நாளில் செய்தி மிகுந்த கேலிக்குள்ளானது நினைவிருக்கலாம். தலைப்பு இதுதான். நேருஜியினால் விரட்டியடிக்கப்பட்ட பெண்கள் திரும்பி வர வேண்டுகோள் என்றிருந்தது. உண்மையில் நேருஜி பெண்களை விரட்டி விடவில்லை. விரட்டி அடிக்கப் பட்ட பெண்களைத் திரும்ப வரச் சொல்லி வேண்டுகோள் விடுத்தார்.

ஆங்கிலத்திலிருந்து ஹிந்தியில் மொழிபெயர்த்த வித்தை இப்படிச் சுதந்திரம் அடைந்த இந்தியாவின் ஆரம்ப நாட்களில் இப்படி திறமை மிக்கவைகள் மிகச் சாதாரணம். துக்கம் என்ன வெனில், இன்று சுதந்திரம் அடைந்து அறுபது ஆண்டுகள் கழித்தும் மொழிபெயர்ப்பு அப்படியே இருக்கிறது. அல்லது இன்னும் கூடுதலாக அற்புதங்களுடன் இருக்கிறது.

மன்னித்துக் கொள்ளுங்கள். குல்லின் ஸ்வெட்டர் பின்னு வதைப் போல நானும் ஆகி விட்டேன். சரியாக்கி விடுகிறேன். என்ன ஆயிற்று என்றால், அங்கிருந்து விரட்டியடிக்கப்பட்ட பெண்களை வரவேற்று மதம் மாற்றி கட்டாயப்படுத்தி திருமணம் அல்லது நிக்காஹ் செய்து வேற்று நாட்டில் வசிக்க அவர்களின் சொத்தாகவும் ஆகி விட்டிருந்தனர்.

இப்போது வலுக்கட்டாயமாக பழைய நாட்டிற்குத் திரும்பி வர தீர்மானிக்கப்பட்டது. வரவேற்பு அற்று அவர்கள் நட்பு கொள்ள வைக்கப்பட்டனர். வேண்டுகோள் வைத்து முன்பு அம்மா, அப்பா, அக்கா, தம்பி, தோழி, நட்பு அனைத்தையும் துறந்து வேறு நாட்டிற்கு இழுத்து வரப்பட்டனர். இப்போது அதை விடவும் அன்பான உறவுகளையும் விட்டுவிட்டு வாயிலைத் தாண்டி குதித்து வர வேண்டி இருக்கிறது.

இது என்ன புதிதா என்று நீங்கள் கேட்கலாம். அரசியல், ஆட்சியாளரின் ஏற்ற இறக்கத்திற்கு ஏற்ப ஆரம்ப காலத்திலிருந்து பண்பாட்டின் பெயரால் பலி ஆகி வந்திருக்கிறார்கள். அரசியல் வாதிகள், சந்ததிகள் பற்றிய வலியை உணரவில்லை. அவர்களிடம் இந்த எண்ணம் ஆழப் படிந்திருக்கிறது.

அரசியல், மதம், இடமாற்றம், நிக்காஹ் அல்லது திருமணம் ஆகியவற்றினாலும் கூட ஒரு பெண் தன் கணவனிடம் காதல் கொள்ள இயலும். காதலினால் அல்ல, கருணையினால் படுக்கையைப் பகிர முடியும் என்றும் நினைக்கின்றனர். கல கலத்துப் போன இந்த இரண்டு துண்டான இரண்டு நாட்டிலும் மதம் மற்றும் இட மாற்றம் ஆகியவற்றினால் நடந்த திரு மணங்கள் ஒப்புதல் கொண்டு யாருக்கு நடந்தது?

சரி. விட்டுத் தள்ளுங்கள். அரசியல் மற்றும் பெண்களின் கதையை. அதில் ஐயோ பாவம் என்பதைத் தவிரவும் என்ன கிடைக்கப் போகிறது? நான் கரம்சந்த், பைஜ்நாத் கதையை சொல்லிக் கொண்டு இருந்தேன். அதிர்ஷ்ட வசமாக அவர்கள் பெண்கள் இல்லை. அவர்களை யாரும் வரவேற்கவும் இல்லை. உடமை எனச் சொல்லவும் இல்லை.

அதாவது எந்தச் சட்டம் பெண்களுக்கு என இயற்றப் பட்டதோ அவையே சொத்துக்களுக்கானதும்கூட. நிலத்தையும், சொத்துக்களையும் அங்கிருந்து அங்கு இழுத்துக் கொண்டு போய் அலைக்கழிக்க முடியாது. மனைவியை அங்கிருந்து இங்கு, இங்கிருந்து அங்கு இழுத்துச் சென்று அலைக்கழிக்க முடியும். ஆனால் நிலத்தை, சொத்தை அலைக்கழிக்க முடியாது.

எனவே ஒரு நாட்டில் இருந்து விட்டுச் சென்றவர்களின் நிலம், சொத்து ஆகியவற்றுக்கு இணையான சொத்துக்களை அவர்கள் சென்று வசிக்கும் நாடுகளில் கொடுத்து விடுவது என்றும் முடிவெடுக்கப்பட்டது. கரம்சந்திற்கும் காரியம் ஆனது. கராச்சியில் விற்காமல் இருந்த இரண்டு தொழிற்சாலைகள், இரண்டு வீடுகளுக்குப் பதிலாக அவற்றிற்கிணையான சொத்துக் கள் இந்த நாட்டில் அவருக்குக் கிடைக்கத் தயாராக உள்ளது.

இதை அறிந்ததும் அவர் இந்திய நாட்டுக் குடிமகன் ஆகும் நாள் தொலைவில் இல்லை என முடிவெடுத்தார். அதிர்ஷ்டம் என்னவெனில், இந்தியக் குடி உரிமைச் சட்டத்தின்படி 1947க்கு முன்னால் பாகிஸ்தானின் மக்களாக இருந்தவர்கள் இந்தியக் குடியுரிமை ஆவதிலிருந்து வஞ்சிக்கப்பட்ட நிலை 1955ல் உருவானது. பைஜ்நாத்தின் கரம்சந்தின் கதையை 1953லேயே க்ளைமேக்ஸை அடைய வைத்தார்.

கரம்சந்த் இந்திய நாட்டிற்குள் வந்த பிறகு, எந்த அகதி முகாமிலும் தன் பெயரைப் பதிவு செய்யாமல் இருந்தார். பிரிவினை நடந்து முடிந்து இத்தனை ஆண்டுகள் கழிந்து விட்டன. இங்கிருந்து அங்கு செல்வதற்குப் பதிலாக அங்கிருந்து இங்கு என பைல்கள் திறக்கப்பட்டு விட்டன. எனவே, குடி யுரிமைக்காக மேஜிஸ்டிரேட் முன்பாக ஆஜராக வேண்டி இருந்தது. கோர்ட்டை நீந்திக் கடக்க பைஜ்நாத் பெரும் பிரயத் தனம் செய்து கொண்டிருந்தார்.

ஹானரபிள் நீதிபதி அவர்களே! நன்றாக கவனித்துச் சொல் லுங்கள். பொதுஜனம் போலத் தோற்றமளிக்கும் இந்த மனிதர் கரம்சந்த் பல கொடுமைகளுக்கு ஆளான மனிதர். தாய்நாடு திரும்புவதில்தான் எத்தனை சிறப்பு. பாகிஸ்தானில் இரண்டு வீடுகளும், லாபம் தரும் இரண்டு தொழிற்சாலைகளும் இருக் கின்றன. அந்த ஆசையை விட்டுத் தள்ளுங்கள். கடந்த ஆறு ஆண்டுகளாக இந்தியாவில் ஏழ்மை வாழ்க்கையை வாழ்ந்து கொண்டிருக்கிறார்.

1947-48 உடனடியாக அந்த நாட்டுக் குடிரிமை பெறாமல் இருந்தது அவருடைய முட்டாள்தனமாக இருக்கலாம். ஆனால்,

நாட்டுப் பற்றிற்குக் குறைவில்லை. கராச்சியில் இருந்து விடு பட்டு விட்டார். இவருடைய உடலும் உள்ளமும் இந்த நாட்டில் இருக்கிறது. இதற்குச் சாட்சி இவருடைய ஒரே மகன் இங்கே டேராடூனில் படித்து வருகிறான். தொழில், வியாபாரம் ஆகிய வற்றில் குஜராத்தி, தென் ஆப்பிரிக்கா வரை சென்று தங்கி இருந்திருக்கிறார். கராச்சியும் நம் நாட்டின் ஒரு பகுதியாக இருந்து வந்ததுதான்.

உண்மையில் நாடுதான் இவரிடமிருந்து முகத்தைத் திருப்பிக் கொண்டிருக்கிறது. இவர் திருப்பிக் கொள்ளவில்லை. வீட்டில் வசித்துக் கொண்டிருந்தாலும் அங்கு வீடற்று இருந் திருக்கிறார். இங்கு வீடற்று இருந்தாலும் ஆரோக்யமாகவும் துன்பத்திற்காளாகாமலும் நல்ல நண்பர்களின் உதவியால் வாழ்க்கையை நடத்திக் கொண்டிருக்கிறார். நானும் அவர்களில் ஒருவன் என்பதில் பெருமை அடைகிறேன். அதற்கான உறுதி யான ஆதாரமாக, நான் இவருடைய மகன் சம்ரசந்தின் கல்விக் கட்டணத்தைச் செலுத்திக் கொண்டிருக்கிறேன்.

இந்த இடத்தில் இதைச் சொல்ல வேண்டும். தொலை நோக்குப் பார்வையும், புத்தி சாமர்த்தியமும்தான் காரணம். பைஜ்நாத்தின் பெயரில் தன் மகனின் கட்டணத்தைச் செலுத்திக் கொண்டிருந்தார். அவர் அவனுடைய பீஸைத் தொகையில் இணைந்து கடன் கணக்கில் எழுதிக் காட்டிக் கொண்டிருந்தார். முதலில் கொஞ்சம் தயக்கம் இருந்தது. பிறகு அவர் சொல்லி விட்டார். குறைந்த பணத்தைப் பற்று வைத்தார். கட்டாயத் திலும், நம்பிக்கையின் அடிப்படையிலும் நடந்தன. அந்த உபாயம் இப்போது கை கொடுத்தது.

இப்போதோ சமர்சந்த் கல்லூரியில் சேர்ந்து விட்டான். அங்கு கட்டணம் சாதாரணமானது. ஆனால், சென்ற ஆண்டு வரை பள்ளியில் இருந்தான். அங்கு கட்டணம் மிகவும் அதிகம். மேலும் கரம்சந்தின் பொருளாதார நிலை, அதைக் கட்ட இய லாமல் இருந்தது. நாம் நமது அரசாட்சியில் உலகத்தின் பேக்கை ஒத்து இருக்க வேண்டாமா? பெரிய படிப்பின் கட்டணம் பள்ளிப் படிப்பின் கட்டணத்தை விடவும் ஏன் குறைவாக வைத் திருக்கிறோம்?

புகார்கள், கேள்விக் கணைகள் அனைத்தும் மாஜிஸ்டிரேட் சென் குப்தாவின் ஆறுதலுக்காக. அதை அவர் வழக்கிற்குச் சம்பந்தமற்றது என்று சொல்லி, தள்ளுபடி செய்வார் என்பது பைஜ்நாத்திற்குத் தெரியும். ஏனெனில், அது அவர் நாடித் துடிப்பு, இருபதாவது தடவையாக இந்த விளக்க உரையைச் சொல்லியிருக்கிறேன். கல்லூரிக் கட்டணம் அதிகமாகவும், பள்ளிக் கட்டணம் குறைவாகவும் மாற்றம் பெறும் வரை நம் இந்தியா முன்னேற்றம் அடைய முடியாது? அப்படி என்றால் அறிவற்றவர்கள்தான் அரசனாவார்கள், நாட்டை ஆள்வார்கள்.

உலகிலேயே இந்தியா மட்டும்தான் தலைகீழாக இருக்கிறது. இங்குதான் கல்லூரியில் படிப்பது, பள்ளியில் படிப்பதை விடவும் மேலாயிருக்கிறது. இப்போதோ நோபல் பரிசு பெற்ற அமர்த்தியா சென் வரை இதுவே சொல்லப்பட்டுக் கொண்டு வருகிறது. உலகின் தலைசிறந்த நாடாக ஆக்க கனவு கண்டு கொண்டிருந்த போது மாஜிஸ்டிரேட்டின் முன்பாக வீட்டிற்கு வந்து விட்ட மகிழ்ச்சியில் சிறந்த விருந்து வைத்ததில் பாதி அதில் கரைந்து போனது. மீதியை ஜோக்நாத் செலவழித்து விட்டார்.

அவன் அந்தப் பணத்திலிருந்து 350 சி.சி. நார்ட்டன் மோட்டார் சைக்கிள் வாங்கினான். குல்லையும், மோகராவையும் மாற்ற மாற்றி பின்னால் உட்கார்த்திக் கொண்டு ஊர் சுற்றத் தொடங்கினான். ஆனாலும், லட்சம் தடவை வேண்டுகோள் விடுத்தும் அவர்களுக்குச் சைக்கிள் கற்றுக் கொடுக்கத் தயாராக இல்லை. ஒரு தடவை... சரி விடு, ஜுக்கி சித்தப்பாவின் கதையை மோகரா பிரமாதமாகச் சொல்லுவாள்.

10

குல் பள்ளிப் படிப்பை முடித்து கல்லூரிக்குள் சென்ற பொழுது, ஜுக்கி சித்தப்பா எங்கள் வீட்டில் வசிக்க வந்தார். அதாவது ஒரு பருவம் முடிந்தது. அடுத்த பருவம் ஆரம்பம். கையில் தீவட்டியுடன் மாமாவைத் தேடிக் கொண்டிருந்தேன். ஜுக்கி சித்தப்பாவை விடச் சிறந்த எடுத்துக்காட்டு இருக்க முடியாது என்பது என் எண்ணம். எங்கள் வாழ்க்கையில் பல பாதிப்புகள் அவரால் உண்டாகியிருந்தன. சிலது நல்லதாக, சிலது கெட்டதாக. வாழ்க்கையின் ஓட்டத்தைப் போல.

ராக்கி பண்டிகையில் கிடைத்தது, முதல் பலன். குறுகிய வராண்டாவின் பிடியில், எங்கள் ஒன்று விட்ட அண்ணன் டிக்கு - மிக்குவிற்காக நாக்கைத் தொங்கப் போட்டுக் கொண்டு நானும் குல்லும் உட்கார்ந்து கொண்டிருந்தோம். ஒவ்வொரு ஆண்டைப் போலவே இந்த ஆண்டும், பக்கத்தில் இருந்த பெரியம்மாவின் மலிவான முதலைக் கண்ணீருடன் கூடிய அனுதாபத்தைச் சகித்துக் கொண்டு உட்கார்ந்திருந்தோம். அப்போது கையில் இரண்டு ராக்கிகளுடன் ஜுக்கி சித்தப்பா தென்பட்டார். திட்டி விட்டு, ''கொஞ்சங்கூட நாகரிகமே இல்லையே! உங்களுக்காக ராக்கி எடுத்துக் கொண்டு அண்ணன் வந்திருக்கிறேன். பெண்கள் இதைக் கட்ட முன் வர மாட்டீர்களா?''

அவர் முழுப் பகுதிக்கும் கேட்கும்படி அத்தனை சப்தமாகப் பேசினார். பெரியம்மாவிற்கு அது தேவையிருக்கவில்லை. அவர் சாந்தினி சௌக்கில் ஊசி விழும் சப்தத்தைக் கேட்பது போல ஜடமாக இருந்தார். எங்களுக்குப் பதிலாக அவரே பதில் சொன்னார். பாவம். ஒவ்வொரு ஆண்டும் ஒன்று விட்ட

அண்ணனுக்காக அழுது புலம்பிக் கொண்டு உட்கார்ந்திருக்கிறீர் கள். அவர்களுக்கு சீக்கிரம் வர என்ன அவசரம்? சொந்த சகோ தரியிடம் ராக்கி கட்டிக் கொண்டு சாப்பிட்டு கீப்பிட்டு விட்டு கடமையை நிறைவேற்றி விட்டு, மதியம் மெல்ல வருவான்.

ஒன்று விட்ட சகோதரன் சொந்த சகோதரன் ஆக மாட்டான். சொந்த அண்ணன் சொந்த அண்ணன்தான். மற்றவன் மற்றவன்தான். உட்கார்ந்திருக்கிறீர்களே சாப்பிடாமல் பசியோடு அவர்களுடைய நலத்திற்காக.

அவருடைய சொல்லில் பாதி உண்மை இருக்கிறது. நான் கண்டிப்பாக எதிர்பார்த்து உட்கார்ந்திருக்கிறேன்தான். ஆனால், பசியோடு அல்ல. அத்தனை அன்பெல்லாம் ஒன்று விட்ட அண்ணனிடம் பாசம் கிடையாது. அப்படியான பழக்க வழக்க மும் எங்கள் வீட்டில் கிடையாது. அம்மாவைப் பசியோடு இருக்கச் சொல்லும் தைரியம் யாருக்கும் கிடையாது.

துர்வாசரைப் போல கோபம் உள்ள அப்பாவிற்கும் அது கிடையாது. அவர் அத்தனை மென்மையானவர். எங்கள் பாட்டி சொல்லுவார். ''எங்கள் மருமகள் அத்தனை மென்மையாவள், துடைத்துப் புடைத்து செய்தால் தும்மல் வந்து விடும் அவ ளுக்கு'' என்று சொல்லுவார்.

''சமையல் அறைக்குச் சென்று சமையல் செய்'' என்றோ, ''விரதம் இரு'' என்றோ சொல்லும் அத்தனை தைரியம் புகுந்த வீட்டில் யாருக்கும் கிடையாது. நல்ல வேளையாக நாங்கள் ஜைன்களாக இருப்பதனால், சதுர்த்தி, அஹோயி போன்ற கணவன், மகன் ஆகியோருக்காக விரதம் இருப்பது போன்ற பழக்கம் இல்லை.

ஜைன் மக்களுக்கு இருக்கும் விரதம் தண்ணீர் கூட குடிக் காமல் இருபத்தி நான்கு மணி நேரம் இருக்கும் விரதம் மட்டும் தான். ஏனெனில் சூரியன் மறைந்த பிறகு சாப்பிடக் கூடாது. ஒரு முறை தீவிர ஆசையால் அம்மாவும் பாட்டியுடன் சேர்ந்து விரதம் இருந்தாள், தண்ணீர் கூடக் குடிக்காமல். மாலையின் சூரியன் விழுவதற்கு முன்னதாக அம்மா தலை சுற்றி மயக்கம் அடைந்து விழுந்து விட்டாள்.

துர்வாசரான அப்பா பாட்டியை, மருமகளை விரதம் இருக்கச் சொல்லிக் கஷ்டம் கொடுத்ததற்காக அத்தனை சண்டை போட்டார். அவரும் மயக்கம் அடைய இருந்தார். அம்மாவின் உச்சந் தலையில் பாதாம் எண்ணெயை வைத்துத் தேய்த்து அவரை மயக்கம் தெளிய வைத்தார்.

ஜைன் பழக்கத்திற்கு மாறாக சூரியன் மறைந்த வெகு நேரம் ஆன பிறகு பாதாம் ஷர்பத் குடிக்கச் செய்து நலம் பெற வைத்தார். மாமாவிற்கு தெரிய வந்தவுடன் அவர் வேறு தனி யாகக் கோபம் கொண்டார். ராக்கி கட்டுவதற்காக அம்மா பட்டினியுடன் காத்திருந்தால், ஊரெல்லாம் சுற்றி விட்டு வந்து நிற்பார். அந்த நாள்தான் இன்றைய நாளும். தானும் விரதம் இருக்க மாட்டாள். யாரையும் விரதம் இருக்கும்படி சொல்லவும் மாட்டாள்.

உண்மையைச் சொல்லட்டுமா? எனக்கு இந்த ராக்கி கட்டு வதில் எல்லாம் பெரிய ஈடுபாடு கிடையாது. சொந்த சகோதரன் இல்லையே என்பதால் மனக் கசப்பும் கிடையாது. அழுது புலம்புவதும் கிடையாது. ஆனால், உலகத்திற்கேற்ப வாழ வேண்டியிருக்கிறதே. குல் மிகுந்த ஏமாற்றம் அடைந்தாள்.

அவருடைய தோழிகள் ஒவ்வொருவரும் சகோதரர்களுடன் கூடி பரிசுகள் வாங்கி அதைக் காண்பதற்காக வருவார்கள். ஒருத்திக்கு இரண்டு சகோதரர்கள், இன்னொருத்திக்கு மூன்று. ஒரு அதிர்ஷ்டமான தோழிக்கு ஐந்து சகோதரர்கள். சந்திப்புக்குப் பின் அவள் துடைத்து வைத்த விளக்கைப் போலச் சுடர் விடு வாள். பொறாமை ஏன் வராது?

''தோழி மோகரா நீ இப்போது ஜுக்கி சித்தப்பாவின் கதையைச் சொல்லிக் கொண்டிருப்பதாக எனக்கு ஒரு நினைவு. இவள் என்ன தினமும் விரதம் இருக்கிறாளா?''

''நீ வேறு... பேச்சில் குறுக்கிட்டு நுழையாதே. இது வாழ்க்கை; நாவல் அல்ல. நடு மையமாக சொல்லிக் கொண்டு போக முடியாது.''

''சரி... அங்கேயும் இங்கேயுமாக அடித்துப் பிடித்து இருப்போம்.''

''மை லார்ட் இவை எல்லாம் ஒன்றுடன் ஒன்று சம்பந்தம் கொண்டவை. கொஞ்ச நேரத்தில் எல்லாம் நிரூபணம் ஆகி விடும்.''

''சரி... சரி பஞ்சாயத்து பண்ணாதே. கதையைச் சொல்லு.''

''நான் முழுமையாக ஜுக்கி சித்தப்பாவை மையம் கொண்டிருக்கிறேன். மை லார்ட். இங்கு பெரியம்மாவிற்கு இடம் கிடையாது. எல்லாமே ஜுக்கி சித்தப்பாதான் தந்தார். அதுவும் பெருங்குரலெடுத்து.''

''யார் சொன்னார்கள் இவர்களுக்குக் கூடப் பிறந்த அண்ணன் இல்லை என? ஆறடி உயரத்திற்கு இருக்கும் நான் உன் கண்ணுக்குத் தெரியவில்லையா? வாருங்கள் பெண்களே! சட்டுபட்டென்று ராக்கி கட்டுங்கள். பேட்மியும், குளிர் பானம் தயார் செய்யும்படி ராம்தேவிடம் சொல்லி விட்டு வந்திருக்கிறேன். ஒன்று சூடாக வும் மற்றொன்று தணிப்பாகவும். அவை ஆறிப் போய் விட் டால் நீதான் அனுபவிக்க வேண்டி வரும். இனி நீங்கள்தான் ராக்கி வாங்கி வர வேண்டும். இந்தத் தடவை காசு செல வழித்து வாங்கிக் கொண்டு வந்திருக்கிறேன். மனம் மகிழந்து, லட்டு எனக்குப் பிடிக்காது. மனம் கொள்ளை கொள்ளும் டிகே வாங்கி வந்திருக்கிறேன், பீமஸேனனின் கடையிலிருந்து. முட் டாள் ஒரே ஒரு இனிப்புதான் உருப்படியாக செய்கிறான். லட்டு நீங்கள் சாப்பிடுங்கள். அல்லது உங்களுடைய ஒன்று விட்ட சகோதரர்கள் வந்தால் அவர்களைச் சாப்பிடச் சொல்லுங்கள்.''

''இந்த இடத்தில் ஒன்று சொல்லிக் கொள்ள வேண்டும். ஜுக்கி சித்தப்பா எங்கள் அப்பாவின் ஒன்று விட்ட சகேதார் மிக்கி - டிக்கியின் அப்பா. அதன் பிறகோ அதற்கு முன்ன தாகவோ அவருடைய அதிகாரம் எங்கள் உறவுகளில் எந்தப் பாதிப்பையும் ஏற்படுத்தியதில்லை. அந்த நேரத்தில் பெரியம்மா விற்கு ஏதோ ஒப்பற்ற சொல்லாகச் சொன்னாரா? ஆனால்...''

''ஆனாலும் கூட ஜோக்நாத்திற்கு மனதிற்குள் ஏதோ துக்கம் கண்டிப்பாக இருந்தது. பெரியப்பா இல்லாததினால், அது பைஜ்நாத்தின் குடும்பத்தின் மீது அன்பு கூடுதலாக ஏற் பட்டிருக்க வேண்டும். அண்ணா என்ற குணச் சித்திரம் நெகிழ்ச்

சியை ஏற்படுத்தியிருக்கலாம். அதை நிரூபிப்பதற்காகவே இப்படிச் செய்திருக்கலாம்.''

''எதுக்கும் எதற்குமாக முடி போடுகிறாய் என்றால் ஒப்புக் கொள்ளலாம்.''

''வயதைக் கொண்டு சொல்வதென்றால் அண்ணனின் புதிய பணக்காரத் தன்மையில் தனக்கும் பங்கு கிட்டுமென்று யோசித்திருக்கலாம் பையன் பெரியவனாக வளர்ந்த பிறகு அடைவான் என எண்ணியிருக்கலாம்.''

''அடடா! எழுத்தாளரே குல்லிற்கும் எனக்கும் என்ன தோன்றியதென்றால், ஒரு முறை ஜுக்கி சித்தப்பா எங்களிடம் ராக்கி கட்டிக் கொண்டு, எங்கள் அம்மாவை அப்பாவைப் போல ஆகி விட்டார். எங்களின பராமரிப்பை அவரிடம் ஒப்படைத்து விட்டு அமைதி மூச்சு விட்டோம் என்பதுதான் அதிசயம். எங்களின் சுதந்திரமான எண்ணங்களின் மீது அவருடைய சந்தேக சுபாவத்தின் பிடி இறுகியது.''

குல் அவருடைய எச்சரிக்கையினால் பப்ளிக் பஸ்ஸில் செல்ல முடியாமல் போனது என்று முதலிலேயே சொல்லியிருக் கிறேன். இன்னமும் பல விஷயங்களிலும் அவருடைய தலை யீடு இருந்து கொண்டிருந்தது.

அப்பாவின் பொருளாதார நிலை சீர்பட்டது. இத்தனை ஆண்டு காலமாக வாடகைக்கு வசித்து வந்து கொண்டிருக்கும் இந்த வீட்டை விலைக்கு வாங்கி விட்டார். எனக்கும் குல்லுக் கும் சைக்கிள் ஓட்டும் ஆசை வந்தது. அப்பாவிடம் சைக்கிள் வாங்கிக் கொடுக்கச் சொன்னோம். அப்பா அதற்கு, ''முதலில் வாடகை சைக்கிளில் ஓட்டக் கற்றுக் கொள்ளுங்கள். கற்றுக் கொண்ட பிறகு வாங்கித் தருகிறேன்'' என்று கூறி விட்டார். வந்தாரே, ஜுக்கி சித்தப்பா. அவர் எங்களுக்குக் கற்றுக் கொடுக்க முற்றிலுமாக மறுத்து விட்டார். அவர், ''பெண்கள் சைக்கிள் ஓட்டுவது பொறுக்கிக்கு அழைப்பு விடுப்பது'' என்று சொல்லி விட்டார்.

எங்களுக்கு மிகுந்த கோபம் வந்தது. என்னுடைய எல்லா தோழிகளும் சைக்கிள் ஓட்டுகின்றனர். அவர்கள் வீட்டில்

இருக்கும் தாத்தா, பாட்டி போன்ற பெரியவர்கள் கூட அதைத் தவறாகக் கருதவில்லை. நீங்கள் சொல்லியிருக்கிறீர்கள், இல்லையா. சித்தப்பா இல்லை அண்ணன் என்று. ஆனால், கிழவனைப் போலப் பேசுகிறீர்கள்.

''கிழவர்களுக்குப் பொறுக்கியிடம் என்ன வேலை?''

''நீங்கள் பொறுக்கிகளின் அறிவு பெற்றவர்.''

ஜுக்கி சித்தப்பா தவறாக எடுத்துக் கொள்ளவில்லை. ஹா ஹா என்று சப்தமிட்டுச் சிரித்தார். அவருடைய குரலைப் போலவே அவருடைய சிரிப்பும் பெருங்குரலில் இருந்தது. பிறகு வழக்கமாக சொல்லும், ''ஏன் கவலைப்படுகிறீர்கள். நான் இருக்கிறேன் அல்லவா?'' என்றார்.

''நீங்கள் என்ன செய்வீர்கள்?''

''பார்த்துக் கொண்டே இரு.''

உண்மையிலேயே அவர் அதைக் காட்டி விட்டார். நல்ல வலுவான 350 சி.சி. நார்ட்டன் மோட்டார் சைக்கிள் வாங்கி விட்டார். முறை மாற்றி என்னையும் குல்லையும் பின்னால் உட்கார்த்தி சவாரி செய்யலானார்.

ஒரு தடவை இருவரையும் ஒரு சேர அழைத்துச் சென்றார். முன்னால் ஓட்டுநர் இருக்கையில் சித்தப்பா பின் இருக்கையில் நாற்புறமும் சுறிச் சுழலும் கராரா அணிந்து கொண்டு குல். இந்த இருவருக்கும் இடையில் நசுங்கி பிதுங்கிக் கொண்டு, நான் பின் சீட்டிலும் முழுமையாக இல்லை, முன் சீட்டிலும் இல்லை. படிய உட்கார முடியவில்லை.

நான் ஸ்கர்ட் ப்ளவுஸ் அணிந்திருந்தேன். குறைந்தபட்ச இடத்தில் திணித்துக் கொள்ள முடிந்தது. கராரா முஸ்லீம்களின் அரச உடை. அதைப் பறக்காமல் அணிய முடியுமா?

என்ன சொல்கிறீர்கள். ஜுக்கி சித்தப்பாவிற்கு நான் ஸ்கர்ட் ப்ளவுஸ் அணிவதில் மறுப்பு இல்லை. அதைப் பின்னால் உணர்ந்தேன். அவருடைய பார்வையில் நான் செக்ஸியான உடல் வாகு கொண்டவள் இல்லை. அதாவது பொறுக்கிகள் விழுங் கும் அளவுக்கு ஆர்வம் ஏற்படுத்த முடியாதவள்.

குல்லினுடைய புத்தம் புதிய பட்டு கராரா அதன் மீது அழகாகப் படர்ந்திருந்தது. அவள் தன்னைத் தானே கண்டு மோகிக்கும் அளவுக்கு அது இருந்தது. ஆடம்பரமாக எத்தனை பறக்க வைக்க முடியுமோ, அத்தனை பரப்பிக் கொண்டு அமர்ந்திருந்தார். தெருவில் செல்லும் இளைஞர்களின் பார்வை அதில் நிலைத்து பெருமூச்சு விடுவார்கள். இதில் அவளுக்குச் சந்தேகம் இல்லை, எனக்கும்.

ஜுக்கி சித்தப்பா புதிதாக மோட்டார் சைக்கிள் ஓட்டக் கற்றுக் கொண்டிருக்கிறார். எனவே, அவருடைய முழு கவனமும் வண்டி ஓட்டுவதில் இருந்தது. இல்லாவிட்டால் அன்று ஒன்று இரண்டு பொறுக்கிகள் அடிபட்டு இருப்பார்கள்.

ஆனால், வேறு ஒரு விபத்து நேர்ந்து விட்டது. அங்கு பறந்து கொண்டிருந்த கராரா ஒரு முனை பின்சீட்டின் சக்கரத்தின் கம்பியில் சிக்கி, சுற்றிக் கொண்டு விட்டது. மோட்டார் சைக்கிளின் வேகம் மிகவும் குறைந்து விட்டது.

அப்போதுதான் ஓட்டக் கற்றுக் கொண்டிருக்கிறார். எனவே 350 சி.சி. வண்டி பற்றிய விவரம் புரிபடவில்லை. பிறகு கராரா எத்தனைதான் தாங்கும். கடைசியில் கிழிந்து விட்டது. அப்போது நாடா வரை சக்கரத்தில் சிக்கி பறக்கும் பட்டம் போல குல் பின் சீட்டிலிருந்து தரையில் விழுந்தாள்.

ஜுக்கி சித்தப்பா, "நான் முதலிலேயே சொன்னேன் அல்லவா? மோட்டார் சைக்கிளில் உட்கார்ந்து வரத் தெரிய வில்லை. எந்தத் தைரியத்தில் சைக்கிள் ஓட்டப் போகிறாய்?" என்று சொல்லத் தொடங்கினார்.

குல் குப்புற விழுந்து கிடந்து இருந்ததைக் கண்ட எனக்கு அழுகை கிளம்பியது.

அவர் அதட்டி, "உஷ் அழுகையை நிறுத்து. விழுந்தது அவள். நீ ஏன் அழுகிறாய்?" என்றார்.

நான் இன்னும் பலமாக அழுது கொண்டே, "குல் செத்துப் போய் விட்டாள்" என்றேன்.

''அப்படியா?'' என்று சொல்லிக் கொண்டே, அவளைக் கூப்பிடக் குனிந்தார். அதற்கு முன்னதாக அவளே எழுந்து நின்று கொண்டு, ''நீதான் செத்துப் போனாய்; புத்தம் புதிய கராராவைக் கிழித்து விட்டது இந்தச் சனியன் சக்கரம்'' என்றாள்.

''முகத்தில் சிராய்ப்பு கூட'' நான் சொன்னேன்.

கேட்ட உடனேயே குல் வேகமாக அழத் தொடங்கினாள். ''ஐயோ! இப்பொழுது எனக்கு என்ன ஆகும்?'' என்றாள்.

''என்ன ஆகி விடப் போகிறது? வெறும் சிராய்ப்பு தானே, அப்படி என்ன கஷ்டம் வந்து விட்டது?''

''என்னுடைய முகம் சிதைந்து விட்டது. நான் தாத்தா விடம் சொல்லப் போகிறேன். அவர் என்ன செய்கிறார் உங்களை என்று பார்க்கலாம். பெண் குழந்தை. முகத்தில் தழும்பு ஏற் பட்டு விட்டால், அப்புறம் மாப்பிள்ளை, எப்படிக் கிடைப் பான்'' என்றார்.

''பைத்தியமா என்ன உனக்கு? தாத்தாவை விடு. அண்ணா விடம் கூட ஒன்றும் சொல்லக் கூடாது. என் மீது சத்தியம். வா. உன்னை வைத்தியர் குல்லின் மாமாவிடம் அழைத்துக் கொண்டு போகிறேன். அருகில்தான் இருக்கிறது. அவர் கொடுக்கும் களிம்பில் நீ அம்மாவைப் போல் வெளுப்பாகி விடுவாய்.''

''உண்மையாகவா? அப்படி என்றால் என்னை ஏன் முதலிலேயே கூட்டிக் கொண்டு போகவில்லை அண்ணனே!''

''பைத்தியம் யார் என்பதை நீங்களே முடிவு செய்யுங்கள். கிழிந்து தொங்கும் கராராவும் எங்கேயும் எப்படி நான் வர முடியும்?''

''அட ஆண்டவனே'' ஜுக்கி சித்தப்பா தலையைப் பிடித்துக் கொண்டு உட்கார்ந்து விட்டார்.

''இன்றைய காலகட்டம் இல்லை. அது கடைக்குக் கடை ஆயத்த ஆடைகள் கிடைக்க. அதுவும் கராரா. புடவை மட்டுமே கிடைக்கும். ஒரு புடைவை வாங்கிக் கொண்டு வருவது. குல் அதை கராரா மேலாக சுற்றிக் கொண்டு வரட்டும். ஆனால், குல்

தன்னை ஒரு ஜோக்கராக்கிக் கொள்ள எந்த விதத்திலும் தயாராக இல்லை. இங்கேயோ? ரோட்டிலா?'' என்றாள்.

சித்தப்பா மறுபடியும் தலையில் கை வைத்துக் கொண்டு உட்கார்ந்து விட்டார்.

நான் அப்போது என் அறிவுத் திறமையை உபயோகித்து, ''நாம் ஏன் ஒரு புடவையும், நீளமான மழைக் கோட்டு ஒன்றும் வாங்கக் கூடாது? மழைக் கோட்டால் போர்த்தி குல்லை வைத்தியர் வீட்டிற்குக் கூட்டிச் செல்லலாம். அவள் விருப்பப் பட்டால் வீட்டினுள் சென்ற பிறகு புடவை கட்டிக் கொள் ளட்டும். இல்லாவிட்டால் சிராய்ப்புக்கு மருந்து வாங்கிக் கொண்டு மழைக் கோட்டுடனேயே வீட்டிற்குப் போய் விடலாம்.''

இந்த யோசனையைக் கேட்டு குல் என்னை இழுத்து வைத்து முதுகில் ஒரு சாத்து சாத்தினாள். ஆனால், திரும்பத் திரும்ப ஜுக்கி சித்தப்பா என் அறிவுக் கூர்மையைப் பாராட்டி யதால் மழைக் கோட்டு அணிந்து கொண்டு வைத்தியர் வீட்டிற்கு செல்லச் சம்மதித்து விட்டாள். இந்தச் சம்மதத்திற்குக் கொஞ்சம் வேறு வழியில்லாதது காரணம் என்றாலும், கொஞ்சம் ஆசையும் காரணம். உண்மையியே வைத்தியர் கல்லன் மாமா கொடுக்கும் களிம்பினால் தனது முகம் அம்மாவினுடையதைப் போல ஆகி விடட்டும் என்ற எண்ணமும்தான். புடவையை பின்னால் உபயோகித்துக் கொள்ளலாம் என்று நாங்கள் வைத்து விட்டோம். ஆனால், தேவை ஏற்படவில்லை.

கழுத்து வரை மூடியிருந்த ஆண்களின் மழைக் கோட்டை அணிந்து கொண்டு வைத்தியரின் வீட்டை குல் அடைந்தாள். வீட்டை அடைந்தவுடன் அவர் கேள்விக் குறியுடன் பார்த்தார். ''ஏதோ பெண்ணுக்குப் பேய் பிடித்திருக்கிறது. அதை இறக்குவ தற்காக இப்படி விசித்திரமான வேஷத்தில் கூட்டிக் கொண்டு வந்திருக்கிறார்கள் என நினைத்தேன்'' என்று சொன்னார்.

சித்தப்பா முழுக் கதையையும் விளக்கமாகச் சொல்லி அவருடைய சந்தேகத்தைப் போக்கினார். ஆனால், குல்லின் இரக்கமற்ற பார்வையில் பயத்தின் காரணமாக பாவம் அவரால் சிரிக்கக் கூட முடியவில்லை. எழுந்து உள்ளே சொன்று மகளை

இணைந்த மனம் 239

கூட்டி வந்தார். அவள் ஒரு நொடியில் எங்கள் சங்கடத்தைப் புரிந்து கொண்டாள். ‘‘இதில் என்ன வந்தது? உன்னுடைய பர்தாவை அணியச் செய்து இவர்களை வீட்டிற்குக் கூட்டிச் செல்லுங்கள். பிறகு ஜுக்கி அண்ணன் அதைக் கொண்டு வந்து கொடுக்கட்டும். வீட்டில் உள்ளவர்கள் கேட்டால் காலேஜில் அனார்கலி வேஷம். அதனுடைய ரிகர்ஸலுக்குச் சென்றிருந்தாள் என்று சொல்லுங்கள்.’’

நாங்கள் துள்ளினோம். இந்த யோசனை குல்லிற்கும் ஏற்புடையதாயிருந்தது. ஜுக்கி சித்தப்பா அகமலர்ந்து, ‘‘இப்போது புரிந்து விட்டது, ரஜியா சுல்தானா எப்படி சக்ரவர்த்தி ஆனார் என்று’’ என்றார்.

மகள் இன்னும் ஒரு சாதுர்யமான கருத்தையும் தெரிவித்தாள். ‘‘ஜுக்கி அண்ணா, புர்காவைத் திரும்பக் கொண்டு வந்து கொடுக்கும்போது இவருடைய கராராவையும் எடுத்து வாருங்கள். இதை ஒட்டித் தைதது கையில் வேலைப்பாடும் செய்து விடலாம்’’ என்றும் சொன்னாள்.

சித்தப்பா வெகு நேரம், ‘‘அடடா!’’ என்று புகழ்ந்து தள்ளினார். தந்தை எதிரே உட்கார்ந்திருக்காமல் இருந்தால், அடிப்பார் என்ற பயம் இல்லாவிட்டால், நான் அந்தப் பெண்ணின் கைக்கு முத்தமிட்டிருப்பேன். அந்த வேலையை நாங்கள் செய்து முடித்தோம்.

முதன் முறையாக புர்காவின் அருமை தெரிய வந்தது. இறை பொருள் அது. உடுப்புக்கு உடுப்பு. கனவுக்குக் கனவு, கராரா அணிந்து கொண்டு தன்னை முஸ்லீம் என உணர்ந்த குல் பர்தாவால் தலை முதல் கால் வரை புர்காவால் போர்த்திக் கொண்டு அனார்கலி ஆகி விட்டாள்.

இதற்கும் மேலே வைத்தியர். ஒரு அற்புதமான களிம்பு வேறு கொடுத்திருக்கிறார். அதன் காரணமாக இன்னமும் கொஞ்சம் அகண்டு பரப்பி உட்கார்ந்து கொண்டு மோட்டார் சைக்கிளில் சவாரி செய்தாள். எனக்கோ முன்னை விடவும் அதுங்கி பதுங்கி உட்கார வேண்டி வந்தது. வீட்டிற்குள் வந்தவுடன் சண்டை பிடிக்கும் உத்தியைக் கையாண்டாள்.

நானும் குல்லும் பின் வழியாக வந்து பின்னால் இருக்கும் அறைக்குள் நுழைகிறோம். பார்வதியைத் தவிர வேறு யாரும் பார்க்கவில்லை. அவளுடைய 'ஐய்யய்யோ' ஒலியை அனார்கலி யின் பொய்யைச் சொல்ல அமுக்கி விட்டோம். பர்தாவை விலக்கியவுடன் அவள் மறுபடியும் கூச்சலிடத் தொடங்கினாள்.

ஆனால், நாங்கள் முன்னமேயே தயாராயிருந்தோம். ஒரே சமயத்தில் இருவரும் அவருடைய வாயைக் கையால் பொத்தி குரலை அமுக்கி விட்டோம். அம்மாவின் மென்மனதைக் காரணம் காட்டி, மோட்டார் சைக்கிள் மரத்தில் மோதி விட்டது என்று சொல்லி யாருக்கும் தெரிய வேண்டாம் என்று சொல்லி விட்டோம்.

வைத்தியரிடம் சென்றோம். களிம்பு கிடைத்தது. ஆனால், சோகம் என்னவெனில் குல்லின் நிறம் மாறவில்லை. ஆனால், முகத்தில் சிராய்ப்பின் வடுவும் இல்லாமல் போனது. ஜுக்கி சித்தப்பாவை மடக்கிப் போட ஒரு ஆயுதம் கைவசம் கிடைத்து விட்டது. ஏதாவது காரியம் ஆக வேண்டுமெனில் பெண்ணின் விஷயத்தைத் தாத்தாவிடம் சொல்லி விடுவோம் என்று அழுத்தம் கொடுப்போம். சிங்கம் ஆட்டுக் குட்டியாகி விட்டது.

வேடிக்கையான விஷயம் என்னவென்றால், தாத்தாவைக் கண்டு எத்தனை பயப்படுகிறார்களோ மக்கள், அத்தனை பாட்டி யிடம் பயமற்று இருந்தனர். தாத்தாவுடன் இப்போதிருக்கும் மனைவி ஜுக்கி சித்தப்பாவின் அம்மா, எங்கள் அப்பாவின் மாற்றாந்தாய். சொந்த அம்மாவை நாங்கள் மட்டுமல்ல, எங்கள் அம்மாவும் பார்த்ததில்லை. எனவே, இப்போதிருக்கும் பாட்டி யையே மாமியாராகவும், பாட்டியாகவும் நினைத்தோம். குல் லிற்குப் பாட்டியுடன் நட்பு அதிகம்.

''பைத்தியமா என்ன? பாட்டியுடன் தோழமையா?''

''பைத்தியம் கொஞ்சம் அதிகம்தான். ஆனால், இதில் இல்லை. பாட்டி அனைவருடனும் ஒட்டிக் கொள்ளும் ஒருத்தி. அத்தனை துடிப்புடன் கஜல் பாடுவார். என்ன சொல்ல அதைப் பற்றி. தாசிகளின் இருப்பிடத்திற்கு அருகில் வசித்திருக்கிறார். அவர்கள் பாடுவதைக் கேட்டுக் கேட்டே கஜல் பாடுவதில் மேதை ஆகியிருந்தார். குரல் வளம் ஆண்டவனின் கொடுப்பினை.

குல்லின் திருமணத்தின் போது இரவில் கண் விழிக்க இரவு அவர் கஜல் அத்தனை அற்புதமாகப் பாடினார். எல்லோருக்கும் அக்தரிபாயி அவர்களின் நினைவு புதிதாக வந்தது. அவருடைய தோழிகள், வேசிகளின் கூட்டத்திலிருந்து கூட்டி வந்திருப்பார்கள் என்று நினைத்து விட்டனர். ஆனால், அந்த அப்பாவி உயர் மட்டத்துப் பெண்களுக்கு, வேசிகள் ஆண்களின் சபையில்தான் பாடுவார்கள் என்பதெல்லாம் தெரியாது. பெண்களின் கூட்டத்தில் பாட மாட்டார்கள்.

ஒரு முறை குடும்பத் திருமணம் ஒன்றிற்கு தாசிப் பெண்களின் பாட்டு வைக்க வேண்டும் என்றும், அதைக் கேட்க வேண்டும் என்றும் பிடிவாதம் பிடித்தார் பெரிய சித்தி. புகழ்ந்து பேசி பாயியை அந்தப்புரத்திற்கு அழைத்த அவர் அற்புதமான இனிய குரலால் மீரா பஜன் பாடியுள்ளார். "இதென்ன? நல்ல துடிப்பான பாடல்களைப் பாடுங்கள்" என்று.

அந்தப் பெண்கள் குறுக்கிட்டுச் சொல்லியிருக்கின்றனர். பாயிஜி. காதைப் பொத்திக் கொண்டு, "மனதை அமைதிப் படுத்தப் பாடும் பாட்டுதான். இதை விடவும் மனதைத் துள்ள வைக்கும் பாட்டு என் வசம் இல்லை" எனச் சொல்லி விட்டார்.

ஒரு இளம் பெண் எழுந்து ஆண்களின் சபையில் பாடும் பாட்டை பாடும் எங்களுக்கு. திரைக்குப் பின்னால் இருந்து நாங்களும் கேட்டிருக்கிறோம். உடனே பாயிஜி கை தட்டிய படியே, "உங்களுக்கு ஆயிரம் நமஸ்காரம். எங்களுக்கும் மானம், மரியாதை எல்லாம் இருக்கிறது. அதை நாங்கள் அழித்து விட மாட்டோம்" என்று சொல்லி விட்டார்.

"ஆண்டவனின் மீது ஆணையாக பாட்டியின் மீது குற்றம் இல்லை. அவர் எப்போது என்ன விரும்புகிறாரோ, அதைப் பாட முடியும். ஆனால், நிபந்தனை என்னவெனில் அங்கு ஆண்கள் இருக்கக் கூடாது. எனவே அவரின் கஜல் பாடல்கள், தன் கணவனின் முன்பாகவும் மகளிர் சபைகளிலும் மட்டும் எல்லைக்கு உட்பட்டு பாடப்பட்டது. குல்லின் தோழிகளுக்குக் கஜல் பாடுபவர் எங்கள் பாட்டி என்பது தெரிய வந்தது. அப்புறம் வாயை மூடிக் கொண்டனர். அதன் பிறகு அவர் மீது மரியாதை கூடி விட்டது."

''குல்லிற்கு அவள் தோழி உனக்கில்லையா?''

''எனக்கு அவரை மிகவும் பிடிக்கும். ஆனால், அவருடன் பேசிக் கொண்டு இருக்க முடிவதில்லை. ஏனோ தெரியவில்லை. எனக்கு அவர் மீது கருணையும் என் மீது கோபமும் வருகிறது.''

''ஏன் அப்படி?''

''தெரியவில்லை. சரியாகச் சொல்ல முடியவில்லை. அவரை அறிவாளி என யாரும் எப்போதும் ஏற்கவில்லை என்று எனக்குத் தோன்றுகிறது. அவர் ஒரு ஆங்கிலப் பாடலை கவிதையை பாடிக் கொண்டு வெட்கத்துடன் சொன்னார். அந்தப் பாடல் தாத்தா கற்றுக் கொடுத்தார் என்று. 'மை லவ் ஈஸ் லைக் எ ரெட் ரெட் ரோஸ் மை லவ் ஈஸ் லைக் எ ப்ளூ ப்ளூ வைலட்' (*என்னுடைய காதலி சிவப்பு ரோஜா, என்னுடைய அன்பான வள் நீல நிற வயலட்*) அவர் அந்தப் பாடல் பாடும் போதெல் லாம் என் கண்களில் நீர் நிறைந்து விடும். எத்தனை வெகுளி. அவர் எத்தனை அவமானப்படுத்தப்பட்டிருக்கிறார். குல்லிடம் சொன்னால் அவள் சிரிக்கிறாள். அதன் பிறகு அவள் மக்க ளுடைய மகிழ்ச்சியைக் குலைக்கவே இருக்கிறாயே நீயும்'' என்றாள். அதன் பிறகு அவள் அவரிடம் அந்தக் கவிதை அவ ருடைய கவிதை என்றும் அதைப் பாடிக் காண்பிக்க மாட்டார் என்றும் சொன்னாள். 'நான் எங்கே என் இஷ்டம் போலப் பாடுகிறேன். இதை உன் தாத்தா இந்த மாதிரி கவிதைகளையும் பாடினால் மக்கள் உனக்கு ஆங்கிலம் வரும் என்று தெரிந்து கொள்ளட்டும்' என்றார். நான் என்ன சொல்கிறேன் என்று உனக்குப் புரிந்ததா?''

''ஏதோ கொஞ்சம் கொஞ்சம்.''

சரி திரும்பவும் ஜுக்கி சித்தப்பா பக்கம் வருவோம். எல்லா வாய்ச் சவடால்களும் வம்பிழுத்தல்களும் என அண்ணன் தங்கை உறவு அவருக்கும் குல்லிற்கும் இடையில்தான். அதை விடவும் நெருக்கமான சகோதர பாசம். அதனுடைய நெருக்கமும் சகோதர பாசமும் ஒரு நாள் வெளியே தெரிய வந்தது. குல் ஒரு நாள் அவரிடம் சொன்னார். நான் அன்று மோட்டார் சைக்கிளில் உட்கார மாட்டேன். எனக்குச் சேறு வந்து விட்டது என்று.

நாங்களும் குல்லின் தோழிகளும் எங்களுக்கும் மாத விடாய் நாட்களை சேறு என்ற சொல்லிக் கொள்வோம். இது எப்படி உருவானது என்றால், ஒரு நாள் திடீரென்று குல்லிற்குப் பள்ளியில் மாத விடாய் வந்து விட்டது. கழிப்பறையில் நுழையும் அவசரத்தில் அவள் ஒரு பாத்ரூமிற்குச் சென்று கதவைப் படபடவென்று தட்டி, "யார் உள்ளே வேகமாக வெளியில் வரவும்" என்று ஏதோ பாத்ரூமில் தீப்பிடித்து விட்டதைப் போலக் கத்தினாள்.

கதவு தடாரென்று திறக்கப்பட்டது. பள்ளியிலேயே அதிக உயரமும் பருமனும் கொண்ட டீச்சர் புடவையை முழங்காலுக்கு மேலாக தூக்கிக் கொண்டு வெளியே வந்தார். தவறாக குல் ஆசிரியைகளின் பாத்ரூம் கதவைத் தட்டியிருக்கிறாள். மித்ரா டீச்சர் அவளை முட்டி மோதிக் கொண்டு வெளியே ஓடி வர புடவை பெட்டிக் கோட்டுக்கு வெளியே வந்து விட்டது. அவர் அதைப் பிடித்துக் கொண்டே ஒரு கணமும் தாமதிக்காமல் ஓடிக் கொண்டே இருந்தார். குல்லிடம், "எல்லோரையும் கூப்பிடு" என்று அறிவுரை கூறிக் கொண்டே ஓடினார்.

குல் காலியான கழிப்பறைக்குள் நுழைந்தாள். அவளால் சிரிப்பை அடக்க முடியவில்லை. வெளியில் இருந்து கொண்டிருந்த தோழிகள் உள்ளிருந்து எதிரொலிக்கும் சிரிப்பைக் கேட்டு அதிர்ச்சி அடைந்தனர். அவள் வெளியே வந்தவுடனே அனைவரும் அவளைப் பார்த்த ஒரே நேரத்தில் என்ன ஆச்சு என்று கேட்டனர். கடகடவென்று அட்டகாசமாகச் சிரித்துக் கொண்டே அதனிடையில் அர்த்தமில்லாமல் விழுந்த சொல்தான் 'சேறு'. அதிலிருந்து நாங்கள் மாத விடாயை 'சேறு' என்று சொல்லுவோம். நாங்கள் எந்த விதமான தயக்கமும் இல்லாமல் இந்தச் சொல்லை எல்லோர் முன்னிலையிலும் சொல்ல முடியும். எங்களைத் தவிர இதன் பொருள் வேறு யாருக்கும் புரியாது என்பதுதான் காரணம். சித்தப்பாவிற்கு இந்த ரகசியம் தெரிய வந்ததால் எனக்கு உள்ளுக்குள் நடுக்கம்.

சித்தப்பா, தங்கையைப் போன்ற குல்லினுடைய ரகசியத்தைக் காப்பாற்றுவதில் ஒரு அண்ணனின் கடமையைக் குறையின்றி செய்தார். ஒரு சிலம்பாட்டக்காரனைப் போல அவளுடைய

காவலாளியாகத் தன்னை நியமித்துக் கொண்டார். எங்கள் பகுதியில் வசிக்கும் ஒரு அறிவற்ற பையன் ஒரு முறை குல்லிற்குக் காதல் கடிதம் எழுதி விட்டான். அதை முறையாக ஒளிவு மறைவற்று சித்தப்பாவின் வசம் கொடுத்து விட்டாள்.

குல் சொன்னபடியே அவளின் வாழ்க்கையில் முதன்முதலாக ஏற்பட்ட காதலை - அதாவது காதலனின் காதலைத்தான் பரிமாறிக் கொண்டாள், அதை அவள் சித்தப்பாவின் காதிற்கு எட்ட விடவில்லை. அதிர்ஷ்டத்தின் காரணமாக காதல் நிறைந்திருந்தது. ஆனால், காதலன் இல்லை ஜுக்கி சித்தப்பா.

அதன் பிறகு அவனுக்குப் பளிச்சென்று ஒரு சன்மானம் கொடுத்தார், அந்தக் கடிதத்திற்காக. அதன் பிறகு பாவம் அவன் எங்கள் வீட்டின் முன்பாக நடக்கும் போது கூட குனிந்த தலை நிமிராமல், அப்பாவிற்கு ஒரு வணக்கம், வந்தனம் கூடச் சொல்ல தைரியம் இல்லாதவனானான்.

ஒரு தடவை பெயரைச் சொல்லிக் கூப்பிட்டதும் ஏதோ பேய் - நாய் பின்னால் ஓடி வருவதைப் போல தலை தெறிக்க ஓடினான் என்றார். என்ன ஆயிற்று? அவருக்கு வணக்கம்கூடச் சொல்லப் போவதில்லையே? யார் அதைச் சொல்லப் போகிறார்கள்? சித்தப்பாவின் கடுமையான தடையை மீறி யார் சொல்வார்?

கல்லிற்குக் கடிதம் எழுதி, அந்த அதிர்ஷ்டம் கெட்டவன் ஒன்றல்ல, இரண்டு தவறுகளைச் செய்தான். அடிக்கும் போது ஜுக்கி சித்தப்பா இரண்டையும் அவனுக்கு நினைவுபடுத்திக் கொண்டே அடித்தார். முதலாவது காதல் கடிதம் எழுதியது. இரண்டாவது எழுத்துப் பிழை. ஒவ்வொரு அடிக்குப் பிறகும், "இனிமேல் செய்வாயா?"

அவன் சொல்லுவான்: "மாட்டேன்" என்று.

அவன் சொல்லுவான் "கடிதம் எழுத மாட்டேன்."

அவர் மேலும் எழுத்துப் பிழை என்பார். "எழுத்துப் பிழை செய்வாயா?" என்பார்.

அவன் "தோப்புக் கரணம் போடுகிறேன். இனி கடிதம் எழுத மாட்டேன்" என்பான்.

இணைந்த மனம் 245

அவர் இன்னமும் திடத்துடன் உரத்து, ‘‘அப்படி என்றால் அடுத்த முறை எழுத்துப் பிழை இல்லாமல் கடிதம் எழுதுவாயா?’’

அவன் ‘‘மாட்டேன்’’ என்றால் அடிக்கப் போகிறார். ‘‘ஆம்’’ என்று சொன்னாலும் அடிக்கப் போகிறார். ‘‘காதல் வந்தால் காதலிக்கு எழுத்துப் பிழை வந்தாலும் வரா விட்டாலும் கடிதம் கண்டிப்பாக எழுதுவாய்’’ என்றார்.

அங்கு வசிப்பவர்கள் அனைவரும் குழுமி விட்டனர். ஆனால், ஜுக்கி சித்தப்பாவின் கேள்விகள் அத்தனை நுட்பம் வாய்ந்தவை. பொருத்தமற்ற அந்த கேள்விகளால் கூடியிருக்கும் கூட்டத்தில் ஒருவரும் முன்னேறி வந்தது பையனை விடுவிக்க முயலவில்லை. அவனை அடுத்த அடியுடன் தாங்களும் சேர்ந்து அடித்து நிமிர்த்தக் காத்திருந்தனர்.

இந்த சர்க்கஸ் எத்தனை நேரம் ஓடியது என்பது தெரிய வில்லை. அப்போது டேராடூனிலிருந்து கொஞ்ச நேரம் கழித்து ஒருவர் தாத்தாவிடமிருந்து செய்தி கொண்டு வந்திருந்தார் - முக்கியமாக அப்பாவைச் சந்திக்க என்று. ஆனால், அப்பா வீட் டில் இல்லை. அம்மா சித்தப்பாவிடம் சொல்ல ராம்தேவையும் பார்வதியையும் சேர்ந்து அனுப்பி அவருடைய படபட வண்டி யில் போய் சாந்தினி சௌக்கிலிருந்து கொஞ்சம் இனிப்பும், அல்வாவும் வாங்கி வரச் சொன்னார். அடி வாங்கிக் கொண் டிருக்கும் பையனைப் பார்த்ததும் பார்வதிக்கு அன்பு மேலெழும் பியது. சித்தப்பாவின் தோளைப் பிடிதது இழுத்து விலக்கி விட்டு அண்ணிக்கு சேதியைச் சொன்னாள். பையன் அப்படி ஒரு ஓட்டம் எடுத்தான். ஏதோ ஒலிம்பிக்கில் பங்கு கொண்டவன் கூடச் சரியாக ஓட முடியாது அழுது விடுவான்.

டாக்டர் தாத்தா வருகிறார் என்ற உடனேயே அந்த இனிய தகவல் ஒரு நல்ல செய்தி பயத்துடன் பரவியது. அதுவே கோபமாக மாறியது. விசித்திரமான சிக்கல். விருப்பம் கூடவே கவலையும் இருந்தது. மாமாவும் கூட வருவாரா, மாட்டாரா? குல்லுடன் சேர்க்கை கோதுமை மாவுடன் அந்துப் பூச்சியைப் போல. ஜுக்கி சித்தப்பாவின் நெருக்கம் உடன் பிறப்பைப் போல கிடைத்திருப்பதனால், நான் மாமாவை மிகவும் நினைவு கூர்ந்தேன்.

அதோட கூடவே இதுவும் நினைவுக்கு வந்தது. இத்தனை நாட்களாக மாமாவின் வீட்டிலிருந்து பலரும் சந்திக்க வந்திருப் பதைக் கேள்விப்பட்டிருக்கிறேன். ஆனால், அப்பாவைப் பார்க்க என்று வருகிறார்கள் என இப்போது தான் முதன் முதலாக கேள்விப்படுகிறேன். பயப்பட ஒன்றுமில்லைதான். ஆனாலும் ஏதோ பீதி அலை அடித்துக் கொண்டிருந்தது.

சித்தப்பா தன்னுடைய க்ஷத்திரிய நியதியை ஆற்றத் தொடங்கி இருந்தார். சமையல் அறையை கவனிக்க அம்மாவின் மேற்பார்வையில் ஏற்பாடாகி விட்டது. அம்மாவுடன் சேர்ந்து குல்லும் தனக்குப் பிடித்த கார - இனிப்பு வகைகளைப் பட்டி யலை இட்டுச் சொல்லிக் கொண்டிருந்தாள். தன்னுடைய காதலன் அடி வாங்கியதில் அத்தனை ஆர்வம் எல்லாம் அவளுக்கு இல்லை. பார்வதி கண்டிப்பாக முணுமுணுத்துக் கொண்டே இருந்தாள். ஒரு பையனை அடிக்கவும் வரைமுறை இருக்கிறது. இப்படியா ஒரு பையனை அடிக்க ஆரம்பித்து நிறுத்தாமல் அடிப்பார்கள் என்றாள்.

ஆனால், அவள் பேச்சை யாரும் காது கொடுத்துக் கேட்க வில்லை. புதிய புதிய சாப்பாட்டு பட்டியலைக் கேட்டு என் வயிற்றில் கடபுடா சப்தம் அதிகமாகியது. எனக்குப் பிடித்தமான வற்றை இயல்பாகச் சொல்ல வந்ததையும் ஒத்திப் போட்டேன் நான். ஒன்றும் முடியவில்லை. அந்த நிலையில் சாப்பிடுவதைப் பற்றியெல்லாம் யோசிக்கக் கூட முயலவில்லை. ஏதாவது ஒரு பக்கமாக நின்று எதையாவது சொல்லத் தோன்றிய போது சித்தப்பா வெளியே சென்று விட்டார்.

அப்பா வீட்டிற்கு வந்து சேர்வதற்கு முன்னால் தாத்தா வந்து விட்டார் தனியாக. மாமா உடன் வரவில்லை. தாத்தா கூட தன் நிலையில் இல்லை என்றே தோன்றியது. அவருடைய ஆன்மா காணாமல் விடுபட்டு நிழல் எங்களிடம் வந்திருப்பது போலத் தோன்றியது. மணி அடிப்பவனிடம் விசேஷமாக சொல்லி வாங்கி வந்திருந்த புதிய இனிப்பு - கார வகைகளில் எல்லாம் அவருக்கு ஈர்ப்பு இல்லை. பார்வதியிடம் நலம் விசாரிக்கவில்லை.

நான் குல், அம்மா எல்லாம் சப்தமிட்டுக் கொண்டே வந்த போதும் அவசர அவசரமாக நன்றாக இருங்கள் என்று ஆசீர்

வாதம் செய்தார். பிறகு மௌனமாக இருந்து விட்டார். அப்பாவின் வரவுக்காகக் காத்திருந்தார். ஏனோ தெரியவில்லை என்னுடைய மனமும் வயிறும் சங்கடப்பட்டது.

நான் மாமாவைப் பற்றி அறிந்து கொள்ள எண்ணம் கொண்டிருந்தேன். அந்தப் படபடப்பில் வாயில் இருந்து பேச்சே எழுவில்லை. ஆச்சரியம் என்னவெனில் அம்மா, அண்ணா எப்படி இருக்கிறார் என்று கேட்கவில்லை. அல்லது ஒருவேளை அதிசயம் இல்லையோ. என்னுடைய அமைதி இன்னும் கொஞ்சம் கொஞ்சமாக எல்லோரிடமும் பரவிக் கொண்டிருப்ப தாக எனக்குத் தோன்றியது.

ஜுக்கி சித்தப்பாவைத் தவிர, புயலைப் போல வேக வேகமாக சென்று வாங்க வந்திருந்த பலகாரங்களை அவமதிப் பதைப் பார்த்து, அவர் மிகவும் கவலையோடு இருந்தார். பையனை அடிப்பதைப் பாதியில் நிறுத்தி விட்டு வந்த கவலையோ என்னவோ? தாத்தா கையை இழுத்துக் கொண்ட பிறகு, வேறு யாருக்கும் அந்தப் பலகாரங்களின் மேல் கையை வைப்பது கடினமாக இருந்தது. மனிதன் என்ன செய்கிறானோ இல்லையோ துக்கப்படுகிறான். அவர்களுடன் இணைந்து அப்படியே நீண்ட நேரம் மௌனமாக, பொறுமையாக இருப்பதும் கஷ்டமாக இருந்தது.

நாற்புறமும் பரவிக் கிடந்த அந்த மௌனத்தை உடைப் பதைப் போன்று உரத்த குரலில், ''டாக்டர் ஐயா! தாஸ் அண்ணன் இப்போது என்ன செய்து கொண்டிருக்கிறார்? எங்கிருக்கிறார்?''

ஏதோ விபத்து நடந்து விட்டதைப் போல நாங்கள் இந்த அதிகப்படியான பேச்சினால் ஸ்தம்பித்து விட்டோம். டாக்டர் தாத்தாவின் பதில் எரிச்சலூட்டுவதாய் இருந்தது. ''நீ என்ன செய்து கொண்டிருக்கிறாய்? எங்காவது வேலை கிடைத்ததா?''

பாவம். சித்தப்பாவிடம் பதில் ஏதும் இல்லை. வலுக் கட்டாயமாக வாயை மூடிக் கொள்ளவே வண்டி வந்தது. பதில் இல்லை. ஏனெனில், அலிகாட் பல்கலைக் கழகத்தில் இன்ஜினியரிங் மூன்றாம் வகுப்பில் பாஸ் செய்தவர்களுக்கு வேலை கொடுக்கப் படுவதில்லை. அவரும் தாத்தாவும் அரசாங்க வேலை வேண்

டும் என்று விரும்பினார்கள். அரசின் சி.பி.டபிள்யூ.டி.யில் வேலை. என்ன சொல்ல. அதைப் போல அப்பாவால் வேலை வாங்கிக் கொடுக்க முடியவில்லை.

அப்பா இதை அவரிடம் சொல்லவில்லை. அந்தத் துறையின் சீஃப் என்ஜினியருக்கு சாஹேப்பிற்கு - அலிகாட் பல்கலைக் கழகம் என்ற பெயரிலேயே எரிச்சல் இருந்தது. வேறு பல்கலைக் கழகமாக இருந்திருந்தால் அவரை ஒப்புக் கொள்ளச் செய்திருக்க முடியும். ஆனால், அலிகட் என்றால் எரிச்சல். அப்பாவின் பேச்சு அனைத்து வித்தைகளையும் பலனற்று காட்டிக் கொண்டிருந்தது. இது இன்னொரு தனிக் கதை. அதே வேலை வேறு ஒரு சமயத்தில் கிடைத்து விட்டது.

என்னுடைய வயிற்றின் பீதி உச்சத்தை எட்டி விட்டது. என்னால் இப்போது எதையும் பொறுக்க முடியவில்லை. அப்போது அப்பா வந்து விட்டார். பணிவுடன் வணக்கம் சொன்னார். தாத்தாவின் அருகில் இருந்த நாற்காலியில் உட்காரப் போகும் போது குனிந்தார். உப்பு சப்பற்ற 'நன்றாக இரு' என்று சொன்னார். அவர் எழுந்து நின்ற கொண்டார். அவர் கையால் சைகை செய்து காட்டினாள்.

இருவரும் வாயிலில் நின்றிருந்த வண்டியில் உட்கார்ந்து காணாமல் போயினர். நடக்காத விஷயம் அல்ல. குடும்பத்தில் இருந்து யாரையாவது அழைத்துக் கொண்டு திடீரென விர் என்று போவது தாத்தாவின் வழக்கம். அவருடன் இணைந்து செல்பவர் சிலிர்த்துப் போவார். தங்கி விட்டவர்கள் பொறாமைப் படுவார்கள். நம்பிக்கையற்றுப் போவார்கள்.

இரண்டு பேரும் ஆனந்தமும் உற்சாகமும் உல்லாசமான நிலையையும் பெறுவார்கள். ஆனால், இன்றைய நிகழ்ச்சி முற்றிலும் வேறாக இருந்தது. தாத்தாவின் முகத்திலும் ஆனந்தம் இல்லை. செல்பவரின் முகத்தில் ஒளி இல்லை. நங்கள் அனை வரும் ஏதோ பிணத்தை எரித்து விட்டு வந்தவர்களைப் போல உட்கார்ந்திருந்தோம்.

அவர்கள் சென்ற பிறகு ஜுக்கி சித்தப்பா பழைய நிலைக்கு வந்தார். 'விசித்திரமான ஹிட்லர்' என்றார்.

பொதுவாக இது போன்ற வாக்கியங்களுக்கு அம்மா பதில் கொடுப்பது வழக்கம். "உன் அப்பாவைக் காட்டிலும் குறைவு" என்பார். ஆனால், இன்று அவர் அமைதியாக இருந்தார். முகம் இன்னும் மஞ்சளாக மாறியது. சித்தப்பாவிற்கு அம்மாவின் முகத்தின் உணர்ச்சிகள் அத்துப்படியானவை. உறையைப் பிரிக்காமல் உள்ளிருப்பதைப் படிக்கக் கூடியவராயிற்றே.

உடனே, "அண்ணி சோகமாக இருக்கிறார். அவருக்கு ஓய்வு தேவை. நீங்கள் வெளியில் போங்கள்" என்றார். நானும் குல்லும் எங்கள் அறைக்குச் சென்று விட்டோம்.

நான் அதை அப்படியே ஏற்றுக் கொண்ட போதும் உண்மையை அறிவேன். குல், "டாக்டர் தாத்தாவிற்கு உடம்பு சரியில்லையோ என்னவோ?"

"இருக்கலாம். ஒருவேளை... ஆனால்.. மாமா."

"இதில் மாமா எங்கு நுழைந்தார்?" என்று குல் கேட்கவில்லை. என்னுடைய வயிற்றுக் கலக்கல் கழிப்பறையை நோக்கி ஓட வைத்தது.

அப்பா திரும்பி தனியாக வந்தார். தாத்தாவிற்கு டேராடூன் போக வேண்டி இருந்தது. அம்மா ஏனென்று எதுவும் கேட்கவில்லை.

தன் தரப்பிலிருந்து எதுவும் சொல்லவில்லை அவர். சொல்வதற்கு ஒன்றுமில்லையா அல்லது இத்தனை முக்கியமானது, ஆனால், சொல்ல முடியாது என்பதா? அன்றைய நாளின் ரகசியம் ஒரு மாதத்திற்குள்ளாகவே டாக்டர் தாத்தாவின் மரணச் செய்தி வந்த போது வெளிப்பட்டது.

11

சின்ன முதலாளியின் மரணம் எங்களுடைய பொருளாதார நிலையை மந்தமாக்கியது என்றால், டாக்டர் தாத்தாவின் மரணம் அத்துடன் கூடவே மற்ற அனைத்தையும் ஒளியற்று மங்கச் செய்தது. தெரிந்தே செய்யும் தவறுகள் ஆன்மாவின் சுமையாகும் என்று கேள்விப்பட்டிருக்கிறேன். ஆத்மா அந்த அளவுக்கு உறுதி யானது என்று இப்போது தெரிகிறது. ரெயில் போர்ட்டர்களை விடவும் அதிக சுமைகளைத் தலையில் வைத்தாலும் கூட, ஆன்மா அந்தச் சுமையை பூவைப் போல சுமக்கும் என்பது. நாம் யார் என்ற எண்ணிக் கொண்டிருக்கிறோமோ, அதுவல்ல நாம் என்பதையும் அறிந்தேன். இன்னொன்றும் கூட. மற்றவர்களும் கூட நாம் எண்ணிக் கொண்டிருப்பதைப் போல அல்ல என்பதை யும் புரிந்து கொண்டேன்.

தாத்தா அன்று, குறிப்பாக அப்பாவைச் சந்திக்க என்று வந்த அந்த நாளன்று அவர் மிகவும் களைத்து நோயுற்றிருப் பதைப் போல எனக்கும் குல்லிற்கும் தோன்றியது. நாங்கள் அனுமானித்ததை விடவும் அதிகம் நோயுற்றிருந்தார். அவரை இறுதி இடத்திற்குக் கூட்டிச் என்றிருந்தது கான்சர். இரண்டு நான்கு மாதங்களுக்கான விருந்தாளி தான் என்பதை அவர் அறிந்தே இருந்தார்.

வலியும், கீமோ தெரபியுமாக முயற்சியும் உழைப்பும் என செய்து அவர் களைத்து விட்டிருந்தார். ஆனால், அதை விடவும் அதிகமாக விரக்தி அடைந்திருந்தார். தன்னைப் பற்றி அல்ல. மாமாவின் மனநல பாதிப்பும் அதன் நசிவும் நாளுக்கு நாள் அவரை அழித்துக் கொண்டிருந்தது. அவரைத் தனியாக விட்டு விட முடியாது. ஆனால், இன்னும் ஓரிரு மாதங்களில் விட முடி யாது என்று சொல்ல இடமே கிடையாது.

மக்களின் வழக்கமான அறிவுரை - மாமாவின் வயது முப்பத்தி எட்டு. ஏழைக் குடும்பத்திலிருந்து ஒரு பெண்ணைப் பார்த்துத் திருமணம் செய்த வைப்பதுதான் கூடவே இருப்பதற் கான வழி என்று சொன்னார்கள். வீட்டிலிருந்தபடியே ஆயுள் முழுக்க உறுதுணையாய் இருப்பார் என்றும் சொன்னார்கள். ஆனால், அவரின் மன நிலையைப் பார்த்த தாத்தா, ஏழ்மையின் மீது கொடுமை செய்ய விரும்பவில்லை. அவரே மருத்துவர். அவர் ஏழைகளுக்கு இலவசமாய் மருத்துவம் பார்ப்பதோடு மட்டும் நிறுத்திக் கொள்ளாமல் அவர்கள் கையில் காசையும் திணித்து அனுப்புவார். மருந்தும் பழங்களும் வாங்கிச் சாப்பிடு. சாப்பாடு இல்லாமல் மருந்து பலனளிக்காது என்ற சொல்லி அனுப்புவார். இறுதி நாட்களில் ஒரு ஆரோக்கியமான இளம் பெண்ணை தாதியாக்கிக் கொண்டு, தன்னைப் பணக்கார நோயாளியாக்க ஆக்கிக் கொள்ள அவருடைய ஆத்மா தயாராய் இல்லை. ஆம், சில ஜீவன்கள் வேறுபட்டு இருக்கின்றன.

இருந்தாலும் வழி நடத்துவது என்ற தேவையை முற்றிலும் நிராகரிக்கவும் இயலவில்லை. காசு, பணம், நிலம், நீச்சு, சொத்து எதற்கும் குறைவில்லை. அப்படிப்பட்ட சொத்துக்களுடன் கூடவே மாமாவையும் பராமரிக்க முடியும் என்று உறுதியுடன் ஏற்றுக் கொள்ளும் மனிதர்களுக்குத்தான் குறைவு. மனைவியைத் தவிர வேறு யார் பார்த்துக் கொள்ள முடியும் என்பது மக்களின் கேள்வி. அது தவறு என்று நிரூபிக்கும் நோக்கத்தோடு அப்பாவைப் பார்க்க வந்தார் அவர்.

அப்பா, மாமாவையும் பராமரிப்பது என்று முடிவெடுக்கப் பட்டது. தினசரி பணிகளைக் கவனிக்கவும், உடன் இருக்கவும் என்று இரண்டு ஆண் நர்ஸ்கள் பணி அமர்த்தப்பட்டனர். காலை ஒருவர் இரவுக்கொருவர் என்று. தாத்தா இருக்கும் வரை அவர் களே மேற்பார்வை செய்ய முடியும். அவருடைய பராமரிப்பில் மாமாவைக் கவனித்துக் கொள்ளலாம். தற்சமயம் தாத்தா அந்த முறையைத்தான் கைக் கொண்டிருக்கிறார். ஆனால், உண்மை யான சோதனையின் போதுதான் இருக்கப் போவதில்லை என்பதும் அவருக்குத் தெரியும்.

இதை ஒரு நல்ல பழக்கம் எனச் சொல்லலாமா என்று தெரியவில்லை. மாமாவிற்கு யாரையாவது பிடித்து விட்டதென் றால், தன்னுடைய கேள்விகளுக்குத் தான் நினைத்தது போன்ற பதில்களைச் சொல்லி விட்டார் என்றால் உடனேயே தன்னிடம் இருக்கும் பணம் அனைத்தையும் அவருக்குக் கொடுத்து விடுவார். அந்த ஆள் வசப்படுத்துவதில் திறமையானவனாகவும், துயரக் கதைகளைச் சொல்லுவதில் கெட்டிக்காரனாகவும் இருந்து விட்டால், தன்னுடைய சொத்தில் ஒரு பகுதியை அவன் பெயருக்கு எழுதி வைத்தும் விடுவார்.

டிரஸ்ட் ஏற்படுத்துவதற்கு இரண்டு தேவைகள் இருக் கின்றன. யார் யார் கையிலோ சொத்துக்கள் இடப்பட்டு விட்ட தாலேயே அதனுடைய பிடிப்பு இல்லாமல் போய் விடக் கூடாது என்பதற்காகவும் அமைக்கப்பட்டது. மேலும் எவரிட மும் சிறிதளவாவது பணம் இருந்தாலும், தாராள மனம் படைத்தவனின் சொத்துக்கள் மீது சுமையாகாமல் இருக்கட்டும். டிரஸ்டிலிருந்து அவருக்கு மாதா மாதம் கைச்செலவிற்குப் பணம் கிடைப்பதும் அவசியம். தாத்தாவிற்குப் பிறகு முழுக் கணக்கு வழக்கும் அப்பாவிடம் வந்தது.

தாத்தாவின் மரணத்திற்குப் பின் ஒருவர் மாற்றி ஒருவர் ‘தோழன்’ கூடவே இருந்தனர். அவர்கள் நர்ஸ்கள். அம்மா அல்ல. ஒவ்வொரு முறையும் மாமாவிடம் அந்த வேலையில் லாத இளைஞன், வேலை கிடைக்கும் வரை வேலை தேடிக் கொண்டிருக்கும் வரை இங்கு தங்கி இருப்பான் என்று சொல்லி வைக்கப்படும். ஆனால், நல்ல சம்பளம் கொடுத்தாலுங்கூட யாரும் அதிக நாட்கள் நிலைப்பதில்லை.

முட்டாளாக ஒன்றும் தெரியாதவனாக இருந்தாலோ, மாமாவினால் அவனைப் பொறுத்துக் கொள்ள முடிவதில்லை. புத்திசாலியாக இருப்பவர்களுக்கு மாமாவைத் தாங்க முடிவது இல்லை. பத்திசாலிகளினால் அவர் அதிகம் பாதிப்படைகிறார். முட்டாள்களுக்கு அவருடைய விவாதம் புரிவதில்லை. அதை உளறல் என்று எடுத்துக் கொண்டு ஒரு புறம் ஒதுக்கி வருகிறார் கள். பத்திசாலியானவன் அவருடைய வாதத்திற்கு எதிர்வாதம் வைக்கிறான். பிறகு பயங்கரமாகி விடுகிறது. பைத்தியம் ஆவதி

லிருந்துதான் தப்பித்துக் கொள்ள புத்திசாலி பைத்தியத்தை விட்டுவிட்டு ஓடி விடுகிறான்.

ஒவ்வொரு தடவையும் கூட இருந்தவர் வெளியேறி விட் டார் என்ற செய்தி வந்தவுடன் அப்பா அத்தனை வேலை களையும் விட்டுவிட்டு இன்னொரு ஆளுக்கு ஏற்பாடு செய்ய வேண்டி வரும். ஒவ்வொரு ஆள் விட்டுவிட்டு ஓடி விடும் போதும் அதன் பின்னால் ஒரு நீண்ட துயரக் கதை சொல்லப் படும். இதனால் மாமாவின் மனச் சிதைவில் கூடுதல் குழப்பம் உண்டாகிறது. அப்பாவிற்கு அதிக நாட்கள் டேராடூனில் தங்க நேரிடுகிறது. இதைப் பாவம் அப்பாவின் துரதிர்ஷ்டம் என்று தான் சொல்ல வேண்டும்.

அவர் மாமாவைத் தன் வசப்படுத்துவதில் வெற்றி பெற்றுக் கொண்டே இருந்தார். அதனால் தாத்தாவிற்கு அவர் ஒரு சரியான வழிகாட்டி என்று தோன்றி இருக்கலாம். அவர் மாமா வின் சொத்துக்களைப் பராரமரிப்பதிலும், அதிலிருந்து வரும் வருமானத்தைச் சரியாக கணக்கு வைப்பதிலும் எத்தனை திறமையானவராக இருந்தாரோ, அதே போல மாமாவின் கொதிக்கும் மூளையை குளிர வைப்பதிலும் அத்தனை திறமை சாலியாக இருந்தார். அவருடைய பிரம்மாஸ்திரம் என்பது எதிர் வாதம் சொய்யாமல் அவர் சொல்லும் வாதங்கள் செவிமடுத்துக் கொண்டே இருப்பது அவராகவே களைத்து மௌனமாகும் வரை.

தாத்தா மறைந்து விட்டார். அப்பா டிரஸ்ட் ஏற்படுத்தி விட்டதனால் மாமாவின் பழக்க வழக்கம் ஏதும் மாறவில்லை. இது போன்ற விஷயங்களில் காகித சட்டம் காரியத்திற்காகாது. ஒருவேளை மாமா கையெழுத்திட்டு விட்டாரெனில் அதை தவறு என்று நிரூபிக்கக் கோர்ட்டிற்கும் - கச்சேரிக்கும் யாரால் அலைய முடியும்? கோர்ட்டை விடுங்கள். அவருடன் மண்டையை உடைத்துக் கொண்டு யாரால் ரத்த அழுத்தத்தை அதிகப்படுத்திக் கொள்ள இயலும்? அவரின் மன நசிவை அதன் அழிவை யார் ஏற்பார்?

பாவம் அப்பா! வேலையின் கெடுபிடி எல்லாப் பக்கங் களிலிருந்தும், நேரமோ மிகவும் குறைவு. இடையிடையில்

திடீர் திடீரென்று டேராடூன் ஓடுவதனால் ஏற்படும் சிரமம். மறுபடியும் ஒரு நல்ல செவிலியரின் தேடல். மாமாவின் சொத்துக்களை அபகரிக்காதவராகவும் இருக்க வேண்டும். கூடவே விவாதம் செய்வதில் தன் திறமையைக் காட்டுவதில் ஆர்வம் காட்டாமல் மாமா அவரைத் தோல்வியுறச் செய்யும் அளவிற்கு விட்டுக் கொடுப்பவராயும் இருக்க வேண்டும்.

அப்படியான ஒரு ஆள் கிடைப்பது என்பது ஏறக்குறைய முடியாத காரியம். இதை விடவும் சிறுபிள்ளைத்தனமான அமெரிக்கனுக்குத் தன்னை வெள்ளைக்கார முதலாளியின் வாரிசு என எண்ணிக் கொண்டு திரியும் கர்வம் பிடித்தவவனிடம் அழுது புலம்பி வேலை செய்யாமலிருக்கும் அரசு அதிகாரிகளுக்குத் தண்டனை வாங்கிக் கொடுப்பது இன்னமும் சுலபம் என்று சொல்லி இருக்கிறார்.

ஆமாம். நான் பெரியவனானதும் மனதிற்குள் அவர் எத்தனை அமைதியற்றும் துன்பமுற்றும் இருந்தார் என்பது எனக்குத் தெரியும்.

இதையும் புரிந்து கொண்டாயா இல்லையா! பைஜ்நாத் போன்ற எப்போதும் நேர்மையையே விரும்பும், உயர் குலத்தில் பிறந்த நல்ல மனிதர், பாதிப் பொய்யை முழு உண்மை என அறுதியிட்டுக் கூறி நிரூபிக்கும் பொருட்டு கவர்ச்சியான நடையை ஏன் பொறுத்தார் என்பதையும் அறிவாயா?

ஆம்! உண்மையின் நாற்புறங்களிலும் அதன் பொருளை மாற்றும் சொற்களை இட்டு, முட்டாள்களை இன்னமும் முட்டாள்களாக்கும் மகிழ்ச்சியில் அதைச் செய்தார்.

ஆனால் முட்டாள்களைப் புத்திசாலி, பரிசோதிப்பவன், தேடுதல் உள்ளவன் எனவும் ஏற்பது கடினமானதாக இருந்திருக்கலாம்.

குல்லும் நானும் நிறைய பேசிக் கொண்ட பிறகு ஒரு அனுமானத்திற்கு வந்தோம். அவருக்கு ஒரு பக்கம்தான் நேர்மையானவன். நன்கு செயலாற்றுபவன் என்கிற பெயரை நிரூபிக்கவும், இன்னொரு புறம் முட்டாள்தனம் மற்றும் நேர்மையற்றதை

இணைந்த மனம் 255

ஏற்பது என ஒரே கூடாரத்தில் இரண்டு விதமான நிலைக்கும் அவர் ஆளானார்.

இந்த விஷயத்தை முழுமையாக நான் அறியேன். ஆனால், ஒரு முறை அவர் அம்மாவிடம் மிகவும் சிரித்துக் கொண்டே சொல்லிக் கொண்டிருந்தார். பீட்டர்ஸன் மிதமிஞ்சி குடித்து விட்டு தன்னுடைய எல்லா ரகசியங்களையும் என்னிடம் புட்டுப் புட்டு வைத்தார். குழறிப் பேசினார். ''நீங்கள் என்ன நினைத்துக் கொண்டிருக்கிறீர்கள்? நாங்கள் வியாபாரத்திற்காகவா வந்தோம்? முட்டாள்கள் நீங்கள். நாங்கள் இங்கு வந்திருப்பது கம்யூனிஸத்துடன் சண்டையிட. அதை உங்களிடம் காலூன்ற விடாமல் தடுக்க, மெல்ல மெல்ல அதை உலகம் முழுவதிலிருந்தும் ஒழிப்பதற்காக.''

''நீங்கள்தான் எங்களின் கடிமான பணியின் முதல் தடை. முட்டுக் கட்டை. சபாஷ் சபாஷ் எப்படியான கொள்கையை கைக் கொண்டிருக்கிறீர்கள்? எப்பேர்ப்பட்ட மக்கள் நீங்கள்? நடுநிலைக் கொள்கை, இரு பக்கமும் சேராத நடுநிலை வாதம். இங்கேயும் இல்லை, அங்கேயும் இல்லை. ஆயுதங்கள் வாங்கு வதும் கூட சில சமயம் இந்தப் பக்கமும், சில சமயம் அந்தப் பக்கமும், ஆபீசர்களின் விருப்பம் போல்.''

''தொழில் நுட்பத்தில் பூஜ்யமாய் இருப்பவர்களிடம் ஆயுதம் வாங்குகிறீர். ஆனால், லஞ்சம் வாங்குவதில் முதலிடம். ஒவ்வொரு வருடமும் எங்களிடம் வாங்குங்கள். நாங்கள் லஞ்ச மும் கொடுப்போம், உதவியும் செய்வோம். குறைந்த வட்டியில் எத்தனை கடன் வேண்டுமானாலும் தருவோம். கடனைத் தீர்ப்பதற்கு உங்கள் பயனற்ற ஆயுதங்கள் பயன்படும். எங்களிடம் ஆயுதம் வாங்கினீர்களெனில், சண்டையிடுவதற்குப் பதிலாக யு.என்.ஏ.வின் முந்தானைக்குப் பின்னால் முகத்தை ஒளித்துக் கொள்ளத் தேவையிருக்காது. சண்டைக் களத்திற்குப் பதிலாக குடியரசு தினத்தில் ஆயுதம் ஏந்திய சிப்பாய்களின் அணிவகுப்பு செய்ய வேண்டிய தேவை இருக்காது.''

அம்மா லஞ்சம் என்று சொல்லக் கேட்டதும் கோபத் துடன், ''பண்டித நேருவின் மேல் லஞ்சக் குற்றமா? நீங்கள் உடனே இந்த வேலையை விட்டு விடுங்கள்'' என்றார். மிகுந்த

பிரயாசையுடன் புரிய வைக்க வேண்டி வந்தது. புண்ணியாத்மா நேருஜி அல்ல. லஞ்சம் வாங்குபவர்கள் வேலை செய்பவர்கள் என்று. அப்போது நீங்கள் உடனடியாக பண்டிட்ஜிக்கு ஒரு அறிவிப்புச் செய்து விடுங்கள். ‘‘எதுவானாலும் வேலையை விட்டு விடுங்கள். அந்நிய நாட்டு மக்களின் வாயால் நம் நாட்டை மட்டமாக பேசுவதைக் கேட்காதீர்கள் என்றார்.

‘‘சரி, சரி இனிமேல் இல்லை. இனி நான் நாட்டு மக்களின் வாயால் கேட்கிறேன்’’ என்று அப்பா விஷயத்தை நகைச்சுவை ஆக்கினார். ஆனால், அதன் பிறகு அமெரிக்க கம்பெனியின் மனம் கவர் கதைகள் சொல்வதை விட்டு விட்டார். அம்மா உண்மையிலேயே வேலையை விட்டு விட்டாரா என்று திரும்பவும் கேட்கவில்லை.

‘‘சரி. அப்பா, நெருக்கடியான வேலையில் ஈடுபட்டிருந்தா லும் அவ்வப்போது டேராடூன் ஓட வேண்டியிருந்தது. ஒரு நாள் ஜுக்கி சித்தப்பாவின் குறையற்ற சேவையில் மனம் மகிழ்ந்த அம்மா மிகுந்த அப்பாவியாக அதைத் தீர்ப்பதற்கு ஒரு யோசனை சொன்னார். வேலையில்லாமல் இங்கு உட்கார்ந்திருக்கும் ஜுக்கி சித்தப்பாவை ஏன் அங்கு அனுப்பி வைக்கக் கூடாது? இப்படி மனமறிந்து சேவை செய்யும் மனிதனால் மாமா மனம் குளிர்ந்து போவார்.

இருக்கலாம் ஒருவேளை. அப்பா இதைப் பற்றி யோசித் தார். எது எப்படியிருந்தாலும் ஜுக்கி குறைந்தபட்சம் அவருடைய சொத்தில் கை வைக்க மாட்டார். அதைப் பராமரிப்பதில் குறை வைக்க மட்டார் என்று நினைத்தார்.

‘‘ராம், ராம்’’ இப்படி யோசிப்பதுகூடப் பாவம் என்று அம்மா கையால் காதைப் பொத்திக் கொண்டார்.

அம்மாவிற்குச் சித்தப்பாவைத் தன் பிடியிலிருந்து விடு வித்து இன்னொருவருக்குச் சேவை செய்ய அன்பு வைப்பது என்பது எத்தனை பெரிய தியாகம் என்று நீ நினைக்கிறாய் அல்லவா? அடங்கி ஒடுங்கி சேவை செய்யவெல்லாம் எத்தனை ஆட்கள் இருந்தாலும் போதாது என்று நினைக்கும் ஒரு சிலரில் அம்மாவும் ஒருவர்.

ஒருவர் மட்டும் இருந்தால் அந்த ஒருவரிடம் வேலை வாங்கிக் கொள்வார். இரண்டு நபர்கள் இருந்தால் ஒருவரை மட்டும் நம்புவது இயலாததாகி விடும். மூன்று ஆட்கள் இருந் தால் நான்கு பேரின் வேலையை உருவாக்குவார். ராம்தேவ் மற்றும் பார்வதியின் சேவையால் அவருடைய நாட்கள் கவலை யற்று அமைதியாகக் கழிந்து கொண்டிருக்கின்றன. ஆனால், ஜுக்கி சித்தப்பா வந்து அந்த இருவரையும் ஓரம் கட்டி விட்டார். சித்தப்பாவின் மேற்பார்வையின்றி எந்த ஒரு வேலை யும் சரியாக நடக்காது.

எனக்கும் குல்லிற்கும் கூட அவருடைய மேற்பார்வையில் தான் எல்லாம் நடந்தது. அவருக்குப் பின்னால் அந்தப் பணிகள் அப்பாவின் தோள் சுமையாகும் என்பதை அம்மா அறிவார். எத்தன்ன முறை உடனிருப்பவரைத் தேடுவது, டேராடூன் ஓடுவது, சொத்துக்களை ஏதோ வளர்ப்பு மிருகம் போல பராமரிப்பது என் றெல்லாம் அவர் ஒருபோதும் மனக் கசப்பு அடைந்ததும் இல்லை.

என்னைப் பெரியவர்கள் ஒரு அற்பமாகக் கருதுகிறார்கள். அறிவுரை கூறத் தகுதியற்றவள் என எண்ணுகிறார்கள். இதுதான் பிரச்சினை. ஒருவரைப் பற்றிய எனது இயல்பான புரிதல்கூட அப்பா அம்மாவிற்கும், ஜுக்கி சித்தப்பா மற்றும் குல்லிற்கும் கூட சுமையாக இருக்கிறது. மாமாவின் இயல்பான சுபாவத்தைப் புரிந்து கொள்ள இவர்கள் யாரும் முனையவில்லை.

அதனாலேயே சித்தப்பாவிற்கும் மாமாவிற்கும் இடையி லானது அவருடைய பார்வையை மறைத்து மங்கலாக்குகிறது. நான் அவருடைய நெருக்கத்தை அறிந்திருக்கிறேன், முயலாம லேயே.

அற்பமானவள் நான் என்பதனால் என்னை யாரும் கேட்கவும் இல்லை. நானும் குல்லைத் தவிர வேறு யாருக்கும் இந்தக் குறிப்புகளைச் சொல்லவும் இல்லை. குல் சிரிக்க வில்லை. அதுவே இதற்கான அத்தாட்சி. குல் பலமாகச் சிரித் தாள். அது என்னுடைய சொல்லுக்காக அல்ல. சிரித்துக் கொண்டே அவள் சொன்னாள். நான் ஒரு கொசுவாக மட்டும் இருந்திருந் தால் அவர்கள் இருவரின் பேச்சைக் கேட்டு மகிழ்ந்திருப்பேன்.

ஆனால், இப்போது வெறுமனே எண்ணி எண்ணிச் சிரிக்க முடிகிறது என்றாள்.

ஜுக்கி சித்தப்பாவிடம் விஷயம் சொல்லப்பட்டவுடன், "அண்ணியை நீங்கள் இருவரும் கவனமாகப் பார்த்துக் கொள்ளுங்கள். குல் நீ சண்டை சச்சரவு போட்டு அவருக்குத் தொந்தரவு செய்யாதே. செய்தாய் எனில்... அப்புறம்" என்று சொல்லி, அப்படியே வாக்கியத்தை முடிக்காமல் பாதியில் விட்டார். அது அவருடைய பழக்கம்.

அம்மா, தன்னைப் பற்றிக் கவலைப்பட வேண்டாம் என ஆறுதல் சொன்னார். இல்லையெனில், "அவர் இல்லாததை யாரும் இல்லாதது போல உணரத் தொடங்குவேன்" என்றார். குல் இடைமறித்து, "உங்கள் மேற்பார்வைக்கு நன்றி. ஆனால், நானே என்னைக் கவனித்துக் கொள்வேன். கூடவே மோகராவையும். நீங்கள் பொறுத்திருந்து பாருங்கள்" என்றாள்.

அவளுடைய பேச்சு எனக்குத் தவறாகப் பட்டது. இப்போது அவள் செல்ல மறுத்து விட்டால், மண் அள்ளிப் போட்டதாகும். அத்தனை அட்டகாசமாக சிரித்துக் கொண்டு சொன்னார். ஒப்புக் கொள்ளப்பட்டது. குல்லும் அவரும் இணைந்து சிரிப்பதைப் பார்த்து நான் சற்று கலக்கமடைந்தேன். அவர் இல்லாமல் வீடு எப்படி வெறிச்சென்று இருக்கும் என்பதை எண்ணி அல்ல. குல் தன்னுடைய தோழிகளுடன் குதூகலமாக இருப்பார்கள், அம்மாவைக் கவனித்து சந்தோஷமாக வைத்துக் கொள்வது முழுக்க முழுக்க என் பொறுப்பில் வந்து விடுமோ என்ற எண்ணத்திலும் இல்லை. சவாலில் வேண்டுமானால் ஜெயிக்க மட்டும் அந்தத் திருப்பங்களுக்குப் பின் வீட்டிலுள்ள ஒவ்வொருவரும் தோல்வியைத் தழுவப் போகிறார்கள்.

அவர்கள் இருவருடைய முதல் சந்திப்பு மிக அழகாக அமைந்தது. அப்பா நிம்மதிப் பெருமூச்சு விட்டார். சித்தப்பாவை அங்கு விட்டுவிட்டு மன நிம்மதியுடன் திரும்பினார். வீட்டிற்குத் திரும்பிய உடனேயே எல்லா விவரத்தையும் விளக்கமாகச் சொன்னார். அம்மாவின் ஆலோசனைக்கு வாழ்த்தினார்.

மாமா செய்தித் தாளைப் படித்து விட்டு, கோபத்துடன், "நாமெல்லாம் முட்டாள்களா என்ன? எப்போதும் இந்தியா -

சீனா சகோதரர்கள் என்று சொல்லிக் கொண்டு இருக்கிறோமே. பார்த்துக் கொண்டே இருங்கள். இந்த அண்ணன் தம்பி உறவுக்குப் பின்னாலிருந்து சீனா தன்னுடைய ராணுவ பலத்தை அதிகரித்துக் கொண்டே இருப்பான். ஒரு நாள் நம் நாட்டின் மீது படை யெடுப்பு செய்து நம் நாட்டில் அடி எடுத்து வைப்பான். ஒரு நாள் இல்லா விட்டால் இன்னொரு நாள் நம் மீது படை யெடுப்பு என்று சொல்லிச் செய்வான்.''

ஜுக்கி சித்தப்பா சிரித்து விட்டார். ''சவால் சரி. ஆனால், சீனா படையெடுப்பு'' எனச் சொல்ல மாட்டான்.

மாமா அந்தப் புதிய மிருகத்தை கவனத்தோடு கூர்ந்து பார்த்தார். அப்பா மறுபடியும் மூட்டை முடிச்சைக் கட்ட வேண்டி இருக்குமா, இன்னமும் திறக்கவே நேரம் வரவில்லை.''

ஆனால் மாமாவின் குரல் உயரவில்லை. ''சொல் நான் பேச வில்லை. ஆனால், இதை அறிந்த கொள்வதில் ஆர்வமாக இருக் கிறேன். நீங்கள் சீனா படையெடுக்காது என்பதை எப்படி அறிவீர் கள்? நீங்கள் ரகசியப் படையில் பணி புரிகிறீர்களா?'' என்றார்.

''இல்லையில்லை. எனக்கு யார் புல் போடுகிறார்கள்?''

''நீங்கள் புல் சாப்பிடுவீர்களா என்ன?''

ஜுக்கி சித்தப்பா, 'ஓ'வென்று பெரிதாகச் சிரித்தார். மாமா வின் மூளை இப்போது கொதிக்கத் தொடங்கப் போகிறது என அப்பா நினைத்தார். ஒருவேளை கொதித்தும் இருக்கலாம். ஆனால் சித்தப்பாவின் அடுத்த வாக்கியம் கொதிப்பில் நீர் தெளித்து விட்டது. ''குதிரை, கழுதை இரண்டும் புல் சாப்பிடும். நீங்கள் என்னைக் குதிரை என்று எண்ணுகிறீர்களா? கழுதை என்றா?''

மாமா அந்தக் கேள்வியால் மாட்டிக் கொண்டார். யோசித்து, ''இப்போதைக்கு உங்களை மனிதன் என்றுதான் புரிந்து கொண் டிருக்கிறேன். மனிதர்கள் புல் உண்பதில்லை.''

''தவறு மகாராணா பிரதாப் யுத்தத்தில் தோற்ற பிறகு புல்லால் ஆன ரொட்டி சாப்பிட்டார்.''

''சீனா படையெடுத்தால் நாமும்தான் சாப்பிடுவோம்.''

‘‘ஏன் படையெடுக்கப் போகிறான்? நம் நாட்டின மீது அதிகாரம் செலுத்துவது சாமானியம் அல்ல. ஆங்கியேலர்களைப் பாருங்கள். விட்டுவிட்டு ஓட வேண்டி வந்ததா இல்லையா? படை எடுப்பவர்களின் மற்றொரு நோக்கம் கொள்ளை அடிப்பது. இப்போது அதற்குப் படையெடுப்பு என்று சொல்ல வேண்டிய அவசியம் இல்லை. தொழில் என்ற பெயரில் ஏகப்பட்ட கொள்ளை அடிக்க முடியும். அண்ணாவிடம் கேளுங்கள். எத்தனை அமெரிக்கக் கம்பெனிகள்...’’ வாக்கியத்தை முடிக்கும் முன்னதாகவே அப்பா கண்ணால் சமிக்ஞை செய்து விட்டார்.

அதனால் பேச்சை மாற்றி திசை திருப்பி, ‘‘பிரதிநிதிகள் இங்கே பணியாற்ற வந்து கொண்டிருக்கின்றனர்.’’

மாமா மகிழ்ச்சி அடைந்து, ‘‘நீங்கள் மிகவும் புத்திசாலி யாகத் தெரிகிறீர்கள்?’’ என்றார்.

இந்த இடத்தில் வழக்கம் போல மாமா, ‘‘நான் உறையைப் பிரிக்காமல் உள்ளிருப்பதைச் சொல்வேன்’’ என்றார். இந்த வாக்கியத்தைச் சொல்லவில்லையெனில் எந்த நிலையிலும் அந்த வாக்கியத்தைச் சொல்ல நேரம் கிடைக்காமல் டேராடூனுக்கு அவர் கிளம்பிச் சென்றிருப்பார். சொல்ல வேண்டியதைச் சொல்ல ஆசையும், சொல்ல வேண்டாம் என்ற முயற்சியினாலும் அவர் மௌனமாக இருந்து விட்டார். ‘‘உங்களுக்கு வேலை இல்லாத வரை ஏதாவது தேவை என்றால் என்னிடம் சொல் லுங்கள்’’ என்றார். அதாவது மாமாவைப் பிடித்துப் போய் விட்டது.

‘‘ஒரு தேவை இருக்கிறது’’ என சித்தப்பா சொல்ல அப்பா வின் இதயத் துடிப்பு அதிகமாகியது.

‘‘எனக்கு என்ன வேண்டும் எனில் என்னை நீங்களே நீ என்றே அழையுங்கள். நீங்கள் என்று அழைக்க வேண்டாம்’’ என்று மட்டும் சித்தப்பா சொன்னார்.

‘‘சரி. நீங்கள் என்பதைவிட நீ என்பது கூடுதல் பொருத்தத் துடன் இருக்கிறது’’’ என மாமா மேற்பார்வையுடன் சொன்னார்.

முதல் சந்திப்பின் செய்திகளைக் கேட்ட அனைவருக்கும் திருப்தி. ஆனால், எனக்கு உள்ளூர கவலை. இரண்டு வாரங்கள்

கழிந்து விட்டன. ஜுக்கி சித்தப்பாவிடமிருந்து அம்மாவின் பெயருக்கே அல்லது அப்பாவின் பெயருக்கோ வரும் கடிதங்களில் எந்த விதமான கசப்பான சொற்களோ அல்லது கவலைப் படுவதற்கான விஷயமோ இல்லை.

அவருடைய எண்ணம் எல்லாம் டேராடூன் இனிமையான சூழ்நிலையும், சுவையான லிச்சி பழங்களும்தான். அவர் கடிதத்தைப் படிக்க கேட்ட எங்களுக்கு டேராடூன் செல்ல வேண்டும் என்ற ஆசை உண்டானது.

தாஸுக்கும் கூடத் தன்னைப் போலவே லிச்சி பழம் விருப்பமானது என்று சித்தப்பா சொல்லி இருந்தார். சித்தப்பா சிறந்த தோட்டத்திலிருந்து புதியதான லிச்சி பழங்களைப் பறித்துக் கொண்டு வருவார். சிறந்ததற்குச் சிறந்தது. மலிவுக்கு மலிவு தான். அண்ணாவிற்கு இந்த மலிவு என்பதில் எல்லாம் பெரிய ஈடுபாடு கிடையாது. ருசியில்தான் ஈடுபாடு. அவர் புதியதான க்ரீமில் போட்ட லிச்சி பழத்தின் ருசியைக் காட்டி கெட்ட பழக்கத்தை ஏற்படுத்தி இருந்தார். இரண்டையும் சரியாகக் கலப்பதில் மாமாவிற்கு ஈடு வேறு யாரும் கிடையாது.

லிச்சி பழத்தின் காலம் இன்னும் எத்தனை நாட்களுக்கு இருக்கப் போகிறது? இப்படி லிச்சிப் பழத்தைக் கொண்டு வருவதிலும், அதை ருசித்துச் சாப்பிடுவதிலும் பகல் பன்னி ரெண்டு மணி நேரத்தில் எத்தனை நேரம் கழியப் போகிறது. கொஞ்ச நேரம்தான் பகலில். மற்ற நேரத்தை எப்படி கழிக்கிறார் கள்? குல்லிடம் இதைச் சொன்னால், அவளுக்கு என் பேச்சு அர்த்தமற்றது எனத் தோன்றும். அவள் சிரிக்க ஆரம்பிப்பாள். அதற்கு முன்னால் நானே சிரித்து விட்டேன்.

குல்லின் பெயருக்கு ஜுக்கி சித்தப்பாவின் இன்னொரு கடிதம் வந்திருந்தது. அதில் என்னுடைய இன்னொரு கேள்விக் கான பதில் இருந்தது. சித்தப்பா அந்தக் கடிதத்தில் வரவேற்பு அறையின் அலமாரியில் சதுரங்க விளையாட்டின் நுணுக்கங் களை விவரிக்கும் பெரிய புத்தகம் இருக்கிறது. யாராவது டேராடூன் வருபவர்களிடம் அதை எடுத்து, கொடுத்தனுப்பும்படி அப்பாவிடம் சொல்லு என்றிருந்தது.

தாஸ் அண்ணன் என்னை சதுரங்க விளையாட்டில் எண்பது சதவிகிதம் தோற்கடித்துக் கொண்டே இருக்கிறார். அந்த விளை யாட்டில் ஜெயிப்பதற்காக அதன் சட்ட திட்டங்களை எனக்குச் சென்ற ஆண்டு ஆடிய நாட்களில் நூறு சதவிகிதம் புரிய வைத்துக் கொண்டிருக்கிறார். ஆனாலும், என்னுடைய விளை யாட்டுத் திறன் மேம்படுவதற்குப் பதிலாக அழிந்து கொண்டு வருகிறது. அந்தப் புத்தகத்தின் உதவியால் நான் வெற்றி பெற்று சராசரியாக முன்னேறுவேன். புத்தகம் தாஸ் அண்ணனின் கைகளில் கிடைக்கக் கூடாது. ஏனெனில் நான் தொடர்ந்து இரண்டு மூன்று முறையாவது ஜெயித்து அவரை ஆச்சரியத்தில் ஆழ்த்தப் போகிறேன்.

குல்லிற்கு அந்தக் கடிதம் அத்தனை மகிழ்ச்சியைக் கொடுத்தது. அதை உடனேயே அப்பாவிற்குப் படித்துக் காட்டி னாள். அப்பா என்ன நினைத்தாரோ என்னவோ உடனேயே டேராடூனுக்கு டிரங்கால் புக் செய்தார். 'இதோ பார் ஜுக்கி. நீ தோற்கிறாயோ, ஜெயிக்கிறாயோ அவரோடு விவாதம் செய் யாதே'' என்றார்.

''விவாதமா?'' பெருங்குரலில், ''நானா? சதுரங்க விளை யாட்டிலா? அதுவும் தாஸ் அண்ணனிடம்? அவர் நடமாடும் என்ஸைக்ளோபீடியா.'' என்றார். மேலும், ''அவர் பேசுவதை நிறுத்தினால்தானே அடுத்தவர் விவாதம் செய்ய?'' என்றார்.

''இரண்டு மாதம் கழியட்டும். நான் புதிய அமெரிக்க கம்பெனியான பீட்டர்சன் அன்ட் பீட்டர்சன்னில் காண்டிராக்ட் சிக்கலில் மாட்டிக் கொண்டிருக்கிறேன்.

''எனக்கு எந்தக் கவலையும் இல்லை அண்ணா. நீங்கள் கண்டிப்பாக புத்தகத்தை அனுப்பி வையுங்கள். யாரும் இங்கு வரவில்லையெனில், அந்தப் புத்தகத்தைத் தபாலில் அனுப்பி வையுங்கள்'' என்றார்.

''நானே எடுத்துக் கொண்டு வருகிறேன். ஒரு நாளுக்காக அங்கு வர வேண்டிய வேலை இருக்கிறது. பீட்டர்சனின் மனைவி வந்திருக்கிறாள். அவளை இரண்டு நாட்களுக்கு மசூரி சுற்றிப் பார்க்க அழைத்துச் செல்ல வேண்டும். நான் அவர்களை அங்கு விட்டுவிட்டு டேராடூனுக்கு வருகிறேன். கவலைப்படாதே.''

''எனக்கு கவலை ஒன்றும் இல்லை. ஆனால், புத்தகத்தை எடுத்து வர மறந்து விட வேண்டாம்.''

அவருடய பேச்சினால் அப்பா கூடுதலாகக் கவலைப்பட லானார். ''குல்லையும் மோகராவையும் கூட்டிக் கொண்டு வரு கிறேன். நீயும் அவர்களோடு மசூரியைச் சுற்றி விட்டு வா.''

''மசூரியை நான் மூன்று நான்கு முறை கால்நடையாகவே சுற்றிப் பார்த்து விட்டிருக்கிறேன். அரை நாளில் முடித்து விடும்.''

''ஆனால், சமன்தாஸ்...?''

''அவர் சதுரங்கத்தின் சிக்கல்களைத் தீர்க்கும் வேலையில் ஈடுபட்டிருப்பார். நான் வீட்டில் இல்லை என்பதே அவருக்குத் தெரியாது. ரஹமதுல்லா கான்சாகேப் இருக்கிறார் அல்லவா. நல்ல மனிதர் அவர். கதவைப் பூட்டி வைப்பார். வந்த பிறகு திறந்து விடுவார். எங்களுடைய பாஸ்வோர்ட் ஷஹ் மற்றும் மாத.''

சித்தப்பாவின் வழக்கம் பெருங்குரலில் பேசுவது. அது போனில் பேசும் போது இரண்டு மடங்கு பெரிதாகும். எனவே, நாங்கள் அப்பாவின் பேச்சை மட்டுமல்ல. அவருடைய பேச்சை யும் துல்லியமாகக் கேட்டுக் கொண்டிருந்தோம்.

இரண்டு துண்டாகிக் கொண்டு வருகிறது என்று எனக்குத் தோன்றியது. மசூரியைச் சுற்றிப் பார்க்கும் நம்பிக்கையில் மனம் துள்ளியது.

உடனேயே புத்தகத்தைத் தேடி எடுத்து வைத்து விட வேண்டும் என்று குல்லிற்குத் தோன்றியது. அலமாரியை நோக்கி ஓடத் தொடங்கியபடியே, ''எப்போது மசூர் செல்லப் போகி றோம்?'' என்றாள்.

''ஏன் கவலைப்படுகிறாய்? ஜுக்கியும்கூட அண்ணாவைப் போல கணக்கில் முதலிடம் பெறுபவர். எது வரவில்லையோ அதைக் கற்றுக் கொள்ளத் தயாராயிருப்பார். பிடிக்கவில்லை என்றாலும் கூட மனதை ஈடுபடுத்தி கற்றுக் கொள்ளத் துடிப் பான். சவடால் செய்வதில் மன்னன். அது இல்லையென்றால் மூன்றாம் வகுப்பில் கூடப் பாஸ் செய்திருக்க மாட்டான்.

எழுதுவதில் படிப்பதில் பூஜ்யம். ஆனால், ப்ராக்டிகலில் புகுந்து விளையாடுவான்."

அம்மாவின் கூற்று நூறு சதவிகிதம் சரி. சித்தப்பாவின் கடிதம் உருமாற்றம் கொண்டு மாமாவை காப்பி அடித்ததைப் போல இல்லை. தனக்கென சுயமான பாணி கொண்டிருந்தது.

பீட்டர்சன் அண்ட் பீட்டர்சன் கம்பெனி பெயருக்கேற்றபடி அப்பா மகன் கம்பெனியாக இல்லாமல், கணவன் மனைவி யுடையதாக இருந்தது. காசு - பணம், சொத்து - பத்து எல் லாமே மனைவியின் பெயரில். அவளுடைய பெயரும் கம்பெனி யில் இருந்தது. அவளுடைய விருப்பமும், கட்டளைகளும் ஏற்றுக் கொள்ளப்பட்டன. குழந்தை - குட்டி இல்லை.

திருமதி பீட்டர்சன் மசூரியைச் சுற்றிப் பார்க்கும் விருப் பத்தை வெளியிட்டாள். உடனேயே இரண்டு கார்கள், டிரை வர்கள் ஏற்பாடு செய்யப்பட்டது. ஒன்று ஸ்டூடிபேக்கர் வண்டி, பீட்டர்சன்னுக்காக. இன்னொன்று அம்மாசிடர். அப்பாவிற்காக. ஒரே ஒரு மனிதனுக்காக ஒரு வண்டி முழுதும், தில்லியிலிருந்து மசூரிக்கு. இந்திய ஆட்களால் ஜீரணிக்க முடியாது.

எனவே, அப்பா குல்லையும் என்னையும் ஏன் உடன் கூட்டிக் கொண்டு செல்லக் கூடாது என எண்ணினார். பீட்டர் சன்களுடன் மகள்களின் அறிமுகம் நடந்தால் அதுவும் பொன் னான வாய்ப்புத்தானே. பாவம் பிள்ளையில்லாத தம்பதி குழந்தைகளுடன் சந்திப்பது எத்தனை இன்பமாக இருக்கும். இப்படி நாங்கள் தடபுடலாக மசூரி சென்றோம்.

வண்டியில் உட்கார்ந்தவுடன் எழுச்சியோடு பீட்டர்சன் அண்ட் பீட்டர்சன் எங்கள் இருவரோடும் கை குலுக்கினார்கள். 'ஹேவ் எ நைஸ் குட்டே' என்றார். ஒருவரோடு ஒருவர் கட்டி அணைத்துக் கொண்ட பின் தங்கள் வண்டியை நோக்கிச் சென்றார்.

டேராடூனிலிருந்து மேலே ராஜ்பூர்வரை நாங்கள் நிம்மதி யாக வந்தடைந்தோம். ஆனால், அங்கிருந்து மலைப் பாதை தொடங்குவதற்குச் சற்று முன்னதாக ஜாக்கன் சென்றவுடன்

அயல் நாட்டு வண்டியான ஸ்டூடிபேக்கர் உட்கார்ந்து விட்டது. அம்பாசிடர் ஐயமில்லாமல் முன்னேறிக் கொண்டிருந்தது. வலுக் கட்டாயமாக பீட்டர்சன் ஜோடி நாட்டுப்புற வண்டியில் உட் கார்ந்து மசூரி செல்ல வேண்டி வந்தது. அவர்கள் ஐந்து பேரை யும் ஒரே வண்டியில் அடைத்துச் செல்லும் செயலைச் செய்ய வில்லை.

நானும் குல்லும் குடும்ப வண்டியான அம்பாசிடரில் மூன்று பேர் முன்னாலும், மூன்று பேர் பின்னாலும் உட்கார முடியும் என்று சொல்லத் துடித்துக் கொண்டிருந்தோம். ஆனால், அப்பாவின் ஒற்றைக் கண் அசைவில் நாங்கள் பேசாமல் இருந்து விட்டோம். அவர், ''நீங்கள் செல்லுங்கள். நான் ஸ்டூடிபேக்கர் வண்டியைச் சரி செய்து கொண்டு கொஞ்ச நேரத்தில் அங்கு வந்தடைந்து விடுவேன்'' என்றார். எங்களின் துளிர்த்த ஆசை அழிக்கப்படவில்லை.

ஆனால், அப்படி அல்ல. அவர் டிரைவரிடம் டெக்னீஷி யனைக் கண்டுபிடித்து, ஸ்டூடிபேக்கர் வண்டியைச் சீர் செய்து டேராடூன் - ராஜ்புக் ரோட்டில் இருக்கும் கர்ணசிங்கின் வெள்ளை வீட்டிற்கு எடுத்து வரச் சொன்னார். எங்கள் இருவரையும் கூட அழைத்துக் கொண்டு அருகில் சென்று கொண்டிருந்த டிரக்கை நிறுத்தி, லிப்ட் கேட்டு டேராடூன் சென்று விட்டார்.

''நாங்க டேராடூனிலேயே தங்கி விடுவோமோ என்ன?'' குல் அடக்க மாட்டாமல் கேட்டாள். வண்டி சீர் செய்யும் வரைக்கும் சமன், ஜுக்கியோடு இருங்கள். பிறகு ஸ்டூடியில் மசூர் செல்லலாம். சேவாய்ட் ஹோட்டலில் ரூம் புக் செய்யப் பட இருக்கிறது. டபுள், மூன்று பேர் இருக்க முடியும்.

''அப்படி என்றால் ஐந்து பேர் என் அம்பாசிடரில் போக முடியாதா?''

''ஏனென்றால், அவர்களில் இருவர் அமெரிக்கர்கள். கம்பெனியின் முதலாளி. அமெரிக்கர்களுக்கு நெருக்க அடித்துக் கொண்டு போகப் பிடிக்காது. இப்படிப்பட்ட நாட்டுப்புற யோசனை எல்லாம் தர வேண்டாம். ஆம். மாமாவிடம் இதைப் பற்றிப் பேச வேண்டாம்.''

''எதைப் பற்றி? நாட்டுப்புற யோசைனகள் பற்றியா?''

''நீ நன்றாகப் புரிந்து கொண்டிருக்கிறாய். எதைப் பற்றி என்று அமெரிக்கர்களுடன் இருப்பது அவர்களிடம் வேலை பார்ப்பது. ஏதாவது குழப்பம் நடந்ததோ மசூரி கான்சல்.''

எஜமானனின் கட்டளைக்குக் கீழ்ப்படிந்து நாங்கள் மூவரும் டேராடூன் சென்றோம்.

''பார் மாமா கையில் லிச்சி பழத்தை வைத்துக் கொண்டு உருட்டிக் கொண்டிருக்கிறார். ஒரேயடியாக விவாதமற்று விஞ்ஞானத்திற்கு எதிராக.''

நாங்கள் மூவரும் அவரைத் திகைத்துப் போய் உற்றுப் பார்த்துக் கொண்டிருக்கிறோம். சித்தப்பா சிறப்பாகக் கவனம் ஒன்றும் எடுத்துக் கொள்ளவில்லை, சந்தேகமில்லாமல்.

''இந்தச் சிறிய பழத்திற்கு இத்தனை பெரிய விதை. என்ன இயற்கை? பெரிய தர்பூசணிப் பழத்தின் விதை இத்தனை சிறிய தாக இருக்கிறது. ஆனால், சின்னச் சின்ன லிச்சிப் பழத்திற்கு இத்தனை பெரியது.'' அவர் சொல்லிக் கொண்டே போனார்.

''மாம்பழத்திற்கும், பீச் பழத்திற்கும் கூடத்தான் விதை பெரிதாக இருக்கிறது'' என்று வாயிலிருந்து வெளிவந்தது.

''இது கூடப் பொருத்தம் அற்றது. யோசிக்க வேண்டியது என்னவென்றால் இயற்கை எப்படி இயல்பற்றுப் போக முடியும்?''

''இத்தனை கவலை ஏன் படுகிறீர்கள். தாஸ் அண்ணா, நான் லிச்சி சர்பத்'' சித்தப்பா குறுக்கே பேசி வாக்கியத்தை முடிக்கவில்லை.

மாமா அதட்டும் குரலில், ''நான் கவலைப்படவில்லை; யோசிக்கிறேன்'' என்றார்.

''ஒன்றுதான் இரண்டும். சித்தப்பா கவலைப்படாமல் விதையை விட்டுத் தள்ளுங்கள். நான்....''

''ஒரே விஷயம் எப்படி ஆக முடியும்?'' மாமா அதட்டிக் கேட்டார்.

"அப்படி இல்லையா என்ன?" ஒரேயடியாக இனிய குரலில் சித்தப்பா கேட்டார்.

"கிடையவே கிடையாது. யோசனை எப்போது உண்டாகிறது? வேறுபாடு அற்ற போது. கவலை எப்போது உண்டாகிறது? வேறுபாடுகளுக்கு இடையில் இருக்கும் போது, மிகச் சிறந்ததைத் தேர்வு செய்யும் ஆரம்பத்தின் போது, புரிந்ததா?"

"எங்கே தாஸ் அண்ணா?" சித்தப்பா முட்டாளைப் போல சிரித்தார். "நீங்கள் இத்தனை கடினமான ஹிந்தியில் பேசுகிறீர்கள். எனக்கு அப்படிப்பட்ட ஹிந்தி வராது."

"ஏன் வராது? வரத்தான் வேண்டும். நான் இப்போது ஹிந்தியை ஆராய்ந்து கொண்டிருக்கிறேன்."

"உங்கள் விஷயம் வேறு. நான் அலிகட்டில் படித்தவன்."

"அதனால்?" மகாத்மாவின் குரல் பஞ்சமத்தை எட்டியது. "அலிகாட் இந்தியாவில் இல்லையா என்ன? 1949ல் இந்தியா முழுமைக்கும் இந்தி அரசு மொழியாகவும் தேசிய மொழியாகவும் அறிவிக்கப்பட்டதே. அலிகட் வேறு நாடு என அறிவிக்கப்படவில்லை. தெரியுமா, தெரியாதா?"

"ஏன் தெரியாது? நான் இப்போது ஹிந்தி, சமஸ்கிருதம் இரண்டையும் கற்றுக் கொண்டிருக்கிறேன். நானே சுய முயற்சியில் படித்துக் கொண்டிருக்கிறேன்" என்று அப்பா குறுக்கிட்டுச் சொன்னார்.

மாமா அவர் சொல்லும் வரை விட்டு விட்டார். பிறகு, "நான் உங்களிடமா கேட்டேன்? ஜுக்கி பதில் சொல்லட்டும்" என்றார்.

ஆனால், அப்பாவின் கண் அசைவினால் ஜுக்கி சித்தப்பாவும் காணாமல் போயிருந்தார்.

"நீங்கள் விவாதிக்க விரும்புகிறீர்களா? நீங்கள்தான் சரி. இங்கு கூட்டமாக பல அமெரிக்க கம்பெனிகள் நுழைந்திருக்கின்றன. அவற்றில் வேலை பெறுவதற்காக நமது இளைஞர்கள் அமெரிக்காவிற்குப் புலம் பெயர்ந்து போக உற்சாகம் கொள்ள மாட்டார்களா? முதலில் நமது தலையில் ஆங்கிலேயன், இப்போது அமெரிக்கன் நமக்கு ஆங்கிலத்தைத் திணிப்பான்."

"கரெக்ட்" அப்பா துள்ளினார். "அம்பு இலக்கைச் சரியாக எட்டி விட்டது. சமன்தாஸ், நியாயம் வழங்கப்பட வேண்டும்."

அப்பாவின் இந்த உற்சாகம் என்னையும் மாமாவையும் ஆச்சரியத்தில் ஆழ்த்தியது. அவர் பேசாமல் இருந்து விட்டார். அவருடைய உதடுகளில் பொருளற்ற புன்னகை ஓடியது.

அப்போது ஜுக்கி சித்தப்பா ஒரு பெரிய டிரேயில் பெரிய கண்ணாடி டம்ளர்களில் சர்பத் எடுத்து வந்தார். "எடுத்துக் கொள்ளுங்கள். லிச்சியின் குளிர்ந்த புதிதான சர்பத்தை. குளுமை யாக உள்ளே சர்பத் போனதும் எல்லா ரகசியங்களும் தானே திறந்து கொள்ளும்" என்றார்.

மாமா ஒரே மூச்சில் டம்ளரைக் காலி செய்து விட்டார். பிறகு "எந்த மாதிரியான ரகசியங்கள்" என்றார்.

"பழங்களின் கொட்டைகளைப் பற்றியது."

"கொட்டை அல்ல விதைகளைப் பற்றியது."

"அதுதான் மார்க்கன் கருத்து. மாம்பழம், பீச் பழம், லிச்சி பழம் ஆகியவற்றில் இருப்பது கொட்டை. ஆப்பிள், தர்பூசணி ஆகியவற்றில் இருப்பவை விதைகள்."

"வாஹ்" பிரச்சனைக்குத் தீர்வு கிடைத்ததும் மறந்தார் ஹிந்தியை மாமா. துள்ளிக் குதித்து, "யூ ஆர் எ ஜீனியஸ்" என்றார்.

"நன்றி."

எல்லோரும் நிம்மதிப் பெருமூச்சு விட்டோம்.

சித்தப்பாவிடம் சதுரங்க புத்தகத்தைக் கொடுத்து விட்டு, நாங்கள் சாப்பாட்டு மேஜைக்குச் சென்றோம். ரஹமதுல்லா மிகவும் சுவையாகச் சமைப்பார். சாப்பிடும் போது சித்தப்பா, சாப்பிட்ட பிறகு சிறிது நேர ஓய்வுக்குப் பின், "ஒரு முறை சதுரங்கம் ஆடலாம்" என முடிவு எடுத்தார். மாமா அத்தனை உற்சாகமாகி விட்டார். "ஓய்வு தேவையில்லை" என்றார்.

சாப்பாடு முடிந்தவுடனேயே திறமையைக் காட்ட உட் கார்ந்து விட்டனர். இருவரும் ஆட்டத்தில் மூழ்கி விட்டனர்.

ஸ்டூடி வண்டி சீராகி வந்தது. அப்பா அவர்களிடம், ''சென்று வருகிறோம். பிறகு வருவோம்'' என்றார். அவர்கள் தலையைத் தூக்கிக் கூடப் பார்க்கவில்லை.

டேராடூனிலிருந்து மசூரி வரையிலான பயணம் மிகவும் இனிமையாக இருந்தது. அப்பா உலகம் முழுவதிலும் இருந்த நகைச்சுவைத் துணுக்குகளைச் சொல்லிக் கொண்டே வந்தார். நாங்கள் சிரித்துக் கொண்டே இருந்தோம். ஜுக்கி சித்தப்பா இன்னும் சில நாட்கள் சமாளிப்பார் என்று அப்பாவிற்கு நம்பிக்கை வந்திருக்க வேண்டும் என நான் புரிந்து கொண்டேன்.

ஒரு முறை பீட்டர்சன் அண்ட் பீட்டர்சன் காண்டிராக்ட் கிடைத்து விட்டால் அவர் சுலபமாக டேராடூன் வந்துபோய்க் கொண்டிருப்பார். அதை வாய் விட்டு சொல்லவும் சொன்னேன். அப்பா திடுக்கிட்டு என்னைப் பார்த்தார். ஆங்கிலப் பழமொழியை மொழிபெயர்த்து, ''இப்போதிலிருந்து என்ன யோசனை, பாலம் வரட்டும் பார்த்துக் கொள்ளலாம்'' என்றார்.

''மாமா இருந்திருந்தால், பொருளற்ற உளறல் என்று சொல்லியிருப்பார். பாலம் வரும். அப்போது கடப்போம். முதலிலேயே எப்படிச் செய்வாய்?'' என்றாள் குல்.

''ப்ளீஸ். இனிமேல் மாமாவைப் பற்றிப் பேச வேண்டாம். வரப் போகிற பாலத்தைப் பற்றியும் நம்பிக்கை - நம்பிக்கை யின்மை மற. மகிழ்ச்சி பெறுவோம். எழுச்சி பெறுவோம். என்ன மோகரா?''

கேள்வி என்னிடத்தில் வீசப்பட்டது. நான் தலையை அசைத்தேன். பார்க்கலாம்.

பைஜ்நாத் ஜைன் வீடு வாங்குவதில் என்ன சிக்கல். மூளை யின் உதயமான விஷயம் ஒத்திப் போடப்பட்டது.

12

மிராண்டா ஹவுஸின் நினைவுகளை மோகரா, குல் விஷயங்களை வரிசையாகச் சொல்லிக் கொண்டிருந்த போது எனக்குள் ஒரு கேள்வி குடையத் தொடங்கியது. குல் இலக்கிய மும் வாழ்க்கையும் ஒரே சமம் என்று எப்படிச் சொன்னாள்? நானும்தான் எழுதிக் கொண்டிருக்கிறேன். என்னுடைய இருப தாவது வயதிலிருந்து வாழ்க்கையின் பல ஏற்ற இறக்கங்களைப் பார்த்து விட்டேன். வாழ்க்கையின் அன்றாட விஷயங்களை ஒத்திப் போட முடியாத தேவைகள், பேனாவைத் தடுத்து விடு கிறது என்றால், அப்போது பேனா என்னுடன் அப்படி சண்டை யிடுகிறது, வாழ்க்கை களங்கப்படும் அளவிற்கு.

இரட்டைப் படகில் சவாரி. எது மூழ்குகிறதோ அதன் உள்ளிருக்கும் நீரை வெளியேற்ற வேண்டியிருக்கிறது. ஆனால், பேனா - காகிதத்தின் மீது சத்தியமாக வாழ்க்கையும் இலக்கிய மும் ஒருபோதும் சம நிலைக்கு வந்ததில்லை. வாழ்க்கை சில நேரங்களில் ஆனந்தமாகத் தோன்றுகிறது. சில சமயம் துன்பத் தோடு சங்கிலி போட்டுக் கட்டிப் பிணைத்து, ஒழுக்கம் என்ற பக்குவப்படாத இழையின் பிடியிலிருந்து விலகிப் போகிறது.

அப்படி இருக்கும் போது குல் மோஹர் எப்படி இரண்டை யும் ஒன்றாகக் கண்டாள். அவளோ முப்பத்தி இரண்டு வயதில் எழுதத் தொடங்கினாள். அதற்குள்ளாக வாழ்க்கையில் நூற்றுக் கணக்கான தோற்றங்களைப் பார்த்து விட்டாளா என்ன? அதில் முளைத்த முட்களை உலகின் பார்வையிலிருந்த ஒளித்து வைக்கும் பிடிவாதத்தில்தானே அவர் இலக்கியத்தைத் தன் கழுத்தின் மாலையாக்கினாள்.

மோகரா அதைப் பற்றி ஒன்றும் சொல்லவில்லை. நான் விடையைத் தேடிக் கொண்டிருக்கிறேன். கண்டிப்பாக கிடைக்

கும் அவருடைய வாழ்க்கை தன் ஏடுகளிலிருந்து கிளம்பி மூளையை உலுக்கிக் கொண்டிருக்கிறது.

எனக்குத் தெரிந்து குல் மோஹரின் படைப்பு தாமதமாக ஆரம்பம் ஆனது. காதல் கல்யாணம், குழந்தை என எல்லாம் ஆன பிறகு வாழ்க்கை என்னும் கூடாரத்தில் எங்கோ இருக்கும் துளையின் வழியே இலக்கியம் என்ற பெயரில் ஒட்டகம் தன் தலையை உள் நுழைத்திருக்கிறது.

வாழ்க்கை விரட்டி அடித்து வெளியே தள்ளி விட்டு மெல்ல மெல்ல கூடாரத்தைத் தன் வசம் கொண்டு வர முயற்சி செய்ய லாம். ஆனால், வாழ்க்கையில் தோல்வி அடைந்திருக்கலாம். வாழ்க்கை அதை ஒரு விருந்தாளியாக எண்ணி, தன் பங்கிற்குப் பரிமாறியிருக்கலாம். இதை ஏற்றுக் கொள்வது கடினமல்ல. வாழ்க்கையும் இலக்கியமும் தங்களுக்குள்ளான இழுவையின் காரணமாக இரண்டும் அருகருகில் உட்கார்ந்திருக்கலாம்.

இதை விடவும் அதிகம் அறிய வேண்டுமெனில், ஒரு செய்தி நினைவிற்கு வருகிறது. நீண்ட நாட்களுக்குப் பின் காதால் கேட்டேன்; கண்ணால் பார்க்கவில்லை. அன்று மாலை நான் மோகராவின் வீட்டிற்குச் சென்றிருந்தேன். ஏழு மணிக்கே வீடு திரும்பி விட வேண்டும் என்று நினைத்தேன். அப்படி ஒரு பெரு மழை அடித்தது. நான் செல்ல நினைத்து நினைத்து பின் மறுபடியும் உட்கார்ந்து இருக்க வேண்டி வந்தது.

இரவு ஒன்பது மணி ஆகி விட்டது. தில்லியில் மழை பெய்ததெனில், கையை மடக்கிக் கொண்டு சிரபுஞ்சியுடன் போட்டி போட்டுக் கொண்டு பெய்யும். ஒரு மணி, இரண்டு மணி நேரத்திற்குள் கொட்டித் தீர்த்து விடும். மறுபடியும் புழுக்கம். இப்போதுதான் மழை பெய்தது என்பது போலில்லாமல், இனி மேல்தான் மழை பெய்யப் போகிறது என்பதைப் போல. பிறகு மறுபடியும் பளீரென்ற ஒரு வெய்யில், முன்னால் மழை பெய்தது போலில்லாமல், இனிமேல் மழை வரப் போகிறது என்பது போல் இல்லாமல். அப்படி ஒரு வெய்யில். பிறகு மறுபடியும் ஓரிரு மணி நேரத்தில் அதே சிரபுஞ்சி.

வெளியே செல்லுவதற்கான உற்சாகம் குன்றிப் போய் விடும். ஒரு சிறப்பான குணம் இது. தில்லியின் தெருக்கள் வெய்யிலைத் தாங்கும் பொருட்டு அமைக்கப்பட்டவை. மழை அதன் காலத்தில் அல்லது காலமற்ற காலத்திலா அடித்துப் பெய்யும். ஒரு மழையில் நதி, கடல் எல்லாம் ஆகி விடும். எனவே கையருகில் கார் இருந்தாலும் கூட மழைப் பொழிவு குறையும் வரை கையைக் கட்டிக் கொண்டு காத்திருக்க வேண்டியதுதான்.

அப்போது மோகராவிற்கு ஷமீத்திடமிருந்து போன் வந்தது. ''குல்லை எப்போது வீட்டிற்கு அனுப்பப் போகிறாய்?''

மோகரா திடுக்கிட்டு, ''குல் இங்கு எங்கே இருக்கிறாள்? நீங்கள் எங்கிருந்து பேசுகிறீர்கள்? நீங்கள் அவளை எங்கு விட்டீர்கள்?''

''நான்? நான் எங்கே அவளை விடுவது? வீட்டில் உட் கார்ந்து காத்துக் கொண்டிருக்கிறேன். இத்தனை நேரமாகி விட்டது. திரும்ப வரவில்லை என்றதும் உன் வீட்டிற்கு வந்திருப்பாள் என்று நினைத்தேன். மாலை முழுவதும் மழை பெய்ததே. நீ வண்டியில் கொண்டு வந்து விட்டு விடுவாய் அல்லவா?''

மோகரா கலவரமானாள். ''இங்கிருந்தால் தானே கொண்டு வந்து விட? எப்போது வீட்டிலிருந்து கிளம்பினாள்?''

''மாலை நான்கு மணிக்கு.''

''என் வீட்டிற்கு வருவதாகச் சொல்லிச் சென்றாளா?''

''ஒன்றும் சொல்லவில்லை. கிளம்பினாள் அவ்வளவுதான்.''

''தினமும் உலாவச் செல்லுவாள். இல்லையா, இந்த நேரத்தில் இதனால் நீங்கள் எங்கு செல்கிறாய் என்று கேட்டிருக்க மாட் டீர்கள்?''

''மழையில் போக மாட்டாள். நான் கேட்கலாம் என்றிருந் தேன். அவள் பேச்சின் இடையிலேயே கிளம்பி விட்டாள்.''

''எங்கே போயிருப்பாள்? ஒன்று செய்யுங்கள்.''

பேச்சு முடியும் முன்னதாகவே போன் கட்டாகி விட்டது. நானும் மோகராவும் வரிசையாக இயன்ற இயலாத தோழிகள்

அனைவருக்கும் வரிசையாகப் போன் செய்தோம். அவளைத் தேடத் தொடங்கினோம். "விசித்திரமான மனிதர் உன் மாமா ஷமித். எங்கே செல்கிறாய் என்று கேட்க எத்தனை நேரம் ஆகும்? மனைவி பேச்சுக்கு இடையில் சென்று விட்டாளாம்."

"போன் ரிசீவரை எடுக்கும் நேரத்தில் வாயில் பாக்கு மாட்டிக் கொண்டிருக்கும்."

"விசித்திரமான மனிதர்" மறுபடியும் நான் சொல்ல, அவள் சிந்தனையற்று, "இதில் என்ன அதிசயம் இருக்கிறது? எல்லா கணவன்மார்களும் இப்படித்தான் இருக்கிறார்கள்."

"உன்னுடையவருமா?"

"ஆமாம். பவனுக்கு நான் வீட்டில் இருக்கிறேனா இல்லையா என்பது கூடத் தெரியாது. காலிங் பெல் அடிக்காத வரைக்கும், யாரும் கதவைத் திறக்க வராத வரைக்கும்."

"எத்தனை அமைதியான வாழ்க்கை?" நான் சொல்ல, கையைத் தடுத்து அவள் சொன்னாள். "வீட்டிலிருந்து கிளம்பும் போது பத்துக் கேள்விகளையும், திரும்பியதும் இருபது கேள்விகளையும் கேட்கும் கணவர்களை விட இது மேலில்லையா? ஆனால், பேசிக் கொண்டிருக்கும் நேரமா இது? நான் கவலையில் துடித்துக் கொண்டிருக்கிறேன். நீ தத்துவம் பேசிக் கொண்டிருக்கிறாய். எங்கேயாவது ஆக்ஸிடெண்ட் ஆகாமல் இருக்க வேண்டும்."

"இல்லை இல்லை" என்று சொல்லிக் கொண்டே நான் மருத்துவமனைகளில் எண்களைச் சேகரித்தேன்.

அப்போது போன் வந்தது. நான் துள்ளி எடுத்தேன். ஹமீத் தான். "நான் போலீசுக்குப் போன் செய்து விட்டேன். எஸ்.ஹெச்.சீ. சிரித்துக் கொண்ட பெண்டாட்டி காணாமல் போய் விட்டாள். சமாளிக்கத் தெரியவில்லை என்றால் காணாமல்தான் போவாள். தினம் தினம் காணாமல் போகின்றனர். பலர் திரும்பி வருவார்கள். கொஞ்ச நேரத்தில் எங்கே போய் விடுவாள்?"

வாயிலிருந்து வந்தது.

"சரியாகத் தானே சொல்லி இருக்கிறார்?"

"யார்? மோகராவா? இருக்க முடியாது நீங்கள்."

இதற்கு முன்பாக கொஞ்சம் நான் எரிச்சல் பட்டேன். மோகரா போனை எடுத்து விட்டாள். கேட்டு விட்டுச் சொன்னாள்: "நான் போலீசுக்குப் போன் செய்கிறேன். கணவன் போன் செய்தால் குடும்பத்தில் சண்டை என்று நினைப்பார்கள்."

ஹமித் அழுது விட்டான். "நான் சண்டை போட்டேன் என்று எப்போதாவது கேள்விப்பட்டிருக்கிறாயா? மதியம் சாப்பிட்டு விட்டு பெட் ரூமில் ஓய்வெடுத்துக் கொண்டிருந்தோம். அதாவது..."

"எத்தனை மணிக்குச் சாப்பிட்டீகள்?"

"மூன்று மணிக்கு. எண்ணெய், காடி கொட்டி சாப்பிட் டால் கண் சொக்காதா?"

"குல் ஜாமா மஸ்ஜித் சென்றிருப்பாள். ரிக்‌ஷாவில் ஊசிக் காரத் தெரு, பல்லி மாரான் தெரு இன்னமும் என்னென்ன தெரு வுக்குள் எல்லாம் சுற்றி, தனக்குப் பிடித்தவற்றைத் தேர்ந் தெடுத்து, உணவுத் தட்டை அலங்கரிப்பாளோ என்னவோ?" இப்போது மோகராவின் குரலில் எரிச்சலும் கோபமும் இருந்தது.

பல்வேறு வண்ணங்களில் உள்ள சமாதி இருக்கும் தெரு. ஆனந்தம் முற்றிலும் வேறானது.

"டாக்டர் இப்படி எல்லாம் சுற்றக் கூடாது என்று தடை செய்திருக்கிறார் இல்லையா? ஏன் போக விட்டீர்கள்?"

"சபாஷ், பல்லிமாராலிருந்த எப்போது திரும்புவாள், ஏன் அழுகிறாய்? காணாமல் போனது வீட்டிற்குள் போன பிறகு நிகழ்ந்திருக்கிறது. சட்டென்று கண்ணைத் திறந்து பார்த்தால் நன்றாக அலங்கரித்துக் கொண்டு வெளியே போய்க் கொண்டு இருக்கிறாய். எங்கே ஏதாவது கேட்க நேரம்? நிச்சயம் இதில் ஏதோ ரகசியம் இருக்கிறது. நேற்றுத்தான் நான் டி.வி.யில் பார்த்தேன்."

"நீங்கள் சும்மா இருக்கிறீர்களா, நான் பார்த்துக் கொள்கிறேன்."

"என்னத்தைப் பார்க்கிறது? இங்கேயும் அங்கேயும் போன் செய்வது?" இதற்கிடையில் மோகராவின் கணவன் வந்து விட்டான். "போலீஸ், நண்பர்கள், எழுத்தாளர் வட்டம் எல்

இணைந்த மனம் 275

லோரும் ஒரே குரலில் சண்டை சச்சரவிற்குப் பிறகு ஏதாவது சினிமா ஹாலில் உட்கார்ந்திருப்பாள். மழையில் டிராபிக்கில் மாட்டிக் கொண்டிருக்கலாம். தைரியமாய் இரு. திரும்பி வந்து விடுவாள்.''

பவன் சாப்பிட்டு விட்டுத் தூங்கச் சென்று விட்டான். சீக்கிரம் தூங்கி விடுவான். ஒரு நாளைக்குக் கொஞ்சம் லேட்டாகவும் தூங்கலாம் என நான் சொன்னேன். மோகரா குதர்க்கமாக சொன் னாள். கட்டிலில் தூங்காவிட்டால் சோபாவில் தூங்கி வழியப் போகிறார். இதனால் என்ன பயன்?

''ஆஹா, ஆண்டவனின் அருளுக்கு நான் ஆளானேன்.''

இப்படியே இரவு மணி பத்தாயிற்று. இப்போது போன் மணி அடித்தது. சற்று சத்தமாக அல்லது அமைதியாக இருந்த தினால் அப்படித் தோன்றியதா?

மோகரா விளையாட்டில் ஜெயித்து விட்டாள். ஷமித்தின் குரல் அத்தனை பெரியதாக இருந்தது. எனக்கும் கூடக் கேட் டது. ''இந்தா உன் அக்கா, அவளோடு பேசு.''

''எங்கே போயிருந்தாய்?'' மோகரா அத்தனை நெகிழ்ச்சி யோடு கேட்டாள். அங்கிருந்து அடுக்கு மொழி கூர்மையாக வந்தது.

''நீங்கள் எல்லோருமாக என்ன அமர்க்களம் செய்து விட்டீர்கள்? என்னை யாராவது தூக்கிச் சென்று விட்டார்களா என்ன? அப்படியே எடுத்துக் கொண்டு சென்று விட்டாலும் மருந்து சாப்பிடும் வேளை திரும்பி வந்து விடப் போகிறேன் . எங்கிருந் தெல்லாம் அலைந்து திரிந்து பிரிஸ்கிரிப்ஷன் வைத்திருக்கிறேன். என்னுடைய இஷ்டம் போலப் போனேன். இஷ்டம் போல வந்தேன். என்ன குடி மூழ்கிப் போயிற்றா? உன்னுடைய மாமா விற்குத் தந்தூரி ரொட்டியும் கபாப்பும் வாங்கிக் கொண்டு வந்திருக்கிறேன். இப்போது வரை சாப்பிட வரவில்லை. குழப்பத்தில் குதித்துக் கொண்டிருக்கிறார். சூடாக்கச் சென்றிருக் கிறார், நான் வருகிறேன். ஆம், ஆம், அப்பளம் சாப்பாட்டிற்குப் பிறகு சாப்பிட. மழையில் நமுத்துப் போய் இருக்கும். வறுத்தால் மொறுமொறுப்பாகி விடும். இப்போதுதான் வந்தேன், அப்புறம் பேசுகிறேன்.''

போன் கட். குல் சென்று விட்டாள். நாங்கள் உட்கார்ந் திருந்தோம், முட்டாள்களாக.

இருட்டான சந்துகளில் வண்டி ஓடிக் கொண்டிருந்தது. நான், திருமணம் செய்யாத என் வீட்டிற்குச் சென்று கொண் டிருந்தேன். ஏன்டி க்ளைமெக்ஸைப் போல உணர்ந்தேன். திருமணத்தில் ஒரு கிளர்ச்சி இருக்கத்தான் செய்கிறது. நண்பன் என்ற பெயரில் அழைக்கப்படுவது காதலில் இருந்து மேலானது. தங்கள் தங்கள் வீட்டில் சமையல் செய்யும் திரில் எங்கோ? அப்பளம் பொரிப்பதில், அழுத்தி அழுத்தி தானே மாவு பிசை வதில் — தினசரி வேலைகளில் எத்தனை மகிழ்ச்சி? மனைவி தொலைந்து போவதில் வருத்தம் இல்லை. தொலைந்து போய்த் திரும்ப கிடைத்ததில் அற்புதம் ஏதும் இல்லை.

அன்று மாலை குல் காணாமல் போனதிலும் அற்புதம் ஏதும் இல்லை என்பது பின்னால் தெரிய வந்தது.

அடுத்த நாள் காலையில் போலீஸ், நண்பர்கள் வட்டம், எழுத்தாளர் வட்டம் என்று போன் செய்து விஷயத்தைச் சொல்லிப் புலம்பினாள். வீட்டிலிருந்து செல்லாமல் வெளியே போவது, இரவு வெகுநேரம் கழித்து வீடு திரும்புவது இவற்றைச் சொல்லி குல்லை வெட்கமடையச் செய்ய முயன்று கொண்டு இருந்தார். ஆனால், அவளோ கடுமையான சொற்களால் அடித்துக் கொண்டிருந்தாள்.

''விசித்திரமான கூட்டம் இந்த மக்கள். செய்தித் தாள் வாசிக்கும் பழக்கம் இருக்கிறதா இல்லையா?''

''ஏன் உன்னுடைய புலம்பல் செய்தித் தாளில் வந்திருக் கிறதா என்ன?''

''மிகவும் சாமர்த்தியசாலி ஆக வேண்டாம். சினிமாக்களின் விளம்பரம், சில சமயம் நாடகம் பற்றிய விளம்பரங்களையும் பார்ப்பதை வழக்கமாகக் கொள்.''

''ஆஹா! நான் உன்னை விட அதிகமாக நாடகம் பார்த்து இருக்கிறேன். நடித்தும் இருக்கிறேன் சிலவற்றில்.''

"சரி சரி. நானும்தான் நடித்து இருக்கிறன், ரேடியோ நாடகங்களில். அதெல்லாம் ஒன்றும் பெரிய விஷயம் அல்ல. இரு நூறு ரூபாய் கொடுக்கிறார்கள் மொத்தமாக."

"ஆமாம், உனக்கு நடிப்பு பெரிய விஷயம் இல்லைதான். வாழ்க்கையில் ஒவ்வொரு தொடர்பிலும் அதைச் செய்து கொண்டு இருக்கிறாய்."

"ஷேக்ஸ்பியரை வம்புக்கிழுக்காதே. இதுவரை சொற்கள் துன்பத்தைக் கொடுத்திருக்கின்றன."

"அதெல்லாம் விடு. உன்னுடைய காதலன் யார்?"

"என்னுடைய காதலன் யாரென்று தெரியாதா?"

"அட ஆண்டவனே மறுபடியும் அதே சிலிர்ப்பா? ஷமீத்தை விடு. நேற்று யாரோடு நாடகம் ஆடிக் கொண்டிருந்தாய்? அதைச் சொல்லு."

"மேலும் ஒரு வார்த்தை பேசக் கூடாது. நாள் முழுக்க கணவனுக்காகச் சோறாக்கிக் கொண்டிருக்கிறாய். செய்தித் தாளையும் வாசி. எந்த நாடகம் நகரத்தில் நடைபெறுகிறது என்பதையாவது அறிந்து கொள்ளப் பார்."

அப்போது மோகராவின் மூளையில் மணி அடித்தது. "டென்னிஸ் வில்லியம்ஸின் நாடகம் அல்லவா நேற்று."

"பின்ன என்ன? தி கிளாஸ் மேனேஜர்."

"நீ தனியாகவா நாடகம் பார்க்கப் போனாய்?"

"பின்ன என்ன? இவரையும் கூட்டிக் கொண்டா போவேன்?"

"என்னிடம் சொல்லி இருக்கலாம் இல்லையா?"

"ஏன்? தனியாகப் போக முடியாதா? காலையிலேயே தீர்மானம் செய்து விட்டேன். வெளியில் சாப்பிட்டேன். எல்லா மருந்துகளையும் கையோடு எடுத்துக் கொண்டு போயிருந்தேன். ஜாமர் மஸ்ஜித் சென்று ஷமித்திற்குப் பிடித்தமான சாப்பாடு வாங்கிக் கொண்டேன். எனக்குக் கொஞ்சம் உணவு வாங்கிக் கொண்டேன். ஸ்ரீராம் செண்டருக்குப் போன் செய்து ஒரு டிக்கட்

புக் செய்து கொண்டேன். இவர் குறட்டை விட்டுத் தூங்கிக் கொண்டிருந்தார்.''

''இத்தனை பெரிய மழையில்?''

''அட்டையிலா செய்யப்பட்டிருக்கிறேன்? நனைந்த உடன் கரைந்து போக?'' குடையிருக்கிறது இல்லையா? மூன்றாக மடித்து எடுத்துக் கொண்டேன். சென்று விட்டேன். திரும்பி வரும் போது மாங்ரோடு என்ற பெயரைக் கேட்டதுமே ஏதோ திஹார் ஜெயிலில் கொண்டு போய்ச் சேர்க்கச் சொல்லுவதைப் போல நம்பிக்கையில்லாமல் பார்த்தார்கள் ஆட்டோக்காரர்கள். சலித்துப் போய் நான், 'சரி அண்ணே நீங்கள் எங்கே போகி றீர்கள்? என்று சொல்லுங்கள். நானும் உங்களோடு வந்து விடு கிறான். இரவு அண்ணியின் கையில் சாப்பாடு. காலை நீங்கள் என்னை வீடு கொண்டு போய் சேருங்கள். இல்லை என்றால் அண்ணியையும் அழைத்துக் கொண்டு வாருங்கள். என் வீட்டைப் பார்க்கலாம்' என்றேன். அப்போது டிரைவர் நாணிக் கோணிக் கொண்டு வீட்டிற்குக் கொண்டு வந்து விட்டான்.''

''பயமாக இல்லையா?''

''எதற்கு?''

''அடித்துப் போட்டு விட்டான் என்றால்?''

''மொத்தமாக கைவசம் பத்து ரூபாய் மட்டுமே இருந்தது. கவிழ்த்துக் காண்பித்து விட்டேன் அண்ணனுக்கு.''

''இதெல்லாம் சரியில்லை.''

''முட்டாள் உனக்குத் தெரியாதா? டென்னிஸ் வில்லியம்ஸ் எனக்கு எத்தனை பிடிக்கும் என்று கேள் வேடிக்கையை. இதன் மூலமாகப் புதிதாக கதை ஒன்று உதயமாகி விட்டது மூளையில். காகிதத்தில் இறக்கி இருப்பேன். வீணாக நீ உன் குருட்டு புத்தியால் அங்கும் இங்கும் அலையாமல் இருந்திருந்தால். பொழுது புலர்ந்தவுடன் மால்ரோடு இன்ஸ்பெக்டர் வந்து விட்டான்.''

''நேற்று ஏதோ விபத்து ஏற்பட்டது என்று கேள்விப்பட் டேன். எனவே உங்களைப் பார்க்க வந்தேன். உங்கள் கணவர் மிகவும் கவலைப்பட்டார். கணவர் குடிப்பாரா என்ன?''

நான் சொன்னேன்: ''குடிப்பார் உங்கள் விரோதி. என் கணவர் தொடக் கூட மாட்டார். இது எனக்கு எழுதும் நேரம். உங்களின் ப்ரேம் சந்தின் மீது சத்தியம். மரியாதை கெட வேண்டாம்.''

''சத்தியம். ப்ரேம் சந்தின் மீது ஏன் செய்கிறீர்கள்?''

''நாங்கள் அவரின் வாரிசு. இது கூடவா தெரியாது? பன்னிரெண்டாவது பாஸ் செய்திருப்பீர்கள். ப்ரேம் சந்தைத் தவிரவும் வேறு ஏதாவது படித்துப் பார்த்திருந்தீர்கள் எனில், அது குலேரியின் கதைகள். அவள் சொன்னாள். அவளின் பேச்சு அபாயத்தில், 'காலியாக இல்லை.' 'காதல் நோயில் விழுந்திருக் கிறீர்களா? ஈத்காஹ்' இரண்டு காளைகளின் கதை ஆகியவற்றில் எந்த பயமும் கிடையாது. இதன் பிறகு அண்ணன் பதவி, பட்டம் காண்பித்தார். ஆனால், அதில் உதவாக்கரை அதிகமாக இருந்தது. முட்டாளைப் போல என்னைப் பார்த்தார். அதிகம் அன்பு காட்டினார். ஐம்பது ரூபாய் போயிற்று. தள்ளுபடி ஆயிற்று. கதை வெளியாகி இருந்தால் என்ன ஒரு இருநூறு ரூபாய் கொடுப்பார்கள். மாதம் முழுமைக்கும் மாவு பருப்பு செலவுக்கு ஆயிற்று.''

''ஒரு விஷயம். நீ எந்த சந்தோஷத்தில் 'ஷேர்மால்' இனிப்பு வாங்கிக் கொண்டு வந்தாய்? நீ இனிப்பு சாப்பிடக் கூடாது. ப்ளட் ஷுகர் போன தடவை முன்னூற்று அறுபது இருந்ததா இல்லையா?''

''டென்னிஸ் வில்லியம்ஸ் நாடகத்தின் ஈடு இணையற்ற சந்தோஷத்தில் வாங்கிக் கொண்டு வந்தேன். சாரி. ஒழுக்கம் கட்டுப்பாடு பற்றி நிறைய பேசியாகி விட்டதே. பேசாதே. நான் எழுதப் போகிறேன்.''

''விசித்திரமாக இல்லை. டென்னிஸ் வில்லியம்ஸ் குல் லிற்குப் பிடித்தவர் கிடையாது. மோகரா பிறகு என்னிடம் சொன் னாள். நான் மட்டுமல்ல, எல்லோரும் அவரை மறந்து விட்டனர்.''

''தெரிந்ததா, இதுதான் இலக்கிய வாழ்க்கையின் சமமான இருப்பு.''

''அவள் தன்னுடைய இலக்கியத்தைப் பற்றி என்ன எழுதி இருந்தாள்? இலக்கிய சேவை என்று.''

''எழுதுவதற்கு மிக அதிக நேரம் கிடைக்க வேண்டும் என்பது அவசியமல்ல. எழுத்து எழுத்தாளனிடமிருந்து எந்த நேரத்திலும் தன்னைத் தானே எழுதிக் கொள்கிறது. சில வேளைகளில் கிடைத்த நேரத்தில் முழுக் கதையும் மூளைக்குள் மின்னி மறைகிறது. எழுதலாமென்று பேனாவை எடுத்து எழுத ஆரம்பித்தால், பேனாவின் முனையின் மூலம் தன்னைத் தானே எழுதிக் கொள்கிறது. துக்கத்தில் இருந்துதான் உயர்ந்த இலக்கியம் பிறக்கிறது என்பது அவசியமல்ல. எப்படி குடிகாரன் சந்தோஷத்தில் துக்கத்தில் என எல்லா நேரத்திலும் போதையை விரும்புகிறானோ, அதைப் போலத்தான் எழுத்தாளனுக்கும் நிச்சயமான செய்திகள் என்பதும் அவசியமற்றது. தனிமையில் அமர்ந்து எழுதுவது என்பது கூட எல்லா எழுத்தாளனுக்கும் வாய்ப்பதில்லை. என்னுடைய நாவலான 'அனாரோ'வின் படைப்பு நெருக்கடியான, ஒழுங்கற்று கிடைத்த நேரத்தில் எழுதப்பட்டது. அதில் குடும்பத்தின் மிகச் சிறிய பொருளற்ற தேவைகளும் அடங்கும். அதை எழுத எனக்குத் தொடர்ச்சியாக மூன்று மாதம் ஆனது. அந்த முழு மூன்று மாதங்களும் என் கணவர் சமைக்க அரை மணி நேரம் இருக்கும் போதே கேட்கத் தொடங்கி விடுவார். வீட்டில் கிழங்கு இருக்கிறதா? பச்சைக் கொத்தமல்லி இருக்கிறதா இல்லை என்று ஏன் தெரியுமா? ஏன் இத்தனை சந்தேகம் அவருக்கு? சமையல் அரைகுறையாய் கிடைக்குமோ என்றுதான்.''

''அந்த நாள் எனக்கு மிகவும் நன்றாக நினைவிலிருக்கும். அன்று வாழ்க்கை மிகுந்த கஷ்ட காலத்தில் இருந்தது. வீட்டு வேலைக்காரி லீவு எடுத்துக் கொண்டு விட்டாள். காஸ் தீர்ந்து விட்டது. அன்று பிரிட்ஜ்ஜிலிருந்து எதிர்பாராமல் கேஸ் வெளியாகிக் கொண்டு இருந்தது. அது உருகுவதற்கு முன்னதாக சாப்பாட்டுப் பொருட்களை எடுத்து வைத்துச் சமாளித்தேன். மின்சார அடுப்பு பெரியது கெட்டுப் போய் இருந்தது. சின்ன அடுப்பில் பருப்பை ஏற்றி வைத்து விட்டு நான் யோசித்துக் கொண்டு இருந்தேன். என்னவோ நடந்து விட்டது. இந்த நிலையில் மனதில் கதை உருவாகாமல் இருக்க வேண்டும் என நான்

ஆண்டவனிடம் வேண்டிக் கொண்டிருந்தேன். அதுவேதான் நடந்தது. பருப்பு, பொல பொலவென்று கொதிக்கக் கொதிக்க ‘அனோரா’ கதையின் மையப் பாத்திரம், கதையும் உரையாட லும் என எல்லாமாக மனதில் பொல பொலவென்று கொதிக்கத் தொடங்கியது. அரிசி கொதித்துக் கொண்டிருக்கும் போது மங்கலாக இறுதிக் கட்டமும் முணுக் முணுக்கென்று தெரியத் தொடங்கியது. கணவனும் குழந்தைகளும் வீட்டிற்கு வரும் போது நான் எழுதிக் கொண்டிருந்தேன். அன்று பருப்பில் கண்டிப்பாக சுவை குறைவு இருந்திருக்கும். ஆனால், கதை முழுமையாக அமைந்தது. இன்று வரை எனக்கு அனோரா கதை மிகவும் பிடித்தமான படைப்பு. அதில் ஓரிரண்டு வாக்கியங்கள் திரும்பத் திரும்ப படிக்கும் பொழுது கண்கள் பனிக்கும். ஆனால், அன்றைய குழைந்து போன சோற்றையும், குறையிருந்த பருப்பையும் பற்றி முழு வர்ணனையுடன் ஆதியோடு அந்தமாக குழந்தைகள் சொல்லிக் கொண்டே இருப்பார்கள். இப்படியும் சில நாட்கள் நேர்ந்ததுண்டு. பருப்பு நல்ல சுவையுடனும் கதை குறையுடனும்.

இதைப் படித்தவுடன் மோகராவின் கண்களும் என் கண்க ளும் பனித்தன. கதையைப் படித்தவுடன் ஏற்படும் அனுபவம் போல மோகரா. ‘‘நீ ஏன் எல்லா உதாரணங்களையும் குடிகார னுடன் ஒப்பிட்டே சொல்கிறாய்? ஹட்சன் வண்டி என்றாலும் குடி எழுத்து என்றாலும் குடி’’ என்று கேட்டாள்.

‘‘அதெல்லாம் வெறும் எடுத்துக் காட்டுகள்தான். அதைப் பற்றி ஏன் இத்தனை விசாரணை? சாப்பாட்டு பிரியர்கள் எந்தப் நிலையிலும் துக்கத்திலும், சந்தோஷத்திலும் எல்லா சமயங்களி லும் சாப்பாட்டுப் பிரியர்களாய் சாப்பிட முடியும். மற்றவர் களைப் பற்றிய கவலை இல்லாமல், மற்றவர்களுக்கு இருக் கிறதா இல்லையா என்ற கவலையில்லாமல் சாப்பிட முடியும். அதே போல எழுத்தாளர்களாலேயும் எந்த நிலையிலும் எதைப் பற்றியும் கவலைப்படாமல், மற்றவர்களுக்கு எந்த ஆபத்து என்றாலும் கவலையற்று எழுதுவார்கள். உண்மையில் சாப் பாட்டுப் பிரியர்களுக்கும் குடிகாரர்களுக்கும் இடையில் பெருத்த வேறுபாடு கிடையாது.

"ஆஹா. இந்த வாக்கியத்தை முதன் முதலாக கேட்கிறேன்."

"எழுத்தாளர் இல்லையா நீ. கண்டிப்பாக தெரிந்து கொள்ள வேண்டும்." அவள் தாக்கினாள். "எழுதுவதற்கு சில சொற்கள் ஆழமான பொருள் தானே பேனாவின் முனையிலிருந்து வந்து விழும். உண்மையின் மீது திரையிடுவதற்காக சில சொற்களை இடுகிறோம். குல்லின் இந்த சிறிய கூற்றில்கூட ஒழுக்கம் வேண்டியிருக்கிறது. பெரிய மின்சார அடுப்பு கெட்டுப் போய் இருபது வருடங்கள் ஆகி விட்டன. அப்புறம் பிரிட்ஜ் அரதப் பழசு. அதற்குத் தேவையான உதிரி பாகங்கள்கூடக் கடையில் இப்போது கிடைப்பதில்லை. அது தினமும் கிளிப் பிள்ளை போல சொல்லிக் கொண்டே இருக்கிறது. பிள்ளைகள் பள்ளியில் இருந்து வீட்டிற்கு வந்திருப்பர்கள். கணவனும் வெளியிலிருந்து வீடு திரும்பி இருப்பான். அலுவலகத்திலிருந்து நிச்சயமாக.

மேலும் வேலைக்காரி இரண்டு மணி நேரம் பெருக்கி மெழுக வருகிறாள். அவள் சப்பாத்தி இடுவதைத் தடை செய் தார். திருமணம் ஆகி ஆரம்ப காலத்தின் மோஹத்திற்குப் பின் கூட. தாய் வீட்டு நிலைமை கென்ஜினின் தத்துவப்படி மந்த நிலையில் இருந்த போது கூட குல் சமையல் அறையில் நுழைந்ததோடு மட்டுமல்லாமல் தினமும் சமைப்பதைக் கைக் கொண்டாள். சேமியா பாயசமும், உருளைக் கிழங்கும் கத்தரிக் காயும் சப்ஜியும் அற்புதமாகச் செய்வாள். கொண்டைக் கடலை யும், சோறும், தளதளக்கும் காலி பிளவர் பாஜியும் கூட அற்புதம்.

ஆனால், அவள் தன் அழகிய கரங்களால் சப்பாத்தி செய் வதை ஏற்றுக் கொள்ளவில்லை. இதற்காக வேலை செய்யும் பெண்மணிக்கு ஐம்பது அறுபது ரூபாய் கொடுத்து சப்பாத்தி இட்டுக் கொடுக்க ஏற்பாடு செய்து கொண்டாள். அதற்குத் தடங்கல் வந்தால் இருக்கவே இருக்கிறது தந்தூர்.

மாதா மாதம் ஐம்பது அறுபது ரூபாய் சம்பளம் கொடுத்த குல் வேலைக்காரியை சப்பாத்தி இட்டுக் கொடுக்க எப்படி ஏற்பாடு செய்தாள்? நான், என்னுடைய பணிப் பெண்ணிடம், "இப்போது எமன் வரப் போகிறான். அதற்கு முன்னால் இது தான் கடைசி சாப்பாடு, தயவு செய்து இரண்டு ரொட்டி இட்டுக்

கொடுத்து விட்டுப் போ என்றால் 'டைம் இல்லை' என்று சொல்லி விட்டுச் சென்று விடுவாள். நடக்காதென்றாலும் கேட்பேன்.''

''அவரவர்கள் இயல்பு'' அவள் சொன்னாள். குல், தன்னுடைய வேலைக்காரி சோனாவிற்காக, மகளின் திருமணத்தை முன்னிட்டு பயந்தாங்கொள்ளி கணவனுக்கு கடிதம் எழுதினாள். உடனே அவன் மனைவியைப் பார்க்க வந்து நின்றான். பெருமூச்சு விட்டுக் கொண்டு, ''இப்படிப்படட கடிதத்தை நீ ஏன் முன்னமே எழுதவில்லை, சோனா? நான் உடனேயே வந்திருப்பேனே.'' நான் நம்பிக்கையுடன் சொல்கிறேன். நான் கடிதம் எழுத என்று உட்கார்ந்தால் ஏதோ வெற்றிடம் திறந்து விடுகிறது. அது அவருடைய அந்தரங்கம் அல்ல, ஏதோ ஒரு மத்ய வர்க்கப் பெண்ணின் கட்டுரை. தில்லி திரும்புவதற்குப் பதிலாக அவன் மும்பை, சென்னை, கொச்சின் என்று தொலைதூரம் ஓடியிருப்பான்.

நான் எழுதும் போதும் இப்படித்தான் ஆகி விடுகிறது. குல்லின் விஷயமே வேறு. அவள் கூடு விட்டுக் கூடு பாய்கிறாள். பேயைப் போல அல்ல. உறுதியுடன் அதில் பங்கு கொண்டிருக்கிறாள். ஒரு பெண் கிளியரன்ஸுக்கு இமிகிரேஷன் அலுவலகத்தில் தேவையான ரிகார்டுகளைச் சமர்ப்பிப்பதற்கு பதிலாக, இமிகிரேஷன் ஆபீசரிடம் 'அனோரோ' நாவலின் ஒரு பிரதியைப் படிக்கக் கொடுத்து, லண்டனுக்குப் பறக்க அனுமதி வாங்க முடிகிறது என்றால், அது போன்ற ஒன்றை என்னாலோ, மோகராவாலோ கண்டிப்பாகச் செய்திருக்க முடியாது.

நீண்ட நாட்களுக்கு முந்தைய விஷயம். இது தொடக்கமாக வேண்டுமானால் நான் முழுக் கதையையும் சொல்லி விடுகிறேன். குல்லின் 'அனோரோ' நாவல் ஜெர்மன் மொழியில் மொழிபெயர்க்கப்பட்டது. ப்ராங்பர்ட் புத்தக விழாவில் வெளியிட முடிவாயிற்று. அதற்காக அவளை அழைத்திருந்தார்கள். போக வர டிக்கட்டும் எடுத்துத் தந்திருந்தார்கள். வெளிநாட்டில் தன் கைச் செலவும் ஊர் சுற்றிப் பார்க்கும் அளவிற்கு பண வசதி கிடையாது. இதனால் அழைப்பு விடுத்தவருடன் செல்ல ஏற்பாடாயிற்று.

ஒரு வருடம் முன்பு அவளும் பிரான்ஸ் வர அழைப்பு வந்திருந்தது. ஆனால், காதலின் காரணத்தினால் போக வேண்

டாம் என்று முடிவெடுத்து விட்டாள். அப்போது பைஜ்நாத் அவள் மனம் மாறக் கூடும் என்ற எண்ணி பாஸ்போர்ட்டுக்கு ஏற்பாடு செய்திருந்தார். இப்போது விசா கிடைத்தவுடன் தடபுடலாக விமான நிலையம் சென்றாள். இமிகிரேஷனுக்குச் செல்லும் போதே மூச்சு தள்ளி விட்டது.

ஒரு உதவாக்கரை ஏஜென்ஸியின் பாஸ்போர்ட்டால் அவன் பாஸ்போர்ட்டில் எங்கும் இமிகிரேஷன் ரிக்கொயர் பற்றி எழுதவே இல்லை என்பதைச் சரியாகப் பார்க்கும் சங்கடம்கூட எடுத்துக் கொள்ளாமல், அவள் தலையில் பாஸ்போர்டடைக் கட்டி விட்டான். இதில் அவள் தவறு என்ன? இந்த ஏற்பாடு அந்த வகை பெரிய மனிதர்களுக்காக ஏற்படுத்தப்பட்டது. வேலையில்லாமல் அங்கு சென்று நெறி கெட்டு அங்கேயே தங்கி விட நினைப்பவர்கள். அவர்கள் எங்கே? ஈடு இணையற்ற இலக்கிய மேதையான குல்மொஹர் ஜைன் எங்கே?

அவள் லைலா என்று நினைத்துக் கொள். எப்படியோ அலைந்து திரிந்து அன்பிற்கினியவரை தனியே விட்டுவிட்டு, நாட்டை விட்டு அந்நிய நாட்டிற்குச் செல்ல சம்மதித்தாள். எந்தக் காரணத்திற்காக பிரான்ஸ் போகாமல் முகத்தைத் திருப்பிக் கொண்டாளோ, அந்தக் காரணம் இப்போதும் இருந்து கொண் டிருக்கிறது. இப்போது என்ன வேறுபாடு என்றால், அன்புக்கு இனியவனுடன் இலக்கியமும் கை விட்டுப் பின்தங்கி விட் டாள். இமிகிரேஷன் ஆபீசர் அவருடைய சித்தப்பா அல்லவே, அவருடைய சிறப்பை அறிந்து வைத்திருக்க. அதுவும் கூட குல்லின் உறுதியான நிலைப்பாட்டால்தான் நிகழ்ந்தது. அந்த அறியாத அந்நியன் சித்தப்பா, காதலனை விடவும், கருணை மிக்கவனாகி விட்டான். ஒரு பிரதி 'அனோரா' நாவலை அவன் பெற்றுக் கொண்டு அவளை விமானத்தில் அமர வைத்து வெளி நாட்டிற்குச் செல்ல அனுமதித்தான்.

குல் இதை மட்டும்தான் சொன்னாள். இதோ பாருங்கள் இந்தப் பட்டியல் என்னுடைய நூல்களுக்கானது மற்றும் எனது மருந்துகளுக்கானது. இப்போது புறப்பட்டால்தான் உண்டு. இன் னொரு முறை வாழ்க்கையில் இது போன்ற நொடிகள், கொடுப் பினை வெளிநாடு செல்ல கிடைக்குமோ, கிடைக்காதோ.

இணைந்த மனம்

'அனோரா' நாவலின் கதைதான் என்னுடையதும். இதுவேதான் என்னைப் போன்ற ஹிந்தி இலக்கிய மேதை ஒவ்வொருவரின் கதையும். இதைப் புரிந்து கொள்ளுங்கள்.

அந்த மனிதன் அந்த நாவலின் முதல் பக்கத்தின் முதல் வரியைப் படித்த உடனேயே அத்தனை அனுதாபம் கொண்டு தழுதழுத்து விட்டான். "நம்பிக்கையோடு செல்லுங்கள். திரும்பி வரும் பொழுது நிச்சயம் எனக்குத் தகவல் கொடுங்கள்."

"இன்னமும் நம்பிக்கை ஏற்படவில்லையா என்னுடைய சொற்களில். பிராங்பர்ட்டில் என்ன சாப்பிடுவேன் என்று நினைக்கிறீர்கள்?" என்றாள்.

"இல்லை இல்லை. அப்படி இல்லை அவன் வெட்கப் பட்டுக் கொண்டே, 'அதற்குள் அனோராவைப் புரிந்து கொள் வேன். உங்களுடன் உரையாடிக் கொண்டே லண்டன் வரை மகிழ்ச்சியோடு செல்வேன்' என்று சொன்னான்."

ஜெர்மனியின் பதிப்பாளர் குல்லிற்கு டிக்கட் அனுப்பி இருந்தார். இந்தியர்களின் மெக்கா மதீனாவான லண்டனைக் கருத்தில் கொண்டு, அதற்கேற்றாற் போல ஏற்பாடு செய்திருந் தார். பாவம் அறிமுகமில்லாத அனுதாபி. அவர் விரும்புகிறார் போல குறைந்தபட்சம் வாழ்க்கையின் அமைவிடம் வரை உரை யாடல் அமையட்டும். அத்தனை பொருத்தமாக செய்து கொடுத் திருந்தான்.

தன்னுடைய உறுதியான நிலைப்பாடு இல்லாமல், அறிமுகமில்லாத அந்நிய ஆபீசரை காதலனையும் சித்தப்பாவை யும்விட அதிகமான கருணையை வெளிப்படுத்திய ஆபீசரின் துணையால் குல் வெளிநாடு சென்றாள். கழுதையான சட்டத்தை கழுதைதான் என நிரூபித்தாள். இலக்கியவாதிகளுக்குக் கிட்டும் இந்த குமாஸ்தா அரிய ஏற்பாடு உனக்கும் எனக்கும் எங்கே கிடைக்கப் போகிறது.

சரி. மறுபடியும் சமையல் அறைக்கும், ஷமீதிற்கும் வருவோம்.

அதிர்ஷ்டவசமாக ஷமீத் பஞ்சாபை விட்டு நாலு அடி தள்ளியிருக்கும் பிரண்டியர் — அதாவது வட எல்லையில்

இருக்கும் அசைவ உணவு சாப்பாடு குடும்பத்தைச் சார்ந்தவன். எனவே, அவனுக்கு விருப்பமான சாப்பாட்டை வெளியிலிருந்து வரவழைப்பதே சரியான ஏற்பாடாக இருந்தது. எப்போதாவது மிகுந்த எழுச்சியும் மகிழ்ச்சியும் கொண்டு முஸ்லீம்களின் கோழி சமைக்கத் தொடங்குவான். அதை அவன் மட்டுமல்ல, குழந்தைகளும் விரும்பிச் சாப்பிடுவார்கள். ஆனால், அதற்குச் செலவு அதிகம் ஆகி விடும்.

ஆண்கள் சமைக்கத் தொடங்கினால் என்ன நடக்கும் என்று உங்களுக்கே தெரியும். எந்தப் பொருளும் இல்லை என்று விட்டு விட மாட்டார்கள். எத்தனை விலையாயினும் சரி, எண்ணெய், நெய்யில் குறைவு கூடாது. குல்லோ சைவம். அத்தனை பிடிவாதமாக இருக்க மாட்டாள். அப்பா பைஜ்நாத் அமெரிக்கர்களுடன் உணவருந்தும் போது அவரும் குல்லும் மீன் - கோழியை ருசித்திருக்கிறார்கள். வீட்டிலேயே முட்டை உபயோகிக்கத் தொடங்கி இருந்தார்கள்.

திருமணத்திற்குப் பின மாமியார் வீட்டு வெள்ளைத் தோல் குடும்பத்துடன் இருப்பவர்கள். கொழுப்பு நிறைந்த உணவை உட்கொள்வதைப் பார்த்து, தனது மாநிறம் மாறாமல் இருக்கும் கோபத்தில், தன்னை அவர்களிடமிருந்து வேறுபடுத்திக் கொண்டு, நசுக்கி சைவ உணவுக்காரியாக மாறினாள். மதுவையும் தொடத் தடை செய்தாள். ஒரு பெக் மது எடுக்கும் மென்மையான பரம்பரைத் திட்டத்தையும் சமாதி ஆக்கி விட்டாள்.

உயர் பதவி வகிக்கும் கணவனைக் கொண்ட பகட்டான நாத்தனார்கள் பலதும் சொல்லவார்கள். இப்படி இப்படியாக. மனைவிகள் தனது கணவனை விட்டு விலகியிருந்தாலும் கூட கணவனுக்காக மிகுந்தத அன்புடன் எண்ணெய் நிரம்பிய கபாப்பையும் முஸ்லீம்களின் கோழியையும் செய்து தருவார்கள். அதில் அவர்கள் வஞ்சனை செய்ய மாட்டார்கள். வீட்டிலேயே சமையல் நடந்தாலும், வீட்டிலேயே மாமிச உணவு தயாரிக்கப்பட்டாலும் குல் அதைத் தொட மாட்டாள். ஷமீத் சொல்லவும் மாட்டான்.

சில ஆண்டுகள் கழித்து குழந்தைகளின் அவசர ஓட்டத்திற்காக உதவ என்று தானே சமையல் செய்யும் பழக்கத்தைக் கைக்

இணைந்த மனம்

கொண்டாள் குல். மாமியார், நாத்தனார், மைத்துனர்களிடம் இருந்து எந்த சப்தமும் வரவில்லை. இதற்கு இரண்டு காரணங்கள் உள்ளன. ராதாஸ்வாமி சங்கத்தினால் மாமியார் சைவ உணவுக்காரி ஆனதும், குல் மோஹர் ஜைன் இனத்தைச் சார்ந்ததும். அப்பா கோழி எல்லாம் விலக்கியவர் அல்ல. கஷ்டப்பட்டு மாமிச உணவு தயாரிக்கவும் வலியுறுத்த மாட்டார். யாரிடமும் அதைத் திணிக்கவும் மாட்டார்.

ஹை கோர்ட்டின் சீப் ஜஸ்டிஸ் ஆன கற்றறிந்த மேதையான அப்பா திருமணத்திற்கு முன்னதாகவே, "கரடு முரடான ஜைனப் பெண்ணைத் திருமணம் செய்து கொள்கிறாய். ஜைன மக்கள் ஆண்டவனை ஒப்புக் கொள்ள மாட்டார்கள் என்று கேள்விப்பட்டிருக்கிறேன்" என்றார் ஷமீத்.

"இன்றைய காலகட்டத்தில் ஆண்டவனுக்கு எல்லா இடங்களிலும் கெட்ட நேரம்தான்" என்றான்.

அப்பாவிற்கு அந்தப் பதில் பிடித்திருந்தது. தன் மனைவியே மாமிசம் சாப்பிடாதவள். ஜைன் பரம்பரையைச் சார்ந்த இன்னொருத்தியைப் பற்றி என்ன சொல்ல இயலும்? நியாயம் விரும்பும் மனிதர் அவர்.

ஒரு நாள் பைஜ்நாத்திடம் கேட்டார். "எனக்கு ஒன்றுமே புரியவில்லை ஐயா. நீங்கள் என்னதான் நினைத்துக் கொண்டிருக்கிறீர்கள்? மதுவை வாயினுள் விட்டுக் கொள்ள மாட்டேன் என்கிறீர்களே?"

பைஜ்நாத் கர்வத்தோடு, "உளறல்தான். நான் ஒரே ஒரு பெக் மதுவை ஆயுள் முழுக்க கையில் வைத்துக் கொண்டே இருப்பேன்."

"திருமணத்திற்குப் பிறகு குல் சந்தோஷமாகத்தானே இருந்தாள்?" என நான் அந்த நாட்களைப் பற்றிக் குல்லிடம் விசாரித்தேன்.

"மகிழ்ச்சியாகவா" முதலாம் ஆண்டு ஏதோ சில தினங்கள் அப்படி இருந்திருக்கலாம். நானும், "விடு என் வாழ்க்கையை. உஷ்ணப் பெருமூச்சோடு எண்ணிப் பார்த்தால் வாழ்க்கையில்

சில நாட்கள் அப்படிப்பட்ட காதல் இருந்திருக்கலாம்தான். காதல் இல்லாத வாழ்க்கை முழுமையற்றது. அவர் சீக்கிரம் வந்திருந்த நாட்களில் என்னிடமும் இதைப் போல யாராவது எதிர்பார்ப்பற்ற காதல் கொண்டிருக்கலாம்.''

''யாராவதா ஷமீதா?''

''ஷமீத். நம்பிக்கையான ஷமீத். அவன் இல்லை என்றால் வேறு யாராவது. அவனும் இல்லையென்றால் வேறு ஒருவர். என்னிடம் அன்பு செலுத்துபவரிடம் யார் செலுத்துவார்களோ, அவர்களிடம். அவனிடம் அல்ல.''

''பிறகு என்ன ஆயிற்று?''

''என்ன ஆகும்? ஒன்றும் ஆகவில்லை.''

''உன்னிடம் யாராவது காதல் கொண்டார்களா?''

''கொண்டார்கள். ஆனால், திருமணத்திற்குப் பின்.''

''ஷமீத்? குல் அவளின் திருமணத்தைப் பற்றி என்ன சொன்னாள்? நீ ரகசியமாய் வைத்து இருப்பாய்?''

''உன்னுடைய மாமாவிடம் எனக்கு ஒரு விஷயம் பிடிக்க வில்லை. எத்தனைதான் எடுத்துச் சொன்னாலும், 'அவசியம்' என்பதை 'அவசியம்' என்கிறார். 'மனைவி' என்பதை 'மனை - வி' என்கிறார்.''

''இத்தனை தானா அவரிடம் பிடிக்காமல் இருப்பது?'' நான் சந்தேகத்தோடு கேட்டேன்.

''நூறு சதவிகிதம் முழுமமையான பர்பெக்ஷனுடன் யாருமே இருக்க முடியாது.'' அவள் இடைமறித்துச் சொன்னாள.

''குல் டில்லியில் தானே இருந்தாள். நீ அவள் வீட்டிற்குப் போக வர இருந்தாயா?''

''போக வரவா? அவர்கள் டார்ஜிலிங்கிலிருந்து தேன் நிலவு முடிந்து வந்த பின் சனிக் கிழமைகளில் ஷமீத் வந்து என்னை அவள் வீட்டிற்கு அழைத்துச் சென்று விடுவது வழக்கம். ஞாயிற்றுக் கிழமை திரும்பக் கொண்டு வந்து வீட்டில் விடுவான்.

ஆரம்பத்தில் கொஞ்சம் தயக்கம் இருந்தது. புதிதாகத் திருமணம் ஆகி இருக்கிறது. ஒவ்வொரு சனி - ஞாயிறும் ஏன் கபாப்பில் எலும்பைப் போல இருக்கிறாய் என்று குல் சொல்லுவாள்.''

''நீ என்னுடைய படுக்கை அறையில் கொஞ்சம் தூங்கு கிறாய். அதுதான் உறுத்தல்.''

''மற்ற நாட்களில் எல்லாம்? சினிமாவுக்குப் போனாலும் நானும் கூடவே. லஞ்ச், டின்னர் என்று போனாலும் நானும் கூடவே. தடுமாற்றமாக இல்லையா உனக்கு?''

''பழகிப் போயிற்று என்று சொல்லவும் நினைத்துக் கொண்டு நாங்கள் இருவரும் விழுந்து விழுந்து சிரித்தோம். விஷயும் இதுதான். குல், ஷமீதுடன் தனியாகச் செல்லப் பயப் படுவாள். யாராவது சந்தித்தால் ரகசியம் அம்பலமாகி விடும். உடனடியாக திருமணம் நடப்பது சாத்தியமல்ல. ஷமீத் அது வரை வேலையில்லாமல் இருந்தான். எச்சரிக்கைக்காக என்னை யும் உடன் அழைத்துச் செல்வார்கள். படம் பார்க்கும் போது யாராவது பார்த்து விட்டால், குல் என்னுடன் ஒட்டிக் கொள் வார். ஷமீத் பக்கத்து சீட்டில் உட்கார்ந்திருந்தாலும் ஏதோ அறிமுகம் இல்லாதன் போல. ஒரு சுவையான நிகழ்வு நினைவுக்கு வருகிறது. குல்லிற்குத் தனது முகத்தின் இடது புறம் வலது புறத்தை விடவும் கவர்ச்சியாக இருக்கிறது என்று ஒரு நினைப்பு. எனவே, ஷமீத் எப்போதும் இடப்புறமே உட்கார்த்தி வைக்கப் படுவான். நான் வலப்புறம், ரெஸ்ட்ராண்டில் யாராவது வந்து விட்டால் குல் எழுந்து டாய்லெட்டிற்கு ஓடி விடுவாள். நான் ஷமீதுடன் இருப்பேன். எனக்கு மக்களைப் பற்றிய கவலை இல்லை. எனவே, முகத்தில் எந்தக் கவலையும் வெளிப்படாது. பார்ப்பவர்கள், ''படிப்பில் சந்தேகம். அதற்காக நோட்ஸ் பரிமாறிக் கொள்ள சந்தித்திருக்கிறார்கள் என நினைப்பார்கள்.''

''குல்லை விட்டுத் தள்ளு. உனக்குத் தடுமாற்றமாக இருந் திருந்தால் அவர்கள் வீட்டிற்குச் செல்வதைத் தவிர்த்திருக்க முடி யும். ஏன் அப்படிச் செய்யவில்லை?''

''ஏதோ ஒரு கவர்ச்சி இருந்தது. அது இழுத்துக் கொண்டு சென்றது. மால் ரோட்டில் மாளிகையைப் போல ஒரு வீடு,

ஒழுங்காகச் சீரமைக்கப்பட்ட பெரிய தோட்டம், வெல்வெட்டைப் போல புல்வெளி, நூற்றுக்கணக்கான நர்கிஸ் பூக்கள். நர்கிஸ் செடிதான் எத்தனை அழகு? பூக்கவில்லை எனில் ஆண்டுக் கணக்கில் ஒரு பூ கூட கிடையாது. பூத்தால் ஒரே சமயத்தில் நூற்றுக்கணக்கான பூக்கள்.''

''அதன் கவர்ச்சி தானா?''

''நர்கிஸ் பூ. திறந்த வெளிப் பசுமை. நினைவில் நிறைந்திருந்தன. அந்த வீட்டில் கழித்த நாட்கள் ஒவ்வொரு கணமும் ஏதோ நாங்கள் பிக்னிக்கில் இருப்பதைப் போலக் கழிந்து கொண்டிருந்தது. திடீரெனத் தோன்றும் அடுத்த நொடியில் சினிமா பார்க்கக் கிளம்பி விடுவோம். பிறகு ஏதாவது சிறந்த ரெஸ்டாரெண்டில் லஞ்ச். சிவப்பு நிற ஆஸ்டின் காரில் எந்த நேரம் வேண்டுமானாலும் எந்த இடத்திற்கும் சென்று விடுவோம். இல்லையெனில் திறந்த தெருவில், திறந்த வெளியில் மைல் கணக்கில் நீண்ட நடைப் பயணம். ஆம் அப்படித்தான் இருந்தது. குல் மற்றும் ஷமீதின் வாழ்க்கை. காதலும் வேகமும் கொண்ட பயணமாக இருந்தது. நான் கண்ணால் பார்த்த காட்சி.

''ஷமீதிற்கு வேலை வெட்டி ஒன்றும் இல்லையா என்ன?''

''இருந்தது. ஏன் இல்லாமல். வாரத்தில் ஐந்தரை நாட்கள் பிறகு மஜா. பின் ஒவ்வொரு நாள் மாலையும் எங்களுக்குச் சொந்தமானது. நான் வீக் எண்ட் பற்றி மட்டும்தான் அறிவேன். அதைத் தவிரவும் எங்கள் வீட்டில் எல்லோருடனும் சந்திப்பும் நிகழும். ஏதாவது பாக்டரியில்.''

எங்கு சென்றாலும் பூக்கள் கட்டப்பட்டிருப்பதை வாங்க விரும்ப மாட்டான் ஷமீத். என்ன கிடைக்கிறதோ பக்கத்தில், அதை வாங்கிக் கொண்டு செல்வது என்பது கிடையாது. தெருவின் ஓரமாகக் காரை நிறுத்தி விட்டு சிறந்ததில் சிறந்த, அடர்த்தியாகக் கட்டப்பட்ட பூவைத் தேடுவதில் முனைவான். திரும்பி வந்ததும் குல்லின் குழலில் மட்டுமல்ல. கை மணிக் கட்டிலும் பூச்சரத்தால் அலங்கரிப்பான். ''கையை முத்தமிட்டு அன்பைச் சொல்வது போல காதலை வெளிப்படுத்துவதை விடவும் கவர்ச்சியானது. வார்த்தைகளில் வெளியிடுவதில் இல்லை.

அதுவும் இத்தனை அழகான கைகளை என்பான். அன்பான மோகராவிற்காக அழகாக கட்டப்பட்ட பூச்சரம்" என்பான். என் கண்கள் பனித்து விடும்.

ஒரு நாள் சனிக்கிழமை பின் இரவில் இந்தியா கேட்டின் முன் இருக்கும் பூக்கடைக்காரனிடம் திடீரென, "இந்த நாட்களில் தெருக்களின் ஓரத்தில் குல் மோஹர் பூக்கள் நிறைந்திருக்கின்றன. நீ ஏன் குல் மோஹர் செண்டு கட்டுவதில்லை?" என்றான்.

"இது என்ன பெரிய விஷயம். நாளை கட்டிக் கொண்டு வருகிறேன். உங்களுக்கு விருப்பமான விலை கொடுங்கள்." நாங்கள் இருவரும் சிரிக்கத் தொடங்கினோம்.

"சம்மதம். நாளை அவன் குல்மோஹர் பூக் கட்டிக் கொடுப்பான். நீங்கள் எனக்கு மோதி மஹாலில் டின்னர் கொடுங்கள். அதற்குப் பிறகு நான் உங்களுக்கு ஐஸ்க்ரீம் வாங்கிக் கொடுக்கிறேன். இருவருடனும் முந்தா நாள் சுற்றி இருக்கிறேன். இருவரின் விருப்பமும் அறிவேன்." அவன் இறங்கி மறைந்து போனான்.

"எங்கே சென்று விட்டான்? ஐஸ்க்ரீம் கடை இங்கு இருக்கிறது" குல் சொன்னாள். நான் கவனிக்கவில்லை. மோகரா பூச் செண்டை முகர்ந்து கொண்டே யோசித்துக் கொண்டிருந்தாள். உண்மையிலேயே எனக்குப் பிடித்த ஐஸ்க்ரீமை வாங்கிக் கொண்டு வருவானா?

அவன் சாக்லேட் பாருடன் திரும்பி வந்தான். என் மனம் துள்ளிக் குதித்தது. எனக்கு பிடித்தது இது என்பது அவனுக்கு எப்படித் தெரியும்? அப்பாவைத் தவிர்த்து வேறு யாருக்கும் எப்போதாவது தெரியுமா?

"குல் எங்கே சென்று விட்டாள்? ஐஸ்க்ரீம்காரன் முன்னால் நின்று கொண்டிருக்கிறான்?" உடனே என்னைப் பார்த்துக் கண் அடித்து விட்டு, "உனக்கு விருப்பமான கசாட்டா இருந்தது. அவனிடம் ஆனால் மோகராவிற்குப் பிடித்தமான ஐஸ்க்ரீம் இல்லை. அதனால் பின்புறம் இருப்பவனிடமிருந்து வாங்கி வந்தேன்" என்றான்.

குல், "உனக்கு சாக்லேட் பார் பிடிக்கும் என்பது எனக்குத் தெரியவே தெரியாது" என்றாள்.

"நீ சாப்பிடுகிறாயா?" நான் சொன்னேன்.

"சரி நீ கசாட்டா எடுத்துக் கொள்." நாங்கள் ஐஸ்க்ரீமை மாற்றிக் கொண்டு சந்தோஷமாக இருந்தோம்.

"உங்களுக்கு வாங்கிக் கொள்ளவில்லையா என்ன?" ஷமீதிடம் கேட்டதற்கு குல் பதில் சொன்னான். "உங்கள் மாமா இனிப்பு சாப்பிட மாட்டார்" என்றாள்.

"வாருங்கள். அங்கு உட்கார்ந்து கொண்டு காபி சாப்பிட லாம்." அவன் சொன்னான். தவறாக ஏதும் நடக்கவில்லை. ஆனாலும், எனக்குள் ஏதோ தவறு நிகழப் போகிறது என்ற சிறிய சந்தேகம் மனதிற்குள் கடைந்து கொண்டிருந்தது. ஆனால், லா போஹம் சென்ற பின் அங்கு அதிக நேரம் இருக்கவில்லை.

அடுத்த நாள் ஓய்வான ஞாயிற்றுக் கிழமை. லஞ்சிற்குப் பிறகு மாலையில் மறுபடியும் இந்தியா கேட்டிற்குச் சென்றோம். ஷமீத் தன்னுடைய சவாலில் வென்று விட்டான். உண்மையி லேயே பூக்காரன் குல் மோஹரின் ஆரஞ்சு நிறத்திலிருந்த பூக்களைச் செண்டு போலக் கட்டி எடுத்துக் கொண்டு நின்றிருந்தாள். ஷமீத் முழுதாக ஒரு நூறு ரூபாய் நோட்டை அவனிடம் கொடுத்தான்.

"சரி, போதும்." குல் அவசரமாக சொன்னாள். இனிமேல் எடுத்து வராதே என்று. எனக்கு அவளுடைய துக்கம் புரிந்தது. அவருடைய எண்ணம் என்னவெனில், ஆரஞ்சு நிறப் பூக்கள் அவளுடைய கோதுமை நிறத்தை இன்னும் கருப்பாகக் காட்டும் என்று. திருமணத்தின் போது நாத்தனார்களின் கோபத்தைத் தாங்கிக் கொண்டு அவர்களுக்கு விருப்பமான சேலையை மாற்றி எடுத்துக் கொண்டு வந்தாள். இப்போது அதற்கான தீர்வைக் கண்டு பிடித்து விட்டாள். பிறகு, "குல் மோஹரின் செண்டை மோகரா சூடிக் கொள்ளட்டும். மோகராவின் பூச்செண்டை குல் மோஹர். சரியாகப் போய் விட்டது இல்லையா ஷமீத்?" என்றாள்.

"உன் விருப்பப்படி" என ஷமீத் மனமில்லாமல் சொன் னான். பின் இறங்கிச் சென்று விட்டான்.

"அவனுக்குத் தவறாகப்பட்டிருக்கும்" என்று நான் சொன் னேன்.

"அட அதெல்லாம் இல்லை. ஐஸ்க்ரீம் வாங்கப் போயிருப் பான். நீ என்னுடைய பூவை வைத்துக் கொள். நான் உன்னுடை யதைப் பிறகு வைத்துக் கொள்கிறேன் என்றாள். சிவப்பு நிறப் பூக்களை வைத்துக் கொள்வதில் எனக்கு விருப்பம் வரவில்லை. அதுவும் என்னுடைய பச்சை நிற புடவையுடன். ஆனால், குல் கட்டாயப்படுத்தி வைத்து விட்டாள். ஷமீத் வேண்டுகோள் விடுத்துக் கட்டச் சொல்லி இருக்கிறான். அவனுக்குப் பிடிக்கும். நாங்கள் பூச்சூடிக் கொள்ளும் வேலையை முடிக்கும் பொழுது அவன் திரும்பி வந்தான். இரண்டு கைகளிலும் இரண்டு ஐஸ்க்ரீம் பார்களோடு. குல் சரியாகத்தான் சொல்லி இருக்கிறாள். சாக்லேட் பாரைக் கையில் திணித்தான்.

என்னிடம் ஐஸ் க்ரீமைக் கொடுத்துக் கொண்டே, "இப் போது சீக்கிரமாக மோகராவிற்குத் திருமணம் செய்ய வேண் டும். குல் நீ பையனைத் தேடு. என்னை விடவும் எல்லாவற்றி லும் சிறந்தவனாக இருக்க வேண்டும். நம்முடைய மோகராவின் மணமகனைப் பார்த்து உலகமே பொறாமைப்பட வேண்டும்."

"நானும் அப்படித்தான் விரும்பினேன்" என்று சொல்லி விட்டு மோகரா மனம் தளர்ந்து போய் விட்டாள்.

"உனக்குத் திருமணத்திற்கு அத்தனை அவசரமா உண்மை யிலேயே?" நான் கேட்டேன். ரொமான்ஸோ, திருமணமோ இரண்டும் ஒன்றுதான். ரொமான்ஸை பெண் தானே பத்திரப் படுத்தி வைத்துக் கொள்கிறாள்.

"செய்தாயா?" என நான் கேட்டவுடன் மிகவும் கோபப் பட்டு, நீ எழுத்தாளரா அல்லது மந்திரவாதியா? கேள்வி மேலே கேள்வி கேட்டு, கதையின் போக்கைக் கலைத்து விடுகிறாய். நான் காலேஜ் கதையைச் சொல்லிக் கொண்டிருந்தேன். நீ சடார் என்று திருமணம், கல்யாணம் எனச் சென்று விட்டாய். கொஞ்சம் பொறுமையாய் இரு. பிறகு நேரம் வரும் போது சொல்வேன். என்னுடைய குரலில் மசூரியின் கதையைக் கேள் இப்போது.

13

சேவாய் ஹோட்டலை அடைந்து, எங்கள் அறையின் சாவியை ரிஷப்ஷனில் கேட்கும் முன்னமே பீட்டர்சன் தம்பதியைப் பற்றி விசாரித்தார். அவர்கள் கேமல் பேக் சுற்றி விட்டு, சாப்பிட்டு விட்டு, தற்போது ஓய்வெடுத்துக் கொண்டிருக்கின்றனர் எனத் தெரிய வந்தது. அவர்கள், நான்கு மணி ஆனவுடனேயே நான்கு மணி ஆகி விட்டது என்று டீ பிஸ்கட்டுடன் கூட வந்து அறிவிக்கச் சொல்லியிருந்தனர். பி.என். ஜைன் வந்து விட்டார் எனில் அவரையும் வரச் சொல்லவும். நான்கு மணி ஆகப் போகிறது. அப்பா வேகமாக முகம் கை கால் கழுவிக் கொண்டு எங்களையும் உடன் புறப்படக் கட்டளையிட்டார்.

''கசங்கிய உடையுடனா?'' நாங்கள் கேட்டோம்.

ஒரு பார்வை எங்களை நோக்கி வீசி விட்டு, ''ஐந்து நிமிடங்கள் மட்டும் டைம் தருகிறேன். மேல் உடை ஒன்றைப் போட்டுக் கொண்டு வாருங்கள்'' என்றார்.

''நாங்கள் பின்னால் வர முடியாதா?'' அத்தனை உறுதி அற்று குல் கேட்டாள். வழியெல்லாம் சிரித்துச் சிரித்து பயணம் செய்தோம் என்றில்லாமல் பயந்து கொண்டு மௌனமாக கழித் ததைப் போல. உடையைத் தூசு தட்டி சுருக்கத்தை நீவி விட்டுக் கொண்டு போக முடியும். காரட்கலில் அப்பா தயாராக, நாங்கள் டீ ட்ராயுடன் ஹோட்டலின் ராயல் சூட்டின் வெளியே சென்று அடைந்தோம். ஹோட்டல் பேரர் மெதுவாக தாளத்தோடு, கதவைத் தட்டினான். ஏதோ மத்திய ஸ்வரத்தில் ப்யானோ வாசிப்பதைப் போல.''

நாங்கள் உள்ளே நுழைந்தோம்.

பெண் பீட்டர்சன் படுக்கையில் நீண்டு கிடந்தாள். ஆண் பீட்டர்சன் குளியல் அறையிலிருந்து வெளியே வந்தார்.

''ஹலோ, பி.என். பேக்?'' ஆண் பீட்டர்சன் கேட்டார்.

''உட்கார்'' பெண் பீட்டர்சனின் குரல் வந்தது.

எங்கள் இருவருக்கும் யாரும் ஹலோவும் சொல்லவில்லை, உட்காரவும்.

''குல் மற்றும் மோகரா என்னுடைய மகள்கள். காலையில் சந்தித்தீர்கள்'' என்றார். அப்பா அவர்களிடம் உட்காருங்கள் என்றார்.

நாங்கள் தயங்கிக் கொண்டே நாற்காலியில் உட்கார்ந்தோம்.

''மார்த்தா, மசூரி ஏன் மலைகளின் ராணி என்றழைக்கின்றனர் என்று தெரிந்து கொள்ள ஆசைப்படுகிறாள். சொல் பி.என். ஹனி டீ?''

''வேண்டும்'' என்றாள் மார்த்தா.

பீட்டர்சன் ஏதும் செய்யும் முன்னதாகவே அப்பா கர்ஜித்து சொன்னார். குல், ''டீ தயார் செய்'' என்றார்.

குல்லின் முகம் சிவந்து விட்டது. அவள் எதுவும் பேசாமல் மூன்று கோப்பைகளில் டீயை ஊற்றினாள். பால், சர்க்கரை மேடம் அளவைக் கேட்டறிந்தாள். அதற்கு முன்னதாகவே ஆண் பீட்டர்சன், ''ப்ளாக் டீ, நோ ஷுகர்'' என்றார்.

குல் அப்பாவின் டீக்கும் பால் ஊற்றவில்லை. அப்பா எழுந்து வந்து, படுக்கையில் கிடக்கும் பெண் பீட்டர்சன் கையில் டீயைக் கொடுத்தார். மூன்று கோப்பைகளே இருந்தன. எனவே, நாங்கள் டீ குடிப்பது என்பது நடக்காத காரியம். இன்னமும் சில கோப்பைகளை யாருமே கொண்டு வரச் சொல்லவில்லை.

''சொல்லு. பி.என். மசூரியை ராணி என ஏன் அழைக்கிறார்கள்? பெண் பி கர்வத்தோடு கேட்டாள். ஆண் பியும் டீ கோப்பையை எடுத்துக் கொண்டு அவளுக்குச் சமமாக வந்தமர்ந்தார். காலியாயிருந்த கையினால் அவளுடைய கன்னத்தை வருடிக்

கொண்டே, ''நீ என் இதயத்தின் ராணி. நீ இங்கு வந்திருப்பத னால் மலையும்கூட ராணியாகி விடும்'' என்றார்.

''கிழட்டுக் கோட்டான்'' ஏன்று பலமாக ஹிந்தியில் சொன்னாள் குல்.

''என்ன?'' ஆண், பெண் இரண்டு 'பி'யும் திடுக்கிட்டுக் கேட்டனர். ''என்ன சொன்னாய் நீ?'' என்று.

அப்பா அவள் இருந்த பக்கம் திரும்பிக் கூடப் பார்க்க வில்லை. குல் இருக்கும் இடத்தில் பார்வையோ, குரலோ எதுவும் செய்து விட இயலாது என்று அவர் அறிவார்.

பாவம்! அவரால் எங்களை அறையிலிருந்து வெளியே தள்ள முடியவில்லையே என்ற வருத்தப்பட்டுக் கொண்டிருக்கலாம்.

அவருடைய இக்கட்டான நிலையை எண்ணி, என்னுடைய கோபத்தைக் கட்டுப்படுத்திக் கொண்டு நான் பரிதாபமான பார்வையில் குல்லைப் பார்த்தேன்.

'கிழட்டுக் கோட்டான்' என்று அவள் மறுபடியும் ஹிந்தியில் சொன்னாள். பின் அவள் புனிதமான ஆங்கிலத்தில் ஆக்ஸ்போர்ட் உச்சரிப்பில் ஆங்கிலத்தில் விளக்கினாள். ''இரண்டு நபர்கள் ஒருவர் மற்றவரிடத்தில் சரணாகதியுடன் அன்பு செலுத்துகிறார்களோ, அதை நாங்கள் ஹிந்தியில் 'கிழட்டுக் கோட்டான்' என்று சொல்லுவோம்'' என்றாள்.

அவருடைய ஆங்கில உச்சரிப்பில் சமாதானமாகி இரு வரும் முட்டாள்களைப் போலச் சிரித்துக் கொண்டே திரும்பி சொன்னார்கள், 'கூசட்' என்று.

''ரைட், மோர் டீ?'' அதே பிரிட்டிஷ் ஆங்கில் உச்சரிப்பில் சொல்லிக் கொண்டே அவள் கெட்டிலை எடுத்தாள்.

அதன் கைப்பிடியை கட்டை விரல் மற்றும் ஆட்காட்டி விரல் கட்டையைச் சமாளித்துப் பிடித்து மீதமுள்ள அழகான விரல்களை முன்னுக்கு நீட்டிக் கொண்டு கேட்டாள். கட்டுப் படுத்தியல்லாமல் பெண் 'பி'யிடமிருந்து சொற்கள் வெளி வந்தது. ''அழகானது. க்ளாஸிக். நீ டீ ஊற்றும் பாணி மிகவும் அழகானது. அரச பரம்பரையைப் போல'' என்றாள்.

"நாங்கள் அரச பரம்பரையுடன் தொடர்பு கொண்டிருக் கிறோம்" என்றார் அப்பா.

ஆண் 'பி' குதித்தெழுந்து மனைவியின் கையிலிருந்த டீ கோப்பையை வாங்கி இன்னொரு டீக்காக குல்லிடம் கொணர்ந் தார். அவர் கண்களில் இருந்த மகிழ்ச்சியை மறைக்கவில்லை யாரிடமிருந்தும்.

பெண் 'பி' டீயை ஒரு மடக்கு குடித்துக் கொண்டே "என் னுடைய கேள்வி பாக்கி இருக்கிறது. பதில் இல்லை" என்றாள்.

"நீங்கள் சூரிய அஸ்தமனத்திற்குப் பின் மாலில் சுற்றினால் அந்த விடையை நீங்களே அறிவீர்கள். டேராடூனின் விளக்குகள் அரசியின் கழுத்தில் இருக்கும் வைர மாலையைப் போன்றிருக்கும். விருப்பப்பட்டால் சேவாயி ஹோட்டலுக்குப் பதிலாக மால் ரோட்டில் உள்ள ஹேக்மேன் ஹோட்டலில் டின்னர் சாப்பிட லாம். அந்த இடத்தில் பாண்டு குழுவும், டான்ஸ் ஹாலும் மிகவும் புகழ் பெற்றவை." அப்பா சொற்களைப் பொறுக்கி அளந்து எடுத்துச் சொன்னார்.

"நீயும் எங்களுடன் டின்னர் எடுத்துக் கொள்ள வேண்டும். பி.என். உங்களுடைய ராஜ பரம்பரையின் தொடர்பு பற்றியும் சொன்னால் மிகவும், மகிழ்ச்சியாக இருக்கும். மசூரியின் கதையும் சொல்லிக் கொண்டே செல்லலாம்."

"கண்டிப்பாக."

அவர்கள் இப்போது எங்களிடம் இருந்து விடை பெற்றனர்.

"உங்களைப் போன்ற இளம் பெண்களுக்காகப் பல இளைஞர் கள் நண்பர்கள் காத்துக் கொண்டிருப்பார்கள். எனக்குத் தெரியும்...."

வாக்கியம் முடிவடைவதற்கு முன்னதாகவே நானும் குல்லும் ஒன்றாகவே ஆக்ஸ்போர்ட் ஆங்கிலத்தில், "நாங்கள் சென்று வருகிறோம்." கிரிக்கெட் ஆட்டத்தில் மட்டைக்காரர் கள் ரன் எடுக்க ஓடுவதைப் போல ஒன்றாகவே எழுந்தோம்.

அப்படி ஏதோ சொன்னாள். அதற்கு முன்னதாகவே எல்லோருக்கும் ஒரு குட் நைட் சொல்லி விட்டு அறையிலிருந்து வெளியே வந்து விட்டோம்.

எங்கள் அறைக்கு வந்து உடை மாற்றினோம். தலை, முகம் சீராக்கிக் கொண்டோம். இதற்கிடையில் யாரும் ஒரு வார்த்தையும் பேசவில்லை. ரெடியான பிறகு குல், ''அங்கேயே சென்று காபி சாப்பிடுவோம்'' என்றாள்.

நான் தலை அசைத்தேன். பின் இருவருமாக லைப்ரரியின் அருகில் இருக்கும் மில்க் கபேயை நோக்கிச் சென்றோம். இரண்டு ஆண்டுகள் கடந்து விட்டன. இன்னமும் அது அப்படியே இருக்கிறது.

''நீ இப்போதும் பள்ளியில் படிக்கிறாயா?''

''நல்ல வேளை. நினைவுபடுத்தினீர்கள். சொல்ல மறந்து விட்டேன். நான் ஹையர் செகண்டரி பாஸ் செய்து விட்டு மிராண்டா ஹவுஸில் சேர்ந்து விட்டேன். குல் பைனல் இயர் பி.ஏ. நான் முதல் வருடம் பொருளாதாரம் ஆனர்ஸ் எடுத்திருந் தேன். குல் சொல்வாள். அது வறண்ட சப்ஜெக்ட் என்று. ஆனால், நான் மகிழ்ச்சியாக இருந்தேன்.''

''சேர்வதற்காகச் சென்றால், இண்டர்வியூ அறையின் முன்னால் பெண்களின் கூட்டம். வரிசை - கிரிசை எதுவுமில்லா மல், தள்ளிப் பிடித்துக் கொண்டு ஒருவருக்குப் பின் ஒருவராக பெண்கள் உள்ளே நுழைந்து கொண்டு இருந்தனர். எல்லோரும் என்னை விடவும் உயரமும் பருமனுமாக இருந்தனர். ஒரு வேளை வயதிலும் பெரியவர்களாக இருக்கலாம். பிறந்த மாதத்தில் இருந்து இரண்டு மாதம் கூடப் போட்டு நான் பதினாறு வயதை மிகுந்த கஷ்டப்பட்டு நிரூபித்துக் கொண்டிருந்தேன். மற்ற பெண்கள் பதினேழு பதினெட்டு வயதிற்கிடையில் இருந்தனர்.''

''எப்படி பெரியவளாகக் காட்டிக் கொண்டாய்?''

''சேரும் பொழுது தவறான தேதியை எழுதி விட்டார்கள். ரிகார்ட் நெருப்பில் எரிந்து விட்டது. எனவே இரண்டாம் தடவை யாக எழுதும் பொழுது தவறு தெரிய வந்தது. பிறப்பு இரண்டு மாதத்திற்கு முன்பு. ஆகஸ்டில் பிறந்தேன். அக்டோபரில் இல்லை.''

கொஞ்ச நேரம் வரை அவர்களுடைய இடியிலும், முழங் கையினால் தள்ளி விடுவதிலும் பின்னால் தள்ளப்பட்டேன்.

இணைந்த மனம் 299

பிறகு மழை பெய்ய ஆரம்பித்து விட்டது. ஸ்கர்ட் - ப்ளவுஸ் அப்படி நனைந்து விட்டது. இரட்டைப் பின்னல் போட்டிருந்த அடர்த்தியான சுருண்ட முடியும் நனைந்து எலி வாலைப் போலக் காட்சி அளித்தது. அந்தப் பொறுமை எல்லாம் வெளியில் இந்திய முட்டாள்தனமான கோபத்தில் நிறைந்து, எல்லா தடை களையும் தூக்கி எறிந்து விட்டு புயலைப் போல நான் உள்ளே நுழைந்தேன். மூச்சிறைக்க நம்பர் பட்டியலைப் பார்த்து, நுழைவு விண்ணப்பத்தைப் பூர்த்தி செய்தேன். நாற்காலியில் அமர்ந்து கொண்டு ஏற்பாட்டாளர்களின் முன்னால் இருந்த மேஜையில் வைத்து உரத்த குரலில், ''எக்னாமிக்ஸ் ஆனர்ஸ்'' என்று சொன் னேன்.

அவர்கள் என்னை உற்றுப் பார்த்தனர். நான் தும்மினேன். சாரி வெளியில் க்யூவும் இல்லை. தலைக்கு மேலே கூரையும் இல்லை. மழையில் நனைய வேண்டி வந்தது.

''இது மிராண்டா. கூரையை விடு. கட்டிடமே கிடையாது. ஆனாலும் கூட இங்கு சேர விரும்புகிறாய். அது ஏன்?'' அவர் சிரிப்பை அடக்கிக் கொண்டு சொன்னார்.

''பதினாறு வயதா?'' அவர் என்னுடைய மழையில் நனைந்த, மெல்லிய, ஜுரத்தால் நடுங்கும் உடலை, தலையில் இருந்து கால் வரை பார்த்துக் கேட்டார்.

''விண்ணப்பத்தில் வயது குறிக்கப்பட்டுள்ளது.''

''மிகவும் சிறியவளாக இருக்கிறாய்?''

''குள்ளமானவர்கள் எக்னாமிக்ஸ் படிக்கத் தடையேதும் இருக்கிறதா என்ன? நான் எல்லையைத் தாண்டி விட்டேன். திரும்ப இயலாது.''

''உனக்கு கணக்கில் எல்லாவறறையும் விட அதிக மதிப் பெண் கிடைத்திருக்கிறது. நீ ஏன் கணக்கில் ஆனர்ஸ் செய்யக் கூடாது?''

''கணிதத்தில் அதிக மதிப்பெண் எடுத்தவர்களுக்கு எக்னா மிக்ஸ் படிக்க அனுமதி கிடையாதா என்ன?''

"அவர்கள் யார் அனுமதி கொடுக்க? நான்தான் அனுமதி கொடுக்க வேண்டும்." அவர் துறைத் தலைவராகத்தான் இருப்பார். அப்படித்தான் இருக்க வேண்டும். ஆனால், அவர் என்னை கோபத்தில் துன்புறுத்தவில்லை. அவருடைய எண்ணம், நான் அதைக் கேட்டவுடன் முகம் மாறுவேன் என்று. அதைக் கேட்ட நான், அதே கூர்மையோடு, "அப்படி என்றால் கணிதத்தில் நல்ல மதிப்பெண் பெற்றிருப்பது எக்னாமிக்ஸ் படிக்கத் தடையா என்ன?"

அவருக்குச் சுதந்திரமான எண்ண வெளிப்பாட்டிற்கு நியாயம் வழங்க வேண்டும் என்று தோன்றி இருக்கலாம். அவர் விண்ணப்பத்தில் கையெழுத்திட்டுக் கொடுத்தார். என்னுடைய சேர்க்கை முடிந்து விட்டது.

"சேர்வதற்கு நீ மட்டும் தனியாகவா சென்றாய்? குல் உடன் வரவில்லையா என்ன?"

கூர்ந்து சிந்திக்க வேண்டிய விஷயம் இது. குல் சேர்வதற்காகச் சென்ற போது அப்பா அவளை வண்டியில் கூட்டிக் கொண்டு சென்றார். டி.சி. பஸ்ஸில் செல்லுவது அவளுடைய அலுப்பாக இருந்தது. ஆனால், பெய்யும் மழையில் தோழிகள் யாரும் இல்லாமல் தனியாக பஸ்ஸில் செல்வது பெருந்தன்மை என்று கருதப்பட்டது. என்னுடைய ஒற்றைத் தோழியும் சயன்ஸ் எடுத்துப் படிக்க இணைந்து விட்டிருந்தாள். நேரே ஆர்ட்ஸ் பேகல்ட்டி சென்று விட்டாள்.

இப்படி நான், குல் படித்துக் கொண்டிருந்த அதே காலேஜில் நுழைந்தேன். எண்ணற்ற பள்ளித் தோழிகளுடன் புதிதாகப் பல தோழிகளும் குல்லிற்கு ஏற்பட்டிருந்தனர். அதில் நான் கிடையாது.

முன்னாட்களில் அப்படி இப்படி என்று எப்போதாவது குல்லுடன் உலாவச் செல்வேன். காலேஜில் நுழைந்தவுடன் அவர்களிடம் என்ன, குல்லிடம் கூட 'குட்மார்னிங்' எல்லாம் கிடையாது. என்னுடைய வட்டம் வேறு. ஆனாலும், எங்கள் வட்டம் தற்சமயம் ஒன்றுதான்.

நாங்கள் மில்க் கபேயில் இரண்டு ஆண்டுகளுக்கு முந்தைய ஆர்டரை மறுபடியும் சொல்லிக் கொண்டிருந்தோம். விலை

எல்லாம் உயர்ந்து விட்டிருந்தது. அதனால் இப்போது இரண்டு ரூபாய்க்குப் பதிலாக மூன்றரை ரூபாய்க்குப் பில் ஆகியிருந்தது. டிப்ஸ் கொடுக்கக் கூடாது என்ற அறிவுரை எல்லாம் காணாமல் போயிருந்தது.

ரூபாயை எண்ணிக் கொடுத்தோம். ஜுக் பாக்ஸில் எங்களுக்கு விருப்பமான பாடல்களை ஒலிக்கச் செய்ய இன்னும் ஒரு ரூபாய் கூட ஆனது. பேரர் இலவசமாக ஒலிக்க வைக்கி றேன் என்றெல்லாம் ஒன்றும் சொல்லவில்லை.

அங்கிருந்து வெளியே வந்து நோக்கம் ஏதுமின்றி மால் ரோடைச் சுற்றி வந்தோம். மாலை வந்தது. இருட்டு பரவத் தொடங்கியது. டேராடூனின் விளக்குகள் ஒளிர ஆரம்பித்தன. அப்பா சொன்ன மாதிரியே வைரத்தால் மாலை அணிந்திருந்த மசூரி எங்கள் கண்களின் முன்னாலேயே மலைகளின் அரசி ஆனாள். நாங்கள் பார்த்தோம். ஆனால், பேசாமல் இருந்தோம்.

அப்பாவைப் பற்றிய கவலை ஏதுமில்லை. உலாவிய படியே நாங்கள் ஹேக்மேன் ஹோட்டலை வந்தடைந்தோம். வாயிலில் பெரிய மீசையுடன் பயமுறுத்தும் காவலாளி நின்றிருந் தான். நாங்கள் மேலே காலடி எடுத்து வைக்கத் தயங்கினோம். காவலாளியைப் பார்த்து அல்ல. இத்தனைக்கும் பிறகு இரண்டு இளம் பெண்கள், ஹேக்மேன் ஹோட்டலுக்குள் நுழைவதில் எந்தக் கஷ்டமும் இல்லை என்பதை எண்ணி நாங்கள் திரும்பி விட்டோம்.

''கண்ணாடிக்குப் பின்புறம் அப்பா உட்கார்ந்திருப்பதைப் பார்க்கவில்லையா?''

''இது டி.வி. சீரியல் அல்ல. நிஜ வாழ்க்கை. உள்ளே எட்டிப் பார்க்காமலேயே நாங்கள் மறுபடியும் லைப்ரரியை அடைந்தோம். கொஞ்ச நேரம் இன்னும் வெறுமனே சுற்றி னோம். எட்டரை மணி ஆனதும், டின்னருக்காக க்வாலிடி வெண்டி ரண்ட் சென்று அமர்ந்தோம். சோளா பட்டுரா சாப்பிட்டோம். சேர்ந்து பிறகு குல்லிற்குப் பிடித்தமான ஐஸ்க்ரீம் - கசாட்டா சாப்பிட்டோம்.''

''உனக்குப் பிடித்தமானதை ஏன் சாப்பிடவில்லை?''

"நினைவுக்கு வரவில்லை. குல் இரண்டு கசாட்டாவிற்குச் சொன்னாள். நான் பேசாமல் இருந்து விட்டேன். ஒரே வட்டத் துக்குள் இருப்பதுதான் நன்மை."

திரும்பி வர ஒன்பது மணி ஆகி விட்டது. பொதுவாக இரவில் இத்தனை நேரம் கழித்து நாங்கள் தெருக்களில் தனியாகச் சென்ற முறை கரம்சந்துடன் மசூரி வந்திருந்தோம். அப்போ கூட இல்லை. குல்தான் பிறந்த நாளைக்கு முந்தைய தினம் வழியில்லாமல் பெருமழையில் நடந்து கரம்சந்தின் வீட்டிற்கு வந்தோம். அந்த மாலையை விட்டு விடு. சாப்பாட்டை நாங்கள் சவாயி ஹோட்டலிலேயே சாப்பிட்டிருக்க முடியும். கொஞ்சம் விலை அதிகமாக இருந்தாலும் கூட பணத்திற்கு இப்போது குறையில்லை. ஆனால், நாங்கள் அங்கு குறைந்த அளவு நேரத்தையே கழிக்க விரும்பினோம்.

நாங்கள் பத்து மணிக்கு ஹோட்டலை அடைந்தோம். பாதையில் பயம் தெரியவில்லை. மசூரியின் தெருக்கள் உலாவுவதற்கு ஏற்றவை. அப்போது கூட அப்பாவை அறையில் பார்க்காதது கொஞ்சம் அமைதி அளித்தது ஹேக்மேன் ஹோட்டலில் இரவு பன்னிரெண்டு மணி வரை கோலாகலம் இருக்கும்.

மிகவும் களைத்திருந்ததை படுக்கையில் படுத்ததும் உணர்ந்தோம். விளக்கை அணைத்ததும் நான் பேசத் தொடங்கினேன். "மசூரியில் கரம்சந்தின் மனைவியுடனேயே ஏன் நம் தலை யெழுத்து எழுதியிருக்கிறது?"

"இனி ஒரு முறை மசூரி வர மாட்டேன்." கண்டிப்பாக குல் சொன்னாள்.

மேற்கொண்டு பேச்சு தொடரவில்லை. ஏனெனில் நாங்கள் நித்திரையின் பிடிக்குள் அடங்கினோம்.

பிறகு குல் மசூரிக்கு உண்மையிலேயே வரவில்லை. ஷமீ தோடு மலைக்குச் சென்றாள்.

மறுநாள் காலையில் கண் விழித்த போது உத்தேசமாக எட்டு மணி இருக்கலாம். வெளியே தூறல் மழை பெய்து கொண்டிருந்தது. அறையில் நாங்கள் இருவர் மட்டுமே இருந்

தோம். அப்பா இரவு முழுதும் இல்லையா அல்லது முன் காலையில் எழுந்து கிளம்பி விட்டாரா? படுக்கையைப் பார்த்தேன். ஏதும் கண்டுபிடிக்க முடியவில்லை.

ஐந்து நட்சத்திர ஹோட்டலாக இருந்தாலும், சத்திரமாக இருந்தாலும் வீடாக இருந்தாலும் சரி. அவர் எப்போதும் படுக்கையைச் சரி செய்து விட்டே அறையை விட்டு வெளியே உட்காருவார். அறையின் பேரர் சீராக்குவதைப் போலவே அவர் படுக்கையை ஒழுங்கு முறையுடன் சீர் செய்வார். தூக்கக் கலக்கம். மயக்கம் தெளிந்து பார்த்தால் அருகில் வைக்கப்பட்டு இருந்த அப்பாவின் துண்டுச் சீட்டு இருந்தது.

''டிபன் சாப்பிட்டு விட்டுத் தயாராக இருக்கவும். பதினோரு மணிக்குத் திரும்பி வருவேன். உலாவச் செல்லலாம்.''

காலை உணவுக்கான செலவும் அறை வாடகையுடன் இணைந்தது என்பது எங்களுக்குத் தெரியும். மழையில் நனைந்து கொண்டே இரண்டு ரூபாய்க்கு டிபன் சாப்பிடுவது முட்டாள் தனம். இதுதான் என் எண்ணம். குல்லிற்கு என்ன என்பது தெரியாது. இரவின் எரிச்சலில் வெளியில் செல்ல அடம் பிடிக்க லாம். நாம் என்ன அட்டையால் செய்யப்பட்டிருக்கிறோமா, மழையில் நனைந்தால் ஊறிப் போக என்று சொல்லலாம்.

சட்டென்று குளித்து முடிக்கலாம். காலை ஒன்பதரை வரைதான் டிபன் கிடைக்கும் என்று சொல்லி குளியலறைக்குள் நுழைந்ததும் உற்சாகம் உண்டானது.

அலங்காரம் செய்து கொண்டு நாங்கள் ஹோட்டலின் டைனிங் வாசலை அடைந்தோம். ஜூஸ் கான்ப்ளேக்ஸ் என ஆரம்பித்து ஆம்லெட், காபி என்ற வெளிநாட்டு டிபனை அனுசரித்தோம். பிரிட்டானிய அரசாங்கத்திற்கு எத்தனை எதிர்ப்புத் தெரிவித்தாலும், உணவில் எப்போதும் எதிர்ப்பு கிடையாது. சாப்பிட்டு முடிக்கும் போதோ மழை குறைந்து விட்டிருந்தது. இலேசான வெய்யில் எட்டிப் பார்த்தது. நாங்கள் வெளியில் புல் தரைக்குப் போய் அமர்ந்து கொண்டோம். அங்கு இருந்து போவோர் வருவோரைப் பார்க்க முடியும்.

கொஞ்ச நேரம் கழிந்ததும் அப்பா வேகமாக உள்ளே நுழைந்தார். நல்ல வேளை தனியாக வந்தார். நாங்கள் இருவர் முணுமுணுத்தோம்.

நாங்கள் கை அசைத்தோம். அவர் எங்கள் அருகில் வந்தார். ''ரெடியா? காம்ப்டி பால்ஸ் போகலாமா?'' என்றார்.

''மிஸஸ் பீட்டர்சன்னைக் கேட்டு விட்டீர்களா என்ன?'' குல் கேட்டாள்.

அப்பா சிரித்துக் கொண்டே, ''அவர்கள் ஈகிள்ஸ் நெஸ்ட் போயிருக்கிறார்கள். முன்னாளில் ஒரு ஆங்கிலேயன் உருவாக்கி யது அருகிலேயே எக்கோ பாயிண்ட் இருக்கிறது. ஒரேயடியாக மலையின் விளிம்பு, கீழே அதல பாதாளம். அந்த மாளிகையை உருவாக்கியவனின் காதலி அங்கிருந்து விழுந்து இறந்தாள். காதலனும் தற்கொலை செய்து கொண்டான். அந்த இருவரின் ஆவியும் அங்கு சுற்றிச் சுற்றி வருகிறது. மேலே நின்று கொண்டு குரல் கொடுத்தால், கீழேயிருந்து பதில் வரும்.''

''பாவம் பீட்டர்சன் அண்ட் பீட்டர்சன். என்ன ஆகும் நிலைமை?''

''காதலை விடுங்கள். இடத்தை விட்டே ஓடி விடப் போகிறார்கள்'' என்று குல் சொன்னாள்.

அப்பா சிரித்துக் கொண்டே, ''கேம்ப்டி பால்ஸ் போக லாமா? ஏறக்குறைய பத்து கிலோ மீட்டர், நடந்துதான் போக வேண்டும். போகலாமா?'' என்றார்.

''கண்டிப்பாக. அங்கேயும் பிசாசு இருக்குமா?'' நான் கேட்டேன்.

''இருந்ததால் பீட்டர்சன் போயிருக்க மாட்டார்களா? அமெரிக்கர்களிடம் தங்கள் பிசாசே இருக்கிறது. எனவே அதை யும் இதையும் அவர்களே பங்கிட்டுக் கொண்டு திரிகிறார்கள்'' என்று குல் சொன்னாள்.

''ஏன் இல்லை?'' நான் மாமாவானேன்.

''ஒவ்வொரு அமெரிக்கனும் பயந்தாங்கொள்ளி இங்கே இருந்தும் அங்கேயிருந்தும் ஓடி அமெரிக்காவை அடைந்தால்,

அங்கிருக்கும் பூர்வ குடி மக்களின் ஆவி நாட்டை விட வெளியே தயாராயில்லை. அங்கேயே தங்கி விட்டன. இப்போது அங்கு சென்று அவர்களைச் சந்திக்க பைத்தியமா என்ன?''

விஷயம் எத்தனை மகிழ்ச்சியானது என்றா? தெரியாது. ஆனால், நாங்கள் சிரித்தோம். சிரித்தோம். அப்படிச் சிரித்தோம்.

சூழல் இலேசானது. நாங்கள் ஹோட்டலிலிருந்து பிக்னிக் லஞ்ச் கட்டி எடுத்துக் கொண்டு இயற்கையை ரசித்துக் கொண்டே சென்றோம். டேராடூனிலிருந்து மசூரி செல்லும் வழியைப் போல அப்படியே உயிரோட்டத்துடன் ஆனந்தமாகக் கழிந்தது.

ஆனாலும், எங்கள் மனதில் ஒரு கேள்வி இருந்தது. பதிலைத் தேடி அலைந்து கொண்டிருந்தது.

அதிகாலையில் எழுந்து அப்படி எங்கு சென்றார்? இரவு வெகு நேரம் கழித்துத் திரும்பி இருப்பார். ஆனாலும், அதி காலையில் எங்கு சென்று விட்டார்? முதலில் நினைத்தேன். இரவு டின்னரில் உண்டான சக்கரையைக் கரைக்க நெடுந்தூரம் நடந்து போயிருப்பார் என்று. ஆனால், கேம்ட்பி பால்ஸ் வரை பத்து கிலோ மீட்டர் நடக்க வேண்டிய எண்ணம் இருக்கும் பொழுது, காலையில் ஏன் நடக்க வேண்டும்? வாயைத் திறந்து கேள்வி கேட்க இருவருமே பயந்து கொண்டிருந்தோம். மறுபடி யும் நேற்றைய மனக் கசப்பு வந்து விட வேண்டாமே என்று.

பாதி வழியில் தீர்மானித்தோம். நாங்கள் அப்போது பாதை யின் ஓரத்தில் இருந்த வியூ பாயிண்ட்டின் குடையின் கீழே பாதி படுத்துக் கொண்டு ஓய்வெடுத்துக் கொண்டிருந்தோம். சாண்ட் விச்சை கடித்துக் கொண்டே குல் கேட்டு விட்டாள். ''காலை யில் நீங்கள் எங்கே சென்றிருந்தீர்கள்?'' என்று.

''சர்ச்சிற்கு'' என்று சொன்னார் அப்பா.

''அவர்களோடா?''

''ஆம்.''

''ஏன்? நீங்கள் கிறிஸ்துவர் இல்லையே?''

''எவன் எந்த மதத்தையும் ஏற்றுக் கொள்வதில்லையோ, அவன் எல்லா மதத்தையும் ஏற்பவன். சர்ச் என்பது சர்ச்

அவ்வளவுதான். பீட்டர்சன் எல்லா ஞாயிற்றுக் கிழமைகளிலும் செல்வார்கள். இதில் தவறு என்ன இருக்கிறது?"

"அப்படி என்றால் இனிமேல் நீங்களும் ஒவ்வொரு ஞாயிற்றுக் கிழமையும் போவீர்களா?"

"மாட்டேன். நான் குறிப்பிட்ட நோக்கத்திற்காகச் சென்றேன். அவர்கள் ஒரு நிறுவனத்திற்குத் தர்மம் செய்ய வேண்டும் என்று விரும்பினார்கள். மித்தோடிஸ் சர்ச்சின் அருகில் பிரான்ஸிஸ் அனாதை இல்லம் இருக்கிறது. அவர்களுக்கு அது கிடைக் கட்டும் என நான் விரும்பினேன். கூடவே சென்றதினால் சர்ச்சிற்குச் செல்ல உடன்பட்டேன்."

"அவர்கள் கருப்பர்களுக்கு எதற்காக தானம் செய்கிறார்கள்?" குல் கேட்டாள்.

வெளிப்படையாக எந்த நோக்கமுமின்றி கேட்டு விட்டாள்.

"நாம் கருப்பல்ல. கோதுமை நிறத்தவர்கள்" அப்பா சொன்னார்.

"கிடையாது. பழுப்பு நிறம்" நான் சொன்னேன்.

"இல்லை" என்ற குல் மேலும், "கத்தைக் காம்பின் நிறம்" என்றாள்.

பிறகு நாங்கள் எல்லோரும் சேர்ந்து சிரித்தோம். திறந்த மனத்துடன் சிரித்தோம்.

ஆனாலும், மனதின் சந்தேகம் முழுமையாக தீர்ந்தபாடு இல்லை. சந்தேகம் முழுமையாக எப்போதும் நீங்காதது. கருப்பு, கருப்பிலிருந்த பழுப்பு ஆயிற்று நன்று. வெள்ளையாகவோ, வெளுப்பாகவோ ஆக முடியாது. நான் சொல்லவில்லை. சொன்னேன். எனில், இதற்காகவும் நாங்கள் சிரிக்க முடியும். சிரிக்க முடியாமலும் போகும். மீதமிருந்த வழியும் சிரிப்பும் களிப்புமாகக் கழிந்தது. நடைப் பயணம். உடல் களைத்திருந்தது. இரவு வந்தவுடன் ஹோட்டலுக்குத் திரும்பியவுடன் படுக்கையில் விழுவதைத் தவிர வேறு ஏதும் செய்யத் தகுதியற்று இருந்தது. இரவு உணவையும் அறைக்கே வரவழைத்துச் சாப்பிட்டோம், பாதி படுத்துக் கொண்டே. அப்படியே விழுந்தோம். காலை

இணைந்த மனம்

உணவிற்கு பின் டில்லி திரும்ப வேண்டும். அப்பா முதலிலேயே சொல்லி விட்டார்.

காலையில் நானும் குல்லும் கொஞ்சம் அதிகமாகவே அலங்கரித்துக் கொண்டு சேவயா ஹோட்டலின் டைனிங் ஹாலுக்குக் காலை உணவிற்காகச் சென்றோம். பீட்டர் அண்ட் பீட்டர்சன் முன்னாலேயே வந்திருந்தனர்.

தூரத்திலிருந்து நாங்கள் குனிந்து வணக்கம் சொன்னோம். நாட்டிய முத்திரையில் உள்ளங்கையிலிருந்து விரல் நுனி வரை கையைக் கூப்பி நெற்றியில் வைத்து வணக்கம் சொன்னோம். அவர்கள் குழப்பத்தோடு பார்த்துக் கையை அசைத்தனர்.

அப்பா உடல் மிகவும் வளைத்து அவர்களின் மேஜையை சென்றடைந்தார். திரும்பி வரவே இல்லை. அங்கேயே உட்கார வைக்கப்பட்டார். அவர்கள் மூவரும் ஒரு மேஜையில், நானும் குல்லும் இன்னொரு மேஜையில். குல் காலை உணவுக்கான ஆர்டரைக் கொடுத்துக் கொண்டே, அறையைச் சுற்றி பார்வையைச் சுழல விட்டாள். பிறகு உதட்டைத் திறந்து காதல் பார்வையின் தளுக்கோடு 'கிழக் கோட்டான்' என்று ஹிந்தியில் சொன்னாள்.

அறையில் உட்கார்ந்திருந்த அத்தனை முதியவர்களும் திடுக்கிட்டு அவள் பக்கம் பார்த்தனர்.

"ப்ளீஸ், குல் செய்யாதே. அவர்கள் புரிந்து கொண்டு விடப் போகிறார்கள்." நான் கலவரம் அடைந்து சொன்னேன்.

அவள் சிரித்தாள். அவர் ஆனந்தமாக, "உண்மையான காதல் முதிர்ந்த வயதிலேதான் உண்டாகிறது. நாம் ஆயுள் முழுவதும் இருக்கிறோம். ஒரு வகையில் உண்மைக் காதலர்கள் இணைந்து இருக்கிறார்கள்" என்றாள்.

முதிர்ந்த ஜோடிகள் மகிழ்ந்தனர்.

அப்பாவின் கண்களின் ஒரு நொடிக்கு முன்பிருந்த கோபம் காணாமல் போனது. அவர் சிரித்துக் கொண்டே ஆங்கிலத்தில் பீட்டர்சன் தம்பதிக்குப் புரிய வைத்தார். ஆண் பீட்டர்சன் ஒரு பறக்கும் முத்தத்தை அவளை நோக்கி வீசினார். என் உதடுகள் வேறு மாதிரி இருந்து என்னைச் சந்தேகப்பட வைக்கலாம்.

டில்லி செல்லக் கிளம்பிய போது வெள்ளைக்காரர்களான பீட்டர்சன்கள் ஸ்டுடிபேக்கரில், பழுப்பு நிறமான நாங்கள் மூவரும் - கத்தைக் காம்பு நிறமுள்ள, கோதுமை நிறமுள்ள அம்பாசிடரில் பயணம் செய்ய வேண்டி இருந்தது.

காரில் உட்காருவதற்கு முன்னதாக பெண் பீட்டர்சன் மறு படியும் நாம் 'சே' சொல்ல மாட்டோம் என நம்புகிறேன் என்றாள்.

''நம்பிக்கையினால்தான் உலகம் உறுதியாக இருக்கிறது.'' குல் முணுமுணுத்தாள்.

''நம்பிக்கையற்றுப் போனது என்றால் நம்பிக்கையான அம்பாசிடர் இருக்கவே இருக்கிறது.''

''கிழக் கோட்டான் அம்பாசிடர் எப்போதும் நம்பிக்கை யோடு கூடவே'' என்றாள் மறுபடியும் குல்.

''தவறு என்னால்தான்.'' தெரியாமல் நான் பலமாகச் சிரித்து விட்டேன்.

பெண் பீட்டர்சன் திரும்பத் திரும்ப எங்களைக் கூர்ந்து நோக்கினாள். ''நீங்கள் போங்கள். வண்டியில் ஏறுங்கள்'' அப்பா திரும்பினார். நாகங்கள் கையைக் கூப்பி விட்டுச் செல்வதற்கு தயாரான போது பெண் பீட்டர்சன் இருக்கச் சொன்னாள்.

பர்ஸில் கையை விட்டு ஒரு செண்ட் பாட்டிலை எடுத்து, ''உனக்காக. இது உனக்குப் பிடித்திருந்தால், எனக்கு யாரோ அன்பளிப்பாகக் கொடுத்தது. பிரான்சு நாட்டின் மிகப் பிரபல டிசைனா கிரிஸ்தியன் தியேரோ, அவர் உருவாக்கிய புதிய செண்ட் தியோரானா'' என்றாள்.

''நான் எப்போதுமே அவருடைய மிஸ் தியோரான பயன் படுத்துவேன்.'' குல் ஆக்ஸ்போர்ட் உச்சரிப்புடன் பாரிஸூம் கலந்து உச்சரித்தாள்.

என் கண்கள் விரிந்து கிடந்தன. நான் இது நாள் வரை கிரிஸ்தியோவை விடுங்கள். ரோஜா அல்லது முத்து செண்ட கூட இது நாள் வரை நான் அவள் உடலிலிருந்து முகர்ந்தது கிடையாது.

பெண் பீட்டர்சன் உண்மையிலேயே அதிர்ந்து போயிருக்க வேண்டும். மோனாலிஸாவின் உதவியுடன் சிரித்தாள். ‘‘ப்ளீஸ். எனக்கு இதன் வாசனை பிடித்தமில்லை. உனக்குப் பிடித்திருந் தால் எடுத்துக் கொள்’’ என்றாள்.

பாட்டிலைக் கையில் திணித்தாள்.

குல் பாட்டிலைத் திறந்து மூக்கருகில் வைத்து முகர்ந்தாள். வயிற்றைக் குமட்டி வாந்தி வருவது போன்ற ஒரு உணர்வு வெளிப்பட்டது. மிகவும் கஷ்டப்பட்ட ‘‘கெட்டு விட்டதோ என்னவோ!’’

பெண் ‘பி’ சிரித்தாள். ‘‘இல்லை புத்தம் புதியது. இதன் மணமே அப்படித்தான். நான் இதற்கெல்லாம் மிகவும் கிழவி ஆகி விட்டேன். ஆனால், நீ செக்ஸியான இளம் பெண். உனக்குப் பிடித்திருக்க வேண்டும்.’’

நான் முணுமுணுத்தேன். ‘‘அவர்கள் புரிந்து கொண்டிருப் பார்கள் என்று நான் சொன்னேன் அல்லவா?’’ என்றேன்.

‘‘நான் பார்க்கிறேன்’’ என்று அப்பா பாட்டிலை வாங்க விரும்பினார். ஆனால், குல் கொடுக்கவில்லை. அவளின் முகத் தில் வெறுப்பு, கோபம், தயக்கம் எல்லாமாகக் கலந்து ஒரு உதய சங்கரின் நாட்டிய பாவம் போல இருந்தது. மூடியை மூடி பாட்டிலைப் பெண் பீட்டர்சன் பக்கம் நீட்டி, ‘‘உண்மையில் இது வயதானவர்களுக்கானது. என்னைப் போல இளம் பெண்களுக் காக அவர் கிரிஸ்தியோ தயாரித்திருக்கிறார். இதை நீங்களே வைத்துக் கொள்ளுங்கள். நீங்கள் வைத்திருப்பதுதான் பொருத்தமானது.’’

திடீரென பாட்டில் திறந்தது. பெண் பீட்டர்சன் பக்கம் நீட்டிய போது சந்தனத் துளிகள் தரையில் விழுந்தன. அவருடைய சட்டையின் மீதும் ஒரு துளி, ஒரு மாதிரியான துர்நாற்றம் பொங்கி எழுந்தது. முனகிக் கொண்டே தன் பக்கமாக இழுத்து கொள்ள வலுக் கட்டாயமாக முயன்று கொண்டும் இருந்தாள். என் மூளைக்குள் எதுவோ ஒலித்தது.

அப்போது அப்பா கர்ஜித்து, ‘‘இது பெரியோர்க்கு பொருத்தமல்ல. இதை என் பெண்ணுக்குத் தருவது உங்களுக்கு அழகல்ல’’ என்றார்.

ஆண் பீட்டர்சன் கலவரமாகி விட்டார். அப்பாவிடமிருந்து அப்படிப்பட்ட கர்ஜனை வரும் என்று அவர் எதிர்பார்க்க வில்லை. ''அப்படி ஒரு நோக்கம் எல்லாம் அவளுக்குக் கிடை யாது. அவளுக்கு இந்தியாவைப் பற்றி அவ்வளவாகத் தெரி யாது. நான் மன்னிப்புக் கேட்டுக் கொள்கிறேன்'' என்றார்.

''உங்கள் குற்றமல்ல இது. கிரிஸ்தியனின் விலை உயர்ந்த செண்ட் என நினைத்து நான் அதை வைத்துக் கொள்வேன் என்று எண்ணியிருப்பார். இந்த செண்டை அந்தப் பெரிய மனிதர் பிராத்தலுக்காக, சிவப்பு விளக்குப் பகுதிக்காகத் தயாரித் திருப்பார்களாய் இருக்கும். ஆனால், இதை உங்களுக்கு எப்படி அன்பளிப்பாக கடைசியில் யார் கொடுத்தார்கள்?'' குல் கேட்டாள்.

குல்லில் வாயால் பிராத்தல் என்ற சொல்லைக் கேட்ட வுடன் என் மூளைக்குள் இன்னமும் ஏதோ ஒலித்தது. ஆனால், அப்பா அவளைக் கோபத்தோடு பார்க்கவில்லை. கொலை வெறி கொண்ட பார்வையோடு பீட்டர்சன்னை உற்றுப் பார்த் தார். பெண் பீட்டர் நடுங்கி விட்டாள். கடை வீதியில் புதிதாக வந்திருந்தது. மூடிய பாட்டிலில் வாசனையை எப்படி அறிவது? எனக்குப் பிடிக்கவில்லை. எனவே, நான் நினைத்தேன். ஐயம் ஸாரி, ரியலி ட்ரூலி ஸாரி ஐயம் என்றாள்.

''நானும் கூட'' என்றார் ஆண் 'பி'.

''நாம் இணைந்து வேலை செய்ய முடியும் என்று எனக்குத் தோன்றவில்லை. இந்தியர்களுக்கு மானத்தை விடவும் பெரிய பொருள் வேறேதும் கிடையாது. மகளுக்கு இழைக்கப் பட்ட சிறு சிறு அவமானமும் எனக்கு உடன்பாடில்லாதது. என்னை மன்னித்து விடுங்கள். போகலாம் குல், மோகரா'' என்றார்.

எங்களைக் கூட்டிக் கொண்டு அப்பா எங்கள் வண்டியை நோக்கிச் சென்றார்.

பீட்டர்சன் அண்ட் பீட்டர்சன் பின்னாலேயே வந்தனர். அதாவது அப்பா அவர்களுக்கு அத்தனை தேவை. அப்பாவிற்கு அவர்களின் தேவை எவ்வளவோ, அத்தனை அவர்களுக்கும் அப்பா தேவை. அறிந்ததும் மகிழ்ச்சியாக இருந்தது எங்களுக்கு. ஆனால், மனதிற்குள் அப்பா அவர்களை அற்பமாகக் கருதி

விலகி விடுவாரா என்ற ஆசை தோன்றியது. அப்படி ஆக வில்லை. கொஞ்ச நேரம் ஆனவுடன் அவர் நெகிழத் தொடங் கினார். ''இப்போது சொல்லுங்கள். டில்லி சென்று பின் பேசிக் கொள்ளலாம்'' என்றார்.

''பேசிக் கொள்ளலாம் என்றால்? என்ன பொருள்?''

குல்லிற்குக் கேள்விகளின் குறி பொருளற்றது. இது பேசுவ தற்கு பொருளற்றது என்று தோன்றியிருக்கலாம்.'' அவள் கடுமை யான முறையில் கேட்டாள். இந்த செண்டை என்ன செய்வது என்பதுதான் இப்போதைய கேள்வி. ''எரித்து விடலாமா? அல்லது புதைத்து விடலாமா?'' என்றாள்.

பீட்டர்சன் அண்ட் பீட்ட இருவரும் ஒரே போலத் திகைத்துப் பார்த்தனர். தயங்கித் தயங்கி, ''எரிப்பது அவசியமா என்ன?'' என்று ஆண் பீட்டர்சன் கேட்டார்.

''வேண்டாம் ஏதாவது வேசிக்கும் கொடுக்கலாம்'' என்றாள்.

இப்போது அவள் எல்லையே மீறி விட்டாள். அப்பா 'குல்' என்று சொல்லி நிறுத்தினார். பிறகு, ''உங்களுக்கு என்ன தோன்றுகிறதோ அதைச் செய்யுங்கள். எதுவும் பெரிய விஷயம் இல்லை (*இட் ஈஸ் நோ பிக் டீல்*)'' என்றார்.

அவர்கள் கலைப்படாமல் இருந்தனர். ''நாங்கள் வண்டிக் குள் உட்கார்ந்த உடனேயே குல் கிழக் கோட்டான் அதைத் தூக்கி எறியாது. யாருக்காவது விற்று விடும்'' என்றாள்.

''எதை?'' நான் முட்டாள்தனமாகக் கேட்டேன்.

''போதும் குல். நிறைய ஆகி விட்டது.''

அப்பா சொன்னவுடன் சிரித்துக் கொண்டே பேசாமல் இருந்து விட்டாள் குல். நிச்சயம் இன்னொரு முறை வேசி என்று சொல்லியிருப்பாள்.

நிறைய தூரம் மௌனமாகவே பயணப்பட்டோம். மனக் கசப்பு, வெட்கம், இக்கட்டான நிலை என எல்லாமாகக் கலந்த மௌனம் கொஞ்ச நேரம் கழித்து கோபம் இல்லாமல் போனதை உணர்ந்தோம். ஆனால், ஏன் மகிழ்ச்சி தோன்றவில்லை?

ஏறக்குறைய மூன்றில் ஒரு பாகம் பாதையைக் கடந்து விட்ட பின் ரூர்கி வந்தது. அங்கு நாங்கள் மதிய உணவிற்காகத் தங்கினோம். திரும்பி வரும் போதும் அதுதான் எண்ணம். ஆனால், பீட்டர்சன் தம்பதி ஹோட்டலில் லஞ்ச் சாப்பாட்டிற்கு இறங்கிய போது அப்பா அவர்களிடம் ஏதோ சொன்னார். பிறகு மேலே பயணத்தைத் தொடர்ந்தார். கொஞ்ச தூரம் முன்னேறி தெருவோரத்தில் இருக்கும் ஒரு கடையில் நிறுத்தினார். அங்கு பருப்பு கொட்டி காய்கறி சாப்பிடத் தொடங்கினோம். அது எங்கள் சுதந்திரத்தின் அடையாளம் அப்பா. இனி அப்படி இப்படி ஒருபோதும் செய்ய மாட்டார்கள்'' என்று சொல்லவும் சொன்னார்.

"அப்படி என்றால் அவர்களுடன் இணைந்து பணியாற்று வதை அப்பா விடப்போவதில்லையா?'' நானும் குல்லும் ஒருவரை ஒருவர் பார்த்துக் கொண்டு கண்களால் விடையைத் தேடினோம்.

ஏதோ நோக்கத்தை அடைந்து, அவரே எங்கள் சந்தேகத் திற்கான பதிலைச் சொன்னார். அவர் சிரித்துக் கொண்டே, "அந்த ஒப்பந்தம் எங்களுக்கு இடையே'' என்றார்.

"இல்லை அப்பா. இந்த விளையாட்டில் நீங்கள் தோற்றுப் போனீர்கள். அவரிடம் நாங்கள் சொல்லவில்லை. எங்களிடம் சொல்லிக் கொண்டோம். நான் சொல்லவும் இல்லை. நினைத் தேன் அவ்வளவே.'' குல்லுடன் பார்வை சந்தித்த போது அவள் சட்டென்று முகத்தைத் திருப்பிக் கொண்டாள். என்னுடைய எண்ணத்தை அவள் சொல்ல விடவில்லை. ஆனால், அவளும் சொல்லவில்லை. மீதிப் பயணத்தை நாங்கள் மௌனமாகவே கடந்தோம்.

14

தில்லி திரும்பியவுடன் எல்லாமே மாறி விட்டிருந்ததாகத் தோன்றியது. வீடு புதியதாகத் தோன்றியது. எனக்கு யாருடனும் தொடர்பு இல்லை. நான் முற்றிலும் தனியள்.

"நீ வளர்ந்து விட்டாய் என்று சொல்."

"குல்லிற்கும் எனக்கும் இருந்த இடைவெளி மறைந்து விட்டது. வீட்டிலிருந்த, மற்றவர்களுடன் ஆன இடைவெளி அதிகமாகி விட்டது."

"சொன்னேன் அல்லவா? நீ வளர்ந்து விட்டாய்."

எல்லாப் பெண்களுக்கும் உண்டாகும் தனக்குள் ஒடுங்கும் பருவத்தின் வாயிலை அடைந்திருந்தேன். பீட்டர்சன் அண்ட் பீட்டர்சன் தம்பதிக்கு மனம் விரும்பியபடியே காண்டிராக்ட் கிடைத்திருக்கக் கூடும். ஏனெனில், சின்ன முதலாளி இறப்பதற்கு முன்னிருந்த நிலை திரும்பினாற் போல இருந்தது வீடு. நன்கு அலங்கரித்துக் கொண்டு அப்பா தினந்தோறும் ஏதாவது ஒரு பார்ட்டிக்குச் சென்று கொண்டிருந்தார். அம்மா அவருடன் இணைந்து எப்போதாவது செல்வாள். ஆனால், அப்படிப் போகும் நாட்களில் தயாரிப்பு காலை முதலே திருவிழாவைப் போலத் தொடங்கி விடும்.

புடவை, வைர நகை, அதற்குப் பொருத்தமான கை நிறைய வளையல்கள் என்று தேர்வு செய்வதிலேயே நாள் முழுவதும் கழிந்து விடும். ஒவ்வொரு புடவைக்கும். "நான் இதைப் போல கண்டிப்பாகக் கட்டிக் கொள்வேன்" என்று குல் சொல்வாள். நான் அம்மாவின் மீது ஒரு பொருளற்ற பார்வையை வீசி இலேசான பொறாமையுடன் யோசிப்பேன். "நான் ஏன் அவரைப் போல அழகியாக இல்லை" என.

1956-57ம் ஆண்டுகளில் காலம் அது. பொதுவுடைமைக் கொள்கையும் ஃபேபியன் சமுதாய வாதத்தையும் கீழ்த்தரமாக அடக்கி ஒடுக்கும் உற்சாகத்தில் இருந்த காலம். (1884ல் பொது உடைமைக் கொள்கையைப் படிப்படியாக அமலுக்குக் கொண்டு வர இங்கிலாந்தில் ஏற்பட்ட ஒரு சங்கம் அத்துடன் வேண்டு மென்றே ஒத்திப் போடுகிற சமுதாய வாதமும் இணைந்தது) முதலாவது ஐந்தாண்டுத் திட்டம் முழுமை அடைந்து விட்ட தினால் அடுத்த ஐந்தாண்டுத் திட்டம் உருவாகத் தொடங்கி இருந்தது.

அவ்வப்போது அப்பா சொல்வார்: "இது போன்ற திட்டங்கள் எல்லாம் துவங்கும் போதே தனக்குத் தானே முழுமை அடைந்து விடும் என்ற எண்ணத்தோடு துவங்கப்படு கிறது. செயல்படாமலேயே பலன் கைக்குக் கிடைத்து விடும். கீதையில் பலனை எதிர்பாராது, செயலில் ஈடுபடுவது பற்றிச் சொல்லப்பட்டிருக்கிறது என்றால், நாம் செயல்படாமலேயே அதை நிறைவேற்ற விரும்புகிறோம்.''

"நாம் செடி வளர்க்கிறோம் சரி. ஆம் நம் மனக் கண்களில் செடியல்ல. முழுவதும் வளர்ந்த மரமே தென்படுகிறது. இதைத் தான் தொலைநோக்குப் பார்வை என்கிறோம். கனவு காணாமல் எந்தத் திட்டமும் உருவாக இயலாது. ஆனால், செடிக்குத் தேவையான பாதுகாப்பு ஏற்பாடுகளைச் செய்யாமல் வருடா வருடம் அதன் வளர்ச்சி ஏதும் உண்டாகாமலேயே மரத்தைப் பற்றி கனவு காண்பது பைத்தியக்காரத்தனம். நமது ஐந்தாண்டுத் திட்டங்கள் அந்த வகையைச் சார்ந்தது'' என்பார்.

பொருளாதார சாதுர்யத்தில் அரசிடம் இருப்பது வெறும் சூன்யம் மட்டுமே. வேறு ஒன்றும் கிடையாது. ஆனால், திட்டமோ நமது பாரதத்தின் பிரதமரின் திட்டமோ, பொருளாதாரத் தில் சிகரத்தை அடைய ஆசைப்படுவது. இந்த நாட்டிலிருந்து அந்த நாட்டுக்குச் செல்ல 'கொடு உதவி' என்ற பெயரில் கடன் கொடு என்பது. இங்கிலீஷ்காரனால் கடன்கார நாடாயிற்று. எனவே, ஸ்டெர்லிங்கின் பணம் பண்ணும் நம்பிக்கையில் தேவையான பொருளாதாரம் பிரிவுபடுத்தப்பட்டது.

இணைந்த மனம்

தனது நாட்டில் விளைந்த இரண்டாம் தர கோதுமையை இங்கு கொண்டு வருகின்றனர். பி.எல். 480 என்ற பெயரில் கண்டுபிடிக்கப்பட்ட கோதுமையை நம் மீது பரிசோதனை செய்கிறான். அமெரிக்கா எவனுக்கும் விஷத்தைக்கூட இலவசமாகத் தராது. இதற்குப் பதிலாக நம்மால் அவர்களுக்கு என்ன கொடுக்க முடியுமோ அதைக் கொடுத்துக் கொண்டிருக்கிறோம்.

ஒன்றே ஒன்று நம்மிடம் அபரிமிதமாக இருக்கிறது. நமது பாரம்பரியமான பண்பாடு, நாகரிகம். அதனால் கூட்டம் கூட்டமாக ஆடல் - பாடல் கலைஞர்களையும், மத குருமார்களையும் அங்கு அனுப்பி வைக்கிறோம். இருந்தாலும் அவனுக்கு நாம் கடனாளியாகி இருப்பதனால் - கடன் தீராமல் இருப்பதனால் பழையவற்றோடு புதிய புத்தகங்களையும் மொத்தமாக அனுப்பி அளவிட்டு எடை போட்டு அனுப்பிக் கொண்டிருக்கிறோம்.

அப்பா இவற்றையெல்லாம் 50களில் சொன்னார். ஆனால், இந்தப் பரிசோதனை எல்லாம் நான் அறிந்த வரை 80, 90 வரை நடந்து கொண்டிருந்தன. குல்மோஹரின் புத்தகங்களும் அங்கும் இங்கும் நூலகங்களில் வைத்திருந்ததைப் பார்வைக்கு வந்தது. நிறைய என்.ஆர்.ஐக்கள் படிக்கவும் படித்தனர்.

ஹிந்திக்கும் அவர்களுக்குமான தொடர்பு அறுகாமல் இருந்தது.

நான் படித்துக் கொண்டிருந்தது எக்னாமிக்ஸ். அதன் காரணமாக அப்பாவின் கிண்டல் பேச்சு - இந்த நாட்டின் பொருளாதாரப் பிரச்சனைகள் தொடர்பாக - என் மனம் அதில் ஈடு பட்டிருக்க வேண்டும். ஆனால், மனம் அதில் நிலைக்கவில்லை. அலைந்து திரிந்து கொண்டிருந்தது. மனம்.

குல்லைப் போலவே நானும் அவர் பேச்சை ஒப்புக்குக் கேட்டுக் கொண்டிருந்தேன். தவறு என்னுடையதல்ல. வயதின் கோளாறு அது. ஒவ்வொரு நாட்டிலிருந்தும் கம்பெனிகள் நடந்து வந்து கொண்டிருக்கின்றன. அரசின் பணிகளில் பங்கு கொள்ளவும், அரசை திருப்திப்படுத்தவும்.

அரசு நினைக்கிறது எல்லாவற்றையும்தான் நடத்துவதாக. எல்லாருமாகச் சேர்ந்து அதை நடத்தி வருகிறார்கள் என்பதை

அறியவில்லை அது. அப்பா ஒவ்வொரு வாக்கியத்தையும் நிறுத்தி உரைத்துப் பார்த்துப் பேசினர்.

கே.என். ராஜுவினுடைய சொற்களைத் திரும்பவும் சொன்னார். "இது டேக் ஆஃப் அல்ல. கிக் ஆஃப்" என்று. ஆனால், அமெரிக்கக் கம்பெனிகளின் பிரதிநிதிகளுடன் விழாவிலும் உற்சாகமாகவும் இருந்தார்.

வீட்டில் ஒரு பொருளுக்கும் குறைவில்லை. அம்பாசிடர் காருடன் கூடவே ஒரு ஹட்ஸன் காரும். ஒரு போர்ட் காரும் வீட்டு வாசலில் நின்று கொண்டிருந்தன. வீட்டு வாயில் என்னவோ முன்பிருந்தது போலவே குறுகியதாக, நடுத்தர வர்க்கத்தினரின் பிரிவுக்குத் தக்கபடியே இருந்தது.

குல்லும் நானும் எல்லோரிடமிருந்தும் ஒதுங்கி விலகி இருந்தோம். எங்கள் உலகத்தின் சிறு, பெரு துக்கங்களிலேயே மூழ்கி இருந்தோம். அந்த நாட்களில் எந்தத் துக்கமும் சிறிய தாகவே தோன்றவில்லை. உண்மையிலேயே ஒவ்வொன்றும் பெரியதாகவும், கடுமையானதாகவும் இருந்தது.

காலேஜின் முதலாம் ஆண்டு எனக்கு இரண்டு துன்பங்கள் உண்டாயின.

முதலாவதாக கண்களுக்குக் கண்ணாடி மாட்டப்பட்டது. முதலிலிருந்தே கண்கள் பலவீனமாக இருந்தது. ஆனால், அதை அறியவில்லை. பள்ளியில் எல்லோரையும் விட முதல் இடத்தில் உட்கார்ந்திருந்ததனால் போர்டைப் பார்ப்பதில் எந்த இடையூறும் ஏற்படவில்லை. தூரத்தில் இருக்கும் பொருட்கள் மங்கலாகத் தெரியும். அது எல்லோருக்கும் இப்படித்தான் தெரியும் என எண்ணிக் கொண்டேன்.

புத்தகம் படிப்பதில் கஷ்டம் ஏற்பட்ட போது குல்லிடம் சொல்லி இருக்கிறேன். ஆனால், தூரப் பார்வையில் அத்தனை பலவீனம் இல்லை. காட்சிகள் கொஞ்சம் தெளிவில்லாமல் தெரிவதைக் கண்டு நம்பிக்கை இழக்கவில்லை. காலேஜில் ஸப்ஸிடியரி வகுப்புகளில் வகுப்பின் கடைசி வரிசையில் உட்காரும் போதுதான் உணர்ந்தேன். போர்டில் எழுதியிருப்பதை விடுங்கள். எனக்கு போர்டே தெரியவில்லை.

நன்கு அலங்கரித்துக் கொண்டு இருக்கும் ஃபாஷனபிள் டீச்சர் எனக்கு ஏதோ எண்ணை போட்டுக் கொண்ட கண்களுக்குத் தெரிவதைப் போல தெரிவாள். தலை வலிக்கும். கண்களில் ஏதோ தொற்று ஏற்பட்டிருக்கிறது என்று நினைத்தேன்.

அப்பாவிடம் சொன்னேன். அவர் புகழ் பெற்ற கண் மருத்துவர் டாக்டர் என்.எஸ்.இடம் கூட்டிச் சென்றார். அப்பாவின் நண்பர் அவர். ''இவளின் கண்களுக்கு என்ன ஆயிற்று என்று பாருங்கள். சரியாகத் தெரியவில்லை என்று சொல்கிறாள்.''

அவர் பரிசோதனை செய்யாமலேயே, ''மயோபியாவாக இருக்கலாம். பதினான்கு வயதில் தொடங்கி இருபத்தியோரு வயது வரை வளரும்.''

''என்ன செய்யலாம், அதைச் சொல்லுங்கள்.''

''நம்பர் டெஸ்ட் கொடுக்கிறேன், கண்ணாடி செய்ய.''

''கண்ணாடி'' அப்பா சொன்னார். என் காதில் விழுந்தது ''தூக்கு'' என்று.

என்னுடைய காரணமற்ற சொல்ல இயலாத கலவரத்தைப் புரிந்து கொண்டார்.

''இருபத்தியோரு வயதானவுடன் விடுபடும் இல்லையா?''

டாக்டர் ஜைன் அட்டகாசமாகச் சிரித்தார். ''ஐயா! இதனால் யாரும் செத்து விடப் போவதில்லை. இத்தனை அப்பாவியாக இருப்பது சரியல்ல. இருபத்தியோரு வயது வரை எண் கூடிக் கொண்டே போகும். பிறகு அப்படியே நின்று விடும். ஆயுள் முழுவதும் கண்ணாடி அணிந்து கொண்டே இருக்க வேண்டும்.''

''அப்படியானால் தூக்குத் தண்டனை அல்ல. ஆயுள் கைதி.'' என்னுடைய இளம் பருவத்தில் தூக்கை விடவும் கொடிய தண்டனை.

கண் பரிசோதனைக்குப் பிறகு டாக்டர் தன்னுடைய சுபாவப்படி பெரிதாகச் சிரித்தார். எனக்கு அவருடைய சிரிப்பும், சட்டை செய்யாத விதமும் தாங்கவில்லை. எப்படியோ என்னை

நானே தேற்றிக் கொண்டேன். 'நம்பர் மிகக் குறைவாக இருந்து, கண்ணாடி அணியாமலேயே சரியாகி விடும் என்று சொன்னால் பரவாயில்லை' என நான் எனக்குள்ளாகவே பிரார்த்தனை செய்து கொண்டிருந்தேன்.

வீட்டில் கண்ணாடி அணிந்து கொள்வேன். காலேஜிக்குச் செல்லும் போது அவிழ்த்து வைத்து விடுவேன். கடைசி வரிசை யில் உட்காருவதற்குப் பதிலாகக் கொஞ்சம் முன்னால் சென்று அமர்ந்து கொள்வேன். ஆனால், எல்லா பிரார்த்தனையும் வீணாகிப் போனது. எண் மைனஸ் மூன்று என வந்தது. டாக்டர் ஜைன் மிகவும் மிடுக்கோடு, ''அண்ட் த நம்பர் ஈஸ்... மைனஸ் த்ரி'' என்றார்.

நான் திடுக்கிட்டு உட்கார்ந்து விட்டேன். கண்களிலிருந்து கண்ணீர் தடையின்றி கொட்டிக் கொண்டிருந்தது. எதுவும் சொல்ல மனமில்லை.

''அப்படி என்றால்?'' என்றார் அப்பா.

''அப்படி என்றால் ஐயா, இருபத்தியொரு வயதிற்குள் எண் ஆறு ஆகலாம்.''

''அப்படி என்றால் ஆபத்து ஒன்றுமில்லையா?''

அவர், ''ஐயா, ஆபத்து கொஞ்சம் குறைவாக இருக்கிறது. ப்வாயேஜ் டோண்ட் மேக் பாஸஸ் எட் கேர்ள்ஸ் டூ வேர் கிளாஸஸ்.''

அப்பாவிற்கு அவருடன் இணைய முடியவில்லை. மெல்லிய குரலில், ''கண்ணாடி அணிந்து கொள்ளவில்லை எனில்?'' என்றார்.

டாக்டர் ஜைன் தீவிரமானானார். அழுத்தம் திருத்தமான உச்சரிப்பில், ''அணிந்து கொள்ள வேண்டியது அவசியம். இல்லையெனில் கண்களின் தசை நார்கள் பலவீனமாகும். பிறகு என்ன வேண்டுமானாலும் ஆகலாம். நண்பரே கண்ணாடி அணிய வேண்டாம் என்றால் மறுபடியும் என்னைப் பார்க்கக் கூட்டிக் கொண்டு வர வேண்டாம். என்னை மன்னியுங்கள்'' என்றார் கடுமையாக.

இணைந்த மனம்

"வேறு வழி என்ன?" கண்ணாடி செய்யக் கொடுத்து விட்டு வந்தோம். மனதை கடினமாக்கிக் கொண்டு ஒரு தடவை, கண்களின் மீது ஏறி விட்டால், இறக்கும் வரை கழட்டுவது என்ற பேச்சுக்கே இடமில்லை. ஆனால் தலையணையில் முகத்தைப் புதைத்துக் கொண்டு எத்தனை நாள் அழுதேனோ தெரியாது.

குல் ஒரு நாள், "உன்னுடைய பொறுமைக்கு ஒரு சல்யூட் சொல்ல வேண்டும். இருபத்தி நான்கு மணி நேரமும் போட்டுக் கொண்டே இருக்கிறாய். நான் என்றால் போட்டுக் கொள்ளவே மாட்டேன். நீ அறிவுபூர்வமாக வாழ்பவள். நீ மேதை. உனக்கு அத்தனை வித்தியாசம் தெரியாது" என்றாள்.

அப்பா ஒருவர் மட்டுமே என் மன நிலையைப் புரிந்து கொண்டவர். "இத்தனை அழகான கண்களுக்குக் கண்ணாடியா?" என்றார்.

இளைத்து மெலிந்த உடலில் அடர்த்தியான சுருண்ட கூந்தலின் இரட்டை சடை பின்னால் இருப்பதற்குப் பதிலாக முன்னால் கழுத்தின் இரு புறமும் தொங்கிக் கொண்டிருந்தது. சுருண்டு இருந்த முடி சூழ்ந்திருப்பதனால் மேகக் கூட்டத்தின் இடையே வெளுப்பான என் முகம் ஒளிந்து கொண்டிருக்கிறாள் போல் தோன்றும். ஒளி பொருந்திய இரண்டு மின்னும் கண்கள் காணக் கிடைக்கும். அந்தக் கண்களும் அடர்ந்த சுருண்ட கூந்தல் தான் என்னிடம் அழகு என்ற பெயரில் உள்ள சொத்து.

கண்களின் கண்ணாடி ஏறியது. முடியின் அழகுதான் போக வில்லை. நான் ஒரு கண்ணாடி அணிந்த பெண் மட்டுமே. அடுத்த ஆண்டு பின்னிக் கொள்ள ஆரம்பித்தேன். ஸ்கர்ட் ப்ளவுஸ் போடுவதை விடுத்து புடவை கட்டிக் கொள்ளத் தொடங்கினேன். கூடவே ஒப்பனையும் குறிப்பாக லிப்ஸ்டிக், ஐ லைனர் போடத் தொடங்கினேன். அப்போது பார்வை கண்ணாடியைத் தவிர்த்து வேறு எங்காவது நிலைக்கக் காரணமாகலாம்.

கடைசி ஆண்டு ஃபோர்வெல் பார்ட்டியின் போது ஒவ்வொரு பெண்ணிற்கும் ஏதாவது ரிமார்க் கொடுக்கப்படும். எனக்கு முதலாம் ஆண்டு சிட்டுக் குருவி. மூன்றாம் ஆண்டு

பேர்ட் ஆஃப் பாரடைஸ் இதை ஆராய்ந்து பார்த்தால் குருவி ஒரு பறவை. போர்ட் ஆஃப் பாரடைஸ் ஒரு மலர் இந்தக் கிண்டல் என்னைச் சமாதானம் செய்யாததாக இருந்தது. ஆனால், அது பின்னால் வந்த விஷயம்.

முதலாம் ஆண்டு இதே வாக்கியத்தை எத்தனை முறை கேட்டு வந்திருக்கிறேன். 'ப்வாயேஜ் டோண்ட் மேக் பாஸஸ் எட் கேர்ள்ஸ் டூ வேர் கிளாஸஸ்' இந்த வாக்கியத்தைத்தான் பலமுறை கேட்டேன்.

இந்தக் கூற்றின் போது ஒரு விவாதமும் நடந்தது. என்ன கொடுமை பாருங்கள். என்னை இதைப் பற்றிப் பேசச் சொன்னார்கள். நான் பள்ளியில் பல விவாதங்களில் பங்கு பெற்று பல பரிசுகளும் பெற்றிருக்கிறேன் என குல்லின் தோழி ஒருத்தி டிபேட்டிங் சொஸைட்டிக்குத் தகவல் கொடுத்திருந்தாள். என் உள்ளத்தில் டாக்டர் ஜைனின் சிரிப்பும், அந்த வாக்கியமும் எப்போதும் ரீங்காரித்துக் கொண்டேயிருந்தது.

இது எதுவரையென்றால், பல ஆண்டுகளுக்குப் பின் டாக்டர் ஜைனின் மீது தன் மனைவியைக் கொலை செய்து விட்டார் என்று குற்றம் சுமத்தப்பட்ட போது எனக்கு அவரைக் குற்றவாளி எனத் தீர்மானிக்க ஒரு நொடி கூட தேவைப்படவில்லை. குற்றவாளி என நிரூபிக்கப்பட்டார்.

மிராண்டா ஹவுஸின் பெண்கள் யாரையாவது கொலை செய்தார்களா இல்லையா என்பது வெளிப்படையாகத் தெரியவில்லை. ஆனால், அவர்களும் எனக்கு டாக்டர் ஜைனைப் போலக் கொடுமையானவர்களாகத் தோற்றம் தந்தனர். வேடிக்கையான விஷயம் என்னவென்றால், அந்த விவாதத்தில் நானும் பங்கெடுத்துக் கொண்டேன். பரிசும் வென்றேன்.

''ப்வாயக் மேக் பாஸேஸ் எட் கேர்ள்ஸ் வேர் க்ளாஸஸ் என்பதை நிரூபித்து விட்டாய்.''

''இல்லை. நான் அதற்குச் சார்பாகப் பேசினேன்.''

''உன்னைப் போல கூச்ச சுபாவமுடைய பெண் எப்படி டிபேட்டில் பங்கெடுத்துக் கொள்ள முடிந்தது; புரியவில்லை எனக்கு.''

"அதற்கும் ஒரு கதை இருக்கிறது. முதலில் நான் நாடகங் களில் பங்கெடுக்க ஆரம்பித்தேன். பிறகு விவாதங்களில்."

"நாடகங்களிலா? சொல்லு."

"முதலாம் ஆண்டின் இரண்டாவது விபத்து இது. என்னை நாடகத்திற்குத் தேர்வு செய்யவில்லை. கண்ணாடி போட்டுக் கொள்வதற்கும், நாடகத்தில் பங்கெடுத்துக் கொள்வதற்கும், பங் கெடுத்துக் கொள்ளாமல் இருப்பதற்கும் இரண்டிற்கும் ஆழமான வேறுபாடு இருக்கிறது. பள்ளியிலும் கல்லூரியிலும் கூட."

பள்ளியின் கடைசி இரண்டு வருடங்கள். நாடகங்களில் பங்கேற்றேன். விசித்திரமான தற்செயல் நிகழ்வு அது. நான் டீச்சர்களின் பெட் லிஸ்டில் உள்ள பெண் கிடையாதென்று முன்னமே சொல்லி இருக்கிறேன் இல்லையா? ஆங்கிலத்திற்கு மிக அழகான டீச்சர் மிஸ் சட்டர்ஜி இருந்தார். எனக்கு அது நினைவிருக்கிறது. அவரின் பின்னாலும் முன்னாலும் பெண்கள் சுற்றித் திரிவார்கள்.

ஒரு நாள் அவர் என் முதுகின் பின்பக்கத்திலிருந்து, "ஒரு டம்ளர் தண்ணீர் எடுத்து வா" என்றார்.

நான் திரும்பிப் பார்த்தவுடன் என் முகத்தைப் பார்த்து "சாரி, நான் உஷா என்று நினைத்தேன்" என்றார்.

அவர் தன்னுடைய செயல்களுக்கு நியாயம் வழங்கத்தான் வேண்டும். ஆங்கிலப் பரீட்சையில் எல்லோரையும் விட அதிக மான மதிப்பெண் பெற்றவள் நான்தான். உஷா அல்ல. என் னுடைய ஈகோ எதிரான பார்வையை வெளிப்படுத்தியது தெரிய வந்திருக்கலாம்.

மிஸ் சட்டர்ஜி போனார்; வந்தார். மிஸ் அன்சாரி. இவர் வேறு மாதிரியான பிறவி. வகுப்புப் பாடத் திட்டத்தில் இருக்கும் பாடங்களைச் சொல்லிக் கொடுப்பதை விடவும் நாட கத்தில் அதிக ஈடுபாடு கொண்டவர். அதை ஒவ்வொரு கணமும் வெளிப்படுத்திக் கொண்டும் இருப்பார். கேள்வி ஒன்றைக் கேட்டு விட்டு முழு வகுப்பையும் நோட்டம் விட்டுவிட்டு, ஒரு பெண்ணை நோக்கி விரலை நீட்டுவார், ஏதோ துப்பாக்கியைக்

காண்பிப்பது போல. என்னுடைய முறை வரும் போதுதான் பதில் சொல்லாமல் தயங்கி நின்றதற்காகக் கை தட்டுவார். சிறந்த சொற்களைப் போட்டு எழுதும் எனக்குக் கிடைத்த வெகுமதி இது. நான் வேண்டுமென்றே பதில் சொல்வதில்லை என்று. அதனால் அவர் தன்னுடைய கேள்விக்கெல்லாம் என்னையே குறிப்பிட்டு பதில் சொல்லச் சொன்னார். அந்த மௌனத்துடன் கூடவே என் முகத்தில் ஒரு பிடிவாதமான பகைமையையும் ஒட்டிக் கொண்டு இருந்ததோ, அது யாரையும் கோபப்படுத்தப் போதுமானதாக இருந்ததோ, என்னவோ.

மிஸ் அன்சாரியை அழகி என்று சொல்ல முடியாது. அவருடைய தோற்றம் மிகுந்த ஆண்மையுடன் இருந்தது. ஆனால், பெண்கள் மிஸ் சட்டர்ஜியை விடவும் அதிகம் அவர் பக்கம் ஈர்ப்புக் கொண்டிருந்தனர். கொஞ்ச காலத்திற்குப் பின் அவர் லெஸ்பியன் என்பத தெரிய வந்தது. அப்போது அறியாமையினால் நான் அதை டீச்சர்ஸ் பெட் ஆவதற்கான ஆசை எனப் புரிந்து கொண்டிருந்தேன். ஆங்கில வகுப்புகளில் ஆழ்ந்த ஈடுபாட்டிற்குப் பதிலாக எங்களிடையே இருந்த மனக் கசப்பு இன்னும் ஆழ்ந்திருந்தது. அப்போதுதான் அவர் அறிவிப்பைச் சொன்னார்.

பத்தாவது வகுப்பில் படிக்கும் பெண்கள், நாடகத்தில் பங்கு பெற மதியத்திற்குப் பிறகு வர வேண்டும். அந்த அறிவிப்பு வெளியாகிக் கொண்டிருக்கும் போது, நான் பென்சிலைச் சுற்றிக் கொண்டே வகுப்பு லைப்ரரியில் வந்து ஆஸ்கார் வொயில்டின் பிக்சர் ஆஃப் டோரியன் க்ரே நாவலைப் பற்றி யோசித்துக் கொண்டிருந்தேன். மற்ற மாணவர்கள் ஆடிஷனுக்குச் சென்று விட்டால் அதையெடுத்துப் புரட்டலாம் என்று யோசித்துக் கொண்டிருந்தேன். படிப்பது அப்புறம். முதலில் ஒவ்வொரு புத்தகத்தையும் எடுத்து முகர்ந்து பார்க்க வேண்டும். ஏதோ ஒரு மடக்கு, மதுவைக் குடிப்பதைப் போல. மதுவின் போதையைப் பற்றி ஏதும் தெரியாது. படித்துப் படித்து அனுமானம் செய்ய முடிந்தது. நான் அப்படியே நினைவின் போதையில் மூழ்கி இருக்கும் போது என்னுடைய பெயர் சொல்லக கேட்டுத் திடுக்கிட்டேன். மோகரா ஜைன் கலங்கிப் போய், ‘‘எஸ் மிஸ்’’ என்று சொல்லி நின்றேன்.

"நான் என்ன சொன்னேன் என்று கேட்டாயா இல்லையா?"

'நாடகத்தின் ஆடிஷனைத் தவிரவும் வேறு ஏதாவது சொல்லி இருப்பாரா?' என்று யோசித்துக் கொண்டே நான் மௌனமாக நின்றிருந்தேன். "பீரியட் முடிந்த பிறகு ஹாலுக்குள் செல்லுங்கள், நாடகத்தில் பங்கெடுத்துக் கொள்ள" என்று அவர் சொன்னார் கிண்டலாக.

"நானா?" ஆச்சரியத்தில் குரல் உயர்ந்து பெரியதாக ஸ்டேஜின் பால்கனி வரை எட்டியது.

"அடடா? எப்படிப் பேசுகிறாய்?" என்று அவர் கூடுதல் கிண்டலுடன் சொன்னார்.

பெண்கள் சிரித்தனர்.

பலியிடப் போகும் ஆட்டைப் போல மற்ற மாணவிகளுடன் சேர்ந்து ஹாலை அடைந்தேன். அவர்களுக்கும் எனக்குமான நம்பிக்கை வேறு வேறாக இருந்தது. அவர்களுக்கு நாடகத்தில் தேர்வாகும் நம்பிக்கை. எனக்கு தேர்வாக வேண்டாம் என்ற நம்பிக்கை.

ஷேக்ஸ்பியரின் நாடகமான 'மர்ச்செண்ட் ஆஃப் வெனிஸ்'ன் கோர்ட்டு சாட்சியாக போர்ஷியா காட்சிக்காக, போர்ஷியா பாத்திரத்திற்கான தேர்வு நடக்க இருந்தது. அந்தப் பகுதியை உரக்கப் படித்துக் கொண்டிருந்தனர் ஒவ்வொருவராக. என்னுடைய கஷ்டத்தை அதிகரிக்கவென்றே என்னைக் கடைசி வரை நிறுத்தியிருந்தார். நேரத்தைக் கழிப்பதற்காக நான் போர்ஷியாவின் உரையாடலைப் படித்துக் கொண்டிருந்தேன். நேரம் கழிந்து போகவில்லை. என்னுடைய முறை எப்போது வந்தது என்பது தெரியவே இல்லை. நானே மேடைக்குச் சென்றேன்.

நான் மட்டுமே மேடையில் இருந்தேன். வேறு யாரும் இல்லை. ஹாலில் அமர்ந்திருந்த பெண்கள், மிஸ் அன்சாரி, மற்ற ஜனங்கள் அனைவரும் காணாமல் மறைந்து போயிருந்தனர். மந்திரத்தால் கட்டுண்டதைப் போல நான் போர்ஷியாவின் பகுதியை ஒப்பித்து முடித்தேன். காகிதத்தின் உதவியின்றி

அவருடைய பேச்சுக்கள் வாயிலிருந்து வரத் தொடங்கியது. தயக்கம், கலக்கம், தடங்கல், சறுக்கல் ஏதுமின்றி வந்து கொண்டிருந்தது சொற்கள். விஷயம் என்னவென்றால் தொலைவுப் பார்வை பலவீனமாக இருந்ததினல் ஹாலில் அமர்ந்திருந்த மக்கள் கண்ணுக்குப் புலப்படவில்லை.

மூன்று நான்கு முறை படித்து விட்டிருந்ததினால் எனக்கு போர்ஷியாவின் உரையாடல் மனப்பாடமாகி விட்டது. அவருடையது மட்டுமல்ல, மற்ற பாத்திரங்கள் அனைவருடையதும் கூட. சீன் முடிந்த பின் ஹாலில் நிழலைப் போல நிறைந்திருந்த மக்களின் கரவொலிப்பின் முழக்கம் எங்கும் எதிரொலித்தது. என்னுடைய உயரமும் ஐந்தடி இரண்டங்குலத்தில் இருந்து ஆறடியாக மாறியது. திறமையான நடிகையைப் போல தளுக்கி மினுக்கிக் கொண்டு தலை வணங்கி மயங்கிய பார்வையுடன் அந்தப் பாராட்டை ஏற்றுக் கொண்டேன். ஆனால், ஆட்டம் எத்தனை நேரம் செல்லுபடியாகும்? கீழே இறங்கத்தானே வேண்டும். இறங்கினேன்.

ஒன்றும் அறியா முகம் கொண்ட மோகரா ஜெயினாக மாறி மிஸ் அன்சாரியின் முன்னால் வந்து நின்றேன். அவர் மிக விரைவில் தன்னைச் சுதாரித்துக் கொண்டார். என் முதுகைத் தட்டிக் கொடுத்து, ''எனக்குத் தெரியும். உனக்குள் பெரிய நடிகை ஒளிந்து கொண்டிருக்கிறாள் என்பதை நான் அறிவேன். அதை வெளியில் கொண்டு வர இதுதான் வழி'' என்றாள்.

''ஆஹா! மேடம்! என்னை விடவும் நீங்கள் சிறந்த நடிகை.''

ஆனால், அவர் கோபம் கொள்ளும் பேச்சுக்கே இடம் இல்லை. நான் அவருக்கு ஆயுள் முழுவதும் கடமைப்பட்டிருக்கிறேன். அவர்தான் என்னை ஒவ்வொரு தடவையும் எளிதாக்கும் வைத்தியத்தை எனக்குள் உண்டாக்கினார். என்னுடைய தோற்றம் என்னவோ மாறிப் போய் விடவில்லை. ஆனால், மக்களை ஏமாற்றி கைக்குள் வைத்துக் கொள்ளும் கருவி ஒன்று இருக்கிறது.

காலேஜிற்குள் நுழையும் சமயத்திலும் இந்தத் துணிவுதான் பலன் கொடுத்தது. எப்பொழுதெல்லாம் இண்டர்வ்யூ கொடுக்க

நான் பதில் சொல்லும் போதெல்லாம் நான் நினைத்துக் கொள் வேன், இது ஒரு நாடகம் நடந்து கொண்டிருக்கிறது என்று. நான் அரங்கில் இருக்கிறேன். காட்சி நிகழ்த்தப்படும். என்ன செய்கிறோமோ அதன் விளைவு வாழ்வில் மற்ற பகுதியைப் பாதிக்காது. மெல்ல மெல்ல வாழ்வின் மிகப் பெரிய துன்பங் களையும், விபத்துக்களையும் கூட இதன் உதவியால் சமாளிப் பது எனக்குப் பழக்கமாகிப் போனது.

"அந்தக் கதாபாத்திரத்திற்காக உனக்குப் பள்ளிப் போட்டி யில் முதன்முறையாகப் பரிசும் கூட கிடைத்தது இல்லையா?"

இது சாதாரண விஷயம். பள்ளிகளுக்கு இடையே நடந்த பேட்டி. எனக்கு நடிக்க வரும் என்பது ஒருபோதும் தெரியாது. ஆனால், எனக்கு வாழ்க்கையை வாழத் தெரியும் என்பது கண்டிப்பாகத் தெரியும். அப்போதுதான் எனக்குத் தெரிய வந்தது. எனக்கு நடிக்கவும் வரும் என்பது.

முதலில் ஒரு பரிசு கிடைத்தது என்பதில் உண்டான சந்தோஷம் கூடவே ஒரு அத்தாட்சியும் கிடைத்தாற் போல மிஸ் அன்சாரி அன்று மதியம் எங்கள் அனைவரையும் தன் வீட்டிற்கு உணவருந்த அழைத்திருந்தார். சிறப்பு விருந்தினராக நான். அவர் பள்ளிக்குப் பின்னால் இருக்கும் ஸ்டாஃப் க்வாட்டர்ஸில் தனியாக வசித்து வருகிறார்.

சாதாரணமான தட்டு முட்டு சாமான்களைக் கொண்டு சிறந்த முறையில் முகலாய உணவு சமைத்திருந்தார். பழைய டில்லியின் மோதி ஹோட்டலின் உணவைப் போல வாயில் நீர் ஊறும் சமையல். எல்லா உணவுமே அசைவம். கோஷ்த் பிரியாணி, மட்டன் வறுவல், கோழி சூப், நான், மட்டன் என கடைசியாக சேமியா. உணவின் மீதிருந்த துணி விலகியதும் சுவைத்து பார்த்த தும் உஷா பெரிய குரலில், "மோகரா சைவம்" என்று சொன்னாள்.

"என்ன" என்று மிஸ் அன்சாரி மிகவும் கஷ்டத்துடன் கேட்டாள். விருந்தின் உபசரிப்பு புளித்துப் போகும் நிலைக்கு வந்து விட்டது. சேமியா மட்டுமே சாப்பிட்டு நான் முக மாற்றம் கொண்டு, எப்படியும் மேலும் உடனடியாக ஏதும் சமைத்துப் போடுவதும் இயலாத காரியம்.

அந்தக் கணம் நான் மேடையில் இருந்தேன். பலமான குரலில், ''யார் சொன்னது?'' என்றேன்.

''அப்படி இல்லையா என்ன?'' உஷா பிரமித்துப் போய் கேட்டாள். நல்ல வேளை. என்னுடைய ஒரே தோழி அந்த சமயத்தில் அங்கு இருக்கவில்லை. அவளைத் தவிர வேறு யாருக்கும் என்னுடைய பழக்க வழக்கம் தெரியாது.

''முற்றிலும் இல்லை'' என்றேன் நான்.

''நீ ஆரம்பி'' என மிஸ் அன்சாரி விருந்தளித்தாள்.

சத்தியமாக. அதற்கு முன்னதாக மாமிசம் கோழியை விடு. மீன் முதற் கொண்டு சாப்பிட்டிருக்கிறேன் நான். மேடையில் கடந்த காலமும் கிடையாது. எதிர்காலமும் நிரந்தரமும் கிடை யாது. கிடைத்த நேரத்தில் மனப்பாடம் செய்து ஒப்பித்து கிடைத்த பாத்திரத்தை ஏற்று தன்னை நிரூபிக்க வேண்டும். முடியாத விஷயம். முதன்முதலில் கஷ்டமாக இருக்கும். ஆனால் மாமி சத்தைத் தவிர மற்ற உணவுகள் சிறந்த சுவையுடன் இருந்தது. மாமிசம் இன்று வரை எனக்குப் பிடிக்கவில்லை. மற்றபடி, என் னுடைய ஜைனத் தன்மை அன்றைக்கு உடைந்தது என்னவோ உடைந்ததுதான்.

''அடடா! நாம் ஆரம்பித்தது என்னவோ உன்னை நாடகத் தில் எடுத்துக் கொள்ளாததைப் பற்றி. அதை நோக்கி மறுபடியும் திரும்புவோமா?''

''ஆஹா! இனிமையான நினைவுகளில் திளைத்திருந்தேன். அடிப்படை நோக்கம் மறந்து போய்.''

நான் முதலாம் ஆண்டு படித்துக் கொண்டிருந்தேன். ஒவ் வொரு வருடத்தையும் போலவே மூன்று ஆண்டுகளும் நாடகப் போட்டி கல்லூரி வகுப்புகளுக்கு இடையே நடைபெற இருந் தது. பள்ளியில் ஸ்டார் நடிகையாக இருந்த இனிய நினைவு களுடன் நான் படிக்கும் வகுப்புக்கான நாடகத்தின் பகுதியைப் படிப்பதற்காக நான் முழு நம்பிக்கையுடன், என்னை ஒதுக்கி விட்டு நாடகம் நடைபெறவே முடியாது என்ற எண்ணத்துடன் படித்துக் கொண்டிருந்தேன். நாடகத்தின் பெயர் நினைவில்

இல்லை. முற்றிலும் செக்ஸ் அப்ஸேஸ்டான இளம் பெண்ணைப் பற்றிய வேடம் தரித்தேன். அந்தப் பகுதிதான் எஞ்சியிருந்தது. அதனால் ஒரு தொடர்பு உண்டாகும் என்பது அவருடைய எண்ணம்.

அவளுடைய வருத்தம் என்னவெனில் இது வரை யாரும் அவளுக்கு ஒரு முத்தம் கூடக் கொடுத்ததில்லை. அந்தக் கதா பாத்திரத்தில் ஆழமான உணர்வோடு என்னால் நடிக்க முடியும் என்பது எனக்குத் தெரியும். அழகான தோற்றம் கொண்ட அனிதா மஜூம்தார் என்ற குத்தல் பேச்சு கொண்ட ஒரு பெண் ணின் அறையில் நாங்கள் எங்கள் பகுதியைப் படிப்பதற்காகக கூடியிருந்தோம். நாடகத்தின் மீதிருந்த கடும் ஆர்வத்தின் காரண மாக நான் மெலிந்த ஒல்லியான கண்ணாடி அணிந்த பெண் என்பதை மறந்து விட்டேன்.

என்னைத் தவிர மற்ற பெண்களின் முலைகள் போஷாக்கு கொண்டு பெரியதாக வெடித்து விடும் போல இருந்தது. எனக்கு அவர்களைப் போல முலைகள் இல்லாமல் இருக்கலாம். நடிப் பின் திறமையால், பெரிய பெரிய முலைகள் கொண்ட பெண்கள் கூட செக்ஸ் அப்ஸேஸ்ட் என்பதை விடுங்கள். செக்ஸியான தோற்றம் கொடுத்து விடக் கூடும். மற்ற பெண் களுக்கு வாழ்க்கையை நாடகத்தைப் போலவோ அல்லது நாடகத்தை வாழ்க்கையைப் போலவோ வாழும் புத்திசாலித் தனம் இல்லாமல் இருக்கலாம்.

எனவே இது உண்மையை அறியாத நிலை. திரும்பத் திரும்ப எல்லோரும் அவரவர் பகுதியைப் படித்துக் கொண் டிருந்தனர். யாருடையதிலும் சிறிது கூடக் கவர்ச்சி இல்லை. பெண்ணின் தோழியின் வசனத்தைப் படிக்கும்படி என்னைச் சொன்னார்கள். நான் மிடுக்கோடு, ''நான் ஹீரோயின் பார்ட் வசனம் படிக்க விரும்புகிறேன்'' என்றேன்.

''நீயா?'' யாரோ வியப்போடு கேட்டார்.

''ஆம்.''

பெண்கள் கண்ணாடி அணிந்த என் முகத்தையும் மெலிந்த என் உடலையும் பார்த்துக் குழப்பமாக மௌனமாகி விட்டனர். அனிதா மஜூம்தார் சிரித்து விட்டாள். கிண்டலாக ''நீ?'' என்று

சொன்னதும்கூட அவளாகவே இருக்கலாம். உருகிய கண் ணாடியைப் போன்று அந்தச் சிரிப்பு என் உடலில் இறங்கியது.

ஒரு எரிக்கும் பார்வையை அவள் மீது வீசி அருகிலிருந்த பெண்ணிடமிருந்து புத்தகத்தைப் பிடுங்கிக் கொண்டு அந்தப் பகுதியைப் படிக்கத் துவங்கினேன். படிக்கவில்லை. ஒவ்வொரு ரத்தக் குழாயிலும் உணர்வு பரவ வாழ்ந்தேன். அறையினுள் படிக்கும் போது உண்டான தீவிரமான ஈர்ப்பு, படித்து முடித்த பிறகும் கூட பரவி இருந்தது.

பிறகு என்ன நடந்தது என்று எனக்குத் தெரியாது. நான் குனிந்து வணக்கம் சொன்னேன். மிகச் சிறந்த வசனம் பேசும் முறையில், ''எனக்குச் செல்ல வேண்டும்; நேரமாகி விட்டது'' என்று சொல்லி அறையிலிருந்து வெளியேறி விட்டேன்.

இரண்டு நாட்களுக்குப் பின் டிராமா செகரெட்டரி என் னிடம் வந்து அந்த நாடகத்திற்குப் பதிலாக வேறு நாடகம் நடக்கப் போவதாகச் சொன்னாள். (*அந்நாடகத்தின் பெயரும் எனக்கு நினைவில்லை*). ப்ளீஸ், ப்ளீஸ் அந்த நாடகத்தில் ஒரு கிழவியின் மீது எல்லையற்ற உற்சாகம் கொண்ட பெண்ணின் பாத்திரம் ஏற்று நடிக்க வேண்டி இருக்கலாம். அது போன்ற வேடத்தில் என்னை விடவும் நன்றாக நடிப்பவர் வேறு யாரும் இல்லை.

எங்கள் வகுப்பில், இதில் எந்த அளவிற்கு உண்மை இருக்கிறது. எந்த அளவு பொய் இருக்கிறது என்று உன்னை விடவும் நன்றாக நான் அறிந்திருக்கவில்லை. என்ன நிரூபித்துக் கொள்ள வேண்டும். அதை நான் ஒப்புக் கொள்கிறேன். அது நிஜம்தான். நான் ஒப்புக் கொள்கிறேன்.

நான் மேடையில் ஏறி அந்த அதிர்ஷ்டமில்லா கிழவி வேடத்தில் செக்ஸ் அப்ஸேஸ்ட் கொண்ட இளம் பெண்ணின் உருவத்தில் செய்து விடுகிறேன் என என் மனதிற்குள் எண்ணிக் கொண்டேன்.

அது ஒன்றும் கஷ்டம் கிடையாது. ஆனால், அடிப்படை யில் இருக்கும் நேர்மைத் தன்மை என்னை அப்படிச் செய்ய விடவில்லை. நான் அதை உற்சாகம் மிகுந்த கிழவியைப்

போலச் செய்தேன். நடித்தேன். கொஞ்சம் அதிகப்படியாக ஆகி இருக்க வேண்டும்.

ஏனெனில், அதிகப்படியாகக சர்ச்சை கிளம்பியது. அதற்காக நான் என் வாழ்நாள் முழுவதும் அனிதா மஜூம்தாரையும் பிறகு தேசாயையும் மன்னிக்கவே போவதில்லை. இப்படிப்பட்ட ஒரு இரக்கமற்ற பிறவி எப்படிப் பெரிய எழுத்தாளராக இருக்க முடிகிறது? எனக்குத் தெரியவில்லை. ஒவ்வொரு எழுத்தாளனின் மனதிலும் பனிக்கட்டி இருக்கிறது. ஆனால், அந்த சிறு துண்டு கோபத்தின் பெட்டி அல்ல. அன்று க்ராஹம் க்ரீன் சொன்னதைப் போல உன்னால் ஒருவேளை சொல்ல முடியலாம். ஏனெனில் எழுத்தாளர் அல்லவா நீ? சரியா? தவறா?

''கொஞ்சம் சரி, கொஞ்சம் தவறு.''

''அடடா! நீ என்ன எழுத்தாளரா அல்லது அரசியல் வாதியா? இதுவும் சரி. அதுவும் சரி என்கிறாயே?''

''அப்படித்தான். கோபப் பெட்டியிலிருந்து பொங்கி வழியும் மனம் கொண்டவர்கள்கூட நன்கு எழுதுகின்றனர். மேலும் பனித் துண்டை துளைத்து எடுப்பவர்களாகவும் இருக்கிறார்கள்.''

''இருக்கலாம். இறுதி நிலையை எட்டும் போதும் அவருக்கு புக்கர் பரிசு கிடைக்கவில்லை. அதில் எனக்கு ஒரு விதமான மகிழ்ச்சி?''

இப்போது கோபப் பெட்டி யாருடைய மனதில் இருக்கிறது.

''சரி தோழியே நான்தான் சரியான மக்கு.''

''ஆமாம்.''

கொஞ்ச நேரம் சிரிப்பில் கழிந்தது. நான் மறுபடியும் கதைக்குள் வந்தேன்.

மிஸ் அன்சாரிக்கு நன்றி. அடுத்தாண்டு குல் பி.ஏ. முடித்து எம்.ஏ.வில் நுழைந்தாள். அந்த ஆண்டு நிலைமை மாறிப் போனது. மேடை ஏறும் ஆயுதம் என் கைவசம் வந்து விட்டது.

மிராண்டா ஹவுஸிற்குப் பதிலாக குல்லின் வகுப்புகள் நேரே ஆர்ட் பேக்கலிடியிடம் வந்தது. எப்போதாவது போகும்

போது வரும் போது கண்ணில் தென்படுவாள். அதுவும் இல்லாமல் போய் விட்டது. பிறகு அவள் தன்னுடன் வகுப்பில் படிப்பவர்களுக்கு அறிமுகம் செய்தார். மிராண்டா ஹவுஸில் இருந்த உயர்ந்த இளம் பெண்களுடன் ஒருபோதும் என்னை அறிமுகப் படுத்தியது இல்லை.

ஏன் சந்திக்க வைக்கவில்லை என்பது அப்போது புரிய வில்லை. இரண்டு பையன்கள், இரண்டு பெண்கள் தரலா மற்றும் ஜெயா பெண்கள். ஷமீத் மற்றும் ரமண் பையன்கள். ஆண்களும் பெண்களுமாக இணைந்து படிக்கும் வகுப்பில் படிக் கிறாள். அதாவது கோ-எட்டில் படிக்கிறாள் என்பதை இப்போது தான் முதன்முதலாக அறிந்தேன்.

அப்பாவின் மூலமாக சந்திக்காத வேறு ஆண்களைச் சந்திப் பது என்பதும் முதல் முறை. எங்கள் வீடு சுதந்தர எண்ணம் கொண்டது. எனவே, ஆண்களின் நிழலிலிருந்து எங்களையோ அல்லது எங்களின் நிழலிலிருந்து ஆண்களையோ காப்பாற்றி வைக்கும் தந்திரம் கிடையாது. ஆனால், சந்தித்ததெல்லாம் அப்பாவின் மூலமாகத்தான்.

ஜுக்கி சித்தப்பா பாவம், புண்ணியம் என்ற பார்வையைக் கொண்டிருந்தவர். உறையைப் பிரிக்காமல் உள்ளிருப்பதைப் படிக்கும் செயலில் ஈடுபட்டிருந்தார். ஆனால், அப்பாவின் மூல மாக ஆண்களைச் சந்திப்பது என்பது மூடிய உறைக்குள் இருப் பதை விடுங்கள். உறை மேல் விலாசம் எழுதாதது.

அப்போது குல் என்னிடம், ''ஷமீத்தும் ரமணும் நட்புக் கொள்ளத் தக்கவர்கள் தானே'' என்று கேட்ட போது என் முகம் குங்குமமாகச் சிவந்து போனது. ரமண் என்ற பெயர் கொண்ட பையன் என் நினைவில் இல்லை. '''ஷமீத்... சரி'' என்றேன்.

''அப்போ ரமண்?''

''அவனும்தான்'' என்றேன். பொய் பேசும் வழக்கம் இல்லாததால் முகம் கூடுதலாகச் சிவந்து போனது. குல்லிடம் சித்தப்பாவின் பார்வை இல்லை. மூடிய உறையைப் பிரிக்காமல் உள்ளிருப்பதைப் படிப்பது என்பதற்கு வேறு பொருள் தென் பட்டது. ''ஆம் உன்னைப் போலவே நிறைய படித்திருக்கிறான்.''

"யார் ஷமீதா?" நான் கேட்டேன்.

"முட்டாள். ஷமீத் இல்லை ரமண்."

அப்புறம் என்ன செய்வது? மனதில் இருப்பதை வாய் திறந்து சொல்ல இயலாமல் போனது. அப்படியே மேற்கொண்டு எடுத்துச் சொல்லும் இயல்பும் கிடையாது.

முகம் மறுபடியும் வெளுத்துப் போயிற்று.

அந்த ஆண்டு முடிவதற்குள்ளாக மூடிய உறைக்குள் கட்டுரைக்கு மேல் கட்டுரை சேர்ந்து கொண்டே இருந்தது. அல்லது ஒரே கட்டுரை பற்பல பார்வையுடன் வெளிப்பட்டுக் கொண்டே இருந்தது. ஒவ்வொரு கட்டுரையிலும் ஷமீத் இருந் தான். நல்ல வேளை இந்த விஷயம் ஜுக்கி சித்தப்பா வரை போகவில்லை.

"அவர் தில்லியிலும் இல்லை. டேராடூனிலும் மாமா வுடன் இருந்தாரா?"

"இல்லை. அவர் திரும்பி வந்து விட்டார்."

"எப்போது?"

"நாங்கள் சென்ற ஆறு மாதத்திற்குப் பிறகு."

"ஏன்?"

"அவருக்கு வேலை கிடைத்து விட்டது."

"அப்புறம் மாமா?"

"அவர் டேராடூனில் இருந்தார். வேறு என்ன?"

"ஸாரி. நீ உன்னுடைய கதையைச் சொல்லு."

"என்னுடைய கதை அல்ல. குல்லின் கதை. கதை குல்லைப் பற்றியது. நான் வெறும் நிழல் மட்டுமே."

15

மாமா டேராடூனில் இருக்கிறார் என்ற உண்மையை அறியவில்லையா? அல்லது தெரிந்து கொண்டே தெரியாதது போல் செய்கிறாளா? அவள் முன்னால் இருந்தது மோகரா அல்ல, பெரிய பெண் ஆகி விட்டாள். மறைந்து கொள்ள, மறைத்து வைக்கக் கற்றுக் கொண்டிருக்கலாம். உடனடியாக முழுவதும் இதில் வெளிவரவில்லை. உண்மையும் வெளிப்படவில்லை.

ஜோக்நாத் டேராடூனிலிருந்து திரும்பி தில்லி வந்து விட்டார் என்பதே அவள் வீட்டிற்குத் திரும்பிய போதுதான் தெரியும். மசூரியை விட்டு வந்து ஆறு மாதங்கள் ஆகி இருக்கும். ஒரு நாள் மாலையில் கல்லூரியை விட்டுத் திரும்பி வந்த போது, வீட்டின் வராண்டாவில் ஜோக்நாத்தின் பெரிய குரலும், அவருடைய சிரிப்பும் கேட்டது.

பழைய நாட்கள் நினைவுக்கு வந்தன. அப்போதோ அவள் இளம் சிறுமி. பள்ளிக்கூடத்தில் படித்துக் கொண்டிருந்தாள். அப்போது அவள் முன் இருந்த பெரும் சவால் கணக்கின் சிக்கல்களின் தீர்வைச் சரியாகக் கண்டுபிடித்து எழுதுவது. அதை விடவும் ஆபத்து நிறைந்த ஜுக்கி சித்தப்பாவின் மோட்டார் சைக்கிளில் ஊர் சுற்றுவது.

குரலைப் பின்தொடர்ந்து கனகலதாவின் அறைக்குள் நுழைந்தாள். உடனேயே ஐயம் தீர்ந்து தெளிவு உறுதியானது. பார்த்தால், அவள் படுக்கையில் படுத்துக் கொண்டு புத்தகம் படித்துக் கொண்டிருந்தாள். அழகாக அழுக்கற்று விரிக்கப்பட்டு இருந்த படுக்கை விரிப்பில். ஜோக்நாத் என்கிற ஜுக்கி சித்தப்பா பக்கத்தில் இருந்த இருக்கையில் சமமாக அமர்ந்திருந்தார்.

தட்டில் உரித்து வைக்கப்பட்ட சுளைகள் அடுக்காக அடுக்கி வைக்கப்பட்டிருந்தது. படித்துக் கொண்டே கனகலதா ஒவ்வொன்றாக சுளையை எடுத்துக் கடித்துக் கொண்டிருந்தாள். மற்றவற்றை ஜோக்நாத் காலி செய்து கொண்டிருந்தார். காலம் கடந்த ஆண்டிற்குள் சென்று தங்கி நின்றது.

உள்ளே நுழைந்தவுடன் தட்டில் கடைசியாக எஞ்சியிருந்த இரண்டு சுளைகளை அவள் பக்கம் நீட்டி, ''சிக்கு பழம் சாப்பிடு, மிகவும் பலவீனமாகி விட்டாய்? நன்றாகச் சாப்பிடு வது கிடையாதா?'' ஏதோ எங்கேயும் போகாத மாதிரி பிறகு கனகலதாவிடம், ''நீங்கள் சிக்கு பழம் சாப்பிடுங்கள். நான் ஆரஞ்சு ஜூஸ் போட்டுக் கொண்டு வருகிறேன். நீ குடி மோகரா. குடி. இத்தனை கறுத்து விட்டிருக்கிறாய்'' என்றார்.

அவர் ஜூஸ் கொண்டு வரச் சென்று விட்டார். மோகரா கண்ணாடி முன்னால் வந்து நின்றாள். ''உண்மையிலேயே கறுத்துத்தான் போய் விட்டேன்? அப்படியே இருந்தாலும் அது கருப்பு கிடையாது. இந்தியப் பெண்களை விட அதிகம் கருப்பு இல்லை. சித்தப்பாவின் கருப்பு என்பதற்கு பலவீமனாகி விட் டாய் என்று பொருள்.''

நீண்ட நாட்கள் கழித்துப் பார்க்கும் போது இப்படிச் சொல்வது நமது வழக்கும். மிகவும் பலவீனமாகி விட்டாய் என்று சொல்வதற்கான பொருள் அது. ஆனாலும், கழிந்த நாட் களை நினைக்கும் விருப்பம். உள்ளத்தில் திரண்டு வரும் வார்த்தைகளை வாயால் செல்லாமல் தடுத்து விட்டிருந்தேன்.

குல்லும் பைஜ்நாத்தும் திரும்பி வரட்டும். அப்போது விவரம் கேட்டு அறியலாம். ஜுக்கி சித்தப்பா எத்தனை நாட்கள் இருக்க இங்கு வந்திருக்கிறார்? மாமா எப்படி இருக்கிறார்? சதுரங்கத்தில் அவர் வெற்றி கொள்ளும் நோக்கம் நிறைவேறி யதா இல்லையா? சென்ற முறை கொண்டு சென்ற புத்தகம் பயன்பட்டதா இல்லையா?

சீக்கிரமே அலுவலகத்தில் இருந்து பைஜ்நாத்தும், தங்கும் இடத்திலிருந்த குல்லும் திரும்பி வந்திருந்தனர். ஆனால், மாமாவைப் பற்றிய நினைவை யாருமே கிளப்பவில்லை. இது

மட்டும் தெரிந்தது. சித்தப்பாவிற்கு வேலை கிடைத்து விட்டது. அப்பாவும், சித்தப்பாவும் எங்கு வேலை கிடைக்க வேண்டும் என்று விரும்பினார்களோ, சி.பி.டபிள்.யூ.வில் அங்கேயே கிடைத்து விட்டது. எனவே இனி அவர் இங்கேயே இருப்பார்.

உனக்கு, ''எப்போதும் சுலைமான் சாரை மகிழ்ச்சியாக வைத்திருக்க வேண்டும். அதை மறக்காதே. அவரை எதிர்த்துப் பேசாதே'' என்றாள்.

''கிழக் கோட்டான். உயர்ந்த பதவிக்கு வந்து விட்டார். எப்படி மகிழ்ச்சியில்லாமல் வைத்திருக்க முடியும்?'' பைஜ்நாத் உரத்துச் சிரித்தபடி சொன்னார்.

மோகராவிற்கும் குல்லிற்கும் அவருடன் இணைந்து சிரிக்க முடியவில்லை. 'கிழக் கோட்டான்' என்ற சொல்லினால் அவர்களுக்கு வேறு ஏதேதோ நினைவிற்கு வந்து விட்டது. மோகரா அவரின் பலத்த சிரிப்பிற்குப் பின்னால் இருந்த காரணத்தை அறியவில்லை. மேலும் அவள் கேள்வி கேட்கவும் துடித்துக் கொண்டிருந்தாள். ''நீங்கள் ஏன் உண்மையிலிருந்து நழுவுகிறீர்கள்? சுலைமான் சாஹேப்பின் கதையைக் கேளுங்கள்.''

இவரின் கைக்கட்டை விரலுக்கடியில் அவர் எப்படி வந்தார்? கதை கொஞ்சம் சுவாரஸ்யமானது. ஐம்பது வயதான சுலைமான் சாஹேப்பிற்கு ஒட்டு மொத்தமாக ஒரு காதலி இருந்தாள். விதிவசமாக, அனைவரின் மனம் கவர்ந்த சின்ன முதலாளியின் அன்பில் மூழ்கிய கணக்கற்ற பெண்களில் அவளும் ஒருத்தி. அவருடைய மரணத்தினால் துன்பம் கொண்டிருப்பவள். அவள் ஏறக்குறைய சின்ன முதலாளியின் வயதை ஒட்டியவள், அதிக வித்தியாசம் இல்லை வயதில். ஒருவருடைய அன்புக்குப் பாத்திரமானவர் இன்னொருவரின் காதலியின் அம்மாவாகவும் இருக்கலாம்.

ஆனால், பழமொழி இருக்கிறதல்லவா? ஆணின் வயதைக் கண்டவர் யார்? உண்மையில் வேறுபாடு என்பது ஆரோக்கியத்தையும் விருப்பத்தையும் சார்ந்தது. இரண்டிற்கும் இடையில் பல விதமான நிலைகள் இருக்கின்றன. அதில் ஒன்று சின்ன முதலாளிக்கு அனுபவமுள்ள பெண்களைப் பிடிக்கும் என்றால்

இணைந்த மனம் 335

சுலைமான் சாஹேப்பிற்கு இளம் பெண்களைப் பிடிக்கும். அம்மாவிற்கும் பெண்ணிற்கும் இடையில் பதினெட்டு வயது வித்தியாசம். சுலைமான் சாஹேப்பின மனைவிக்கும் காதலிக்கு மான வித்தியாசம்.

சின்ன முதலாளியின் மனத்தை வெல்லுவதற்கு இசையின் அரசியாக இருக்க வேண்டியது கட்டாயம் என்பதும், அதுவே அவரை உடல் நலத்துடன் வைத்திருக்கும் என்பதும் உங்க ளுக்கே தெரியும். இல்லையா? அம்மா மெஹர்ஜான் பாடல் களின் திறமை கொண்ட வேசி. ஆனால், மகள் ஃப்ரீதா பானோவை வீட்டிலிருந்து கிளப்பி சினிமாவில் நுழைத்து விட் டாள். எல்லா சினிமா நடிகைகளையும் போல அழகு அவளுக்கு ஈடு இணையற்றிருந்தது. நடிப்பதிலும் சாமான்யம் அல்ல. தளுக்கும் நடிப்பும் நரம்புகளில் நிறைந்திருந்தது. மேலே வருவதற்குக் கொஞ்சம் போல பயிற்சி தேவைப்பட்டது.

உண்மையான சொத்து அவளின், சித்தியின் உறுதியான பயிற்சி. சுத்த சங்கீதமானாலும் சரி, நாட்டுப்புற இசையானாலும் சரி, ஒரே மாதிரியான திடமான வளர்ச்சி. அவளுடைய படைப் பாற்றலைப் பார்த்து அவருடைய சித்தியும், ம்யூசிக் டைரக்டர் ஹமத் பேக்கும் அவளைச் சினிமா பின்னணி பாடகியாகும் யோசனையைச் சொன்னார்கள். அந்த இசையமைப்பாளரே தன்னுடைய மாணவியாகவும் அவளை ஏற்றுக் கொண்டார்.

அவர்தான் தன்னுடைய நண்பரான சுலைமான் சாஹேப் புடன் நட்பை ஏற்படுத்திக் கொடுத்தார். பின்னணி பாடகியாக, பரிச்சயப்பட்ட காலம் நேரம் அவசியம். அது வரை அவளை ஒரு பணக்காரனின் பாதுகாப்பில் வைத்திருப்பது என்பது இசை அமைப்பாளர் மற்றும் சித்தியின் வசம் இருந்தது.

திறமையான மூன்று கலைஞர்களின் முன்னால் அப்பாவி சுலைமான் சாஹேப்பின் திறமை எங்கே? இரண்டு மூன்று சந்திப்புகளிலேயே மனதில் ஏற்றி உட்கார்த்தி விட்டார். இளமையை ஒரு சினிமா நடிகைக்கானதைப் போலப் பொங்கச் செய்து விட்டார். பர்தாவுடன் அனைவரின் முன்னால் வருவ தற்குப் பதிலாக பர்தா இல்லாமல் முகத்துடன் பின்னால் இருந்து குரலை வெளிப்படுத்துவது இன்னமும் பொருத்தமான

தாக இருக்கும் என்று சுலைமான் சாஹேப் சொன்னதை உட னேயே ஒப்புக் கொண்டு விட்டாள்.

மூவரில் அவளே முதலில் இடம் பிடித்திருக்கிறாள் என்பதை அவர்கள் எப்படி அறிவார்கள்? அவளிடம் தன் ஈர்ப்பை உணர்ந்து அவர் இப்படிச் சரணாகதியானார். அவ ருடைய அன்பிற்கும், வழிகாட்டலுக்கும் ஈடாக ஃபரிதா பானோ அதிகமாக அல்லது அனைத்தையும் அவரிடம் ஒப்படைத்து விட்டாள். நடிப்பினால் அனைத்தையும். அந்த அப்பாவி, மனதால் என்று நினைத்து விட்டார்.

உண்மையில் அவருக்குப் புனிதமான மனைவி ஒருத்தி இருந்தாள். அவருடைய காதல் ஒருபோதும் நடிப்போ, நகலோ கிடையாது. மரியாதை கொண்ட உள்ளம் அது. அவருடைய ஆறுதல் அளிக்கும் நடவடிக்கைகளில் அவருக்குக் குறிப்பிட்ட பிடிப்பு ஏதும் கிடையாது. புனிதமான மனைவி, முற்போக்கு எண்ணம் கொண்ட கணவன், முன்னேற்றப் பாதையில் ஏறிக் கொண்டிருக்கும் இளமையான காதல். அத்தனை பொருத்தமற்ற தில் ஏதாவது பொருத்தம் ஏற்பட வேண்டுமெனில் ஏதாவது மலர வேண்டும்.

முற்போக்கு விருப்பம் உடையவர் அல்லது தன்னை அப்படி ஏற்றுக் கொள்வதில் இடையில் சிக்கல் இருந்தது. ஒரே சமயத்தில் இரண்டு மனைவிகள் என்பது சட்டத்தின்படி குற்றம் அல்ல. என்றாலும் கூட தவறு. மனதில் வேகம், ஆசை எழும் பும் பொழுது அவர்கள் காதலியை வேண்டுமானால் வைத்துக் கொள்ளலாம். மனைவியை அல்ல. உண்மையான காதல் உணர் வுடன் இணைந்து இருக்க மனைவியின் புனிதத்திற்குக் கேடு வராமல் இன்னொரு திருமணம் செய்து கொள்வது உடன்பாடு தான்.

ஆனால், கேடு கெட்ட காதலியாக இல்லாமல் இருந்தால் போதும். அதுவும் பெண்ணின் வயதுடைய காதலி. அவருடைய மகள் ஜிலானி பானே, ஃபரிதா பானோவை விட ஒரு வயது பெரியவள். இந்த நாச வேலை பைஜ்நாத்தின் கண்ணில் பட்டது. ஜோக்நாத்தின் காரியம் கனிந்தது. ஜோக்நாத் அலிகாட்டின் விபத்தை

மறந்து ஒருவரின் கீழ் பணியாற்றுவது அதிர்ஷ்டம். இன்னொரு நிகழ்விலிருந்து தடுக்கலாம். இல்லாவிட்டால்...

தற்செயலாக ஷங்கர் ஷரத்தின் கவிதை வாசிப்பில் அம்மாவையும் மகளையும் ஒரு சேரப் பார்த்தார். நாச வேலை ஆரம்பமானது. அப்படி அதைத் தற்செயல் என்று சொல்வது கூட தவறு. சரியான நேரம் வரும் பொழுது ஒரு நாள் இல்லா விட்டால் ஒரு நாள் சந்திப்பு நிகழ்ந்துதான் இருக்கும்.

மசூரியில் பீட்டர்ஸன் அண்ட் பீட்டர்ஸன்னுடன் பயணம் செய்த பிறகு அலங்கரித்துக் கொண்டு பார்ட்டிகளுக்குச் செல்லத் தொடங்கினார் என மோகரா சொன்னாள் அல்லவா, முன்பு? அதில் அவருக்கு கேளிக்கை குறைவு. காரியம் அதிகம். உண்மை யில் வெளிநாடுகளிலிருந்து வரும் தொழில் அதிபர்கள் பைஜ் நாத்தைத் தங்களுடைய கைடாகப் பார்க்காமல் குருவாகவே பார்த்தனர்.

தில்லியில் யாருக்கு, எங்கே என்ன பார்க்க வேண்டும் என்பதையெல்லாம் அவருடைய கருத்துக்களக் கேட்காமல் முடிவெடுக்க மாட்டார்கள். கருந்து கிடைத்தபின் பார்க்காமல் விட்டு விட மாட்டார்கள். புத்திசாலியான குரு. கைட் இவருடைய புகழ் பீட்டர்ஸன் அண்ட் பீட்டர்ஸன் மூலமாக ஆரம்பமாகி, தினம் தினம் அதிகரித்துக் கொண்டே இருக்கிறது. விளம்பர அறிவிப்பு, அதிகப்பிரசங்கித் தனமான பேச்சு எல்லாமே, பேச் சோடு பேச்சாக அது ஒருவரிலிருந்து மற்றொருவருக்கு என பணக்காரக் கம்பெனிகளின் முதலாளிகளின் காது வரை எட்டியது.

அந்நிய நாட்டு தூதுவராக ஆகாமலேயே பைஜ்நாத் நாடு களுக்கிடையே ராஜ தூதுவராகத் தீர்மானிக்கப்பட்டார் என்று சொல்ல முடியும். அவர் அந்நிய நாட்டு நகரவாசிகளிடையே தன் நாட்டின் பண்பாட்டை விளம்பரப்படுத்தும், துதி பாடும் பொறுப்பை தன் கையில் எடுத்துக் கொண்டார். அரசால் நிய மிக்கப்பட்ட அரச தூதுவர்களாக இல்லாமல் இவர்கள் அவர் களை விடவும் சிறந்த பலன்களைக் கொடுத்துக் கொண்டிருந்த னர். இப்படிப்பட்ட மனிதர்கள் எங்கு செல்கிறார்களோ, அந்த இடத்து மக்களாக ஆகி விடுகின்றனர்.

இந்த வகைப்பாட்டில், ஏறக்குறைய எல்லா மாலையிலும் ஏதாவது ஒரு அயல்நாட்டு பணக்காரர்களுடன், உயர் சமூகக் குழுக்களில் ஆஜராகிக் காலம் கழித்துக் கொண்டிருந்தார். ஷங்கர் ஷாத் கவியரங்கத்திற்குச் செல்லாமல் எப்படி இருப்பது? அவர் உயர் குழுக்களின் மகுடம் என்று சொல்லப்படுபவர். அங்கே அவர் செல்வது தற்செயலான நிகழ்வு அல்ல.

சின்ன முதலாளியின் பிரியமானவளான கஜல் பாடகிக்கும் அது தற்செயல் நிகழ்வு அல்ல. தற்செயலானது என்னவெனில், சுலைமான் சாஹேப்பின் இடையில் கசிய விட்டதுதான். மெஹர் ஜான் ஒவ்வொரு வருடமும் அதில் கலந்து கொள்வாள். சந்தேகம் இல்லாமல் ஃபரிதா பானேவா வேண்டுமானால் முதல் முறை யாக்க் கலந்து கொண்டார்.

அதிர்ஷ்ட சக்கரம் நல்ல முறையில் சுழன்று கொண்டிருக் கும் போது பைஜ்நாத் கன்னிகாட்டிற்குச் சென்றிருக்கிறார். மெஹர் ஜானுடன் சில ஆண்டுகளுக்குப் பிறகான சந்திப்பு. ஆனால், குழந்தையைப் போல இருக்கும் ஃபரிதா பானோவுடனான பொங்கும் இளமையுடன் இருப்பவளுடன் முதல் சந்திப்பு. இப்போது பிரிந்தவர்கள் மறுபடி கூடியவுடன் கடந்த கால நட்பைப் பற்றிப் பேசிக் கொண்டிருந்தனர்.

சின்ன முதலாளியின் சட்ட விரோதமான உறவு கொண் டிருந்த காலத்தில் மெஹர்ஜான், பைஜ்நாத்துடன் மிகுந்த நட்பு கொண்டிருந்தாள். அதில் காதல், காமம் என்றில்லாமல் மனப் பூர்வமாக அவளால் பேச முடியும். அது போன்ற உரையாடலைப் பல ஆண்டுகளுக்குப பின் சுவைப்பதின் காரணமாக, மனதில் துன்பம் ஏற்படுத்தும் ஃபரீதாவின் கதையை, விவரங்களுடன் சொல்லிக் கொண்டிருந்தாள்.

பைஜ்நாத் யார்? சுலைமான் சாஹேப் எப்படியான மனிதர்? எந்த அளவிற்கு அவரிடம் நம்பிக்கை வைக்க முடியும் என்றெல்லாம் பேசிக் கொண்டிருந்தாள். பைஜ்நாத் வசம் தங்கசச் சுரங்கம் கிட்டி இருக்கிறது. இந்த ஏற்பாட்டினால் அனைவருக் கும் நன்மை கிடைக்க வேண்டும். யாருக்கும் கஷ்டம் ஏற்படக் கூடாது.

இப்படியான ஒரு பேரத்தைக் கை விடுவது முட்டாள் தனம். இதனால் அவர் மெஹர் ஜானுக்கு ஆறுதல் சொன்னார். தன்னை அவர் கையில் ஒப்படைத்து விட்டு முன்னேறுவதற்கு சுலைமான் சாஹேப்பைப் போல ஆண் கிடைப்பது கடினம் என்றார். இளம் பெண்ணுக்குத் துணைவன், இதில் இரண்டு பேருக்கும் தேவை இருக்கிறது என்றார். காதல் போன்றவற்றில் அவர் வெகுளி. ஆனால், பிடித்த பாதையை விட்டு விலகாத மிகுந்த பிடிவாதக்காரர்.

அதற்குப் பிறகு ஜோக்நாத்திற்கு வேலை உறுதியானதில் பைஜ்நாத்திற்கு எந்த வித சிக்கலும் இருக்கவில்லை. கடுமை யாக முயற்சி செய்ய வேண்டி இருக்கவில்லை. சுலைமான் சாஹேப்புடன் ஆன சந்திப்பிற்காக நேரம் கோர வேண்டிய தேவையும் இல்லை. ஒரு அரசு பார்ட்டியில் சந்திப்பு நிகழ்ந்து விட்டது.

முதலில் ஷங்கர் ஷாத் கவியரங்கத்தில் கவிதை வாசித்தார். பிறகு மனைவி எப்படி இருக்கிறார் என்று நலம் விசாரித்தார். வேறு ஏதும் சொல்ல வேண்டிய தேவை இருக்கவில்லை. புத்தி சாலிகளுக்குச் சமிக்ஞை போதுமானது. அப்பாவியான சுலை மான் சாஹேப் தானே முன் வந்து, "உங்களுடைய தம்பி ஜோக் நாத் இப்போது எங்கிருக்கிறார்? எங்காவது வேலை கிடைத் ததா?" என்று விசாரித்தார்.

பைஜ்நாத் பெருமூச்சுடன், "வேலை கிடைத்தது. ஆனால், தில்லியில் அல்ல. உங்கள் முன்பாகச் சொல்ல சமயம் பார்த்துக் கொண்டிருந்தேன். வேலை முடிந்து விட்டது."

இந்தக் கதையை நான் உங்களுக்குச் சொல்லும் நேரமெல் லாம் மோகராவின் மனம் பெரும் குழப்பத்தில் ஆழ்ந்திருந்தது. மனதைத் திடப்படுத்தும் வேலையில் இருந்தவள். அவள் பொறுமையிழந்து, "இப்போது மாமாவோடு யார் இருக் கிறார்?" என்று ஆற்ற மாட்டாமல் கேட்டு விட்டாள்.

"வேறு ஒருவர்" என்று பைஜ்நாத் உடனடியாக பதில் சொன்னார்.

"உங்கள் மாமா என்னை மிகவும் துன்பத்திற்குள்ளாக்கி விட்டார்" என்று தலையைக் குனிந்து கொண்டு, சிரிப்பில்லா

மல் சொன்னார் ஜோக்நாத். சென்ற வாரம் என்னிடம், ''இனி மேல் என்னால் உன்னைத் தாங்கிக் கொள்ள முடியாது. பெட்டி படுக்கையைக் கட்டிக் கொண்டு கிளம்பு'' என்றார். அதனால் நான் வர வேண்டியதாயிற்று.

அவர் மிகவும் கலங்கியிருக்கிறார் போல இருந்தது அவருடைய தோற்றம். அந்தக் குரலில் அவர் ஒருபோதும் பேசியது இல்லை.

பைஜ்நாத் இமைடறித்து, ''ஏன் தொந்தரவு செய்கிறாய்? அப்படியெல்லாம் ஒன்றும் இல்லை. ஜூக்கி என்றாவது ஒரு நாள் திரும்பி வரத்தானே வேண்டும். வேலையில் ஈடுபட வேண்டிய நேரம்.''

அவளுக்குச் சென்ற ஆண்டு சொன்ன வார்த்தைகள் நினைவுக்கு வந்தன. பீட்டர்ஸன் அண்ட் பீட்டர்ஸன்னின் காண்டிராக்ட் கிடைக்காத வரைதான் சித்தப்பா அங்கு இருக்க நேரிடும். கிடைத்தால் அப்பாவிற்கு நேரம் கிடைப்பது அத்தனை கடினமானதாக இருக்காது. அவள் சுலபமாக டேராடூன் சென்று வர முடியும். காண்டிராக்ட் கிடைத்திருக்கும் போல. வீட்டின் நல்ல நிலையே சாட்சி.

நாம் டேராடூனுக்கு எப்போது போவோம். அவள் வாயில் இலிருந்து வெளிவந்தன வார்த்தைகள் தடையின்றி.

அறையில் அப்படியான ஒரு மௌனம் நிலவியது. அனைவரும் அந்த மௌனத்தில் பங்கு கொண்டிருந்தனர். மோகரா மட்டுமே பாதத்தைத் தரையில் தேய்த்துக் கொண்டிருந்தாள்.

''போன முறை நாங்கள் சென்ற போது பரீட்சை நடந்து கொண்டிருந்தது. எங்களுக்குக் கோடை விடுமுறையின் போது நாம் செல்லலாம்'' என்றாள்.

''ஆண்டவன் என்ன நினைத்துக் கொண்டிருக்கிறானோ? ரிசல்ட் என்ன ஆகுமோ?'' என குல் பெருமூச்சு விட்டுக் கொண்டே சொன்னாள்.

''யாருக்கு?''

''என்னுடைய நிலை, உன்னுடைய நிலையா என்ன? நீயோ வகுப்பில் முதல் இடத்தைப் பிடித்து வந்து விடுகிறாய். ஃபைனல் இயர் எனக்கு விடுமுறையின் போது ரிசல்ட் வரும்.''

''ஜூனில்தானே ரிசல்ட் வரும். நாம் அதற்கு முன்னால் மே மாதம் போய் வருவோம்'' மோகரா சொன்னாள்.

பைஜ்நாத் பதில் ஒன்றும் சொல்வில்லை. ''நிறைய வேலை இருக்கிறது. பார்ப்போம் என்ன ஆகிறது என்ன?'' என்று சொன்னார்.

மோகராவிற்கு அப்பாவிடம் கேட்க நிறைய இருந்தன. பீட்டர்ஸன் அண்ட் பீட்டர்ஸன்னின் காண்ட்ராக்ட் கிடைத்ததா இல்லையா? கிடைத்து விட்டதெனில், ஏன் உங்களுக்கு நேரம் இல்லை? ஜுக்கி சித்தப்பாவிற்குப் பதிலாக அறிமுகம் இல்லாத ஆள் அங்கு இருந்தாரெனில் மாமாவைப் பார்த்துக் கொள்ள நீங்கள் டேராடூன் செல்ல வேண்டியிருக்கும் அல்லவா? எங்களைக் கூட்டிக் கொண்டு செல்ல மாட்டாரா அல்லது தானே செல்லப் போவதில்லையா? ஒரு கேள்வியைக் கூடக் கேட்கவில்லை அவள். அவள் வளர்ந்து விட்டாள். மேலும் அப்பா பதில் சொல்லாமல் வசதியாக இருக்கக் கற்றுக் கொண்டு விட்டார்.

அப்போதுதான் கனகலதா போன ஆண்டு தம்பிக்கு டைபாயிட் வந்திருந்தது. அதனால் அப்பா போனார் என்று சொல்லி விட்டாள்.

''உங்களுக்குத் தெரியுமா என்ன?'' ஜோக்நாத்திடமிருந்து கேள்வி வந்தது.

''மாமாவிற்கு டைபாயிடா இருந்ததா என்ன?'' மோகரா முணுமுணுத்தாள். ஆனால், குல்லின் குரல் அவளின் குரலை அமுக்கி விட்டது.

அவள் ஜோக்நாத்திடம், ''உங்களை எந்தப் பதவியில் உட்கார வைக்க அழைத்து வந்திருக்கிறார்கள்?'' என்று கேட்டாள்.

''சொன்னேன் அல்வா? சி.பி.டபிள்யூ.டி.யில் உதவிக்கு இரண்டு அஸிஸ்டண்ட் என்ஜினியர்கள். இன்னமும் என்ன கேட்க வேண்டும்?''

சுலைமான் சாஹேப்பைக் குஷிப்படுத்த முடிந்தது. அது வேலை செய்தது என்று நான் கேள்விப்பட்டேன்.

'குல்' என்று ஒருசேர பைஜ்நாத்தும் கனகலதாவும் இடை நிறுத்தி, மோகராவும் தன் பங்கிற்கு 'குல்' என்று கூப்பிட்டாள். ஆனால், அவள் மனத்தினுள் மாமா நிலைத்திருந்தார்.

ஜோக்நாத் வெட்கப்படவில்லை. "எவன் தன் பாஸிற்கு சலாம் போடாமல் இருக்கிறான். தன்னைப் பணியாள் என்றோ, ஆபீசர் என்றோ சொல்லிக் கொள்கிறார்கள். ஒருவனுக்கு மேலே அதிகாரி இல்லை எனில் அவன் தன் கீழ் இருப்பவர்களை அதி காரம் செய்கிறான்.''

"மனதை மயங்கச் செய்யும் எண்ணம் நன்றாகத்தான் இருக்கிறது.'' குல் சொன்னாள்.

"ஒன்றுமே செய்யவில்லை என்றாலும், நல்ல எண்ணத்தில் வைத்திருக்கிறான், செய்கிறான் என எண்ணுகிறான். உனக்குத் திருமணம் ஆகட்டும். நீயும் தொண்டு செய்பவளாக ஆகிப் போவாய்.''

"செய்யும். என் கைத்தடி செய்யும்.''

"நல்ல அபிப்பிராயத்திற்குள் இருக்க வேண்டும். செய்ய வேண்டாம். இருக்க வைக்க வேண்டும். நல்ல எண்ணத்தில் இருப்பதும், நல்ல எண்ணத்தில் இருக்க வைப்பதும்தான் சேவை என்பது. நான் சரியாகச் செல்கிறேனா அண்ணா?''

பைஜ்நாத் பதில் சொல்லவில்லை. அப்பாவின் மீது படித்த சகோதரிகளின் பார்வையில் தர்க்கம் இருந்தது. குல் மௌனமாக இருந்து விட்டாள். அந்தச் சிறிய இடைவெளியின் மௌனத்தில் முணுமுணுத்ததிலிருந்து கொஞ்சம் உரத்த குரலில் மோகரா, "மாமாவிற்கு எப்போது டைபாயிட் வந்தது? எனக்குத் தெரி யவே தெரியாதே.''

"உனக்குப் பரீட்சை நடந்து கொண்டிருந்தது. அதனால் சொல்லவில்லை'' பைஜ்நாத் சொன்னார்.

"பயங்கரமான வகையான டைபாயிட்'' என்றாள் கனக லதா. சேர்ந்து சொல்லவும், ஜோக்நாத் மறுபடியும், "உங்களுக்குத் தெரியுமா?'' என கேள்வி எழுப்பினார்.

"பிழைத்தார் எனக் கொள். பூரண நலமடைய இன்னமும் நாட்கள் செல்லும்."

"உங்களுக்குத் தெரியுமா?"

கனகலதாவிற்கு எது எவ்வளவு தெரியும். எவ்வளவு தெரியாது என்பது ஒரு போதும் பைஜ்நாத்திகே தெரியாது என்னும் போது ஜோக்நாத்திற்கு எப்படித் தெரியும்? பிடிக்காதது பலவும், தீயவைகளும் சமன்தாஸிற்கு நிகழ்ந்த அவை யாவும் டைபாயிடின் கெட்ட ஆதிக்கத்தால் உண்டானவை. அதை அவர் தானே புரிந்து கொண்டார். இல்லாவிட்டால் எல்லாம் சரியாகவே நடந்து கொண்டிருக்கும். ஜோக்நாத் அவரைப் பார்த்துக் கொள்ள அனுப்பிய திலிருந்து அவருடைய பராமரிப்பு சிறந்த முறையில் நடந்து கொண்டிருந்தது. தனிமை பெரும் அளவிற்கு விலகி இருந்தது. மனதிலும் மூளையிலும் இருந்த சோகம் தணியத் தொடங்கி இருந்தது.

படிப்படியாக இது மோகராவிற்கும் புரிய வைக்கப்பட்டது. பைஜ்நாத் சொன்னதாகக் கொஞ்சம் கொஞ்சமாக சொல்லப்பட்டது. தானாகச் சொல்லவில்லை. டைபாயிட் அவருடைய நரம்புகளை மிகவும் தாக்கி விட்டது. அதிலிருந்து மீள்வதற்காக சமன்தாஸைக் கொஞ்ச நாட்களுக்காக டேராடூனிலிருந்து நகர்த்தி, பரேலியிருந்த ஒரு பிரபல மருத்துவமனையில் சேர்த்து விட்டிருந்தனர். ஜோக்நாத்திற்கு வேலை கிடைத்த செய்தியும் தற்செயலாக அப்போது கிடைத்தது.

இன்னொரு ஆளைக் கண்டுபிடிப்பதற்கான நேரம் கிடைத்தது. இதைத் தற்செயல் என்றும் சொல்லலாம். அதிர்ஷ்டம் என்றும் சொல்லலாம். இரண்டும் ஒன்றுதான். கொஞ்ச மாதங்களுக்கு முந்தைய விஷயம் இது. அவர் குணமடைந்து டேராடூனுக்குத் திரும்புவார். மோகரா அவரைச் சந்திக்க முடியும்.

அவள் டேராடூனிலேயே வைத்து மருத்துவம் பார்த்திருக்க முடியாதா? கேட்டதற்கு முடியாது என்று பதில் கிடைத்தது. எல்லா திறமையான மருத்துவர்களாலும் ஒப்புக் கொள்ளக் கூடியது என்னவெனில், மன நோயிலிருந்து மீளவதற்கு, இட மாற்றம் முதல் தேவை என்பதுதான். ஒரு மருத்துவரிடம் மட்

டும் ஆலோசனை கேட்கப்படவில்லை. தில்லி - டேராடூன் - பரேலியில் இருக்கும் பெரிய பெயர் பெற்ற மருத்துவர்கள் பலரிடமும் விடாமல் கேட்கப்பட்டது.

விடுபட்டது டாக்டர் தாத்தா மட்டும்தான். அவர் மட்டும் இருந்திருந்தால் எல்லாவற்றையும் அவர் ஒருவராகவே சமாளித் திருப்பார். அவர் இருக்கும் வரை மாமாவை அவரிடமிருந்து பிரிக்க முடியாது. இதில் மோகராவிற்கு நம்பிக்கை இருந்தது. லட்சம் யோசனைகள். ஆனால், எதையும் சொல்லவில்லை. இல் லாமல் போன ஒருவரை எப்படி அருகில் கொணர முடியும்? என்ன செய்ய முடியும்?

ஜோக்நாத்திற்கு அது தெரிந்திருக்கலாம். ஆனால் கனக லதாவிற்குத் தெரியாது. பரேலியில் இருக்கும் அந்தப் பிரபல மருத்துமவனை கொஞ்சமாக மருத்துவமும் அடைக்கலம் கொடுப்பதை அதிகமாகவும் செய்து கொண்டிருந்தது. மருத்து வம் என்ற பெயரில் நோயாளிகளை நோயின் பிடியிலிருந்து விடுவிப்பதும், அடைக்கலம் கொடுப்பது என்ற பெயரில் அவர்களை மிகக் கொடுமையாக, கைதிகளைப் போல நடத்து வதும்தான். அங்கிருந்து நலம் பெற்று திரும்பி வர மாதங்கள் அல்ல வருடங்கள் ஆகலாம். பல சமயங்களில் திரும்புவதே நடக்காது.

நோயாளிகளைக் கவனித்துக் கொள்வதற்கு அத்தனை பணம் கிடைக்கும் பொழுது, நோயாளிகளை வீட்டுக்கு அனுப்பு வதில் மருத்துவர்களுக்கு அவ்வளவு ஈடுபாடு இருக்காது. நோயாளிகளை அழைத்துக் கொண்டு வரும் போது இருந்த ஈடுபாடு திருப்பி அனுப்புவதில் இருக்காது.

ஒருவேளை வேளை நர்ஸிங் ஹோமிற்குச் செலுத்தும் கனமாக ரொக்கத்தை பைஜ்நாத் கட்ட மறுத்தால் கதையே வேறு. ஆனால், ஏமாற்றும் ஆள் அல்ல அவர். இன்னும் இதைப் பற்றிய நியாயத்தைத் தோண்டித் தோண்டிப் பார்த்தார். கர்ண சிங்கின் வெள்ளை வீடு வாடகைக்கு விடப்பட்டு, அதன் வருமானத்தின் ஒரு பகுதி அவருடைய பராமரிப்பிற்காக செலவு செய்து விட்டார். அதற்கு அது போதுமானதாக இருந்தது.

சமன்தாஸ் நர்ஸிங் ஹோமில் இருக்கும் பொழுது அந்த வீட்டை வாடகைக்கு விடாமல் இருப்பது முட்டாள்தனமானது என்று விட்டு விட்டார். கடவுளின் விருப்பம் அது. அதுவே நடந்தது. கடவுள் என்ன கடவுள். யாருக்கு எப்போது எது கிட்டும் என்பதை யார் அறிவார்?

பைஜ்நாத்திற்கும் அவர் மாதா ஸாரி மார்த்தா பீட்டர் ஸன்னைத் தேர்ந்தெடுத்தார். அவளுக்குத் தில்லியில் வசிப்பது என்பதை வெய்யிலினால் அலுத்துப் போனாள். ஒரு பங்களாவை மசூரியில் வாங்கிப் போட்டாள். ஆறு மாதம் முழுதும் மலை ஏறி ஏறி இறங்குவதும் தாங்க முடியவில்லை. தில்லியைப் போல சுட்டெரிக்காமல், சந்தோஷமாய்ப் போய் வர இங்கு ஒரு இடம் இல்லையா என பைஜ்நாத்திடம் கேட்டாள்.

மசூரியிலிருந்து தொலைவிலும் இருக்கக் கூடாது. தனியாக வெளியே சென்று வர வசதியான ஒரு நகரம் இல்லையா? அவள் கேட்டவுடனேயே பைஜ்நாத் பேச்சோடு பேச்சாக இதை வெளிப்படுத்தினார் அல்லது அவளாகக் கேட்டாளா. இதில் வேறுபாடு இல்லையெனும் போது எனக்கும் உங்களுக்கும் அதைப் பற்றி என்ன?

பைஜ்நாத் என்றில்லை எல்லாப் பெரிய மனிதர்களும் டேராடூன் என்ற பெயரைத்தான் முதலில் சொல்லவார்கள். வீடு தேடும் போது கர்ணசிங்கின் மாளிகையை விடவும் சிறந்த வீடு மாளிகையைப் போல எங்கே தேடினாலும் கிடைக்கப் போகிறதா? பார்த்ததும் அல்லது பைஜ்நாத்தின் வாயிலிருந்து கேட்டவுடனேயே மார்த்தா சரணடைந்து விட்டார். அந்த வீட்டின் சொந்தக்காரருடைய கதையை முழுவதுமாகக் கேட்ட பின்பு, அந்த வெள்ளை விரும்பி டாக்டரின் மீது பித்தானாள்.

பரம்பரை பணக்காரராக இல்லாமல் இருந்தாலும், அவருடைய திடமான உருவம் போதுமானதாக இருந்தது. டாக்டராக இல்லாமல் இருந்தாலும் கூட நேர்த்தியை விரும்பும் பரம்பரை பணக்காரராக இருந்தாலும் கூட அவள் பித்தாவதற்கு அந்த ஆரோக்கியமான உருவத்தோற்றம் போதுமானதே. இருவருக்

குமே கலப்பு வண்ணம் ஒரேயடியாக மிகவும் பிடிக்கும். மேலும் வெள்ளை நிறத்தின் மீது ஒரு ஈடுபாடு.

தாத்தாவிற்கு அவளைப் போலவே வெளிர் நிறம் மிகவும் பிடிக்கும் என்றும், குல்லிற்கு அடர் வண்ணம் பிடிக்கும் என்றும் முதலிலேயே சொல்லி இருக்கிறாள் அல்லவா? இளம் வயதின் பிடியில் இருந்த மோகரா, டேராடூனில் அந்த மாளிகை கட்டப்படும் பொழுது அவளுடைய மனம் வெள்ளை நிறத்தில் ஒரு சார்பு கொண்டு லயித்திருந்தது. எல்லா நிறங்களிலிருந்தும் விலகி இருந்தது.

இது அவளின் வெள்ளை நிறப் பித்தை வெளிப்படுத்தி யது. இது அவர் சொல்லாமல் விட்டது. வெள்ளை வீடு எனப் பெயர் கொண்டு ஒளிரும் அந்தக் கட்டடமே அதற்குச் சாட்சி. பரம்பரை பணக்காரர்களைப் பற்றி கிளர்ச்சியூட்டும் புத்தகங் களில் சொல்லியிருந்தது போல உண்மையான பரம்பரைப் பணக் காரர்கள் என்பவர்கள் சற்றே பித்தான நிலையில் இருப்பார்கள் என்று மார்த்தா எண்ணிக் கொண்டிருக்கிறாள். அவளுடைய அப்பா மாமிச வியாபாரம் செய்து பணக்காரர் ஆகியிருந்தார். பிறகு பீட்டர்ஸன் மூலமாக நிலம், சொத்துக்களை வாங்கி விற்கும் தொழில் செய்து பெருமையும் மரியாதையும் பெற்றார்.

இதில் பரம்பரை என்ற சொல் ஒன்றுமில்லை. கர்ண சிங்கின் வெள்ளை வழிபாடு, திடகாத்திரமான உடற்கட்டு, தாராள மனத்துடன் பணத்தை வீசும் பழக்கம் எல்லாமே ஒரு குறுநில மன்னனின் ஆடம்பரக் கதையைச் சொல்லுகின்றன. இந்தக் கனவுதான் அவள் தன் ஆயுள் முழுவதும் கண்டு கொண்டிருந்தது. கதை இத்தோடு முடியவில்லை. அவள் செக் புக்கை எடுத்துக் கொடுத்து தான் எப்படியாயினும் அந்த வீட்டில் வசிக்க வேண்டும் என்றும், வீட்டின் சொந்தக்காரன் விருப்பம் போல வாடகை எழுதிக் கொள்ளட்டும் என்றும் சொன்னாள்.

கர்ணசிங்கின் வெள்ளை மாளிகையில் வசிக்கப் போகும் எண்ணத்தில் அவள் மனம் துள்ளிக் குதித்தது. ஏதோ குறுநில மன்னரின் ஆடம்பரத்திற்கு அவள் எஜமானி ஆனாற் போலத் தோன்றியது. அமெரிக்க பைத்தியத்தினால்தான் இத்தனை பெரிய வாடகை கிடைத்தது.

இணைந்த மனம் 347

வீட்டிலிருந்து கிடைக்கும் வாடகையின் வருமானத்தால் சமன்தாஸின் மருத்துவக் கட்டணம் நல்லபடி செலுத்த முடிந்தது. மீதமிருக்கும் பணத்தை அவனுடைய கணக்கில் சேமித்தார். ஆம், சேமிக்க செல்வம் கிடைத்துக் கொண்டே இருந்தது. அதன் மூலம் வருமானம் தொடர்ந்து கிட்டும்; சொத்தும் அதிகரித்துக் கொண்டே இருக்கும்.

கடைசியில் டாக்டர் கர்ணசிங் சமன்தாஸை மட்டுமல்லாமல் அவருடைய சொத்துக்களும் பைஜ்நாத்தைப் பரமரிப்பாளராக ஆக்கி விட்டிருந்தார். சமன்தாஸா, பைஜ்நாத்தா யார் முதலில் போவார்கள் என்று யாருக்குத் தெரியும்? ஆண்டவனின் இச்சைப்படி பைஜ்நாத் முதலில் போய்ச் சேர்ந்து விட்டால், அப்போது சிறந்த மருத்துவமனையில் சமன்தாஸைப் பராமரிக்கும் வாய்ப்புக் கிடைக்காது.

இந்த புரிதல் பைஜ்நாத்திற்கும், ஜோக்நாத்திற்கும், பெரிய பெரிய டாக்டர்களுக்கும் இருந்தது. ஆனால், கனகலதாவிற்கு இவை இருந்ததா இல்லையா யாருக்கும் தெரியாது. யாருக்குமே தெரிய வராத அந்த உண்மையை - அந்த விஷயத்தை நான் ஒன்றுமில்லாதவள் உங்களுக்கு எப்படிச் சொல்வேன்? கனகலதாவுக்கு எவ்வளவு தெரியுமோ அத்தனை எனக்கும் தெரியும் என்று வேண்டுமானால் சொல்வேன்.

அந்த நாட்களில் காலக் கெடுவுக்கு முன்னால் டைபாயிட் நோயைக் குணப்படுத்த, கட்டுப்படுத்த க்ளோரோமைசிடின் பரிந்துரைக்கப்பட்டது. அதுவும் நோயின் அபாயத் தன்மையை ஒட்டி, காதலியிடம் காதலனின் வேண்டுகோளைப் போல இந்த மருந்துக்கு முறையற்ற தொடர்பு இருந்தது. வந்த புதிதில் காதலியின் பார்வையைப் போல விலை உயர்ந்திருந்தது. கிடைப்பதும் கடினமாக இருந்தது.

பிறகு பரவலாகக் கிடைத்தாலும் கூடக் குறைந்த விலைக்குக் கொண்டு வர முடியவில்லை. காலையோ, இரவோ சரியாக ஆறு மணி இடைவெளியில் தொண்டைக்குத் தொந்தரவு கொடுக்க வேண்டி இருக்கும். சரியான முறையில் கவனித்துச் செயல்பட்டால், மூன்று நாட்களுக்குப் பதிலாக ஒரு வாரத்தில்

காய்ச்சல் இறங்கி விடும். ஆனால், குடலில் நோய் உண்டாகி விடும். ஓய்வெடுப்பதிலும் பத்தியத்திலும் கொஞ்சம் பிசகு ஏற்பட்டாலும் இளமையான காதலர்களைப் போல மறுபடியும் உரிமை கொண்டாடும் காய்ச்சல். பைஜ்நாத் மருந்து வாங்கி வருவதிலும், கொடுப்பதிலும் எந்தக் குறையும் வைக்கவில்லை.

பத்தியத்திலும் ஓய்வெடுப்பதிலும்கூட குறை ஒன்றும் இல்லை. ஆனாலும், கூட நோய் மறுபடியும் வந்து விட்டது. ரிலாப்ஸ் ஆனதைக் கூட சமாளத்திருக்கலாம். ஆனால், சமன் தாஸ் முன்னமேயே தன் மூளையைக் கனவுகளையும் சந்தேகங் களையும் இட்டு நிரம்பி வைத்திருக்கும் இடமாக வைத்திருந் தார். நரம்புகளின் வேதனை அவரை எப்போது நிஜத்திலிருந்து ஏதோ பயங்கரமான இடத்திற்குக் கொண்டு செல்லும் என்பதை யெல்லாம் சொல்ல இயலாது.

இந்த நிலையில் மருந்து விஷமாகி மூளையை விழுங்கி விட்டது. அந்த மருந்தின் பக்க விளைவுகளைப பற்றி மருத்து வர்களுக்கே ஒன்றும் தெரியாத போது, பைஜ்நாத்தை என்ன சொல்ல?

டேராடூனில் மருந்து கிடைக்காததால், டில்லியிலிருந்து மருந்து வாங்குவதற்காக ஒரு நாள் காற்றைப் போல வேகமாக வண்டி ஓட்டி அங்கு வந்தடைந்தார். சரியான நேரத்தில் உணவு தொண்டையில் இறங்கி, காய்ச்சல் மூளையைப் பிடித்துக் கொள்ளாமல் இருக்க வேண்டுமே என்று மனதிற்குள் எண்ணிக் கொண்டே வந்தார். வீட்டை அடைந்ததும் மகிழ்ந்தார். சடசட வென்று சமன்தாஸ் மறுபடி மறுபடி படுக்கையிலிருந்து துள்ளி குதித்து எழுந்திருந்து நின்றார். ரஹமதுல்லாவும், ஜோக்நாத்தும் மிகவும் கஷ்டப்பட்டு பிடித்து இழுத்து வந்து படுக்கையில் அரைகுறையாகப் படுக்க வைத்தனர்.

‘‘மருந்து கிடைத்து விட்டது’’ என்ற நம்பிக்கையுடன் அவர் உள்ளே வந்தார். அங்கு கண்டது அப்படி ஒரு அமைதி. ஏதோ மரணம் நிகழ்ந்து விட்டதைப் போல, ஜோக்நாத் சமன் தாஸை, தோள்களைப் பிடித்து வலுக்கட்டாயமாகப் படுக்கை யில் படுக்க வைத்தார். ரஹமதுல்லா இன்னும் வலுக்கட்டாய மாக வாயைத் திறக்க வைத்தார்.

மருந்தை வாயில் போட பைஜ்நாத் அருகில் வந்ததும், பலமான குத்து ஒன்று தோளில் இறங்கியது. அத்தனை திடமான ஆணான அவர் வெட்டிய மரம் போல கீழே சாய்ந்தார். சமன் தாஸ் வெளியே ஓடி விட்டார். காம்பவுண்டைத் தாண்டி, தோட் டத்தைத் தாண்டி தெருவுக்குச் சென்று விட்டார்.

ஜோக்நாத்தும், ரஹமதுல்லாவும் அங்கு சென்று அவரைப் பிடிப்பதற்கு முன்னதாக அவர் தெருவின் ஓரத்தில் இருக்கும் முசல்மான்களின் பக்கிரியின் சமாதியின் மீது சரிந்து குவியலாக விழுந்தார்.

அதன் பிறகு ஒருவர் பின் ஒருவராகப் பிரபல மருத்து வர்கள் வந்தனர். இப்படி பயங்கரமாக நோய் ரிலாப்ஸான பிறகும் உயிரோடு இருப்பதே கஷ்டம் என்பதுதான் அனைவரின் கருத்தும். ஆனால், அவர் பிழைத்து விட்டார். உடலின் நில வரத்தில் அவர் பிழைத்திருந்தார். ஓரளவிற்கு ஆரோக்கியமாக வும் ஆகி விட்டார். ஆனால், மூளை முழுவதுமாக கட்டுப் பாட்டை இழந்திருந்தது. அவரை பரேலியில் இருக்கும் மருத்துவ மனையில் சேர்ப்பதைத் தவிர வேறு வழியில்லை.

அங்கிருந்த போதும் சமன்தாஸ் தன்னை டேராடூனைச் சார்ந்த ஒரு முஸ்லீம் பக்கிரி என்றே சொல்லிக் கொண்டிருந்தார். எத்தனை துன்ப நிலைக்கு மனிதன் தள்ளப்பட்டாலும் இரண்டும் இரண்டும் நான்காகத்தான் இருக்கும் என்பதை கற்பிப்பதற் காகவே ஆண்டன் அவரை மண்ணிற்கு அனுப்பி வைத்திருக் கிறார் என்று சொல்லிக் கொண்டே இருந்தார்.

எனக்குத் தெரியும். இதைச் சொன்னது மேதை தகார்த் என்று. தன்னிலை மறப்பதற்கு முன்பு சமன்தாஸும் அறிவார். இப்போது உண்மையில் யார் என்ன சொன்னார் என்பதிலெல் லாம் அவருக்கு வேறுபாடு இல்லை. அவரைப் பொறுத்த வரை தர்கார்தான் பக்கிரி, பக்கிரிதான் சமன்தாஸ். சமன்தாஸ்தான் தகார்த். அதாவது இதன் பொருள் என்னவெனில் இரண்டும் இரண்டும் எந்த நிலையிலும் நான்கு மட்டுமே.

16

"இரண்டும் இரண்டும் நான்காகத்தான் இருக்க வேண்டும் என்பது கட்டாயமல்ல." குல் ஒரு நாள் சிரித்துக் கொண்டே சொன்னாள்.

"இருக்கிறது. கண்டிப்பாக அவசியம்" என்றேன் நான். எனக்குக் கோபம் வந்தது. "தர்க்கப் பொருத்தம் அபப்டித்தான் சொல்லுகிறது" என்றேன்.

"நொண்டிச் சாக்கு" குல் சொன்னாள்.

"மாமா! என் மனம் கலங்கத் தொடங்கியது. தெரியும் எனக்கு தர்க்கப் பொருத்தம் இதை உண்மை என்று நிரூபித்தும் இருக்கலாம். இரண்டு தடவை சொல்ல வேண்டியது அவசியம் இல்லை. ஆனால், நீ இத்தனை விஷமத்தனத்தோடு சொன்னாய் ... இரண்டும் இரண்டும் நான்கு என்பதைத் தவிர வேறாக ஆகவே முடியாது."

"ரமணனும் இதைத்தான் ஒப்புக் கொள்கிறான்."

"எல்லோரும்தான் ஒப்புக் கொள்கின்றனர்."

"எல்லோரும் கிடையாது. நீயும் ரமணும்தான். ஒரே மாதிரி இருக்கிறீர்கள். என்னையும் ஷமீதையும் போல."

"அப்படியெனில்? நான் சொன்னேன். ஒரே மாதிரி இருப்பதினால் ஒன்றுமில்லை, ஒன்றுமில்லை, ஒன்றுமில்லை."

"திரும்பத் திரும்ப ஏன் சொல்லிக் கொண்டிருக்கிறாய்?"

"இரண்டு இரண்டும் நான்காகாது" சொல்லி விட்டு நான் அழத் தொடங்கினேன். பலமில்லாத விவாதம். சொல்வதினாலா,

மாமாவின் நினைவு வந்ததினாலா அல்லது ஷமீதும் குல்லும் ஒன்று போல என்ற உண்மையினாலா? தெரியவில்லை.

"இதில் அழுவதற்கு என்ன இருக்கிறது?" குல் சொன்னாள்.

அழாமல் இருக்க முயன்றாலும் முடியவில்லை.

"விசித்திரமான முட்டாள்" அவள் எழுந்து சென்று விட்டாள்.

மறுநாளும் அதே கதையை எடுத்துக் கொண்டாள்.

"உன்னைப் போலவே ரமணும். இங்கிருந்து அங்கு போனாலும் இரண்டும் இரண்டும் நான்குதான்."

"கணிதத்தின் கோட்பாடு அது. அதை ஒப்புக் கொள்வது, ஒப்புக் கொள்ளாதது என்ற கேள்விக்கு இடம் ஏது?"

"சரி. நான் ஐந்து என்று சொன்னால், நீ என்ன செய்வாய்?"

"என்ன செய்ய? முட்டாள்தனமாகப் பேசாதே. விவாதத் திற்கு முடிவே கிடையாது."

"உண்டு. இரண்டும் இரண்டும் ஐந்து, ஆறு என்னவாக வேண்டுமானாலும் இருக்கலாம்."

"நீயும்..." இந்தத் தடவை அழுவதற்குப் பதிலாகச் சிரித்துக் கொண்டே சொல்லத் தொடங்கினேன். சிறு வயது பயம் மூளைக்குள் தோன்றியது.

இரண்டும் இரண்டும் ஆறாகவே ஆகிப் போனது. நான்கு நபர்களால் உருவாக்கப்பட்ட இரண்டு முக்கோணம் ஷமீத், குல் மற்றும் நான், ஷமீத், ரமண் மற்றும் குல். ஷமீதைச் சந்திப்பதனால் கணக்கில் குழப்பம் ஏற்படுகிறது.

இது நாங்கள் டேராடூன் செல்வதை நிறுத்தி விட்ட நாட்களில் நடந்த விஷயம் அப்பா போனார், தனியாக. போக வேண்டி இருந்தது. கோடைக் கால வாசஸ்தலமாக டேராடூனும் - மசூரியும் பீட்டர் அண்ட் பீட்டர்களுக்கு முக்கிய இடமாயிற்று. வேலையை முடித்து விட்டு ஓரிரு நாட்களில் திரும்பி விடுவார். டேராடூன் போனாரா அல்லது வேறு எங்காவதா என்பது சரியாகத் தெரியவில்லை. நான் அதிகமான விவரங்களை அறிவ

திலிருந்து ஒதுங்கி விட்டேன், அப்பா விவரங்கள் தருவதில் இருந்து.

ஜுக்கி சித்தப்பாவின் பணி டில்லியிலேயே ஆகி விட்டது. அவர் இங்கேயே இருந்தார். என்ன ஒரு வேறுபாடு என்றால், நாள் முழுவதும் அலுவலகத்திலேயே கழிந்து விடுவதால் உறையைப் பிரிக்காமல் உள்ளிருப்பதைப் படிக்கும் வேலையை மாலையிலிருந்து காலை வரையே கண்காணிக்க முடிந்தது. குல்லிற்கும் அவருக்கும் இடையில் இருந்த பாவனை ஏறக் குறைய ஒரு முடிவை எட்டியிருந்தது.

இப்போது குல்லின் உறையில் என்ன இருக்கிறதோ அவை செரிக்கும் விஷயங்கள் இல்லை. எனவே அவர் சகோ தரர் என்ற இடத்திலிருந்து மறுபடியும் சித்தப்பா ஆகி விட்டார். செய்தி ஆகியவற்றைக் கிழித்துக் கொண்டு வெளியில் வர அடம் பிடிக்கும் நாட்களில் மிக சாதாரணமாக தங்கைக்கு அண்ணன் ஆனார். பி.ஏ.வின் இரண்டாம் ஆண்டு கனவுகளில் கழிந்தது.

குல் ஷமீதுடன் எப்படி இணைந்திருப்பாள் என்பதைப் பற்றிய அதிக கனவுகள் வந்தன. மசூரியின் பயணத்திற்குப் பிறகு டேராடூனை மனதிலிருந்து வலுக்கட்டாயமாக வெளியேற்றும் வகையில் மாமா மற்றும் அப்பாவைப் பற்றிய ஈர்ப்பு மாற அந்த மோகம் ஷமீதின் மீது நிரம்பியது. நான். பி.ஏ. இரண்டாம் ஆண்டு படிக்கும் பொழுது, குல், ஷமீத், ரமண், தராலா, ஜெயா ஆகி யோர் எம்.ஏ. முதலாம் ஆண்டில். எப்போதாவது சந்திப்பு ஏற்படும். காபி ஹவுஸில் எல்லோரின் முன்பாகவும் குல்லைச் சந்திக்க நேர்ந்தது.

ஷமீதின் மீது எனக்கு மட்டுமல்ல, நேருக்கு நேர் பார்க்கும் அனைத்துப் பெண்களுக்கும் ஈர்ப்பு உண்டானது. அவனுடைய தோற்றம் சினிமா நடிகனைப் போல இருந்தது. ராஜ்கபூர், திலீப் குமார், தேவ் ஆனந்த் காலம் அது. ராஜ்கபூரின் நீலக் கண்களின் ஒளி அவனை இன்னும் துடுக்கானவனாக ஆக்கி இருந்தது. ஷமீதின் கண்கள்நீலம் அல்ல. சற்றே பழுப்பு நிறமானது. மயக் கும் கண்கள். பொதுவாகவே இந்தியர்களின் கண்கள் ஆழ்ந்த பழுப்பு நிறமானவை. அவை கருப்பு என்று தோற்றம் தரும்

அளவிற்கு அடர் பழுப்பானவை. ஆனால், கருமை குறைவு. பழுப்புக்கும் குறைவு.

அப்படியாக இருந்ததெனில், வெள்ளை நிறத்தில் அவர் களிடம் ஆங்கிலேயர் போல என்று சொல்லவதில் பெரு விருப் பம் உண்டாகி விடும். எங்களைப் போன்ற இளம் பெண்களுக்கு ஷமீதின் கவர்ந்திழுக்கும் கண்கள் ராஜ்கபூரின் நீலக் கண்களாகிய மனதை ஈர்ப்பது எதிர்ப்பற்று இருந்தது. இல்லாமலும் கூட. அதாவது கவரப்பட்டு அதை இரண்டும் இரண்டும் நான்காக முடிந்தது.

''என்ன சொல்லிக் கொண்டே இருக்கிறாய் மோகரா? நீலத்திற்கும் பழுப்பிற்கும் என்ன தொடர்பு? ஷமீதின் கவர்ந்திழுக் கும் கண்கள் ஸ்பேனியல் நாயின் கண்களின் நிறம். பேரக்ஸ்.''

''என்ன உளறுகிறாய்?''

''தங்க நிறம் கொண்ட ஸ்பானியிலக் கட்டிக் கொண்டால் அதன் நீர் ததும்பும் கண்களுக்குள் அதன் கழுத்தை எட்டிப் பார்க்க லாம். ஷமீதின் கண்களைச் சந்தித்ததில்லை என்று சொல்.''

''இப்போது என்ன அதைப் பற்றி? ஒன்று சொல்லட்டுமா? இத்தனை நாட்கள் கழிந்து விட்டன. நான் இளமைக்குள் நுழைந்து கொண்டிருந்த காலம் அது. அதைப் பற்றிச் சொல்லிக் கொண்டிருக்கிறேன். முதல் காதல் விசாரணைக்கானது என அறிந்ததில்லையா? அப்போது இப்படி சம்பந்தமில்லாமல் பேசினால் மண்டையை உடைப்பேன்.''

அந்த நாட்களில் ஒவ்வொரு பெண்ணுக்கும் அந்தக் கண்களைக் கண்டு மயங்குவது இன்றியமையாதது. குல்லும் அவர்களில் ஒருத்தி. மற்றவர்களைப் பற்றிய அக்கறை ஷமீத் திற்கு. ஷமீத் அனைவரின் விருப்பம் விருப்பமற்றவைகளைப் பற்றியதை நினைவில் வைத்திருப்பான். குல்லைப் பற்றிக் கொஞ்சம் கூடுதலாகவும், மற்றவர்களைப் பற்றி அதிகமாகவும்.

என்னைப் பற்றியும் கூட. நான் ஒரு முட்டாள் அல்லது முட்டாள் அல்ல. ஷமீதின் உள்ளத்தில் என் மீது கொஞ்சம் அன்பிருந்தது. அதைப் பித்து என்றோ, காதல் என்றோ பெயர்

இட்டுச் சொல்லி விட முடியாது. அந்த நாட்கள் எனக்கு இன்று வரை நினைவிருக்கிறது.

"எந்த மாதிரியான நாள்?"

"பொறுமை. சொல்லிக் கொண்டிருக்கிறேன். இறுதி ஆண்டு வந்தவுடன் எனது அலங்காரம் இன்னமும் இளமையாக்கியது."

"ஏன்?"

"ஏனென்றால், ஆகி விட்டது. அவ்வளவுதான். ஒரு வயதை அடைந்தவுடன் எல்லோருக்கும் ஏற்படுவதுதான் அது. குல்லும் கூட இறுதி ஆண்டில் புடவை அணியத் தொடங்கினாள். என்ன வித்தியாசம் என்றால் நான் ஸ்கர்ட்-ப்ளவுஸில் இருந்து நேரடியாகப் புடவைக்குள் வந்தேன். குல் அவளுடைய தோழிகளைப் போல சல்வார்-கமீஸ் அணியவில்லை."

"அந்த நாட்களுக்குள் வா."

"அந்த நாள். என்னுடைய அடர்ந்த சுருண்ட கூந்தலை இரண்டு பக்கமாக நீட்டி வைப்பதற்குப் பதிலாக முதன்முதலாக கொண்டையிட்டேன், உயரமான பருத்த கொண்டை. குல்லினுடையதை விடவும் இரண்டு மடங்கு. அவள் கொண்டைக்குள் சவுரி வைத்துக் கொள்வாள். அப்போதுதான் பெரியதாகத் தெரியும். எனக்கு வெளிப் பொருட்களின் தேவை இல்லை. புதர் போல தலை இருந்தது. குல்லை விடவும் பெரியதாக வட்டப் பொட்டு வைத்துக் கொண்டேன், தைரியத்தோடு. குல்லின் நெற்றி என்னுடையதை விடவும் சிறியது. அதனால் அவள் சிறிய பொட்டு வைத்துக் கொள்கிறாள். சில சமயம் வட்டமாகவும் சில சமயம் திலகம் போலவும். அந்த நாளிலிருந்து வட்டமான சிவப்புப் பொட்டு வைக்கத் தொடங்கினாள். என் மேல் பொறாமைப்பட்டுக் கொண்டு, என்ன நினைப்பு பார்."

அன்றைய தினம் நான் காத்திருக்கவில்லை. காபி ஹவுஸ் செல்ல எனக்கும் ஒரு தோழி உண்டாகி இருந்தாள். சுந்தரி என்று பெயர் - அவளுடைய இன்னமும் பல தோழிகள் இருந்தனர். ஆனால், அவர்களெல்லாம் எக்னாமிக்ஸ் ஆனர்ஸ் செய்யவில்லை. இல்லையெனில் என்னுடைய தேவை இருந்திருக்

இணைந்த மனம் 355

காது. நான் - ஒரே தோழியுடன் வஞ்சிக்கப்பட்டவள் அல்லது அவ்வாறாக இல்லை. என்னுடைய இயல்பு மற்றைய தோழியைத்தான் விரும்பியது. குல், மாமா, பள்ளியில் லம்பு; கல்லூரியில் சுந்தரி குல்லின் தோழிகளைப் போல அவளுடைய தோழிகள் என்னுடைய தோழிகள் அல்ல. ஆனாலும் கூட, அவ்வப்போது இணைந்து போவேம். யுனிவர்சிட்டியின் ப்ரோக் ராம்களுக்குச் செல்லும் போது நானும் உடன் செல்வேன். பிடிப் பென்றால் நானும் சுந்தரியும் கொஞ்சம் நாசூக்காக இருப்போம். எல்லாம் அவளுடன் இருந்தது. எல்லையற்ற நட்பும் கருணை யும் கொண்டிருந்தாள். அவள் தன்னுடைய காதல் ரகசியங்கள் அனைத்தையும் என்னிடம் சொல்லுவாள். என்னுடைய ரகிசயங்களைத் திறப்பதிலிருந்து நழுவி விடுவேன்.

''நல்லது.''

''எத்தனை தடவைதான் நல்லது என்று சொல்வாய். மேலே தொடர்ந்து செல்.''

''சொல்கிறேன் மேலே. அன்றைய வகுப்புகள் முடி வடைந்த பிறகு காபி ஹவுஸ் போகலாம் என்று சுந்தரியிடம் சொன்னேன். அவளும் உடனே ஒப்புக் கொண்டாள். நான் கர்வத்தோடு நடக்கத் தொடங்கினேன். ஆனால், கொஞ்ச நேரத்திலேயே செருப்பின் வார் அறுந்து விட்டது. திரும்பிப் போய் விடலாம் என்று மனம் சொன்னது. ஆனால் குல்லைப் போல வாரின் மீது கட்டுப் போட்டுக் கொண்டு மேலே தொடர்ந்து சென்றேன். கொஞ்சம் குறைவான அதே கர்வத்துடன்.

''ஏதோ படையெடுப்பைப் போல சொல்லிக் கொண் டிருக்கிறாய்.''

''அப்படியே வைத்துக் கொள். என்னுடைய புதிய தொடக்கமாக நான் முதன்முறையாக காபி ஹவுஸிற்குச் சென்று கொண்டிருக்கிறேன். சுந்தரியின் நான்கு நெருங்கிய தோழி களுடன் சென்று கொண்டிருந்தேன். தனியாக அல்ல. ஆம் சுந்தரியும் என்னுடன் இருந்தாள். தெரியும் எனக்கு. ஆனாலும், நான் தனிமை உணர்வு கொண்டிருந்தேன். அதற்கு என்ன செய் வது? நல்லது.''

"திரும்பவும் நல்லதா?"

"ஆமாம் நல்லது. காபி ஹவுஸிற்குச் சென்றால், பக்கத்து மேஜையில் குல்லும் அவருக்கு முழு பட்டாளமும் உட்கார்ந்து கொண்டிருந்தது. நான் தொலைவிலிருந்தே கை அசைத்து ஹாய் சொன்னால், அவள் 'ஹாய் சுந்தரி' என்று சொல்லி என்னுடைய தோழிக்கு வணக்கம் சொன்னாள்.

நான் சுந்தரியுடன் உரையாடத் தொடங்கினேன். கழுத்தைத் திருப்பவில்லை என்றாலும் கண்களைத் திருப்பித் திருப்பி ஷமீதைப் பார்த்துக் கொண்டு இருந்தேன். குல்லின் தந்திரம் நிறைந்த பார்வை, என்னுடைய பார்வையை ஒன்றும் செய்ய முடியவில்லை. சிறிது நேரம் கழித்து அவள் எழுந்து எங்கள் மேஜையை நோக்கி வந்து, "என்னுடன் வந்து உட்கார்ந்து கொள்கிறாயா, சுந்தரி. என்னுடைய நண்பர்களுக்கு உன்னை அறிமுகப்படுத்தி வைக்கிறேன். நீ வா மோகரா" என்றாள்.

சுந்தரி கையிலிருந்த பாதிக் கோப்பை காப்பியுடன் உற்சாக மாக எழுந்து நின்று கொண்டாள். அவள் எத்தனை நட்புக் கொண்டிருந்தாளோ அத்தனை காதல் பற்றும் கொண்டிருப்பாள். தோழிகளின் காதலர்களைக் குழப்பத்தில் ஆழ்ந்த எதிர்ப்பு அற்ற வள். அது அந்தச் சிறு குழுவிற்கு ஒரு விளையாட்டு. நான் தனித்திருந்தேன். கல்லூரியின் எந்த ஒவ்வொரு ராம் ஷ்யாம் மேலே விழ தகுதியற்றவன் எனக்கு.

"ராம் - ஷ்யாம் அல்ல ஷமீது."

"ஷமீதும்தான். சுந்தரி ஷமீதையும் ரமணையும் ஒரு முறை பார்த்தாள். அப்புறம் குல்லுடன் சென்று விட்டாள். நான் பின்னால் தங்கி விட்டேன். ஆறு நபர்கள் அமரக் கூடிய மேஜை யில் ஏற்கெனவே ஐந்து நபர்கள் உட்கார்ந்திருந்தனர். இன்னும் ஒரு நாற்காலி இட்டால் நெருக்கடி அதிகமாகும் என நான் நினைத்தேன். ஷமீத் நாற்காலி காட்டி என்னை உட்காரச் சொன்னான். நான் உட்காரும் வரை நாற்காலியைப் பிடித்துக் கொண்டு நின்றிருந்தான். பிறகு மெல்ல மேலே நழுவினான். நாங்கள் அற்பமான காபி ஹவுஸில் இல்லை. ஏதோ ஐந்து நட்சத்திர ஹோட்டலில் இருக்கிறோம் என்பதைப் போல."

அப்போதுதான் தரலா, ''அட! மோகரா புடவையிலும் கொண்டையிலும் இருக்கிறாய்!'' என்றாள்.

மற்றவர்களும் கொஞ்சம் ஆச்சரியத்துடன் என்னைப் பார்த்தனர். ஜெயா, ''நிறைய மாற்றம் தெரிகிறது இல்லையா?'' என்றாள்.

தன்னுடைய இடத்தில் திரும்ப வந்து உட்கார்ந்த ஷமீது ஊசலாடும் கவர்ச்சியான கண்களுடன் என்னைப் பார்த்தான். அஜந்தாவின் பெரெஸ்கோ போல இருக்கிறாய் மோகரா என்று சொன்னான்.

நான் ஏழாவது உலகத்தை அடைந்தேன். அங்கிருந்து பிறகு தடாலென கீழே விழுந்தேன். சுந்தரி அடட்காசமாக சிரித்துக் கொண்டே, ''ஆமாம். அஜந்தா ஓவிய தேவதை கண்ணாடி அணிந்து கொண்டால்'' என்றாள். எல்லோரும் கூடிச் சிரித்தனர். இது ஏதோ சிரிக்கத் தகுந்த விஷயம் என்பதைப் போல.

அந்தச் சிரிப்பு எத்தனை கருணையற்று இருந்தது என்பது குல்லைத் தவிர வேறு யாருக்கும் தெரியவில்லை. நான் சமாளிக்க முயன்று கொண்டிருந்தேன். அப்போது ஷமீத், ''எப்படிப் பட்ட விஷயத்தைச் சொல்லி இருக்கிறாய் நீ. நான் யோசித்து பார்த்தேன். நான் அஜந்தா சென்றிருக்கும் போது கடிதம் படிக்கும் பெண் கண்ணாடி அணிந்து கொண்டிருந்தால் எத்தனை அழகாக இருக்கும் என்று எண்ணியிருக்கிறேன். சிலருடைய கண்களின் அழகு திரையிட்டு மறைக்கும் அளவிற்கு அத்தனை மென்மையனாது. அதைத் திரையிட்டு மறைத்தல் அவசியம். நம் மோகராவினுடையதைப் போல'' என்றான்.

என்னுடைய ஒற்றைக் கண்ணிலிருந்து ஒரு துளி கண்ணீர் வந்தது. இன்னொன்றிலிருந்து இன்னொரு துளி குல் ஷமீதைத் தேர்ந்த பார்வையோடு பார்த்த போது வந்தது. தோழி தெரிந்தே காயப்படுத்தவில்லை. சொல்வதை எண்ணிப் பார்க்காமல் சொல்லி விட்டாள். இளமைக் காலத்தில் சமயோசிதமாக உடனுக்குடன் பதில் சொல்லும் போதை தலைக்குள் ஏறி இருக்கும் அல்லவா?

தன்னுடய சொற்களுக்கு எல்லோரும் வாய் விட்டுச் சிரித்தது அவளுக்கு எத்தனை இன்பத்தைக் கொடுத்திருக்கும். இதை

எண்ணி நான் அவளை மன்னித்து விட்டேன். அவளுடைய கருணையற்ற பார்வையில் ஏற்பு இருந்தது. ஆனால், குல் மற்றும் ஷமீதின் பார்வையில் கருணை இல்லை. என்னுடைய ஆசை வேறாக இருந்தது.

குல்லின் கருணையை விடு. குல்லிற்கு அதில் விருப்பம் இல்லை. விருப்பத்தின் மீதான விசாரணை நடக்கிறது. கருணைக்கான ஆறுதல் அதில் இல்லை. அப்போது நான் அதை அறிய வில்லை. ஆனால், அறிந்து கொள்வதற்கு அதிக நேரம் பிடிக்கவில்லை. ஷமீது குல்லிற்கும் இடையே என்னுடைய விசாரணைக்கான வெளி இல்லை.

"அவர்களின் காதல் உனக்கு எப்போது தெரிய வந்தது?"

குல் என்னிடம் ரகசியங்களைச் சொல்ல முடிவெடுத்த போது, ஒரு சந்திப்பில் ரகசியம் வெளிப்பட்டது. பம்பாயின் சினிமாக்களில் சுல்தான்களின் காதலைப் போல திலீப் குமாரின் காதலியைத் துன்பப்படுத்துவது போல இருந்திருக்கலாம். குல்லின் மீது ஷமீதின் கவர்ச்சியான கண்களின் பேரார்வம் மிகுந்த பார்வை எழுந்த போது உண்டான போதையில் உண்டாகி இருக்கலாம். அதன் பிறகு ரொமான்ஸ் இல்லையெனில் வாழ்க்கை வீண் என உறுதியாகத் தோன்றியது. உண்மையான ரொமான்ஸ் என்பது போதையே மதுவாகி விடுவதுதான்.

ஒரு பெரிய அடியுடன் எனக்குத் தெரிய வந்தது. என்ன வெனில் இரண்டும் இரண்டும் நான்கல்ல. அதன் பிறகு அலீப் - லைலா மஜ்னுவின் கதையில் ரகசியத்தைக் காப்பாற்றும் தோழியின் ஸ்தானத்தில் என்னை தேர்வு செய்தாள். ஷமீதின் காதலின் கதையை அத்தனை விரிவாக வர்ணனை செய்தாள். அத்தனை காதலையும் நானே அனுபவித்தாற் போலத் தோன்றியது. எத்தனை துன்பத்தை அது கொடுத்ததோ அத்தனை மோகத்தையும் அதிகரிக்கச் செய்தது.

நான் பி.ஏ. இறுதி ஆண்டின் தேர்வு எழுதிக் கொண்டிருந்தேன். விதிகளின்படி குல் எம்.ஏ. இறுதி ஆண்டு தேர்வு எழுத வேண்டும். ஆனால், அவள் எந்த வேலையைத்தான் விதிமுறைப்படி எப்போது செய்திருக்கிறாள். இப்போது இதைச்

செய்ய? தலைக்கு மேல் பரீட்சை வந்ததும் நழுவி விட்டாள். ஷமீத் தேர்வு எழுதினாள். ஆனால், எழுதாமல் இருந்திருக்கலாம் என்பதற்குச் சமமாக, நிறைய பாடங்களில் பெயில் ஆனான்.

நான் எம்.ஏ.விற்குள் நுழைந்த போது குல் வீட்டில் உட்கார்ந்திருந்தாள். ஷமீத் இன்னொரு முறை தேர்வு எழுதும் எண்ணத்தில் யுனிவர்சிட்டியைச் சுற்றிக் கொண்டிருந்தான். படித்தோ, எழுதிக் கொண்டோ அல்லது யுனிவர்சிட்டியின் லைப்ரரியிலோ நான் அவனை ஒருபோதும் பார்க்கவில்லை. நான் க்ளாஸில் உட்கார்ந்திருக்கும் போது, ஜன்னலில் வெளிப் புறத்திலிருந்து என்ன எழுந்து வரும்படி சைகை செய்து கொண் டிருப்பான். அப்போது என்னுடன் படிக்கும் மாணவிகள் மட்டும் அல்ல, பேராசிரியை அவர்களும் தவறாகப் புரிந்து கொண்டிருந் தனர். நானும் ஷமீதும் காதலில் விழுந்திருக்கிறோம் என்று எண்ணிக் கொண்டிருந்தனர்.

இதில் தவறு எங்கிருக்கிறது? பேராசிரியர் நானக் ஆரோக் கியமான மன நிலையில் இருப்பவள். இரண்டு மூன்று முறை அவன் வெளியில் நின்றிருப்பதைப் பார்த்து, நான் ஜன்னலில் பக்கம் பார்ப்பதற்கு முன்னதாக என் பெயரைச் சொல்லி வகுப்பை விட்டு வெளியேற அனுமதி அளித்து விடுவார். நான் ஷமீதிற் கும் குல்லிற்கும் இடையில் புகழ் பாடிக் கொண்டிருக்கிறேன் என்பது அவருக்குத் தெரியாது.

உண்மையில் ஒரு கடிதத்தைப் பிரித்து படித்து விட்டேன். குல் படித்து விட்டு என்னிடம் சொல்லும் போது எரியும் வயிற் றெரிச்சலை விட என்ன குறைவாக இருக்கப் போகிறது. மனம் எரிவதை மட்டும் செய்வதில்லை. மகிழவும் செய்கிறது. இன்ன மும் காதலில் ஆழமாக மூழ்கினேன். விசித்திரமான பண்டம் இந்த உள்ளம். என்ன செய்வது?''

''நீ அவர்களிடம் ஒருபோதும் சொன்னதே இல்லையா?''

குல்லிற்கும் ஷமீதிற்கும் நடக்க இருக்கும் திருமணத்திற் காக எம்.ஏ. பைனல் இயர் படிக்கும் போது நெருங்கிய தோழி களிடம் திருமண அழைப்பிதழைக் கொடுக்கும் போது, அவர்கள் மோசமாக அதிர்ந்து போயினர். சுந்தரி உட்பட.

''உனக்கு மிகுந்த கெடுதல் நடந்திருக்கிறது.''

''ஏன், எனக்கு என்ன கஷ்டம்?''

''ஷமீதும் நீயும் ஒருவரை ஒருவர் காதலிக்கவில்லை?''

''சத்தியமாக ஷமீதிற்கு குல்லிடம் காதல். நான் இடை வெளியை நிரப்பிக் கொண்டிருந்தேன். ஷமீத் என்னிடம் அவன் எழுதிய கடிதத்தைக் கொடுக்க வாங்க வந்து கொண்டிருந்தான்.''

''யாரை முட்டாள் ஆக்குகிறாய்? யுனிவர்சிட்டியின் அத்தனை மூலை முடுக்குகளிலும் காபி ஹவுஸிலும் தோட்டம் - துரவி லும் நீதானே அவனுடன் சுற்றிக் கொண்டிருந்தாய். குல் அல்ல. கடிதம் கொடுத்து வாங்க இது தேவையல்ல. இதற்கு முன் கேட்டதுமில்லை.

சுந்தரி காதல் விவகாரங்களிலும், அதன் ஏமாற்றத்திலும், பழக்க வழக்கங்களிலும், தந்திரங்களிலும் தேர்ந்தவள். அவ ளிடம் உண்மையை மறைப்பது என்பது தாதியிடம் வயிற்றை மறைப்பதற்குச் சமம். குல் என்னிடமிருந்த காதலனைப் பிடுங்கிக் கொண்டு தன்னுடையதாகித் திருமணம் செய்து கொள்கிறாள் என்றுதான் சுந்தரி இன்று வரை நினைத்துக் கொண்டிருக்கிறாள்.

''என்னுடையது ஒரு தலைக் காதல் என்று சொல்லி பரிதாபப் பார்வையை இன்னொரு முறை தாங்கும் தெம்பு என்னிடம் அப்போதும் இல்லை. இப்போதும் இல்லை. வகுப் பின் மற்ற மாணவிகள் நம்பி வாதிட்டனர். மாணவர்களில் ஓரிரு வர் பெருமூச்சு விட்டுக் கொண்டே முதலிலேயே உன்னுடைய காதலன் இல்லை என்று தெரிந்திருந்தால் நாங்கள் விண்ணப்பித் திருப்போம். அப்படியோ கையோடு கை கோர்த்துக் கொண்டு வீட்டில் உட்கார்ந்திருப்போம். தவறு எங்கள் மீதுதான்'' என்றனர்.

''எனக்கு இரண்டு மடங்கு துன்பம் என்று புரிந்து கொள்.''

குல்லிடம் சொன்னாள். அவள் பெரிதாகச் சிரித்துக் கொண்டே சொன்னாள். ''இரட்டைப் படகு சவாரி என்ற பழமொழியைப் போல ஆகி விட்டது'' என்கிறாள்.

தவறு குல்லினுடைதுதான். முறறிலும் தவறு. இரட்டைப் படகில் சவாரி வேண்டுமானால் இல்லாமல் இருக்கலாம். ஆனால், தரிசனத்தில் மகிழ்ச்சி நிரம்பியிருக்கிறது. நானே கடவுளைப் போல உயர்ந்து விட்டது போல. காகிதத்தின் மூலமாக எத்தனை துன்பங்கள் உண்டானதோ என்னவோ, ஆனால் உண்மையான துன்பம், அதன் பலன் இரண்டுமே தொண்ணூறு சதவிகிதம் நிறைந்திருந்தது.

"நிறுத்து, நிறுத்து. பாக்கி பத்து சதவிகிதம் என்ன ஆயிற்று?"

"இரண்டும் இரண்டும் நான்கு இல்லை என்றான போது தொண்ணூறு சதவிகிதமும் மற்ற பாக்கியுமாக சேர்ந்து நூறாக ஏன் முடியாது?"

"மாமாவிடமிருந்து கற்றுக் கொண்ட கணக்குப் பாடத்தை மிக நன்றாகவே பயன்படுத்துகிறாய்."

"மாமாவைப் பற்றிப் பேச்செடுக்காதே."

"ஏன்?"

"ஷமீதைப் பற்றிய பேச்சோடு அது ஒட்டாது."

"பாவம் மாமா. அவருடைய கணக்கு அவருக்கே தவறு ஆயிற்று. அவருடைய நினைவு வந்தாலே..."

"சரி, ஷமீதைப் பற்றிச் சொல்."

என்னுடைய நேரம் ஷமீதுடன் எத்தனை இன்பமாகக் கழிந்தது என்பதை குல்லினால் யூகிக்க முடியவில்லை. உண்மையான காதலை விடவும் காதலின் ஏமாற்றம் என்பது கூடுதல் அழகாகவும், மனம் கவர்வதாகவும் இன்னமும் உறுதியாகவும் இருக்கும் என்று. அதே பொருளுடன் அதே நிபந்தனைகளுடன் அதில் ஏமாற்றம் அற்று அது இருந்தது. என்னுடைய காதல் புலவில் தாளிதம். கற்பனை நெய் நிறைய ஊற்றப்பட்டு இருந்தது. ஆனால், அதில் வஞ்சகம் என்னும் கல் இல்லை.

என்னை ஏமாற்றவில்லை. நடந்தவை அறிந்து அல்ல, மிகவும் விருப்பப்பட்டு நடந்தது. ஷமீத் என்னைத் தவறான புரிதலுக்கு ஆளாக்கவில்லை. நாங்கள் இருவரும் எத்தனை

நேரம் இணைந்திருந்தோம். பிரியமான உரையாடல்களை பேசிக் கொண்டிருந்தோம். அவன் என்னைப் புகழ்ந்து பேசி நகைச் சுவைத் துணுக்குகளைச் சொல்லிச் சிரித்து அல்லது ஓடும் மேகங் களைப் போல அங்குமிங்கும் அலைந்து திரிந்து கொண்டிருந்தோம்.

ஒவ்வொரு நொடியும், ஒவ்வொரு சந்திப்பின ஆரம்பமும் முடிவும் குல்லுக்கான கடிதங்களைப் பரிமாறிக் கொள்வதற் காகத்தான் என்பதை நாங்கள் அறிந்தே இருந்தோம். என் னுடைய இருப்பு இடை நிரப்பல் என்பது எனக்குத் தெரியும். எங்கும் எதிலும் ஏமாற்றுவது என்பது இல்லை. ஆனால், ஆரம்பம் அல்லது முடிவில் நடப்பது உண்மையானது என்பதை மற்ற நேரங்களில் மறந்து போய் இருக்க முடிந்தது. எங்கள் இடையே இருந்த அந்த மனம் கவர் காலம் அத்தகைய புரித லுடன்தான் இருந்தது.

நாங்கள் நண்பர்கள் அல்ல. அதை விடவும் மேலானது அது. ரகசியம் குல்லிற்கும் அவளது காதலனுக்குமானது மட்டும் அல்ல. இன்னும் சில இருந்தன. குல்லிடம் பகிர முடியாத பல விஷயங்களை ஷமீத் என்னுடன் பகிர்ந்து கொண்டிருக்கிறான். தயக்கமின்றி, குல்லுடன் அல்ல. எந்த விதமான பகட்டும் செயற்கையும் இன்றி. அது எந்த அளவிற்கு மரியாதையானது என்பதை குல் ஒருபோதும் அறிய மாட்டாள்.

எத்தனை நேரம் உடனிருந்தாலும் முழுமையாக இருப் பான். ஷமீதின் சுபாவம் அது. முழுமையற்ற உறவின் கடலில் நான் மூழ்கிக் கொண்டே இருப்பேன். இதை விடவும் இரட்டைப் படகு சவாரி வேறு எதைக் கொடுக்கும்? தலை நீருக்குள் மூழ்கிப் போனது. அப்போதும் ஷமீத் சிவப்பு வண்டியில் தேவதையைப் போல மணமகளாக இருப்பதாக எனக்கு ஒரு எண்ணம் தோன்றியது.

''வெள்ளைக் குதிரை சவாரியா? நீ சொல்வது அப்படியா?''

''இல்லை. உயர்ந்த வெளிநாட்டு வண்டியான ஆஸ்டின் காரில். எப்பேர்ப்பட்ட வண்டி அப்படியே ஷமீதைப் போலவே.''

''ஒரு சமயம் பொன் வண்ண நாய். ஒரு சமயம் சிவப்பு வண்டி. உண்மையிலேயே அவன் ஒரு வஸ்துவாகி விட்டான் போல.''

"நான் நாய் என்று எப்போது சொன்னேன்?"

"இல்லை. நான் சொன்னேன். நீ வண்டி என்று மட்டுமே சொன்னாய்."

"அவனை வண்டி என்று சொல்லவில்லை. வண்டியின் நேர்த்தியை ஷமீதுடன் ஒப்பிட்டுச் சொன்னேன். ஆடம்பரம், வேகம் ஒவ்வொரு கணமும் அன்பிற்குரியது. ஒரு விஷயம் சொல்லட்டுமா? நம்பவில்லை. பரவாயில்லை. ஆனால், நான் கரடுமுரடான உண்மையைச் சொல்லிக் கொண்டிருக்கிறேன். எதை மக்கள் முழு மனத்தோடு சொல்ல நழுவுகிறார்களோ, அதைச் சொல்கிறேன். குறிப்பாக இந்த நாட்களில் பெண் செக்ஸின் மீது விருப்பத்தைப் பற்றி வெளிப்படையாகப் பேசுவது ஃபாஷன் என்று நினைக்கிறார்கள்."

"சொல்லி முடி. எதற்காக இத்தனை நீள பீடிகை?"

"திருமணத்திற்குப் பின் நாம் ஆண்களுடன் படுக்கையைப் பகிரும் பொழுது முதல் விஷயமாக என்ன தோன்றியது தெரியுமா?"

"உடல் புணர்ச்சியால் ஏற்பட்ட த்ரில் கதைகள் நூற்றுக் கணக்கில் நினைவிற்கு வரவில்லை அந்தக் கணத்தில் நான் ரோஜா மலரின் வாசனையில் மிதந்து கொண்டிருந்தேன்."

"என்ன? என்ன? என்ன? மறுபடியும் சொல்லு. இந்த ரோஜா மலர்கள் எங்கிருந்து குதித்தன?"

"அவனுடனான சந்திப்புகளில் ஒரு சிறப்பான வாசனை நிரம்பிய நாள் அன்று. அது என் வாழ்நாள் முழுவதும் ரீங்கரித்துக் கொண்டே இருக்கிறது. சொல்லட்டுமா அந்தக் கதையை?"

"சொல்லு ஒருவேளை. பூதம் இறங்கினாலும் இறங்கலாம்."

"பூதம் எப்போதோ இறங்கி விட்டிருந்தது. என் நினைவுக் குறிப்பிலிருந்து அந்த மகிழ்ச்சி நொடியை நான் கைவிடத் தயாராக அது இல்லை. பல நாட்களைப் போலவே அன்றும் நானக் சாகேப்பின் வகுப்பில் திடீரென ஷமீது வந்து ஜன்னல் வழியாக உள்ளே எட்டிப் பார்த்தான். நானா சாஹேப்பின் குறும்புத் தனமான சைகையுடன் என் பக்கம் திரும்பிப் பார்த்தவர் ஆச்சரி

யத்தில் மூழ்கிப் போனார். ரோஜாப் பூக்களின் வாசனை மிக அதிகமாக எட்டிப் பார்த்து எங்களைத் தொட்டது. அவர் என்ன செய்தார் தெரியுமா, என்னை வெளியில் போகச் சொல்வதற்குப் பதிலாக தானே எழுந்து வெளியே சென்று விட்டார். 'விசித்திர மான முட்டாள்கள். நீங்கள் இத்தனை இனிமையான மணம் வீசும் போது இந்தச் சூழலில் உட்கார்ந்து படித்துக் கொண்டிருக் கிறீர்களே, க்ளாஸ் டிஸ்மிஸ்' என்றார். ஆசிரியரை விடு, சீடன் என்னை உற்றுப் பார்க்கத் தொடங்கிய உடனேயே வழக்கம் போல சில மாணவர்கள் என்னை உற்றுப் பார்த்தனர்.

சிலர் வெட்கப்பட்டனர்; வழக்கம் போல சிலர் சிரித்துக் கொண்டே வெளியில் ஓடினர். வெளியே வந்த உடனேயே அந்த மனம் கவர் வாசனையின் ரகசியம் அம்பலமாகியது. வகுப்புக்குச் சரியாக எதிரே ஷமீதின் சிவப்பு நிற ஆஸ்டன் கார் நின்று கொண்டிருந்தது. மனம் மயக்கும் வாசனையை உணர்ந்து உள்ளே எட்டிப் பார்த்தேன். அதிலிருந்து வாசனை வெளியே வந்து கொண்டிருந்தது. அந்தச் சிறிய வண்டியினுள் உள்ளே முன் இருக்கை, பின் இருக்கைகளில் எண்ணற்ற ரோஜா மலர் கள் நெருக்கி அடித்துக் கொண்டு இருந்தன. எல்லா நிறங் களிலும் ரோஜாக்கள். சிவப்பு, சந்யாசி கலர், கொஞ்சம் அடர்ந்த மஞ்சள், வெள்ளை, இளம் ரோஜா வண்ணம், கேசரி வண்ணம் வேதியல், இரட்டை வண்ணம், பாக்கு நிறத்தில் பல்வேறு வண்ணத்தில் என ரோஜா மலர்கள் நிரம்பிக் கிடந்தன.

முதன்முதலாக இத்தனை குவியல் குவியலான ரோஜா மலர்கள் மலர்க் கண்காட்சியில் மட்டுமே நான் பார்த்திருக் கிறேன். இத்தனை சிறிய இடத்தில் அடித்துப் பிடித்துக் கொண்டு நான் பார்த்ததே கிடையாது. நான் முட்டாளைப் போல பார்த்துக் கொண்டே இருந்தேன்.

"எல்லா நிறத்திலும் ரோஜா இருக்கிறது. பச்சை நிறத்தில் கூட" என்றான். ஒரு நீலம் மஞ்சளும் கலந்த ரோஜாவை எனக்குத் தூரத்திலிருந்து காட்டி விட்டு, திரும்பவும் அந்தக் குவியலில் போட்டான்.

"கருப்பும், நீலமும் தவிர இந்த இரண்டு வண்ணங்களில் இது வரை உருவாக்கப்படவில்லை. அதற்கான முயற்சிகள்

நடைபெற்று கொண்டிருக்கின்றன. இப்போது இல்லை என்றா லும் உருவான உடனேயே காட்சிப்படுத்துவார்கள். தற்காலிக மாக கருப்பு என்ற பெயரில் இதுதான் இருக்கிறது என்று கண்ணின் முன்பாக அதை அசைத்துக் காட்டினான்.

''ஏறக்குறைய கருப்பின் பக்கத்தில் இருந்தது. வாங்கிக் கொள்வதற்காக கையை நீட்டினேன். 'ஊஹூம் இது இல்லை. இதில் வாசம் கிடையாது. ஹைப்பிரீடான வெளிநாட்டு ரோஜாக்க ளில் நிறம் இருக்கிறது. நீண்ட நேரம் வாடாமல் இருக்கும். ஆனால், பரிதாபம் என்னவெனில் அதில் மணம் இருக்காது. வாசனையில்லாத பூ மோகராவிற்கு எதற்காக.

''ஆடம்பரமான சிவப்பு வண்ண ரோஜாக்களின் கொத்தை என் பக்கமாக நீட்டினான். கையில் வாங்கிக் கொள்ளுவதற்கு முன்னதாக அதன் வாசம் மனதைக் கிறங்கடித்தது. பிறகு நாங்கள் பூக்கள் நிறைந்திருந்த வண்டியில் ஏறி காஷ்மீர் கேட்டில் இருக்கும் ரிஜட் ஹோட்டலில் காபி சாப்பிடச் சென்றோம்.''

''மீதமிருக்கும் ரோஜாக்கள்... அதை என்ன செய்தான்?''

''என்ன செய்ய இருக்கிறது. அவை குல் மொஹருக்காக.''

''அப்படியே அத்தனையுமா?''

''இல்லை என்றால் வேறு எப்படியாம்?''

''கொடுக்க யார் போனார்? ஹமீதா?''

''இல்லை ஷமீத் எப்படிப் போவான்? அவன் எங்கள் வீட்டிற்கு வந்து போவது மிகவும் குறைவு. எங்கள், அவர்களின் பெற்றோர் இணைந்து திருமணத்தை நிச்சயம் செய்தனர். அதன் பிறகு முதல்முறைாக வீட்டிற்கு வந்தான் அல்லது அதற்கு முன்னால் ஒரு முறை வந்திருப்பானோ என்னமோ, அம்மாவைச் சந்திக்க. சரியாக நினைவு இல்லை. அந்த நாட்களில் பேசுவ தற்குக்கூட கட்டுப்பாடு இருந்தது. எம்.ஏ. பெயிலாகி இருந்தான். மூளை காலியாக இருக்கும் ஒருவனுடன் குல் காதல் முடித் திருக்கிறாள் என்று நினைத்தார். நிஜத்தை வெளியில் சொல்ல நாளை எதிர்பார்த்துக் காத்துக் கொண்டிருந்தாள். ஷமீத் முதலாம் ஆண்டு தேர்வில் பாஸாகி இருந்தான்.''

''அப்படியெனில் ரோஜாப் பூக்களை எடுத்துக் கொண்டு யார் சென்றது?''

''நீ ஒன்று. ஒரு விஷயத்தின் பின்னாலே சுற்றிக் கொண் டிருக்கிறாய். நான் இருக்கிறேன் அல்லவா? புகழ் பெற்ற என்று சொல், தூதன் என்ற சொல், பெருமை வாய்ந்த என்று சொல். எப்படி வேண்டுமானாலும் சொல்லிக் கொள். ஏன் இப்படி என்னைப் பரிதாபத்துடன் பார்க்கிறாய்? சொல்லி விட்டேன். அல்வா? நடப்பவை என்னுடைய ஒப்புதலோடுதான் நடந்து கொண்டிருக்கின்றன என்று.''

''மிகவும் வாசனை வீசும் சிவப்பு ரோஜா உள்நாட்டி னுடையது. எல்லாவற்றையும் விடவும் மலிவானது. அது தெரியுமா உனக்கு?''

''மலிவு என்றால், கொஞ்சம் கடையிலிருந்து வாங்கிக் கொண்டு வந்திருந்தானா? உள் நாட்டினுடையது. அதில் கேடு என்ற பார்வை எப்படி ஏற்பட்டது? ஜோத்பூரின் ரோஜாக்கள் அவை. பத்து கிலோ மீட்டர் வரை வாசனையைப் பரவி விடும்.''

''ஜோத்பூரிலிருந்தா வந்திருந்தன?''

''இல்லை தோழி. அப்புறம் தெரிய வந்தது. அவனுடைய அக்காவின் கணவர் அரசாங்கத்தில் மிகப் பெரிய அதிகாரி. அவ ருடைய ஆடம்பரமான அரசு பங்களாவில் அகல நீளமான தோட்டம் இருந்தது. அதில் வெல்வெட்டைப் போன்ற புல் தரையின் இடையில், ஓரத்தில் எல்லா இடங்களிலும் ரோஜா வயல்.''

"வயல்? அரசு பூக்களுக்கு ஏன் நடை பாவாடை விரிக்கிறாய்?"

''அத்தனை அதிகமாக, மூலை முடுக்கெல்லாம் காணக் கிடைக்கிறதோ அதை வயல் என்று சொல்வதுதான் வழக்கம். இன்றைய ஃபார்ம் ஹவுஸ் வகை வீடுகளில் கிடைத்த இடத்தில் எல்லாம் ரோஜா மைதானமாகத்தான் இருக்கிறது. அது வீடு அல்ல. அரசாங்கத்தின் செலவில் இருக்கும் ஐந்து நட்சத்திர வயல். தோட்டக்காரன் இல்லாத போது அடித்துப் பிடித்து ஒடித்துக் கொண்டு வந்திருக்கிறான்.

''தோட்டக்காரனுக்கு எத்தனை லஞ்சம் கொடுத்தான் என்று தெரியவில்லை. அவளுடைய தோட்டத்தின் ரோஜாக்கள் நாள்தோறும் ஏதாவது காட்சியில் பரிசு பெற்றுக் கொண்டே இருக்கிறது. அந்த ஆண்டு கண்காட்சிக்குக் கொஞ்சம் முன்னதாக அக்காவின் மாமியாருக்கு உடல்நலம் சரியில்லாமல் போய் விட்டது. அக்காவும் அவள் கணவரும் டில்லி செல்ல வேண்டி வந்தது. அவர்கள் திரும்பி வந்த உடனேயே தோட்டத்தின் ரோஜாக்கள் திருட்டுப் போய் விட்டன என்று தோட்டக்காரன் தனது ஒடிந்த காலைக் காட்டி கதை சொன்னான்.

''கொடுத்த லஞ்சம் அதிகமாக இருந்திருக்க வேண்டும். தன் காலைத் தானே காயப்படுத்திக் கொண்டான். நம்பி விட்டனர். அரசாங்க அதிகாரிகளுக்கு வெற்றி பெறச் செய்யும் பரிசு பெறும் பெருமை மிக்க ரோஜா தோட்டத்தின் மீது பொறாமை இருந்தது. அந்த ஆடம்பரமான சிவப்பு நிற வண்டி கூட அவனுடையது அல்ல.

''அவனுடைய பெரிய அக்காவினுடையது என்று பின்னாட்களில் தெரிய வந்தது. ரோஜா தோட்டக்காரனுக்கும் மூத்தவள். அவளும் பெருமை மிக்க நீதிபதியுடன் திருமணம் செய்து கொண்டாள். அவன் இரண்டு அக்காக்களின் பொருட்களையும் பயன்படுத்திக் கொண்டிருந்தான். ஒரு அழகான பொருள் நாலு பேருக்கு (*பலருக்கு*) பயன்படுமெனில் அதை ஓரிருவர் மட்டுமே உபயோகிப்பது நியாயமற்றது என்று சொல்லுவான்.

''சுபாஷ். ஐயா சோஷலிஸ வாதக்காரன் போல. அந்தச் சமயத்தில் அந்த சோஷலிஸவாதம் ஒரு ஃபாஷனாக இருந்தது.''

''எப்படி பொய் சொல்ல முடியும்? பொருளாதாரம் படித்தவனாயிற்றே. ஷமீதிற்குப் பொது உடைமைக் கொள்கை வளர்வது, அது பரவுவது உரிமையாவது போன்றவற்றில் அறிவு முழுமையாக இருந்தது. அதை எங்களுக்கு நேரம் கிடைக்கும் போதெல்லாம் எடுத்துரைப்பான். ஆனால், அவனுக்கு எந்த ஒரு கொள்கையையும் செயல் ஆற்றுவதில் நம்பிக்கை கிடையாது.''

''ஏன் இல்லை.''

''அவன் எல்லாம் தெரிந்தவன். ஒரு வகையில் நடமாடும் என்சைக்ளோபீடியா. அவன்தான் அறிந்த எண்ணற்றவைகளை வாயினால் சொற்களாய் வெளியிடுவதைத் தவிர, அதை மனத்தினுள் இருத்திக் கொள்வதை எப்போதும் செய்வதே இல்லை. அவன் தனது அக்காக்களின் பணக்காரத் தனத்தில் பங்கெடுத்துக் கொண்டும், அதை நிரூபிப்பதற்காக வாதிட்டுக் கொண்டும் இருக்கிறான் என்பது குல்லின் பார்வை.''

''நீ இந்தக் கூற்றுக்களை அப்போதோ அல்லது பின்னாட்களிலோ வெளியிட்டிருக்கிறாயா?''

''அப்போது எங்கே? ஷமீதின் இரண்டும் இரண்டும் நான்கு என்கிற விஷயம் எல்லாம் பின்னாளில்தான் உறைத்தது. அந்தச் சமயத்தில் ஷமீதுடன் இருப்பது மற்றும் எனது படிப்பு இரண்டு மட்டுமே.''

''தினம் தினம் ஷமீதைச் சந்திப்பதினால் என் படிப்பு நேரம் வீணாகும். இரவு வெகு நேரம் வரை படித்து முடிப்பேன். படிப்பதைத் தவிர என் மூளைக்குள் வேறெதுவும் இல்லை என்பது மக்களின் நினைப்பு. நானும் அதை ஏற்றுக் கொண்டேன். ஷமீதுடன் காலம் கழிப்பதில் மீதி நேரம் கழிந்தது. அவன் தனது எல்லையற்ற அறிவுக் குவியலை, படிப்பில் பயன்படுத்தத் தெரியாத முட்டாளாயிருந்தான்.

''பாவம், அவனுடைய பரிதாபத்தையும் கூட நான் பல நாட்களுக்குப் பிறகு புரிந்து கொண்டேன். அந்தச் சமயத்தில் எனக்கு அவனை விட பிடித்தமானவர் வேறு யாரும் கிடையாது. என்னுடைய அதிர்ஷ்டத்தின் எஜமானனாகவும் வேறு யாரும் இல்லை. அவனுடனான என்னுடைய சந்திப்பு வகுப்பைக் கட் அடித்தும், சில வேளைகளில் வகுப்பு முடிந்த பிறகும்.

''நீண்ட நேரம் மாலையில் நானும் அவனும் யுனிவர்சிடியின் அக்கம் பக்கம் உலாவிக் கொண்டு இருப்போம். காபி, ஐஸ் கிரீம் சாப்பிட்டுக் கொண்டே கழியும். சில வேளைகளில் சினிமா பார்ப்பதிலும். குல், ஷமீத் இருவருக்கும் தாங்கள் படம் பார்ப்பதை அக்கம் பக்கம் வசிப்பவர்கள், மாமா, சித்தி, சித்தப்பா என யார் கண்ணிலும் திடீரென பட்டு விடக் கூடாது என்ற பயம் இருந்தது.

"அவற்றிலிருந்து தற்காத்துக் கொள்ள என்னை நடுவில் இருத்திக் கொள்வார்கள். ஷமீதும் நானுமாக இருக்கும் போது ஏன் அந்தப் பயம் இல்லை? எனக்கு அது புரியவில்லை. புரிந்து கொள்வதற்கான நேரம் ஒதுக்கவில்லை."

"ஒரு விஷயத்தைச் சொல். இப்போதுதான் நீ கணவனுடன் படுக்கையைப் பகிர்ந்து கொள்ளும் போது அதில் அத்தனை நுடபமும் மேன்மையும் இல்லை என்றும், ஷமீதின் அருகிலிருக்கும் போது கிடைப்பது விசாரணைக்கு அப்பாற் பட்டது என்றும் சொன்னாய்."

"அதனால் என்ன? நீ திருமணம் செய்து கொள்ளவில்லை என்பதை நான் அறிவேன். ஆனால், நீ காதலிக்கக் கூடவா இல்லை? இதை இப்படி அதிசயமாகக் கேட்கிறாய்?"

"நான் கேட்பது கணவனைத் தவிர வேறு யாருடனும் படுக்கையைப் பகிரவில்லையா? உண்மையைச் சொல்."

"என்னுடைய கதையைத் திருடியே ஒரு முழு நாவல் எழுதி விட்டாய், கொஞ்ச நாட்களுக்கு முன்பு. அதை வைத்துக் கொண்டு சூடு கண்ட பூனை என்று அழுது புலம்பினாய்."

"இப்போது ஒன்று அறியாத வெகுளி போல உண்மை என்ன என்கிறாய்?"

"அது உன்னுடைய கதையா?"

"பின்னே என்ன? உன்னுடையதா என்ன?"

"எனக்குத் திருமணம் ஆகவில்லை. அதை நீ அறிவாய்."

"ஆனால், மற்றதெல்லாம்? நீ அதை இப்போது பெருமை யோடு சொல்லிக் கொள்கிறாயே தனிமையில் இருப்பது -பிடிக் கும் என்று. அதன் பின்னால் தேர்வு ஏதுமில்லை. அது அப்படித் தான் இருக்கிறது. அதைத் தானே காதல் என்று சொல்கிறோம். நட்பு என்று சொல்கிறோம்! இத்தனை ஆண்டுகளாக நாம் நண்பர்களாக இருக்கிறோம். எல்லை முடிந்து விட்டது. இனி நீ உன்னுடைய ரகசியங்களை என்னிடம் அவிழ்த்து விடு."

17

அடுத்த ஆண்டு ஷமீத் எம்.ஏ. பெயிலாவதிலிருந்து மயிர் இழையில் தப்பித்தான். இத்தனை குறைவாக மதிப்பெண் எடுத் தாலும் பாஸ் ஆகி விட முடியும் என்பதை அப்பா, நான், குல் எல்லோருமே முதன்முதலாகத் தெரிந்து கொண்டோம். ஜுக்கி சித்தப்பாவின் கருத்து சந்தேகமில்லாமல் மாறுபட்டு இருந்தது. அப்பாவும், அம்மாவும் முற்றிலுமாக ஷமீதை ஒதுக்கி வைக்க வில்லை. தன்னுடைய சார்பு நிலையிலிருந்து ஒதுங்கினார்.

சித்தப்பாதான் அவனுடைய தொழுகையை மறைத்து விட்டார். ஏனெனில், அவள் பெண்களின் காதலைச் சகித்துக் கொள்ள மாட்டார். வளர்ப்பு வேறானாலும் அந்தக் காதலை நேரடியாக ஏற்கக் காரணம், அவனும் தன்னைப் போல மூன்றாம் வகுப்பில் பாஸானவன். அப்பாவியான அப்பாவிற்கு, மாமா, குல், நான் ஆகியோர் முதல் வகுப்பில் பாஸ் செய்வது என்பது எத்தனை துயரமானது என்பது ஷமீதைப் பின்பற்றிய பின் அறிந்தார்.

குல்லிடம் அவர் அட்டகாசமாகச் சிரித்து கொண்டே, ‘‘தர்க்கம் தீர்க்க முடியாது. கேள். வேண்டுமானால் குல்லிடம் கேள்’’ என்பார். புருஷன் மேலிருந்த ஆத்திரத்தில் பிள்ளையைப் போட்டு அடித்தாளாம் என்ற கதைதான்.

ஜுக்கி சித்தப்பாவின் முயற்சியால், ஷமீதை அம்மாவுடன் சந்திக்க வைத்தது திருமணம் நிச்சயமான பிறகு அல்ல. அதற்கு முன்னதாகவே அழைத்தார். இப்போது எனக்கு நினைவிற்கு வந்து விட்டது. உண்மையிலேயே அம்மாவின் மனதில் என்ன இருக் கிறது என்பதை யாராலும் இன்று வரை அறிந்து கொள்ள முடிய வில்லை. ஆனாலும், புகைப்படத்தைப் பார்த்து அவனுடைய கண்களின் தன்மை சரியாக இல்லை என்று சொன்னார்.

இணைந்த மனம்

விஷயம் இயல்பாக இல்லை. அதன் பிறகு ஒருவருக்குத் தெரியாமல் ஒருவர் ஒளிந்து புகைப்படத்தைப் பார்த்துக் கொண்டே இருந்தோம். அவன் பெயிலானதினால் அம்மா இத்தனை வருத்தம் அடைந்து விட்டாள். அதைத்தான் ஆமோதித்துச் சொல்கிறாள் என நினைத்தார். அம்மாவிற்கு அவன் பெயில் ஆனதை விடவும் கூடுதல் வருத்தம். அவன் பஞ்சாபியாக இருப்பதுதான். பெயிலாவது. மூன்றாம் வகுப்பில் பாஸாவது எல்லாம் பெரிதாக எடுத்துக் கொள்ள வேண்டிய விஷயமே இல்லையென்பது லௌகிக பார்வை கொண்ட சித்தப்பாவின் பார்வை. அப்பாவின் இருப்பினால் சித்தப்பாவின் திறமை பறை சாற்றப்பட்ட பிறகு, நம்பிக்கை வழிபாடாக மாறி விட்டது.

ஆனாலும் லௌகிக திறமையினால் பிறப்பு பஞ்சாபி என்பதை அழிக்க முடியாது. அவளுடைய பரம பக்தரான ஜுக்கி சித்தப்பாவைப் பஞ்சாபியாக இருப்பதை முழுவதுமாக ஏற்றுக் கொண்ட பின், ஷமீதுடன் முறைத்துக் கொண்டு இருக்காமல் சமரசமாகப் போக வேண்டி வந்தது. சித்தப்பா கௌரவம் பார்க்கும் பழக்கம் உடையவர். அம்மாவிற்குப் பிடிக்கவில்லை என்பது மாறாது. இறுதியாக ஷமீத் பஞ்சாபி என்பதிலிருந்து வேறு எதுவாகவும் மாறவும் முடியாது.

அவன் வேறு எதுவாகவும் ஆகவில்லை. நல்ல வேளை அவனுடன் ஒரு சந்திப்பிலேயே அவனுக்குச் சிஷ்யை ஆனாள். இருவருக்கும் இடையில் பெரிய உரையாடல்கள் எல்லாம் நடக்கவில்லை. ஷமீத், அம்மாவின் பாதங்களைத் தொட்டு வணங்கினான். "ஆஹா இத்தனை அழகான பாதங்களை இதற்கு முன்பு நான் பார்த்ததே இல்லை" என்றான்.

இது பாகிஜா படம் வருவதற்கு மிகவும் முன்னாலேயே நடந்த விஷயம். எனவே வசனம் பரிசுத்தமானது. சுயமானது. பஞ்சாபி ஆண்கள் மாமியாரின் காலைத் தொட்டு வணங்கும் வழக்கம் இல்லாதவர்கள். எனவே, அவர் நெகிழ்ந்து போனார். கசிவு ஏற்பட்டது. கோட்டை சரிந்து போனது. அது எப்போது தெரிய வந்ததெனில், தன்னுடைய அம்மாவின் பொருளான சித்திர வேலைப்பாடு மிகுந்த வெள்ளிப் பெட்டியைத் தலை யணைக்குக் கீழிருந்து எடுத்து அவனிடம் கொடுத்தார். இதன்

பிறகு திருமணத்தைப் பற்றிய ஒவ்வொரு விவாதமும் முனை மழுங்கிப் போயிற்று. ஷமீதின் அப்பாவுடனான சந்திப்பு நிகழ்ந்த பின்பு சிஷ்யை ஆனார். எனக்கு, அம்மாவிற்கும் ஷமீதிடம் ஏற்பட்டாற் போல.

"அப்பா என்ன செய்கிறாய்?"

"சொன்னேன் அல்லவா, ஜட்ஜ் என்று."

"இப்போதா?"

"அப்படி என்றால்?"

"பைஜ்நாத்திற்கு ஜட்ஜ்களின் மேல் மிகுந்த அன்பு இல்லையா?"

"தெரியாது."

"வக்கீலின் பாதையில் செல். ஜட்ஜ் ஆக வேண்டும் என்ற விருப்பம் வைத்திருந்தாரா? சுதந்திரப் போராட்டத்தில் பங்கு கொள்வது, பங்கு கொள்ளாமல் இருப்பது என்பதைப் பற்றிய குழப்பத்தில் இருந்தாரே. எத்தனைக்கெத்தனை ஜட்ஜுகளின் சிஷ்யராக அவர்களின் பிடியில் இருந்தாரோ, அத்தனைக்கு அத்தனை அவர்களைத் தன் பிடியில் வைத்திருந்தார். தன்னுடைய திறமையால் கரம்சந்த்தின் கோணலான பிரச்சினையைக் கூட தன் ஆதிக்கத்தால் சீராக்கினார்."

"சரி அதையெல்லாம் விடு. அவரைச் சந்தித்த பிறகு அப்பா விவாதம் செய்வதை விட்டு விட்டார். குல் மற்றும் ஷமீதின் திருமணம் உறுதியாகி விடடது."

"உனக்குச் சந்தோஷமா?"

"பின் என்ன? அம்மா சொன்ன பிறகு ஷமீதின் கண்களின் விசித்திரமான உணர்வு உள்ளோடுவது புலப்பட்டது. இது அம்மா சொன்னதன் விளைவு. என்னவோ அது கிளர்ச்சி ஊட்டு வதற்குச் சரியானது. ஆனால் ஆயுள் முழுவதும் வைத்துக் காப் பாற்ற இயலாதவன் என்று தோன்றியது. அதில் ஒருவேளை அந்த துக்கத்தைக் கண்டு மதிப்பிடும் முறை எனக்குத் தெரியவில்லை அல்லது தெரிந்தது."

''அதற்கு என்ன செய்தாய்?''

''என்ன செய்வது? குல்லின் திருமண ஏற்பாடுகள் நடை பெற்றுக் கொண்டிருக்கும் போது நேரம் கிடைக்கும் போதெல் லாம் ஷமீதின் புகைப்படத்தை எடுத்து உற்றுப் பார்த்துக் கொண் டிருப்பேன். திருமணம் அத்தனை ஆடம்பரமாக எல்லா வரை முறைகளோடும் நடந்தது. எனவே, எனக்குக் குறைவாகவே நேரம் கிடைத்தது. எந்தச் சட்டத்தின்படியும் விதிகளின் படியும் அவன் ஒரு வேலையும் செய்யவில்லை.

குல் முற்றிலும் அவனுடையவளானாள். பஞ்சாபிகளின் ஒவ்வொரு சடங்கையும், சம்பிரதாயத்தையும் ஏற்றுச் செய்தாள். பஞ்சாபி தோழிகள் என்ன சொன்னார்களோ அதைச் செய்தாள். பங்சாபிகள் திருமணத்தில் முற்றிலும் பருத்தி ஆடைகள் அணிய மட்டார்கள். ஒவ்வொரு ஆடையையும் அவள் ஏற்றுக் கொண் டாள். அது வரை நாங்கள் பெட்டிகோட் சாட்டின் துணியில் அணிந்ததில்லை. குளிரோ, வெய்யிலோ புடவை பருத்தியிலோ அல்லது பட்டிலோ, நாங்கள் அணியும் உள் பாவாடை பாப்ளின் அல்லது காடா துணியில்தான் இருக்கும்.

அந்த நாட்களில் ஜன்பத்தின் காட்டேஜ் எம்போரியம் தவிர, ஒவ்வொரு பகுதியைச் சார்ந்த தனித்தனி எம்போரியங் களும் திறந்திருந்தன. ஹாண்ட்லூம் அணிவதுதான் நாகரிகத்தின் முதல் விதி. யார் ஹாண்ட்லூம் புடவையை விட்டு, பட்டு நைலான் பாலியெஸ்டர் ஆகியவற்றை அணிகிறார்களோ அவர்கள் முதல் தர அக்காக்கள். மிராண்டா ஹவுஸின் ஃபேஷனபிள் பெண்களுக்கு அது விலக்கப்பட்ட ஒன்று.

''அடடா! மிராண்டா ஹவுஸ் காந்தியின் சிஷ்யையாக ஆகி விட்டது. அவர் இருந்திருந்தால் எத்தனை மகிழ்ந்திருப்பார்.''

''அப்படிக் கிடையாது. தானே நூற்று, தானே நெய்ப வர்கள் குறைவானவர்களே.''

''சுதேசி என்ற பெயரில் நெசவாளிகளை மொத்தமாக கொள்ளை அடித்துக் கொண்டிருந்தனர். மிகக் குறைந்த விலை யில் கதர் நெய்யப்பட்டது. அதை ஃபாலினபுள் முத்திரையிட்டு,

மிக அதிக விலையில் விற்றனர். மொத்த லாபமும் தரகர் களுக்கும் இடையில் இருப்பவர்களுக்குமாக கிடைத்தது. துணி யும் நமது நாட்டினுடையது. நெசவாளியும் நமது நாட்டவர். ஆனால், யூனியன் உருவாக இருந்த தொழிலாளர்களை இப்படி யெல்லாம் கட்டை விரலுக்கடியில் வைத்து நசுக்கிட முடியாது. தனித்தனியாக இருக்கும் அவல நிலையில் இருக்கும் நெச வாளர்களை நசுக்குவதைப் போல நசுக்கி விட முடியாது.''

''நீ பொருளாதாரம் படித்தவள். ஒப்புக் கொள்கிறேன். மேலே சொல்லு.''

''குல் எந்த வகையிலும் முஸ்லிம் வழக்கப்படியான அக்கா கிடையாது. ஹிந்துப் பெண்கள் கரானா அணிவதை எந்தப் பெண்ணும் கற்பனை செய்யாத போது அவள் அணிந் தாள். முஸ்லீம்களின் எல்லா நிறத்திலும் பச்சையும் நீலமும் கலந்த நிறத்தில், ரத்தினக் கல்லின் நிறத்தில், அவளை இன் னொரு மிஸஸ் நந்தாவாக்கும் விதத்தில் அவள் நற்குல நங்கை யாகும் ஏற்பாட்டில் இருந்தாள். மென் உணர்வு கொண்ட அம்மா சிவப்பு வண்ணத்தில் இருந்து சாட்டின் உள் பாவாடையைப் பார்த்ததுமே அதனால் உண்டான மன அதிர்வில் ஒரு வாரம் படுத்த படுக்கையாய் இருந்தார்.

''எனக்கு ஏற்பட்ட மன அதிர்ச்சியும் கொஞ்ச நஞ்சமல்ல. எப்போதும் எல்லையைத் தகர்த்து எறியும் அந்தப் பெண், பழக்க வழக்கங்களை மீறும் அந்தப் பெண், சராசரி பெண்ணாகி அவர்களின் தாளத்திற்கு ஆடுபவளாக ஆகி விடப் போகிறாள். ஆனால், அதைப் பற்றியெல்லாம் வெளிப்படையாக ஏதும் அறிந்து கொள்ளாதவளாக 'அக்கா'வாக தேவையான பொருட்கள் வாங்குவதில் அவளுக்கு உதவியிருக்கிறேன்.''

''திருமணத்தன்று ஒரு வண்டி பொருட்களை அணிந்திருந் தாள் அவள். எனக்கு மண்டையிடி அதிகம் இருந்தது. ஒரு வேளை அதனாலும் இருக்கலாம். ஹனிமூனிலிருந்து திரும்பிய உடனேயே ஷமீத் பெரிய தடியுடன் எனக்குத் திருமணம் செய்து வைக்க களத்தில் இறங்கினான். அதனால்தான் எனக்கு மண்டை யிடி அல்லது தனது குற்றச் சுமையைக் குறைக்கவோ என்னவோ?''

"அதிகமான விருப்பத்தைச் சுருக்கும் வேலையைச் செய்கிறாயா என்ன?"

"என்ன எண்ணம் உனக்கு? அது போன்ற தொழிலை எழுத்தாளர்கள்தான் செய்ய முடியும்."

"திருமணத்தின் போது நான் ஒரு சகோதரியாக என்ன செய்ய வேண்டுமோ அத்தனையும் செய்தேன். ஷமீதின் செருப்பை ஒளித்து வைத்தேன். குல்லையும் ஷமீதையும் ஒரே தட்டில் சாப்பிட வைத்தேன்."

"ஷமீத் வெள்ளியினாலான கிலுகிலுப்பையைக் கொடுத்த போது குல்லின் தோழிகளின் தூண்டுதலின் பேரில் தங்கத்தினால் ஆனது கேட்டேன். குல்லின் ஒரு ஹூங்காரத்தில் கண்டிப்பாக மௌனமாகி விட்டேன்."

அவர்கள் ஹனிமூனுக்கு டார்ஜிலிங் புறப்பட்டுச் சென்ற போது, ஷமீதின் மொத்த குடும்பமும் அங்கு ஆஜராகி இருந்தன. வண்டி புறப்பட்டுச் சென்றது. நான் திரும்ப இருந்த போது அவனுடைய அம்மா என்னிடம், "உன்னைத் திருமணம் செய்து கொள்ள நான் விரும்பினேன்" என்றாள். நான் பிரமித்துப் போய் அவரின் பார்வையிலிருந்து ஓடினேன். "குல் இருக்கும் போது என்னை எப்படித் தேர்வு செய்ய முடியும்?"

"நீ ஒரு முறை எங்கள் வீட்டிற்கு வந்திருந்தாய் அல்லவா? அப்போது இந்தப் பெண் உன் மீது உண்மையாய் ஆசை கொண்டிருக்கிறாள். அவளைத் திருமணம் செய்து கொள் என்றேன். ஆனால், அவன் ஒப்புக் கொள்ளவில்லை" என்றார்.

"ஏன்?" நான் குறுக்கிட்டுக் கேட்டேன். என்னுடைய பேச்சைக் கேட்க அவருக்கு நேரம் இல்லை. அவர்தான் சொல்ல நினைத்ததையே சொல்லிக் கொண்டிருந்தார். குல்லை விடவும் நீ இன்னும் அதிகமாக எங்களைப் போல இருக்கிறாய்" என்றார்.

"ஏன்?" என்று நான் மறுபடியும் கேட்டேன்.

"எங்கள் அளவிற்கு நீ வெளுப்பில்லை. ஆனால், கிட்டத் தட்ட எங்களைப் போல வெள்ளை நீ. குல் ஒரே கருப்பு" என்றார்.

"கிடையவே கிடையாது. குல் கோதுமை நிறம். அப்படி யென்றால் மாநிறம்.''

"அதெல்லாம் எங்களுக்குத் தெரியாது. எங்களுக்கு இரண்டு நிறங்கள்தான் தெரியும். வெளுப்பு, கருப்பு.''

"தென் ஆப்பிரிக்காவில் பிறந்து வளர்ந்திருப்பாள் போல.'' நான் முணுமுணுத்தேன். ஆனால், அவருக்கு அது கேட்கவில்லை.

அவர் இனிக்க இனிக்க சிரித்துக் கொண்டே, "நாங்கள் வேலைக்காரர்களைக்கூட வெள்ளையாக இருப்பவர்களாகத்தான் வைத்துக் கொள்ள விரும்புவோம்'' என்று சொன்னாள்.

"உங்களுடைய கருத்துப்படி மனிதர்கள் இரண்டே இரண்டு நிறங்கள்தான். ஒன்று மாவைப் போல வெள்ளையாய். இன்னொன்று கரியைப் போல.''

"மாவைப் போல அல்ல; வெளுப்புப் பாலைப் போல'' என்றார்.

இன்னமும் இரண்டு குரல்களின் சிரிப்பும் அம்மாவின் சிரிப்புடன் சேர்ந்து ஒலிக்க அம்மா மட்டுமே என்னிடம் தனியாக உரையாடவில்லை என்பது புரிந்தது. மரியாதைக்குரிய இரண்டு பெண்களும் பக்கத்திலிருந்தனர். அவர்கள் இருவரின் சிரிப்பும் கோவிலின் மணி அடிப்பதைப் போல அழகாக இருந்தது. ஆனால், எனக்கே சிரிப்பு அரக்கத்தனமாகத் தோன்றியது. நான் குல்லுக்காக பயந்தேன். அவமானமாகவும் இருந்தது. முதல் முட்டாள் நான். ஷமீதின் வீட்டிற்குச் செல்ல வேண்டிய அவசியம் என்ன? திருமணத்திற்கு முன்பாக குல்லே போனது இல்லை. நான் சென்றேன். நோட்ஸை கொடுக்கச் சென்றிருந்தேன். அப்போது ஷமீத் என்னைப் பார்த்ததும் வெளுத்துப் போனான்.

"என்ன நோட்ஸ்?''

"அது வந்து... எப்போதாவது ஷமீத் என்ன எழுதச் சொல்வான். அவனுக்கு நிறைய படிக்க வேண்டியிருந்தது அல்லவா?''

"உனக்கு என்ன குறைச்சலாக இருந்ததா?''

"இல்லை. நான் வேகமாக எழுதுவேன். டாக்டர் ராய் சௌத்ரியின் லெக்சர்களை என்னைத் தவிர வேறு யாரும் நோட்ஸ்

எழுதிக் கொள்ள முடியாது. பொருளாதார வரலாறு சொல்லிக் கொடுத்தார். பேசிக் கொண்டே மிக விரைவாக சூபர் ஃபாஸ்ட் எக்ஸ்பிரஸ்ஸைப் போல நடத்துவார். ஆக்ஸ்ஃபோர்டிலிருந்து நேரே வகுப்பெடுக்க வந்திருக்கிறார் என்று கேள்விப்பட்டேன். அது உண்மையா அல்லது வதந்தியா தெரியாது. வகுப்புக்குள் நுழைந்தவுடன் அந்தப் பக்கம், இந்தப் பக்கம் பார்க்க மாட்டார். பார்வை எதிரிலிருக்கும் சுவரில் நிலைத்திருக்கும். 'யார் வகுப்பை விட்டு வெளியேற நினைக்கிறீர்களோ அவர்கள் போகலாம். ப்ரஸென்ட் போடப்படும்' என்பார். நிறைய பேர் சென்று விடுவார்கள்.

''எனக்கு அவருடைய லெக்சர் மிகவும் பிடிக்கும். ஷமீதிடம் அவருடைய வகுப்புகளில் ஜன்னல் வழியாக எட்டிப் பார்க்காதே. நோட்டினுள் தலையைப் புதைத்துக் கொண்டு நோட்ஸ் எடுத்துக் கொண்டிருப்பேன். நான். அவனைப் பார்க்க முடியாது. அப்படியே பார்த்தாலும் கூட வகுப்பை விட்டுவிட்டு வர விரும்ப மாட்டேன். அவர் ஒருவர்தான் புத்தகத்திலிருந்து எடுத்துக் கொடுக்காமல் தன் விருப்பம் போலப் பாடம் சொல்லிக் கொடுப்பார்.

''வகுப்பின் அனைத்து மாணவர்களும் லஞ்சம் கொடுத்தாவது என்னுடைய நோட்களைக் காப்பி செய்து கொள்ளத் தயாராக இருந்தனர். சிலர் காபி ஹவுஸ் கூட்டிச் செல்கிறேன் என்பர். சிலர் சாக்லேட் கொடுப்பார்கள். சாக்லேட்டை எடுத்துக் கொள்வேன். வெளியே செல்ல மாட்டேன். ஏனெனில் என் மனம் விரும்பும் போதெல்லாம் ஷமீத் என்னைக் கூட்டிக் கொண்டு செல்ல வந்து விடுவான். அவனுக்கு நோட்ஸ் தயாரிப்பது எனக்கு தூசிக்குச் சமம். அத்தனை எளிது.

எழுத ஆரம்பித்தேன் என்றால், எத்தனை நாட்கள் ஆகும் என்று நினைத்தேனோ அதற்கு ஒரு நாள் முன்னதாகவே முடிந்து விடும். சனிக் கிழமை மாலை, திங்கட் கிழமை வரை ஏன் காத்திருக்க வேண்டும் என்று எண்ணினேன். கொடுத்து விட்டால் ஞாயிற்றுக் கிழமை உட்கார்ந்து படிக்கலாம். எனவே ஸ்கூட்டரை எடுத்துக் கொண்டு அவன் வீட்டிற்குச் சென்று விட்டேன்.

மால் ரோடில் யுனிவர்சிட்டிக்குப் பக்கத்தில் அவனுடைய பங்களா. மணி அடித்ததும் அவனுடைய நீதிபதி அப்பா வந்து கதவைத் திறந்தார். "ஷமீத் இருக்கிறானா?" என்று நான் கேட்டவுடன் உறுத்துப் பார்க்காமல் உள்ளே வரச் சொன்னார். வரவேற்பறையில் அவனுடைய அம்மாவும் ஷமீதும் இருந்தனர். ஷமீத் என்னைப் பார்த்ததும் திகைத்து விட்டான். நான்கு ஜோடிக் கண்கள் உடலைத் துளைத்தெடுக்க நான் பயந்து விட்டேன்.

'நோட்ஸ்' என்று சொல்லி நோட்ஸை ஷமீதை நோக்கி எறிந்தேன். அப்பா இடைமறித்தார். திறந்தார். படிக்கத் தொடங்கினார். ஷமீத் சமாளித்துக் கொண்டான். என்னை அறிமுகப்படுத்தினான். "மோகரா, கல்லூரியின் என்னுடன் படிக்கிறாள்" என்றான்.

"மேலும் உனக்கு நோட்ஸும் எழுதிக் கொடுக்கிறாள்" என்றார்.

"ஏன்?" என அம்மா கேட்டாள்.

"ஏனெனில், உன்னுடைய புத்திசாலி பையனுக்குச் செய்ய ஒன்றுமில்லை" என்றார்.

"அது அப்படி அல்ல. நான் பொருளாதாரம் படித்துக் கொண்டிருக்கிறேன். ஆனால், ஆங்கில இலக்கியத்தில் ஈடுபாடு அதிகம். இந்த நோட்ஸ் எழுதுவது என்ற சாக்கில் அவற்றை அலசி ஆராய முடிகிறது" என நான் இடையில் குறுக்கிட்டுச் சொன்னேன்.

"இரண்டு விதமான எம்.ஏ. படிக்கும் இன்பத்தை அனுபவிக்கிறாயா?" என்று சொல்லி அப்பா சிரித்தார். நானும் சிரித்தேன். அவர் எனக்கு நல்லவராகத் தோன்றினார். அம்மா சிரிக்கவில்லை. என்னுடைய உடலிலிருந்து பார்வையை எடுத்து முகத்தில் பதிய வைத்தார். நான் இன்னமும் கூச்சம் அடைந்தேன். ஷமீத் தக்காளியைப் போலச் சிவந்தான். அதற்கு முன்னால் நான் ஆண்கள் நாணி சிவந்து போவதைப் பார்த்ததில்லை.

"நோட்ஸுக்கு இணையாக குறைந்தது ஒரு காபியாவது கொடு" அப்பா சொன்னார்.

இணைந்த மனம்

ஷமீத் சுய நினைவிற்கு வந்தான். எஸ்பிரஸோ எனச் சொல்லிக் கொண்டே உள்ளே ஓடினான். காபி வந்ததும் நான் வேக வேகமாக அதைத் தொண்டைக்குள் இறக்கி விட்டுக் கிளம்பத் தயாரானேன். இந்த முட்டாள்தனத்தைப் பற்றி நான் குல்லிடம் ஏதும் சொல்வில்லை. ஷமீதும் சொல்லி இருக்க மாட்டான். ஏனெனில், அவள் அதைப் பற்றிக் குறிப்பிடவில்லை. அவனுடைய அம்மாவின் பேச்சு குழப்பும் பார்வையில் புரிந்ததும், நான் மிகவும் வெட்கப்பட்டேன். குல்லைப் பற்றி மிகவும் கவலைப்பட்டேன். இப்படிப்பட்ட இவர்களின் முட்டாள்தனமான பழக்க வழக்கங்களில் அவள் எப்படிப் பணிந்து நடக்கப் போகிறாள் என கவலைப்பட்டேன்.

புரண்டு புரண்டு படுத்தே இரவைக் கழித்தேன். விடியற் காலையில் தூக்கம் வந்தது. கூடவே கனவும். கனவில் காதலில் மூழ்கிய ஷமீது அவ்வளவு தளுக்கோடு வந்தான். கண்களைத் திறக்க வேண்டும் என்றிருந்தது. வீணாகத் துன்பப்பட்டுக் கொண்டு இருந்தேன். என்னுடைய அன்புக் காதலன் இருக்கும் போது எல்லாத் துன்பங்களையும் கடந்து விட முடியும்.

அவர்கள் திரும்ப வந்தபோது, குல் கொஞ்சம் கனமாகவும் சோம்பேறியாகவும் இருந்தாள். அம்மா சொன்னாள்: "ஹனிமூனுக்குப் பின் அப்படித்தான் ஆகும்" என்று.

நான் ஏதுமில்லாமல் ஏன் சிதைந்து போனேன்?

முதலாம் சனிக் கிழமை வந்த போது இருவருமாக தங்கள் வீட்டிற்கு என்னை அழைத்துச் செல்ல வந்திருந்தனர். "இரவில் அங்கேயே தங்கி விட்டு ஞாயிறு ஊரைச் சுற்று." நான் ஒப்புக்கு மறுத்தேன்.

ஷமீதின் அம்மாவின் முன்பாக நிற்கத் தயக்கமாக இருந்தது. குல் கண் அடித்து, "நிறைய பேச வேண்டும், வா" என்று சொன்னதும் ஆசை தோன்றியது.

அம்மாவைப் பற்றிச் சொன்னால் அப்போது தெரிய வரும். அவர்களுக்கு எத்தனை சங்கடத்தில் இருக்கிறேன் என்று. ஒத்திப் போட ஒத்திப் போட தயக்கம் அதிகரிக்கும். அதன் பிறகு ஒவ்வொரு சனிக் கிழமை ஞாயிற்றுக் கிழமையும் அவர்

கள் வீட்டில் கழித்தேன். அம்மாவோ, அப்பாவோ வேறு யாரிடமோ என்னிடமோ, குல்லிடமோ தவறாக இருக்கவில்லை. ஆனால், நாட்கள் செல்லச் செல்ல உடை அணிவது, விருப்பங்கள், பழக்க வழக்கங்கள் ஆகியவற்றில் குல்லின் நடவடிக்கைகள் மாற்றம் கொண்டிருந்தது.

அடுத்த இரண்டு மூன்று ஞாயிற்றுக் கிழமைகளுக்குப் பின் ரகசியம் அம்பலமானது. குல் ஏன் சோம்பேறியாய் இருக்கிறாள். ஏன் குண்டாகி இருக்கிறாள் என்பது தெரிய வந்தது. குல் கருவுற்றிருந்தாள். முதலிரவன்றே உண்டாகியிருக்கலாம். யாருக்குத் தெரியும். காதலைக் கனவில் கண்டதில் தவறொன்றும் இல்லை.

"அப்படி என்ன கனவு கண்டாள், நம் கனவுப் பெண்?"

எல்லா இளைஞர்களும் இளைஞிகளும் செக்ஸுவல் பேண்டஸியில் வாழ்வதில்லையா என்ன? இளைஞர்கள் என்ன திருமணம் ஆனவர்கள் கூட அப்படி வாழ்கிறார்கள். யார்தான் செக்ஸ் பற்றிய குறிப்புகளுடன் வாழ்கிறார்கள்? நொடிப் பொழுதும் பிரியாத தூய்மையான காதல் கிடைக்காதவரை கற்பனைதான். அதை எப்போதும் மறைத்தே வைக்கிறார்கள். துர்த் தேவதையைப் போல.

"புனிதமற்றதா புனிதமானதா? சைத்தானைப் போலவா, கடவுளைப் போலவா?"

"எப்படி வேண்டுமானாலும் எடுத்துக் கொள்ளலாம். குல் எல்லா விதத்திலும் மாறிக் கொண்டிருந்தாள் என்று நான் சொன்னேன். தன் விருப்பப்படியே மாறினாலும் யார் தடுத்து நிறுத்தப் போகிறார்கள்? ஆனால், தன் விருப்பம் அப்போதும் நம்முடையதாக இருப்பதில்லை. அதில் எத்தனை கலந்திருக்கிறது. ஷமீதின் அக்கா புருஷன்களின் உயர் பதவி, கணக்கற்ற பணம், இவை குல்லின் மனதிற்குள் ஒரு விதமான எண்ணத்தை உண்டாக்கி இருக்கலாம். அவர்களின் குடும்பத்தினராக ஷமீத். அதில் அவனிடம் எல்லாவற்றிற்கும் உரிமையானவள் குல்.

எழுதத் தொடங்கிய போது ஆரம்ப காலத்தில் அவள் அந்த வேடிக்கையான உண்மையை வைத்து வலிமையான கதை ஒன்றை எழுதினாள். பயனற்ற மருமகள் என. பயனற்றவன்

மகன். ஆனால், அவனில் பாதியானவளானதினால் பயனற்ற மனைவியெனப் பொய்யாகக் குற்றம் சாட்டப்படுகிறது, அவளின் மீது. ஏதோ மனைவிதான் கணவனைப் பெற்றெடுத்து, வளர்த்து வாலிபனாக்கினாள் போல. அம்மா அப்பா அல்ல. அக்கா அண்ணாக்கள் எல்லோரும் குழந்தைப் பருவத்திலிருந்து அல்ல. அவனுக்கு மனைவி வந்த பிறகுதான் அவனைப் புரிந்து கொள்கிறார்கள் என்பதைப் போல.

''ஆமாம், குதிரை கொள்ளென்றால் வாய் திறக்கும், கடிவாளம் என்றால் இறுக மூடிக் கொள்ளும். மகனுடைய நல்ல குணங்கள் அம்மா அப்பா கொடுத்தது. அவனுடைய பக்குவமின்மையும், அறியாமையும் மனைவி வந்த பிறகுதான் முளை விட்டது.''

''குல் கதையில் நன்றாகத்தான எழுதியிருந்தாள். புகுந்த வீட்டுப் பெரியவர்களைப் பார்த்து ஒரு முறை, 'ஏதோ நான் உங்கள் மகனைக் காதலித்தேன். நான் வேறு என்ன குற்றம் செய் தேன்? உங்கள் பையன் கெட்டவனானதற்கு நான் என்ன செய்ய முடியும்?' என்று.''

''ஒரு விஷயத்தைச் சொல். குல் பழக்க வழக்கங்களுக்கு அடங்கிப் போவது உடன் பிறந்தோர்களின் சொத்து, பணம், பதவி இவற்றிற்கான போட்டியா அல்லது வேறு ஏதாவது காரணமா? ஷமீது பலதும் செய்திருக்கலாம். அதை அவள் ஏற்றாளா?''

''உண்மையைச் சொல்லட்டுமா?''

''வேறு என்ன பேசுவாய்? முறையாகப் பொய் சொல்ல என்றைக்கு வந்திருக்கிறது? இப்போது சொல்லச் சொல்லு. பேச்சு ஏன் அடைந்து விட்டது?''

''எல்லோரும்தான் பொய் பேசி இருக்கிறார்கள்.''

''சொல்லு.''

''இது உண்மை. உண்மையிலும் உண்மை.''

''கொட்டு.''

''அவனுடைய வெள்ளை நிறம், அவனுடைய ஆடை அலங்காரம், அவனுடைய காதல் உணர்வு இவற்றிலிருந்து உருவானதுதான். அவளுடைய பலவீனம். போட்டி அவர்களோடு அல்ல. ஷமீதோடுதான். அவனிடம் தோற்பது கூடுதல் ரணத்தை உண்டாக்கியது.''

''கருப்பாக இருந்தாலும் அழகாகத்தான் இருக்கிறாய் என ஷமீதின் அம்மா வாயைத் திறந்து குல்லின முன் சொன்னாலும் கூட அவள் சொல்லாமல் விட்டது குல் வாயாடி என்பதை. குல்லின் தவறுகளும் காரணம். என்னிடத்தில் கூட இரண்டு குற்றச்சாட்டு அவளுக்கு இருந்தது. ஒன்று என்னுடைய வெளுப்பு. மற்றொன்று என்னுடைய கணித அறிவு. கணக்கு அறிவை சீக்கிரமே ஒதுக்கித் தள்ளி விட்டாள். வெளுப்பு வெள்ளை நிறத்தை உள்ளே இருத்திக் கொண்டு விட்டாள். எந்தப் பெண்ணை யுனிவர்சிட்டியின் மர்லின் மன்றோ என்று அழைத்தார்களோ அவள் பருமனாகத் தொடங்கினாள். ஆமாம், பருமனான உடலை ஆரோக்கியமானது என்று சொல்வார்களே நம் நாட்டு மக்கள். அந்தப் பருமன் அல்ல அது. பருமன் கருவுற்றிருந்த காரணத் தினால் ஏற்பட்டது போதுமா இவ்வளவு?''

ஒன்பது மாதம் ஆவதற்கு முன்னாலேயே ரகசியம் அம்பல மானது. ஆரம்பத்திலேயே யாருக்கும் அடங்காத அவளுடைய நாத்தனார்கள் 'இப்போவேவா' என்று சொல்லத் தொடங்கி விட்டனர். இப்பவே இத்தனை பெரிய வயிறா? இப்பவேவா உடலில் இத்தனை பருமன்? இப்போவேவா' காலில் வீக்கம்? என 'இப்போவேவா' என்பதற்கு உரத்த குரலெடுத்து சொல் லாமல் போனாலும், அதை அப்படியே அமுத்தி வைக்கவும் இல்லை. எனவே குல்லிற்கு என்னிடமோ, ஷமீதிடமோ சொல்வதற்குத் தடை ஏதும் இல்லை.

எனவே, அவர்களுடைய குரல் அம்மாவின் குரல். யானை யின் காலடியில் அனைத்துக் கால்களும் என்பது போல. அந்த 'இப்போவேவா' என்ற சொல்லில் ஒரு அதிகப்படியான சுய கௌரவம் ஒளிந்திருக்கிறது. அனைவரும் அதை அறிவர். குல்லும் ஷமீதும் நீண்ட நாட்களாகக் காதலர்கள். இணைந்து காலம் கழித்திருக்கிறார்கள். என்னைத் தவிர வேறு யாரால்

சொல்ல முடியும். முதலிரவன்றே கர்ப்பமுற்றளா அல்லது அதற்கு முன்னமேயா என்பதை.

"திரும்பவும் சொல். நீ எப்படி இடையில் புகுந்தாய்? இதைச் சொல்லக் கூடியவள் குல்தான். நீ எப்படி இதை சொல்ல லாம்?"

"சொன்னேன் இல்லையா? குல் என்னைக் காதலர்கள் இடையே கத்தியாக இருத்திச் சுற்றிக் கொண்டிருந்தாள் என்று."

"நெருப்பு நதி எப்போது சுடும் என்ற யாரால் சொல்ல முடியும்?"

"ஷமீதும் டாக்டரும்தான். வேறு யார்?"

"ஏன் இத்தனை கோபம்? நீ சொல்வதை ஒப்புக் கொள் கிறேன். அக்காக்களின் பேச்சுக்கு ஷமீத் பதில் ஏதும் கொடுக்க வில்லையா?"

"எனக்கு உன்னை முன்னை விடவும் அதிகம் பிடித்திருக் கிறது என்றான். முன்னைவிட அதிகமாக என்பது கிடைப்பதற் காக குல் இதை என்னிடம் மிகவும் சலிப்போடு சொன்னாள். மகிழ்ச்சியாக இருந்தாள் என்று சொல்ல முடியவில்லை. தன் திருமணத்திற்குப் பின் அந்தச் சமயத்தில் அவள் இதை உணர்ந் தாள். அதிகம் அடைதல் எத்தனை சுமையானது என்பதைப் புரிந்து கொண்டாள். விஷயம் எல்லை மீறிப் போனது.

"கருவுற்ற மூன்றாம் மாதம், புகை போல மழை அடித்துக் கொண்டிருந்தது. அக்காவின் சிவப்பு வண்டியை எடுத்துக் கொண்டு குல்லையும் உட்கார்த்திக் கொண்டு தனக்குப் பிடித்த ஷிம்லாவைக் காண்பிக்கக் கூட்டிச் சென்றான். ஷிம்லாவில் பிறந்த மக்கள் அதை வைத்துக் கொண்டு ஏன் இத்தனை ரொமாண்டிக்காக ஆகி விடுகிறார்களோ? உன்னுடைய நிர்மல் வர்மா கூட. வண்டியை இன்றைய டி.வி. மாடல் போல ஓட்டினான். மிகவும் சிறப்பாகவும் வேகமாகவும்.

"என்னை விட அதிகம் வேறு யார் அறிவார்? ஆமாம், ஆமாம் குல் அறிவாள். இடையில் குறுக்கிடாதே. மழையைப்

பற்றி யார் அக்கறைப்படப் போகிறார்கள்? பாதை உடைந்து சிதிலமாகி இருந்தால் யாருக்கென்ன? கூடவே காதலின் போதை வேறு. ஈரமான, சறுக்கும் சாலையில் வண்டியை ஓட்டினான். நிறைய தூரம் ஓட்டிய பின் திரும்ப வரும் போது ஒரு கட்டத்தில் வண்டி வழுக்கி விட்டது. காயம், சிராய்ப்பு தவிர அதிர்ஷ்டவசமாக வேறு ஒன்றுமில்லை. அவர்களுக்கும் ஒன்றும் ஆகவில்லை. வண்டிக்கும் ஒன்றும் ஆகவில்லை. ஆனால், கெடுதல் உண்டாகி விட்டது.

''தில்லியை வந்தடைந்தவுடன் குல்லுக்கு உதிரம் கசிய ஆரம்பித்தது. கரு கலையவில்லை; விழவில்லை. ஆனால், அதைக் காப்பாற்ற மாதக் கணக்கில் கிடக்க வேண்டி வந்தது ஓய்வெடுத்துக் கொண்டு. மேலும் காதலுக்குத் தடை விதித்து விட்டனர். பத்தியமாக இருக்க வேண்டி வந்தது. நாத்தனார்களின் இப்பவேவா? என்ற சந்தேகத்திற்கு டாக்டர் விளக்கம் அளித்து விட்டார். கரு மூன்று மாதத்திற்குள் அதிகமாக இல்லை என்பதுதான் அது.''

படுக்கையில் படுத்துக் கிடந்து அவள் இன்னமும் ஊதிப் போனாள். என்னிடமிருந்த மிகுந்த அன்பு மாறிப் போனது. விருப்பம் என்பது எப்போதும் இருந்ததில்லை. அது தேவைக்கானது என இப்போது தெரிகிறது. அந்த தனிமையிலிருந்து தன்னை மீட்டுக் கொள்ள, இரண்டை ஒன்றாக்க, அந்த ஒன்றின் அருகாமையிலிருந்தும் விலகிப் போக எண்ணி என எல்லா விதமான நினைவுகளிலிருந்தும் தன்னை விடுவித்துக் கொள்ள அவள் எழுதத் தொடங்கினாள். பயத்திலிருந்து விடுபட ஆயுதமாகத்தான் பெற்றதை கையில் எடுத்தாள்.

''எழுதுவதனால் பயம் குறையப் போவதில்லை.''

''எனக்குத் தெரியும்.''

''உனக்கெப்படி தெரியும்?''

''உன்னுடைய அனுபவத்தின் மூலமாக. கூடு விட்டுக் கூடு பாய்ந்து. திருட்டைப் பற்றி எழுத வேண்டுமெனில் திருட வேண்டுமா? என்ன சொல்ல வருகிறீர்கள் நீங்கள்?''

''ரகசியமாக எழுதுகிறாயா என்ன?''

''மறைத்து ஏன் எழுத வேண்டும்? சொல்லாமல் இருந்து விடுகிறேன், அவ்வளவுதான். ஏன் இப்படி முறைக்கிறாய்? கதை இடையில் தடைப்படும்.''

குல்லிற்கு நோய்க்கான சேவை மிகச் சிறப்பாக நடை பெற்றது. சகோதரிகளுக்குக் குற்ற உணர்வு இருந்திருக்கும் போல. மேலும் இரண்டு அக்காக்கள் இரண்டு அண்ணன்களுக்கு அப்புறம் ஷமீத் கடைக்குட்டி. எல்லாருக்கும் பெரிய அக்காவின் மகனும் ஷமீதும் ஒரே வயது. வயதான காலத்தில் கிடைத்த சொத்து அம்மா செல்லம். அப்பாவின் பிடியிலிருந்து விடுபட்ட வன். அவர்கள் வீட்டில் குழந்தை பிறப்பு என்பது தன்னை கொள்ளுத் தாத்தா ஆக்குவது போன்ற உணர்வு. அதில் தடை ஏற்படும் என்றவுடன் கலக்கம் அடைந்தார்.

தன்னில் இணைந்திருந்த மனைவி மற்றும் ஆலோசகர் களான மகள்களிடம் கவலையை ஒப்படைத்து விட்டு முதன் முதலாக ஜட்ஜ் நந்தா கட்டளையைக் கேட்டுக் கொண்டிருந்தார். அடங்காத நாத்தனார்களை அடக்க வேண்டி வந்தது. அப்பா விற்கு அவர்கள் 'செக்' வைத்தனர். இல்லா விட்டால் அவரும் அடங்காதவராக ஆகி இருப்பார். குல்லை வீட்டிற்குக் கூட்டிக் கொண்டு வர அழுத்தம் கொடுக்கப்பட்டது. அம்மாவை நம்பி அல்ல, பார்வதியை நம்பி.

எனக்கு அந்தக் காட்சி முழுவதுமாக நினைவில் இருக் கிறது. மாலை நேரம். மழை பெய்து கொண்டிருந்தது. அழகிய வேலைப்பாடுகள் கொண்ட கட்டிலின் மீது குல் ஓவெடுக்கும் அறையில் படுத்துக் கொண்டிருந்தாள். அறையின் கதவு திறந்து இருந்தது. நீரும், ரஜனிகந்தா பூவின் வாசனையும் காற்றின் மீதேறி அறையின் உள்ளே வந்து கொண்டிருந்தது. மனதை மயக்கும் நிலை குல்லை விடுத்த நாங்கள் அனைவரும் காபியை உறிஞ்சிக் கொண்டிருந்தோம். அவள் காபி குடிக்கக் கூடாதனெ டாக்டர் தடை செய்திருந்தார்.

காபியின் மணமும் ரஜனிகந்தா மலரின் மணமும் இணைந்து ஒரு விதமான கிளர்ச்சியைக் கொடுத்துக் கொண்டு இருந்தது. ஷமீத் அங்கு இல்லை. ஓய்வெடுக்கும் அறையின் திரை இருந்தது. கதவு முழுவதுமாக மூடப்படாமல் இருந்தது.

நான் குல்லின் அருகில் அமர்ந்திருந்தேன். காபி குடித்துக் கொண்டிருந்தேன். அங்கு உட்கார்ந்திருப்பதில் சற்று தயக்கம் இருந்தது.

பத்தியம் இருக்கும் குல்லுக்குத் தவறாகப் படக்கூடாதே என்றா? எண்ணினேன். அவள் என்னைக் கடிந்து கொண்டு அங்கேயே உட்காருமாறு கட்டாயப்படுத்தினாள். "இங்கேயே உட்கார்ந்து குடி. நான் வாசனையை முகர்கிறேன்" என்றாள்.

ரஜனிகந்தா பூவின் மணம் அவளுக்கு மிகவும் பிடிக்கும். நான் அவளை ஒரு முறை உற்றுப் பார்த்தேன். மசூரியில் அவ ருடைய நடவடிக்கை நினைவில் வர பலவீனமாக சிரிக்கிறேன். நாங்கள் இருவரும் பலமாகச் சிரித்தோம். ஆனால், ஏனோ அதில் அந்தச் சிரிப்பில் சிறு வயதில் இருந்த களங்கம் அற்ற தன்மை இல்லை. ஆனாலும் கூட வாய் விட்டுச் சிரித்தோம். 'கிழக் கோட்டான்' அதாவது காதல் உணர்வு கொண்ட ஷமீத் அங்கே இல்லாமல் இருந்த போதும் கட.

"ஷமீத் எங்கே சென்று விட்டான், இந்த மாலை நேரத் தில்?" என அப்பா கேட்டார். அதே கேள்விதான் என் மனதி லும் ஓடிக் கொண்டிருந்தது. அவனுடைய வழி ஏதாவது தெரிய வந்தால் சொல்லலாம் என ஜட்ஜ் அப்பா சொன்னார். சரியான நேரத்திற்கு காத்திருந்த அப்பா, "நீங்கள் அனுமதி அளித்தால், குல் மோஹரை வீட்டிற்குக் கூட்டிக் கொண்டு செல்வேன். இந்த இக்கட்டான சூழலில் அவளுக்கு முழுப் பாதுகாப்பும் பணி விடையும் தேவை."

அம்மாவும் அங்கே இருந்த அக்காவுமாகச் சேர்ந்து அங்கு வந்தனர். ஒரு அக்கா மாற்றி ஒரு அக்கா என ஏதாவது ஒரு அக்கா எப்போதும் அங்கே இருந்து கொண்டே இருப்பார்கள். ஆனால், விசித்திரமான விஷயம் என்னவெனில் குல் அதைப் பற்றி வாயே திறந்ததில்லை. அவர்களும் சொல்லலாம் இல் லையா, "நான் எப்போதும் அங்கே இருந்து கொண்டே இருக் கிறேன்" என்று.

முழு நிகழ்வும் எனக்கு அப்படியே பசுமையாக நினை வில் இருக்கிறது, ஏதோ இப்போதுதான் நடந்தாற் போல.

அவரின் பேச்சைக் கேட்டு குல் மிகவும் பயந்து போனாள். அழுத்தம் கொடுத்துச் சொன்னாள். ''நாளைக்கு எனக்குப் பிறந்த நாள். அதற்காக பரிசு வாங்கச் சென்றிருக்கிறார்'' என்று. எல் லோரும் கேட்டுக் கொண்டிருந்தார்கள் அதை. ஆனால், நான் மட்டுமே நம்பினேன். நான் என்ன பரிசு புதிதாக வாங்கிக் கொண்டு வரப் போகிறான் என அதைப் பற்றி அனுமானித்துக் கொண்டிருந்தேன்.

அவன் அப்பா, ''கவலையில்லாமல் இருங்கள். ஒரு குறையுமில்லமல் குல் மோஹரைக் கவனித்துக் கொள்வோம். இந்த நேரத்தில் அவளை மகிழ்ச்சியாக வைத்திருக்க வேண்டும். வீட்டிலுள்ள அனைவரிடமும் இதை நான் சொல்லயிருக்கிறேன். அவள் வாயைத் திறந்து கேட்கவே வேண்டாம். அவளுக்கு எல்லாமே கிடைத்து விடும்.''

தன்னுடைய வீட்டை அவர் தங்களுடைய வீடு என்று சொன்னதை நான் முதலும் கடைசியுமாக அன்று கேட்டேன். இதை விடவும் வேறு என்ன புதிதாக பரிசு வாங்கப் போகி றான். குல் மோஹருக்கு தோட்டத்தில் உலவுவதும், அதுவும் ரஜனிகந்தா செடிகளுக்கு அருகில் எத்தனை பிடிக்கும். எங்க ளுக்குத் தெரியும். டாக்டர் நடப்பதற்குத் தடை விதித்து விட்டார். நன்கு பணியாட்கள் அவளைக் கட்டிலோடு சேர்த்து தினமும் மாலையில் தோட்டத்திற்குக் கூட்டிக் கொண்டு செல் வார்கள். சாப்பாடு எல்லாம் அங்கேயேதான்.

பிறகு அம்மா சொன்னாள்: ''எனக்குத் தெரியும். நீங்கள் முன்னமேயே முடிவெடுத்திருப்பீர்கள். ஜைன் அவர்களுக்கு நம்பிக்கை தரத்தான் இதை சொல்ல வேண்டி வந்தது'' என்றாள். தடியும் உடையக் கூடாது, பாம்பும் சாக வேண்டும் என்று இதைத்தான் சொன்னார்கள் அல்லவா? அடடா! உண்மையி லேயே எப்பேர்ப்பட்ட காட்சி. அப்படியே கண்ணுக்குள் நிலைத்து நின்று விட்டது. என்றைக்குமாக. அவளுடைய பேச்ச பொய் யாகவில்லை. உண்மையிலேயே மழை இல்லாத நாட்கள் நான்கு வேலைக்காரர்கள் அவளை ஒவ்வொரு நாள் மாலையி லும் கட்டிலோடு சேர்த்து எடுத்துக் கொண்டு தோட்டத்திற்குச்

செல்வார்கள். சாப்பாடு முடிந்த பிறகு மறுபடியும் உள்ளே கூட்டிக் கொண்டு வருவார்கள். மழை பெய்யும் நாட்களில் வராண்டாவிற்கு எடுத்து வருவார்கள். மேலக் காற்று வீசிக் கொண்டிருக்கும். நினைக்கா விட்டாலும் கூடப் பொறாமை உண்டாகும்.

அடடா! இன்றும் அந்தக் காட்சி மனதில் நிலைத்து விட்டிருக்கிறது. ஒவ்வொரு காலகட்டத்திலும் நோய்வாய்ப்படும் போதெல்லாம் அதற்கான சேவையைப் பெறும் போதெல்லாம் அந்த அதிசயமான காட்சி என் கண் முன்னே நிற்கும். மெல்ல மெல்ல குல்லின் தோற்றம் மங்கலாகிக் கொண்டே வந்தது. ஆனால், அந்த அழியாத காட்சி மனதில் அப்படியே தங்கி விட்டிருந்தது. விரும்பும் போதெல்லாம் காணக் கூடியதாக.

வெல்வெட்டைப் போன்ற புல்தரை ரஜனிகந்தா மலர்களால் அலங்கரிக்கப்பட்ட தோட்டம். நீளமான வராண்டாவில். அதற்கும் முன்னால் பூங்கொத்துக்களால் அலங்கரிக்கப்பட்ட அறையில் குல்லிற்கும் எனக்கும் இடையில் பேச்சு நின்ற பிறகு வருவதில்லை. டூ இன் ஒன் டிரான்ஸிஸ்டர். அதில் சினிமா பாடல்களும் கஜலும் இசைத்துக் கொண்டே இருக்கும். எப்போதும் புத்தகத்தில் மூழ்கிப் போகும் அக்காவும் தங்கையும் நாங்கள் இப்போதெல்லாம் அதை எப்போதாவதுதான் கையில் எடுக்கிறோம்.

குல் சாதாரண புத்தகங்களை எடுத்துப் படிக்கிறாள். அல்லது நான் படிப்பதைக் காதால் கேட்கிறாள். இஸ்மத் ஜுக்தாயின் ‘ஷரீர் பீவி’ அல்லது ஓ ஹென்றியின் காரசாரமான கதைகள். அப்போதைய எண்ணம் கருவுற்ற பெண்கள். கண்களுக்கு அதிகம் வேலை கொடுக்கக் கூடாது. எனவே, இது போன்று படித்தாள். அந் நாட்களில் நல்லொழுக்க நாவல்கள் அல்லது நாடகங்கள் படிக்கலாம். சினிமா பாடல்களை விட கஜல் பாடல்கள் கேட்கலாம். ஒருவேளை என்றாவது ஷமீத் சாப்பாட்டிற்கு முன்னால் வீடு திரும்பியிருக்கலாம். மாலையில் கட்டிலில் எடுத்துக் கொண்டு போவதற்கு முன்னதாக கண்டிப்பாக வந்து விடுவான்.

இணைந்த மனம் 389

அந்தப் பணியாட்களுக்குத் தேவையில்லாமல் எதையா வது சொல்லிக் கொண்டிருப்பான். ‘‘மெல்ல, மெல்ல, வேகம் வேண்டாம். கொஞ்சம் இடது பக்கம், கொஞ்சம் வலது பக்கம்’’ என்று சொல்லுவான். சில சமயம் தானும் தூக்குவதற்குக் கை கொடுத்து உதவுவான்.

கொஞ்ச நேரத்திலேயே, ‘‘இதோ இப்போ வருவேன்’’ என்று சொல்லி விட்டுக் காணாமல் போய் விடுவான். பிறகு இரவில் வீடு திரும்புவான். கையில் எப்போதும் பூக்கள் இருக் கும். சில வேளைகளில் அடர்த்தியாகக கட்டப்பட்ட மல்லிகைச் சரம். சில சமயம் ரஜனிகாந்தா பூங்கொத்து. விருப்பப்பட்ட மாதிரி கிடைக்கவில்லை. அதனால்தான் நேரமாகி விட்டது என்பான்.

இனிய வாசனை கூடிய வெற்றிலையைச் சுவைத்துக் கொண்டே இதைச் சொல்ல மறக்கவே மாட்டேன். என்ன அதிசயம்? டாக்டரோ இனிப்பு, வெற்றிலை சாப்பிட தடை போட்டு விட்டார். எத்தனை பிடிக்கும் உனக்கு அது.

உன்னுடைய நினைவுகளின் மணம் கலந்திருக்கிறது என்பதால்தான் நான் அதைச் சாப்பிடுகிறேன் என்பான். இப்படிப் பட்ட காதலனிடம் குப்பையில் போடு உன் பூங்கொத்தை. ‘‘நேரத் தோடு வீடு வந்து சேரு’’ என்று யாரால் சொல்ல முடியும்? அந்த வீட்டின் தோட்டக்காரன்தான் அந்தப் பூச்சரங்களை எல்லாம் செய்து கொடுக்கிறான் என்று பின்னால் தெரிந்தது. பார்த்து விட்டேன். ஆனால், குல்லிடம் சொல்லவில்லை.

பிறந்த நாளைக்குப் பரிசு வாங்கி வர ஷமீத் மறக்க வில்லை. வைரம், ரத்தினம் பதித்த டாப்ஸ். குல் சொன்னது உண்மையாயிற்று. அவர் சொன்னதை நான் ஷமீதிடம் சொல்லி இருந்தால். அதனால் என்ன? காசு கொடுத்து வாங்கி வந்திருப்ப வன் அவன் தானே? கஷ்டம் ஒன்றுமில்லை. நல்ல வேலை செய்து கொண்டிருந்தான். வசிப்பது அப்பாவுடன். எனவே மாதச் சம்பளம் நிறைய மீதமிருந்தது. மூன்றாம் வகுப்பில் பாஸ் செய்த போதும் கூட நல்ல வேலை எப்படிக் கிடைத்தது. அப்படி எனில்? முதல் இரண்டாம் வகுப்பில் பாஸ் செய்யாமல் போனா லும் கூட மனிதன் வேலையைச் சிறப்பாகச் செய்ய முடியும்.

''உன்னுடைய ஜூக்கி சித்தப்பா போலவா?''

''கண்டிப்பாக இல்லை. அவரைப் போல இல்லவே இல்லை. அவருக்கு அப்பாவின் பரிந்துரையின் பேரில் வேலை கிடைத்தது. ஷமீத் தன் திறமையினால் வேலை பெற்றான். சொல்லி இருக்கிறேன் அல்லவா? உலக நடைமுறையில் சாமர்த்தியத்தில் அவன் சிறந்தவன் என்று. வேலை விற்பனைப் பிரிவில் கிடைத்திருந்தது. கடைத் தெருவின் பிரிவில் அல்ல. வாத விவாதங்கள் வேலை கொடுத்தது. இண்டர்வ்யூ பம்பாயில் நடைபெற்றது. கம்பெனியில் முக்கியமான அலுவலகம் அங்கேதான் இருந்தது. பம்பாய்க்காரர்கள் கடைத் தெருவை நன்கு தெரிந்து வைத்திருப்பவர்கள். விற்கும் கலை கைவரப் பெற்றவர்கள். தில்லியில் பின்னாட்களில் மாற்றம் ஏற்பட்டது. இங்கு இருக்கும் மக்கள் பட்டிக்காட்டுத் தனமானவர்கள்.''

''ரொமாண்டிக்?''

''இல்லை. இல்லை. கிளார்க்கு முத்திரை பதித்தவர்கள். ஷமீதைப் போலக் கிடையாது.''

''உன்னைப் போல இல்லை.''

''நான் அவனுக்கு வேலை கொடுக்கவில்லை. ஜட்ஜ் நந்தா தனக்குத் தெரிந்தவர் ஒருவரிடம் பம்பாய்க்கு அவனை அனுப்பி வைத்தார். ஜட்ஜ் ஆவதற்கு முன்னால் வக்கீலாக பணியாற்றி இருக்கிறார். துப்பாக்கியால் சுட்டு காயம் ஏற்படுத்திய குற்றத்தில் இருந்து விடுதலை பெறச் செய்தார். அவன் இவருக்குக் கடன் பட்டவன் என்றிருந்தான். அவரிடத்தில் தங்கிக் கொண்டு ஷமீத் தன் அறிவை வளர்த்துக் கொண்டான். அவருடைய அறிவுரையின் பேரிலேயே வெளிநாட்டுக் கம்பெனிகளுக்கு விண்ணப்பித்திருந்தான். சிறந்த முறையில் இண்டர்வ்யூவும் கொடுத்தான். வேலை பெற்றான்.''

''சரி ஒப்புக் கொள்கிறேன். மேலே தொடர்ந்து சொல்.''

''ஒரு மாதம் நானும் குல்லும் நன்றாகப் பேசிக் கொண்டே இருந்தோம். குல் நிறைய பேசினாள். நான் குறைவாக, எனக்குச் சிறப்பாகச் சொல்லிக் கொள்ள ஏதுமில்லை.

கல்லூரியின் சுவையற்ற தகவல்களைத் தவிர வேறு ஒன்றும் இல்லை. எம்.ஏ. முடித்த பிறகு ஃபோர்ட் ஃபவுண்டேஷனில் ஸ்கிமீல் ட்யூட்டராக ஆகி விட்டேன் என்ற முன்னமேயே சொல்லியிருக்கிறேன் அல்லவா?''

''இல்லை.''

''ஒருவேளை மறந்திருப்பேன். உண்மையில் குல்லிற்கு இத்தனை நடந்து கொண்டிருப்பதால் என்னுடைய விஷயங்கள்....''

''மூளையிலிருந்து வெளியே சென்று விட்டதா?''

''ஆமாம். அப்படித்தான்.''

''விசித்திரமான பைத்தியக்காரி நீ.''

''இருந்து விட்டுப் போகிறேன். மேலே நான் சொல்லப் போவதில்லை.''

''சரி தவறாக எடுத்துக் கொள்ளாதே. சொல்லு.''

''குல் தன்னுடைய முதலிரவுக் கதையையும், ஹனிமூன் கதையையும் சொன்னாள். அப்படியே சுவையில் நனைந்து மனம் நன்கு ஊறி ஊறிச் சொன்னாள். மனம் வண்ண மயமானது. மணம் நிறைந்திருந்தது. இப்படிக் கூட வாழ்க்கையில் நடக்குமா என்று. வண்ண வண்ண வாசனை மிகுந்த ரோஜாக்களில் மிதந்த நாள் ஒரு முறை வருவதோடு நின்று விடவில்லை.

''தினம் தினம் வருகிறது. ஆனால், அப்படியே மாலை வரும் பொழுது குல் வருத்தமாகிறாள். கதையும்தான். அந்த மாலை நேரங்களில் எரிச்சலுற்றுப் பேசுகிறாள். ஷமீத் மிகவும் தாமத மாக ஹோட்டலுக்கு வந்தான். அவள் காத்திருந்து காத்திருந்து சலித்துப் போனாள்.

''முகத்தைத் திருப்பிக் கொண்டு தூங்குவது போன்ற பாவனை செய்தாள். அப்படியே அழத் தொடங்கினாள். அதன் பிறகு உடனேயே அவள் சொன்னாள்: ''உண்மையில் நான் அவனை விடவும் ஒரு வயது அதிகமானவள். அதுதான் இந்த எல்லாச் சண்டைகளுக்கும் மூல காரணம். யாரிடமும் சொல்லி விடாதே.

நான் எல்லோரிடமும் ஒரு வயது குறைவாகச் சொல்லி இருக்கிறேன்.''

"ஒரு வருடம் சிறியவள். பெரியவர்கள். இதில் என்ன வேறுபாடு இருக்கிறது?'' நான் சொன்ன உடனேயே என்ன கடிந்து கொண்டாள்.

"பெண்களிடையில் வேறுபாடு கிடையாது. ஆண்களின் விஷயமே வேறு. பையன்கள் தாமதமாக வயதுக்கு வருகிறார்கள். ஆயுள் முழுவதும் பையன்கள் பெண்களிடத்தில் எத்தனை வேகம் கொள்கிறார்கள். தெரியாதா? உனக்கு வகுப்பில் பையன்களைப் பார்த்ததில்லையா?''

"எங்கிருந்து பார்ப்பது? எப்போதும் ஷமீத்தான் என் மூளைக்குள் சவாரி செய்து கொண்டு இருக்கிறானே. நான் நினைத்தேன். ஆனால் சொல்லவில்லை. ஏனோ படுக்கையில் இருக்கும் குல்லைக் காப்பாற்ற வேண்டும் என்று எனக்குத் தோன்றியது. அவளும் என்னைப் பற்றி இப்படித்தான் எண்ணிக் கொண்டிருக்கிறாள் என்பது பின்னாட்களில் தெரிய வந்தது.''

18

ஷமீத் நந்தாவினால் எப்படி பம்பாயில் வேலை கிடைத்தது என்பதை மோகரா தெளிவாகச் சொல்லவில்லை. நான் சொல்கி றேன் அதை. அவள் தவறாக ஏதும் சொல்லவில்லை. அவனிடம் கடைத் தெருவைப் பற்றி அறிவும், விற்கும் வித்தையும் தெரிந்த திறமை இருந்தது. அவள் எண்ணியிருந்ததற்கும் அதிகமாக, ஆழமாக. அவனைத் தன்னுடைய பம்பாயில் வைத்துக் கொண்டு இருந்த ஜோராவர்சிங் கொஞ்ச நஞ்ச குறைகளையும் களைந்து அவனை முழுமையாக்கினார். தன்னை ஜமீன்தார் என்று தானே அழைத்துக் கொண்டவர்.

உறுதியான சிங் பரம்பரையைச் சார்ந்தவர். பிறப்பு ராஜ ஸ்தானில் என்றாலும் ஆண்டுக்கணக்கான பம்பாய்க்கு வந்து வசித்துக் கொண்டிருக்கிறார். குடும்பத்தின் பரம்பரைச் சொத்துக் களை வாடகைக்கு விட்டும், ஒத்திக்கும் விட்டும் சில சமயம் லாபமும் சில சமய நஷ்டமும் அனுபவித்துக் கொண்டு மகிழ்ந் திருந்தார்.

குடும்பத்தைப் பெருக்கிக் கொண்டும் ஆடம்பரமான வாழ்க்கை வாழ்ந்து கொண்டும் இருந்தார். ஆனால், மெல்ல மெல்ல செல்வம் தேய்ந்து கொண்டு வந்தது. ஏனெனில், ஒத்திக்கு விடுவதைத் தவிரவும் வேறு ஏதாவது வேலை செய்வதில் அவருக்கு நம்பிக்கை இல்லை. எப்போதாவது லாபம் ஈட்டு வதில் சிரமம் ஏற்படும் போது பரம்பரைச் சொத்தில் ஏதாவது இருப்பிடத்தை விற்று விடுவார்.

ஜமீனின் இடம் என்று சொல்லுவார்கள். அவரிடம் இரண்டு சிறப்பான குணங்கள் இருந்தன. அவர்கள் குடும்பத்தில் தன் இனம், தன் சொந்தம் என்பவர்கள் மீது துப்பாக்கியால்

சுட்டது இல்லை எனலாம். சின்னச் சின்ன, பெரிய பெரிய பிரச்சினைகள் நிறைய இருந்தன. கையில் நான்காவது ஐந்தாவது ரவுண்டு மது, பிறகு வாய்ச் சண்டை, கைச் சண்டை, வாதம், விவாதம், ஒருவருக்கொருவர் குற்றம் சாட்டிக் கொள்ளுதல், சூடாகும் உணர்வு, துப்பாக்கி சூடு.

யாரும் இதுவரை சாகவில்லை என்றாலும் கூட அதுவும் அதிர்ஷ்டத்தால்தான் அல்லது சோம்பலினால் குறி தவறி இருக்கலாம். ஏதும் சொல்வதற்கில்லை. நம்ம ஆளு என்ற எண்ணத்திலும் உள்ளிறங்கிய திரவத்தாலும் சோம்பல் உண்டாகி இருக்கலாம். கோப்பையின் மீது காதல் அவருடையது இரண்டாவது குணம்.

வேண்டியவன் வேண்டாதவன் என்ற வேறுபாடு அழிந்து போகிறது ஆண்டவனுக்கு வேண்டாதவனாகி விடும் போது. கோர்ட் வாசலைக் கூட மிதிக்க வேண்டி வந்ததில்லை. ஒரே ஒரு முறையைத் தவிர. அந்த முறை வயதில் குறைந்த இளம் ஆள் ஒருவனின் மீது துப்பாக்கியால் சுட்டு விட்டார். தன் இனம் தம் மக்களில் ஒருவனை. அவன் கேவட் சிங்கின் தூரத்து உறவினன்.

தன் இன மக்களைக் கொள்கைக்கு மாறுபட்டு சுட்டு விட்டார். சாதாரண காயம்தான். ஆனால், அவன் ஆஸ்பத்திரிக்குச் செல்லாமல் குற்றம் சாட்டி கோர்ட்டுக்குச் சென்று விட்டான். இதிலிருந்தே தெரிந்து கொள்ளலாம். காயம் எவ்வளவு சாதாரணமானது என்று. குடும்பத்தின் வாரிசான அவன் இவனால் ஏற்பட்ட காயத்திற்குத் தெரிந்த ஆஸ்பத்திரி அல்லது தெரிந்த டாக்டரிடம் வைத்திம் செய்து கொண்டு குணமான உடனே மறுபடியும் கோர்ட்டிற்குச் சென்று வழக்குப் போட்டு விட்டான். மறுபடியும் மோதத் தயாராகி வந்து விட்டான்.

வக்கீல் நந்தா அவர்களின் தேவை சரியாக இந்தச் சந்தர்ப்பத்தில்தான் வேண்டியிருந்தது. அவர் ஒன்றும் பெரிய சிறப்புத் திறமை எல்லாம் காண்பிக்கவில்லை. காயத்தின் சாதாரணத் தன்மையைச் சுட்டிக் காட்டினார். தன்னுடைய செல்வாக்கில் நம்பிக்கை வைத்தும், மருத்துவத்திற்கும் மன உளைச்சலுக்கு

மான நஷ்ட ஈட்டை வாங்கிக் கொடுத்தும் சிங்கை அந்த வழக்கிலிருந்து விடுவித்தார்.

தன் வாரிசின் மரியாதை மானம் ஏதும் போகாமல், சிறைக்குச் செல்லாமல் வெளியிலேயே வசிக்க வைத்ததால் சிங் குடும்பத்தினர் அத்தனை மகிழ்ந்து போயினர். ஆயுள் முழுவதும் நந்தாவுக்கு நன்றிக் கடன் பட்டவர்கள் ஆயினர். அதே இளம் வயது கேவட் சிங் தற்போது இளைஞனாகி விட்டான். அவன் தான் இப்போது ஷமீதை தன்னுடன் வைத்திருக்கிறான்.

அப்பா செய்த முன்வினையால் அழிந்து கொண்டிருக்கும் பணக்காரன் பம்பாயில் வேலை தேடுவதற்கு உதவுகிறான். பணம் குறைந்ததினாலும், பரம்பரைச் சொத்து குடியினால் அழிந்ததினாலும் நிலை குறைந்திருந்தாலும் கூட, மதிப்பு மிக்க அந்தக் குடும்பத்தினருக்கு விருந்தினர்களை உபசரித்து மகிழ்விப்பதிலும் இன்னும் செல்வாக்கு இருக்கிறது.

மக்களின் பலவீனத்தை அறிந்து கொள்வதிலும் அவர்களை மகிழ்விப்பதிலும் கை தேர்ந்தவர்கள். எல்லா உத்திகளையும் கையாண்டு ஷமீதை உலகைப் புரிந்து கொள்ள வளர்த்தெடுத்தனர். ஷேர் மார்க்கெட்டின் வளர்ச்சி வீழ்ச்சியால், சென்செக்ஸின் ஏற்ற இறக்கத்தின் அறிவிப்பில் கவனம் வைத்து இருக்க வேண்டும்.

ஆகையால் கேவட் சிங்கின் குடும்பம் முழுவதும் மதுவில் ஈடுபாடு கொண்டிருப்பதைப் போலவே செய்தித் தாளைப் படிப்பதிலும் போதை கொண்டிருந்தனர். இப்போது ஷமீதின் வருகைக்குப் பிறகு சிச்சுவேஷன் வேகண்ட் காலத்திலும் பார்வையைச் செலுத்துகின்றனர். எல்லா இடங்களுக்கும் விண்ணப்பம் அனுப்பியும் கூட எங்கிருந்தும் இண்டர்வ்யூக்கு அழைப்பு வரக்காணோம். பிரச்சினை வேறு ஏதோ எனத் தோன்றியது.

ப்ளூ கைம் என்ற பிரபலமான கம்பெனியின் பழைய ப்யூனுக்கு விண்ணப்பத்தோடு கூடவே நூறு ரூபாய் நோட்டு ஒன்றும் கையில் திணிக்கப்பட்டது. இண்டர்வ்யூவிற்குக் கூப்பிடும் நபர்களின் பட்டியலில் முன் வரிசையில் இந்தப் பேரை

இணைக்கச் சொல்லப்பட்டது. இண்டர்வ்யூவிற்கு அழைப்பு வந்தால் இன்னும் ஒரு நூறு ரூபாய் கைமாறும் அவனுக்கு என்றும் சொல்லப்பட்டது. ஆண்டவனின் கருணையினால் வேலை கிடைத்து விட்டால் முதல் இரண்டு மாத சம்பளத்தில் பாதியும் கூட. நூறு ரூபாய் நோட்டு வேலை செய்தது. ஷமீதை இண்டர்வ்யூவிற்கு அழைத்தனர். பெரிய கம்பெனி, பெரிய வேலை எளிதல்ல; கடுமையானது.

மனக் குழப்பத்தோடு இண்டர்வ்யூவுக்கு நுழைந்தான். ''தாமதத்திற்கு மன்னிக்கவும். நேரே ஏர்போர்ட்டிலிருந்து வருகிறேன். தில்லியிலிருந்து புறப்பட்டேன். விமானம் தாமதமாகி விட்டது. எனவே சரியான நேரத்தில் வர முடியவில்லை.''

''ஆனால், நீங்கள் சரியான நேரத்திற்குத்தான் வந்திருக்கிறீர்கள்'' என்றார் ஒரு பெரிய மனிதர்.

''ஆண்டவனுக்கு நன்றி. எனக்கு நேரத்தை வீணடிப்பது சகிக்க இயலாது.''

''எங்களுக்கும் கூடத்தான்'' யாரோ சொன்னார். அங்கு அமர்ந்திருக்கும் பெரிய மனிதரின் இன்னொருவர் தன் பக்கம் கவனத்தைத் திசை திருப்பினார்.

ஒரு வினோதமான மனிதரும் அந்தக் குழுவில் இருந்தார். முதலிலேயே வீட்டில் சொல்லி வைத்திருந்தனர். அன்றைய தினம் வெள்ளிக் கிழமை. ஜோக்கரைப் போலத் தோன்றியது. அவர் கேட்டார்: ''விமானத்தில் எத்தனையாவது சீட் கிடைத்து? கண்டிப்பாக பதின்மூன்றாம் எண்தானே. ஏவா, பியா, சியா?''

''விமானத்தில் பதின்மூன்றாம் எண்ணுடைய சீட்டே இருக்காது. ஐயா. மூட நம்பிக்கையினால் கிடையாது. மேலும் இன்று வெள்ளிக் கிழமை. பதின்மூன்றாம் எண் இருந்தாலும் கூட. இன்றைக்கு யாருக்குக் கிடைத்தாலும் ஏற மாட்டார்கள்.''

''இன்னொரு பெரிய மனிதருக்கு விஷயம் திசை திரும்புகிறது எனத் தோன்றியது. அவர் விதியில் நம்பிக்கை உள்ளவராகத் தோன்றினார். ஒரு நொடி கூட வீணாக்காமல் பேச்சை மாற்றினார். 'நான் இந்தத் தவறான எண்ணத்தில் எல்லாம்

இணைந்த மனம்

நம்பிக்கை வைப்பவன் இல்லை. ஆனால், கடைத் தெருவுக்கு நம்பிக்கை இருக்கிறதே. கடைத் தெருவில் விற்று ஜெயிக்க இவற்றையும் அறிந்திருக்க வேண்டியது அவசியம். எனக்கு வாடிக்கையாளன்தான் தெய்வமும். அவன் எத்தனை பித்தனாக இருந்தாலும் நான் ஒன்றும் தவறாகச் சொல்லி விடவில்லையே ஐயா?'''

"நீங்கள் வாடிக்கையாளர் அல்ல. அதனால் சொல்லவும் சொல்லலாம்" என்று சொல்லி அந்த வினோதமான பெரிய மனிதர் தடையின்றிச் சிரித்தார். ஷமீதும் இணைந்து சிரித்தான் இரண்டு மடங்கு வேகத்தோடு. ஒரு ஆள் படிந்து விட்டான் என உணர்ந்தும் கொண்டாள். உங்களுடைய கேலியில் ஒருவர் சிரித்தார் எனில், அதை விடவும் ஆறுதல் வேறு என்ன இருக்கிறது?"

"அனுமதி கொடுத்தால் சொல்கிறேன். தவறாக இல்லையே. கடைத் தெருவை கைவசப்படுத்த வாடிக்கையாளர்களின் பல வீனத்தைத் தெரிந்து வைத்துக் கொள்வதுதான் தலையாய உத்தி. பிறகு நட்பு, வியாபாரம் இவற்றின் மூலமாக அவர்களைத் மெல்ல மெல்ல மாற்ற வேண்டும். அவருடைய பலவீனங்களை அழிக்காமலேயே அவர்களின் அடையாளத்தை மாற்ற வேண்டும். விற்பவனுக்கு வேலை ஆனால்தான். இல்லையெனில் எல்லாம் வீண்."

மூட நம்பிக்கை என்றாலே எரிந்து விழும் ஒரு மனிதரும் வரிசையில் உட்கார்ந்திருந்தார். இன்னொரு அடி.

மூட நம்பிக்கைகள் வரலாறு முழுவதில் இடம் பெற்றிருப் பதைச் சொல்ல முடியும். மகா காவியங்களிலும் ஒன்றும் குறை வாக இல்லை. எல்லாவற்றையும் விட எல்லோரும் அறிந்த கதை. ஆறுதலுக்காகச் சொல்கிறேன்.

ஏசு கிறிஸ்துவின் கடைசி விருந்தில் இடம் பெற்றவர் களின் எண்ணிக்கை பதின்மூன்று. பதின்மூன்றின் விளக்கம் இது மட்டுமல்ல. ஏசுவிற்குத் துரோகம் செய்த யூதன் பதின்மூன்றாம் நபராக அமர்ந்திருந்தார். இன்னும் சொல்கிறேன். ஏசு கிறிஸ்து சிலுவையில் அறையப்பட்ட நாள் வெள்ளிக்கிழமை பதின்மூன்

றாம் தேதி மேலிருக்கும் மக்களுக்கு பதின்மூன்று என்பது ஆண்டவனின் அல்லது ஆசீர்வாதத்தின் எண்.

நலம் நாடும் பரம்பரையில் வந்த அவனுக்குத் தெரிந்து விட்டது. என்னவெனில், இண்டர்வ்யூ குழுவில் கிறிஸ்துவர் இருந்தார். அவர் மூட நம்பிக்கைக்கு எதிரானவர். பொட்டு வைத்திருந்த ஒரு பிராம்மணனும் இருந்தார். அவர் அத்தனை மூட நம்பிக்கை நிறைந்தவர்.

இருவரையும் திருப்திப்படுத்த ஷமீத், "நாம் யார்? கிறிஸ்துவனா வேறு யாரோவா? விற்கும் கலையில் இதில் எந்த மாற்றமும் கிடையாது. கடை வீதியைத் தன் வசமாக்க மூட நம்பிக்கை உள்ளவர்களை ஆயுதமாகப் பயன்படுத்த வேண்டும். அதனால்தான் ஐயா, விமானத்தில் பதின்மூன்றாம் எண் உடைய இருக்கை இல்லை. ஹோட்டலில் பதின்மூன்றாம் எண் கிடையாது. பன்னிரெண்டிற்குப் பிறகு அனேகமாக பதினான்கு வந்து விடும். இல்லையெனில் அந்த எண் விடுபட்டு விடும். எனக்கென்னவோ பதின்மூன்றிற்குப் பதில் மூன்று என்ற எண்ணை ஒதுக்கி வைக்கும் நாள் அதிக தொலைவில் இல்லை என்றே தோன்றுகிறது. அது வரை இதை ஏற்றுக் கொண்டு வியாபாரம் செய்ய வேண்டும். எண் பதின்மூன்றின் சிக்கல் நோர்ஸ்மித் காலத்தில் இருந்தே இருந்து கொண்டிருக்கிறது. அங்கேயும் கூட பதின்மூன்று நபர்கள் உட்கார்ந்திருந்த சாப்பாட்டு மேஜையில் பன்னிரெண்டு பேர் உயிர் பிழைத்தனர்."

பிறகு மூட நம்பிக்கைக்காரர்களை ஆயுதமாக எப்படி பயன்படுத்த வேண்டும் என்பதை விலாவாரியாக அவன் எடுத்துரைத்தான். அவனுடைய என்ஸைக்ளோபீடியா அறிவின் திறமையைக் கண்ட குழுவின் ஒவ்வொரு மெம்பராக அவனுடைய சீடனுமாக மாறிக் கொண்டிருந்தனர்.

கடைசியாக பெரிய மனிதர், "ஒரு வேளை நாங்கள் உங்களைப் பதின்மூன்றாவது விருந்தாளியாகச் சாப்பிட அழைத்தால், மற்றவர்கள் அதைக் கண்டு பயந்தால் நீங்கள் என்ன செய்வர்கள்" என்று கேட்டார்.

''கண்டிப்பாகச் செல்வேன்.''

''ஏன் உங்களுக்கு நம்பிக்கை இல்லையா?''

''நம்பிக்கை வைத்து இருந்தால் என்ன? விருந்தளிப்பவன் தான் எப்போதும் பதின்மூன்றின் பலியாக கூறினான். விருந்தாளி அல்ல.''

''பன்னிரெண்டு ஆட்களுடன் விருந்திற்கு அழைத்தால்?''

''வேலை தரவில்லை என்றால் சொல்ல ஒன்றுமில்லை. கொடுத்தார்கள் என்றாலும் சொல்ல மாட்டேன். ஒரு அனுபவத் திற்காக. ஒரு பரிசோதனைக்காக நன்றியுள்ள கம்பெனியை அபா யத்தில் ஆழ்த்த மாட்டேன். என்ன சொன்னாலும் அது எனக்கு ஒரு நஷ்டமும் இல்லை. நான் மூன்றுமல்ல. பதின்மூன்றும் அல்ல. என்னுடைய தெய்வம் கடை வீதி. என்னுடைய பைபிள், கீதை எல்லாமே கடை வீதிதான். என் வந்தனமும் அதற்குத்தான்.''

அதற்குப் பின்னால் வந்த எந்த விண்ணப்பதாரரும் இப்படிப்பட்ட சமயோசித பதில் சொல்லவில்லை. இப்படி யாகத் தானே ஷமீதிற்குப் ப்ளூகைம் கம்பெனியில் சேல்ஸ் மானேஜராக வேலை கிடைத்தது. ஆறு மாத காலம் பம்பாயில் இருந்தான். ட்ரெயினிங்கிற்காக அல்லது வேலை நிரந்தரமாவதற் காக. அதன்பின் போஸ்டிங் டில்லியில் கிடைக்கும்.

அவன் மகிழ்ந்த அளவிற்கே அவனை விருந்தாளியாக்கி தங்க வைத்திருக்கும் குடும்பத்தினரும் மகிழ்ந்து போயினர். வேலை கிடைத்த பிறகு கூடிய விரைவிலேயே ஜட்ஜ் நந்தா வுடன் வாதிட்டு அவனைத் தனிக் குடித்தனம் வைக்க வேண் டும் என்றிருந்தனர். பரம்பரை பழக்க வழக்கத்தில் வந்த விருந் தாளிகள் அயல் நாட்டு மதுவின் மீது ஆசையை உண்டாக்கி விட்டனர். எனவே, செலவு அதிகமாகி விட்டது.

தனியாக வீடு எடுத்து வசிப்பதில் ஷமீதிற்கு விருப்பம் சிறிதும் இல்லை. சிங் வீட்டில் குறை ஒன்றும் இல்லை. அரிசி, பருப்பு வாங்கிப் போட்டு பொறுப்பைத் தலை மீது சுமக்கும் வழக்கம் அவனிடம் கிடையாது. இந்த ஆறு மாதம் பம்பாயில் பிக்கல் பிடுங்கலின்றி மகிழ்ச்சியாகக் கழித்து விடலாம். பிறகு

தில்லிக்குச் சென்று குல்லைக் கூட்டிக் கொண்டு வந்து வீடு அமைத்துக் கொள்ளலாம் என்ற எண்ணத்தில் மகிழ்ந்திருந்தான்.

இப்போதைக்கு சேல்ஸ் மானேஜரின் ரகசியங்களை அறிவதிலும், சிங்கின் குடும்பத்தோடு கோப்பையை இடித்துக் கொள்வதிலும் பாடம் கற்றுக் கொண்டிருந்தான். இதையும் தவிர, அந்த ஆறு மாத காலமும் தினம் ஒரு கடிதம் என்ற குல்லிற்கு எழுதியும் காலத்தைக் கழித்து வந்தான் அவன்.

அங்கு செல்வதற்கு முன்னால் ஷமீதிற்குக் கோப்பையைப் பிடிக்கத் தெரியாது என்றெல்லாம் சொல்ல முடியாது. குல்லிடம் உறவு இல்லை என்ற உண்மையை ஒப்புக் கொள்ள வைக்க கல்லூரி நாட்களிலேயே ரமண் பலவிதமான கலவையில் மதுக் கோப்பையை, பாட்டியாலா பெக்கை ஷமீதைக் குடிக்க வைத்திருக்கிறான். அப்பாவி ரமணுக்கு குடிகாரனின் கொள்கைகள் தெரியாது.

அவன் எதிர்ப்பின்றி அப்படியே விழுங்கினான். மால் ரோடில் ஓடினான். பஸ்ஸைத் தன் வீடென்றான். அழுதான். ஷமீத் இந்த உண்மையை தன் நண்பர்களின் குழுவில் புட்டுப் புட்டு வைத்தான். குல்லும் மோகராவும் கூட அதிலிருந்தனர். அவன் அதை ஒரு கேலியாக கதையைப் போன்று சொன்னான். தரலா குப்தா, ''உனக்கு மதுவைப் பற்றிய விஷயம் அவ்வளவு எப்படித் தெரியும்'' என்று கேட்டாள்.

அவளின் கேள்வியின் அறியாமையில் அனைவரும் சிரித்தோம். இந்த வெள்ளந்தித்தனத்திற்கு யார்தான் பலியாக மாட்டீர்கள்! ஆனால், குற்றம் அவளுடையது அல்ல. ஐயா இன்னொரு பெக்கையும் விரும்பி. அதை ஒரு புனிதமான காதலியைப் போல கைப்பிடித்தான். சுதந்திரத்திற்காக கோப்பையின்றி யுத்தம் செய்தான். அதனால் அவருக்கும் ஏதும் தெரியாது. மற்றவர்களைப் புரிந்து கொள்ள வேண்டும் என்பதும் தெரியாது.

பேச்சின் உச்சமாக ஷமீத் சொன்னான்: ''குல்லைப் பற்றி அவன் மனதில் என்ன இருக்கிறது? அதைத்தான் கொட்ட வைக்கலாம் என்று எண்ணினான். ஆனால், அவன் குல் என்ற பெயரை எடுத்ததுமே குல்தான் வெளிச்சம்; என்னுடைய

இருண்ட வீட்டுக்கு என்று சொல்லி அழ ஆரம்பித்து விட்டான். அவன் ஒரு வெகுளி என்று ஒப்புக் கொண்டு அவன் பார்க்கின் பெஞ்சில் உட்கார்த்தி வைக்க உதவினேன். எலுமிச்சை ஜூஸ் சாப்பிட வைத்து, போதை இறங்கிய பின் வீடு செல்ல ஆயத்தம் ஆகட்டும் என்று செய்தேன். இதற்கும் முன்னதாக தரலா, எனக்கு போதை ஏற்றம் இறக்கம் பற்றி எப்படித் தெரியும் என்று கேள். உனக்கு கீட்ஸையும் பைரனையும் எப்படித் தெரியும்? அதை முதலில் சொல். முன் பிறவியில் உடன் இருந்தாயா? அதைத்தான் இப்போது வரை நினைவில் வைத்துக் கொண்டு இருக்கிறாயா?"

"இதைப் பற்றி எல்லாம் நான் புத்தகத்தைப் படித்துத் தெரிந்து கொண்டேன்." அவள் கோபம் நிறைந்த குரலில் சொன்னாள்.

"என் அன்பே நீ புத்தகத்தில் கையே வைக்க மாட்டாய்." கோபத்தோடு சீறிக் கொண்டே சொன்னான்.

"சாவிகளைப் பற்றியும் நிறைய தெரிந்து வைத்திருக் கிறாள்" என்று ஜெயா அப்பாவியாக இணைத்துச் சொன்னாள்.

ஷமீத் கொஞ்சமும் தவறாக எடுத்துக் கொள்ளவில்லை. "சாவிகளைப் பற்றி மட்டுமல்ல. ரேடியோவைப் பற்றி உயர் சமுதாய மக்களின் பேச்சு வார்த்தைகளைப் பற்றி எல்லாம் அறிந் திருக்கிறாள். நிபந்தனையற்று மூளையைத் திறந்து வைத்துக் கொள்ள வேண்டும்."

"நிபந்தனையற்ற மூளையா?"

தரலாவின் கசப்பான சொற்களை இறுதிச் சொற்களாக்கி எல்லோருக்கும் ஷமீத் தன் அனுதாபத்தைத் தெரிவித்தான். இறுதியாக குல் அதை முழுமையாக்கினாள். மிகுந்த பணிவுடன் அனைவரிடமும் மன்னிப்புக் கோரினாள். "இதை இவர்கள் இப்படி ஆக்கி இருக்கக் கூடாது. ரமண் நான் உன்னிடம் மன்னிப்புக் கேட்டுக் கொள்கிறேன். தரலா உன்னிடமும்தான். சாமர்த்தியமாக உடனுக்குடன் பதில் சொல்லும் திறமையைக் காட்டும் வகையில் நாம் நாகரிகத்தை மறந்து போகிறோம்.

உண்மையிலேயே நான் வெட்கப்படுகிறேன். உன் அப்பாவின் மீது நான் எத்தனை மரியாதை வைத்திருக்கிறேன் என்பது உனக்கே தெரியும்.

இதன் பிறகு சொல்ல என்ன மீதம் இருக்கிறது. யாராவது ஏதாவது சொல்ல.

இந்த உண்மையை எல்லாம் எனக்கு மோகராதான் சொன்னாள். கொஞ்ச காலத்திற்குப் பின் ஷமீத் பம்பாய் கிளம்பிச் சென்று விட்டான். காதலில் குருடான அக்காவோ அதை மறந்து விட்டாள். ஆனால், முன்னே பின்னே என எல்லாவற்றையும் நினைவில் வைத்திருக்கும் பழக்க தோஷத்தினால் எனக்கு எல்லாமே நினைவில் இருக்கிறது.

அவனுடைய பம்பாய்ப் பயணத்தைப் பற்றி முன்னால் மோகரா வேடிக்கை கலந்து விரிவாகச் சொன்ன கதை வேறு. அது குல்லிற்கும் ஷமீதிற்கும் திருமணமான பிறகு பிக்னிக் சென்ற கதை. அல்லது அவள் பெயருக்கு வரும் காதல் சொட்டும் கடிதங்களைப் பற்றியது. பிக்னிக் என்பது உனக்கு முறையற்றதாகத் தோன்றவில்லையா!

ஹனிமூனினிலிருந்து வந்தவுடனேவயே குல் உண்டாகி இருந்தாள். அதை நினைவில் கொள்ளவும். அதன் பிறகு மூன்றாம் மாதம் சிம்லா சுற்றுப் பயணம். அதன் பிறகு படுத்த படுக்கை. தோட்டத்திற்குச் செல்லக் கூட நான்கு ஆட்கள் தூக்கிக் கொண்டு பல்லக்கில் செல்லும் போது அவள் பிக்னிக் போல வாழ்க்கையை எப்போது வாழ்ந்திருப்பாள்!

மோகராவிடம் கேட்டவுடன் அவள் கோபம் கொண்டு, ‘‘நீ என்ன? அவள் ஒன்பது மாதம் படுக்கையிலே கிடந்தாளா?’’

‘‘ஆறு மாதம் சரி. அதில் எத்தனை நாள் படுக்கையில் கிடந்தாள். எத்தனை நாட்கள் பிக்னிக் கொண்டாட்டத்தில் இருந்தாள். யாருக்குத் தெரியும்?’’

‘‘படுக்கையோடு கிடந்தது ஒரு மாதம்தான். பிக்னிக் கொண்டாட்டம் வருடம் முழுக்க.’’

இணைந்த மனம்

"ஆறு மாதம் கழிவதை விட்டால் வருடம் முழுவதும் எப்படி இருக்கும்? அம்மா, தாயே வருடத்திற்குப் பன்னி ரெண்டு மாதங்கள் தெரியுமா? கணக்குப் புலியே."

"தெரியாது. இரண்டும் இரண்டும் நான்கு என்று கூட ஆகாது. குல் சொன்னாளா இல்லையா? எல்லாமே சொல்வது தான். என்னைப் பொறுத்தவரை குல் படுத்த படுக்கையாய் கிடந்த போதும்கூட பிக்னிக்கைப் போலத்தான் கழித்தாள்."

"குழந்தை பிறந்த பிறகான ஆண்டு."

"இணைந்து இருக்கவில்லை. வருடம் என்ன ஒரு மாதம் கூட இல்லை குல்லிற்கு ஏழாம் மாதம் நடந்து கொண்டிருந்தது. அப்போது ஷமீதிற்கு கான்பூருக்கு இடமாற்றம் ஏற்பட்டு விட்டது. குல்லிற்கு அங்கேதான் பிரசவமும் நடந்தது.

"நீ உடன் போகவில்லையா?" நான் வேகமாகக் கேட்டேன்.

"போனேன். அப்புறமாக."

"அப்போதும் கூட பிக்னிக்கைப் போல கொண்டாட்டத் துடன் வாழ்ந்து கொண்டிருந்தாளா?"

"எங்கே? குல் எப்போதும் தனியாக இருந்தாள். குழந்தை பிறந்த பிறகு அப்படித் தானே ஆகும்? இதில் அசாதாரணம் எங்கே உள்ளது? ஏன் நீ ஒரு விஷயத்தையே பிடித்துத் தொங்கிக் கொண்டிருக்கிறாய்? விடு. சந்தோஷமான விஷயங்களைக் கேள்." அவள் குல்லினுடைய காதல் கடிதங்களைப் பற்றி விளக்க ஆரம்பித்தாள்.

குல்லிற்கு வரும் கடிதங்களை பார்வதி வரை படிக்க ஆசை வைத்திருந்தனர். மோகராவிற்கு வரும் கடிதங்களைப பற்றி ஜோக்நாத் கூட கவனம் கொள்ளவில்லை. ஷமீத் குல்லிற்கு கடிதம் எழுதிக் கொண்டிருந்தான். அதை அவள் திறக்காமலேயே பிடுங்கிக் கொண்டு விடுவாள். ஷமீதின் எழுத்துக்கள் மனதில் அப்படியே படிந்து விடும். அதனால் தவறாகத் தோன்றவில்லை.

அதே போல அந்தக் கடிதம் எங்கிருந்து வருகிறது என்பதையும் அழகான கடிதங்களை, காகிதத்தைப் படிப்பதும்

ஒழுக்கம் அல்ல என்ற குழப்பம் இருந்தாலும், திறந்து கிடக்கும் கடிதத்தைப் படிப்பதில் அத்தனை மகிழ்ச்சி ஏற்படுகிறது. அவள் கனகலதாவின் முன்பாகப் படிப்பாள். அத்தனை நீளமான கடிதமாக இருந்தாலும் அதில் ஒழுங்கு இருக்கும்.

ஒரு முறை கனகலதா புத்தகம் படிப்பதை இடையில் நிறுத்தி விட்டு, "லைப்ரரியில் படிப்பானா, இப்படிக் கட்டுரையைப் போல கடிதம் எழுதியிருக்கிறான்?" குல் அறிவுபூர்வமாகச் சொன்னாள். திரும்பத் திரும்பப் படிக்க வேண்டி வருகிறது அல்லவா? அதனால்.

கனகலதா புன்சிரிப்பு சிரித்தாள். பிறகு மறுபடியும் புத்தகத்தில் மூழ்கிப் போனாள். எம்.ஏ.யைப் பாதியில் கை விட்ட பிறகு குல் பிரெஞ்சு மொழி கற்க மாலையில் அலையன்ஸ் பிரான்ஸிற்குப் போகத் தொடங்கினாள். கனகலதாவின் பார்வை அங்கிருக்கும் லைப்ரரியின் மீது இருந்தது.

ஷமீத் பம்பாய் செல்வதற்கு முன்பாக சுருக்கமான சந்திப்புகள் அங்குதான் நிகழ்ந்து கொண்டிருந்தன. குல்லின் புத்திக் கூர்மையினால் வகுப்பறையை விட்டு அதிக நேரம் வெளியில் கழித்தாலும்கூட அவள் பிரெஞ்சு மொழியை நன்கு கற்றறிந்தாள். பாரீஸுக்கு வர அழைப்பு கிடைத்து விட்டது. நான் சொன்னேன் இல்லையா உனக்கு. மொழிகளைக் கற்பதில் குல்லிற்கு ஈடு இணை கிடையாது.

அவளுக்கு உருது மொழியின் மீது இருந்த ஆர்வம் பற்றி நீயே சொன்னாய். அவள் எந்த மாதிரியான மொழியைக் கேட்டாலும் அதே போலவே பேசவும் எழுதவும் செய்வாள். அவளுக்குள் ஏதோ நகலெடுக்கும் யந்திரம் ஒன்று உட்கார்ந்திருப்பதைப் போல. தாடியில்லாமல் அரங்கத்தில் நுழைய மறுத்து விட்டு வெட்கப்பட்டாள் என்றேன் இல்லையா. அவளுக்கு தொடர்பு உள் அறையில் இருக்கும். வாழ்க்கை என்ற அரங்கத்தில் பேசிக் கொண்டிருந்தாள் அல்லது காகிதத்தில் தயக்கமின்றி எழுதிக் கொண்டே இருந்தாள்.

வங்காளியாக, பஞ்சாபியாக, பிரெஞ்சுக்காரியாக ஆகி விடுவாள். ஒவ்வொரு வட்டார மொழியையும் அப்படியே

பேச்சிலும் எழுத்திலும் கொட்டுவாள். படிப்பவர்களும் கேட்ப வர்களும் அவளுடைய தாய்மொழி அதுவேதான் என்று எண்ணி விடுவார்கள. உண்மையில் அவளுடைய மொழி என்ன?

குல் மோஹரின் இலக்கியம் எல்லாவற்றிலும் நுண்மை யானது. மண் சார்ந்த மொழியைப் பேசும் போது படிப்பவர் களுக்கு அதன் மீது பற்று ஏற்பட்டு விடும். கதை பாத்திரத்தின் உள்ளே, கதையின் உள்ளே அப்படியே அமிழ்ந்து போவார்கள். எல்லாமே அவளுடைய அனுபவம். தன்னை மறந்து வழக்கு மொழி தயக்கத்தை வெளியாக்குவதற்கு முயற்சிப்பார்கள். அதில் தயக்கம் இல்லையெனில் குல் எந்தப் பகுதியைச் சார்ந்த வள் என்பதைப் பற்றி விவாதிப்பார்கள்.

உத்திரப் பிரதேசம், பஞ்சாபில் இருப்பவர்களுக்கு அவள் தங்களைச் சார்ந்தவள் எனத் தோன்றும். பிறப்பு உத்திரப் பிரதேசத்தில், மாமியார் வீடு பஞ்சாபைச் சார்ந்தது. அவளுடைய மொழி மீரட்டினுடையதா அல்லது சஹாரன பூரினுடையதா?

கதை மாந்தர்களின் பேச்சலிருந்து படைப்பாளியின் மொழியை அறிய முடியும் என்று யார் சொல்ல முடியும்? அந்தக் கதை மாந்தர் பேசுகிறார்கள். அங்கு ஒவ்வொரு கதை மாந்தரும் பேசுகிறார்கள். இரண்டு மொழிகள் பேசுகிறார்கள். அந்த மண்ணைச் சாராதவர்கள் மீரட்டின் பாஷையைப் பேசுவார்கள்.

தில்லி முஸப்பர் நகரின் இனிய மொழியும், சஹாரனபூர் மொழியும் பேசுவார்கள். ‘போகானே கர் மேம்’, ‘அந்நிய நிலத்தவள்’ கதையில் ஜோகேஸ்வரியின் பாட்டி ‘பேகானே கர்மேம்’ (*அந்நிய நிலத்தாள்*) என்ற கதையில் ‘‘அடேய்! தள்ளிப் போடா. எங்கேயிருந்து வந்தவன்டா நீ? ஏன் அவ பின்னா லேயே சுத்தறே? அவ சம்மதிக்க மாட்டாள். தள்ளிப் போ. அவளோட கால் நல்ல பலம் கொண்டது’’ என்று சொல்லு வாள்.

அனாரோ சொல்கிறாள்: ‘‘நான் இடுப்பொடிய வேலை செய்கிறேன், சனீஸ்வரன் சந்தையில். என்ன கொடுக்க, என்ன அடைய? இந்தா இதை அள்ளிக் கொண்டு போ. அம்மா

இருக்கும் வரைதான் எல்லாமே. செத்தால் அழு. உன்னுடைய பயந்தாங்கொள்ளி ஓடிப் போன அப்பாவிற்காகவும்?''

''தலை எழுத்திற்காகவும் போடீ. அங்கு குவித்து வைத் திருக்கும் மாவைக் கொண்டு வா. காது கேட்கவில்லை? நீ என்ன செவிடா?''

குல் மதியம் சொன்னாள்: ''எனக்குப் பசியுமில்லை, தாகமும் இல்லை. உன்னைப் பார்த்த எனக்கு மோகமுண்டாச்சு. உன்னிலிருந்து இரண்டு சொற்களைச் சொல்.கோபம் கொண்ட ராமனுக்கு நிலவே என் நிலையைச் சொல்.''

'மல்பா' (குப்பை கூளம்) கதையில் கிழவி சொல்கிறாள்: ''ஆமாம் ஐயா! நாடு இரண்டாகப் பிளந்த போது எல்லாமே பிளந்து போயிற்று.''

குல் கதாபாத்திரத்தின் மூலமாகச் சொல்கிறாள்: ''என்ன செய்கிறான் மேலே இருப்பவன். தூங்குகிறானா? எத்தனை வயசாச்சு எனக்கு. எங்கே ஒளிந்து கொண்டிருக்கிறான்? என் றைக்கு என்னைக் கூப்பிட்டுக் கொள்ளப் போகிறாய்?''

பானோவும் ரௌனக்கும் பழைய தில்லியின் சுத்தமான ஹிந்தியும் உருதுவும் பேசுகிறார்கள். பானோ, ''நான் பின்னலை அவிழ்த்து விட்டால். காற்று என்னுடைய கூந்தலைக் கலைத்துப் போடுகிறது. இந்த அலையில் கடவுள் வசிக்கிறார் என்று சொல் வார்கள். இப்போது பாருங்கள் என் கூந்தலை. எல்லாம் கலந்து கலந்து கிடக்கிறது'' என்றாள்.

ஜாமா மசூதியில் இருக்கும் இருக்கும் பிச்சைக்காரி ரொனக். ''இப்போது கண்கள் கெட்டு வேதனைப்படுகிறேன். ஏதும் செய்யவோ, செய்ய வைக்கவோ, பார்க்கவோ, உண் டாக்கவோ இயலாமல் போகிறது'' என்று சொல்லுகிறாள்.

'சிவப்பு மருமகள்' கதையில் சாஹரன்புரியின் பேச்சு வழக்கு கையாளப்பட்டிருக்கிறது. அதில் ஹிந்தியும் உருதுவும் ஒரேயடியாகக் கலந்து அலையடிக்கிறது. ''ஐயா உங்களிடத்தில் பணி புரியும் நன்றியுள்ள பணியாட்களில் நான் முதல் இடம் வகிக்கிறேன். முப்பத்தி இரண்டு பற்களிடையே இருக்கும் இந்த

நாக்கு திறமையானது. உங்கள் பெருமைக்கு எதிராக எப்போதும் பேசாது. எப்படி ஏதாவது என்னால் சொல்ல முடியும். ஒழுங் கற்றும், விதியற்றும், ஒழுக்கத்துடனும் அதிர்ஷ்டத்துடனும் கூட.

''அங்கே மதுராவில் என் முன்னோர்களின் மாளிகை இருக்கிறது. அங்கிருந்த குழந்தைகள் பெரியவர்களாகி அவ் விடத்தை விட்டு விலகி, பெரிய நகரங்களுக்குச் சென்று வசிக்கத் தொடங்கி விட்டனர். உணவுக்காகவும் தன் அறிவுக் கூர்மை யாலும் கொள்ளை வியாதியில் அங்கேயே தங்கி விட்டனர். ஆண்டுக்கணக்காகப் பாழடைந்து கிடக்கும் அந்தப் பரம்பரை வீட்டில் என் கொள்ளுத் தாத்தா மட்டும் வசிக்கிறார் தனியாக.

''ஐயா எல்லாவற்றிற்கும் மேலானது, இனிமையானது. பணம் காசு.'' இந்தக் கதையின் பாத்திரத்தின் மூலமாக குல் அப கரிக்கப்பட்ட இடங்கள் எப்படி வெற்றிடமாக மாறி விடு கின்றன என்பதைச் சொல்ல முயற்சிக்கிறாள். படகில் சுரங்கம் அமைத்து உள் நுழைந்தது போல. மேலோட்டமாக மாளிகை அசைந்தாடுகிறது. சிவப்பு வெள்ளை எல்லாம் சமமாக.

''நீங்கள் எல்லோரும் பேண்ட் போட்டுக் கொண்டு ரொட்டிக்காக நகரத்திற்குச் சென்று விட்டீர்கள். இங்கே இந்த மாளிகையின் மீது யார் ஒளியைக் கொணரப் போகிறீர்கள்?'' முனிம்ஜி மாளிகையோடு உயிரையும் சேர்த்துக் கையைக் கூப்பிக் கொள்கிறார்.

காஷ்மீர் பற்றி எழுதிய 'காஷ்மீரின் உல்லாசங்கள்' அல்லது 'தங்கள் எண்ணம்' என்ற நூலில் காஷ்மீரின் பேச்சு வழக்கு படையெடுத்து வருகிறது. ஆறுதல் தரும் விஷயம் என்ன வெனில் நீண்ட நேரம் பேச்சு வழக்கின் ஆராய்ச்சியிலேயே தங்கி விடுவதில்லை விமர்சகர்கள். ஏனெனில் அவர்களும் ஒரு விதத்தில் ரசிகர்கள் தானே. எனவே, மொழியின் அழகில் மயங்கி வண்டு மாட்டிக் கொண்டதைப் போல அல்லாமல் வேறு எப்படி அவர்களால் இருக்க முடியும்?

நான் அவற்றைப் படிக்கும் போதெல்லாம் அந்த கதா பாத்திரங்களின் சுவையான இனிய உரையாடல்களில் அப்

படியே மூழ்கிப் போய் விடுவேன். ஆண்டுகள் பல கழிந்த பின்னரே எனக்குச் சொல்லப்பட்டவற்றிற்குப் பின்னே என்ன இருக்கிறது என்பதும் அதன் கூர்மையும் அதன் கசப்பான உண்மையும் மூளைக்குள் இறங்கியது. தொண்டைக் குழிக்குள் அடைத்துக் கொண்டது. அழக் கூட முடியவில்லை. மிகவும் யோசித்த பின் அழ நிர்ப்பந்திக்கப்பட்டேன்.

'காஷ்மீரின் உல்லாசங்கள்' கதையில் சொல்லப்பட்ட 'சொன்னானா? கேசர் பாதாம் காரன்?'

"இல்லை. சின்ன ஏலக்காய் மற்றும் பட்டை என. கேசர் பருப்பும் பாதாம் பருப்பும் நமக்காகவா விற்கப்படுகின்றன, பணக்காரர்களுக்காக."

கதையின் துவக்கத்தில் அறியாத வெகுளிப் பாத்திரத்தின் சொற்கள் இவை. கதை மேலே செல்லும். அதில்தான் எத்தனை சொல்லியிருக்கிறாள். அழியும் உலகத்தைப் பற்றி. பல படைப் பாளிகள் தங்களின் சொற்களைக் கண்களில் விரலை விட்டுக் காண்பிக்கிறார்கள் பாருங்கள். நாங்கள் எவ்வளவு முற்போக்குச் சிந்தனையுடையவர்கள் என; நாங்கள் இடதுசாரிகள் என.

எளியவர்களின் கதையை அவர்களின் வாயிலாகக் கேட்கச் செய்வாள் குல் மோஹர். உங்களுக்கு அரசியலும் தெரியாது. ஏழை பணக்காரர்கள் வித்தியாசத்தில் மன லயிப்பும் கிடையாது என்று மறைமுகமாகச் சொல்லிக் காட்டுவாள். அதே அறியாத தன்மையைச் சொல்லி ஒரு முதல்தர பதிப்பகத்தார், "உங்களுக்கு இல்லாமல் இருக்கலாம். ஆனால், எங்களுக்கு இருக்கிறது" என்று குல்லிடம் சொன்னார்.

ஆப்கானிஸ்தானிலிருந்து ருஷ்யாவின் படையெடுப்பின் போது அந்த நாட்டிலிருந்து ஓடி வந்த ஒரு இளம் பெண்ணின் வாயிலாக நல்லொழுக்கத்தினை நார் நாராகக் கிழித்தெடுப்பாள். எனக்குத் தெரிந்த 'காதுல்'தான் ஹிந்தியின் ஒரே நாவலாக இருக்கும் என எண்ணுகிறேன். இதில்தான் ஒரு நாட்டின் உரிமையற்ற கதாபாத்திரமாக ஒரு பெண் இருக்கிறாள், ஆண் அல்லாமல்.

அவளுடைய தோற்றத்தை பலாத்காரம் செய்யப்பட்ட பெண்ணைப் போல உருவகப்படுத்தவில்லை. சமமானவளாக முன்னிறுத்தப்பட்டிருக்கிறாள். அவள் நாடு சுதந்திரம் அடைந்த பிறகு நடந்த சுதந்திர கொண்டாட்டத்தில் தன் நாட்டிற்கு மறுபடியும் போய் பங்கெடுத்துக் கொள்ள விரும்புகிறாள். இளம் சிறுமி கலவரத்தின் காரணமாக காட்டுமிராண்டித் தனமான விபத்துக்களை அனுபவிக்கிறாள். தன்னை இழக்கிறாள்.

அவளுக்குக் கலவரம் எப்படி நடக்கிறது என்பது சரிவரத் தெரிவதில்லை. அத்தனை கோஷங்கள். வெறி கொண்ட கூச்சல் களுக்குப் பிறகு கூட நாட்டை விட்டு ஓட விரும்பவில்லை. நட்டை விடுதலைப்படுத்துவதில் தன்னைப் பலி கொடுத்துக் கொள்ள விரும்புகிறாள். அவளின் குடும்பத்தினர் அவளை அமெரிக்காவிற்கு அனுப்பி வைக்க அழைப்பு விடுக்கின்றனர். ஆனால், அவள் "நான் அமெரிக்கா செல்ல விரும்பவில்லை" என்று சொல்லி விடுகிறாள்.

"ஏன்? உன்னுடைய சித்தி, அவர்களின் குழந்தைகள் எல் லோரும் அங்கே சென்று கொண்டிருக்கிறார்களே. நீயும் அவர் களோடு ஆப்கானிஸ்தானை விட்டு வெளியேற முடியும் அல்லவா?"

"ஆனால், அமெரிக்கா வெகு தொலைவில் இருக்கிறது."

"எங்கிருந்து?"

"காபூலிலிருந்து" அவள் முணுமுணுக்கிறாள்.

அவள் பாட்டியின் உள்ளத்தை குத்த அவள் குரல் எழுப்பாமல் அழத் தொடங்குகிறாள்.

"உன்னுடைய அம்மாவும் என்னுடைய மகள்தான்." அவள் பாரசீக மொழியில் சொல்கிறாள். ஆனால் அவளின் குரல், அவளின் நடுக்கம், மொழியின் சிறையிலிருந்து விடுபட்டு நெகிழ்ந்து உருக்குகிறது. அந்த நடுக்கத்தை மொழிபெயர்ப்பது இயலாத காரியம். உரித்தெடுக்கப்பட்ட லிச்சிப் பழம் போல. வாழ்க்கை வழிவகை கண்களைப் பனிக்கச் செய்து ஒளி வீசச் செய்கிறது. ஆனால், அவளுடைய உதடுகள் பிடிவாதத்துடன்

இணைந்து உறுதியான கோடாகி விடுகிறது. பாட்டி புகார் கொடுக்கட்டும் வேண்டுமானால். ஆனால், அவள் இதையும் சொல்கிறாள். ''அமெரிக்கா முற்றிலும் மாறுபட்டது. இந்தியா நமக்கு அருகில் இருக்கிறது. நமது பண்பாட்டுக்கும் அது அருகாமையில் இருக்கிறது. அதே 'நற்குல நங்கை' என்று சொல்லும் அத்துடன் இணைந்து ஒலித்திருக்கலாம், மனத்தினுக் குள்ளாக.''

அவளுடைய கதாபாத்திரங்களின் ஒழுக்கமும் குல்லின் ஒழுக்கமும் கூட. மொழியின் கட்டுக்களிலிருந்தும் ஆசையிலிருந் தும் விடுதலையான அறிவின் கூர்மை அப்படியே இறங்கும். ஒவ்வொரு விதமான உரையாடலும் அவளுடைய தாய்மொழி ஆகி விடுகிறது. அவளுக்கு அவற்றை எழுதவும் பேசவும் இடையூறு என்ற பேச்சுக்கே அங்கு இடம் கிடையாது. இந்த வலுக்கட்டாயமான கூடு விட்டு கூடு பாயும் விஷயத்தின் முன்பாக அரசியல் எந்த மூலைக்கு? ஆனால், கோஷம் போடு பவர்களுக்கு இதை யார் எடுத்துரைத்து புரிய வைப்பது?

ஐயா, தொழில் வாரியாக பிரித்து எழுதி புரிய வைக்க முடியவில்லை, என்னால். ஏனெனில், கஷ்டத்தில் பணக்கார னும் ஒன்றுதான் என்று பிடிவாதத்துடன் சொல்லவே, பிரிவு களைக் குறிக்கவில்லை. பதிப்பாளர்களுக்கு குல் புரட்டிச் சொல்ல வில்லை. வாழ்க்கையில் ஏற்ற இறக்கங்கள் உண்டு. மரியாதையை வெளிப்படுத்துவதில் குல் அடங்காத முரட்டு மனிதர்களைப் பற்றியும், கெட்டதாயும் பணக்காரர்களையும் தன் கதைகளில் இருத்தி இருந்தாள். அவள் தன்னுடைய தனித்துவமான நடை யில் பதிவு செய்திருந்தாள். அவள் உலகில் கண்ட இன்ப துன் பங்களைக் கண்டு தன் சொந்த வாழ்க்கையைக் கொஞ்சம் கவனிக்காமல் இருந்து விட்டாள்.

இப்படிச் சொல்வதனால் அவள் அறிவு மழுங்கிப் போய் விடவில்லை. உயர்ந்த காதலனால் தன் பாரீஸ் பயணத்தை அற்பமாக எண்ணி விட்டாள். ஷமீதைத் தனியாக விடுவது ஒன்றும் முடியாத காரியமல்ல. எல்லோரும் என்ன எண்ணினார்கள் என்றால், போகாமலிருப்பதற்கு ஷமீத்தான் காரணம் என. ஒருவர் இன்னொருவரிடம் தன்னை மறைத்துக் கொள்ள வேண்டிய

கட்டாயத்தினால் தன்னைத் தன்னிடமிருந்தே மறைத்துக் கொண்டு விடுகின்றனர்.

கனகலதா தன்னைத் தானே ஏமாற்றிக் கொண்டாள். இந்த நிலை குணப்படுத்த முடியாதது என எண்ணினாள். பைஜ்நாத் தன்னுடைய விருந்தாளியான அமெரிக்கக் கூட்டாளியை மகிழ் விப்பதில் மூழ்கினார். எம்.ஏ.வைக் கை விட்ட சமயத்திலும் இதே நாடகத்தைத்தான் தன் தோழிகளிடம் நடத்தினாள். ஆனா லும், அவள் தன்னை பாரீஸ் செல்வதில் தடை செய்வான் என்ற நம்பிக்கையில் பாஸ்போர்ட்டே எடுக்காமல் விட்டாள்.

அவள் ஷமீதை விட்டுவிட்டு பாரீஸுக்குச் செல்லவில்லை. கடிதத்தின் மீதிருந்த உறையில் எழுத்து ஷமீத்தினுடையது இல்லை என்று தோன்ற மோகரா அந்தக் கடிதம் தனக்கு என எண்ணிக் கவரைப் பிதது விட்டாள். காகிதத்தை வெளியே எடுத்தால், அது குல்லின் பெயருக்கு வந்திருந்தது. ''கலவரத்தி லும் விரும்பாமலேயே கடிதத்தைப் படித்து விட்டேன். கண்களில் நோய் வந்திருக்கிறது. அதனால் ஓய்வெடுக்க வேண்டி உள்ளது'' என்றும், ''மற்றவை பிறகு'' என்றும் எழுதியிருந்தான்.

பார்த்தும் பார்க்காத மாதிரியான தோற்றம் கொடுக்கும் அவசரத்தில் அம்மா கனகலதாவின் முன்னால் அந்தக் கடிதத்தை குல்லிடம் கொடுத்தேன். வழவழப்பான அந்தக் காகிதத்தின் கோணல் மாணலான எழுத்துக்களைப் படித்து விட்டு, அந்தக் காகிதத்தில் வழவழப்பைத் தவிர வேறு ஏதும் இல்லை என்பதைப் போல அதைப் புரட்டிப் புரட்டிப் பார்த்து இருந்தாள். திரும்பவும் படித்தாள். கனகலதா கலவரப்பட்டு, ''அவன் உனக்கு இத்தனை சிறிய கடிதம் எழுதுகிறானா?'' என்றாள்.

''வேறெப்படி கண்களில் நோய் வந்திருக்கிறது அல்லவா?'' என்று குல்லின் வாயிலிருந்து சொற்கள் வெளிவந்தன.

இப்படியாகத்தான் ரகசியத்தைப் பாதுகாத்தாள். கனகலதா எல்லாவற்றையும் அறிந்திருந்தாள் முதலிலேயே. எல்லா அம்மாக்களும் இத்தனை அன்பு கொண்டவர்களாக இருந்தால் உலகம் எத்தனை மகிழ்ச்சியாக இருக்கும். குல் மோகரால் எழுதப்பட்ட கதைகள் சுவையுடன் இருப்பதைப் போல.

19

குல்லிற்கு ஏழாம் மாதம் நடந்து கொண்டிருந்தது. அப் போது திடீரென ஷமீதிற்கு கான்பூருக்கு மாற்றல் ஆகி விட்டது. "தில்லியில் பெரிய அலுவலகத்தில் சின்ன சேல்ஸ் மானேஜராக இருந்தேன். கான்பூரில் சின்ன அலுவலகத்தில் பெரிய ஜெனரல் மானேஜர் ஆகி செல்லப் போகிறேன்.'' இந்த முன்னேற்றத்தில் அனைவரும் மகிழ்ச்சி கொண்டிருக்க வேண்டும். ஆனால், காலம் இக்கட்டில் இருந்தது. சந்தோஷத்திற்குப் பதிலாக கவலை வந்து விட்டது. அம்மாவைப் போல இந்த கவலையை வேறு யாரும் வெளிப்படையாகச் சொல்லவில்லை.

"அம்மா ஒரு விசித்திரமானவள். கேட்டவுடனேயே வயிற்றைக் கலக்குகிறது. இந்த நிலைமையில் குல்லால் பயணப் பட முடியுமா? புதிதாக வீடெடுத்து குடித்தனம் நடத்த முடி யுமா? எப்படி முடியும்?'' என்றாள்.

அப்பா, "என்ன பேசுகிறாய் நீ? பிள்ளை உண்டாகி இருக் கும் போது பயணப்பட மாட்டார்கள். இந்த நிலையில் அவள் எப்படிப் போக முடியும்? ஷமீது போவான். புதிய வேலையைச் சமாளிப்பான். வீட்டைப் பார்த்துச் சரி செய்து வைப்பான். குல் பின்னால் போவாள்'' என்றார்.

அம்மா, "குல் அவனை விட்டு இருக்க மாட்டாள்.'' உறுதியாகச் சொன்னாள். திடீரென அவளும் தடுமாறிப் போனாள்.

நான் முதலிலேயே ஆடிப் போய் விட்டேன். இப்போது எண்ணிப் பார்க்கிறேன், அம்மாவிற்கு எப்படித் தெரியும் என்று. அவர் மால் ரோடிலுள்ள ஷமீது வீட்டிற்குச் சென்றதுமில்லை. அந்த மக்களைப் பார்த்துப் பழகியதும் இல்லை. அவர் ஏதும்

கேட்டதுமில்லை. கண்டதும் இல்லை. எல்லாமே நான் சொன்னதுதான்.

நான் ஒவ்வொரு நாள் மாலையிலும் அங்கேதானே தங்கி இருந்தேன். இந்த இட மாற்றத்தின் செய்தி வரும் போது கூட அங்கேதான் இருந்தேன். அதற்கு முன்னால் அன்று காலையி லிருந்து நானும் குல்லும் பேசிக் கொண்டே இருந்தோம். மாலை வரை ஷமீத் காணாமல் போய் விட்டான்.

வெளுத்துப் போன பீதியுற்ற முகத்துடன் இருக்கும் குல்லை இப்படி உற்றுப் பார்த்துக் கொண்டே இருக்கிறார்களே என்று எனக்குக் கோபமாக வந்தது. அந்தரங்கம் என்பதற்கு ஏதாவது பொருள் இருக்கிறதா என்ன? இப்படி நாகரிகமில்லாமல் அவர்கள் இப்படிப் பார்ப்பது குல்லிற்குக் கண்டிப்பாகப் பிடிக்காது. ஆனால், கான்பூருக்குச் சென்று குடித்தனம் செய்வதற்கு அவள் கோபத்திற்குப் பதில் கலக்கம் காட்டினாள்.

குல் ஏன் இவ்வளவு பீதியடைந்திருக்கிறாள்? இந்த நிலை யில் செல்ல வேண்டி வந்ததற்காகப் பயமா? ஆனால், போகாமல் இருந்து விடலாமே. வாயைத் திறந்து மறுக்கவும் இல்லை. வீட்டில் அனைவருமே அதைத் தானே விரும்புகிறார்கள். ஷமீத் இந்த வேலையை விட்டு விட்டால் இன்னொன்று கிடைப்பது கஷ்டம் என நினைக்கிறானா?

அப்படி இல்லை. ப்ளூகைம் கம்பெனி சிந்தித்துத் தானே அவனை ஜெனரல் மானேஜராக்கி கான்பூருக்கு அனுப்பி வைக் கிறது. குல் வெளுத்துப் போன முகத்தில் பீதியுடன் இருக்கும் நிலை, அந்தக் குடும்பத்தினர் அனைவரும் அவளிடம் வேண்டு கோள் விடுக்கின்றனர். அப்படிப்பட்ட பார்வையுடன் இருக் கின்றனர். எனக்குள் ஏதோ சந்தேகம் உருவாயிற்று.

வீட்டிற்கு வந்து அம்மாவிடம் அனைத்தையும் சொன்ன போது, என்னுடைய சந்தேகத்தின் மீது அம்மாவிற்கு சிரிப்பு தான் வந்தது. அவருக்கு, ஷமீத் ஒரு வேலையை விட்டுவிட்டு இன்னொரு வேலைக்குப் போக மாட்டான் என்று முழு நம் பிக்கை இருந்தது. அம்மா தனியாக இருந்தாள். ஜுக்கி சித்தப்பா கூட சாட்சிக்கு அங்கு இல்லை.

எனக்கு தெரிந்திருக்க வேண்டும். நான் பொருளாதாரம் படித்தவள். அந்தக் காலம். தற்காலத்தைப் போல மல்டி நேஷனல் காலம் அல்ல. 1960களின் காலம். அரசாங்க வேலை தான் உண்மையில் வேலை என்று கழுகைப் போல எல்லோரும் பார்த்துக் கொண்டிருந்த காலம். யாருக்கு என்ன வேலை கிடைக்கிறதோ அதைப் பிடித்துக் கொள்வார்கள்.

இப்போது ஜுக்கி சித்தப்பா போல அரசாங்க வேலைக்குப் பின்னால் ஓட மாட்டார்கள். நிலையான பாதுகாப்பான வேலை கிடைப்பதற்கு அதிர்ஷ்டத்தை நம்பி இருப்பார்கள். அமெரிக்கப் பழக்க வழக்கப்படி வேலையை விடுவதும் பிடிப்பதும் தேவை இல்லாதவை. எங்கள் அப்பா விதிவிலக்கு. அவரவருக்கு அவரவர் எடுத்துக்காட்டு. இன்றைய காலகட்டத்தில் கடைத் தெருவில் அவனவன் பி.ஆர். என்ற பெயரில் அரசாட்சி செய்து கொண்டு கோடி கோடியாய் அள்ளிக் கொண்டிருக்கிறான்.

அவர்கள் அந்தக் காலத்தில் தன் சாமர்த்தியத்தை ஆட்டக் காரிகளிடம் ஷேர் மார்க்கெட்டில் காட்டிக் கொண்டிருந்தனர். அந்தக் காலத்தில் அவர்களின் பேச்சு சாமர்த்தியம் தரகுத் தொழிலை இனிய பண்பானதாக ஆக்கி இருந்தது. இந்த விஷயத்தில் ஷமீதும் சாமான்யமானவன் கிடையாது. பி.ஆர். என்ற பெயரின் மூலமாக கடை வீதியை அழித்துக் கொண்டிருந்தனர். அழிப்ப தற்கான தேவையும் இருந்தது. எச்சரிக்கை உணர்வோடு இருக்க வேண்டும். நிரந்தரமான வேலையும், நிலையான வாழ்வும், முன்பின் இருந்தாலும் காரியம் நடக்கும். ஆனால், தனியாக இருந்து கொண்டு... குல்லின் பயத்திற்கான காரணம் அதுவாக இருந்தால் அது சரியானதுதான்.

என்னுடைய குட்டியான வாழ்க்கையில் முதன்முறையாக ஷமீதின் திறமை மீது சந்தேகம் எழுந்தது. குல்லிடம் சொன்ன போது அவள் நேரடியாக எதுவும் சொல்லவில்லை. ஆனால், அதே கவலைதான் அவளைத் தின்று கொண்டிருக்கிறது என்று புரிந்து கொண்டேன். ஷமீதிற்கும் கூட தனியாக அவளை நம்பி குடித்தனம் ஆரம்பிப்பது தில்லி வாழ்க்கையில் குடும்பத்தினரின் தலையீடு இருந்தது.

கண்டிப்பாக பேச்சில், சுற்றித் திரிந்ததில் பூரண சுதந்திரம் இருந்தது. அர்த்தமற்ற வீணான வேலைகளைக் கட்டாயமாகச் செய்ய வேண்டியிருந்தது. கூரை கூட இல்லை, தலைக்கு மேலே. அக்கம் பக்கம் கவரும் விழிப்புடன் இருந்தது. ஷமீதின் வருமானம் என்ன?

அவள் அதைக் கூட அறிந்து கொள்ள முயலவில்லை. இது நாள்வரை, கணவன் அல்ல. காதலன் என்பதைப் போல வாழ்க்கை. தன் கையில் கொடுக்கும் பணத்தில் பாதியை மாமி யாரிடம் கொடுத்து விடுவாள். சில நாட்களுக்குப் பிறகு அப்பா விடமிருந்து போதுமான அளவு கறந்து விடுவான். இவை எல்லாவற்றையும் விட கணவனாக மட்டுமல்ல; அப்பாவாகவும் தனியாக வசிப்பது கவலை கொள்வதாக இருந்தது.

''கூட்டுக் குடித்தனத்தில் பாதுகாப்பு இருக்கிறது..'' அவள் சொன்னாள்: ''பெரியவர்களின் வழிகாட்டுதலோடு இணைந்து இரு. எல்லாமே எளிதாகும்.''

''சமரசம் செய்து கொள்ள வேண்டி வராதா?''

''வரும்தான். லாபம் அதிகம்.''

''அப்படி எனில் சுதந்திரம்?''

''சுதந்திரம். அது கிடக்கு குப்பை. அவை எல்லாம் தூரத்திலிருந்து பார்ப்பதற்காகத்தான்.''

இவள் அதே குல்தான். சுதந்திரத்திற்காக சிறு வயது முதலே அம்மா அப்பாவிட'ம் மட்டுமல்ல, மிஸ் ஹுக்குவிட மும் பெண் பீட்டர்ஸன்னிடமும், கரம்சந்தின் மனைவயிடமும் இன்னும் யார் யாரிடமோ சண்டையிட்டு இருக்கிறாள்.''

''உனக்கும் தெரியும், எனக்கும் தெரியும். வீட்டின் எல்லா பொறுப்புகளையும் தலை மேல் போட்டுக் கொள்வதைப் பற்றி. இப்போதே அதைப் பிடித்துக் கொண்டு ஏன் தொங்க வேண் டும்? சுமையைத் தோளுடன் நிறுத்திக் கொள். வயிற்றிற்கு வருமானம்.'' நான் பேச்சை மாற்றினேன்.

''இல்லையில்லை'' என்றாள் அவள். அவள் முகத்தில் மறுபடியும் அதே பீதி, அதே கலவரம். ''எனக்குக் கூடப் போக வேண்டும்'' என்றாள்.

"ஆனால், எதற்கு?"

"உனக்குப் புரியாது. தேவை ஏற்பட்டால் ஒழிய."

"திருமணத்திற்குப் பிறகு புதிய புத்தியை உபயோகிக்க வரும்."

அவள் சிரிக்கக் கூட இல்லை.

"தலைக்கு மேல் பொறுப்புக்கள் வந்தால் தானே சமாளிக்கக் கற்றுக் கொள்ளுவார்கள்." மறுநாள் மாமியார் சொன்னாள் ஷமீதைப் பார்த்து அல்ல, குல்லை உற்றுப் பார்த்து.

"கரடுமுரடு பாதையைக் கடக்கக் கற்றுக் கொள்ளட்டும். உங்களுக்கு என்ன? இந்த நிலைமையில் குல்லை விட்டுவிட்டு தனியாகப் போக ஒப்புக் கொள்ளட்டும்." அவனுடைய அப்பா நீண்ட பெருமூச்சுடன் சொன்னார்.

"நான் கூடப் போகப் போகிறேன்" குல் அறிவித்தாள். "அப்பாவின் பழைய நண்பர் அங்கிருக்கிறார். கான்பூரில் டாக்டர் நவீன் என்பவர் அவர். அவர்கள் வீடு பார்க்க, குடித் தனம் வைக்க உதவி செய்வார்கள். டாக்டர் அவர். அதனால் எல்லாவற்றிற்கும் உறுதுணையாக இருப்பார். இன்னமும் இரண்டு மாதங்கள் இருக்கின்றன. இப்போது பிடித்து கவலைப் படுவானேன்?" என்றாள்.

டாக்டர் நவீன் அப்பாவுடன் கல்லூரியில் படித்தவர். நெருக்கமான நண்பர். திருமணம் ஆன பிறகு சந்திப்பு கொஞ்ச காலம் இல்லாமல் போய் விட்டது. ஆனால், 1954-55ம் ஆண்டு களில் அமெரிக்கக் கம்பெனிக்கு பி.ஆர். ஆன பிறகு அப்பா லக்னௌவுக்குச் சென்று தொடங்கினார். மறுபடியும் நட்பு தொடங்கி விட்டது. எப்போதாவது அப்பா கான்பூர் செல்வார். டாக்டர் நவீன் கான்பூரிலிருந்து லக்னௌ வந்து அப்பாவைச் சந்திப்பதே அதிகம்.

"டாக்டருக்குப் பெருந்தன்மை கொண்ட நல்ல மனைவி அமைந்திருந்தாள். அன்பானவள், உறுதியானவள், குடும்பத்தை அத்தனை அழகாக நடத்துவாள். நம்மால் ஒருநாள் கூட அப்படிக் கழிக்க முடியாது." அப்பா ஆசுவாசத்துடன் திரும்பினார்.

இணைந்த மனம்

பிள்ளைத்தாச்சியான பெண்ணை நெருக்கமான நண்பரின் நட்பான மனைவியிடம் கவலையற்று ஒப்படைத்து வருவதில் அப்பாவிற்கும் எந்த உறுத்தலும் இல்லை. மகளுக்கும் இல்லை. இருவரும் ஒருவரை ஒருவர் பார்த்தது கூடக் கிடையாது. அப்பா எல்லா விவரங்களையும் சொல்லி ஒரு கடிதம் எழுதினார். அத்தனை அன்பும் நட்பும் கொண்டு பதில் ஒன்று அவரிடமிருந்து வந்தது, "எல்லோரும் கவலையற்று இருங்கள்" என. அறிமுகம் அற்றவர்கள் என்ற நினைப்பை விடுத்த குல் டாக்டர் நவீனை ஒரேயடியாக சித்தப்பாவாக்கி விட்டாள்.

அவள் ஷமீதுடன் கான்பூர் செல்லாமல் இருக்க நான் ஒரு முயற்சி செய்தேன். எல்லோர் முன்னிலையிலும் இப்போது பிரச்சினைக்குத் தீர்வு கிடைத்து விட்டது. "அத்தான் நிம்மதியாக கொஞ்ச நாட்கள் டாக்டர் வீட்டில் கழிக்கட்டும். அவர்கள் வீடு பார்க்க உதவுவார்கள். இல்லையெனில் அங்கேயே தங்கிக் கொள்ளட்டும். ஒரு இரண்டு மூன்று மாதங்களுக்குத் தனியாக இருப்பதில் எத்தனை கஷ்டம். நீ போகும் போது உனக்குப் பிடித்தம் போல வீடு பார்த்துக் கொண்டு போ. அது வரை ..."

"முடியவே முடியாது" என்று அவள் குறுக்கிட்டுச் சொன்னாள்.

"மோகரா சொல்வதில் தவறு ஒன்றுமில்லையே." அப்பா எனக்கு உறுதுணை செய்தார்.

"ப்ளீஸ். நான் கூட போகத்தான் வேண்டும்."

அவள் அவரிடமிருந்து பார்வையை மீட்டு என்னை உறுத்துப் பார்த்தாள். அவளின் பார்வையில் எத்தனை கோபம் இருந்ததோ அத்தனை பயமும் இருந்தது.

தனியாக இருக்கும் போது பின்னால் அவள் என்னைத் திட்டினாள். "நீ ஏன் எல்லா விஷயத்திலும் முட்டுக்கட்டை போடுகிறாய்?"

"நன்றாக இருக்கிறது. ஷமீத் அங்கே தனியாக இருப்பதில் உனக்கென்ன கஷ்டம். டாக்டர் நவீன் மாமாவிற்கு அழகான

இளம் பெண்கள் இருக்கிறார்களா? அப்பா சொன்னார் இரண்டு மகன்கள்தான் என.''

"சரியான முட்டாள் நீ. பெண்களால் எனக்கு என்ன பயம்?''

"அதுவும் சரிதான். நான் என்ன கெடுதல் செய்தேன் அவனுக்கு?''

"அப்படியெனில் யாரிடம் பயம்?'' இன்றைய நாட்களாய் இருந்தால் பையன்களிடமா பயம் என்று கேட்டிருப்பேன். ஆனால், அந்த நாட்களில் அதைப் பற்றி வாய் கூடத் திறக்க முடியாது.''

"யாரிடமும் பயம் இல்லை. என் கணவரிடம் பயம். நான் அவருடன் செல்ல வேண்டும். அதில் மற்றவர்கள் தலையீடு எதற்கு?''

அவளுடைய சொற்களில் கோபம் இருந்தது. ஆனால், பேசும் முறையிலோ இப்பொழுது அழுது விடுவாளோ, அப்புறமாக அழுவாளோ என்றிருந்தது. எனக்கும் கோபத்தினால் அழுகை வந்தது.

"சரி, சரி எனக்கென்ன?'' என்றேன். ஆனால், என்ன நடந்தது என்றால் நாங்கள் இருவரும் இணைந்து அழுதோம். எனக்கும் முன்னால் அவள் சுதாரித்துக் கொண்டாள். பட்டென்று சொன்னாள்: ''நீயும் இருக்கிறாயே ஒரு அழுமூஞ்சி'' என்று.

அதற்குப் பிறகு அவள் மாமனாரிடம் எப்போதெல்லாம் தானும் ஷமீதும் செல்ல வேண்டும் என்று சொல்கிறாளோ, அப்போதெல்லாம் நானும் கூட சேர்ந்து ஒத்து ஊதினேன்.

சில நாட்கள் சென்ற பிறகு குல் ஒரு அறிவிப்பை வெளியிட்டாள். எல்லோரின் முன்பாகவும், ஷமீது லட்சம் சொல்லிப் புரிய வைத்தும் கூட அவளை தில்லியிலேயே விட்டுச் செல்லத் தயாராயில்லை என்று சொல்லி விட்டாள்.

"இதோ பார் எங்களுக்கு இந்த நிலைமையில் நீ பயணம் செய்வது கண்டிப்பாகக் கடாது. குடித்தனம் நடத்துவது அப்புறம்

இருக்கட்டும். நாங்கள் சொல்வதைக் கேள். இங்கேயே இரு'' என்று எல்லோரும் ஒருவாக்காகச் சொன்னார்கள்.

அவள் ஏற்கவில்லை. எல்லோரும் கேட்கவில்லையெனில், ''நீயாச்சு உன் வேலையாச்சு'' என்று நிம்மதிப் பெருமூச்சு விட்டனர். எனக்கு அவர்களின் நடிப்பு கோபத்தை வரழைத்தது. ஆனாலும் மௌனமாக இருக்க வேண்டி இருந்தது.

குல் அப்பா அம்மாவிடம், ''பாவம் நம் வீட்டுப் பழைய ஆயாவோடு பெரிய மனது கொண்டு என்னை விடை பெற அனுமதியுங்கள்'' என்றாள்.

''எனக்கு மிகவும் பயமாக இருக்கிறது. ஆனால், எனக்கு முதல் நாளே தெரியும் இதுதான் நடக்கும் என்று. பழைய நண்பன் இருக்கிறார். பாவம் நல்ல மனிதர்கள் அவர்கள். அவளின் மாமியார் வீடு பஞ்சாபிக்காரர்களாக இருந்தால் என்ன?'' என்றாள்.

''அப்பாவி.''

''குல்லிற்கு என்ன பயம்? உன்னிடம் சொல்லவில்லையா?''

''அதேதான் ஒவ்வொரு பெண்ணிற்கும் உள்ள பயம்தான். அன்பான பெண்களுக்கு ஏற்படும் பயம்தான். ஏற்றுக் கொள்ளாத மனம்தான். காதலன் கணவனான பயம்தான். பிக்னிக் அனுபவிப்பது போன்று தினசரி வாழ்க்கையில் உருவாக்கிக் கொண்டிருந்த பயம்தான்.''

அவனைக் காப்பாற்றுவதற்காக லதா சித்திக்கு கடிதத்திற்கு மேல் கடிதமாக எழுதி புகழ்ந்து தள்ளினாள். தில்லியிலிருந்து கிளம்புவதற்கு முன்பாக கான்பூரில் ஓரிரு வீடுகள் பார்த்து வைக்கட்டுமே என்று. இதற்கு முன்னாலேயே சித்தி வேண்டு கோளை ஏற்று இன்னொரு கடிதம் எழுதி விட்டார். அவள் உண்மையில் என்ன விரும்பினாள் என்றால், நேரே தன் வீட்டில் குடித்தனம் ஆரம்பிக்க வேண்டும் என்று. அதற்காக அவர்கள் தான் வருவதற்கு முன்னமே வாடகைக்கு வீடெடுத்து வைக்க வும் வேண்டுகோள் விடுத்தாள். அவர்களின் தேர்வு அவருக்கும் பிடிக்கும் என்றும் சொல்லியிருந்தாள்.

என்னவென்றே தெரியவில்லை. அவளுடைய எந்தச் சொல் அவர்களின் மனதில் மந்த்ரமாயிற்று. பழைய பழக்க வழக்கங்களில் இருக்கும் லதா சித்தி சித்தப்பாவிற்குப் புரிய வைத்தாள். பெண் ஏதும் தவறாகச் சொல்லவில்லை என எண்ணினார். அவர்களுக்காக வீடு ஏற்பாடு செய்ய வேண்டும். படித்த பெண் அடுத்தவர் பார்த்து நிச்சயித்த வீட்டில் குடித்தனம் நடத்துவாள் என்று நவீன் சித்தப்பாவிற்கு நம்பிக்கை இல்லை. ஆனால், சித்தி முழு நம்பிக்கையில் இருந்தார். அவளுடைய சொற்கள் மயக்கி தலை மீது உட்கார்திருந்தது.

புதிதாக திருமணம் ஆன இளம் பெண் பழைய தலை முறையின் விருப்பத்தை ஒட்டிப் பார்த்து வைத்த வீட்டில் குடித்தனம் நடத்த தயாராயிருப்பாள் என்று யார்தான் நம்புவார்கள்? எந்தப் பேச்சு என்னை ஆறுதல் செய்ததோ, அதேதான் அவர்களுக்கும் ஆறுதலையும் நம்பிக்கையையும் கொடுத்து விட்டிருந்தது. ஏன் குல் தன் வீட்டிலேயே குடித்தனம் நடத்த வேண்டும் என்று அவசரப்படுகிறாள் என்பதை சித்தி புரிந்து கொண்டாள்.

அது அவள் முதன் முதலாக குடித்தனம் போகப் போகும் தன் வீடு. இது வரை அவள் இன்னொருவருடைய வீட்டில் குடித்தனம் நடத்தி வந்தாள் அல்லவா? அதனால்தான், அடடா, எப்படி மயக்கி வைத்திருக்கிறாள் குல்? எல்லா பழைய வழக்கங்களிலும் ஊறியிருக்கும் சித்தி எல்லாவற்றையும் மறந்து அம்மா வீட்டை மட்டுமல்ல, மாமியார் வீட்டையும் அந்நியம் என்று சொல்கிறாள்.

ஆமாம்! அவள் ஒரு நாள் எழுத்தாளராக ஆவாள்தான். ஒரு கடிதத்தின் மூலமாகப் பயந்தாங்கொள்ளி கணவன் திரும்பி விடுவான். படைப்பாளியான அவள் அடுத்தவர்களின் மனதைத் துளைத்து உட்புகுவதில் அத்தனை திறமை உடையவளாக ஆகி விட்டாள். எனக்கு அவளுடைய இனிமையிலும் இனிமையான சொற்கள் பழகி விட்டிருந்தன. மனைவியின் பேச்சில் எத்தனை இனிமை இருக்கிறது அல்லது இல்லை. எந்த ஆள் காது கொடுத்துக் கேட்கிறான்?

இணைந்த மனம்

ஒரு தடவை கான்பூர் போன உடனேயே சந்தித்தவுடன் ஒருவருக்கொருவர் நெருக்கமானவர்கள். ஒன்று குல், இன்னொருவர் லதா சித்தி. தன்னுடைய இருப்பிடத்திலிருந்து கொஞ்ச தொலைவிலேயே ஒரு அழகான அலங்கரிக்கப்பட்ட ஒரு வீட்டை அவர்களுக்கு என வாடகைக்கு எடுத்து விட்டிருந்தாள்.

குல் ஒரு முறை சுற்றுமுற்றும் பார்த்துப் பரவசமாக ஆனாள். பெயிலாகும் எண்ணமே அவளிடம் இல்லை. பொருட்கள் நிறைந்திருந்த லாரி காலி செய்வதற்காகக் காத்துக் கொண்டிருந்தது. அப்படியும் குல் சித்தியிடம் அகமகிழ்ந்து, "அடாடா! என் எண்ணத்தைப் பிரதிபலிப்பது போல அப்படியே இருக்கிறது வீடு. நான் இப்படிதான் வீடு வேண்டும் என்று நினைத்தேன் என்பது உங்களுக்கு எப்படித் தெரிந்தது?" என்று முதல் வகுப்பில் பாஸானது போல உணர்ச்சியை வெளிப்படுத்தினாள்.

ஆனால், குல்லின் விருப்பமான சொற்றொடர்களில் ஒன்று இது. "மனதிற்கு முற்றிலும் பிடித்தமானதாக, வீடும் கணவனும் ஒருபோதும் அமையாது" என்பது. அது பின்னால் பேசிய பேச்சு. சித்தியிடம் சொல்லி இருக்கவும் மாட்டாள். வீட்டை அலங்கரிப்பதிலும் ஒழுங்குபடுத்துவதிலும் அவர் முழு உதவியையும் செய்தார்.

நாள் முழுவதும் ஷமீத் அலுவலகத்தில் இருப்பான். இரு வருமாக எல்லாம் சீர் செய்தனர். அதற்குப் பின்னாலும் கூட முழு நாளும் குல் அவர்களோடே கழித்தாள். சாப்பாடு எல்லாம் அங்கேயே. மதியும் ஓய்வும் அங்கேயே. ஆனால், மாலை ஐந்து மணி ஆனால், ஷமீத் அலுவலகத்திலிருந்து திரும்புவான். அவள் வீட்டிற்கு ஓடி விடுவாள்.

ஒரு மாலை அங்கு இருந்தாள். நவீன் ஒரு முறை சொன்னார். அவன் இங்கே வரட்டும் என்று. ஆனால், லதா சித்தி தடுத்து நிறுத்தி விட்டாள். கணவனைப் பற்றியும் அவனுக்கு எல்லையற்ற அன்பைப் பற்றியும் அப்படி விவரித்துச் சொன்னாள், குல்லின் சொற்களிலேயே. அவர் அப்படியே பதிலற்றுப் போனார். என்னிடம் சொன்னபோது நானும் கூடத்தான்.

லதா சித்தி அடங்கிய குரலில், ஆனால், அழுத்தமாக, ‘‘பிள்ளைத்தாச்சி, எட்டாம் மாதம் மிகவும் கடினமானது. அதனால் கணவனிடமிருந்து விலகி இருப்பது நன்மை தரும்.’’

குல் சிரித்துச் சிரித்து ஓய்ந்தாள். ‘‘என்னுடைய வயிற்றைப் பாருங்கள் சித்தி. தானே தொலைவில் போய் விடும்’’ என்றாள். சித்தி கவலையற்று ஆனாள்.

அம்மா கலங்கும் மனதின் காரணமாக அப்பாவிடம் கான்பூருக்குப் போய் அவளுடைய நிலைக் கண்டறிந்து வரும் படி சொல்லிக் கொண்டிருந்தாள். குல் கான்பூர் போனதிலிருந்து ஆண்டனின் அருளினால் அப்பா வரத்தின் பாதையில் இருந்தார். கம்பெனியின் செலவில் லக்னௌ போவதும் வருவதுமாக இருந்தார்.

இன்னும் இரண்டு மாதங்கள் இருக்கின்றன, பிள்ளைப் பேற்றிற்கு. கொஞ்ச நாட்கள் கழித்துச் சென்றால் நன்றாக இருக் கும் என அப்பா சொன்னார். அம்மா மனக் கலக்கத்தின் காரண மாக உடனே போய்ப் பார்க்கும்படி வேண்டுகோள் விட்டுக் கொண்டே இருந்தாள். இந்த அழுத்தத்தினால் அப்பா ப்ரோக்ராம் போட்டார்.

விதியைப் பாருங்கள். லக்னௌ சென்றடைந்த உடனேயே டாக்டர் போன் செய்தார் எனத் தெரிய வந்தது. எட்டாவது மாதத்திலேயே குல் மருத்துவமனைக்குச் சென்று விட்டாள் எனத் தகவல் வந்தது. லக்னௌவை மறந்தார். அவர் காரி லேயே கான்பூருக்குச் சென்றார்.

எட்டு மாதத்திலேயே குழந்தை பிறப்பாக இருந்தது. பிறந்தது இரண்டரை கிலோதான் எடை இருந்தான் பையன். பலவீனமாகவும் இருந்தான். பிறந்ததும் வீறிட்டு அழுதான். எனவே எல்லோரும் நிம்மதி பெருமூச்சு விட்டனர். அப்போது தான் டாக்டர் சொன்னார்: ‘‘இன்னொன்றும் இருக்கிறது’’ என.

‘‘முடியாது’’ குல் கிறீச்சிட்டாள்.

‘‘அப்படியானால் வயிற்றுக்குள்ளேயே வைத்துக் கொள்’’ டாக்டர் அதட்டினர். குல் குறைந்தபட்சம் இதைத்தான் என் னிடம் சொன்னாள். அவள் டாக்டரின் இந்தக் கூச்சலால்

கொஞ்சம் கோபம் அடைந்தாள். ஆனாலும், தனது மரியாதை அற்ற செயலை ஒப்புக் கொள்ளவும் செய்தாள்.

''முடியாது'' என்று திரும்பவும் கத்தினாள் குல். ஆனால் வலியின் மீது மிதந்து இன்னும் ஒரு பிள்ளையையும் வெளியில் தள்ள இணைந்து செயல்பட்டாள்.

''முதலிலேயே தெரியாதா என்ன?''

''தெரியாது. அப்போதலெல்லாம் அல்ட்ரா சவுண்ட் வசதிகள் கிடையாதல்லவா?''

அதற்குள்ளாக அப்பா அவ்விடம் வந்து சேர்ந்தார்.

அவர் இந்தப் பக்கத்திலிருந்து மருத்துவமனைக்குள் நுழைகிறார். அந்தப் பக்கம் குல்லிடம் இன்னொன்று இருக்கிறது என்று சொல்லப்படுகிறது. குறை எடையுள் பிறந்த பிள்ளையின் அழுகையையும், குல் 'முடியாது' என்ற அலறலையும் ஒரு சேர கேட்டார். எட்டாம் மாதத்திலேயே பிள்ளைப் பேறு. அதுவும் இரட்டைக் குழந்தைகள், ஒன்றல்ல. ஆனாலும் அவள் உணர் விழக்காமல் இருந்தாள்.

அறையின் வெளியிலிருந்து, ''அப்பா இன்னொன்றுக்கான ஏற்பாடுகளையும் செய்து விடலாம் கவலைப்படாதே'' என்று ஆறுதல் சொல்லிக் கொண்டிருந்தார். குல்லின் குரல் மெலிதாகவும் அப்பாவின் குரல் உயர்ந்தும் கேட்டது. ஆண்டவனின் அருளால் சமயத்திற்கு அங்கு வந்து சேர்ந்ததாக நினைத்து ஆறுதல் அடைந்தார். வேறு ஏதும் சொல்லும்படி லதா சித்தி வைக்கவில்லை.

உடனேயே போர்வை, கொசு வலை, பால் புட்டி, எண்ணெய், க்ரீம், பவுடர் என எல்லாவற்றையும் இரண்டிரண்டாக வாங்க கடைக்கு ஓடினாள். அத்தனை அவசரம் அவளுக்கு. பாவம் ஷமீத் எங்கே என்று கேட்கக் கூடத் தோன்றவில்லை. உண்மையில் குல்லை நவீன் மாமாவும், லதா சித்தியும் அந்த மருத்துவமனைக்குக் கூட்டிச் சென்றனர். ஷமீதை வீட்டிலயே விட்டுவிட்டுச் சென்றனர். வாழ்த்துக்களுடன் ஷமீதிடம் பையன்

பிறந்து விட்ட சேதியைச் சொன்னார்கள். ஆனால், இரண்டாவது குழந்தையைப் பற்றி ஏதும் சொல்லவில்லை.

முதலில் பரவசத்தில் இருந்தான். இரட்டை என்று கேட்டால் நிலைமை என்ன ஆகுமோ. பையன் பிறந்த சேதியைக் கேட்டதும் தன்னைச் சுதாரித்துக் கொண்டு மின்னல் வேகத்தில் வண்டியைச் செலுத்தினான். மருத்துவமனையை வந்தடைந்தான். அடடா! எத்தனை ஒய்யாரமாக வண்டி ஓட்டுகிறான் ஷமீத். எந்த நிலைமையில் இருந்தாலும் அவன் தாளத்திற்கேற்ற நாட்டியம் போல சீராக வண்டி ஓட்டுவான். எல்லா வண்டிகளும் அவனுக்கு அத்துப்படி. என்ன சொல்ல அதைப் பற்றி.

ஒரு பர்லாங் தொலைவிலிருந்தே அடையாளம் கண்டு விடுவான் அவன். கைக்குள் வரும் வண்டி எதுவானாலும் அப்பாவின் ஷைவி, கம்பெனி வண்டியான போர்ட் அல்லது அரச வாகனமான அம்பாசிடர் எதுவாக இருந்தாலும் முதல் முறையிலேயே ஓட்டி விடுவான் அவன். வண்டி பாதையில் ஓடியது.

"தாளம் தவறாத நாட்டியம் போல. அவனுக்குக் கழிந்த கல்லூரி நாட்கள் நினைவுக்கு வந்தன. அப்போது அவன் தன்னுடைய வண்டி என்று சொல்லி உன்னை ஊர் சுற்ற அழைத்துச் செல்வான். அந்தச் சிவப்பு ஆஸ்டின் கார் அக்காவினுடையது. நிறைய தடவை சொல்லியிருக்கிறான். தெரியும். இப்போது குல்லைப் பற்றிப் பேசிக் கொண்டிருக்கிறோம். உன்னைப் பற்றி ஏன் வீணாக டம்பம் அடித்துக் கொள்கிறாய்?"

"நீ ஏன் பொறாமைப்படுகிறாய்? தனியாக வசிக்கிறாள். தைரியமான பெண் என்ற பெருமைப்பட வேண்டும். சரி சரி மேலே சொல்."

"மருத்துவமனைக்கு போனால் எல்லாருக்கும் முன்னால் மாமனாரைப் பார்த்தான். இவ்வளவு சீக்கிரம் அவர் எப்படி இங்கு வந்தடைந்தார்? தில்லியிலிருந்து கான்பூருக்கு விமானம் கூடக் கிடையாதே. கேட்டு விட்டான். இத்தனை சீக்கிரம் எப்படி வந்தீர்கள்? ப்ளேன் சார்ட் செய்து வந்தீர்களா என்ன?"

"அட நீ வேறே." தன்னைப் பற்றிச் சொல்ல நேரம் கிடைத்தவுடன் எல்லாவற்றையும் எடுத்துச் சொன்னார்.

இணைந்த மனம்

"சேதி கிடைத்தவுடனேயே வீட்டிலிருந்து கிளம்ப வண்டி வந்தது?" வெகுளியாய் சொன்னான் ஷமீத்.

"உனக்கு இரட்டை குழந்தை என்று முதலிலேயே தெரியுமா?" அவர் கேட்டவுடன் அவன் மயங்கி விழாத குறை.

நாற்காலியில் பொத்தென உட்கார்ந்தான். லதா சித்தி அப்பாவிடம், "பாவம் முதலிலேயே கவலைப்பட்டுக் கொண்டு இருக்கிறான். சில விஷயங்களைச் சொல்வதற்கு முன்பாக நேரம் கொடுத்துச் சொல்ல வேண்டும்" சொல்லிக் கொண்டிருந்தாள்.

"குல் கவலைப்பட்டாளா?"

"பெண்கள் அத்தனை கலவரமடைய மாட்டார்கள் ஐயா!"

"உண்மைதான்."

"ஆனால், கனகலதா? அவளுக்கு எப்படி சேதியைச் சொல்லி விடுவது."

"ஒன்றை ஆயாவை விட்டுப் பார்த்துக் கொள்ள சொல்ல லாம். ஆயா தேவை. அவர் கனகலதாவின் எண்ணத்தைச் சொன்னார். கனகலதா மேலும், குல் தில்லியிலிருந்தால் பார்வதி உதவி செய்வாள். ஆனால், இப்போது..."

"எல்லாம் நடக்கும். நிம்மதியாக இருங்கள். சக்கரை எடுத்துக் கொள் ஷமீத். மனதிற்கு அமைதி கிடைக்கும். பிறகு போய் பிள்ளையையும் பெண்ணையும் பார். மற்றதை எல்லாம் பெண்களின் பொறுப்பில் விட்டு விடு."

"இன்னொன்று பையன் அல்ல, பெண். எடை இரண் டரைக் கிலோவிற்கும் கொஞ்சம் அதிகமாக. அப்படி அழுதான். வாய் விட்டு அலறினான். லதா சித்தி சொன்னதை உண்மை என உறுதி செய்கிறான். பெண்கள் ஆண்களை விடவும் எவ்வளவோ மேல் என்பதை நிரூபிக்கிறான்."

"எப்போது சொன்னது?"

"சொன்னேன். இல்லையா பெண்கள் கலவரப்பட மாட்டார்கள் என."

குல்லிற்காக சர்க்கரை, நெய், திராட்சை எல்லாம் போட்டு செய்திருந்த லட்டை ஷமீதின் கையில் திணித்தாள். அவன் அழும் குரலில், ''நான் இனிப்பு சாப்பிட மாட்டேன்'' என்றான்.

''அப்படி என்றால் என்ன சாப்பிடுவாய்? அப்பா வேகமாக சொன்னவுடன் லதா சித்தி மறுபடியும் காப்பாற்ற முன் நின் றாள். 'சரி இந்தா இந்த மட்டன் வறுவல் சாப்பிடு. ஜைன் ஐயா சாப்பிடுவீர்களா? நீங்கள் குல்லைப் போல ஒதுக்கி வைக்க மாட்டீர்கள் என்பது தெரியும். குல் கையில் தொட மாட்டாள். ஆனால், ஷமீதின் விருப்பம் அனைத்தையும் நன்கு அறிந்திருந் தாள். இப்போது வேண்டாமா? சரி அப்புறம சாப்பிடுங்கள். நீ எடுத்துக் கொள் ஷமீத். அலுவலகத்திலிருந்து வந்து ஒன்றும் சாப்பிடவில்லை போலத் தெரிகிறது. எங்கே சாபபிட்டிருக்கப் போகிறாய்? உடனேயே மயங்கி இங்கு ஓடி வந்திருப்பாய். இன்று காலையில் யாரோ லக்னௌவிலிருந்து வருபவரிடம் ஸ்பெஷலாக உனக்காக வாங்கி வைத்திருகிறாள். மிகவும் பிடித்தம் இந்த மாமிச வறுவல். உனக்கு மிகவும் பிடிக்கும் என்று குல் சொல்லிக் கொண்டு இருந்தாள்'' என்று சொல்லிக் கொண்டே போனாள் லதா சித்தி.

இரண்டு துண்டு சாப்பிட்ட பிறகு உள்ளே நுழைய தைரியம் அடைந்தான்.

''அடடா எப்படிப்பட்டது?''

''எங்கள் பக்கம் இதுதான் வழக்கம். பிள்ளை பெற் றெடுப்பது என்னவோ பெண்கள். ஆனால், ஆண்களுக்குச் சொல்ல வேண்டியிருக்கிறது ஆறுதல். பாவம் மனைவியைக் கவனித்துக் கொண்டு இருப்பதால்தான் சாப்பாடு தூக்கம் இல்லாமல் தவிக்கக் கூடாது. லதா சித்தி குல்லைக் கவனிப்பதற்கு அதிகமாக ஷமீத் மீதும் பற்றுக் கொண்டிருந்தார்.

இரட்டைக் குழந்தைகள் பிறந்த சேதியைக் கேட்டதும் பணக்கார ஆடம்பர நாத்தனார்கள் சொன்ன, 'இப்போதேவா' விற்கு வெட்கப்பட்டார்கள் எனத் தெரிய வந்தது. வேடிக்கை யான விஷயம். ''எங்களுக்கு எப்படித் தெரியும் இரட்டை என்று. ஒன்றின் மீது நன்றாக போராடிக் கொண்டு இருந்தால்

இணைந்த மனம்

இரண்டிற்குப் பதிலாக ஒரு இருதயத் துடிப்புதான் கேட்டது. சாதாரணமாக இது போல ஆனதில்லை என்று டாக்டர் சொன்னார். ஆனால், குல் விஷயத்தில் எதுதான் 'சாதாரணமாக' என்று நடந்திருக்கிறது?

திருமணத்தின் முதலாம் ஆண்டு நிறைவு விழாவை அவர்கள் தில்லி வந்து கொண்டாடினார்கள். யுனிவர்சிடியின் காபி ஹவுஸ் பழைய பேரரை விருந்திற்கு அழைத்திருந்தான் ஷமீத். விருந்தின் பொறுப்பைக் கவனித்துக் கொள்ளவும் கூட. அந்தப் பேரர் இவர்களின் காதலை ஆரம்பத்திலிருந்தே ஒவ்வொரு அடியாக முன்னேறுவதைக் கண்கூடாகப் பார்த்து இருந்தவர். மகிழ்ச்சியோடு வந்தார். மற்ற பொருட்கள் வேறு இடத்தில் இருந்து வந்தது.

ஆனால், படா-சட்னியும், உருளைக் கிழங்கு போண்டாவும் பழைய நினைவுகளை மறுபடியும் கொண்டு வரும் பொருட்டு காபி ஹவுஸிலிருந்து வரவழைக்கப்பட்டது. அதோடு கூடவே பழைய பழகிய பேரரும் வேண்டும். இருவரும் காதலர்களாக இருந்த போது அங்கிருந்தவர் என்று கூட்டி வரப்பட்டார். காதல் அப்படியே களை கட்டி விட்டது.

ஷமீத், "உங்களில் யாராவது இப்படி திருமணத்தின் முதலாம் ஆண்டு நிறைவின் போது குழந்தைகளுடன் எங்களைப் போல கொண்டாடி இருக்கிறீர்களா? அதுவும் இரட்டை குழந்தைகள்" என்று கேக் வெட்டுவதற்கு முன்பாக ஷமீத் பெருமையோடு கேட்டான்.

எல்லோரும் விழிப்படைந்தனர். உடனடியாக அம்மா சொன்னாள். "இரட்டைக் குழந்தைகள். அதுவும் எட்டாம் மாசம்" என்றாள்.

சொல்ல வேண்டிய தேவையில்லை. எல்லோருமே தன்னைச் சார்ந்தவர்கள். அவருடைய தெய்வீகக் காதலின் நேரடி சாட்சி.

எல்லோரும் சிரித்து விட்டனர். ஆனால், பழைய பேரர் இந்தக் கண்களால் இத்தனை வருடத்தில் எத்தனை காதல் ஜோடிகளைப் பார்த்திருக்கிறேன். ஆனால், ஆண்டவனின்

சாட்சியாக இப்படிப்பட்ட காதலைப் பார்த்ததே இல்லை. வாழ்க்கையிலும் இல்லை; சினிமாவிலும் இல்லை. பார்த்த உடனேயே நான் இது காதலல்ல, ஆண்டவனின் வரம் என்று சொன்னேன்.

அப்போது பழுப்புக் கண் கொண்ட ஆள் வந்தார். "எங்கள் திருமண ஆண்டு நிறைவின் கொண்டாட்டத்திற்கு விருந்தளிக்க வர வேண்டும்" என்றார். நான் முழு நிறைவு அடைந்தேன். காதலில் இருந்து திருமணமானது. குழந்தைகளு மானது. உண்மையான இதயத்துடன் காதல் செய்யுங்கள். கொடுக்கிற தெய்வும் கூரையைப் பிய்த்துக் கொண்டு கொடுக்கும்.

ஒன்று அல்ல, இரண்டு குழந்தைகள். உண்மையிலேயே கூரை பிய்ந்துதான் போயிற்று.

இரட்டைக் குழந்தைகளையும் எடுத்துக் கொண்டு வீட்டிற்கு வந்த பின்பு குல்லின் ஒவ்வொரு பயமும் நிஜமென நிரூபிக்கப்பட்டது. குழந்தைகளின் பராமரிப்பு அவளை விளை யாட்டுப் பெண்ணிலிருந்து முழு அம்மாவாக மாற்றி விட்டது. இரண்டு குழந்தைகள் அல்ல, மூன்று.

ஷமீத் குழந்தையை விட குழந்தை ஆகி விட்டான். ஒவ்வொரு நொடியும் தன்னைக் கவனிக்கச் சொன்னான். ஆனால், அதற்கு நேரம் ஒதுக்குவது சிரமமாக இருந்தது குல்லிற்கு. இன்னொரு ஆயாவும் ஏற்பாடு செய்யப்பட்டது. அப்பா வரத்தின் பிடியில் இருக்கவில்லை. குல்லின் மாமியார் வீட்டில் நிறைய பணம் இருந்தது. மேலும் ஷமீதும் நன்றாகச் சம்பாதித்துக் கொண்டு இருந்தான்.

மாமியார் வீட்டின் பழைய ஆயா குழந்தைகளைக் கவனிப்பதில் எத்தனை அனுபவமுள்ளவளாக இருந்தாளோ, அத்தனைக்கத்தனை குழந்தைகளின் அம்மா அப்பாவை குழப்புவதிலும் திறமையானவளாக இருந்தாள். அவளுடைய அறிவுரைகளும், பரிசோதனைகளும் முடிவடைவதாயில்லை. இதன் எல்லா அழுத்தமும் அம்மாவின் மீது விழுந்தது. ஷமீ திடம் குறைவாகவே இருந்தது.

மாமியார் வீட்டில் நீண்ட நாட்கள் இருந்ததினால் ஷமீத் அவளைச் செல்லப் பிள்ளையாக எண்ணினாள். அவன் அப்படித் தான் இருக்கவும் இருந்தான். புதிதாக வைத்திருந்த கான்பூர் பெண் மிகவும் இளையவள். இவள் அத்தனைக்கத்தனை கிழவி. இருவருக்கும் பத்துப் பொருத்தம். ஒருவரின் அறிவுரையை இன் னொருவர் அலட்சியப்படுத்துவார். அதில் இருவருக்கும் நடக் கும் சண்டையை, சத்தத்தைச் சமாளிக்க குல் இடையில் புக வேண்டியிருக்கும்.

தொண்டைக்குள் சிக்கிய முள் வெளியே எடுக்கவும் முடியாது, முழுங்கவும் முடியாது. அதைவிட சப்தத்தில் குழந்தைகளின் அழுகை இருவரும் பலவீனமாக இருந்தாலும் நீண்ட நேரம் பெருங்குரலெடுத்து அழுவதில் நல்ல ஆரோக்கிய மானவர்கள். குழந்தைகளின் மருத்துவர் எத்தனை சப்தம் போட்டு திறந்து குழந்தைகள் அழுகிறார்களோ அத்தனை அது அவர்களுக்கு நல்லது என்றார்.

டாக்டர் நவீனும் அது சரி என்றார். அதனால் தலையைப் பிய்த்துக் கொண்டு உட்கார்ந்து கவலைப்படும் போதெல்லாம் அதை மறக்க சர்க்கரையும் லட்டுமாக முழுங்கினாள் குல். அதைத் தவிர அவளுக்கு வேறு வழி தெரியவில்லை. அதனால் தானே என்னவோ நாற்பது வயதை எட்ட எட்ட குல் சர்க்கரை நோயாளியானாள்.

வீட்டில் வரவேற்பறையைத் தவிரவும் மூன்று அறைகள் இருந்தன. ஒரு அறையில் ஆண் குழந்தையும் அதன் ஆயாவும். இன்னொன்றில் பெண் குழந்தையும் அதன் ஆயாவும். மூன்றாவதில் ஷமீது. குல் ஒவ்வொன்றின் தேவையையும் பூர்த்தி செய்து கொண்டே இருந்தாள்.

ஒன்றாவது அறையிலிருந்து இரண்டாவதுக்குப் பிறகு, மூன்றாம் அறைக்கு என்று ஓடி ஓடிக் கொண்டிருந்தாள். இரட்டைக் குழந்தைகள் ஒன்றாக அழுவார்கள், ஒன்றாக எழுவார்கள், ஒன்றாகத் தூங்குவார்கள் என்று சொல்வார்கள். அப்படியே இருந்தால் அம்மாவிற்குக் கொஞ்சம் ஓய்வு கிடைக்கும். ஆனால், அந்தக் கூற்றெல்லாம் ஒரே சாயலில் இருக்கும். இரட்டைப் பிள்ளை களுக்குச் சரியாக இருந்திருக்கும்.

குல்லின் இரட்டைக் குழந்தைகள் ஒரே சாயலில் இல்லை. ஒரே பாலினமாக இல்லை. எனவே, இரட்டைக் குழந்தைகளுக் கான பொது இயல்பின் பலன் கூட இல்லை. ஒன்று தூங்கினால் இன்னொன்று அழும். இன்னொன்று தூங்கும் போது முதலா வது அழும். இப்படி இருந்தது நிலைமை. இரண்டு பேரையும் ஒரு அறைக்குள் வைக்கவே முடியாது; தானும் தூங்க மாட் டார்கள், மற்றவர்களையும் தூங்க விட மாட்டார்கள்.

அவர்களுடைய குவா குவா அழுகைக்கு இடையில் இரண்டு ஆயாக்களின் சண்டை. அது தனிக் கதை. ஷமீத் அலு வலகத்திலிருந்து வந்த ஐந்தாவது அல்லது பத்தாவது நிமிடம் மறுபடியும் வெளியேறி விடுவான். கொஞ்ச நேரம் குல் குழந்தைகளிடம் கவனம் செலுத்தி அவர்களைச் சீவி சிங்காரித்து மகிழ்ச்சியாக இருந்தால் இரண்டு ஆயாக்களும் ஒருவருக்கு ஒருவர் கழுத்தை நெறித்துக் கொண்டு சண்டை போட்டுக் கொள்வார்கள்.

குழந்தைகளாவது அப்புறம் வாயை மூடிக் கொள்ளும். ஒரு கிழவியும், ஒரு பெண்ணும் ஐயோ ஆண்டவன்தான் காப் பாற்ற வேண்டும். காதலின் கூரை பிய்ந்து போகாமல் வேறு என்ன ஆகும்?

"ஷமீதும் கொஞ்சம் உதவியிருக்கலாம்."

"ஒருவேளை உதவியிருக்கலாம்."

அங்கிருந்த போது ஒரு முறை இதைச் சொன்னேன். அப்பா, அம்மாவை விடவும் குழந்தைகளை நன்றாகக் கவனிக்க முடியும் என்று. "அத்தானுக்கு ஏன் இத்தனை தொந்தரவு கொடுக்கிறாய்? குழந்தை உன்னுடையது மட்டுமல்லவே. அவர்களை இருவருமாகச் சேர்ந்து பார்த்துக் கொண்டால் அவருக்கும் பொழுது போகும். உனக்குக் கொஞ்சம் ஓய்வு கிடைக்கும். ஆயாக்களின் சர்வாதிகாரமும் கொஞ்சம் அடங்கும்."

குல் என் மீது எகிறினாள். "முட்டாளே! அப்பாவைப் போல எல்லா குணங்களும் பிறவித் தந்தை கிடையாது. வாரிசு களுடன் சேர்ந்து கட்டழகியான மனைவியையும் குழந்தையைப்

போல வளர்த்தெடுக்க முடியாது. புருஷனையே பிள்ளையைப் போலப் பராமரிக்க வேண்டியிருக்கிறது.''

இத்தனை சிறிய வயதிலேயே திருமணம் முடித்து எட்டு மாதத்திற்குள்ளாகவே அப்பாவும் ஆகி, அதுவும் இரட்டைக் குழந்தைகளுக்கு யாராயிருந்தாலும் கஷ்டம்தானே. நீ என்ன ஆசைப்படுகிறாய்? என்னுடைய திருமணத்தை டைரியில் எழுதி வைக்கட்டுமா? ஷமீத் ஒரே நாளிலேயே, ''ஐயோ போதும், போதும்'' என்றாகி விடுவான்.

மாமியார் வீட்டில் வேறு அத்தனை பேருக்கும் நம்பிக்கை உண்டாகி விட்டது. இப்போது... நல்ல உறவாக நவீன் சித்தப்பா வும், சித்தியும். ஆனால், இவருக்கு அந்தக் குடும்பத்தின் மேல் அத்தனை பிடித்தம் இல்லை. நீ இந்த விஷயத்தைப் பெரிதாக எண்ணாதே. அப்புறம் தில்லிக்குப் போய் யாரிடமும் சொல்ல வேண்டிய அவசியமும் கிடையாது.

நான் யாரிடம் சொல்லவில்லை. குல், லதா சித்தியிடம் என்ன சொன்னாளோ தெரியாது. அவர்கள் எனக்கு இதற்கு மாறாக என்னிடம் சொன்னார்கள். ''ஜைன் ஐயா மாதிரி சாதாரணமாக ஆண்கள் இருக்க மாட்டார்கள். குழந்தை பிறந்த பின்னால் எல்லா ஆண்களும் இதே போல கூடுதல் கவனிப்பு வேண்டுவார்கள். கிடைக்கவில்லையெனில் ஏதாவது சண்டைக்கு வருவார்கள். என்னுடைய அனுபவத்தில் நான் சொல்கிறேன். நீயும் திருமணம் ஆனால் தானே புரிந்து கொள்வாய்.''

ஆம். உண்மையில் உணர்ந்தேன், காலம் வந்தபோது.

''ஆனால் நீங்கள் எல்லாம் படித்த பெண்கள். அப்படி நான் சொல்வதை ஏற்கவில்லையெனில் மனோதத்துவ நூல்களைப் படித்துக் கொள். அவ்வளவு ஏன்? கதைகள் நாவல்களில் இதற்கெனன குறைவா?'' என்று சொன்னாள்.

''ஆமாம். நிறைய இருக்கிறது, ஆங்கில நாவல்களில் அதிகமாக. இப்போதெல்லாம் பெண்ணிய வாதத்தினால் மேற்கத்திய நாடுகளில் மாற்றம் ஏற்பட்டு விட்டது. ஆனால், நம் நாட்டில் எங்கே மாற்றம் ஏற்படப் போகிறது?

காதல் இல்லாத திருமணம் என்றால் கூடுதல் அமைதியுடன் இருக்கலாம். குல்லைப் போல அதைக் கட்டிக் காப்பாற்ற கடன் தீர்க்க அனுபவிக்க வேண்டியதில்லை.

''சரி ஷமீத் குழந்தைகளைக் கவனித்துக் கொள்வில்லை; சரி, ஆனால் நீ?''

''முயன்று பார்த்தேன். ஆனால், நடைமுறைப்படுத்த முடியவில்லை. எனக்கென ஒரு குழந்தை ஆனவுடன் அதைச் சிரத்தையோடு வளர்த்தேன். ஆச்சரியமான விஷயம். ஆனால், குழந்தைகளின் விஷயத்தில் குல் கலக்கமும் பயமும் கொண்டு இருந்ததினால் சூன்யமாக இருந்தாள். ஃபோர்ட் பவுண்டேஷன் ஆசிரியர் பணியிலிருந்து சில நாட்கள் விடுப்பு எடுத்துக் கொண்டு சென்றிருக்க முடியும். நான் அதிக நாட்கள் அவளுடன் தங்கி இருப்பதை குல் விரும்பவில்லை என்று தோன்றுகிறது. நிறைய நாட்கள் தங்கி இருக்கலாம். இரு மனங்களுக்கிடையே இருந்து தப்பிக்கும் மனோபாவத்திற்கு ஏதாவது உபாயம் கூட கண்டறிந்திருக்கலாம். உண்மையைச் சொல்லட்டுமா? என்னுடைய மனதிற்குள் ஏதோ சொல்லியது. மாமியார் வீட்டிலிருந்து வந்திருந்த ஆயா, வீட்டை விட்டு ஓடும் ஷமீத், அவன் பின்னால் ஓடும் குல், லதா சித்தியின் பாதுகாப்புடன் குல், எல்லாம் எனக்கு வயிற்றைக் கலக்கியது.

வயிறு என்ன செய்தது. சிறு வயதில் வந்த நோய் மறுபடியும் பிடித்துக் கொண்டது. கொஞ்சம் ஜுரம். சாப்பாட்டின் மீது கட்டுப்பாடு கொண்டேன். இப்படிப்பட்ட கடபுடா வயிற்றை வைத்துக் கொண்டு அங்கு தங்கியிருப்பது முடியாத காரியம். நான் அவர்களை அப்படியே விட்டுவிட்டு மறுபடியும் தில்லிக்கு வந்து விட்டேன்.

இந்த முறை என்னுடைய நோயை டாக்டர் டைபாயிட் என்று தீர்மானிக்கவில்லை. இப்போது பரிசோதனைகள் வந்து விட்டன. ஆயிரத்தெட்டு பரிசோதனைகளுக்குப் பிறகு டைபாயிடின் அறிகுறிகள் தென்படவில்லை. அதை அப்படியே முடிவுக்குக் கொண்டு வர அவர்கள் தயாராயில்லை. பல டாக்டர்கள் அதை

ஜீரணம் சம்பந்தப்பட்டது என்று சொல்லி விட்டனர். உணவுக் கட்டுப்பாட்டை அதிகமாக்கி விட்டனர்.

ஒரே ஒரு இளம் மருத்துவர் மட்டுமே தைரியத்தோடு இதை மனோ நலம் சம்பந்தப்பட்டது என்றார். அதாவது மூளை யின் சச்சரவு என்றார். அதை அவர் சிர்சிபாரா என்று பெயரிட்டுச் சொல்லி என் தலை சுற்றலை ஒரு முடிவுக்குக் கொண்டு வந்தார். மற்றவர்கள் முற்றிலும் மறுத்தனர், என்னைத் தவிர.

எனக்கு என்னவோ அவர் சரியாகச் சொல்கிறார் என்று தோன்றியது. ஆனால், இது உண்மைதான். என் வீட்டில் உள்ளவர்களிடம் சொல்ல தைரியம் வரவில்லை. அதன் பலன், ருசியான உணவிலிருந்து விலக்கு. காதல் முக்கியம் என உணர்தல். என் எண்ணத்தில் அவை பற்றிய நினைவுகளை இன்னமும் அதிகமாக்கி பலவீனமாக உணர்ந்தேன்.

காதல் வயப்பட்ட மூளை, காதலுக்கு மனதில் எல்லை கிடையாது. எனவே ரோஜாப் பூக்களின் வாசத்தில் சவாரி செய்து ஷமீதுடன் இணைத்துக் கொண்டேன். நீ இதை அறி வின்மை என்று சொல்லலாம். இந்த உண்மையையும் கூட நீ உணர்த்தலாம். ஷமீதின் காதல் என்னுடன் அல்ல, குல்லுடன் என்றும், என்னைப் பொறுத்தவரை காதலின் அமைதியற்ற நிலை என அதுதான் நிலைத்தது. எலும்பும் சதையும் உள்ள மனிதன். இதைத் தவிர மனம் கவர்ந்த இளைஞனைத் தன்வயப் படுத்தும் நம்பிக்கையும் என்னிடம் கிடையாது.

20

1962ல் சீனா நம் நாட்டின் மீது படையெடுத்த போது எனக்குத் திருமணம் நடந்திருக்கவில்லை. ஃபோர்ட் பவுண்டேஷனில் ட்யூட்டராக இருந்து அதை விடுத்து கல்லூரியில் லெக்சரராக ஆகி விட்டேன். 1960 முதல் 61 வரை இந்திர ப்ரஸ்தாவிலும், அதன் பிறகு ஜானகி தேவி கல்லூரியிலும் பணி.

அப்போது குல் பம்பாயில் இருந்தாள். ஷமீதுக்கு மறு படியும் பணியிட மாற்றம் ஆகி விட்டது. இரண்டு ஆண்டுகள் கான்பூரில் வசித்த பிறகு மாற்றல் பம்பாய்க்கு என்றவுடன் குல் மிகவும் மகிழ்ச்சியாக இருப்பாள் என நான் நினைத்துக் கொண்டிருந்தேன். அவளுக்கு கனவு நகரம் பம்பாய். அம்மாவும் மகிழ்ந்து இருப்பாள்.

ஏனெனில், இந்த விஷயம் அம்மாவின் வயிற்றில் கலக்கத்தை உண்டாக்கவில்லை. அப்பாவைப் பற்றிய கேள்வியே இல்லை. அவர் சீனாவின் ஆக்கிரமிப்பின் சிக்கலின் இழையை சீராக்குவதில் ஈடுபட்டிருந்தார். சாதாரண வீட்டு விஷயங்களில் ஆர்வம் இல்லை என்பதைப் போல இருந்து விட்டார்.

சீனாவின் படையெடுப்பு என்னுடைய சலனமற்ற வாழ்க்கையில் ஒரு குழப்பத்தைக் கொண்டு வந்தது. இல்லையெனில் ஷமீதும் குல்லும் தில்லியை விட்டு ஏன் கான்பூர் சென்றிருக்க வேண்டும். என் வாழ்க்கையின் சாரத்தை அவர்கள் தங்களுடன் எடுத்துச் சென்று விட்டார். வீடு வெறிச்சிட்டுக் கிடந்தது.

குறிப்பாக, சனி ஞாயிறுகளில், தனிமையை மறுபடியும் பொறுமையோடு சகித்தேன். பழக்கமாகி விட்டது. 1961ம் ஆண்டில் இன்னொரு விபத்தும் நிகழ்ந்து விட்டது. ஜுக்கி

சித்தப்பாவிற்குத் திருமணம் ஆனது. அவருடைய மனைவி கவிதா சித்தியும் எங்களுடன் தங்கி விட்டாள். வீட்டில் இருப் பதே கடினமாகி விட்டது.

''ஏன் ஜுக்கி சித்தப்பா மூலமாக வந்த சித்தி அண்ணியைப் போலத் தானே. மனம் ஒட்டவில்லையா?''

''அல்ல. என்னால் மட்டும் ஒட்ட முடியவில்லை. மற்றவர்கள் அனைவரும் சீடரானார்கள்.''

''பொறாமை?''

''இல்லையில்லை. ஏனென்று தெரியவில்லை. வேறு ஏதோ.''

அவள் என் அம்மாவின் ஒன்று விட்ட சகோதரி. சித்தப்பா வின் மகள். அதே சித்தப்பாதான் நகைகளுக்காக அம்மாவைக் காப்பாற்றினார். இரண்டு தங்கைகள் இருந்தனர். கவிதா. முதல் சந்திப்பிலேயே ஜுக்கி சித்தப்பாவை இருவரும் ஒன்று போலக் கவர்ந்தனர். இரண்டாவது மூன்றாவது என்ற மனதோடு கூட அறிவையும் பயன்படுத்தி யோசித்தார்.

பெரிய தங்கை சவிதா அவளுடைய மனதிற்குக் கூடுதல் இணக்கமாக இருந்தாள் அல்லது மனைவியான பிறகு இருக்க வேண்டிய தகுதிகள் இருந்தன. எனக்கும் கூட கவிதா சித்தியை விட இவரைக் கூடுதலாகப் பிடித்திருந்தது. அவளும் என்னைப் போலவே இளைத்து மெலிந்து பத்தியத்தில் இருந்ததினாலோ என்னவோ தெரியவில்லை. அம்மா பாவம். அவள் சிறு வயதில் இருந்தே அஜீரணத்திற்கு ஆளானாள்.

இப்படியான கிழக்கு உஷ்ண நாட்டில் யார்தான் இதற்குத் தப்பினார்கள்? எனக்கென்னவோ அவள் வெளிப்படையான குணம் கொண்டவளாகவும் நல்ல மனம் கொண்டவளாகவும் தோன்றியது சித்தியாகத் தகுந்தவள். அம்மா ஜுக்கி சித்தப்பா விற்கு மனைவி தேடிக் கொண்டிருந்தாள். சித்தியை அல்ல; அம்மாவின் நாசூக்கான உடல் நலத்தைப் பார்க்க. மனோவியல் தகுதிக்குக் கொஞ்சம் அன்புக்குரியவளாக இருக்க வேண்டும் எனக் கூடுதல் கவனமும் கொண்டு தேடிக் கொண்டிருந்தார். சித்தப்பாவிற்கு என்னவோ மனைவிதான் தேவை.

அம்மாவின் பரிந்துரை பெரிய தங்கை சவிதாவை விடவும் சிறிய தங்கை கவிதாவிற்கே விழுந்தது. அவள் பல விதத்தில் கவிதாவை விடவும் சிறந்து இருந்தாள். உடல் வாளிப்பாக இருந்தது; உறுதியாகவும் இருந்தது. வெளுப்பான நிறம். முகம் இனிமையனாது. அப்புறம் தளுக்குக்குக் கேட்பானேன்?

ஜுக்கி சித்தப்பாவைக் காட்டிலும் அவள் பல விதத்தில் சிறந்து விளங்கினாள். செக்ஸ் அப்பீலும் அப்படி இருந்தது. அம்மா, அப்பா, பார்வதி எல்லோருமே சரிந்திருந்தனர். பார்வதி எல்லோரையும் விடவும் முதல் ஆளாகவும், எல்லோருக்கும் கடைசியாக அப்பாவும் இந்த வரிசையில் இருந்தனர். ஆனால், அப்பாவால் முழுமையாக மீள முடியவில்லை. பாவம் ஜுக்கி சித்தப்பாவிற்கு அதுவேதான் பீதி. பாதுகாவலனைப் போலக் காக்க வேண்டுமே.

ஆனால், காப்பாற்றும் வேலையை அண்ணியிடம் ஒப் படைத்து விட்டாலும் தப்பிக்க வழியில்லை. அவர் உறையைப் பிரிக்காமல் உள்ளிருப்பதைச் சொல்லும் ஆற்றல் உடையவர் தான். அம்மா அவள் ஒரு யானை. அவள் முடிவெடுத்தால், எதையும் மாற்றி விட முடியும்.

சவிதாவை விடவும் கவிதாவைத்தான் தேர்ந்தெடுப்பதற் கான காரணத்தைச் சொன்னாள். அது பொருத்தமற்று இருந்தது. குடும்பத்தில் அனைவருக்குமே அஜீரண கோளாறு இருந்ததால் குடும்பம் நடப்பது எப்படி? நான் இந்தத் தாக்குதலைக் கேட்டு வாயை மூடிக் கொண்டேன். ஆனால், சித்தப்பா இதற்கு எதிர்ப்புத் தெரிவித்துச் சொன்னார். எனக்கும் என் அண்ணாவிற் கும் எங்கிருக்கிறது நோய்?

''நான் பெண்களைப் பற்றி சொல்லிக் கொண்டிருக்கிறேன். எல்லோரையும் விட பெண்கள் நலிவுற்று இருந்தால் குடும்பம் நடப்பதெப்படி?''

''அடடா! முதலில் எப்படிச் சமாளித்தார்களாம்?''

''ஏன் பார்வதி இலலையா என்ன? அவள் பலவீனமாக இல்லையே. நான் சொன்னவுடனேயே அவரிடமிருந்து இன்னொரு தாக்குதல் வந்தது. குல் மாதிரி இருக்க முயலாதே.''

நான் சரிந்து போனேன். குல் அங்கிருந்தால்? இது போன்ற ஏற்பாடுகளிலிருந்து என்னை விடுவித்துக் கொள்வேன். புதிதாக மணம் முடித்தவர்களிடம் சண்டை போட வேண்டுமா. அவ ளுக்கு எல்லாத் தரப்பிலும் பார்வை இருந்தது. என் பார்வை அந்த சகோதரிகளிடமும் அவர்களுடைய அம்மா அப்பாவிடம் மட்டுமே. அவள் அப்படியல்ல. நீண்ட நாட்கள் வரை தாய் சொல்லே மந்திரம் என இருந்தேன் நான். எப்போதாவது ஏதா வது உறவுக்காரர்கள் வந்தாலும் அவர்களை எதிர்கொள்வது குல் தான். நானல்லல. உறவைச் சரிவர பராமரிப்பது அவளின் பொறுப்பு. நான் ஒரு ஓரமாய்த் தப்பித்துச் சென்று விடுவேன், நழுவி விடுவேன்.

அவளுக்குத் திருமணம் முடிந்தபின் ஒரு சில தடவை எதிர்கொள்ள வேண்டி வந்தது. எங்காவது சந்தித்திருந்தாலும் அக்கா, அம்மா, அப்பாவின் புத்திக் கூர்மையைக் குறிப்பிடு வார்கள். திடீரென சித்தப்பா சித்தியின் உருவம் அம்மாவைப் போல ஆனது. நீண்ட நாட்களுக்குப் பிறகு, குல்லிற்கு இது தெரிய வந்த போது அவள் வதந்தி பரவியிருக்கும். ஜுக்கி சித்தப்பா சகோதரன் போல அல்ல, மகனைப் போல என்று. அதனால் அப்பாவைப் போல சிறந்தவராக இருப்பார் என்றாள்.

அவளுடைய கூர்மையான பார்வை இப்படியெல்லாம் இருக்கும் என்பதைப் புரிந்து கொண்டேன். ஆனால், வருத்தம் என்னவென்றால் அதன் பிறகு எங்கள் இருவரிடையே அதைப் பற்றிய பேச்சே எழவில்லை என்பதுதான். தில்லி, கான்பூரின் சிறிய தொலைவில் காணாமல் போனது. அம்மாவின் சம்மதம் எதுவோ அதுதான் நடந்தேறியது. ஜுக்கி சித்தப்பாவின் திருமணம் கவிதா சித்தியுடன் நடைபெற்றது.

அம்மாவின் புத்திக் கூர்மை இளமையும் காதலும் நிரம் பியது அல்ல. அவரிடம் சிறிதளவாவது அந்தரங்க சந்தேகம் ஏற் பட்டிருந்தால் முதலிலேயே கவனித்திருப்பாள். அவளுடைய உறவுக்காரத் தங்கை எத்தனை அன்புத் தளை பட்டிருக்கிறாளோ அதனையும் விட கணவனைக் கட்டிப் போட்டிருந்தாள். நிறைய கவர்ச்சியினாலும் கொஞ்சம் தந்திரத்தாலும். அவளுக்குச் சந்தேகம் உண்டான போது நேரம் கடந்திருந்தது. அதற்கு முன்ன

தாகவே என் மனதில் உணர முடிந்தது. வீட்டில் ஏதோ வினோத மான நாற்றமும் தூசியும் இருந்ததாக வஞ்சகத்தின் மணம். அதைப் புரிந்து கொள்ளும் அளவிற்குப் புத்திக் கூர்மை இல்லை எனக்கு, குல் அங்கிருந்ததால்...

சீனாவின் ஆக்கிரமிப்பு என் மனதை வேறொரு பக்கம் திருப்பியது. 1947ம் ஆண்டின் முதல் சுதந்திரத் திருநாளில் திரு விழாவில் என்னால் பங்கு கொள்ள முடியாமல் போய் விட்டது. அந்த துக்கம் மறுபடியும் என் மனதினுள் கிளம்பியது. கிளர்ச்சி யூட்டும் முதல் சுதந்திர நாளில் அன்போடு கூடிய வருத்தத்தை மறுபடியும் நான் உணர்ந்தேன். வழி கிட்டியது.

நாட்டுப் பற்று கொண்ட அப்பாவின் மீது என் எண்ணம் ஈர்ப்பு கொண்டு சுற்றிச் சுற்றி வந்ததெனில் தீவிரமான வாத விவாதம் செய்யும் மமாவின் மீதும் அவரின் விவாதமும் நினை வில் வந்தது. பண்டிட் நேருவின் தவறான செயலால் அல்லது தொலைநோக்குப் பார்வையற்ற செயலால் இது போல விளையும் என்று அப்போதே சொன்னார். சீனாவின் ஆக்கிர மிப்பைப் பற்றியும் குற்றம் சாட்டி தாக்கிப் பேசினார். மறுபடி மறுபடி அந்தச் சொற்கள் நினைவில் வர துன்பப்பட்டேன். சீனர்கள் ஆதிக்கத்திற்குட்பட்ட இடங்கள் அவர்களுடையது ஆயிற்று. ‘‘புல் கூட முளைக்காத இடத்திற்காக ஏன் ஒப்பாரி வைக்க வேண்டும்’’ என்று சொல்லப்பட்டது.

அது எதிர்கால நாட்டின் நிலையை முன் உரைப்பதாக இருந்தது. அப்பா முன்னாலேயே ஜோசியம் போல சொன்னார். இந்த இந்தி-சீனி பாயி பாயி என்ற திரைக்குப் பின், சீனா ஒரு நாள் கண்டிப்பாக இந்தியாவின் மீது படையெடுக்கத்தான் போகிறது. நாட்டைக் கைப்பற்றுவதற்காக அல்ல; தன் ஆட்சியைப் பற்றிய பெருமையைக் கண்டு உலகம் அதிசயிக்க வேண்டும் என்ற நோக்கில்.

ஆக்கிரமிப்பு ஏற்பட்ட உடனேயே அவர் நாம் ஐரோப்பா வுடன் பொருளாதாரமும் ஐரோப்பிய எக்னாமிக் கம்யூனிடி மற்றும் காமன் வெல்லத்துடனும் மூன்றாண்டுகளுக்கு முன்பாக நாம் இணைந்திருக்கிறோம். ஆசிய பொருளாதாரத்துடன் நாம் இணையாமல் போனால் நாம் பொருளாதார ஓட்டத்தில் பின்

தங்கிப் போவோம். அமெரிக்காவையும் ஐரோப்பாவையும் என் றென்றைக்கும் எதிர்பார்த்துக் காத்திருக்க கட்டாயப்படுத்தப்படு வோம்.

ரஷ்யாவின் பக்கம் ஒதுங்கி பொதுவுடைமை கனவு காண் போம் என தாராள மனம் கொண்டவர்களும் தலைவர்களும் நினைக்கின்றனர். ஆனால், ஒரு கசப்பான உண்மையை அவர்கள் உணர மறுக்கிறார்கள். அதன் பலன் கண்ணெதிரில் இப்போது உலக மயமாக்கலை ஒட்டி சந்தையை உருவாக்கிக் கொண்டிருக் கும் போது இதைப் பற்றி அழுது புலம்பி என்ன பயன்?

எங்கள் அப்பா எத்தனை தாராள மனம் படைத்தவராக இருந்தும், துரதிர்ஷ்டவசமாக அரசியலில் பதவிப் பேராசை பிடித்தலையும் கட்சியின் மீது உறுதியான பிடிப்பும் கொள்ள வில்லை. அவருடைய தொலைநோக்குப் பார்வையின் மீது கவனம் செலுத்தப்படவில்லை. பதவி, பட்டம் ஏதுமில்லாத ஒரு பெரிய மனதுக்காரனின் தொலைநோக்குப் பார்வையைக் கேட்பதும் பார்ப்பதும் 1947ல் காந்திஜி உயிரோடு இருக்கும் போதே இல்லாமல் போய் விட்டது. அவர் சொல்லே எடு படாமல் போன போது அப்பா எந்த மூலைக்கு? சீனா ஆக்கிர மித்த போது, க்யூபாவில் 'பே ஆஃப் பிக்ஸ்'இல் அமெரிக்கா விற்கும் ரஷ்யாவிற்குமான மோதல் ஏற்பட்ட போதும் அப்பா எதிர்காலத்தில் நடக்கப் போகும் ஒரு விஷயத்தை எடுத்துரைத் தார்.

''முப்பது நாற்பது ஆண்டுகளுக்குள்ளாக சோவியத் யூனியன் கலகலத்துப் போய்விடும். இப்போதிலிருந்தே அதற்குத் தயாராக வேண்டும்'' என்று சொன்னார். அவருடைய அந்தக் கூற்று பலித்தது. சில அரசு வரி விதிப்பால் அவருடைய புத்திசாலித் தனமான தீர்மானங்கள் ஏற்கப்பட்டன.

குறிப்பாக, அமெரிக்க அரசு வரி விதிப்பில் அதன் மீது அந்நிய தேசத்துத் தாராள குணவான்கள் சில கூற்றுக்கள் சொன் னார்கள். ஆனால், நம் நாட்டில் யாரும் அதன் மேல் கவனம் செலுத்தவில்லை. 1991ம் ஆண்டு அவரின் தொலைநோக்குப் பார்வையில் அது நிரூபணம் ஆயிற்று. அப்போது நமது பிரபலமான செய்தித் தாள் குமாஸ்தாக்கள் ஹஜ்ரத் முகம்மதியர்

களின் பரம்பரையில் வந்தவர்கள். தற்பெருமை பேசி புருவத்தை நெறித்தனர். தப்பிப்பதற்காக அவர் பேசிய பேச்சுக்கள் எனக்குச் சிரிப்பை வரவழைத்தன. ''யாராவது இப்படி எண்ணியாவது பார்த்திருப்பார்களா? அதுவும் இத்தனை விரைவில் இப்படி ஆகும்'' என.

''சீனா எப்போதும் இதே போல இந்தியாவின் மீது சண்டையிட்டுக் கொண்டே இருந்ததால், நாம் அவர்களை விடுத்து ஆசியப் பொருளாதாரக் கொள்கைக்குள் இணையை வேண்டி வரும். அதனால் நாம் அமெரிக்காவின் முன்பாக மண்டியிட்டு தலை வணங்க வேண்டிய நிர்ப்பந்தம் இருக்காது. நாட்டை விட்டு எங்கு வசித்தாலும் இந்தியர்களுக்கு வேலை வாய்ப்பு தடையில்லாமல் கிடைக்கும் என்ற நிலை இருந்ததால்தான் அவர்கள் இந்தியாவிற்கும் திரும்பி வரும் எண்ணம் கொள் வார்கள். ஆனால் நாம் நமது பலவீனங்களை வெளிக் காட் டாமல், தொடர்ந்து உறுதியாக எதிர்த்துக் கொண்டே இருந்தோ மெனில், சீனர்கள் தொடர்ந்து நீண்ட நாட்கள் போரிட்டுக் கொண்டு இருக்க மாட்டார்கள்'' என்ற எதிர்கால கூற்றையும் அப்பா அன்றே சொன்னார்.

எதுவும் நடக்கவில்லை. சீனா அஸ்ஸாமின் தேஜ்பூருக்கு வந்தடைந்தது. நமது பிரதம மந்திரி தமது இருப்பிடத்தில் ஏறக்குறைய தோல்வியைத் தழுவினார். அவருடைய இந்தக் கூற்றை இப்போது நினைத்தாலும் மயிர்க் கூச்செறிகிறது. ''நமது இதயங்கள் அஸ்ஸாம் மக்களுக்காக அழுது கொண்டிருக்கின்றன. அவர் ஹார்ட்ஸ் கோஸ் தேர் த பீபள் ஆஃப் அஸ்ஸாம்.''

ஏதோ அஸ்ஸாம் வேறு தேசம் என்பதைப் போல. இதே போலத்தான் 1951ல் சுதந்திரமான திபெத் சீனர்களின் வசம் சென்றது. தலாய்லாமாவிற்கு உலகில் உள்ள எந்த நாடும் கொடுக்காத போது, இந்தியா புகலிடம் கொடுத்தது. 1962ம் ஆண்டு அதிக ஆவேசத்துடன் தைரியமாக அதைக் கைப்பற்ற ஆக்கிரமிப்பும் நடந்தது. ஆனால், வெற்றி அடைய முடிய வில்லை. அதற்கான சொற்பொழிவை ரேடியோவில் கேட்ட போது அப்பாவின் கண்களில் கண்ணீர் ஆறாகப் பெருகியது. அதே போன்ற கண்ணீரை நான் அப்பாவின் கண்களில் எமர்

ஜென்ஸியின் போது கண்டேன். அந்தக் காயத்திலிருந்து அவர் மீண்டு எழுவே இல்லை. 1962ம் ஆண்டு நிகழ்வு அவருடைய உயிரைப் பறிக்கவில்லை. அது எதனால் எனில் அந்த நிகழ்விற்குச் சில நாட்கள் சென்று சீனா ஒன்றை சார்பாக சீஸ் ஃபயர் செய்து விட்டது.

ஆனால், அவையெல்லாமே பின்னாளில் நினைத்தது. சீனா ஆக்கிரமிப்பு நடந்த போது நான் என்னுடைய சிறிய உலகத்தினுள் சிறைப்பட்டு உழன்று கொண்டிருந்தேன். இதைப் பற்றிய குறிப்புகளை புறமொதுக்கி விட்டு ஆங்கில நாவல்களில் இருந்து திருடப்பட்ட அறிவைக் கொண்டு சண்டையில் எனக்கான வேலை என்ன என்பது பற்றி யோசித்துக் கொண்டிருந்தேன். ஏதும் தெரியவில்லை. எனில் மாதக் கணக்கில் பிரதம மந்திரி யின் நிவாரணப் பணி மீது கவனம் செலுத்திக் கொண்டிருப் பேன். எல்லோரும் கேலி செய்ததினால் முதல் உதவி கற்கத் தொடங்கினேன். தோல்வியுற்று காயமுற்று இருக்கும் ராணு வத்தினருக்கு, 'கான் வித் த விண்ட்' நூலில் வருவதைப் போல, நான் காயத்திற்குக் கட்டுப் போடுவேன் என்று நினைத்தேன்.

"வரலாற்றின் தெளிவான விளக்கத்திற்கு நன்றி. ஆனால் காதலைப் பற்றி ஏதோ சொல்லிக் கொண்டு இருந்தாயே. அது என்ன ஆயிற்று?''

"காதல்? ஆமாம் சொல்லிக் கொண்டிருந்தேன்.''

"குல் இல்லாமல் போனால் நான் அப்பாவுடன் சில திருமணங்களுக்கும் பார்ட்டிகளுக்கும் செல்ல வேண்டி வந்தது. ஏதோ ஒரு திருமணத்தில் ஒரு குடும்பத்துடன் சந்திப்பு ஏற்பட் டது. இரண்டு அக்காக்கள் அவர்களின் மரியாதைக்குரிய கணவன்மார்கள். இனிமையான பேச்சு. நல்ல களையான முகம். திறந்த மனம் கொண்டவர்களாக இருந்தனர். குல் இல்லாத குறையை அவர்களுடன் வம்படித்துத் தீர்த்துக் கொண்டிருந் தேன். நன்றாக பொழுது போனது.

ஜுக்கி சித்தப்பாவின் திருமணப் பேச்சு நடைபெறுவதற்கு முன்பாக நடந்த விஷயம் இது. அடுத்த நாள் பெரிய அக்கா விடமிருந்து அப்பாவிற்குப் போன் வந்தது. "உங்கள் பெண்ணை

எங்களுக்கு மிகவும் பிடித்திருக்கிறது. திருமணம் செய்யும் எண்ணம் இருந்தால் தெரிவியுங்கள்'' என்றார். கேட்ட பின் தன்னுடைய தம்பிக்கு என்றார்.

"இப்போது அமெரிக்காவில் இருக்கிறான். ஆனால், விரைவில் திரும்பி வந்து விடுவான். திருமணம் செய்ய எண்ணியிருக்கிறோம். வயது இருபத்தி எட்டு. நல்ல வேலை. கலைகளில் ஈடுபாடு உள்ளவன். பெண்ணின் போட்டோவை உங்களுக்கு மறுப்பு இல்லை என்றால் அனுப்பி வையுங்கள். அவனுக்கு அனுப்பி வைக்கிறோம். அவனுடையதையும் உங்களுக்கு அனுப்புகிறோம். சரியாகத் தோன்றினால் மனதிற்குள் போட்டு வைத்துக் கொள்ளுங்கள். நான்கு மாதங்கள் சென்று அவன் வரும் போது சந்திக்கலாம். ஆனால், எங்களுக்கு அவனுடைய விருப்பம் தெரியும். எங்களுக்கு மோகராவைப் பிடித்ததைப் போலவே அவனுக்கும் பிடித்துப் போகும். கவலையை விடுங்கள்'' என்றாள்.

எனக்கும் அப்பாவிற்கும் கூட அவர்களைப் பிடித்தது. அவர்களைப் போலவே பையனும் இருந்தால் ஏன் பிடிக்காமல் போகப் போகிறது என்று எண்ணினோம். புகைப்படங்கள் கொடுக்கல் வாங்கல் முடிந்தது. அவனுடைய புகைப்படம் சரியாக இருந்தது. கூர்மையான மூக்கு. களையான முகம். கண்கள் கருப்பு அல்லது பழுப்பு. எப்படியும் இருக்கலாம். கருப்பு வெள்ளைப் படத்தில் வண்ணம் எங்கே தெரியப் போகிறது. வெளிர் நிறமாக இருந்திருந்தால் கொஞ்சம் வித்தியாசமாகத் தெரியும், காதலைப் போல.

ஷமீதின் கண்கள் புகைப்படங்களில் தனியாக ஒளி வீசிக் கொண்டிருக்கும். சரி அதை விட்டுத் தள்ளு. இந்தப் பையன் கவர்ச்சியாக இருப்பதில் குறை ஒன்றும் இல்லை என்று எனக்கு நானே சொல்லிக் கொண்டேன். மிகவும் முயல வேண்டிய தேவை இருக்கவில்லை. நான் அவன் பக்கம் என் காதலைத் திடமாக்குவதில் வெற்றி பெற்றேன். அவ்வப்போது அவர்களின் அக்காக்கள் யாராவது வீட்டிற்கு வந்து என்னை வெளியில் சுற்றி அழைத்துச் செல்வார்கள். டாக்டர் தாத்தா என்னை விடுத்து குல்லைக் கூட்டிச் சென்றதைப் போல.

இப்போது எனக்குப் போட்டியாக யாரும் இல்லை. ஷமீதின் சகோதரிகளின் அம்பைப் போன்ற பேச்சும் வார்த்தையும் போல இல்லாமல், அன்பு நிறைந்த பேச்சு. தம்பியின் உருவத்தை மனதில் ஒட்டச் செய்ய பெரிதும் உதவியது எனலாம். ஒரு மாதம், இரண்டு மாதம் கனவுகளிலேயே கழிந்தது.

இதற்கிடையில் கான்பூருக்குச் சென்று வந்தேன். உடல் நலம் சரியற்றுப் போய் இளைத்து விட்டேன். ஏற்கெனவே எடை குறைவானவள். அதிலும் ஒன்றரை கிலோ குறைந்து விட்டேன். ஒரு நாள் அவருடைய ஒரு அக்கா வந்திருந்தநாள். ''உங்கள் இருவருக்கும் இடையே போட்டியா நடக்கிறது? அங்கு அவன் எடை குறைந்து விட்டான். சீக்கிரம் உடம்பை ஏற்று. அவன் வருவதற்கும் முன்னால் ஏற்று. அப்படி இல்லையென்றால் அவன் உன் முகத்தை உற்றுக் கூடப் பார்க்க மாட்டான். இதற்காக நாங்கள் ஒட்டு வேலை செய்து கொண்டிருக்கிறோம்'' என்றாள்.

சொல்லி விட்டு அவள் குறும்பான பார்வையையும் மனங்கவர் சிரிப்பையும் தைத்து விட்டுப் போனாள். எனக்கு குல்லின் நாத்தனார்கள் நினைவுக்கு வந்தனர். நான் பயந்து போனேன். பயத்தின் காரணம் சாப்பாட்டு விஷயத்தில் சரிவர இல்லாமல் அதன் பலனாக உடல் இளைத்தது. உடம்பு ஏறும் என்ற நம்பிக்கை இல்லை. உடம்பு ஒரு அதிசயப் பொருள். குண்டாக நினைத்தால் இளைத்துப் போகும். இளைக்கத் துடிக்கும் போது குண்டாகும். இங்கே என் உடல் இளைத்துப் போயிற்று. அங்கே அவளுடைய தம்பி இந்தியா வந்தடைந்தான்.

எத்தனை மகிழ்ச்சியான தருணங்கள் அவை. கவலை பயம் எல்லாம் போன பின்னால், அதை நினைக்கும் போதெல்லாம் சிரிப்பு வரும் எனக்கு. உடலும் முகம் ஒளி குன்றிப் போன போது அதைப் பார்த்த பார்வதி இரண்டு விஷயம் சொன்னாள். சிவப்பு மிளகாயை எடுத்து கையில் மூடி என தலையைச் சுற்றி விட்டு நெருப்பிலிட்டாள். நெடியே அடிக்காமல் போன போது கண் திருஷ்டி என்று சொன்னாள். அதன் பிறகு உடல் தேறாத போது, ஏதாவது ஒரு தர்காவிற்குச் சென்று பகீரிடம் ஓதி தாயத்து மந்திரித்துக் கொண்டு வந்து கையில்

கட்டினாள். தாயத்து கட்டியவுடன் அதிகமான சூட்டின் காரண மாக மாத விடாயும் வந்து விட்டது.

ரத்தப் போக்கோடு சேர்ந்த வயிற்று வலியும் வந்திருந்தது. எனவே சூட்டினால் கையில்லாத குர்தா போட்டுக் கொண்டு படுக்கையில் சாய்ந்து கொண்டு புத்தகத்தில் மூழ்கிப் போனேன். தாயத்து முழுவதுமாக திறந்திருந்தது. தோள் பிரகாசமாகக் கூடுதல் அழகைக் காட்டிக் கொண்டிருந்தது. அப்போது இரண்டு சகோதரி களும் ஒரு சேர அறிவிப்பின்றி வீட்டிற்கு வந்து விட்டனர். நேரே என் படுக்கை அறைக்கும் வந்து நுழைந்து விட்டனர்.

அவர்களைப் பார்த்ததும் நான் தடதடவென எழுந்தேன். வணக்கம் கூடச் சொல்லவில்லை. இருவரும் ஒருசேர தாயத்தின் மீது பார்வையைச் செலுத்தினர். இன்னமும் ஏதும் செய்வதற்கு முன்னால் அவர்களை இணைத்து வைத்திருக்க வேண்டும். நான் வயிற்றைப் பிடித்துக் கொண்டு பாத்ரூமை நோக்கி ஓடினேன்.

உள்ளே சென்றதும், நல்ல மறையில் சல்வார் கமீஸ் அணிந்து கொண்டு அவர்கள் முன்னால் போக வேண்டும் என்று எண்ணினேன். எனவே, உடையை மாற்றிக் கொண்டு வெளியே வந்தேன். பிறகு பார்வதி சொன்னாள். என்னுடைய திறந்த தோளில் தாயத்தைப் பார்த்து அவர்கள் இருவரும் திடுக்கிட்டுப போனார்கள் என்றும் பாம்பைக் காலில் மிதித்தாற் போல ஆனார்கள் என்றும் சொன்னாள்.

''அது என்ன? எதற்கு?''

''அது ஒன்றுமில்லை. நங்கள் நிஜாமுத்தின் தர்காவிற்குச் சென்ற போது ஔலியாவிற்குப் போனோம். குடும்பம் முழு வதிற்கும் தாயத்து கட்டினர். இவளின் உடல் ஆரோக்கியத் துடன் இருக்க என்று.''

பார்வதி இப்படிச் சொல்லி விட்டாள் என்றாலும் என் நாத்தனார்களுக்கு நான் ஓடியதும் பளபளவென்று உடையை மாற்றிக் கொண்டு வந்ததற்கும் அவர்கள் மனதில் ஏதோ சந்தேகம் தோன்றி விட்டது. 'என்ன குறையோ பெண்ணுக்கு! எதற்காக இது போலச் செய்திருக்கிறார்கள். டி.பி., கி.பி. இல்லாமல் இருக்க வேண்டும்' என யோசித்தனர்.

நான் மறுபடியும் அறைக்குத் திரும்பிய பிறகு அவர்கள் பேச்சு ஈடுபாடற்றிருந்தது. ஆனால் விஷயத்தைச் சொல்லி விட்டனர். இன்னமும் இரண்டு தினங்களில் மதிப்பிற்குரிய அவர்களது தம்பி தில்லி வருகை தர இருக்கிறான். அதாவது நாங்கள் அவனை வரவேற்கத் தயாராக இருக்க வேண்டியது எனச் சொல்லி விட்டனர். அவர்கள் சென்ற பிறகு அப்பா பார்வதியை அதட்டினார். ''நான் தடுத்திருக்கிறேன் இல்லையா. இப்படிப்பட்ட காரியங்களையெல்லாம் செய்யக் கூடாது என. இப்போது இவளின் பலவீனமான ஜீரண சக்தியைப் பற்றி ஏதும் உளற வேண்டாம்.''

பார்வதி மிகவும் வருந்தினாள். பெண்ணின் திருமணம் தடைப்பட்டு விடக் கூடாதே எனக் கலங்கினாள். அப்பா மெல்லிய குரலில் ஒரு முறை சொன்னார். ''உண்மை எதுவோ அதை எத்தனை நாள் மூடி மறைக்க முடியும்'' என.

என்னுடைய சாப்பாட்டுத் திறமையைப் பார்க்கத்தான் போகிறார்கள். ஆனால், விஷயத்தைப் பெரிதுபடுத்தவில்லை. இந்த விஷயத்தில் நாங்கள் எத்தனை பயந்தோம் என்பதற்கு இந்த நிகழ்ச்சி ஒரு சாட்சி. அந்தச் சமயத்தில் கொஞ்சம் சிரிப்பும் வந்தது. எப்போதெனில், அமெரிக்கா ரிடர்ன் உண்மையில் எங்கள் வீட்டிற்குள் நுழைந்த போது.

தம்பியின் கையில் தாயத்து கட்டியிருக்கவில்லை. ஆனால், ஐயாவைப் பார்த்து எங்கள் எல்லோர் மனதும் திடுக்கிட்டுப் போனது. அவர்களின் அக்காக்கள் என் கையில் தாயத்தைக் கண்டு திடுக்கிட்டுப் போனாற் போல் டி.பி., கி.பி. இல்லாமல் இருக்க வேண்டுமே என்று. ஒளியற்ற முகம், பருத்துத் தடித்த கட்டை போன்ற உடல், உயிரற்ற சிரிப்பு. மேலும் உயரம் குறை வான உடல். புகைப்படத்தில் எதை மறைத்தார்களோ இல் லையோ, உயரத்தைக் கண்டிப்பாக நன்கு மறைத்து விட்டனர்.

அவன் எங்கள் யார் மீதும் ஈடுபாட்டைக் காட்டவில்லை. என்னை விடுங்கள் அப்பாவின் மீது? அவர் மீது கூட ஐயா விற்கு எந்தத் தாக்கமும் இல்லை. அவனுடைய அப்பா தன் னுடைய சிறந்த பேச்சாற்றலை வெளிப்படுத்திக் கொண்டிருந் தார். அவன் எந்த வித ஈடுபாடுமற்று, ஆமாம், இல்லை

என்பதை மீறி வேறெதுவும் பேசவில்லை. கசாப்புக் கடையில் வாடிக்கையாளரின் முன் ஆடு நிறுத்தப்பட்டிருப்பதைப் போல.

எங்கே போயிற்று, புகைப்படத்தில் இருந்த அந்த முகம். மரியாதையுடன் கூடிய அந்த விருப்பம்? அவர்கள் விடை பெற்றுச் சென்ற பின் நீண்ட நேரம் நாங்கள் சலனமற்று, பேச்சற்று இருந்தோம். பிறகு அப்பா கேட்டார், ''பிடித்திருக்கிறதா?'' என்று.

நான் பயத்தில் இருந்தேன். என்னுடைய வாயால் ஏதும் சொல்ல முடியாமல் இருந்தேன்.

''உங்களுக்கு'' எனக் கேட்டேன்.

அவர் அமைதியாக இருந்தார். நானும்தான்.

அந்த மௌனத்தை பார்வதி உடைத்தாள். ''எங்கேயிருந்து கொண்டு வந்தார்கள் இந்த நோயாளிப் பையனை? வேறு யாருடைய புகைப்படத்தையோ காண்பித்திருக்கிறார்கள். நம்மை முட்டாள் என்று நினைத்தார்களா என்ன?'' என்றாள்.

''தேவையில்லாமல் பேசக் கூடாது'' என்றார் உடனேயே.

''நிச்சயம் நோஞ்சானாயிருப்பான்.'' அம்மா சொன்னவுடன் எனக்கு ஒரேடியாகச் சிரிப்பு வந்தது.

''இன்னும் கேள்'' என்றாள் பாரவ்தி. தடையை பொருட் படுத்தாமல், ''நோஞ்சானாக இருந்தாலும் பரவாயில்லை. பேடி மாதிரி இருக்கிறான்'' என்றாள்.

அம்மாவின் காதுகளில் குசுகுசுவென்று பார்வதி சொன்னது எல்லோருக்கும் நன்றாகக் கேட்டது. 'பேடி' என்று.

அம்மாவும் உடனேயே ஆமோதித்தாள். ''நானும் கூட இதைத்தான் நினைத்தேன்'' என்று சொன்னார்கள்.

தீர்மானிக்கப்பட்ட திருமணங்களிலும் பேடிகள் ஏற்கப்படுவது இல்லை. ஒரு விதத்தில் அவன் 'பேடி' என்று சொன்ன போது நான் சந்தோஷப்பட்டேன். நான் ரிஜக்ட் ஆவேன் என்ற பயத்தில் இருந்து விடுபட்டு, நாம் அவனை நிராகரித்து விட முடியும் என நினைத்தேன்.

இணைந்த மனம் 447

இந்த ஆசை முறியடிப்புக்குப் பிறகும் ஜுக்கி சித்தப்பா விற்கு சரியாகத் தோன்றவில்லை. எப்படியாவது இந்த பயமும் அழுகையும் நிறைந்த வீட்டிலிருந்து எனக்கு விடுபட வேண்டும். கிளர்ச்சியோடு, காதலோடு இல்லா விட்டாலும் சரியான வரனுடன் இணைப்பு நடந்து விட்டது.

''காதல் விருப்பத்திலிருந்து வெகு சீக்கிரம் விலக்கு பெற்று விட்டாயா என்ன?''

''அல்ல. முற்றிலும் யாரையாவது சார்ந்திருக்க வேண்டிய தேவை கிடையாது. தானே இந்தத் தயக்கத்திற்குத் தீர்வு காண வேண்டியதுதான். முதலில் இல்லா விட்டாலும் பின்னால். அவர் மட்டும் அமெரிக்க ரிடர்ன் ஐயா அல்ல. அவரைப் பேடி என்று சொல்வது விதி. அந்தக் காலத்தில் அமெரிக்க வாழ் பையன் நாட்டிற்கு வருவதும் திருமணம் செய்து கொள்வதும் நிறைய நடந்து கொண்டிருந்தன.

எதிர்பார்க்கிற எல்லாமும் அமைந்து திருமணத்திற்கான வரன் கிடைப்பது கஷ்டமான காரியம். குறைந்தபட்சம் காதலி னாலாவது கட்டுக் கொண்டிருக்க வேண்டும்.

''கிடைத்ததா?''

''கிடைத்தது. ஆனால், காதல் என்ற நினைவில் மட்டும். நான் பிடிவாதமாக நம்பிக்கை கொண்டிருந்தேன், மெல்ல மெல்ல கற்றுக் கொள்வான் என. ஒருவேளை ஆரியனாகத் திரும்பிய பிறகு நினைத்திருக்கலாம். இங்கே இன்னும் பத் தொன்பதாம் நூற்றாண்டுதான் நடந்து கொண்டிருக்கிறது என்றும்.''

''கற்றுக் கொண்டானா?''

''என் பின்னாலேயே சுற்றிச் சுற்றி வருகிறாய்? எல்லா வற்றையும் ஒரேயடியாக ஒரே சமயத்தில் தெரிந்து கொள்ளத் துடிக்கிறாய்? மெல்ல மெல்ல தெரிய வரப் போகிறது. என்ன நடக்க வேண்டுமோ அது நடந்தது. எனக்கு நிச்சயிக்கப்பட்ட திருமணம் நடந்தது. எல்லா ஈடுபாடுகளுடனும் கூட. ஷமீதின் தலையீடு இல்லாமல் திருமணம் முடிந்தது. குல் கூட நிச்சயம் முடித்த பின்பே மணமகனைப் பார்த்தாள்.''

"பையன் உன்னை விட வயதில் சிறியவனா?"

"அல்ல. ஆனால், ஒன்றும் தெரியாத மாதிரி நாடகம் போடுகிறான். சொல்லிக் கேள்விப்பட்டதில்லையா? நீ அறுபது வயது ஆனாலும் கூட ஆண் மணமகன்தான் என்று."

"ஆம்."

"ஒருபோதும் அப்படி எல்லாம் கிடையாது. அப்பா என்னை கிழவனுக்கா மணம் முடிப்பார். கள்ளக் காதலன் உண்டாகி விட மாட்டானா?"

"கள்ளக் காதலனா?"

"ஆம் தோழியே. காதலனாக அல்ல. வாழ்க்கைக்கும் அனுமதி கொடுத்தாயானால் தொடர்ந்து சொல்வேன்."

"சொல்லு."

"என்னுடைய திருமணம் அமெரிக்காவிலிருந்து திரும்பிய ஒரு முப்பது வயது இளைஞனுடன் நிச்சயிக்கப்பட்டது."

பொதுவாக நிச்சயிக்கப்படும் திருமணங்களிலிருந்து இது வேறுபட்டு இருந்தது. பெண்ணின் பக்கத்தில் இருந்து நிச்சயம் செய்பவர் அவளின் அப்பாவாகவும் இன்னொரு புறம் மண மகனின் பக்கத்திலிருந்து நிச்சயம் செய்பவர் மணமகனே ஆகவும் இருந்தது. முப்பது வயது இளைஞன் மட்டும். அவனுடைய அப்பா அம்மாவின் தலையீடு பின்னாட்களில் ஆரம்பித்தது.

அவன் அப்பாவிடம் தொழில் ரகசியங்களைக் கற்கும் விருப்பத்தில் வந்திருந்தான். நிறைய இளைஞர்கள் வருவார்கள். குழப்பம் அவனுடைய வளர்ப்பிலேதான், பிறப்பில் அல்ல. அப்படியான தொழில் நடத்துவது என்பதற்கு அறிவுரை சொல்வது என்பது தானே பாய்வதற்குச் சமம். அபாயம் அதிகம்.

அந்த ஐயா வரும் பொழுது அப்பாவைத் தவிர மற்றெல் லாரும் அதிர்ஷ்டத்தின் பிடியில் இருந்தனர். அப்படியான நேரத்தில் அவன் நுழைந்தான். ஆனால், எவ்வளவு சீக்கிரம் முடி யுமோ, அத்தனை சீக்கிரம் திருமணம் செய்து கொண்டு வீட்டில் இருந்து விடைபெற நினைக்கிறேன் என்பதை அப்பா ஊகித்து

அறிந்து விட்டார். எனவே வியாபாரத்தின் ரகசியம் சொல்லிக் கொடுக்கிற நோக்கத்தில் அவனைச் சிக்க வைத்தார்.

அவனுடைய வயதைக் காட்டி திருமணப் பேச்சை எடுத்தார். பெரிய பெண்ணின் காதல் திருமணத்தைச் சொல்லி, தங்கள் சுதந்திரமான போக்கை நிரூபித்தார். திருமணம் ஆகாமல் இருக்கும் பெண்ணைப் பற்றிய கவலையையும் சொன்னார். அப்பாவும் அவரின் பேச்சுத் திறமையும். அவன் எப்படி மீண்டு போக முடியும். பாவம். அவர்களுடைய சுதந்திரமான மனப் போக்கு அதை நிரூபித்தது போன்றவற்றில் மயங்கி அம்மா அப்பாவின் குடும்பத்தின் பாத்திரத்தையும் தானே ஏற்றுக் கொண்டான். திருமணம் நிச்சயிக்கப்பட்டு விட்டது. என்னிடம் சம்மதமும் கேட்டால் சரியென்று சொல்லத் தயாராயிருந்தேன். ஏன் வேண்டாம் என்று சொல்லப் போகிறேன்?''

''நீ அவனைச் சந்தித்ததே இல்லையா?''

''இரண்டு மூன்று முறை சந்தித்திருக்கிறேன். திருமணப் பேச்சு நடக்கும் போது அமெரிக்க போகப் போகிறேன் என்று சொன்னான். தனியே ஒரு முறை சந்திக்க விரும்பினான். பிடித் திருந்தது. என்னைப் பார்த்தவுடனேயே ஈடுபாடு கொண்டான். முதலில் ஐயாவின் அக்காக்கள் சொன்னதைப் போல அவர்கள் தம்பியின் பின்னால் வருபவர்கள் இல்லை என்ற உறுதியும் அளித்தான்.''

''சொன்னானா?''

''இல்லை. நீண்ட நேரம் அமெரிக்காவின் கதையைப் பேசிக் கொண்டிருந்தான். பிறகு இந்தியப் பெண்ணுடன் திருமணம் செய்து கொள்ள வேண்டிய கட்டாயத்தைப் பற்றிய எண்ணத்தைத் தெரிவித்தான்.''

''கட்டாயம்?''

''அவன் சொன்னான். 'தேவை என்பதற்குக் கட்டாயம்' என்றான். நிறைய பெண்களைப் பார்த்து விட்டான். ஆனால், தீர்மானிக்கவில்லை. 'ஒன்று அவர்களுடைய வயது முப்பதைத் தாண்டி இருக்கிறது. அதனால்' என்றான். அவன் நேர்மையான

வனாகத் தோன்றுகிறான் என நான் நினைத்தேன். மனம் அவன்பால் சென்று விட்டது. நேர்மைக்கும் காதலுக்கும் என்ன தொடர்பு?''

பின்னால் அவனுடைய அப்பா, அம்மா, அண்ணன், அக்காக்களைப் பார்க்கும் போது வேகம் கொண்டவர்களாகவும் தோன்றியது. சூடு கண்ட பூனை பாலைக் கண்டு ஓடும் என் பதைப் போல. நான் பிரியமான குடும்பத்தின் மீது பிடித்தம் கொண்டவள். எந்தக் குடும்பம் மரியாதையுடன் கூடியதாக இருக்கிறதோ, அது என்னோடு இணைந்த என்னுடையதைப் போலவே ஒருவேளை ஆகி விடலாம். அமெரிக்காவில் வசிப்ப தன் காரணமாக கொஞ்சம் வெகுளித் தன்மை குறைவாகத் தோன்றுகிறதோ என்னவோ. சுதந்திரமான எண்ணம் கொண்ட வன் என்று சொல்லிக் கொண்டான். கையால் சாப்பிடுவதை மறுத்தான். சேலட் கேட்டான். இப்படியாகத் தோற்றம் தந்தான். தன் பரம்பரையைப் பற்றிச் சொன்னான். தன் தோற்றத்தை நிறுவிக் கொள்ள என்னென்ன செய்தானோ? நம்மைப் பொய்க் கதைகளில் உருவாக்கிக் கொள்வதைத்தான் நாம் சுதந்திரம் என்று எண்ணிக் கொண்டிருக்கிறோம். என்னையே எடுத்துக் கொள்.

அப்பா தன் பாதங்களைத் தேவைக்கும் அதிகமாகவே சுத்தமாக வைத்துக் கொள்வார். சர்க்கரை நோயின் காரணத்தா லும். அது என்னுள் அப்படியே நுழைந்து விட்டது. ஒரு விதத் தில் அது பண்பாடு என்புது போலத் தோன்றி விட்டது. அழுக் கான கால்களைத் தொட்டு வணங்குவதை எந்த நிலையிலும் சம்மதிக்க மாட்டேன். நம் நாட்டிலோ, காலை அழுக்காக வைத்துக் கொள்வதுதான் பழக்கம். அப்படி இல்லாவிட்டால் காலில் தூசியை எப்படி எடுத்துக் கொள்வது? (*காலின் தூசியே நமக்கு ஆசீர்வாதம்*).

வாழ்க்கையில் ஒரே ஒரு முறை மாமியாரின் காலைத் தொட்டு வணங்கினேன். திருமணத்திற்குப் பின் முதன்முறையாக மாமியார் வீடு சென்ற போது தொட்டேன். அது கூடப் பேருக்குத் தான். கொஞ்சமாகக் குனிந்து அவசரமாக பாதத்திற்கு அரை இன்ச் இருக்கும் போதே கையை மேலாக வைத்து வணங் கினேன். சீக்கிரமே மறுபடியும் நிமிர்ந்து கொண்டேன்.

இதற்கு முன்னால் அவருடைய மூக்குத்தியில் உடை மாட்டிக் கொண்டது. மாமியார் பாவம் வெகுளியான 'துன் புறுத்தப்பட்ட பெண்மணி. வியாதிகூட அவள் கட்டுப்பாட்டில் இல்லையென்பதைப் புரிந்து கொண்டேன். எல்லாப் பெரிய வர்களின், உறவினர்களின் கால்களையும் குனிந்து தொட்டு மரியாதை செலுத்தி வணங்கும் பழக்கத்தைத் தடுத்து விட்டாள்.

அவர் வெகுளியாக, ''அவன் அமெரிக்காவில் இருந்து விட்டு வந்திருப்பவன். அவனுக்குச் சம்பிரதாயமும் பிடிக்காது. மருமகளைப் பார்த்து கண்களால் முத்தமிட்டது போல ஒட்டிக் கொண்டாள். இப்படிக் காலில் விழுவதினால் சீக்கிரம் சுப காரியங்கள் நடக்கும். காலைத் தொடாமலே பணம் கொடுக்க லாம்'' என்று சொல்ல, அவர் என் சார்பாக எல்லோருக்கும் பெரியவர்களுக்கும் முதியவர்களுக்கும் பணம் கொடுக்க ஆரம் பித்தார்.

மருமகள் மாமியாரின் காலை அமுக்கி விட்டால் நற்பலன் கிட்டும் என்ற சொல்லும் போது, உறவினர்களுக்குப் பரிசளிக் கும் மகிழ்ச்சியில் இருந்தாள். அமெரிக்க ரிடர்ன் உறவினர்கள் முன்னால் இந்த அநாகரிகப் பழக்கம் கொடுக்கும் மகிழ்ச்சியைப் போன்ற சமமான கூடுதல் மகிழ்ச்சியை இது கொடுத்தது.

நான் மாமியாருக்கு என்றென்றைக்கும் நன்றிக் கடன் பட்டிருக்கிறேன். போட்ட கால் விரல்களின் மெட்டியையும் கழட்டி விட்டேன். 'குத்துகிறது' என்று சொன்னேன். அவர் ''ஆமாம் மருமகளே குத்தும்தான். எனக்கும் கூட குத்தியது. ஆனால், இரண்டு குடும்பப் பெண்களிடமும் கொண்ட பயத்தினால் என்னால் அதைக் கழட்டி வைக்க முடியவில்லை'' என்றாள். மாமியாருக்கு ஐந்து நாத்தனார்கள். அதில் இருவர் விரைவி லேயே விதவையாகி, குழந்தைகளுடன் பிறந்த வீட்டிற்கே வந்து சேர்ந்து விட்டவர்கள். அம்மா, அப்பா மறைந்து விட்ட னர். எனவே, அம்மா வீடு என்பது அண்ணன், அண்ணன்தான். அதாவது என்னுடைய மாமனார், மாமியார்தான். அந்த நாத்தனார் களிடம் பயமும் கொண்டிருந்தார். அவர்களைச் சார்ந்தும் இருந்தார்.

அந்த இரண்டு நாத்தனார்களும் வேலைகளில் எத்தனை கெட்டிக்காரர்களாகவும் சாமர்த்தியமானவர்களாகவும் இருந்தார்களோ, என் மாமியார் அத்தனைக்கத்தனை சோம்பேறி. அவரை இப்படிச் சொல்லிச் சொல்லியே உதவாக்கரை ஆக்கி விட்டிருந்தனர். கொஞ்ச நாட்கள் சென்ற பின் நான் புரிந்து கொண்டேன். இப்படி ஒன்றும் தெரியாது என்று சொல்லப்பட்டதனால், அவர் அதனுள் இருக்கும் லாபத்தைப் புரிந்து கொண்டு விட்டார்.

பதினைந்து நபர்கள் இருக்கும் கூட்டுக் குடித்தனத்தில் இடுப்பொடிய கடுமையாக உழைக்க வேண்டும். அதிலிருந்து தப்புவதற்கு இது ஒரு வழியாகி விட்டது. எத்தனை புத்தி மழுங்கி இருக்கிறதோ அதை விடவும் முட்டாளாக இருப்பது என்பது. அவர் முட்டாளல்ல. நான் காலைத் தொடாமல் இருக்கச் செய்த நடிப்பிலிருந்து தெளிவாகப் புரிந்து கொண்டேன். இரண்டு அத்தைமார்களும் அமெரிக்க ரிடர்ன், ஒவ்வொரு சாப்பாட்டிற்கும் சாலட் கேட்கும் மருமகனிடம் பயந்து கொண்டிருந்தனர்.

குறிப்பாக கோர்ட்டில் திருமணத்தைப் பதிவு செய்ய வேண்டும் என்று அழுத்தம் கொடுத்திருந்தான். மிகவும் கஷ்டப்பட்டு அப்பா தன் பக்கத்தை எடுத்துச் சொல்லி சம்பிரதாய கல்யாணத்திற்குச் சம்மதிக்க வைத்தார்.

அவருடைய சாலட் காதல் மிகவும் கஷ்டப்பட்டு ஓராண்டு வரை இருந்தது. அமெரிக்காவின் சாயம் வெளுக்க எத்தனை நேரம் ஆகும். வெளுக்கத் தொடங்கியது. அதன் பிறகு நம் நாட்டுப் பாணியில் காலையில் டிபன், காரசாரமான ஊறுகாயும், உருளைக் கிழங்கு பரோட்டாவும் கேட்கத் தொடங்கி விட்டான். அவனுடைய விருப்பத்தைப் பூர்த்தி செய்ய இரண்டு வழிகள் இருந்தன. நான் அந்த மாதிரியான சமைக்க, படைக்கக் கற்றுக் கொள்ள வேண்டும். அல்லது மாமியாரிடம் கோரிக்கை வைத்து கீழே இறங்கி நான் உழைக்காமல் அவரைச் செய்ய வைக்க வேண்டும்.

நான் இரண்டாவது வழியைக் கைக்கொண்டேன். நாளுக்கு நாள் அவருக்கு இன்னும் இன்னும் என ஆசை கூடிக் கொண்டே போயிற்று. அவளுக்கு முன்னால் எல்லாம் மங்கிப் போனது.

அம்மா சந்தோஷப்பட வேண்டும். மாப்பிள்ளைக்கு எந்த அஜீரண நோயும் இன்றி நோஞ்சானாக இல்லாமல் நன்கு சாப்பிட்டு உடல் ஆரோக்கியத்துடன் இருக்கிறார் என்று. அப்படி இல்லை யெனில் அது அவர் பைத்தியக்கார காதலின் குற்றமாகும்.

''என்ன சொல்ல வருகிறாய் நீ. எந்த விதத்திலும் உங்க ளிடையே காதல் உருவாகவில்லையா?''

''பைத்தியமா என்ன நீ?'' இதை ஹிந்தி சினிமா என்று நினைத்தாயா? படுக்கையைப் பகிர்தலுக்கு ஆங்கிலத்தில் என்ன சொல்வார்கள்? 'லவ் மேக்கிங்' இல்லையா? அதற்கு எத்தனை காதல் உண்டாக வேண்டுமோ அத்தனை இருந்தது. இரண்டு குழந்தைகள் இருக்கின்றன அல்லவா எனக்கு? ஆரம்ப காலத் தில் எங்களிடையேயான உறவும் எந்தச் சிக்கலும் இல்லாமல் தான் இருந்தது.

நாக்கின் ருசிக்கும், வயிற்றின் நிரப்பலுக்கும் முன்னால் மற்றவை மங்கிப் போயின. ஒரு பழமொழி இருக்கிறதல்லவா? ''ஆண்களின் மனத்தைப் பிடிக்க வயிறே வழி'' என. சில நேரங்களில் வழி குறிக்கோளைப் பிடித்துக் கொள்கிறது.

''சரி. அப்பொழுது பேச்சு மாமியாரைப் பற்றிப் போய்க் கொண்டிருந்தது.''

''ஒவ்வொன்றாக மாமியார் ஐந்து பிள்ளைகளைப் பெற் றெடுத்தாள். இதனால் சோம்பேறி என்ற முத்திரையை உப யோகித்து இன்னமும் நான்கு மடங்கு பயனை அனுபவிக்கத் தொடங்கினாள். குழந்தையை வளர்த்தெடுப்பது என்ற கடின மான உழைப்பிலிருந்து தப்பித்துக் கொண்டு தன்னை ஆரோக் கியமாக வைத்துக் கொள்வதில் வெற்றி கண்டாள். வீட்டில் தன் பிள்ளைகளுக்கும் நாத்தனார் பிள்ளைகளுக்கும் இடையே ஒட்டிக் கொண்டும் இருந்தாள். ஆனால், அந்தக் குழந்தை பாச வேடம் நீண்ட நாட்கள் தரித்து இருக்க முடியவில்லை. கஷ்ட மாக இருந்தது. அதை விடவும் சோம்பேறித்தனத்தைக் காட்டு வதில் திறமையானவளாக இருந்தாள்.

இது எதுவரையெனில் தன்னால் தாளித்து செய்யப்பட்ட சுவையான பொருளைக் கூட நாத்தானர்தான் செய்தது என்று

சொல்லி பரிமாறும் போது கூட வாயைத் திறந்து தெரிவிக்கா மல் இருந்தாள். திருமணத்திற்குப் பிறகு நான் மாமியார் வீட்டில் தங்கியிருந்த காலங்களில் இதைப் பார்த்து நான் மிகவும் ஆச்சரியப்பட்டேன். என்னுடைய நாத்தனார்கள் — அதாவது என் மாமியாரின் பெண்கள், பாட்டி, அத்தை என யார் சொன்னாலும் கேட்டார்கள். ஆனால், அப்பா, அம்மா சொல்வதைக் கேட்பதில்லை.

எங்களுக்குக் கிடைத்த பரம்பரைச் சொத்து. உடல் கிடைத்தது என்னவோ அப்பாவினாலும் பாட்டியினாலும்தான் அல்லது எங்கள் குடும்பத்தில் சீக்கிரம் தலை நரைத்துப் போகாது. அப்பாவைப் பாருங்கள்; பாட்டியைப் பாருங்கள் என்பார்கள். ஒரே ஒரு முறை நான், "அம்மாவிற்குத் தலை நரைத்துத்தான் இருக்கிறது. ஆனால், உடம்பு காத்திரமாக இருக்கிறது. உங்கள் பரம்பரையில் அப்படி இல்லையே, பாட்டிக்கும்கூட" என்றேன்.

அவள் கண்களை அகல விரித்து என்னைப் பார்த்தாள். நான் தொடர்ந்தேன். அதனால் அம்மா உனக்கு அம்மாவாக இல்லையா? அவள் பதிலே சொல்லவில்லை. ஆனால், அது அப்படியே காதில் ரீங்காரமிட்டுக் கொண்டிருக்கும். ஏனெனில், பேச்சு அந்த திசையிலேயே சென்று கொண்டிருந்தது. பெண்களுக்கே அம்மா தன் முன்னோர் என்று இல்லாத போது பிள்ளைகளுக்கு எப்படி வரும்?

அவர்கள் முழுமையான அப்பாவின் பிள்ளைகளாக இருந்தனர். இந்த இக்கட்டிலிருந்து நான் பலன் பெற சீக்கிரமே வழி தேடினேன். மாமியாரின் வெகுளித் தன்மையையும் பெருந் தன்மையையும் உபயோகிக்கத் தொடங்கினேன். மெட்டி ஆகியவை அணிவதிலிருந்து விடுபட்டேன். பிறகு பாட்டியின் மறைவிற்குப் பிறகு அவருடைய கை மணத்தை கடுகு - கொண்டைக் கடலைக் குழம்பு, சோளம் - கம்பு ரொட்டி, விதம் விதமான ஊறுகாய்கள், வீட்டிலேயே செய்யப்பட்ட கலாகண்ட், போஸ்தே பர்பி என சுவையான நிறைய நேரம் பிடிக்கும் பதார்த்தங்களைச் சாப்பிட கணவனையும், குழந்தைகளையும் மாமியாரிடம் அனுப்பிக் கொண்டே இருப்பேன். "இதை எனக்குச் செய்யவே தெரியவில்லை" என்று சொல்லிச் சொல்லி அனுப்பி விடுவேன்.

‘‘சரியாகப் புரிந்து கொண்டாய் நீ. மாமியார் அவற்றை யெல்லாம் அற்புதமாகச் சமைப்பார். ஹிட்லரைப் போன்ற நாத்தனார்கள் இருந்ததினால் ஆரம்பத்தில் செய்யாமல் தட்டிக் கழித்து விடடார். சில நாட்களிலேயே நாத்தனார்கள் அவ ருடைய புத்திசாலித்தனத்தையும் வேகத்தையும் மடை மாற்றி னார்கள். செய்வது என்னவோ மாமியார், தாங்கள் செய்தது என பேர் தட்டிச் சென்றனர்.

எந்தப் பொருள் சரியாக வரவில்லையோ, அதை மாமியார் செய்ததாகத் தலையில் கட்டி விடுவார்கள். நான் என் கணவரின் அன்புக்குப் பாத்திரமாக நம்பிக்கை கொண்ட போதும் அவர் தான் உழைத்து செய்து கொடுத்தார். பாவம் நான் அவர்களை விடவும் அதிக புத்திசாலி. எனவே என் வெறுப்பை அவர் பல காலம் புரிந்து கொள்ளவில்லை. இதனால் யாருக்கும் எந்தக் கஷ்டமும் இல்லை, என்னைத் தவிர. கணவனுக்கு மகிழ்ச்சி, குழந்தைகளுக்கும் மகிழ்ச்சி, எல்லோரையும் விட நாத்தானர் களுக்கு, ஓரகத்தி, மச்சினர் எல்லோருடைய மகிழ்ச்சிக்கும் எந்தப் பாதிப்பும் இல்லை. மச்சினருக்கும் எங்கள் உதவியினால் நல்ல சாப்பாடு கிடைத்தது.

‘‘உனக்கு என்ன கஷ்டம் வந்தது?’’

‘‘ஆன்மாவின் பாரம் ஏறியது. எத்தனை ஆண்டு காலம் உண்மையை மறைத்துப் பொய் சொல்லி இருக்கிறேன் என்று.’’

‘‘நிஜமாகவா மனம் கனத்தது?’’

‘‘ஏன் பொய் சொல்ல வேண்டும். பொய்யின் சுமை என் ஆத்மாவில் இப்போது இல்லை. வாழ்க்கை மகிழ்ச்சியாகக் கழிந்தால் ஆன்மாவில் சுமை இருக்காது. எல்லாம் கபட நாடகம். இப்படியேதான் முதல் தரமாகக் குடும்பத்தை நடத்திக் கொண்டு இருக்கும் ஒவ்வொரு குடும்பத்தின் குறையும் இந்தியாவின் ஆத்மாவிற்குப் பாரமாகிப் போகிறது.’’

21

கான்பூரில் அவர்களுடன் கழித்த நாட்களில் மோகரா சிலவற்றைப் புரிந்து கொண்டாள். ஷமீத் மாலை நேரங்களில் கழிக்கும் காலத்தைப் பற்றி நவீன் சித்தப்பாவோ அவரது குடும்பத்தினரோ அறிந்து கொள்ள வேண்டாம் என குல் விரும்பினாள். தானும் அவர்களோடு அவர்கள் வீட்டில் காலம் கழிக்கவும் ஒப்பவில்லை. அன்பைக் காரணமாக்க ஐந்து மணி அடித்தவுடனேயே குல் தன்னுயை வீட்டிற்கு ஓடி வந்து விடுவாள். பாவம் ஷமீத், ஆபீஸிலிருந்து களைத்துத் திரிந்து அவளை வீட்டில் காணாமல் வருத்தப்படுவான் என்று சொல்லி வந்து விடுவாள்.

ஷமீத் வீட்டில் கொஞ்ச நேரம் கூட அமைதியாக உட்கார்ந் திருக்க மாட்டான். பக்கோடா, உருளைக் கிழங்கு டிக்கி என நொறுக்குத் தீனியெல்லாம் வைக்கப்பட்டிருக்கும். அவன் அவற்றை எடுத்துக் கொண்டு சுற்றக் கிளம்பி விடுவான். கால் நடையாக அல்ல, வண்டி இருக்கும் போது நடந்து போவதைப் பற்றி அவன் சிந்திக்கக் கூட மாட்டான். அதுவும் சரிதான். கர்ப்பம் குல்தான் சுமக்கிறாள்; அவன் அல்ல.

ரத்த அழுத்தத்தைக் கட்டுக்குள் வைத்திருக்கவும், குழந்தை சுலபமாகப் பிறக்கவும் நடக்க வேண்டும். குல்லிற்கு அறிவுரை வழங்கப்பட்டிருக்கிறது; அவனுக்கு அல்ல. வண்டி ஓட்டுவது அவனுக்குப் பிடித்தமானது. ஹாபி என்ற சொல்லுங்கள், விருப்பம் என்று வேண்டுமானாலும் சொல்லுங்கள். வெறி, போதை எது வேண்டுமானாலும் சொல்லுங்கள். அலுவலகம் செல்வது என்னவோ வண்டியில்தான். ஆனாலும், ஆசை அடங்கவில்லை. தன்னுடையது என வண்டி வேண்டும் என்ற விருப்பம் வெறி யாகி இருக்கலாம்.

அக்காவின் வண்டியை எடுத்துக் கொண்டு வரும் போதும் அவன் அதே மகிழ்ச்சியோடுதான் இருந்தான். வண்டி ஓட்டுவது உண்மையிலேயே பிரமாதம். குல்லிற்கும் வண்டியில் போவது, சுற்றுவது தடை செய்யப்படவில்லை. கல்லூரி நாட்களில் தனக்குப் பதிலாக மோகரா அவனுடன் சுற்றுவது என்பது அவ ளுக்குப் பிடிக்காததாகவோ மறுப்புடையதாகவோ இல்லை. மனதில் எந்த உறுத்தலும் இல்லை. சமுதாயத்திற்கு முன்னுரிமை கொடுக்காதிருந்தால் மோகராவின் காலமும் அவளுடன் இருந் திருக்கும்.

திருமணத்திற்குப் பிறகு நிறைய தூரம் வண்டியை ஓட்டிக் கொண்டு சென்று வந்து கொண்டிருக்கும் போது ஷமீதிற்கு வண்டி ஓட்டுவதில் ஆர்வமும் குறையவில்லை. குல்லுடன் சுற்றுவதும் அலுக்கவில்லை. வயிற்றில் பிள்ளை இருக்கும் போதும் ஷிம்லாவிற்குச் சுற்றிச் சென்றார்கள் அல்லவா? இரு வருக்குமே கஷ்டத்தைக் கொடுத்தது அந்தப் பயணம். ஒருத்தி படுத்த படுக்கையாய்ப் போனாள். இன்னொருவன் அர்த்தமின்றி தனியாக இங்கும் அங்கும் அலைந்து திரிந்தான். ஆனாலும், நீண்ட தூரம் பயணம் செல்வதில் இன்னமும் கவர்ச்சி குறைய வில்லை.

கான்பூருக்கு வந்தாள் பெரிய வயிற்றோடு அதிகரித்த ரத்த அழுத்தத்தோடும். வண்டியில் சுற்றுவது என்பது சிரமமானது. பெரிய மூச்சு விட்டுக் கொண்டிருந்தாள். ஆனாலும், மன திடத் தினால் கட்டாயப்படுத்திக் கொண்டு மன உறுதியை உண் டாக்கிக் கொண்டு சுற்றி அலைந்தாள்.

ஒரு நாள் சமாளிக்க முடியாதபடி மூச்சு அத்தனை முட்டி யது. மயக்கம் அடைந்து விடுவாள் போல ஆனது. அப்போது அவள், ''இன்றைக்கு நம் வீட்டிலேயே சிறந்த ஹோட்டலைப் போல உணவருந்தி மகிழலாமே. டூ இன் ஒன்னில் லதா மங்கேஷ்கரும் ரபியும் இணைந்து பாடிய பாடல்களைக் கேட்டுக் கொண்டே பனீர் பகோடாவும் ஆலு டிக்கியும் காபி யும் சாப்பிடலாமே. ஹோட்டலிலும் அதைத் தானே எல்லோ ரும் சாப்பிடுகிறார்கள்? நம்முடைய காதல் ததும்பும் வீட்டைப்

போல வேறு எந்த ரெஸ்ட்டாரண்ட் சமமாக இருக்க முடியும். சிறிய காதல் நிரம்பிய வீடு'' என்றாள், தன்னால் முடியவில்லை என்பதனால்.

வரவேற்பறையில் சுவற்றில் உமர்கயாமின் உருவப் படமும், லைலா-மஜ்னு, ஹீரா-ரான்ஜ், சோனாவின் மஹிவால் போன்றவர்களின் ஓவியங்களையும் வாங்கி மாட்டி வைத்திருந் தான். வீடு காதல் தளும்பிக் கொண்டு இல்லாமல் வேறு எப்படி இருக்கும்? ஹமீத் ஒரு உற்சாககம் மிகுந்த சித்திரக்காரனைப் பிடித்தான். குல்லிற்குச் சொல்லாமலேயே எல்லா காதலர்களின் படங்களையும் வரைய வைத்தான்.

''நீ டாக்டர் அங்கிள் வீட்டுக்குப் போ. நான் கவாப் வாங்கி வருகிறேன்'' என்று ஒரு சனிக் கிழமை சொன்னான். ஓவியனின் உதவியுடன் இணைந்து பணம் கொடுத்துச் செய்யச் சொன்ன படங்களை சுவரில் மாட்டி வைத்தான். குல் திரும்பிய போது அதிர்ந்தாள். ஆனால், போதையில் தடுமாறிய மூளையும், நடுங்கும் கைகளுடன் செய்யப்பட்ட செய்யப்பட்ட அந்த ஓவியங்களைப் பார்த்து ஒரு வியப்பும் காட்டவில்லை. உடனேயே தீர்ப்பும் வழங்கினாள்.

ஈடு இணையற்ற காதலுக்கு இதை விடச் சான்று வேறு என்ன இருக்க முடியும்? ஷமீத் உனக்கு நினைவிக்கிறதா? ஒரு நாள் நீ உம்மர் கயாமை படித்துச் சொன்னாய். நான் அப்போதே தீர்மானித்து விட்டேன். கை நிறைய சம்பளம் வாங்கும் போது அவருடைய ஓவியங்களை உண்டாக்கி, நமது பெட்ரூமில் சுவரில் அலங்கரிப்பேன் என. சித்திரக்காரன் சொன்னான். ஏன் குறை வைக்க வேண்டும். மற்ற காதலர்களின் ஓவியத்தையும் செய் என்றேன். அவனும் செய்தான். உங்களின் விருப்பம் என் னுடைய சம்மதம் அல்ல; உங்களின் ஆணை, பிடித்திருக்கிறதா?''

உடல்நலம் இன்னமும் பாதிக்கப்பட்ட போது அவள் ''மட்டன் கபாப் எல்லாவற்றையும் எடுத்துக் கொண்டு எங்கள் வீட்டிற்கு வாருங்கள்'' என நவீன் சித்தப்பா சொன்னார். உனக்கு அசைவ உணவு கிடைக்கும் தனிமையிலிருந்து விடுதலையும் ரெஸ்ட்டாரண்டில் மாடி ஏற வேண்டும். புதியவர்களுடன் உறவு

அவர்களின் இரு பிள்ளைகளுக்கும் உங்களின் புத்திசாலித்தன மான பேச்சின் மீது அத்தனை விருப்பம்.

ஷமீத் சுய நினைவோடு, ‘‘ஆம்’’ என்றான். ஒரு ஆலோசனையும் கூடவே சொன்னான்.

‘‘நல்லது. எல்லோரையும் அழைத்தக் கொண்டு கான்பூர் கிளப் செல்லுவோம். நீயும் லதா ஆன்டியும் உங்களுக்குப் பிடித் ததைச் சாப்பிடுங்கள். நாங்கள் இணைத்திருப்போம் எங்கள் சாப் பாட்டோடு.’’

ஆமாம். இல்லை என்று எதுவும் சொல்லாமல் வண்டியில் ஏறி உட்கார்ந்தான். பின்னாயே ஓடி வர வேண்டி வந்தது. இதற்கு முன்னால் வீட்டிலயே தங்களுக்குப பிடித்ததைச் செய்து சாப்பிடலாம் என்று சொல்லியிருந்தாள். வண்டியை வேகமாகச் சென்று பிடித்தாள். இரண்டு கைகளினாலும் வயிற்றை அமுக்கிப் பிடித்துக் கொண்டாள். அவள் அதைக் காப்பாற்ற நினைத்தாள். அவர்கள் தங்களைப் பார்த்ததும் மகிழ்வார்கள்.

ஷமீத் கூப்பிட்டவுடன் கூச்சலோடு வருவார்கள். இருவரும் இளமையின் நுழை வாயிலில் இருப்பவர்கள். அவர்களை எல்லாம் அழைத்துக் கொண்டு கிளப்பில் விட்டுவிட்டு இதோ வருகிறேன் என்று வண்டியை எடுத்துச் சென்றவன் அவன். எப்போது பறந்து போனான், எப்போது திரும்பி வந்தான் என்பதை யாரும் கணக்கில் கொள்ளவில்லை, குல்லைத் தவிர.

திரும்பி வரும் போது புதிதாக அரியதாக வருவான். ஒரு நாள் நறுமணம் பூசிக் கொண்டு வருவான். கையில் ரோஜாப் பூச் செண்டோடு வாயில் வெற்றிலையோடு வருவான். ரோஜாப் பூவின் மணம் பையிலிருந்து கையை எடுத்தால் இன்னும் கூடுதலாக மணம் வரும்.

‘‘என் முன்னால் இரண்டு அழகான பெண்கள் அமர்ந் திருக்கின்றனர். யாருக்கு ரோஜாப் பூவைக் கொடுப்பது, எப்படி நான் முடிவெடுப்பது? என்னுடைய முட்டாள்தனத்திற்கும் பாக் கிற்கும் என்ன பொருத்தம்? அதை என்னுடைய அன்பான மனைவிதான் சொன்னாள். ஒருவர் கான்பூரின் ரோஜாவென்றும்

இன்னொருவர் லாகூரின் அனார்கலி என்றும், நாடு பிரிவினை ஆகி விட்டதினால் நான் லாகூர் சென்று என்னுடைய காதலிக் காக அனார்கலி (*மாதுளை மொட்டு*) வாங்கி வர முடிய வில்லை. ஆனால், ரோஜாக்கள் இங்கு உள்ளன'' என்றான்.

''உனக்கு நினைவிருக்கிறதா அது? நான் பல ஆண்டு களுக்கு முன்னால் சொன்னேன் அப்போது. கவிதையின் சலசலப்போடு தில்லியில் மக்களோடு லாகூரின் பாக்கு பற்றிய பேச்சும் எழுந்தது. உரையாடல் எனக்கும் தரலாவிற்கும் இடை யில் நிகழ்ந்தது. நீ அதைக் கேட்டுக் கூட இருக்க மாட்டாய் என்று எனக்குத் தோன்றியது'' என்றாள் நெகிழ்ந்து போய்.

''அதுதான் என் பலம்.''

அவன் லதா சித்தியின் பக்கம் பாக்கையும், குல்லை நோக்கி பூவையும் நீட்டினான். ''மிகப் பிரியமானதை எப் போதும் அடுத்தவர்களுக்கு அளிக்க வேண்டும்'' என்றான்.

இப்படிப்பட்ட நுண்மையான சொற்களில் வளர் இளம் பருவத்தினர் ஏன் கவரப்பட மாட்டார்கள்! அவளுக்கு இப் போது புரிந்து போனது குல்லும் ஷமீதும் ஒரு வினாடி கூட பிரிய ஏன் விரும்புவதில்லை என. திருமணம் ஆன முதலாம் மாதமே குல் கர்ப்பவதி ஆனாள். ஒரு மாதம் வரை படுக்கை யிலேயே கழிக்க வேண்டி இருந்ததும் காதலின் இடையில் துன்பத்தை உடைக்கப் போதுமானது.

முழு குடும்பத்திற்குமான பாதுகாப்பு இருந்தாலும் கூட வீட்டிற்குள் சம்பளம் வருவது கடினமாக இருந்தது. குல்லிற்கு மாதம் முழுவதும் வீட்டிற்குள்ளே கைதியைப் போல அடைந்து கிடக்க வேண்டி நேர்ந்தது. கான்பூர் வந்த புதிதில் மனம் மகிழும் சம்பளம் கைக்குக் கிடைத்தது. ஆனால், தலைநகரான தில்லியின் நகர சலசலப்பு எங்கே? கான்பூர் போன்ற சிறிய நகரத்தின் பார்வையில் வருமானம். பிக்சர் ஹாலில் ஆங்காங்கே எலி நடமாட்டம். ஏதோ கிழிந்த துணியில் தானியக் கடங்கு இருப்பதைப் போல.

அவன் ஒரே சினிமாக் கொட்டகையின் பிடிப்பில் இருந் தான். தானேதான் பார்க்கத் தகுந்த அத்தனை படங்களும் அந்தத்

தியேட்டரிலேயே வருகின்றனவோ? குல் என்னவோ விநாயகரின் பக்தைதான். அவர்கள் இருவருக்கும் படம் பார்ப்பதில் அத்தனை ஆர்வம். எலிகளின் ஆட்டம் பாட்டம் அத்தனைக்கும் இடையில் ரிலீஸான படத்தை முதல் நாள் முதல் ஷோ பார்த்து விடுவார்கள்.

எட்டாம் மாதம் ஆனவுடன் லதா சித்தி, ''இப்படி காற்றாட உலாப் போக வேண்டாம். ஒவ்வொரு படத்தையும் பார்க்க வேண்டிய தேவை இல்லை'' என்று சொன்னாள்.

''எனக்கு எப்போதும் முதல் நாள் முதல் ஷோ பார்க்கப் பிடிக்கும்'' என்று குல் சொன்னாள்.

உடனே டாக்டர், ''உனக்கா ஷமீதிற்கா?'' என்று கேள்வி எழுப்பினார்.

குல் வெட்கப்பட்டுக் கொண்டே குனிந்த பார்வையுடன், ''நாங்கள் இருவரும் வேறு அல்ல.''

''லதா தன்னுடைய கணவரைக் கடிந்து கொண்டு 'காதல் பேச்சை நாம் புரிந்து கொண்டது போதும் விடுங்கள். என்ன செய்தாலும் உன்னப் பற்றிய கவனத்தோடு செய்' என்று சொல்ல விட்டாள்.''

மனதில் உருவான காதல் மாளிகை. சீட்டுக் கட்டு கோபுரம் ஆடத் தொடங்கியது. எட்டாம் மாதம் மாலை நேரத்தில் ஒரு நாள் குல்லிற்குக் காலமற்ற காலத்தில் மெலிதாக வலி எடுக்கத் தொடங்கியது. கொஞ்ச நேரத்திற்கு முன்னால்தான் வீட்டிற்கு வந்த ஷமீத் மறுபடியும் ஊர் சுற்ற என்று வண்டியைத் தயார் செய்து கொண்டிருந்தான்.

பயந்து போய் குல் போட்ட சப்தத்தில் கலவரமானான். ஒற்றைக் கையால் வெளியிலிருந்து வண்டியை ஒட்டி நவீன் சித்தப்பாவின் வீட்டை வந்தடைந்தான். இன்னொரு கையால் பாட்டிலைப் பிடித்திருந்தான். அவளுடைய வீட்டிற்குக் குல்லைக் கூட்டி வந்து அவர்களின் மேற்பார்வையில் மருத்துவமனைக்கு அனுப்பி விட்டு கவலையோடு ஷமீத் வீட்டில் உட்கார்ந்திருந் தான்.

அது பொருத்தமில்லை என்றும் நினைக்கவில்லை. காதல் தத்துவத்திற்கு எதிரானது என்றும் கருதவில்லை. இந்த நாட்டில் பிள்ளையைப் பிரசவிக்கும் பெண்ணின் அருகில் கணவன் உடனிருப்பது என்ற வழக்கம் இல்லாததினால் அவன் அவ்வாறு இருந்தான்.

மாளிகை ஆட்டம் கண்டது. ஆனால், உடைந்து போக வில்லை. குல்லின் பெருந்தன்மை அவனைக் கவலைப்படக் கூட விடவில்லை. பிறகு அன்றயை போதை கொண்ட மனதை விளக்கி, ''குழந்தை பிறப்பதற்கு முன்னால் இருந்த கணங்களை நினைத்தால் மிகவும் சிரிப்பு வருகிறது. வலியின் கூச்சலைக் கேட்ட ஷமீதின் முகத்தைப் பார்க்க வேண்டுமே. டேனியின் காமெடி வேடத்தை ஒத்திருந்தது. வெளிநாட்டுக் கம்பெனியில் வேலை அல்லவா? அதனால் நண்பர்கள் வெளிநாட்டு சரக்கு கேட்டனர். அன்றைக்கும் கூட ஒரு நண்பனுக்காகப் பாட்டில் எடுத்து வந்திருந்தான். அதைக் கொடுக்கத்தான் சென்று கொண் டிருந்தான். வலியின் கூச்சல் கேட்டதும் பதறிப் போய் மூடியே இருக்கும் பாட்டிலைக் கையில் வைத்துக் கொண்டே உங்களைப் பார்க்க வந்து விட்டான்'' என்றாள்.

பாட்டில் திறந்திருந்ததா அல்லது மூடி இருந்ததா என்று யாரும் கவனிக்கவில்லை. ஷமீதின் கலவரத்தைப் பார்த்த அனை வரும் சிரித்து விட்டனர். அது பார்க்க அப்படித்தான் இருந்தது. அவனுடைய உறுதியான காதலின் சாட்சியாக அது இருந்தது.

இரட்டைக் குழந்தைகளின் கூச்சல், ஆயாக்களின் சண்டை சச்சரவு, அதனால் ஏற்பட்ட வேதனை எல்லாமே கட்டிய காதல் கோபுரத்தை இன்னமும் அதிகம் அசைத்தது. ஷமீத், லதா சித்தியின் முன்னால் ஏறக்குறைய அழுதே விட்டான். என்ன அதிர்ஷ்டம் செய்திருக்கிறேன் பாருங்கள் நான். திருமணம் ஆகி ஒரு வருடம் கூட முடியவில்லை. வீட்டில் பெண்களும் குழந்தைகளும் என ஒரே கூட்டம். ஏதோ அனாதை ஆசிர மத்தைப் போல இருக்கிறது.

அவன் முற்றிலும் தவித்துப் போனான். குல்லிற்கு மாமி யாரை வரவழைத்துக் கொள்ளலாம் என்று யோசனை கூறினான்.

முதலில் அவள் தடுத்துக் கூறினாள், "முடியவே முடியாது" என்று. பிறகு அவன் முகம் தொங்கிப் போனதைப் பார்த்து மென்மையாக நமது பாரம்பரிய ஆயாவை விடவும் என்ன சிறப்பாகப் பார்த்துக் கொண்டு விடப் போகிறார்?

வயதாகி விட்டது. நான் அவரைப் பார்ப்பேனா? ஷமீதைப் பார்ப்பேனா! நீங்கள் கவலைப்படாதீர்கள். இரண்டு மூன்று மாதங்களில் நான் எல்லாவற்றையும் சமாளித்து விடுவேன். அதாவது சின்னச் சின்ன சலசலப்புகள் அவர்களுடைய காதல் கோட்டைக்குள் இடையூறு செய்ய முடியாது என அவர்கள் நம்புகிறார்கள். வயதான அம்மா இருந்தால் காதலை வெளிப் படுத்துவதும் கஷ்டமென்று லதா சித்தி சொல்லி அவர்களின் நம்பிக்கையின் மீது நம்பிக்கை கொள்ளச் செய்தாள்.

அவரைக் கூட்டிக் கொண்டு பராமரிப்பதைக் காட்டிலும், ஷமீதையும் குழந்தைகளையும் கவனித்துக் கொள்வதில் உதவி செய்யவும் உறுதி அளித்தாள். தன்னுடன் குழந்தைகளை இருத்தி வைத்துக் கொண்டு, அவர்களுக்குச் சிறிது ரிலீப் கொடுத்து சினிமாவிற்கோ அல்லது சனிக் கிழமைகளில் கான்பூர் கிளப் பிற்கோ போய் வரலாம் என்றும் யோசனை தெரிவித்தாள், லதா சித்தி.

ஆரம்பத்தில் அதைச் சிரித்து, தட்டிக் கழித்தாள். ஆனால், மாலையானால் வீட்டிலிருந்து. ஷமீத் மாயமாவதற்கும் ஆமோதித்தாள். ஷமீதிடம் சொன்னவுடன் அவன் அதை மறுத்தான். "இத்தனை நேரம் குழந்தைகளை ஆயாவிடம் விட்டுவிட்டுச் சென்றால் நீங்கள் தனியாகக் கிடந்து திண்டாடுவீர்கள். நானும் குல்லும் தனித்தனியாக வெளியில் சென்று வருவதே சிறந்தது. நீங்களும் குல்லும் இன்றைக்குச் சினிமாவிற்குச் செல்லுங்கள். அவளுக்கும் ஒரு துணையாயிருக்கும். நாங்கள் கான்பூர் கிளப் போகிறோம்" என்று லதா சித்தியிடம் சொன்னான்.

இரண்டு பேரில் யாருமே இதைக் கேட்கவில்லை. வீட்டில் இருந்து ஆயாக்கள் இங்குமங்கும் அலைவதைத் தவிர அவன் வேறு என்ன செய்வான் என்பதைக் கேட்கவே இல்லை. சரி பரிசோதித்துப் பார்ப்போமே என்று யோசித்தான். பரிசோதனை

நடந்தது. இளம் ஆயா சொன்னாள்: ''குல் அந்தப் பக்கம் சென்ற வுடனேயே ஷமீதும் வெளியே சென்று விட்டான்'' என்று.

அங்கு நவீன் டாக்டருடன் கிளப்பிற்குச் சென்றவுடனே தான் ஷமீதிற்குத் தன்னுடைய பாஸுடன் ஒரு மீட்டிங், அன்று மாலை இருப்பது நினைவிற்கு வந்ததாம். ராத்திரி முழுக்க இந்த அழுகை சத்தத்தில் மறந்து போய் விட்டது என்று சொன்னான். அவரை அங்கேயே விட்டுவிட்டு அவன் கிளம்பிச் சென்று விட்டான். இன்னமும் ஓரிரண்டு முறை பரிசோதித்து, பின் அதைக் கை கழுவி விட்டதாக குல் சொன்னாள்.

மூன்று மாதங்களுக்குள் இரண்டு குழந்தைகளுக்குமாக செலவு அத்தனை அதிகரித்து விட்டது. கைக்கு என்னவோ சம்பளம் குறைவாக வருகிறது. ஆனால், வெகு சீக்கிரம் செலவும் ஆகி விடுகிறது என்று அவள் யோசித்தாள். மாமியார் வீட்டில் இருந்து வந்திருக்கும் ஆயாவைத் திருப்பி அனுப்பி விடலாம் என்று தீர்மானித்தாள். தானே குழந்தையைக் கவனித்துக் கொள்ளலாம் எனவும் எண்ணினாள்.

எல்லாவற்றிலும் மூக்கை நுழைப்பதிலிருந்து விடுதலை பெறலாம். செலவும் குறையும். மேலும் மாலையானால் ஷமீத் மறைந்து விடுவதை எண்ணி மாய்வதும் குறையும். பாவம் லதா சித்தி மிகவும் கண்ணியமானவள். அவள் வீட்டில் அமர்ந்து கொண்டு குழந்தையைக் கவனிப்பதற்குத் தயாராக இருந்தாள். ஆனாலும், மேலும் மேலும் சுமை ஏற்றுவது நன்றாக இருக்காது.

மாலை நேரத்தில் தன்னைப் பற்றி யோசிப்பதை விடுத்து குழந்தைகளைக் கவனித்து பொழுதைக் கழிக்கலாம் என்றும் நினைத்தாள். ஷமீதிடம் சொன்னவுடன் இந்த ஏற்பாடு அவன் மனதிற்குக் கொஞ்சம் பிடித்தது. ஆனாலும் வேறு வழியும் இல்லை. நான்கு வாரம் எந்த லட்சணத்தில் கழிந்ததோ தெரியவில்லை. இன்னும் ஒரு நல்ல சேதி கிடைத்தது. அவருடைய திருமணத்தின் முதலாம் ஆண்டு நிறைவு விழா விற்குச் சில நாட்களுக்கு முன்னதாக ஜோக்நாத்தின் திருமண நிச்சயதார்த்த செய்தி வந்தது. மோகராவின் கடிதத்தின் மூலமாக.

இணைந்த மனம் 465

அம்மாவை ஏமாற்றிய அதே சித்தப்பா சித்தியின் பெண்தான் நிச்சயிக்கப்பட்டிருக்கிறதென்றும், அவர்களைத்தான் குல் ஏமாற்றுக்காரர்கள் என்று சொல்லுவாள் என்றும் எழுதி இருந்தாள். மேலும் அவர்களைத் தனக்குக் கொஞ்சமும் பிடிக்க வில்லை என்றும் எழுதியிருந்தாள். கொஞ்சம் கஷ்டமாகத்தான் இருந்தது. நடந்து போனதைப் பற்றி என்ன சொல்ல என்று அதற்கும் விளக்கம் அளித்திருந்தாள்.

அம்மாவின் சித்தப்பா அப்பாவைப் போல ஜுக்கி சித்தப்பாவையும் பணக்கார மாப்பிள்ளையாகத் தேடியெடுத்தார் என்பதில் தவறு என்ன இருக்கிறது? அப்பாவின் வழியில்தான் பிள்ளையும் என்பதும் அவசியமல்ல என்றும் எழுதியிருந்தாள். அடுத்த கடிதத்திலேயே மோகரா அப்பாவை விடப் பெண் இன்னும் கூடுதல் என்று எழுதியிருந்தாள். குல் இந்தத் தத்து வத்தை மொழிந்திருந்தாள் தன் கடிதத்தில். ‘‘வீடும், திருமண மும் எல்லாப் பொருத்தத்துடன் ஒருபோதும் கிடைக்காது’’ என்று.

மோகரா இன்னும் ஏதாவது எழுதியிருப்பாள். அதற்கு முன்னதாகவே பைஜ்நாத் மாப்பிள்ளையையும் பெண்ணையும் அழைத்து தில்லி வரை ஏ.சி. கோச்சில் போக்கியில் இடமும் ஏற்பாடு செய்த அனுப்பியிருந்தார். குல் மகிழ்ச்சி அடைந்தாள். ஷமீத் அவள் இருவரும் திருமணத்தில் முதலாம் ஆண்டு நிறைவை நண்பர்களுடன் தில்லியில் கொண்டாடலாம் என்றும் விரும்பினார்கள். ஆனால், அதிகரிக்கும் செலவுக் கணக்கை எண்ணி அதைப் பற்றிப் பேசவோ பேச்செடுக்கேவா பயந்து கொண்டிருந்தனர். இப்போது மேலிருப்பவன் அங்கு செல்ல வழி வகுத்து விட்டான் எனில், அதைப் பற்றிப் பேச தேவையே இல்லாமல் போனது.

ஒருமுறை தில்லி திரும்பியதுமே பழைய காதலர் காலம் திரும்பி வந்தது. ஊர் சுற்றுவது, நண்பர்களைச் சந்திப்பது, அரட்டை அடிப்பது எல்லாமே பெரு விருப்பத்துடன் கொண் டாடப்பட்டது. பித்துக் கொண்டவர்களைப் போல, குழந்தை களாகி கவலையற்று மகிழ்ச்சியோடு மூன்றாம் தேனிலவைக் கொண்டாடினர். இரண்டு தினங்கள் சிம்லா சென்று திரும்பினர்.

சச்சின் மற்றும் சலீலாவைப் பற்றிய கவலையின்றி திரிந்தனர். மாமியார் வீட்டில் பழைய ஆயா ஒரு குழந்தையை யும், அம்மா வீட்டில் பார்வதி ஒரு குழந்தையையும் நன்றாகச் சமாளித்தார்கள். இன்னொரு குடும்பத்தினரும் உடன் இருந்தனர்.

ஜுக்கி சித்தப்பாவின் மாமியார் வீட்டு மனிதர்கள், அம்மாவின் சித்தி மகள்கள் ஆனதினால் எப்போது வேண்டு மானாலும் வீட்டிற்கு வருவார்கள். கனகலதாவை விடவும் அதிகமாக பைஜ்நாத் அவர்களுக்கு உதவி செய்தார். குல்லின் மாமியார் வீட்டு ஆயா விருப்பப்படும் பொழுது. உடனே டிரைவரைக் கூப்பிட்டனுப்புவாள். எத்தனை நேரம் பைஜ்நாத் துடன் சேர்ந்து அவள் குழந்தையைக் கொஞ்சிக் குலாவுகிறாளோ அத்தனைக்கத்தனை மோகரா சலித்துப் போய்க் கிடந்தாள்.

அனைத்து மகிழ்ச்சி நிறைந்த காட்சிகளிலிருந்தும் இணை யாமல் மோகரா தனித்து விடப்பட்டாள்.

குல் வந்ததால் சித்தப்பாவின் மாமியார் வீட்டினரோடு இணையாமல் தள்ளி இருக்கலாம் என நினைத்திருந்தாள். குல் தன்னுடைய அர்த்தமற்ற பயங்களுக்கு ஆறுதல் அளிப்பாள் என்று எண்ணியிருந்தாள். ஆனால், குல்லோடு தனிமையில் சரியாகப் பேசக்கூட முடியவில்லை. அவள் ஷமீதோடு ஹனி மூன் கொண்டாடிக் கொண்டிருந்தாள்.

இல்லையென்றால் மாமியார் வீட்டைச் சார்ந்தவர்களுக்குக் குழந்தைகளைக் காட்சிப்படுத்திக் கொண்டிருந்தாள். சிம்லாவில் இருந்து திரும்பிய பின் அங்கிருக்கும் அழகான காட்சிகளைப் பற்றிக் கூடச் சொல்லவில்லை. ஜோக்நாத்தின் மாமியார் வீட்டுக் காரர்களை வெட்டி விடுவது எப்படி?

குழந்தைகளைக் கவனிப்பதில் அவர்களும் பங்கெடுத்துக் கொண்டதால் அவர்கள் மீது நன்றியுடன் இருந்தாள். தில்லியில் எத்தனை நாட்கள் இருந்தாள்? பதினைந்து நாட்களுக்குள்ளாக ஷமீதின் விடுமுறை முடிந்து போய் விட்டது. இன்னொரு முறையும் பிள்ளைத்தாச்சியாய் இருக்கும் போது. ஏழாம் மாதம் தடுத்து நிறுத்தியதைப் போல நாடகம் நடைபெற்றது.

இன்னும் ஒரு மாதம் கூட இருந்தால் குழந்தைகள் பெரிய வர்களாக முடியும். நல்ல ஆரோக்கியத்துடன் இருக்க முடியும் என்றனர். ஆனால், அவள் அதை ஏற்கவில்லை. நாடகத்தில் முடிவு. அவள் கான்பூருக்குத் திரும்புவதாக இருந்தது. கனகலதா அவளுடன் கூட வந்து இருக்கிறேன் என்று சொன்னாள். இந்த முறை கவிதா உறுதியாக நின்று ஷமீதைத் தனியாகக் கான்பூர் அனுப்ப சம்மதிக்கவில்லை.

அவளுடைய அறிவுள்ள வழிகாட்டலினால் அந்த யோசனையை வாபஸ் பெற்றாள். மோகரா மிகவும் பயந்து விட்டாள். ஷமீத் அவளைக் கான்பூர் வரச் சொல்லி கூப்பிட் டான். திரும்பத் திரும்ப அழைத்தான். ஒவ்வொரு நாளும், ஒரு நாளில் பல முறை என.

ஆனால், குல்லின் தரப்பிலிருந்து அழைப்பு வரவில்லை. ஷமீதின் ஆசையைப் பார்த்த அவள் வயிறு கலங்கியது. திருமணம் ஆகி ஓராண்டு நிறைவடைந்ததை ஒட்டிய கொண் டாட்டம், மூன்றாம் ஹனிமூன் எல்லா மகிழ்ச்சிகளோடும் இருக்கும் குல்லிற்குத் தடையாக இருக்க விரும்பவில்லை என்று தானே புரிய வைத்தாள். அது அவர்களின் காதலையும் இச்சையையும் இன்னும் கூர்மையாக்கியது. அவர்கள் சென்று விட்டனர்.

மோகரா தனியாக காதலை உணர்ந்து கொண்டிருந்தாள். அதன் காரணமாக அந்நிய நாட்டு ராஜகுமாரன் தரையில் வந்து இறங்கும் நாளையும் வீட்டிலிருந்து விடுதலை அடையப் போகும் நாளையும் எண்ணி, கனவு கண்டு காலத்தைக் கழித்துக் கொண்டிருந்தாள்.

அந்த நாட்களில் குல்லின் பிரச்சினைகளையும், அதில் செலவிடப்படும் அறிவின் திறனையும் பற்றி பின்னாட்களில் என்னிடம் சொன்னாள். பெண்களின் அறிவில் கால் பகுதியை கணவனின் மேச்சலுக்கு அனுப்பி விடுகிறார்கள். மீதி முக்கால் பங்கைக் குழந்தைகளுக்கு. ஆகையினால் ஆயுள் முழுவதும் இதே இயல்பைக் கைக்கொண்டு அவற்றிலிருந்து விடுபெற எண்ணுவதே இல்லை.

அரைகுறை மூளையுடன் காரியத்தில் ஈடுபடுகின்றனர். ஒன்றிற்குப் பதிலாக இரட்டைக் குழந்தைகளைப் பெற்றெடுத்திருக்கிறாள். குல் மூன்றில் ஒரு பங்கு மூளையையே பயன்படுத்தினாள். காதல் செய்ய ஆரம்பித்த பின்பு முழு மூளையையும் உபயோகப்படுத்தியதே கிடையாது. ஒரு பகுதி மூளையைக் காதலிப்பதில் செலவிட்டாள். எப்போதும் ஷமீதுடன் காதல் செய்வதிலேயே ஈடுபட்டிருந்தாள்.

கான்பூரில் மேலும் ஒரே ஒரு ஆண்டு மட்டுமே வசிக்க வேண்டியிருந்தது. 1962ம் ஆண்டின் துவக்கத்திலேயே கனவு நகரமான பம்பாய்க்கு ஷமீத்திற்கு மாற்றல் ஆகி விட்டது. ஜெனரல் மானேஜர் என்ற பதவியிலிருந்து கீழிறக்கபப்ட்டு பிராஞ்ச் மானேஜராக ஆக்கப்பட்டான். பல ஆண்டுகள் வரை குல் இந்த உண்மையை அறியாமலேயே இருந்தாள். அப்படி இருந்தால் வீட்டின் மற்றவர்கள் இதை எப்படி அறிந்திருப்பார்கள்?

ஜோக்நாத்தின் திருமணத்திற்காக தில்லி வந்திருந்த போது பம்பாய் செல்வதைப் பற்றி எல்லையற்ற மகிழ்ச்சியில் இருந்தாள். இதற்கிடையில் மோகராவின் கனவு ராஜகுமாரன் நேரில் காணக் கிடைத்தான். ஆனால், கோமாளி போல. கொஞ்ச நாட்களுக்குப் பிறகு அதை எண்ணிச் சிரிப்பதைத் தடை செய்து விட்டான். பொருந்தாக் காதல் முன்னமே அழிந்து போக காதலின் துளிர் தோன்றியதைப் பற்றி குல்லிடம் சொல்லி இருந்தாள்.

பிறகு இருவருமாக இணைந்து சிரித்தனர். பள்ளி, கல்லூரி நாட்களில் இணைந்து சிரித்ததைப் போன்று வாய்விட்டு இருவரும் சிரித்தனர். திருமணத்திற்கான கொண்டாட்டம் என்பதே பல ஆண்டுகள் பிரிந்து இருந்தவர்கள் கூடி அர்த்தம் இல்லாமல் சிரிப்பதற்கு என்றே ஒருங்கிணைக்கப்பட்ட ஒரு இடம் எனலாம். ''அடே பரிசு, போக வர என்று செலவழித்த பணத்தை வசூல் செய்ய வேண்டுமோ இல்லையா?'' குல் சொன்னாள். நிரம்பிய வயிற்றிற்கு மேல் கடன் தீர்க்க திரும்பப் பெற வேறேதும் கிடையாது.

பிறகு ஜோக்நாத்தின் திருமணம் நடந்தது. காதல் அவர்களுக்குச் சிரிக்கக் கூடிய பொருளானது. எப்போதும் ஒளிந்து

இணைந்த மனம்

மறைந்தே இருந்தார். பாவம், ஒவ்வொரு நிமிடமும் குல்லிடம் வந்து, "இந்தப் புடவை கவிதாவிற்குப் பிடிக்குமா? இந்த நெக்லஸ் கழுத்திற்குப் பொருத்தமாக இருக்குமா? ஹனி மூனுக்குக் காஷ்மீர் போகலாம் என்று திட்டமிட்டிருக்கிறேன், சரியா. நீ டார்ஜிலிங் போனாயே, அது காஷ்மீரை விடச் சிறந்ததா என்ன?" என்று ஏதோ கேட்டுக் கொண்டே இருந்தார்.

குல் பாவம். அவருக்கு ஆறுதல் சொன்னாள். தானும் சந்தேகத்தில் ஆழ்ந்தாள். கவிதாவிடமே கேட்டு விடலாம். ஆனால், அக்கா, மீதி சித்தப்பாக்கள் வந்த பிறகு திருமணம் நடைபெறும் வரை கவிதாவால் வீட்டிற்கு வர முடியவில்லை. இப்படி அப்படியுமாகக் கொஞ்சம் கழித்து சித்திக்கு எல்லாமே மிகப் பொருத்தமாக இருக்கும் என்று சொல்லி விட்டாள். இதே ஜோக்நாத்தான் காதல் கையை விட்டுப் போனதற்கு முன்னால் உறையைப் பிரிக்காமல் உள்ளிருப்பதைச் சொல்லுகிறேன் என்று குதித்தவர்.

காதல் செய்பவர்கள் மற்றவர்களுக்கு எத்தனை முட்டாளாக காட்சி அளிக்கின்றனர். ஆனால், நாமே காதலிக்கும் போது அதற்கு ஈடு இணையே இல்லை. குல்லும் மோகராவும் சித்தப்பா வின் காதலைப் பார்த்து கேலியில் சிரித்தார்கள். ஆனாலும், தங்கள் காதலைத் தெய்வீகக் காதல் என்றனர். நெஞ்சை நிமிர்த்திக் கொண்டு அலைந்தனர். நடக்கப் போகும் காதல் அல்லது நடந்து முடிந்து விட்ட காதல் இரண்டும் அவர்களுக்கு எந்தப் பயனையும் கொடுக்கவில்லை.

இருவரின் நட்பும் மறுபடியும் ஆழம் கொண்டது. அது தான் ஒவ்வொரு விஷயத்திலும் மன மகிழ்ச்சியையும் கொடுத் தது. பம்பாய் சென்று குடித்தனம் ஆரம்பித்தவுடன் மோகரா அங்கு வர வேண்டும் என்று குல் தீர்மானித்தாள். அதற்குள் திருமணம் முடிந்து விட்டால் கணவனுடன் அல்லது தனியாக வர வேண்டும் என்றாள்.

"பம்பாய் என் உயிர். எல்லோருடைய கனவையும் நினை வாக்கும் நகரம். உனக்காக ஒரு நல்ல ஒழுக்கமுள்ள காதலன் அல்லது கணவன் கிடைப்பதா கஷ்டம்" என்றாள் குல்.

''தனித்தனியாக இல்லை தாயே. இரண்டும் சேர்ந்தது. டூ இன் ஒன் வேண்டும்'' என்றாள் மோகரா.

''அதுதான் இந்தக் காலத்தில் கடைக்குக் கடை கிடைக்கிறதே.''

''உனக்கு எந்தக் கடையில் கிடைத்தது?''

''எனக்கு விதியின் மூலம் கிடைத்தது.''

''இலவசமாகவா?''

''வாழ்க்கையில் எதுவுமே இலவசமாகக் கிடைப்பது இல்லை'' என்று சொல்லி விட்டு ஆழ்ந்து போனாள். பிறகு சிரித்துக் கொண்டே, ''சிரிக்கிறவர்களை அழ வைப்பதில் கில்லாடி நீ. நாம என்ன காலிப்பா இலவசமாகப் பெற. என்ன விலை வேண்டுமானாலும் தருகிறேன். ஆனால், உனக்குக் கண்டிப்பாக ஒரு டூ இன் ஒன் கொண்டு வருவோம். இல்லையா ஷமீத்?''

ஷமீத் பதில் சொல்லவில்லை. அவனுக்கு இது போன்ற தலையும் இல்லாத வாலும் இல்லாத விஷயத்தில் கலந்து கொள்ள பிடிக்காது. அது எப்போதும் இருந்ததே கிடையாது. ஆனால், இது வேறு மாதிரி. குல்லை ஆதரித்து மோகராவை பம்பாய்க்கு வரும்படி அழைப்பு கூட விடுக்கவில்லை. ஒரு வேளை அங்கு சிங்கிள் பெட்ரூமுடன் ஒரு சிறிய வீடுதான் கிடைக்குமென்பது அவனுக்கு முன்னமே தெரியுமோ என்னவோ. ஆறு ஆண்டுகள் வரை அந்தப் பம்பாய் வேலைதான் அவனுடைய கடைசி வேலை என்பதையும் அவன் அறிந்திருப்பானோ?

கனவுகளினாலும் சினிமாக்களினாலும் நிறைந்திருந்த பம்பாய் நகரம் 1956-57களில் மாநிலங்கள் மொழி வாரியாக பிரிக்கப்பட்ட பிறகு குஜராத்திற்கும் மகாராஷ்டிராவிற்கும் இடையில் ஊசலாடிக் கொண்டிருந்தது. மொரார்ஜி தேசாயின் விழிப்புணர்வால் மது தடை செய்யப்பட்டது. ஆனால், வெளிநாட்டுக் கம்பெனியான ப்ளூகேம் போன்ற கம்பெனிகளுக்கு வாடிக்கையாளர்களுக்காக விருந்தோம்பலுக்கான பர்மிட்டும் கொடுக்கப்

பட்டது. ஏற்பாடுகளும் செய்ய சைகை காண்பித்து விட்டனர். ஒப்பந்தத்திற்கு ஒப்பந்தம் ஆயிற்று.

இதுதான் நம் நாட்டின் நிலை. குறுநில மன்னனுக்கும் சோஷலிஸ வாதத்திற்கும் இடையில் தொங்கிக் கொண்டிருந்த நம் நாட்டில் நிலை எல்லாக் கட்டுப்பாட்டையும் உடைத்து பர்மிட் கொடுக்கப்பட்டது. இன்னொரு புறம் வெளிநாட்டு மது வகைகளை இங்கு கொண்டு வர உண்டாக்க இருந்த தடை களிலிருந்து விலக்கு அளிக்க சட்டத்தை மீற தேவையான காரணங்கள் சொல்லப்பட்டன. தேவைப்பட்ட போது விலக்கு. உல்லாசமான உலா மட்டுமல்ல. அதிகாரத்தின் வீழ்ச்சியும் இதில் கலந்திருந்தது.

குறிப்பிட்ட சிலர் நாட்டில் சாதாரண மக்களிலிருந்து கூடுதல் அதிகாரம் படைத்தவர்களாக இருந்தனர். அவர்கள் அதிகாரம் செலுத்திக் கொண்டிருந்தனர். அப்படிப்பட்ட அதிகார வர்க்கத் தில் ஒருவன்தான் ஷமீதின் விருந்தளித்த பழைய கேவல்சிங்கும். அப்போதும்தான் மது விலக்கு அமலில் இருந்தது. நாட்டில் உள்ளேயும் வெளியேயும் எத்தகைய சரக்கும் கிடைக்க எந்த விதமான கஷ்டமும் இல்லை.

கடந்த இரண்டு ஆண்டுகளில் அவனுடைய பொருளாதாரத் தில் வீழ்ச்சி அதிகம் ஏற்பட்டிருந்தது. அதிகாரத்தை விலைக்கு வாங்க பணம் இல்லாமல் போயிற்று. வாழ்க்கையில் பொரு ளாதார மமதை கென்ஜின் தத்துவம் ஏற்றத் தாழ்வு அல்ல. தாழ்வு என்றால் தாழ்வேதான். தன்னுடைய ஐயாவின் முன்னேற் றத்தில் மிகவும் மகிழ்ச்சி கொண்டான். வெளிநாட்டு சரக்கு முதற்கொண்டு அவனை அடைய அவள் ஷமீதைக் கில்லாடி என ஒப்புக் கொள்ளத் தயாராயிருந்தாள். மிகவும் பிடிவாதமாக மனைவியுடன் வர வீட்டிற்கு அழைப்பு விடுத்தான்.

ஷமீத் மற்றும் அவருடைய அப்பாவும் புகழ்ந்ததை விடவும் குல் இன்னமும் அதிகமாகப் புகழ்ந்து தள்ளினாள். நான் நினைத்தேன் அவர்கள் மூலமாக பம்பாயில் அவளுக்கு நல்ல வீடு கிடைத்திருக்கும். அது டாக்டர் நவீனுடைய வீட்டைப் போல என. இரண்டு மூன்று முறை சென்றிருக்கிறேன். விருந்து

உபசாரத்தில் மதுவும் இருந்ததினால் பயந்து வந்து விட்டேன். அவன் இன்னும் ஷமீத் இதை ஒதுக்கி வைத்திருக்கிறான் என்று சொன்னான்.

அப்பா அவ்வப்போது சொல்லுவார். வேண்டாம் என்றால் முழுவதுமாகத் தடை செய்யப்பட்டிருக்க வேண்டும். சிறு துளை துவாரம் ஏதுமில்லாமல் அடைத்திருக்க வேண்டும். தன் புத்திசாலித்தனத்தை உபயோகித்து இந்தியர்கள் பர்மிட், லைசென்ஸ் போன்றவற்றை உரிமையோடு பெற்று, அதை நேர்மை என்று சொல்லி பள்ளத்தில் வீழ்கிறார்கள். தன் இஷ்டம் போல இருப்பதை பெருமையாய் நினைக்கிறார்கள். இது பெரிய இடத்திலிருந்து கடைநிலை வரை.

பெரிய பெரிய ஆபீசர்களிடத்திலிருந்து கடைநிலை ஊழியன் வரை, ஏமாற்றும் போக்கும் இருக்கிறது. குறுக்குப் பாதை போகும் பேய் புத்தி நம் நாட்டிற்கு இருக்கிறது. அது இந்தப் பக்கம் கொஞ்சம் பணயம் வைக்கிறது. சில சமயம் அந்தப் பக்கம். இவற்றை எல்லாம் தெரிந்து கொண்டேதான் பைஜ்நாத் சில சமயம் இந்தப் பக்கமும் சில சமயம் அந்தப் பக்கமுமாகப் போகிறார்.

அப்படி எல்லாம் இல்லாவிட்டால் குல்லின் வாழ்க்கை எப்படி விரைவில் மேலெழும்பும் அல்லது கீழே பள்ளத்தில் விழும். அப்பா மற்றும் ஷமீதின் மூலமாக இவை நடக்கின்றன. பள்ளத்தில் விழும் விஷயத்தில் அவள் பந்தயத்தில் அவர் களிடம் வெற்றி அடைந்திருக்கிறாள். பள்ளத்தில் விழுந்த அவள் வாழ்க்கை அப்படியே தங்கி விட்டது. இதற்கு அவர்கள் முதலில் நாட்டின் மீது குற்றம் சாட்டுகின்றனர். தங்கள் மீது அல்ல.

ஆனால், அதில் விழுந்ததினாலே அவள் பெரிய இரக்கங் களையும் அடைந்திருக்கிறாள். அதிர்ஷ்டத்தினால் அல்ல. அவ ளுடைய புத்தியின் கூர்மையினாலும் சரியான எண்ணத் தினாலும், படைப்பாளி அல்லவா? அனுபவம் பளபளக்கிறது. அவள் தன் வாயாலேயே சொன்னாள் அல்லவா? இலக்கியமும் வாழ்க்கையும் ஒன்றென. வாழ்க்கையை தைரியத்துடன் எதிர்

கொள்ள இலக்கியத்தைத் தனதாக்கிக் கொண்டாள். இலக்கியத்தைப் பற்றி எழுத தன்னைத் தவிர மற்றவர் வாழ்க்கையை எடுத்துக் கொண்டு அதற்கு விளக்கம் அளித்துக் கொண்டிருந்தாள்.

தன்னை எத்தனைக்கெத்தனை மறைத்துக் கொள்ள எண்ணினாளோ அத்தனைக்கத்தனை மற்றவர்களின் வாழ்க்கைக் குள் நுழைந்தாள். அவர்களின் கதையை எழுதினாள், அவளின் குரல் வாயிலாக. யாரும் அறிய மாட்டார்கள். அவள் அப்படி அதை மடித்துத் திரித்து எழுதினாள். அவற்றைத் தன்னுடைய கதைகளாக, அதிலும் அவள் பைஜ்நாத்தை வெற்றி கொண்டாள்.

விபத்து ஏற்பட்டதென்னவோ ஏற்பட்டதுதான். இதற்கெல்லாம் பயந்து கலங்கி அவள் புதிய நட்பைத் தேடவில்லை. புதிய வழியை உண்டாக்கிக் கொண்டே இருந்தாள். இதை நீங்கள் அவளுடைய அனுபவங்களின் பலவீனமாக வேண்டுமானால் கருதிக் கொள்ளுங்கள்; பலம் எனவும். உங்கள் விருப்பம். இத்தனை சுதந்திரத்தை இங்கே கொஞ்சம், அங்கே கொஞ்சம் என்று ஊஞ்சலாடும் நாமும். நமக்கு அது பலத்தைக் கொடுக்கிறது.

ஜோக்நாத்தின் திருமணம் மற்றும் அவளுடைய திருமணம் இரண்டிற்கும் இடைப்பட்ட காலத்தில் அவள் பம்பாய்க்குச் செல்லவில்லை. அவளுடைய திருமணத்திற்காக ஒன்று மாற்றி ஒன்றாகப் பையனைப் பார்த்துக் கொண்டிருந்தனர். குல்லை வரும்படி அழைத்துக் கடிதம் எழுதினர்கள். ஆனால், அவள் இன்னும் வீடு சரியாக நிலைபெறவில்லை என்று கூறி எழுதி இருந்தாள். அந்தக் கடிதம் வந்த போது ஏதோ நெருடல் கண்டிப்பாக அதனுள் இருந்தது. இன்னும் சில நாட்கள் சென்று அங்கு வந்தால் சரியாக இருக்கும் என்று சொல்லியிருந்தாள்.

ஃப்ளாட் மிகவும் சிறியதாக இருந்தது. வேலைக்காரப் பையன் காலையிலிருந்து மதியம் வரை மட்டுமே இருக்கிறான். மாலையில் எங்காவது வெளியில் செல்ல வேண்டுமெனில் குழந்தைகளைப் பார்த்துக் கொள்ள தனியாகப் பணம் கொடுக்க வேண்டியிருக்கிறது. அவனைக் கூப்பிட வேண்டியிருக்கிறது. இப்படியே நேரம் கழிந்து கொண்டே இருந்தது. கடைசியில் மோகராவிற்குத் திருமணம் நிச்சயமாகி விட்டது.

மோகராவின் திருமணத்தைப் பற்றி எத்தனை ஆசை வைத்திருந்தான் ஷமீத். அவளுக்காகத் தானே வரன் தேடுவேன் என்றான். உலகமே பார்த்து பொறாமைப்படும்படியான வரன் தேடுவேன் என்றான். ஆனால், இப்போது திருமணம் நிச்சய மாவதற்கு முன்னால் பையனைப் பார்க்கக் கூட இல்லை. மோகரா பொறாமை என்று நினைத்தாள். ஆனாலும், பைஜ்நாத் எழுதிய பிறகும் ஏன் வரவில்லை. கடிதத்தில் எழுதி பிடிவாதம் பிடித்து அவளையும் ஷமீதையும் தில்லி வரச் சொல்லி பவனைப் பார்க்கச் சொல்லி அடம் பிடிக்கலாமா என்று பலமுறை யோசித்தாள்.

ஒருவேளை அவனை அவர்களுக்குப் பிடிக்காமல் போனது என்றால் என்ன செய்வதென்று தோன்றியது. அப்படி எல்லாம் ஆகாது என்ற நம்பிக்கையும் இருந்தது. காதல் இளவரசனான ஷமீதிற்கு இளமையின் பெருமிதம் இருந்தது. தானே தன் னுடைய திருமணத்தைத்தான் தீர்மானித்தான். முப்பது வயதான பையனின் தோற்றம் எத்தனை மங்கலாக இருக்கிறது. அவருக்கு என்ன தெரியும்?

பைஜ்நாத் குல்லிற்குக் கடிதம் எழுதினார். "பையன் வீட்டில் அவசரப்படுத்துகிறார்கள். அவர்களால் உடனேயே தில்லிக்கு வர இயலவில்லையெனில், அவர்களுடைய சம்மதம் இல்லாமலேயே நிச்சயம் செய்ய வேண்டி வரலாம்" என்றும் சொன்னார்.

இப்படிப்பட்ட பையன் எல்லா நிலையிலும் இருப்பான். இது அவர்களுக்குச் சரியாகத் தோன்றும் என அவர் நம்பினார். சரி, எத்தனை பொருளற்ற சொல் அது. எத்தனை வேஷமான நிலை. அதில் எதுவுமே சரியில்லாமல் இல்லை. குல்லும் அவ ளுடைய புருஷனுமாக வந்து அவளுக்குத் தீர்மானித்திருக்கும் மணமகனைப் பிடிக்கவில்லை என்று சொல்லக் கூடாது என நினைத்தாள். ஆனாலும் அவர்கள் வரவில்லை என்றபோது மனக் கசப்பை உணர்ந்தாள்.

நீங்கள் தீர்மானித்தது சரியாகத்தான் இருக்கும் என்று எப்படி எழுத முடிந்தது அவளால். மோகராவிற்கு எழுதிய

கடிததிலும் அதே தொனி இருந்தது. அதில், ''ஹமீத் நீ எப்படி அவனிடம் பிரபோசல் செய்தாய் என்று கேட்டுக் கொண்டே இருக்கிறார்'' என்று அதில் எழுதியிருந்தாள். அதைப் படித்ததும் அவளுக்கு அழுகையாக வந்தது. பிரபோஸ் அப்படி என்றால் என்ன? அவன் மோதிரத்தைக் கூட தன்னுடைய பணத்தில் வாங்கித் தானே அணிந்து கொண்டான்.

கல்லூரியில் தோழிகளிடம் அமெரிக்கா ரிடர்ன் வரன் ப்ரபோஸலுக்கு வைரத்திற்குப் பதிலாக ப்ளூ ஸ்டோன் கல் வைத்த மோதிரம் போடப்பட்டது என்று சொல்லியிருந்தாள். அது அவனுக்குப் பிடிக்குமென்றும் சொல்லியிருந்தாள். உண்மை யில் வைரம் வாங்கும் அளவிற்குப் பணம் இல்லை. ப்ரபோஸல் செய்யவும், மாமனார் வீட்டிலிருந்து மோதிரம் போடவும் பவனுக்குச் சொல்லி அனுப்பப்பட்டது. அவன் புத்திசாலித்தன மாக, ''அது அவர்களின் விவகாரம். எங்கள் வழக்கப்படி நிச்சய தார்த்தத்தின் போது பெண்ணின் அப்பா பையனுக்கு மோதிரம் போடுவார்'' என்று சொல்லி விட்டான்.

அதுவும் சரிதான். மோகராவின் வாழ்க்கையில் எதுவும் தவறாக இருக்காது என்று முன்னமே சொல்லப்பட்டதல்லவா? அப்போது அந்தத் திருமணத்தை ப்ரபோஸல் இல்லாமலேயே வேண்டாம் என்று நிராகரித்து விடலாமா என ஒரு கணம் தோன்றியது. ப்ரபோஸல் செய்வதும்கூட ஒரு விதமான தரகு வேலை தானே, இல்லையா? அங்கு பல ஆண்டுகளாகத் தங்கி இருந்தது அவனுக்கு சாலட் சாப்பிடுவதைத் தவிர வேறொன் றும் தெரியவில்லை. அப்போது டிபன் சாப்பிட்டுக் கொண் டிருக்கும் பைஜ்நாத் மற்றும் கவிதாவின் இணைந்த உரத்த சிரிப்பொலியில் கவலையடைந்தாள்.

எப்படியவாது இந்த வீட்டிலிருந்து விடுதலை பெற வேண்டும் என எண்ணினாள். எது சரியோ அதை ஏற்றுக் கொள் வது என ஒப்புக் கொண்டாள். திருமணம் நிச்சயிக்கப்பட்ட பிறகு, கொடுக்கல் வாங்கலில், முக்கியமான பிரச்சினைகளைத் தீர்மானிக்க என எல்லாவற்றிற்கும் பவனுடைய அப்பாவை விடவும் அவனுடைய பாட்டியின் தலையீடு ஆரம்பித்தது. அதில் உயர்ந்த தந்திரங்கள் நிறைந்திருந்தன.

1963ம் ஆண்டு மொரார்ஜி தேசாயின் மந்திரி சபையில் தங்கக் கட்டுப்பாடற்ற திருமணம் அனைவருக்குமாக உறுதி செய்யப்பட்டிருந்தது. எந்தத் தரகு வேலையிலிருந்து பவன் மீண்டானோ அதிலிருந்து அறிந்து கொள்ள வேண்டும் நாம். மொரார்ஜியின் கூற்றை நடைமுறைப்படுத்தினார்கள் என்று. இந்தியாவின் இருபத்தி இரண்டு காரட்டிற்குப் பதிலான பதினான்கு காரட் இருக்கலாம் என்று தரகு பேசி முடிக்கப்பட்டது.

அமெரிக்காவின் தரகு ஒரு எல்லை வரை பதினான்கு காரட் தங்கம் என ஆயிற்று. பைஜ்நாத்தைத் தவிர வேறு யாரும் சட்டத்திற்கு மதிப்பளிக்கவில்லை. வீட்டிற்குள் பொற்கொல்லன் அமர்ந்து அச்சமில்லாமல் இருபத்தி இரண்டு காரட் இந்திய நகைகளைச் செய்தார்கள். இப்படிச் சின்னச் சின்ன இடுக்குகள் வழியாக மீறப்பட்ட போது அவருடைய அறிவுரைகளை என்ன செய்ய இயலும். அதை அவரும் ஏற்க வேண்டி வந்தது.

இருபத்தி இரண்டு காரட் வேண்டும் என்று மாமியார் வீட்டில் யாரும் கேட்கவில்லை. கவிதா உற்சாத்தோடு செய்தாள். இது கொள்கைக்காக செய்வது. காசு மீதம் செய்ய அல்ல என்று திரும்பத் திரும்பச் சொன்னாள். இதில் கூத்து என்ன வெனில் மீதமான காசிலிருந்து தனக்கு ஒரு மாலைக்கு அடி போட்டாள். பழைய தங்கம் விலைக்குக் கிடைத்தது. அதைத் தன்னுடைய மேற்பார்வையில் செய்து கொண்டாள்.

கனகலதாவால் இதைச் செய்ய முடிந்திருந்தால் மோகரா விற்கே வந்திருக்கும். செய்ய இயலவில்லை. எனவே, பதினான்கு காரட் செய்தார். பழக்கத்தின் காரணமாக கலப்படம் செய்து பத்தாக்கினாள். அது பின்னால் வெறும் பித்தளையின் விலைக்குப் போனது. அது ஒரு தனிக் கதை. அதை நான் இப்போது உங்களுக்குச் சொல்லப் போவதில்லை.

ஒன்று மட்டும் சொல்வேன். போதை மதுவில் இருக்கலாம். சூதாட்டத்தில் இருக்கலாம். பணத்தில் இருக்கலாம். நாசம்தான் அதனால் விளையும் பலன். கையில் காசிருந்தது என்றால் போதிய விருப்பம் போல் நிறைவேற்றிக் கொள்ள முடியும். இல்லையெனில் விருப்பத்தைக் கூடப் போதையைப்

போல விலக்கி வாழ நேருகிறது. இந்தத் தத்துவம் எல்லாம் நாம் முதலிலேயே உதிர்த்து முடித்திருக்கிறோம். இவற்றை நீங்கள் குல் மோகராவின் வாழ்க்கையிலிருந்து அவர்களின் கணவன் மூலமாகத் தெரிந்து கொள்ளலாம்.

இன்னொரு விஷயம். நாங்கள் எல்லாம் கதையை கலை நுட்பத்தோடு திரிப்பவர்கள். சொல்ல மாட்டோம் என்று சொல்லிச் சொல்லியே நிறைய சொல்வதற்கு இல்லாமல் கொஞ்சமாகச் சொல்லுவோம். திருமணத்திற்கு இரண்டு நாட்கள் முன்னதாக பவன் அப்பாவிற்குப் போன் செய்தான். அவனுடைய அப்பா மோகரா பெயருக்கு இரண்டு லட்சம் போடுகிறார். அதற்குக் கையெழுத்து வேண்டும் என்றான்.

இதைக் கேட்ட குடும்பம் முழுவதும் மகிழ்ச்சி அடைந்தது. அதன் கூடவே வரியிலிருந்து தப்பிக்கவே பேரேட்டில் பதிவு செய்கிறார்கள். உண்மையில் கொடுக்கப்படாது, புத்திசாலித்தனம் இருந்தால் அதில் இருக்கும் சூதாட்டத்தை உணர முடியும். அல்லது புத்திசாலியாக இருந்தனர். இதனால் உணரவில்லை. வரியை மிச்சப்படுத்துவது என்பது புத்திசாலித்தனமே.

சூதாட்டத்திற்கும் போதைக்கும் என்ன சம்பந்தம்? மோகரா என்ன அறிவற்றவளா? காதல் மனதில் அதிர்வு ஏற்பட்டதும் இரண்டாம் முறையாக திருமணத்தை நிராகரிக்கலாமா என்ற எண்ணம் தோன்றியது. ஆனால், அதை மனதிற்குள்ளாகவே வைத்துக் கொண்டு விட்டாள், மாமாவின் அசல் மருமகளாக. ஒரு விஷயம் நகை சம்பந்தமாக. இரண்டு ஆண்டுகளுக்குள்ளாகவே அரசு சட்டத்தைத் திரும்பப் பெற்று விட்டது. மோகராவின் அதிர்ஷ்டம் அம்மாவைப் போல இருந்தது. சித்தப்பா இல்லை, விலையுயர்ந்ததாக பொருள் இருந்தது.

சரி, மறுபடியும் குல் பக்கம் வருவோம். திருமணத்திற்கென வந்த போது அவள் மீதிருந்த அத்தனை மனக் கசப்பும் மோகராவிற்கு அப்படியே மறைந்து போனது. ஆகாயக் குதிரையில் ஏறி வந்த குல் ஏதோ அந்நிய நாட்டிலிருந்து வந்ததைப் போன்று அலட்டிக் கொண்டிருந்தாள். ஷமீத் ஏதோ சோர்ந்தாற் போல இருந்தான்.

ஒரு நாள் மலை மோகராவிடம் சொன்னான்: ''பவனை உனக்கு. அத்தனைப் பிடித்து விட்டதால் நீயேதான் அவனுக்குப் பதிலாக ப்ரபோஸ் செய்தாயாமே. குல் சொன்னாள்'' என்றான்.

அவளுடைய ஆச்சரியத்தைக் கண்டு கொள்ளாமல் பதிலுக் காக காத்தும் இருக்காமல் வெளியேறி விட்டான். குல் கலகல வென்று சிரித்துக் கொண்டே, ''ஸாரி திரும்பத் திரும்பக் கேட்டுக் கொண்டே இருந்தார். நீ பதிலே சொல்லவில்லை. எனவே, இதுதான் சரி என எண்ணினேன்'' என்றாள். அவள் அப்படிச் சிரித்தாள் தொடர்ந்து. அதில் கவிதாவைத் தவிர வேறு யாரும் இணையில்லை.

ஷமீத் இல்லாத நேரத்தில் குல் இப்படி மடை திறந்தாற் போல சிரிப்பது இது முதல் முறை அல்ல. ஒவ்வொரு மாலை யும் இதேதான். ஷமீத் அவ்வப்போது வெளியே சுற்றச் சென்று விடுவதிலிருந்து மோகரா அவனுடைய பொறாமை என்று நினைத்தாள். கவிதா அந்த சந்தேகத்தை ஊதிப் பெரிதாக்கினாள். அதுதான் அவளுடைய இயல்பு. அவளுக்குப் பிடித்தமான வாக்கியம்.

''எங்கேயும் ஏதும் குழப்பம் ஒன்றுமில்லையே?'' உறையைக் கண்டு உள்ளிருப்பதைச் சொல்லவும், ஊகித்து உணரும் நிலை யிலிருந்து விலக்கப் பெற்று விட்ட ஜோக்நாத் அவளுடைய எல்லாக் கேள்விகளுக்கும் இல்லை என்பதற்கும் பதிலாக ஆமாம் போட்டுக் கொண்டிருந்தார்.

ஷமீதைப் பற்றிப் பேச்செடுத்தால் குல்லும் மோகராவும் ஒரே கட்சி ஆனார்கள். தன்னுடைய சந்தேகத்தை பைஜ்நாத் காதுகளில் போட்டு விட்டு, எல்லோருக்கும் முன்னால் குல் லுடன் சேர்ந்து தானும் அட்டகாசமாகச் சிரித்துக் கொண்டிருந் தாள். மோகரா முன்னை விடவும் கூடுதலாக எரிந்து விழுந்து கொண்டிருந்தாள். ஆனால், குல்லோ...

கலகலவென்று ஒலிக்க சிருங்கார நடிப்பைப் போல் குல் சிரித்தாள். இந்த ஆடம்பரமும் அலட்டலும் நாளுக்கு நாள் அதிகமாகிக் கொண்டே வந்தது. தன்னுடைய உபயோகமற்ற கணவனின் துணையை எண்ணி, மன அமைதி அடைகிறாளோ

என்னவோ? இந்தச் சிரிப்பிலிருந்து என மோகரா நினைத்தாள். அப்படியெனில் அது சரிதான் என்றும் எண்ணினாள். ஆனால், அது எப்போதாவதுதான் நிகழ்ந்தது.

ஒரு நாள் பைஜ்நாத் அதட்டினார். யோசித்து, ‘‘சிரி இல்லா விட்டால்’’ என்று சொன்னார். இதற்குப் பின்னால் கவிதாவின் கை இருந்தது என மோகரா எண்ணினாள். உடனே அவள் எதிர்த்துப் பேசினாள். இல்லாவிட்டால் என்ன ஆகும்? நாங்க ளும் ஒன்றும் அறியாதவர்களாக இருக்க வேண்டுமா? என்று சொல்லிக் கொண்டே சித்தியைப் பார்த்தாள்.

கவிதாவைப் பார்த்த போது அவள் கண்டு கொள்ளாமல் கேட்காததைப் போல இருக்கவில்லை. ‘‘அதை விடுங்கள். நமக் கும் அடுத்த தலைமுறையினருக்கும் இடைவெளி இல்லாமல் போனால் அவர்கள் என்ன இளைஞர்கள்? ஜனரேஷன் கேப் ஹனி’’ என்றாள். இப்படிச் சொல்லி விட்டு அவள் அப்படியே சிரித்தாள். மோகராவிற்கு பைஜ்நாத்தின் கூற்று பொருத்தம் என்று தோன்றியது.

ஆனாலும் கூட குல் குல்தான். அவளுடைய வெளிப்படை யான உல்லாசம் அலட்டல், சஞ்சல மனம் சிரிப்பு ஆகியவை நீண்ட நேரத்திற்கு நிலைத்து நிற்க முடியவில்லை. குறிப்பாக பவனைப் பார்த்து, அத்தனை பிரியமாக அவனைப் பிடித்திருக் கிறது. என்று தீர்ப்பு சொன்ன போது உண்மையிலேயே அவள் தனது பிரியத்தைச் சொன்னாள்.

ஷமீத் அவள் தீர்மானம் சரி என்று சொல்லா விட்டால் எப்படி? சீக்கிரமே ஷமீத் வீட்டிற்கு வந்து விடுவான். பவனைச் சந்திக்க என்று சொன்னாள். ஆனால், வரவில்லை அவன். உண்மையிலேயே அவன் பாதை மறந்து போனான். இது பழமொழி அல்ல. உண்மை.

பைஜ்நாத் மோகராவின் திருமணத்திற்காகப் பச்சைப் பசேல் என்று புல் தரையுடன் கூடிய எம்.பி. பங்களா ஒன்றை ரகூக்கின் உதவியோடு ஒரு வாரத்திற்கென வாடகைக்கு எடுத் திருந்தார். அந்த நாட்களில் இதுதான் வழக்கம். குல்லின் திரு மணம் அட்டகாசமான மாமியார் வீட்டினரால் நேஷனல்

ஸ்போர்ட்ஸ் கிளப்பில் நடைபெற்றது. அங்கு பைஜ்நாத் நிரந்தர உறுப்பினர்.

மோகராவின் மாமியாருக்கு இடமில்லை. சாப்பாடு ஏற்பாடுகள் சிறப்பாகச் செய்திருந்தனர். எனவே கிளப்பிற்குப் பதிலாக இப்படியான இடத்தை எடுத்திருந்தனர். அங்கு இனிப்பு வகைகள் செய்ய முடியும். இதற்கு பைஜ்நாத்தின் ஒப்புதலும் இருந்தது. மேற்பார்வையை ஜுக்கி சித்தப்பா ஏற்றார். அவர் வெளியில் அடுப்படியில் எத்தனை நேரம் சூட்டோடு கழித்தாலும் நாகரிகமானவள் கவிதா.

கனகலதாவின் அறைகளில் கூலருக்குப் பதிலாக மின் விறி இருந்தது. என்ன இருந்தாலும் சகோதரி, ஒன்று விட்டதாய் இருந்தாலென்ன? நோய் நொடி இல்லாமல் தளுக்கில் இரு வரும் ஒன்று போல. இதில் வியப்பு என்னவென்றால், அவளுடைய நாசூக்கும் தளுக்கும் பைஜ்நாத்திற்கு இணையானது. உங்களுக்கு நினைவிருக்கும். முன்னமே நான் சொல்லியிருக்கிறேன். எங்கள் வீடு மிகவும் சிறியது என்று.

ஜோக்நாத்தின் திருமணத்திற்குப் பிறகு இன்னும் சிறிய தாகத் தோன்றியது. குல், மோகராவின் தரை விரிப்பு அறை முன்பு போல கந்தலாகி கையால் தைக்கப்பட்ட விரிப்பு இல்லாமல் விலை உயர்ந்த விரிப்புகளுடன் அழகாக அலங்கரிக்கப்பட்டிருந்தது. செல்வக் கொழிப்பு காலமாக இருந்ததினால் வீட்டில் இன்னும் இரண்டொரு மாற்றங்கள் செய்யப்பட்டன.

பின்னால் இருந்த அறையைப் புதிய பாத்ரூமாக மாற்றி விட்டனர். பார்வதி - ராம்தேவிற்கு அஸ்பெஸ்டாஸ் கூரையிட்ட ஒரு நல்ல அறை உருவாக்கப்பட்டது. மோகராவின் விரிப்போடு கூடிய அறை பாத்ரூமுடன் ஒட்டிய அறையானது. நற்குல நங்கை குல்லிற்கு காதல் வருகைக்குப் பின் அவள் இருக்க ஒரே இடம் அதுவாக இருந்தது. அங்கு பூகம்பம் வந்தால் கூடத் தெரியாது. அப்படிப்பட்ட கவலையற்ற இடம் எல்லோருக்கும் கட்டி விடாது.

ஆனால், மனதை நினைவுகளுடன் அலைய விட முடிந்தது. ஷமீத் பாவம் மறந்து விட்டான். பழைய வீட்டிற்குப் போய்

இணைந்த மனம்

விட்டான். அவன் சுதாரித்துக் கொண்டு சரியான இடத்திற்கு வந்து சேர்வதற்கு முன்னதாகவே பவன் கிளம்பிச் சென்று விட்டான். தன்னுடைய அப்பா, பாட்டிக்குத் திருமணத்தின் உதவிகளைச் செய்வதற்காக.

அப்படியும் இப்படியுமாக அலுத்து சலித்து திருமண நாளும் வந்தது. மோகராவின் அலங்காரம், சிங்காரம் ஆகியவற்றை குல் தானே செய்வதாக ஏற்றுக் கொண்டாள். தலை அலங்காரம் ப்யூட்டி பார்லரில் திருமணத்தன்று காலையில் செய்து முடிக்கலாம். மணப் பெண்ணுக்கு அலங்காரங்கள் ப்யூட்டி பார்லரில் செய்யும் பழக்கம் சினிமா நகரமான பம்பாயிலிருந்து இப்போதுதான் தில்லியை எட்டி இருந்தது.

தன்னுடைய திருமணத்தின் போது குல் இதை அனுபவிக்க முடியவில்லை. பம்பாய்க்கு அருகில் வசிக்கிறாள். இப்போது சினிமா நட்சத்திரங்களின் நவீன மேக்கப் முறைகளை அருகில் இருந்து கவனித்திருக்கிறாள். உண்மையில் அந்தத் தொழில் முறை கலைஞர் கூட அத்தனை அழகாக அலங்கரித்திருக்க முடியாது.

குல் அதை விட அழகாக அலங்கரித்தாள். வெண்மையான நிறம், ஆழமான துயரம் மிக்க கண்கள், மேகத்தைப் போன்ற குழல். அவளுள் இருந்த பொறாமை முழுமையாகத் தெரிய வந்தது. தலை முடியை மட்டும் அவள் அலங்கரிக்காமல் ப்யூட்டி பார்லர் கலைஞரிடம் ஒப்படைத்தாள். ஏனெனில் முடியை அப்படியும் இப்படியுமாக கலைத்து போட்டு உச்சயில் குடுமி முடிவது அந்த நாளைய பாஷனாக இருந்தது. ப்ரான்சின் ஃபூகோ ஸ்டைல் என்று சொல்லுவார்கள். ஆண்டவன்தான் அறிவான் அதை.

அனுமதித்தவுடன் நான்கு கைகள் தலைக்குள் புகுந்தன. தன்னுடைய முடியிலேயே அலங்காரம் செய்ய வேண்டும் என்றும் பொய் முடி வேண்டாம் என்பதும் குல்லின் விருப்பம். பைஜ்நாத், ஜோக்நாத், கனகலதா ஆகியோர் முயன்ற பிறகும் கூட கவிதா அண்ணி,தான் அலங்காரம் செய்வதாகச் சொன்ன போது மோகரா அதற்குச் சிறிதும் சம்மதிக்கவில்லை.

குல் செய்ய வேண்டி வந்தது மணப் பெண்ணின் அக்கா எத்தனை கவலையற்றவளாக இருந்தாள் என்பதையும் பாருங் கள். அந்த நோக்கத்தில்தான் புதிய சினிமா பாஷனில் இரண்டு விலை உயர்ந்த புடைவைகளைத் தயாரித்துக் கொண்டு வந்திருந் தாள். தனக்காக வெள்ளி கிரேட் சாட்டின் துணியில் வேலைப்பாடு மிகுந்த புடைவையும், குல்லிற்கு என மயிலிறகு வண்ணத்திலும்.

பம்பாயின் சமாச்சாரமே வேறுதான். அக்காவும் தங்கையு மாக திருமண நாளன்று ப்யூட்டி பார்லர் சென்று அலங்காரம் செய்து கொண்டு சந்தோஷமாக வீடு திரும்பினார்கள். வந்த வுடன் சச்சின் ஒரு வழி ஆக்கி விட்டான். பூஃகோ செய்த வர்களைப் போல தலைக்குள் கையை விட்டு "அம்மா உன் தலையில் கூடு" என்றான்.

கவிதா சிரித்துச் சொன்னாள்: "கேட்டீர்களா ஷமீத்ஜி. உங்கள் செல்லப் பிள்ளையின் கிண்டல் பேச்சை. உனக்குத் தூக்கம் கலைந்ததா இல்லையா?" ஷமீத் பதில் ஏதும் சொல்ல வில்லை. வாயில் பான் இருந்தது. முதல் நாள் மாலை சென்று இரவுதான் திரும்பினான்.

பைஜ்நாத் பாக்கு வாங்கி வரும் வேலையை ஒப்படைத் திருந்தார். ஏதோ கழுதைக்குக் கொம்பு முளைத்ததைப் போலக் காணாமல் போய் விட்டான். திரும்பி வந்தான் பாக்கு இல்லாமல். காணாமல் போனவன் திரும்பி வந்தாற் போல.

கவிதா தான், "ஷமீதிற்கு அது நினைவே இல்லை" என்று எல்லோர் முன்பாகவும் சொன்னாள். வண்டியை நிறுத்தி கடைக்கு இறங்கலாம் என்று நினைக்கும் போது பார்த்தால், பை கட் செய்யப்பட்டிருக்கிறது. அதற்குள்ளாகத்தான் பாக்கு இருந்தது. பொட்டலாக இருந்தது. போலீஸுக்குப் போய் புகார் அளித்து விட்டு திக்பிரமை பிடித்தாற் போல திரும்பி இருக் கிறான். காசுக்காக அழுவதா, பாக்குக்காக அழுவதா?

குல் கவிதாவைப் பார்த்தாள். அவள் சிரிப்பை அடக்குவது போல நடித்துக் கொண்டிருந்தாள். பைஜ்நாத்தை கடைக் கண் ணால் பார்த்தபடி, சிரித்துக் கொண்டேயிருந்தாள். மோகரா வாடிப் போனாள். ஆனால், குல் சுதாரித்துக் கொண்டாள்.

இணைந்த மனம்

"பையன் சின்னவன். அவனுக்கு என்ன தெரியும் இப்போது. இது பிரான்ஸின் மலிகா ஜோஜோபின் உடைய கூடு என்று. அதில் நெப்போலியன் போன்ற பேரரசுகள் எல்லாம் கட்டுண்டு கிடந்தார்கள். பெரியவனான பிறகு அப்படிப்பட்ட கூட்டுக்குள் அவனும் மாட்டிக் கொள்வான். இல்லையா சித்தி? உங்களுக்குக் கூடு தேவையில்லையா என்ன?" இதைக் கேட்டு மோகரா சிரித்து விட்டாள். கூடவே கனகலதாவும், ஜோக்நாத்தும், பைஜ்நாத்தும் கூட. கவிதாவின் சிரிப்பு பாவம் அடங்கி விட்டது.

ஆனாலும் கடைசியாகச் சிரித்தவள் கவிதாதான்; குல் அல்ல.

திருமணத்தன்று மாலை நேரம் மோகராவும், குல்லும் அவளுடைய குழந்தைகளும் தத்தம் வேலையில் ஈடுபட்டிருந்தனர். ஷமீதின் சூட்டை இஸ்திரி போட்டு வாங்கி அதை ஹாங்கரில் மாட்டி வைத்து விட்டு அவனைத் தேடுவதில் ஈடு படவில்லை. எங்கேயோ பறந்து விட்டானோ என்று தோன்றியது. மாலை வரை கண்ணில் படவில்லை. ஊர்வலத்தை வரவேற்கப் போயிருப்பான் என்று நினைத்தாள். ஆனால், கண்களில் விளக்கெண்ணெய் ஊற்றிக் கொண்டு கவிதா பார்த்துக் கொண்டிருந்தாள். ஷமீத் எங்கும் காணாததால், பிரார்த்தனைப் பொறுப்பை ஏற்கப் போகிறாரா இல்லையா?" என்று பலமாகக் கேட்டாள்.

ஊர்வலம் முடிந்து வாசலுக்க வந்து விட்டது. ஆரத்தி எடுப்பதற்காக. மணப் பெண் மணமகனும் சேர்ந்து சாப்பிட்டாகி விட்டது. மணமகனின் செருப்பு ஒளித்து வைக்கப்பட்டது.

குல் இலக்கில்லாமல் தோட்டத்தின் மண்டபத்தில் உட்கார்ந்திருந்தாள். ஷமீத் கண்களில் தென்படவே இல்லை. சச்சின்-சலீலா தூங்கி விட்டனர். எனவே, கவிதாவை தனக்குப் பதிலாக உட்கார்த்தி வைத்திருந்தாள். குல் மோகராவின் அருகில் இருந்து எழுந்தாள். அறைக்குள் சென்று விட்டாள்.

அவர்கள் தூங்கிக் கொண்டிருந்தனர். எனவே, மறுபடியும் மண்டபத்திற்கு வருவதற்கு முன்னால் அந்த பச்சைப் பசேல்

புல்வெளியில் இங்கிருந்து இன்னொரு மூலை வரை இலக்கு இல்லாமல் நடந்தாள். ஷமீதையும் தேடவில்லை. உட்கார்ந்து உட்கார்ந்து அலுத்துப் போனாள். எனவே நிதானமாக உலவத் தொடங்கினாள்.

தோட்டத்தின் கடைசியில் மூலையில் சென்று திரும்ப இருந்த போது, ஒரு மூலையில் தண்ணீர்த் தொட்டியின் அருகில் ஷமீத் இருந்தான். அவள் திகைத்துப் போனாள். என்ன செய்து கொண்டிருக்கிறான் அவன்? ஏன் தரையைத் தோண்டிக் கொண் டிருக்கிறான். அதுவும் வெறும் கையில். அவள் நின்ற இடத் திலேயே சிலை போல பேச்சற்று நின்றாள்.

ஏதோ சாமர்த்தியம் இருக்கிறதா? அல்லது ஏதாவது அற்புதம் கிடைக்கப் போகிறதா? காலம் கடந்து கொண்டே இருந்தது மெல்ல மெல்ல. அவனுடைய அந்த இயக்கம் யாராலும் தடுக்க முடியாததாக இருந்தது.

ஷமீத் அருகில் ஓசையின்றி ஏதும் சொல்லாமல் தன் வேலையில் மூழ்கி தொடர்ந்து தரையைத் தோண்டிக் கொண்டே இருந்தான். நிறைய நேரம் கிடையாது. சில மணித் துளிகள். ஆனால், இந்த நொடிகள் ஒரு யுகத்தைப் போல மனதில் இருந்தது.

கடைசியாக அவன் தன் இரு கைகளையும் விட்டு இரண்டு பாட்டில்களை வெளியே எடுத்தான். கடகடவென்று அதை வாயில் ஊற்றிக் கொண்டான். குடித்தான். உடலில் மகிழ்ச்சி பொங்கியது, ஏதோ ஜன்மம் கடைத்தேறியது போல. குல் பேச்சற்று அப்படியே நின்றிருந்தாள். யுகங்கள் கழிந்தன. அதன் பின்பு திரும்பி மறுபடியும் மோகராவின் பின்னால் சென்று உட்காரத் தயாரானாள்.

யாரும் எதையும் அறிந்து கொள்ள முடியாது.

மனதிலிருந்து மண்ணுக்கு

என்ன சொல்லட்டும், என்ன சொல்லாமல் இருக்கட்டும். என்ன சொல்ல வேண்டுமோ அவற்றைச் சொல்லி விட்டேன். எதைச் சொல்ல வேண்டாம் என்று நினைத்தேனோ அவற்றை யும் சொல்லி விட்டேன். ரகசியங்கள் அதிகம் திறக்கப்பட மாட்டாது. காரணங்களினால் போடப்பட்ட திரை நழுவவில்லை. அதனால் முழுமையாக வெளிப்படவில்லை. புத்திசாலிகளுக்கு சமிக்ஞையே போதுமானது.

நான் சொன்ன வரை ரகசியங்கள், உண்மைகளல்ல. உண்மையை யாரும் முழுமையாக அறிய இயலாது. அரை அல்லது முக்கால். இதில் வேறுபாடு ஒன்றும் இல்லை. ஆனால், நான் ஏன் இப்படிப் பொருள் பொதிந்த வாக்கியங் களைச் சொல்லிக் கொண்டிருக்கிறேன்? திரை மறைவில் அல்ல. என்னுடைய இயல்பு வாழ்க்கையின் உண்மைக் கதையைக் கூறி இந்தப் புனைவை முடிக்கிறேன்.

சென்ற முறை என் திருமணத்தைப் பற்றிச் சொல்லிக் கொண்டிருந்தேன். அந்த நாட்களில் நான் ஜானகி தேவி காலேஜில் பொருளாதாரம் சொல்லிக் கொடுத்துக் கொண்டிருந்தேன். என் கணவன் பவன் கோயல், பீஹாரில் வேலையின் நிமித்தமாக டால்மியா நகரில் இருந்தான். ஏப்ரல் மாதத்தில் பி.ஏ. இறுதி ஆண்டின் தேர்வு நடைபெற இருந்தது. திருமணம் மே மாதத்தில் ஏற்பாடு செய்யப்பட்டிருந்து. அதாவது எரிக்கும் வெய்யிலில். எனவே மே மாதம் வேலையை ராஜினாமா செய்தால் பெண் களின் படிப்பிற்கு ஏதும் இடையூறு ஏற்படாது.

டால்மியா நகரைப் பற்றி எனக்கு அதிகம் தெரியாது. தெரிந்தது, பீஹாரின் பிரபலமான சோனா நதிக் கரையில் அமைந்திருக்கிறது. அதன் நுழைவாயில் ஆன் சோனையை ஒட்டியிருந்தது. அங்கே சரத்சந்திரர் வசித்து வந்தார். அம்மாவின் மேற்பார்வையில் சிறு வயதிலேயே என் மனதில் இருந்தார். வரதட்சிணையாகவும் அவருடைய நூல்கள் உடன் வந்தது. மிகவும் உபயோகமாக இருந்தன அவை. வேலையில் இல்லாத

நாட்களில் குழந்தைகளினால் உறக்கம் இல்லாமல் போன இரவுகளிலும்.

திருமணத்திற்கு முன்னதாகவே பவன் கொஞ்சம் வெளிப் படையாக உறுதியுடன் கேட்டான். ''நான் தங்கி இருக்கும் இடம் மிகச் சிறிய ஊர். உனக்குச் சம்மதமா?'' என்றான். நான் பிரயாணம் செய்யாது ஒதுக்கும் குடும்பத்திலிருந்து வந்த பெண். மசூரியைத் தவிரவும் இன்னும் இரண்டு சிறிய ஊர்களைப் பார்த்திருக்கிறேன். வேலை பார்த்த கான்பூர் மற்றும் பிக்னிக் போன டேராடூன் சிறிய ஊர். அப்படி என்றால் என்ன? யோசித் தேன். கான்பூர் அல்லது டேராடூனைப் போல இருக்கும் என எண்ணினேன். இரண்டு நகரங்களிலும் கல்லூரிகள் ஒளி பொருந் தியதாக இருந்தது. அங்கேயும் கல்லூரி இருக்கும் வேலை பார்க்கலாம் என எண்ணினேன். எம்.ஏ.விற்குப் பிறகு பிஹெச்.டி. செய்யலாம் என்றும் கூட. பவன் அமெரிக்கா ரிடர்ன். அவனுக்குச் சுதந்திரத்தில் ஆர்வம் உண்டு. அவன் என்னை தில்லியிலேயே வேலையில் தொடர்ந்து இருந்து கொள் என்ற யோசனையையும் கூடச் சொன்னான்.

கல்லூரிகளில் வருடத்திற்கு மூன்று முறை நீண்ட விடு முறை அளிக்கிறார்கள். எனவே மாத சம்பளத்தைக் கொண்டு நேரம் கிடைக்கும் போது கணவனைச் சந்தித்துக் கொள்ளலாம். அன்பின் அடைக்கலம் கொடுத்தால் காதல் உறுதியாயிருக்கும். காதலன் காதலனாகவே இருந்து விட்டால் அதில் காதலனைக் கண்டடைவதற்கும் கருணை அவசியம். என்னுடைய நிர்ப் பந்தம் வேறு.

தில்லியிலிருந்து தப்பித்தால் போதும் என்று திருமணம் செய்து கொண்டேன். திருமணத்திற்கு அப்புறம் அங்கேயே எப்படி வசிப்பேன்? பவனிடம் நான் சொல்லவில்லை. அவன் வெளிப்படையானவன். அவனுடைய சுதந்திரம் கொண்ட எண்ணத்திற்குப் பாராட்டு தெரிவித்தேன்.

''திருமணம் என்பது இணைந்து வாழ. தனியே இருந்து பெருமூச்சு விடுவதற்காக அல்ல'' என்றேன். அவன் தனது தனித்துவத்துடன், ''உன் இஷ்டம்'' என்றான். எனக்கு அந்த சுதந்திர எண்ணம் ஒன்றும் பெரிதாகத் தோன்றவில்லை. ஆனால், அவனைக் குற்றம் சொல்லி என்ன பயன்?

இணைந்த மனம்

ஷமீதின் மீதிருந்த பேராசை இல்லாமல் போனதால்தான் அவனைக் காதல் கொண்டு பார்த்தேன் என்பதும் காதலில் பரிசோதித்துப் பார்த்தேன் என்பதும் அவனுக்கு எப்படித் தெரிய முடியும்? ஐயோ? குல்லை விட்டு கான்பூருக்குச் செல்லாமல் இருக்கும் செருக்கில் வேலையின் போதையில் என்னைப் பித்தாக்கிக் கொண்டேன். எத்தனை சுயநலம்? எத்தனை சரியற்றது? ஐயோ என்பது அதில் பிறந்த நடுக்க உணர்வு.

இப்போது கண்ணில் விளக்கெண்ணெய் விட்டுக் கொண்டு பார்க்க வேண்டிய அவசியம் இல்லை. அறிந்து கொண்டேன். கிராமக் கணக்குப் பதிவு (*பஞ்சாயத்து*) இந்த ஊர் என. மனத்திற்கு இனியவற்றைக் கொள். மற்றவற்றைக் குப்பையில் போடு. இறந்த பிறகு எல்லா மனிதர்களுமே மகான் ஆகிப் போகிறார்கள் அல்லவா?

ஆசையின் மரணம் மனிதனின் மரணத்திற்குச் சற்றும் குறைந்ததல்ல. காமத்தைப் பற்றிய நல்லறிவு இல்லை. ஆனால் நினைவு இருக்கிறது. தாஜ்மஹால் என்ற கட்டடம் உருவாகாமல் இருந்திருந்தால் மும்மதாஜ் மஹாலிலிருந்து ஷாஜகானின் காதலைப் பற்றிய ஆதிக்கத்தை யார் நினைக்கப் போகிறார்கள்? உண்மையில் நினைவுக் குறிப்புகளே மனதில் நிலைத்திருக்கின்றன. நிஜம் அல்ல.

கொதிக்கும் உண்மைகளை அப்படியே மூளையில் ஏற்றுக் கொள்வதினால் தனக்கும் பயனில்லை. மற்றவர்களுக்கும் எந்தப் பயனும் கிடையாது. இந்த உண்மையை நான் புரிந்து கொண்டு விட்டேன். ஆகையினால் கல்லூரியிலிருந்து ராஜினாமா செய்தேன். புதிய இடம், புதிய வேலை தேடும் எண்ணத்தில் என்று கொஞ்சம் கொஞ்சம் பொய் சொன்னேன். எனக்கு என்ன தெரியும், டால்மியா நகரில். காலேஜை விட்டுத் தள்ளுங்கள். பள்ளிக் கூடம் கூட இல்லை. பிறகு எங்கிருந்து பொருளாதாரம் படிப்பிக்க?

பவனுக்குக் காதலில் அவ்வளவு தீவிர ஈடுபாடு கிடையாது என வெகு விரைவிலேயே அறிந்து கொண்டேன். அதனால் தனியாக இருந்து உஷ்ணப் பெருமூச்சு விடுபவனும் அல்ல. எந்தத் தடையும் இல்லாமல் வேளா வேளைக்கு உணவு கிடைத்து விடுகிறது. அமெரிக்காவில் இருக்கும் போது கொண்டிருக்கும் பயம் தயக்கம் எல்லாம் இருக்கும்.

இந்திய ஆண்கள் தங்கள் கைகளினாலேயே சமைத்துச் சாப்பிட்டு கஷ்டப்பட்டுக் கொண்டிருப்பார்கள். நாட்டிற்குத் திரும்பியவுடனேயே அவற்றிலிருந்தெல்லாம் விடுதலை அடைந்து விடுகின்றனர். தன் கையால் சமைக்கப்பட்ட ருசியற்ற உணவோடு கை நிறைய சம்பளம் கிடைக்கும். அதையும் விட்டு விட்டுத்தான் தாய்நாடு திரும்புகின்றனர்.

தங்கள் நாடு திரும்பிய பின் அவர்களுக்குக் கிடைப்பது சிறிய இடமும் சுலபத்தில் சமைத்த உணவும். அதனால் பவன் பரந்த உள்ளம் கொண்டவனாக இருந்தான். தன்னுடைய நிலையை, கசப்பான உண்மைகளைச் சொல்வதில் தயக்கம் கிடையாது. பொய் சொன்னான். கொடுக்கல் வாங்கலிலும், தொழிலிலும் அல்ல.

நான் தவறாகச் சொல்லி விட்டேன். அறிந்தே பொய் சொல்ல மாட்டான். தான் என்ன சொல்கிறானோ, அதை உண்மை என நம்பியே சொல்வான். உண்மையைக் கொஞ்சம் முன்னதாகவே சொல்லி விடுவான். உண்மை உண்மையல்ல என ஏற்க வேண்டி வந்தால் கூட அவனுக்குப் பொய் சொல்ல வராது. அவன் அடிக்கடி சொல்லும் வாக்கியம், ''நம்பிக்கையில்தான் உலகம் நிலைத்து இருக்கிறது'' என்பதுதான்.

உலகம் நிலையாக இல்லாமல் திரும்பத் திரும்ப மாறிக் கொண்டிருந்தாலும் அவன் நம்பிக்கையைக் கை விட மாட்டான். இதைத்தான் சூதாட்ட போதை எனச் சொல்கிறேன் தோழியே.

திருமணம் முடிந்து ஒரு ஆண்டு கழித்து கருவுற்றேன். மறுபடியும் எனக்கு அதிர்ஷ்டம் அடித்தது. அதிர்ஷ்டம் என்ன வெனில் ஜுக்கி சித்தப்பாவிற்கு அந்தச் சமயத்தில் மாற்றல் ஆகி விட்டது. கவிதா சித்தி அங்கு இல்லாத சுக போகத்தை நான் அனுபவித்தேன். பிள்ளைப் பேறுக்காக அம்மா வீடு சென்றேன்.

ஜானகி தேவியைப் பற்றியும் கொஞ்சம் கேட்டுக் கொள் ளுங்கள். அது இந்திரப்ரஸ்த கல்லூரியைப் போல படிக்கும் பெண்கள் நிறைந்த கல்லூரியும் அல்ல. மிராண்டா ஹவுஸ் கல்லூரியைப் போல ஆங்கிலேய நாகரிகத்தைத் தன் மீது சுமந்து கொண்டிருக்கும் கல்லூரியும் அல்ல.

அந்தக் கல்லூரியை ஆரம்பித்த புதிதில் அரசுப் பள்ளிகளில் குறைந்த மதிப்பெண் பெற்ற பெண்களே அங்கு சேர்ந்து கொண்டிருந்தனர். அவர்கள் மற்ற கல்லூரியிலிருந்து திருப்பி அனுப்பப்பட்டவர்கள். பொருளாதாரத்தை விடவும் அவர் களுக்கு ஆங்கிலம் புரிந்து கொள்வது கடினம்.

பல நேரங்களில் ஹிக்ஸ், ஜான் ராபின்ஸன் ஆகியோரது பாடங்களை ஹிந்தியில் மொழிபெயர்த்துச் சொல்லிக் கொடுத் திருக்கிறேன். நம் நாடு பின்தங்கிய கல்வி அறிவற்றது என்ற பார்வையில் இருந்தது. இன்னமும் கூட கூர்ந்து பார்த்தால் இதில் முழுமையும் நிறைவும் அடையவில்லை. இது எல்லாமே டால்மியா நகர் சென்ற பிறகு அறிந்து கொண்டவை. அதற்கு முன்னால் சினிமாவின் ட்ரெய்லரில் நிறைய பார்த்திருக் கிறேன்.

ஒரு நாள் வகுப்பில் ஒரு பெண் மயக்கம் அடைந்து விழுந்து விட்டாள். எல்லோருடைய கருத்துக்கும் தெரிகிறது. நான் அவளை அவளுடைய வீட்டிற்குக் கூட்டிச் சென்றேன். வீட்டில் இருந்தவர்களின் நிலைமையும் பொருளாதாரத்தையும் பார்த்த போது தில்லி நகரத்திலும் கூட பின்தங்கிய மக்கள் இருக்கும் கிராமம் இருக்கிறது என்று அறிந்து கொண்டேன். இதை வைத்துக் கொண்டு டால்மியா நகரில் வசிக்கும் அனைத்து மக்களுமே முற்றிலுமாக பின்தங்கிய வகுப்பிலிருந்தவர்கள் என்று தவறாக அனுமானத்திற்குள் செல்லவில்லை. நான் படித்த பொருளாதாரம் முன்னேற்றம் அற்றது. ஒன்றுமில்லாதது என்று சிறு குறிப்பு எழுத முடியவில்லை.

ராஜினாமா கடிதத்தை எடுத்துக் கொண்டு எங்கள் துறைத் தலைவர் டாக்டர் ராவிடம் சென்றேன். அவரின் பெயரோடு பெண் என்று இணைக்க வாய் எப்போதும் எதிர்க்கிறது. ஆக்ஸ் போர்ட்டில் படிக்கப் போனார். சமையல்காரனையும் உடன் எடுத்துக் கொண்டு. என் கதையைக் கேட்டதும் திருமணம் செய்து கொள்வதை ஏற்கிறேன். நீ உன்னுடைய கணவனுக்குக் கூடுதலாக உபயோகப்படுவாய் என்றாள். இதைக் கேட்ட இளம் லெக்சரர்கள் நிறைய சிரித்தனர். ஒரு மாதத்திற்கு அந்த சொற் றொடர் கேலிக்குப் பயன்பட்டது. வேலை வேண்டாம் என்றால் சொல், சாரி, நோ யுட்டிலிட்டி ப்ளஸ்.

டால்மியாக நகர் சென்ற பிறகுதான் அதன் உண்மையையும் டாக்டர் ராவின் தொலைநோக்குப் பார்வையையும் அடையாளம் கண்டேன். கடும் உழைப்பு என்றால் என்ன, ப்ளஸ் யுட்டிலிட்டி என்பது எந்த வகை என்பதை எல்லாம் அங்கு சென்ற பின் அறிந்தேன். அதற்கு முன்பாக டேராடூனை விட்டுத் தள்ளு, கான்பூர் கூட நவீன காலத்துப் பெரிய நகரம். தொழிற்சாலைகள் அதிக அளவில் இருப்பதனால் அதற்கு மரியாதை.

ஒவ்வொரு இடத்திலும் தொழிற்சாலை சிமெண்ட், காகிதம், வனஸ்பதி, சர்க்கரை என பல ஆலைகள். அதில் பணி புரியும் தொழிலாளர்கள் ஆயிரம் ஆயிரம் அதிகாரிகள் நூற்றுக் கணக்கில். அவர்களின் முழுக் குடும்பமும் இருந்தது. ஆனால் சரியான முறையில் ஒரு பள்ளியோ, மருத்துவமனையோ கிடையாது. அப்படியென்றால் கல்லூரி எங்கிருந்து இருக்கும்?

சாதாரணமான நோய்களுக்கு மருத்துவரும் மருந்துகளும் இருந்தன. ஆனால், அதிகாரிகளுக்கு ஏதாவது தீவிரமான நோய் ஏற்பட்டால் பாட்னாவிற்கு அனுப்ப கம்பெனி ஏற்பாடுகள் செய்து விடும். மற்றவர்கள் ஆண்டவனை நம்பி இருக்கிறார்கள். தொழிலாளர்கள் மட்டுமல்ல, அதிகாரிகளின் மனைவிமார்களும்.

பெண்களுக்கு நோய் ஏற்படுகிறதோ இல்லையோ, பிள்ளைப் பேறு நடந்து கொண்டேயிருக்கிறது. நகரங்களைப் போல, கிராமங்களைப் போல அவர்களை மருத்துவமனைக்குக் கொண்டு செல்ல ஒப்புக் கொள்வதில்லை. கொஞ்ச காலமே பராமரிப்பில் இருக்கிறார்கள். கடும் உழைப்பிற்கு இடையில் தொங்கிக் கொண்டு, நம் நாட்டைப் போலவே, கொஞ்சம் இங்கும் கொஞ்சம் அங்குமாக தொங்கிக் கொண்டு இருக்கிறார்கள். நகரத்தை போல லேடி டாக்டர் என்று சொல்லப்படும் கைனகாலஜிஸ்டும் கிடையாது. கிராமங்களில் இருப்பதைப் போல அனுபவம வாய்ந்த ஆயாக்களும் கிடையாது.

டாக்டர் ராவின் சொற்களை அதன் உண்மைகளை முழுமையாக உணர்ந்து கொள்ள மூன்று ஆண்டுகள் பிடித்தன. இரண்டாம் குழந்தையின் பேறு கடுமையான உழைப்பை எடுத்துக் கொண்டது. எனக்கு நடந்த நல்லவை, கெட்டவை இரண்டுமே இந்த நாட்களில்தான் நடைபெற்றன. பிறகு

குழந்தைப் பேறு இரண்டு முறை வந்தன. குல்லைப் போல ஒரே சமயத்தில் அல்ல.

இரண்டு ஆண்டு இடைவெளியில் முதலாவதற்குப் பிறகு இரண்டாவது பையன் பிறந்தான். பிள்ளைப் பேறு, அதன் வேலைகள், பிறகு கருவுற்றல், இடையில் பிள்ளை வளர்ப்பு இதைத் தவிர வேறு ஏதும் நினைவிலில்லை.

முதல் குழந்தை தில்லியில் மருத்துவமைனயில் பிறந்தது. எனவே, கடின வலியிருந்து தப்பித்தேன். சுகப் பிரசவமாகக் கையில் விழுந்து விட்டது. இன்னொரு பிரசவத்திற்காகவும் அங்கு செல்வது என்பது சிரமமல்ல. ஏனெனில், காலத்தின் இடைவெளியில் அப்பாவின் அன்பில் எந்த மாற்றமும் இல்லை.

சித்தப்பாவிற்கு மறுபடியும் தில்லிக்குப் பணி மாற்றம் ஆகி விட்டது. கவிதா சித்தி குல்லின் பிள்ளையை வளர்ப்பதில் எவ்வளவு உதவினாள் என்பது எனக்கு நன்றாகவே தெரியும். ஆனாலும், அவளுடைய நிழலில் என் பிள்ளையை வளர்க்க நான் தயாராயில்லை. அவளுடனான எதிர்ப்பு எனக்கு இருந்தது.

குல்லிற்குக் கிடையாது. இருந்தாலும் தில்லி செல்லலாமா வேண்டாமா என்ற குழப்பத்தில் இருந்தேன். முதல் பிரசவம் எந்த சிக்கலும் இல்லாமல் முடிந்து விட்டது. எனவே, இரண் டாவதிலும் எந்தச் சிக்கலும் இருக்காது. இரண்டு வயது குழந்தையுடன் செல்வதில்தான் சிக்கல். அப்போது அம்மாவின் கடிதம் கிடைத்தது. கவிதாவும் கருவுற்றிருக்கிறாள்.

முதன்முதலாக எல்லோரும் அவளைப் பற்றிக் கவலை யில் இருக்கிறோம். உனக்கே தெரியும். நம் வீடு எத்தனை சிறியது என்பது. ஜுக்கி சித்தப்பாவிற்கு அரசு குடியிருப்பு கிடைக்கும்தான். ஆனால், அவன் தனிக் குடித்தனம் வைக்கத் தயாராயில்லை. அதுவும் குறிப்பாக கவிதா அம்மா ஆகப் போகும் நிலையில். உன் அப்பாவிற்கும் அவள் கஷ்டப்படு வதில் விருப்பமில்லை என்று எழுதியிருந்தாள்.

நான் டால்மியா நகரிலேயே கொஞ்ச காலத்திற்கு இருக்க முடிவெடுத்தேன். இரண்டு அனுபவமான மிக்க திடமான ஆயாக்கள் இருக்கிறார்கள். மாமனார் வீடும் அங்கிருக்கிறது. இத்தனை கருணையைக்கூடத் தாங்க இயலவில்லையெனில் செத்துப் போ, ப்ளஸ்யுடிலிட்டி இல்லாமல் வாழ்.

மூன்றாவது மாதத்திலேயே ஏதோ சிறுநீரக பிரச்சினை ஏற்பட்டு விட்டது. எனவே மருத்துவரின் ஆலோசனைப்படி நாங்கள் பிரசவதிற்கு பாட்னா செல்வதெனத் தீர்மானம் செய் தோம். பவன் கம்பெனயின் மூலமாக உதவி பெற்றவன். அங்கு கெஸ்ட் ஹவுஸ் இருந்தது. பவன் சொன்னபடி சமைத்துத் தரு வான். அடடா எத்தனை ருசியாய்ச் சமைக்கிறான் அவன். ஒரு வாரம் அங்கு தங்கி இருந்து விட்டுத் திரும்பி விடலம் என முடிவு செய்யப்பட்டது.

அதுவரை குழந்தை மருத்துவமனையில் இருக்கும். ஆனால், எல்லா எண்ணங்களும் தவிடு பொடியாகின. குழந்தை கடைசியில் டால்மியா நகரிலேயே பிறந்து விட்டது. வீட்டி லேயே, இரண்டு அரைகுறை தாதிகளின் நம்பிக்கையின் துணையில்.

விதி என்று சொல்லுங்கள் அல்லது அதிர்ஷ்டம் கொடுப் பினை? என்ன வேண்டுமானாலும் சொல்லிக் கொள்ளுங்கள். உங்கள் விருப்பம் போல. இருங்கள் இருங்கள். ஆரம்பத்தில் இருந்தே சொல்லி விடுகிறேன்.

பவனுக்கு உயிர் மூச்சு தொழில். பணி ஆற்ற விருப்பம் இல்லை. தனக்கான தொழிலைத் தொடங்க விரும்பினான். அவ னுடைய ஆரம்ப காலப் பேச்சிலிருந்தே தெரிந்திருக்க வேண் டும். அது வெளிப்படையாகத் தெரிந்தது. ஆனால் விருப்பம் எத்தனை கடினமானது என்பதை அவனால் புரிந்து கொள்ள முடியவில்லை. அல்லது புரிந்து கொள்ள முயலவில்லை. உண்மையைச் சொல்வதில் உறுதி பூண்டால் தன்னைக் காப் பாற்றிக் கொள்வது பொய்யாகி விடும்.

நான் இதிலிருந்து தப்பி ஓட வழி தேடிக் கொண் டிருந்தேன். அவன் என்ன விரும்புகிறான். அது என்ன அதில் எனக்கு தொடர்பு ஏதோ இருந்தது, அல்லது இல்லை. அதை விசாரணை செய்ய எனக்கு நேரம் இல்லை. கூட வசித்தாலும் அவனுடைய விருப்பம் என்னவென்று அறியவில்லை.

ஒவ்வொரு நாளும் ஒவ்வொரு புதிய புதிய ப்ராஜெக்டை எடுத்துக் கொண்டு செல்வது அவனுக்கு இஷ்டமானதாக இருந்தது. தீர்மானம் கருவறையில் உண்டானது ஒன்பது மாதம் முடிவடைவதற்கு முன்னாலேயே பிறந்துவிட முடிவாயிற்று.

தவழ்வதற்கு முன்னதாகவே நிற்பதற்கு, நிற்பதற்குப் பதிலாக ஓடுவதற்கும், குழந்தையாக இல்லாமலேயே இளைஞன் ஆவதற்கும் அதுவும் உயரம் பருமனான ஆஜானுபாகுவான இளைஞனாக.

எந்தக் கஷ்டமும் நேரடியாக நிகழவில்லை. கற்பனையில் நிகழ்ந்தது, நிஜத்தில் அல்ல. ஒரு குழந்தையை ஒன்பது மாதங்கள் சுமந்து, பெற்று மெல்ல மெல்ல அதை வளர்ப்பது அந்தச் சந்தோஷம் எத்தனையோ, அத்தனை கடுமையான உழைப்பையும் அது கோருகிறது. எல்லாவற்றையும் விட அவசியமானது பொறுமை.

உடலின் மாற்றம், வளர்ச்சி, கருவின் தோற்றத்தில் உடலை பற்றிய எண்ணம். அது பிறக்காமேலயே ஒவ்வொரு நொடிக்கும் பத்து ஆண்டுகளின் மகிழ்ச்சியை நிரப்பித் தருகிறது. பொறுமை கடின வலி ஆகியவற்றின் தலையீடு அப்போது இல்லை. தினசரி வாழ்க்கையைத் தன் இயல்பின்படி பொறுப்புடன் நிகழ்த்திக் கொண்டிருக்கும். லௌகிக பவன் ப்ராஜெக்டைப் பற்றியோ ப்ராஜெக்டைப் பற்றிய பிடிவாதம் மனதில் எழுந்தவுடனேயே சிந்தனை வயப்பட்டு ஒதுங்கி விடுவான்.

கருவின் ஆறாம் மாதத்தின் போது விதிவாசமாக பவனுடைய நண்பன் ஒருவன் ஒரு ப்ராஜெக்டைச் சொன்னான். அது வந்த பிறகு அந்த ப்ராஜெக்டைத் தலை மேல் தூக்கி வைத்துக் கொண்டு தினம் தினம் வீட்டிலிருந்து மறையத் தொடங்கினான். என் இந்த நிலைமையைப் பற்றிய கவலையற்று அவன் இருக்கவில்லை. சரியான நேரத்தில் என்னைப் பாட்னாவிற்கு அழைத்துச் செல்லும் எண்ணத்தில் இருந்தான்.

அவனை விடப் பத்து வயது பெரியவனான, பல குழந்தைகளின் அப்பாவான அவனுடைய கூட்டாளி நண்பர், ''பிள்ளை அப்படியே திடீரென பிறந்து விடாது. ஆறு எட்டு மணி நேர பிரசவ வலிக்குப் பிறகுதான் பிறக்கும். முன்னாலிருந்தே பாட்னா சென்று உட்கார்ந்திருக்க வேண்டியது அவசியம் அல்ல. வலி எடுத்தவுடன் வண்டியில் கிளம்பிச் சென்றால் கூட நான்கு மணி நேரத்தில் பாட்னா போய்ச் சேர்ந்து விடலாம்'' என்றார்.

வண்டி அவனுக்கும் அவனுடைய கூட்டாளிக்குமானது. அவசியத்தின் பேரில் மாற்றி மாற்றி எடுத்துக் கொண்டு சென்று கொண்டிருக்கின்றனர். எண்ணைச் செலவைப் பங்கிட்டுக் கொள்கின்றனர். டாக்டர் பிரசவத்திற்காகக் குறித்துக் கொடுத்த நாளுக்கு முன்னதாக இருக்கும் நேரத்தை புதிய ப்ராஜெக்டின் கனவில் கழித்தான். பவனுடைய நிலைமை அந்த நேரத்தில் தொங்கும் நாட்டைப் போல ஆனது. அமெரிக்காவிலிருந்து விடுவிப்பு, குழந்தைப் பிறப்பு என்று தீர்மானிக்கப்பட்டதற்கு எதிரான உண்மைகளினால் மருத்துவர் குறித்துக் கொடுத்த பிரசவ நாளைக் கல்லில் குறித்த எழுத்துக்களைப் போல ஏற்றுக் கொண்டிருந்தான்.

எனவே இந்தியர்களின் பழக்க வழக்கப்படி நண்பனின் கூற்றைக் கண்ணை மூடிக் கொண்டு நம்பிக் கொண்டிருந்தான். ஒரு குழந்தையின் தந்தையாக ஆகி விட்டிருந்தான். ஆனால், அந்தப் பிரசவத்திற்கு ஒரு மாதம் முன்னதாகவே நான் அம்மா வீட்டிற்குச் சென்று விட்டேன்.

எனவே, அனுபவம் இல்லாமல் போயிற்று அவனுக்கு. எனவே, மற்றவர்களின் அனுபவங்களைத் தன் அனுபவமாக ஏற்றுக் கொண்டு தன் அறிவின் துணையுடன் மோதிக் கொண்டு அதிலேயே மூழ்கிப் போனான். ஏதாவது லைலா மஜ்னு பைத்தியத்தைப் போல ஆகி இருக்கலாம்.

குறிப்பிட்ட தேதிக்கு முன்னதாக ஒரு பத்து இருபது நாட்களுக்கு முன்னதாகவே சில மணி நேரங்கள் ஒரு வலி ஆரம்பித்திருந்தது. ஆனால், அதை நான் சிறுநீரக வலி என்று புறமொதுக்கி விட்டேன். சில நேரம் என்னுடைய தயக்கம் நிறைந்த எண்ணத்தில் பவனும் நேரத்தைக் கழித்தான். இதற்கு இடையில் பெரிய குழந்தைக்கு வயிற்றுப் போக்கு ஏற்பட ஆரம் பித்தது. என்னை விடுத்தது இந்தக் கவலையில் மூழ்கினான்.

அடுத்த நாள் சந்தேகம் தீர்ந்தவுடன் ஒரு மணி நேரம் பவன் வண்டியை நண்பனிடமிருந்து பெறுவதில் கழிந்தது. இன்னும் ஒரு மணி நேரம் எல்லாம் தாக்குப் பிடிக்கவில்லை. பனிக் குடம் உடைந்து விட்டது. நண்பனின் அறிவுரை, டாக்டரின் தீர்மானம் விலகிப் போனது. மூன்றாவது மணியில் குழந்தை பிறந்து விட்டது. பிள்ளைப் பேற்றின் போது

என்னென்ன தவறுகள் நிகழ முடியுமோ, நிகழ்ந்தது. மிகவும் விளக்கி எல்லாம் சொல்லப் போவது கிடையாது. நீங்களே அனுமானித்துப் பார்த்துக் கொள்ளுங்கள். இன்னமும் அதிகமாக புரிய வரலாம்.

கொஞ்ச நேரம் காற்றில் நீந்துவதைப் போல வயிற்றில் ஏதோ கடபுடா நடந்து கொண்டிருந்தது. இது மட்டும் சொல்லிக் கொள்கிறேன். எனக்கு அந்த அனுபவம் குறியீடாயிற்று. ஏதோ வயிற்றுக்குள்ளிருந்து பகலும் இரவும் உதிர்ந்து கொண்டே இருந்தது. மூச்சு முட்டியது. அதோடு வேறு சிலவும் இணைந்து, சிமெண்ட்டின் தூசியும் இன்னமும் கூடுதலாக மூச்சை அடக்க முடியவில்லை.

ஒரு உயிரை அல்லது, மூன்று உயிரைக் காப்பாற்ற வேண்டிய பொறுப்பு. பெரிய பையனும் இருக்கிறானல்லவா எனக்கு. எனக்குக் கவசமனாது இந்தப் பொறுப்பு. அது இயற்கையில் எல்லா ஆக்கிரமிப்பையும் ஒன்றுமில்லாமல் ஆக்கியது. அல்லது எது இயற்கைக்கு உகந்ததோ அதுவானது.

இயற்கை என்று வேண்டுமானாலும் சொல்லுங்கள். இறைவன் என்று வேண்டுமானாலும் சொல்லுங்கள். இரண்டும் ஒன்றுதான். கதையைக் குறுக்கும் விதமாகச் சொல்வதெனில், எல்லாக் கஷ்டங்களும் கடந்தன. புதிதாகப் பிறந்த குழந்தை. பெரிய பையன் அனைவரும் பாதுகாப்பாக இருந்தனர். ஓரிரு மாதங்கள் நோயை அனுபவித்து நலம் அடைந்தேன்.

அதற்கு முன்னதாக நீங்கள் கொஞ்சம் அனுதாபத்துடன் கண்ணீர் வடிக்கலாம். சொல்கிறேன். பிரசவத்தின் போது என்ன ஆனதோ, ஆனால், கருவில் எந்தத் தவறும் நேரவில்லை. அங்கு கழித்த ஒரு சில வருடங்களிலும் கூட. சில பல நல்ல விஷயங்களும் சந்தோஷ சமாச்சாரங்கள்கூட நடந்தேறின.

இயற்கையில் டால்மியா நகர் கெட்ட நிலம் கிடையாது. பாவம் இயற்கைக்கு எப்படித் தெரிய முடியும்? ஒரு நாள் தனது மடியில் இப்படிப்பட்ட தொழிற்சாலைகள் எல்லாம் உருவாகும் என. இயற்கையைச் சீரழிக்கும் என்று உலகில் மாசைப் பரப்பும் தொழிற்சாலைகள் உருவாகிக் கொண்டேயிருக்கும் என்பதை இயற்கை எப்படி அறியும்? சுத்தம், உடல்நலம் மற்றும் அழகு எல்லாவற்றையும் ஒதுக்கி விட்டு அருகருகாக

இத்தனை மக்கள் வசிப்பார்கள். அவர்கள் இரவும் பகலும் நுரையீரலில் அத்தனையும் அடக்கிக் கொள்வார்கள் என்று எப்படித் தெரியும்?

துவர்ப்பான புகை, விஷ வாயு ஆக்ரோஷத்துடன் பரவு கிறது. எத்தனைக்கெத்தனை தனித்துவமான தொழிற்சாலை களோ அத்தனைக்கத்தனை அழுகும் இயற்கையும் சர்க்கரை ஆலையின் கழிவு, காகித ஆலையின் வீரியமான க்ளோரின் காஸ், செங்கல் சூளை, சிறிய ரயில்களிலிருந்து வெளியேறும் புகை, எல்லா இடங்களிலும் அழுகிக் கொண்டிருக்கும் ரசாயனக் கழிவுகள் காற்றை அப்படி மாசுபடுத்துகிறது. கருணையுள்ள இயற்கையை, அதன் வளத்தை நசிக்க வைக்கிறது. இயற்கையை எதிர்க்கிறார்கள். இறைவனைப் போல எங்கும் நிறைந்திருக் கிறது, காற்றில் தூசியும், சிமெண்டின் துகள்களும்.

ஆனால் வேலை வாய்ப்பு என்னவோ கிடைத்துக் கொண் டிருக்கிறது. தலைக்கு மேல் வசிக்க ஒரு கூரையும் இருக்கிறது. நாடு முன்னேற வேண்டுமெனில் அதற்கான விலையைக் கொடுக்கத் தானே வேண்டும். இதிலும் நம்பிக்கை வைக்கத்தான் வேண் டும். முதாலளி வேலை கொடுப்பான். சம்பளம் கொடுப்பான். உங்களுக்கு அறிவுரை சொல்லுவான். உடல் நலத்திற்காக, அமைதிக்காகப் பண ஒப்பந்தமும் போடுவான். இதுவே அதிகம் அல்லவா?

நேரு பெரிய பெரிய அணைகளை நவீன காலத்தின் தீர்த்தத் தலம் என்று சொன்னார். தொழிற்சாலைகளின் சுற்றுப் புறங்கள் தூய்மை செய்யப்படுகின்றன. அப்படி நம் தீர்த்தத் தலங்களை யார் சுத்தம் செய்கிறார்கள்? எல்லோரும் ஆண்ட வனை நம்பி வாழ்கின்றனர். அப்படிப் பார்த்தால் டால்மியா நகரம் ஒரு தீர்த்தத் தலம்தான். தொழில் நிமித்தமாக மட்டுமல் லாமல், இயற்கையை முறையற்று சூன்யமாக்குவதிலும், ஆண்டவன் நம்பிய் வாழ்க்கை நடத்துவதானாலும், நூற்றுக்கு நூறு சதவீதம் டால்மியா நகர் தீர்த்தத் தலம்தான்.

குறுகிய ஜன்னல்களினாலும், அலங்கோலமான கதவு களைக் கொண்ட வசிப்பிடம் மூலமாகவும் எங்களுக்குக் கிடைத்தவை, தில்லியின் வீட்டில் எனக்குக் கிடைத்தவற்றில் இருந்து பெரிய மாறுபாடு கொண்டதல்ல. ஒரே வரிசையில்

மூன்று அறைகள். குறுகிய வராண்டா. அதன் ஓரத்தில் குளியல் அறையும் கழிப்பறையும். பின்னால் பெரிய திறந்த வெளி பாழடைந்து கிடந்தது.

சைக்கிள் ரிக்ஷாவில் பவனுடனும் தட்டு முட்டு சாமான் களுடனும் அந்த இடத்தை அடையும் போது மணி பன்னி ரெண்டு, முதல் நாள் அல்லது இரவு பின்னாலிருந்து சலசல வென்று நீர் கொட்டும் சப்தம் கேட்டு மிகவும் மகிழ்ச்சி அடைந்தேன்.

அடடா! வீடு சரியாக குளத்தின் கரையில் இருக்கிறது. மனம் கற்பனையில் மிதந்தது. இரவு முழுவதும் அதிலேயே கழிந்தது. வெளியில் எத்தனை தண்ணீரோ, அத்தனை கொசு உள்ளே. தூங்க முடியவில்லை. எனவே, கொசுத் தாளம் போட்டு கை தட்டிக் கொண்டு காத்திருந்தேன்.

பவன் அப்படியே கொஞ்சம் தூக்கம் போட்டான். இது அவனுடைய பல நற்பண்புகளில் ஒன்று. ஒன்பது மணி அடித்த உடனேயே எங்கே எந்த நிலையில் இருக்கிறானோ, அப்படியே தூங்கி விடுவான். வேறு வழியில்லை என்றால் முழித்துக் கொண்டிருப்பான். அன்று பன்னிரெண்டு மணிக்கு அவ் விடத்தை அடைந்ததைப் போல.

காரியம் முடிந்தவுடன் மறுபடியும் தூங்கி விடுவான் உடனேயே. எனவே, நான் மட்டுமே தனியாக கொசுத் தாளம் போட்டுக் கொண்டும், தனியாக குளம் பற்றிய கற்பனையில் மிதந்து கொண்டும் இருந்தேன். அதிகாலையிலேயே பவனுடைய நண்பன் வந்து விட்டான். குளத்தைப் பற்றிய பேச்செடுத்ததும் அவன் சிரித்துச் சிரித்து ஒரு வழியாகி விட்டான்.

பின்னால் இருப்பது குளமல்ல; வெளியேற முடியாத மழை நீர் தேங்கி இருக்கிறது. சென்ற ஆண்டிலிருந்தா அல்லது காலமில்லா காலத்தில் பெய்த மழையாலோ தெரியவில்லை. அதுதானா பெரிய ஆரோக்கியமான துடிப்பான கொசுக்கள்? அதன் வரமா? அல்ல. கொசு எங்கள் வீட்டினுடையது அல்ல. நீர்த் தேக்கம் எங்கள் வீட்டின் பின்புறத்தினுடையது அல்ல. அந்த இடத்தில் ஆங்காங்கே நீர் தேங்கியிருந்தது.

திருமணத்திற்கு முன்பு பவன் கெஸ்ட் ஹவுஸில் தங்கி இருந்தான். இப்போதும் அவனுக்கான அறை அங்கே இருக்

கிறது. திருமணம் செய்யப் போகும் போது பேக்டரி வீடுகளில் ஏதோ ஒன்று அவன் பெயருக்கு அலாட் செய்யும்படி கூறி விட்டான்.

எங்கள் அழைப்பை ஏற்று வந்த போது இரவில் தங்கும் இடத்தில் அவனுக்கு ஒரு பானையில் மறக்காமல் நீர் வைக்க வேண்டும் என்று கேட்டான். மே மாதம் எங்கும் வெய்யிலில் தாமதாக வீடு திரும்பும் அவனுக்குத் தாகம் எடுத்திருக்கும். எல்லாம் பவனின் நண்பன் சொன்னான். பவன் நிறைய தண்ணீர் குடிப்பான்.

முதன்முதலாக எந்த வீட்டைப் பார்த்தானோ, அதையே எடுத்துக் கொண்டு விட்டான். பின்னால் தேங்கியிருக்கும் மழை நீரை யாரும் கவனிக்கவில்லை. கவனித்திருந்தால் மட்டும் என்ன செய்ய முடியும்? ஒரு பைத்தியக்கார நண்பன் முதல் நாள் கெஸ்ட் ஹவுஸிலேயே தங்கிக் கொள்ள ஆலோசனை கூறினான்.

இரண்டொரு நாட்களில் தேங்கிய நீரைச் சரி செய்து விட்டு வீட்டிற்குள் செல்லலாம் என்றும் சொன்னான். ஆனால், அவன் அதை மறுத்து விட்டான். "நான் நேர்மையானவன். பொய்யான அடையாளத்தைக் காட்டி பழக்கத்தைக் கெடுப்ப தில் எனக்கு நம்பிக்கை கிடையாது. வீட்டுக்காரி வந்தால் அவளே வீட்டைச் சரி செய்வாள்" என்று கூறியிருக்கிறான். இப் போது எல்லோரும் ஒரே குரலாக, "அண்ணி வந்து விட்டார். எல்லாவற்றையும் கவனித்துக் கொள்வர்" என்று சொல்லி விட்டார்கள்.

முதல் நாள் காலையிலேயே துடைப்பம், மண்ணெண் ணெய், அடுப்பு, அரிசி, பருப்பு இன்ன பிறவற்றை வாங்கக் கிளம்பினார்கள். இன்ன பிற என்று சொல்வதில் ஒரு சிறப்பு உண்டல்லவா? காய்கறி என்றால் உருளைக் கிழங்கு, கோவைக் காய், நெய்ப் பீர்க்கு, வெங்காயம், பச்சை மிளகாய் ஆகியன. டபுள் ரொட்டி போன்ற அந்நிய நாட்டுப் பொருட்கள் ஒரு போதும் கிடையாது.

அந்நிய நாட்டை விட்டுத் தள்ளுங்கள். உள்நாட்டுப் பொருட்களும் கூட கிடைப்பதில் தடை இருந்தது. பனராஸ் முப்பது மைல் தூரத்தில்தான் இருந்தது. நாங்கள் இருந்தது பீஹாரில். ஆகையினால் கம்பெனியின் அதிகாரிகள் அதில்தான்

இணைந்த மனம்

அரிசியும் இன்ன பிறவும் வாங்குவார்கள். யூரோப்பில் அந்நிய நாட்டு மது வகைகளைக் கொண்டு வருகிறார் போல. கோதுமை, சர்க்கரை, மைதா, புழுங்கல் அரிசி, மண்ணெண் ணெய் போன்றவை சந்தேகத்திற்கிடமில்லாமல் ரேஷனில் கிடைத்து விடும்.

மாலையில் பவன் அலுவலகத்திலிருந்து வரும் போது கூடவே ஒரு படை நண்பர்கள் சீட்டாட்ட ப்ரோக்கிராம் இருக் கும். என்னையும் இணைத்துக் கொள்வார்கள். விளையாட அல்ல; சமையல் செய்ய, கூட மாட உதவியாயிருக்க. பெண்கள் ஒரு சேர உட்கார்ந்து வம்பு பேசுவார்கள். சில நாட்களிலேயே முழு தொழிற்சாலை பணியாளர்கள் பெரிய குடும்பத்தைப் போல வாழ்கிறார்கள் என்பதை அறிந்து கொண்டேன். எல்லாமே இணைந்து செய்கின்றனர். ஆண்கள் ஒரு பக்கமாகவும், பெண்கள் வேறொரு பக்கமாகவும் இணைந்து. ஒரு கந்தலான பிக்சர் ஹாலும் இருந்தது. பிக்சர் காண என்று போனால், ஆண்கள் ஒரு மூலையிலும் பெண்கள் இன்னொரு மூலையிலுமாக படம் பார்த்தனர். பெண்களின் டிக்கெட் ஆண்களின் டிக்கெட் விலையை விடச் சற்று மலிவு. எப்போதாவது செல்வேன். எனக்கு அந்த ஏற்பாடு கொஞ்சம் மன மகிழ்ச்சியைக் கொடுத்தது.

பவன் அமெரிக்க ரிடர்ன். சுதந்திரமான எண்ணம் கொண்டவன். அவனிடம் கேட்ட போது, நான் அவர்களிட மிருந்து தனியாகத் தானே உட்காருகிறேன் என்றான். ஏதோ துப்பாக்கி சுட்டதைப் போல, அவன் கிசுகிசுவென்று, "இங் கெல்லாம் அப்படி உட்கார முடியாது" என்றான்.

குழந்தைகளைப் பார்த்துக் கொள்வதில் ஆண்கள் பங் கெடுத்துக் கொண்டனர். அமெரிக்காவின் சாலட் பிரியன் சுதந்திர சிந்தனையாளன் இதில் எத்தனை நாள் தாக்குப் பிடிப்பான்?

இப்படிக் கூடி குலாவிப் பேசி மகிழ்வதில் கண்டிப்பாக லாபம் இருந்தது. வலிந்து அண்ணி ஆக்கப்பட்டேன். ஒரு கூடை மைத்துன்னமார்கள் அவர்களின் மூலமாகப் பின்னால் தேங்கி இருக்கும் நீரை அகற்ற வேண்டுகோள் விடுத்தேன். புது பெண்ணின் நகர நாகரிகத்தைக் கருதி இரண்டு இளைஞர்கள்

ஒப்புக் கொண்டனர். கீழேயிருந்த தரிசு நிலம் விளைச்சல் நிலமாக மாறிப் போனது. மனம் மகிழ்ந்தும் போனது.

குல்லின் மாமியார் வீட்டுத் தோட்டம், நிலம் நினைவில் பதிந்திருந்தது. அதை நகலெடுத்தாற் போல தோட்டம் உருவாக்கினேன். பல பூக்களின் செடிகளும், அதை விட அதிகமாக காய்கனிகளும் பயிரிட்டேன். நெய்ப் பீர்க்கு, கோவைக்காய், உருளைக் கிழங்கு மட்டும் அல்லாமல் வெண்டைக்காய், அவரை, கேரட்டு எல்லாமே கிடைத்தது.

மல்லி, முல்லை, நாட்டு ரோஜா, சாமந்தி எல்லாம் நிறைய பூத்தன. அப்படி இல்லாத போது நர்கீஸ் பூ நிறைய பூத்தது. புகை, தூசி, சிமெண்ட், காதைப் பிளக்கும் சப்தம், துர்நாற்றம் இவற்றையெல்லாம் பழக்கிக் கொள்ள எத்தனை நாள் பிடிக்கப் போகிறது. பழகி விட்டது எனக்கும் தோட்டத்திற்கும் கூட.

ஒரு விதத்தில் பார்த்தால் டால்மியா நகர் கான்பூர் டேராடூன் இரண்டும் இணைந்த இடம். கான்பூரைப் போல தொழில் நிறைந்த இடம். டேராடூனைப் போல காடுகளால் சூழப்பட்ட பிக்னிக் ஸ்பாட். மாதத்திற்கு ஒரு முறை குடும்பங்கள் கண்டிப்பாக பிக்னிக் செல்கின்றன. குடும்பத்தோடு. பெண்கள் காலை நான்கு மணிக்கு எழுந்து கொண்டு பூரி, சோளா, உருளைக் கிழங்கு, காய்கறி, கூட்டு, சட்னி, தயிர் பகோடா, பாயசம், ஹல்வா போன்றவற்றைச் சமைக்கிறார்கள்.

பாய், ஜமக்காளம், தட்டு டம்ளர், கிண்ணம் எல்லாமாக சேர்ந்து ஒழுங்காக கூடையில் அடுக்கி வைக்கிறார்கள். இத்தனையும் சேகரித்துக் கொண்டு குழந்தைகளின் கொட்டத்தையும் சமாளித்துக் கொண்டு ஐந்து, பத்து கிலோ மீட்டர் நடந்து பிக்னிக் இடத்தை அடைகிறார்கள். ஆண்கள் பேசி சிரித்துக் கொண்டு வெற்றிலை மென்று கொண்டே பின்னால் செல்கின்றனர். இடம் தொலைவாக இருந்ததெனில் ரயிலில் ஆண்கள் பெட்டியில் பெண்களும் பயணம் செய்கின்றனர்.

எல்லா ஆண்களுக்கும் சீட்டாட்ட போதை உண்டு ரயில் பெட்டியை அடைந்ததும் அங்கேயே விளையாட்டு ஆரம்பமாகி விடும். இல்லையெனில் அடைய வேண்டிய இடத்தை அடைந்ததும் ஜமக்காளத்தில் அமர்ந்து சாப்பாடு கொடுக்கக் கேட்

பார்கள். மைத்துனன்மார்கள் எத்தனை வாய்க்கு ருசியாக சாப்பிடுபவர்களோ, அத்தனைக்கத்தனை அண்ணிமார்களும் அற்புதமாக சமையல்காரிகள். சாப்பிடுபவர்கள் அதிகம் உண்ணும்படி பரிமாறுபவர்கள் வயிற்றை நிரப்புவார்கள். அது தாங்க அன்னபூரணி, அன்னபூரணியை யாராவது சாப்பிட்டாயா, இல்லையா என்று கேட்கிறார்களா என்ன?

அவனுக்கு அவமானமாக இருக்கக் கூடாது. அவன் இது போன்ற கெட்ட காரியங்களை வாழ்நாள் முழுவதும் செய்தது இல்லை. மற்றவர்கள் சாப்பிடுவதிலும் சாப்பிட வைப்பதிலும் மூழ்கிக் கிடப்பார்கள். வயிற்றுக் கோளாறால் அவதிப்படுவார் கள். நான் நன்றாகச் சமைக்கக் கற்றுக் கொண்டேன். ஆனாலும் அதில் முழுமையாக வெற்றி அடைய முடியவில்லை.

ஒவ்வொரு பிக்னிக்கின் போதும் நிறைய மைத்துனர்கள் அண்ணிகளின் மேற்பார்வையினாலும், அனுமானத்தினாலும் வயிற்றில் கலக்கம் ஏற்படும். சாப்பிட வைக்கும் பயம், சாப்பிடுவதில் சங்கடப்படுத்தும்.

ஒரு விஷயத்தை ஒப்புக் கொண்டே ஆக வேண்டும். தொழிற்சலைகளினால் எத்தனை மாசுபட்டாலும் இயற்கை அப்படியே திடமாக பசுமையாக இருந்தது. கணக்கற்ற மரங்கள் வெட்டப்படவில்லை. நீர் ஆதாரம் குறையவில்லை. நீர் வீழ்ச்சி வறண்டு போகவில்லை. உண்மையில் காடு காடாகவே இருந்தது.

அப்படிப்பட்ட எண்ணற்ற இயற்கை கொண்ட முரடான காட்டை அதன் பிறகு நான் பார்க்கவே இல்லை. ஒன்றை விட சிறப்பான வேறு பல இடங்களுக்கெல்லாம் சென்றிருக்கிறோம். பிக்னிக் கொண்டாடி இருக்கிறோம். ஹனாரி தோட்டம், போத்கயா, ராஜ காடு, ஜுமிர தலையா போன்ற இடங்கள் தொலைவில் இருந்தது.

ரயிலிலும், சைக்கிள் ரிக்ஷாவின் துணையோடும் ஒவ் வொரு முறை சென்றிருக்கிறோம். புகைக்குளம், செங்கோட்டை வரை நடந்து செல்லும் வழி உண்டு. எனவே, பலமுறை சென்றிருக்கிறேன். அதுவே எனக்குப் பிடித்த இடம். இன்று வரை மனதில் நின்றிருக்கிறது.

நான் டால்மியா நகர் சென்ற பிறகு அம்மா இரண்டு விஷயங்களைச் சொன்னாள். ஷரத்சந்திரரின் வீடு அங்கிருந்தால்

சென்று வா. தேஹ்ரி ஆன்ஸோனின் வீட்டை அவர் வீட்டில் இருந்து அறிந்து கொள்ளலாம். அவர் க்ருஹதாஹ் எழுதி இருக் கிறார். ஆஹா எப்பேர்ப்பட்ட சிறந்த இடத்தைப் பெண் தேர்ந்தெடுத்திருக்கிறாள் குடித்தனம் செய்ய. ஆனால், அம்மா வின் குற்றம் என்ன? என்னுடைய திருமணத்தை நிச்சயிப்பதில் அவருடைய தலையீடு எங்கிருந்து? நாங்களே தீர்மானித்து விட்டோம்.

இன்னொன்று ரோஹ்தாஸின் கோட்டை என்பது உண் மையா? நீ பார்க்கலாம். நீ எத்தனை அதிர்ஷ்டம் செய்தவள். அம்மா சிறு வயதில் தேவகி நந்தன் கத்ரியின் 'சந்திரகாந்தா ஸந்ததி' நூலை இருபது முறைக்கும் அதிகமாகப் படித்திருக் கிறாள். அதில் குறிப்பிடப்பட்டிருக்கும் ரோஹ்தாஸ் கோட்டை அற்புதம் எத்தனை இயல்பானது. அவள் மூலமாக அது எங்கள் எண்ணம் வரை வந்தடைந்திருக்கிறது. என் கண்களால் பார்த் தேன். இந்திர ஜாலத்தனால் அலங்கரிக்கப்பட்ட அற்புதம் அப் படியே கண்முன் விரிகிறது. ஒன்றும் சொல்ல முடியவில்லை. அந்தக் காந்தக் கற்கள் பதித்த, தானே திறந்து கொள்ளும் கதவு ஆகியவை உண்மையில் இருந்ததா? இல்லையா? என்னால் சொல்ல முடியவில்லை. ஆனால், பாழடைந்து மாறி இருந்தது. கட்டடம் எப்போதோ மிளிர்ந்திருக்கலாம். இப்போதும் மாயத் தோடு இருக்கிறது.

உயரத்தில் கட்டப்பட்டிருக்கும் ஆலிஹான் கோட்டையில் இருந்து வெளிப்பட்டு கீழ் நோக்கி ஓடி வருகிறது. அசுத்தமான நீர், மஞ்சள் வண்ணத்தில் பொன் போன்ற நீர் தங்கத் துளிகள் கிடைத்தாற் போலே. அதைச் சுற்றிலும் அடர்ந்து வளர்ந்திருந்த மூங்கில் புதர்கள் புல்லாங்குழல் வாசிக்கிறது. கீழைக் காற்று, அந்தப் புதர்களின் இடையில் சிறிய சிறிய செடிகள் கொத்துக் கொத்தாக சிவப்பு செடியின் கருமையான முகம் ஜ்வாலையை இன்னும் அதிகமாக்குகிறது. ரத்தி செடியை விடவும் வேறெந்தச் செடி இப்படி வளர முடியும். அங்கு தங்கத்தின் துணுக்குகளுக்கு இணையாக அதே அளவு ரத்திச் செடி நிறைந்திருக்கிறது. அந்த மகிழ்ச்சியும், அந்த வண்ணங்களும், அந்த மனம் கவர் தளிர் களும் காஷ்மீரின் எரியும் தீப்பொறிகளை விடவும் அதிகமாக ஆச்சரியத்தை அளித்தது.

இணைந்த மனம்

பிறகு புகைக் குளம். அது கனவுலகில் பார்த்த சொர்க்கம். கட்டடம் உயிரோடு கண் எதிரில். கொஞ்ச இடைவெளியில் சின்னச் சின்ன எண்ணற்ற நீர்ப் பரப்பு, அதிலிருந்து பீச்சி விழும் நீரும் அதன் நுரையும் நாற்புறமும் புகையாக புகையை உருவாக்குகிறது. நீர் வீழ்ச்சியிலிருந்து நீர் புகைக் குண்டத்தினுள் விழுகிறது. தூரத்திலிருந்து பார்த்தால் ஏதும் சிறப்பாக தெரியவில்லை. வெறும் புகை அல்லது தூசி, புகை எழும்புகிறது.

புகை நீர் வீழ்ச்சியாகவே விழுந்து கொண்டிருக்கிறது. நீரில் காலடி எடுத்து வைத்ததுமே மேலே கீழே எங்கும் புகை. அந்தப் புகையிலேயே குளிக்கிறோம். இலவ மரத்திலிருந்து பஞ்சு நனைந்த துணியென பறக்கிறது, உடலிலிருந்து. நிலத்தில் இருந்து எழு. உடலிலிருந்து விடுதலை பெறு. விடுபட்டு வாழ். அந்தத் தளிர்களில் அன்பின் பிடித்தத்தைக் காண முடிகிறது. அமைதியையும் அற்புதத்தையும் சுக்கு நூறாகக் கிழித்து உரத்த பெருங்குரலில் சிரிக்கிறது. மசாலாப் பொருட்களின் மணம் இணையாக அல்ல. ஆனால், நினைவில் படிந்திருக்கும் அந்தக் காட்சியில் அற்புதம் மட்டுமே. நான் தனித்திருக்கிறேன் அல்லது தனித்து அல்ல.

மன்னித்து விடவும். நான் வேண்டுமென்றே சொல்லிக் கொண்டிருக்கிறேன். அன்பும் உடனிருந்து விட்டால் அனுபவத்தின் முதிர்ச்சி என்ன? காதலி எத்தனைதான் சிறந்தவளாயினும், மனிதனின் கற்பனையை விட உயர்ந்தவளாக முடியாது. ஆனால் குல்? என்னுடன் குல் மட்டும் இணைந்திருந்தால்? அவள் போஜ்பூரி மொழியில் அழகான கதை புனைந்திருப்பாள்.

எந்த நினைவு என் எண்ணத்தில் படிந்திருக்கிறதோ அது எத்தனை எத்தனை மனங்களின் என்றென்றைக்குமான காட்சியாகப் படிந்திருக்கும். ஆனால், அது எப்படி உங்களுக்குக் கேட்டால் ஒருவேளை ஆச்சரியமாகக் கூட இருக்கலாம்.

குல்லும் ஷமீதும் டால்மியா நகரில் என்னுடைய வீட்டிற்கு வரவே இல்லை. பவன் அழைப்பு விடுத்தான். நான்தான் தட்டிக் கழித்து விட்டேன். ஷமீத் இந்தச் சிறிய இடத்திலா? ஒரு நாள் கூட இருக்க முடியாது. அவனால் இங்கு வந்து என்ன செய்ய? என்று சிரித்துக் கொண்டே சொல்லி விட்டேன். மேலும் பவன் அப்பாவைப் போல ஒரு பெக் கூட தொட மாட்

டான். அவனிடம் இவற்றையெல்லாம் நான் சொல்லவில்லை. "இப்படிச் சொன்னால் உன்னுடைய அத்தான் எத்தனை பெக் விரும்புவார்?" என்பான். என்ன பதில் சொல்வது. அவன் கோபத்தோடு சரி விடு என்னையும் என் வருமானத்தையும். உன்னுடைய அக்காள் கணவனுக்கு இணையானவன் இல்லை நான். விட்டுத் தள்ளு. உன்னுடைய அக்கா வரலாமா இல்லையா? பள்ளி விடுமுறையின் போது குழந்தைகளையும் கூட்டிக் கொண்டு வரலாம் அல்லவா? பம்பாயில் அந்தக் கூண்டைப் போன்ற பிளாட்டிலிருந்து விடுதலை பெற்று குழந்தைகள் இங்கே திறந்த வெளி மைதானத்தில் நன்றாக விளையாடி மகிழலாம் அல்லவா? அவன் சொன்னது என்னவோ உண்மைதான். நாங்கள் கான்பூருக்கு ஒரு வாரம் சென்றிருந்தோம் அல்லவா?

திருமணத்திற்குப் பின் கணவனுடன் மாய நகரமான பம்பாய்க்குச் சென்று விட்டாள். அவன் தன் வாக்கை நிறைவேற்றினான். ஃப்ளாட் மிகவும் சிறியது. எங்களைச் சுற்றிலும் பசுமையோடு குல்லின் வீடு ஐந்தாவது மாடியில் ஒரு சிறிய பெட்ரூம். டிராயிங் கம் டைனிங் ஹால், சிறிய பால்கனி, பால்கனியில் சிறிய ஸ்டீல் பீரோவைக் கண்டு ஆச்சரியம் அடைந்தேன். "பால்கனியிலா துணியையும் நகையையும் வைத்திருக்கிறாய்?" என்று கேட்டேன்.

"நான் வைக்க மாட்டேன். நீ வைப்பாய் அப்படி அன்பே? இது பம்பாய், கிராமப்புறம் அல்ல. வீட்டின் இரண்டு நிலவறையும், நான்கு ஸ்டோரேஜும் இருக்கு. ஒரே ஒரு பெட்ரூம். அதில் அலமாரி. இது உனக்காக விசேஷமாக வரவழைத்தேன். பவனுடைய பொருட்களை எளிதில் வைக்கலாம் என்று வாங்கி வைத்திருக்கிறேன். அதை எடுப்பதற்காக நீ அடிக்கடி பெட்ரூமுக்குள் நுழைய வேண்டி இருக்காது. நீ குறுக்கே நுழைபவள். ஆனால், பவன் எப்போதாவது தானே தன்னுடைய துணிகளை எடுத்துக் கொள்ள முடியுமல்லவா?

இடம் சிறியதாக இருக்கலாம். பம்பாய் போன்ற பெரு நகரத்தில் அவளுக்கு நண்பர்களுக்குப் பஞ்சமில்லை. மற்ற எல்லோருடைய பிளாட்டும் அவருடைய பிளாட்டை விட சிறப்பாகவும் பெரிதாகவும் இருந்தன. இந்த நினைப்பு எனக்கு டால்மியா நகர் திரும்பிய பின் புரிந்தது. பம்பாயில் குல்

இணைந்த மனம்

அனைவரோடும் பழகி நட்புக் கொண்டிருந்தாள். பவன் கூட உன் அக்கா இங்கு எல்லோருடனும் நன்கு பழகிக் கொண்டிருக்கிறாள். எல்லோரும் அவளிடம் தாராளமாக நடந்து கொள்கின்றனர்'' என்று சொன்னான்.

குல்லின் சகோதர சகோதரிகளைப் போல அங்குள்ள வர்கள் பழகினர். அவர்களின் விருந்து உபசாரத்தினால் ப்ளாட் சிறியதாக இருந்ததைக் கூட நினைவுக்கு வரவில்லை. ஏதாவது ஒரு தோழி தினமும் மாற்றி மாற்றி எங்களுக்கு விருந்தளித்துக் கொண்டே இருந்தார்கள்.

அப்படியே வெளியில் உலா வருவதும் விதம் விதமான சுவையான உணவுகள் உண்பதும் என நாட்கள் கழிந்தது. இரவு ஆனவுடன், வீடு திரும்புவோம். எங்கள் இருவருக்கும் வரவேற்பு அறையில் படுக்கை போடப்பட்டது. படுக்கையில் விழுந்ததும் தூங்கி விடுவோம். குல் அல்ல நான்.

இடையில் இரவில் எப்போது விழித்துக் கொண்டாலும் பெட்ரூமில் ஏதோ சப்தம் கேட்டுக் கொண்டேயிருக்கும். எப்படி! இரண்டு குழந்தைக்கும் உடன் படுத்துக் கொண்டிருக் கிறார்கள் அல்லவா? ஆனாலும்...

அங்கிருக்கும் போது கர்வா செதை விரதம் வந்தது. குல்லின் மேற்பார்வையில் நான் தண்ணீர் கூட அருந்தாமல் விரதம் இருந்தேன். நிலவு புறப்பட்டு கண்களில் தென்பட்டதும் புருஷனுக்கு நீண்ட ஆயுளைக் கொடுக்கச் சொல்லி வேண்டிக் கொண்டு விரதத்தை முறிக்க வேண்டும். எனக்கு முதன்முதல் விரதம் அது. எனவே, குல்லின் ராஜஸ்தானி தோழி அட்டகாச மாக ஏற்பாடு செய்திருந்தாள்.

மணப் பெண்ணைப் போல அலங்கரித்து கைகளில் மருதாணி வைத்து, மாலையில் பல தோழிகள் உடன் நாங்கள் அவளின் ஆடம்பரமான ப்ளாட்டினுள் நுழைந்தோம். பேசிக் கொண்டே நிலவு தென்படக் காத்திருந்தோம். அப்படி பேசிக் கொண்டிருந்ததால் பசியைச் சற்று மறந்திருந்தோம். ஆனால், நிலவோ எங்கள் பொறுமையைச் சோதிக்கும் அளவிற்குக் காக்க வைத்தது.

மற்ற சாப்பாட்டு விஷயங்கள் தனித் தனியாக இருந்தால் அன்று மாலை குடிக்க என தனியாக ஏற்பாடு எதுவும் செய்து

வைக்கவில்லை. அதனால், அத்தனை கணவன்மார்களும் அடுத்த அறையில் தனியே உட்கார்ந்து கொண்டு ஷர்பத் டம்ளரைக் கையில் வைத்துக் கொண்டு சாப்பிடக் கிடைக்குமா என்று பொறுமையற்று காத்துக் கொண்டிருந்தனர். எல்லோரையும் விடப் பொறுமையற்று இருந்தான் பவன். ஏனெனில், அவன் சீக்கிரமே சாப்பிட்டு விட்டு தூங்கும் பழக்கம் உடையவன்.

திரும்பத் திரும்ப பால்கனிக்குச் சென்று எட்டிப் பார்த்து விட்டு வந்து கொண்டிருந்தான். ஆனால், நிலவுதான் கிளம்பவே இல்லை. நிலவு வர வேண்டும் என்று அவன்தான் காத்துக் கொண்டிருந்தான். மற்ற கணவன்மார்கள் எல்லோரும் கணவன் என்ற பதவி, பட்டத்தோடு இருந்தனர். நாங்கள் சீக்கிரம் சீக்கிர மாக நிலவுக்குப் படைத்து விட்டுச் சாப்பிட அவசர அவசரமாக சாப்பாட்டு மேஜையை நோக்கி ஓடினோம்.

முதன்முதலாக நான் டால்மியா நகரின் மைத்துனர்களை நினைத்தேன். குல்லிடம் இதைச் சொல்லலாமோ? இப்போதும் நான் எத்தனை சிறப்போடு இருக்கிறேன் என்று சொல்லலாமா என நினைத்தேன். அவள் அங்கு இல்லை. ஷமீதும் அங்கு இல்லை.

''எங்கே சென்று விட்டனர் இருவரும். 'இது காதல் செய்வதற்கான நேரமா என்ன? எல்லா பார்ட்டியிலும் காணா மல் போய் விடுகின்றனர் இருவரும். இன்றைக்குக் கொஞ்சம் பொறுமை காக்கக் கூடாதா? அக்கா விரதத்தை முடிக்கட்டுமே என்று அவன் கொஞ்சம் கோபத்தோடு சொன்னான். ஆனால், விருந்தளிக்கும் தோழி மெல்லிய குரலில் சொல்ல தன் பக்கம் இழுத்தாள். கவணனுக்குத் தாக சாந்தி செய்யாலம் அவள் சாப்பிட மாட்டாள்'' என்றாள்.

ஏறக்குறைய ஒரு மணி நேரத்திற்குப் பிறகு திரும்பினார் கள் இருவருமாக. எனக்கென்னவோ குல்லின் கண்கள் சிவந் திருந்ததாகத் தோன்றியது முகம் தொங்கி, வீங்கிப் போயிருந் தது. ஆடம்பரமான மேக்கப்பிற்குப் பிறகு முகம் களையிழந்து காணப்பட்டது. மற்ற தோழிகளின் மீது பார்வை சென்றது. எல்லோரும் களைத்துப் போய் ஒரு திருப்தியான உணர்வும் இருந்தது. விரதத்தை வைத்துக் கொண்டு, பசி நிறைந்த வயிற் றோடு வயிறு நிரம்ப சாப்பிட்டதன் விளைவு ஏற்பட்டது. எனக்கு

இது முதல் சந்தர்ப்பம். ஆனால், குல்லின் முகம் கொஞ்சம் கூடுதலாகக் களைத்து ஒளியற்று இருந்தது. இன்னமும் சாப்பிட வில்லை. ஆனாலும், இத்தனை நேரம் எங்கே போனாய்? தண்ணீர் கூடக் குடிக்காமல் என்று கேட்க எனக்குத் தைரியம் எழவில்லை.

ஷமீதின் கையைப் பிடித்துக் கொண்டு வலுக்கட்டாயமாக அவன் கைகளில் உணவைத் திணித்து இன்னொரு அறையை நோக்கித் திருப்பி விட்டாள். நாங்கள் இங்கு சாப்பிடுகிறோம் என்று சொன்னாள்.

அவன் தள்ளாடி தடுமாறி நடக்கிறான் என்று எனக்குத் தோன்றியது. ஆனால், அந்த சந்தேகம் தவறானதாகக் கூட இருக்க முடியும். முழுமையாக விசாரிக்கத் தோன்றியது. அதற்கு முன்பாக அவள் கண்களில் ஒளி வந்தது. என் பார்வை குல்லை நோக்கித் திரும்பியது. தோழி ஒருத்தி படைக்க கையில் எடுத்துக் கொடுத்தது. சீக்கிரம் படையல் இடு. நிலவு வந்து எத்தனை நேரம் ஆகி விட்டது. எத்தனை நேரம்தான் பட்டினி கிடப்பாய்?

நான், இப்போது பலமாக குல் சிரிப்பாள் என்றும், அவள் முகத்தில் ஒளி திரும்பும் என்றும் நினைத்தேன். எல்லா பெண் களுடைய பார்வையும் அவள் பக்கம் ஒன்றிணைந்து நிலைத் திருந்தது. என்னைப் போலவே அவளும் அதை உணர்ந்திருக்க வேண்டும். என் நம்பிக்கையை அவள் வீணாக்கவில்லை, சிரித் தாள். கண்டிப்பாக உரத்தும் சிரித்தாள்.

ஆனால், முகம் பிரகாசிக்கவில்லை. விரதத்தை முறிக்க வெளியே சென்றாள். களைத்துத் திரும்பி நடந்தந்தாள். தோழி தண்ணீர் டம்ளரையும், இனிப்புத் துண்டத்தையும் கையில் திணித்து மெலிதாக சிரித்து நீர் அருந்தாமல்தான் இருந்தேன். ஆனால், எரிந்து போய் இருக்கிறேன் என்றாள்.

தோழியைத் தவிர அவளின் சொற்களை நான் மட்டும் கேட்டேன். மனம் பீதியால் நிரம்பியது. உடனேயே அவள் எல்லாம் பரிமாறப்பட்ட தட்டைக் கையில் கொடுத்து ஒரு நாற்காலியில் வலுக்கட்டாயமாக உட்கார வைத்தாள்.

கடைசி நாள் மாலை பேச்சோடு பேச்சாக அவளுடைய தோழி, "குல் தன்னுடைய கழுத்துச் சங்கிலியை விற்று இந்த

ஸ்டீல் அலமாரியை வாங்கினாள். உங்களுக்காக என்றே இரும்பை விற்று தங்கம் வாங்குவார்கள். நிறைய கேள்விப்பட்டிருக்கிறேன் நான். ஆனால், தங்கத்தை விற்று இரும்பை வாங்குவதில் இவளை மட்டும்தான நான் பார்த்திருக்கிறேன்'' என்றாள்.

அன்று இரவு என் சந்தேகத்தைப் பற்றிச் சொல்லி விட எண்ணினேன். ஆனால், சொல்ல இயலவில்லை. சந்தேகம்தான் அது. அல்ல. மிகவும் வர்ணிக்கப் போவதில்லை. குல் மோஹரின் கதைகளைப் படித்துப் புரிந்து கொள்ளாதவர்கள், என்னுடைய செய்திகளைக் குப்பை என நினைப்பார்கள். என்ன புரிந்து கொண்டிருக்கிறீர்களோ? அதன் மீது நான் ஏன் வியாக்கி யானம் அளிக்க வேண்டும். அப்படியில்லையெனில் மறுபடியும் ஒருமுறை படித்துப் பாருங்கள். பிறகு உங்கள் கருணை உள்ளத்திற்கேற்ப எடுத்துக் கொள்ளுங்கள்.

அந்த இரவுக்குப் பின் மூன்றாம் நாள் டால்மியா நகர் திரும்பி வந்தோம். குல் எப்படியோ ஷமீத் அல்லாமலோ அல்லது ஷமீதுடனோ என் வீட்டிற்கு வந்தாள். உண்மையி லேயே குழந்தைகள் திறந்த வெளி மைதானத்தில் நன்கு விளையாடினார்கள்.

எங்கள் வீட்டைச் சுற்றிலும் பசுமையும் அழகும் நிரம்பி யிருந்தது. நான் நன்றாக அனுபவித்தேன். இரண்டாம் முறையாக கருவுற்ற போது மருத்துவர் நீண்ட தூரம் பயணத்தைத் தடுத்து விட்டார். அப்போது மனப்பூர்வமாக அனுபவித்தேன். காட்சி யாகப் பார்த்து மட்டுமல்ல. அதைப் பரிசாக எண்ணி உபயோகப் படுத்திக் கொண்டேன். கலைஞனாக அல்ல. கேளிக்கையாக. ஆனால், நான் செய்தவற்றில் கலை மட்டுமல்ல. ஆசையும் இருந்தது.

உள்ளம் கொஞ்சம் தழுதழுத்தது. மரத்தின் சிறு கிளைகள், மூங்கிலின் குச்சிகள், காட்டுப் பூக்கள், இலைகள் ஆகியவற்றைக் கொண்டு வித விதமான உருவங்கள் செய்தேன். காட்டு இலந்தை மரத்தின் வளைந்த கிளைகளைக் கொண்டு சிறப்பாக அலங் கரித்து, அதை பிறகு கிராஸ்டிக் செய்து துணியில் தைத்து வைப் பேன். எந்தெந்த வண்ணங்களில் துணியும் நூலும் கிடைக்கின் றனவோ அவைகளைக் கொண்டு செய்வேன்.

என்னுடைய எண்ணற்ற அண்ணிகளும் நாத்தனார்களும் நான் சொன்னவுடனேயே எங்கு சென்றாலும் எனக்காக வகை

வகையாய் துணிகளும் நூல்களும் வாங்கி வந்து தருவார்கள். ஆனால், நான் தனித்திருக்க விரும்பினேன். எனவே, டீ, கிராம்பு பலாச மசாலாப் பூக்கள் ஆகியவற்றைக் கொண்டு கரைத்து வெள்ளை நூலை சாயம் தோய்ப்பேன். பிறகு அவை பயன் பட்டு விடும். ஆனால், என்ன விஷயம் என்றால், நான் அதற்கு முன்னதாகவோ அதற்குப் பிறகோ கை வேலைகளில் ஈடு படவே இல்லை.

குழந்தைப் பேற்றின் அனுபவங்கள் கழிந்த பிறகு எனக் குள் இருந்த ஏதோ ஒரு மாற்றம் நிகழ்ந்ததைக் கவனித்தேன். அது வரை என்னுடைய இயல்பை ஒரு கூறாகப் பிளந்திருந்தது. அறிவு பூர்வமான உளறல் இருந்தது. உடலைப் புறந்தள்ளினேன். இப்போது, "அடடா என்ன அற்புதம்? இது பெரிய பயன் பாட்டுப் பொருள் என்று தோன்றுகிறது. உடலின் பங்கு இல் லாமல் பிள்ளைப் பேறு சாத்தியமா என்ன? முதல் முறையாக பிள்ளை உண்டான போது உண்மையில் எத்தனை மகிழ்ச்சி. வாழ்க்கை ஏற்றுக் கொள்ளக் கூடியதாக ஆகிறது. பிள்ளைப் பேறு என்பது உடலின் பெருமை எனக் கருதினால், இதுவும் புரிந்து போகும். நமது பண்பாடு இரண்டு உடல்களின் இணைப்பை ஏன் இப்படி ஏற்றுக் கொள்ளுகிறது.

அறிமுகமற்ற இரண்டு உடல்களை இணைத்து திருமணம் என்ற வழியைக் கண்டுபிடித்தது உண்மையிலேயே பெரிய கண்டுபிடிப்பு. இன்னமும் சில வழிமுறைகள் இருக்கின்றன தான். காதலின் அச்சம் இல்லாமல் காதல் இத்தனை சிறப்பாக தளும்பத் தளும்ப அன்பையும் காதலையும் அனுபவிக்க எப்படி முடியும்? அச்சத்தைச் சந்திக்க தயாராக இருந்தாலும் கூட ஒவ்வொரு காதலருக்கும் உடலையும் மனத்தையும் இணைந்து அனுபவிக்கும் காதல் கிட்டுவதில்லை.

ஆனால், கடவுளின் அருளால் பிள்ளைப் பேற்றை எல் லோருமே பெற முடியும். வயிற்றின் வழி மனத்தை அடைந் தால் இன்னமும் சிறப்பு. வயிறும் நிரம்பும். மனதும் நிரம்பும். அடைய முடியவில்லையா. அதுவும் ஒன்றும் நஷ்டமல்ல. வயிற்றையும் உடலையும் பங்கிட்டு முழுமையாகக் கொண் டாலே மற்ற பிரசவம் பிள்ளைப் பேறு ஆகியவற்றைப் பெண் தானே சமாளித்துக் கொள்வாள்.

உடலும் உள்ளமும் இணைந்து பெறும் அனுபவம் உண்மையாக கருணை நிறைந்து என்னைப் பூரணமான இரு பிரிவாக ஆளுமை கொண்டவளாக மாற்றி இருக்கிறது. மற்றவர்களால் உருவாக்கப்பட்ட முகமூடியை அணிந்து கொண்டு, இரவல் வாங்கப்பட்ட தோற்றத்தில் கைதியாக இருந்தேன். இப்போது நல்லதோ, கெட்டதோ எதுவானாலும் முகமூடிக்குப் பின்னால் ஒளிந்து கொள்ள வேண்டிய கட்டாயம் எனக்கில்லை.

எனக்குள்ளேயே நான் கேள்வி எழுப்பிக் கொண்டால் பொய்யான தோற்றத்தின் உதவி அவசியமில்லை என்று சந்தேகமில்லாமல் சொல்ல முடியும். பின்னால் நிகழ்ந்த எல்லாம் இதன் அடிப்படையிலேயே நிகழ்ந்தன. காதல் வரை சந்தேகத்திற்கிடமில்லாமல். அது நடக்கவில்லை, இரண்டாம் முறை கருவுற்றிருந்த போது பவனின் புத்திசாலித்தனமான ப்ராஜெக்ட் தோல்வி அடைந்தது. துரதிர்ஷ்டமோ அல்லது செயல்பாட்டில் அறிவுத் திறனின் குறைவோ ஒவ்வொரு முறையும் அவனுக்கு பணிகள் தோல்வி அடைகிறது.

சில நாட்களுக்காக மறுபடியும் பணியில் அமர கட்டாயப்படுத்தப்பட்டான். ப்ராஜெக்ட் மூழ்கிப் போனது. நட்பு, கார், டால்மியா நகர் மீதிருந்த பற்று எல்லாமே இல்லாமல் போனது. எரிச்சல் நிறைந்தவனானான். பிள்ளைப் பேறு ஏற்பட்டவுடனேயே வேலை தேடுவதற்காக கடுமையாக உழைத்தான். நான் முன்பிருந்தாற் போல போலியான தோற்றத்தில் இருந்திருப்பேனேயானால் ஆமோதித்திருப்பேன். இடமாற்றம் இருந்தாலும், எப்படியாயினும் நான் பிள்ளையைப் பெற்றெடுக்கத்தான் வேண்டும். ஆனால், அது அவசியமல்ல.

இதை மட்டும் சொல்வது போதுமானது. என் கணவர் நல்ல மனிதர். நல்ல மனிதர்களைத்தான் வெறி ஆட்கொள்கிறது. வேகமும், வாய்ச் சவடாலும் அவன் கைவசம் கிடையாது. அவனுக்கு டால்மியா நகர் வருத்தமுறச் செய்ததெனில் எனக்கு பொருளாதாரம். காலத்தின் கட்டாயத்தில் வேலையை விட்டான். அப்போது முழுமையாக அதன் சோதனை தெரியவில்லை.

கடும் உழைப்பில கழித்த போதுதான் தெரிய வந்தது. நாம் சிறு குறிப்பு என்று படித்தோமே அதுதான் உண்மையான

கட்டுரை என்பது புரிய வந்தது. எதை நாம் படித்தோமோ அது உபயோகமற்றது. நம் நாட்டில் ஒவ்வொன்றும் ப்ளஸ் யுட்டிலிட்டியின் அனுபவம் என்று ராவ் சொன்னாரே அதுதான்.

விதி எங்களை மறுபடியும் வேலை தேடும் பணியில் தள்ளியது. ஒரு தடவை ப்ளஸ் யுட்டிலிட்டியிலிருந்து நோ ப்ளஸ் யுட்டிலிட்டி சுற்றிச் சூழ்ந்தது. ஆனால், அன்பு யுடிலிட்டியைத் தாண்டிய பொருளாக இருந்தது. வாழ்க்கை வாழ வேண்டும் என்ற ஆசை எது குல்லிடம் நிரம்பியிருந்ததோ, அது என்னிடம் நிறைந்தது.

இத்தனைக்கும் இடையிலும் அதே அன்பு, அதே பாசம், அதே காதல் பிறந்தது என்று சொன்னால் அது பொய். ஏறக் குறைய எல்லா உண்மைகளையும் நீங்கள் அறிந்து விட்டீர்கள். எனவே, சிறு சிறு பொய்கள் சொல்லுவதினால் என்ன லாபம்? நான் அறிந்த வரை உண்மை இதுதான். உண்மையைப் பேசு வதில் விசத்திரமான கஷ்டம் இருக்கிறது. நான் சொல்வது உண்மைதான் என்று சொல்லும் போதே அது பொய்யென்று அறிந்து கொள்கிறோம்.

நான் உண்மை என்று உணர்ந்ததை அதை ஒட்டி அதன் முக்கியமான இயல்பை நான் சிறு வயதிலேயே அறிந்து கொண்டு விட்டேன். இது மட்டும் என்னால் சொல்ல முடியும். அது காதலனுக்காக உருவாக்கப்பட்டது. ஈடற்ற சுயநலமற்ற காதலுக்காக நானும் காதல் செய்தேன். அவளால், அன்பு செலுத்த முடியவில்லை.

இரண்டிற்குமாக வேறுபாடு அன்பு உண்டான பிறகு புரிய வந்தது. இதையும் கூட அறிந்து கொண்டேன். உண்மையான அன்பு என்பது முதலில் ஏற்படுவதில்லை. இறுதியில் ஏற்படு வது. கடைசியாக முதலில் என்பதில் காதலி கிடைப்பாள் எல்லா சாத்தியக் கூறுகளுடனும். பிறகு பிரிந்து விடலாம் என்ற எண்ணத் தீர்மானத்தோடு அல்ல. பிரிவு கண்டிப்பாக உண்டு.

பிரிவு ஏற்படா விட்டால் அதன் நினைவுகளைக் கல்லறை யாக எப்படிச் செய்ய முடியும்? அப்படி ஏற்படவில்லையெனில் அதற்கு எப்படி விளக்கேற்றி வைக்க முடியும்? அது காதலின் ஆசுவாசம் என்று வாழ்நாள் முழுக்க எப்படி நிலைத்திருக்க முடி யும்? ஆனாலும் ஐயா. காதல் எப்படி கடைசி என்றாக முடியும்?

முதல் காதல் எத்தனை போதை ஊட்டுவதாய் இருக்கிறதோ, அதன் எல்லை மோகம் என்றாகும் போது என்னுடையதைப் போல.

அதன் குறிக்கோள் உடல் என்பது பின்னால் தெரிய வரும் போது அது வெறும் மோகம் மட்டுமே அல்லாமல் வேறு என்ன? சுகமான பாதை, எல்லை அல்ல. நான் முன்னம் வேறு ஏதோ சொன்னேன் என்பது எனக்கும் தெரிந்ததுதான். அதனை விலக்கி விட வேண்டும். இதுதான் உண்மையான அனுபவம். தத்துவம் அல்ல. இது அனுபவம் உடலும் மனம் சேர்ந்ததை உடல் என்று சொல்கிறேன். தனியாக அல்ல. முழுமையான பிரிக்கப்படாத அன்பினால் என்ன கிட்டும்? அதன் மூலமாக நான் அன்பைக் கைப்பற்றினேன். பொருளாதாரத்தை விட்டேன். பணியைக் கைவிட்டேன்.

அதனால் நான் எதையும் இழந்து விடவில்லை. அடையத் தான் அடைந்திருக்கிறேன். குழந்தைகளை உருவாக்கினேன். என் உள்ளே இருந்த தனிமை உருகத் தொடங்கியது. அன்பு உரு வானால் உள்ளே இருக்கும் உருகும் பனி நெருப்புக் குழம்பாகி வெளியே வெடித்து வரும்.

முதன்முறையாக என்னுடைய நெறி கெட்ட காதலைப் பற்றி வாயைத் திறந்து சொல்லியிருக்கிறேன். பயப்படாதீகள். அதன் வர்ணனைக்குள் நான் இப்போது செல்லப் போவது இல்லை. அவற்றை நாவலில் சொல்லி விட்டேன்.

நானும் குல்லும் வெவ்வேறு நகரங்களில் வசித்து வந்தா லும், ஒரு காலத்தில் ஏன் எழுத ஆரம்பித்தோம். எனக்கே தெரியவில்லை. உங்களுக்கு நான் என்ன சொல்ல முடியும்? மீதி வாழ்க்கை அனுபவிக்க, குல்லைப் போல சகித்துக் கொண்டு அனுபவிக்க, இலக்கியம் படைக்க நாங்கள் இருவருமே பின்னாட்களில் தில்லி வந்து சேர்ந்தோம். அதன் உண்மையை அனைவரும் அறிவீர்கள். மற்றவை பின் எப்போதாவது.

நிறைந்தது